ഗ്രീൻ ബുക്സ്

എഴുത്തുകാർ എഴുതാത്തത്

ജോണി ലൂക്കോസ്

കോട്ടയം ജില്ലയിൽ അതിരമ്പുഴ പാറപ്പുറത്ത് ലൂക്കായുടെയും അന്നമ്മയുടെയും മകനായി ജനനം. ഇംഗ്ലീഷ് സാഹിത്യത്തിൽ മാന്നാനം കെ.ഇ. കോളേജിൽനിന്ന് ബിരുദം. കോട്ടയം സി.എം.എസ്. കോളേജിൽനിന്ന് ബിരുദാനന്തര ബിരുദം. വിദ്യാർത്ഥിരാഷ്ട്രീയത്തിൽ സജീവമായിരുന്നു. സി.എം.എസ്. കോളേജ് യൂണിയൻ ചെയർമാനായി. 1983 മുതൽ മലയാള മനോരമയിൽ. ജില്ലാ ലേഖകനായി കോട്ടയത്തും തൃശ്ശൂരും പ്രവർത്തിച്ചു. പിന്നീട് തിരുവനന്തപുരം യൂണിറ്റിൽ ന്യൂസ് എഡിറ്റർ. മലയാള മനോരമയിൽ ഒട്ടേറെ അഭിമുഖ ഫീച്ചറുകൾ പ്രസിദ്ധപ്പെടുത്തി. ഭാഷാപോഷിണിയിൽ പ്രസിദ്ധീകരിച്ച പി. ഗോവിന്ദപ്പിള്ള അഭിമുഖം കേരള രാഷ്ട്രീയ ചരിത്രത്തിലെതന്നെ വൻ വിവാദങ്ങളിൽ ഒന്നായി. 2006 മുതൽ മനോരമ ന്യൂസ് ചാനലിൽ ന്യൂസ് ഡയറക്ടർ. അറുന്നൂറിലേറെ എപ്പിസോഡുകൾ പിന്നിട്ട നേരേചൊവ്വേ എന്ന അഭിമുഖപരിപാടി ചാനലിൽ അവതരിപ്പിക്കുന്നു. സംസ്ഥാന സർക്കാർ അവാർഡുകൾ ഉൾപ്പെടെ അൻപതിലേറെ പുരസ്കാരങ്ങൾ ലഭിച്ചിട്ടുണ്ട്.

സംഭാഷണം

എഴുത്തുകാർ എഴുതാത്തത്

ജോണി ലൂക്കോസ്

ഗ്രീൻ ബുക്സ്

green books private limited
gb building, civil lane road, ayyanthole,
thrissur- 680 003, kerala, ph: +91 487-2381066, 2381039
website: www.greenbooksindia.com
e-mail: info@greenbooksindia.com

malayalam
ezhuthukar ezhuthathathu
(interview)
by
johny lukose

first published february 2020

inner photos : b. jayachandran
cover design : mansoor cheruppa

branches:
thrissur 0487-2422515
thiruvananthapuram 0471-2335301
calicut 0495 4854662
enakulam 8589095302

isbn : 978-93-89671-24-7

GBPL/1136/2020

മുഖക്കുറി

കേരളത്തിലെ പ്രഗത്ഭരായ സാഹിത്യകാരന്മാർ അണിനിരക്കുന്ന അപൂർവ്വമായ പുസ്തകങ്ങളിലൊന്നാണിത്. ഇതിൽ പലരും ഇന്ന് ജീവിച്ചിരിപ്പില്ല എന്ന് ഖേദപൂർവ്വം അനുസ്മരിക്കുന്നു. എന്നാൽ ഈ പ്രതിഭകൾ നമ്മുടെ സംസ്കാരികലോകത്തെ സമ്പന്നരാക്കിയവരാണ്. അവരുടെ സംഭാഷണങ്ങളിലെ സർഗ്ഗാത്മക ചിന്തകൾ പുതിയ തലമുറയ്ക്കായി മാറ്റിവെയ്ക്കുന്നു. ജോണി ലൂക്കോസാകട്ടെ തന്റെ നർമ്മവും കൂർമ്മതയും നിറഞ്ഞ ശൈലികൊണ്ട് അവരുടെ വാക്കുകളെ അർത്ഥവത്താക്കി പൊലിപ്പിച്ചെടുക്കുന്നു.

കൃഷ്ണദാസ്

മാനേജിങ് എഡിറ്റർ

നല്ല സ്മരണകൾ

ഗബ്രിയേൽ ഗാർസിയ മാർകേസ്
അഭിമുഖത്തിന് നല്ലൊരു നിർവചനം നല്കി -
'അഭിമുഖം പ്രണയം പോലെയാണ്.
രണ്ടുപേർക്കും ആഗ്രഹമുണ്ടെങ്കിലേ അതു നന്നാവൂ.
അല്ലെങ്കിൽ അഭിമുഖസംഭാഷണം ചോദ്യങ്ങളും
ഉത്തരങ്ങളും മാത്രമായി അവശേഷിക്കും.
ഈ യാന്ത്രികമായ പ്രവൃത്തിയിൽനിന്ന് ഒരു
കുട്ടിയുണ്ടായേക്കാം. പക്ഷേ അതെക്കുറിച്ച്
നല്ല സ്മരണ ഉണ്ടാവില്ല.'

നല്ല സ്മരണകൾ തന്ന അഭിമുഖങ്ങളാണ്
ഈ സമാഹാരത്തിൽ. നന്നാവണം എന്ന് അതിഥികൾ
കൂടി ആഗ്രഹിച്ചതുകൊണ്ട് ഉണ്ടായത്.
ആസ്വാദകരും ആരാധകരും വേണ്ടത്ര ഉണ്ടെന്നാലും
സംഭാഷണം അവർക്കുവേണ്ടി മാത്രമാക്കാതെ
മനസ്സു തുറന്നുവെച്ചവർ. അവർ എന്നോടു കാട്ടിയ
സൗമനസ്യം കൂടിയാണ് ഈ അഭിമുഖങ്ങൾ.

മനോരമ ന്യൂസ് ടെലിവിഷൻ ചാനലിലെ,
നേരെചൊവ്വേ പരിപാടിയിൽ സംപ്രേഷണം ചെയ്ത
താണ് ഇവയിൽ ഏറെയും. അതുകൊണ്ടുതന്നെ
ഭാഷയ്ക്ക് സംഭാഷണച്ചുവയുണ്ടാവാം.
സമകാലിക സംവാദങ്ങളുടെ പശ്ചാത്തലത്തിലാണെ
ങ്കിലും കാലാതീത ഉൾക്കാഴ്ചകളും ഉണർവുകളും
ഉന്മാദങ്ങളും പങ്കുവെയ്ക്കുന്ന ഈ അഭിമുഖങ്ങൾ
വായനക്കാർക്ക് സമർപ്പിക്കട്ടെ.

നന്ദി : മലയാള മനോരമ, എംഎംടിവി ലിമിറ്റഡ്

ജോണി ലൂക്കോസ്

ഉള്ളടക്കം

എഴുത്തുകാർ എഴുതാത്തത്

എം. കൃഷ്ണൻനായർ (1926–2001)

ഒരു കഥ പറഞ്ഞാണ് എം. കൃഷ്ണൻ നായർ സാഹിത്യവാരഫലം തുടങ്ങുക. ആ കഥ തീരുമ്പോൾ മിക്കവാറും പുതിയൊരെഴുത്തുകാരന്റെ കഥയും കഴിഞ്ഞിരിക്കും. പുതുതലമുറയെ മാത്രമല്ല, ലബ്ധപ്രതിഷ്ഠരെയും അദ്ദേഹം വെറുതെ വിട്ടില്ല. നാലു പതിറ്റാണ്ടോളം സാഹിത്യവാരഫലമെഴുതിയ കൃഷ്ണൻനായർ സാഹിത്യ-ജീവിതാനുഭവങ്ങൾ തുറന്നുപറയുന്ന അപൂർവ്വ അഭിമുഖമാണിത്. പക്ഷപാതമുണ്ടിതിൽ, പക്ഷാഘാതമുണ്ടാക്കുന്ന പരാമർശങ്ങളും.

എം. കൃഷ്ണൻനായരെ മോഹിപ്പിച്ചത്

'പാരുഷ്യത്തോടെ എഴുതുന്നവർ നല്ലയാളുകളാണ്. ഉദ്ധതൻ എന്നു തോന്നും കുട്ടികൃഷ്ണമാരാരുടെ പ്രബന്ധങ്ങൾ വായിച്ചാൽ. നേരിട്ടു കണ്ടാലോ അദ്ദേഹത്തെ? കൊച്ചുകുഞ്ഞിനെപ്പോലെ നിഷ്കളങ്കനും നിരപരാധനുമാണ് അദ്ദേഹമെന്ന സത്യം നമുക്ക് ബോധ്യപ്പെടും. ആരേയും നോവിക്കാതെ എഴുതുന്നവർ പാഷാണഹൃദയരായിരിക്കും പലപ്പോഴും.'

വിശ്വസാഹിത്യത്തിലേക്ക് തുറന്നിട്ട മലയാളത്തിന്റെ ഈ കിളിവാതിലിലൂടെ മാർകേസും കുറ്റ്സെയും ലോസയും ലോർക്കയും ബോർഹസും കടന്നുവന്നത്, അവർ കേരളത്തിലെ പുസ്തകശാലകളിൽ എത്തുന്നതിനു പതിറ്റാണ്ടുകൾക്കുമുമ്പാണ്.

വാനനിരീക്ഷണത്തിൽ ഗലീലിയോയുടെ ടെലസ്കോപ്പുപോലെ, മലയാള സാഹിത്യനിരൂപണത്തിൽ എം. കൃഷ്ണൻനായരുടെ സാഹിത്യവാരഫലത്തിനുള്ള ചരിത്രപ്രാധാന്യം നിഷേധിക്കാനാവില്ല. ഒരുപക്ഷേ ഇതിനുമുമ്പ് കേസരി ബാലകൃഷ്ണപിള്ളയ്ക്കുമാത്രം അവകാശപ്പെട്ടൊരു ബഹുമതി. മലയാളം പുതിയൊരു സംവേദനശീലത്തിലേക്ക് ആനയിക്കപ്പെടുകയായിരുന്നു.

കൃഷ്ണൻനായർ ഒരു കഥ പറയുന്നത് ഒരു കഥാകൃത്തിന്റെ കഥ കഴിക്കാനായിരിക്കാം. നക്ഷത്രങ്ങളേയും അദ്ദേഹം പുൽക്കൊടികൾ ആക്കിയിരിക്കാം. എങ്കിലും ഏതു വമ്പന്റേയായാലും പുൽക്കൊടി നക്ഷത്രമല്ല എന്നു പറയാനുള്ള ചങ്കൂറ്റത്തിന് അദ്ദേഹം പണ്ടേ പേറ്റന്റ് എടുത്തിട്ടുണ്ട്. കൃഷ്ണൻനായരുടെ നായാട്ടിന് ഇരയായി എഴുത്തു നിർത്തിയവർ മലയാള സാഹിത്യത്തിന് ചെയ്ത ഉപകാരവും ചെറുതല്ല.

പക്ഷപാതധീരതയുള്ള ഒരു അധികാരിയാണ് കൃഷ്ണൻനായർ സാഹിത്യത്തിൽ. ജീവിതത്തിൽപോലും രാഷ്ട്രീയം കലരുന്ന കേരളത്തിൽ, രാഷ്ട്രീയം തൊടാതെ മുപ്പത്തഞ്ചുവർഷത്തിലേറെ

കോളമെഴുതിയ അദ്ദേഹം തികഞ്ഞ അരാഷ്ട്രീയവാദിയായി തന്ത്രത്തിൽ രാഷ്ട്രീയക്കാരെപ്പോലും വെല്ലുന്നു.

പല എഴുത്തുകാരുടെയും കാലൻ ആണെങ്കിലും കാലഹരണപ്പെട്ട എഴുത്തുകാരനല്ല കൃഷ്ണൻനായർ. അദ്ദേഹം എഴുതിത്തുടങ്ങിയശേഷം സാഹിത്യലോകത്ത് പൊട്ടിമുളച്ച പ്രസ്ഥാനങ്ങൾ കാലഹരണപ്പെട്ടിട്ടും കൃഷ്ണൻനായർ കാലാതിവർത്തിയായി നിലകൊള്ളുന്നത് വായന യിലെയും എഴുത്തിലെയും സുഖാനുഭൂതികൊണ്ടു കൂടിയാണ്.

നിരൂപകന്റെ അനുഭവങ്ങൾ, പാളിച്ചകൾ, വിശ്വാസങ്ങൾ, വിദ്വേഷ ങ്ങൾ, വികാരങ്ങൾ - ആ സുഖാനുഭൂതിയുടെ സിരകൾ പലതാണ്. ഈ അഭിമുഖത്തിൽ വെളിപ്പെടുന്നതുപോലെ.

- *സാഹിത്യത്തിന്റെ ജാതകം എഴുതുന്ന താങ്കൾ സ്വന്തം ജാതകം നോക്കിയിട്ടുണ്ടോ?*

പ്രസിദ്ധ ജ്യോത്സ്യനായ കരുച്ചൽ കേശവനാണ് എന്റെ ജാതകം എഴുതിയത്. അതനുസരിച്ച് അറുപത് വയസ്സായപ്പോൾ ഞാൻ മരിച്ചു പോകേണ്ടതായിരുന്നു. പക്ഷേ മരിച്ചില്ല, അറുപത്തൊന്നാം വയസ്സിൽ ഞാനാ ജാതകം വലിച്ചുകീറി അടുപ്പിലിട്ടു.

- *സാഹിത്യവാരഫലം എന്നപേരിൽ എഴുതിയതുകൊണ്ടാണല്ലോ കണിയാൻ, ജ്യോത്സ്യൻ എന്നൊക്കെ ചിലർ വിളിച്ചത്. ഈ പേരല്ലാ യിരുന്നെങ്കിൽ പംക്തി ഇത്ര ശ്രദ്ധിക്കപ്പെടുമായിരുന്നോ?*

എന്റെ കാരണവർക്കു ശേഖരൻ എന്ന പേരിൽ ഒരു വളർത്തുമകനു ണ്ടായിരുന്നു. ബുദ്ധിശക്തിയിൽ അയാൾ അത്ര കേമനൊന്നുമായി രുന്നില്ല. കാരണവരുടെ അനുമതിയോടെ ശേഖരൻ എന്റെ മുത്ത ച്ഛനെ പരിചരിക്കാൻ പോകുമായിരുന്നു. ഒരു ദിവസം മുത്തച്ഛൻ ഓൾഡ് സെം മൊബൈൽ എന്ന ബ്രിട്ടീഷ് കാർ വാങ്ങി. അദ്ദേഹം തന്നെ അതോടിച്ചു. വീട്ടിൽ കൊണ്ടുവന്നു. ഷെഡ്ഡിൽ കയറ്റുന്നതിനു മുമ്പ് മുത്തച്ഛൻ ശേഖരനെ വിളിച്ച് "ശേഖരാ, ഞാൻ കാർ റിവേഴ്സ് എടുക്കുകയാണ്. ഓടയിൽ ഇറങ്ങുന്നോ കാറ് എന്നു നോക്കിക്കോ' എന്നു പറഞ്ഞു. മുത്തച്ഛൻ കാർ പിറകോട്ട് ഡ്രൈവ് ചെയ്തു. ഓടയി ലിറങ്ങി മതിലിൽ ഇടിച്ചു അത്. പിറകുവശം തകർന്നു."മാമാ, കാറ് ഓടയിലിറങ്ങി' എന്നു ശേഖരൻ ഹർഷാതിരേകത്തോടെ പറഞ്ഞു. പുതിയ കാർ തകർന്നതിലുള്ള സങ്കടവും ദേഷ്യവുംകൊണ്ട് മുത്ത ച്ഛൻ ശേഖരനെ തെറിവാക്കുകൾകൊണ്ട് അഭിഷേകം ചെയ്തു. ഇവിടെ ആ വാക്കുകളിൽ ഒന്നുപോലും അച്ചടിക്കാൻ വയ്യ. മുത്ത ച്ഛനോ? ഈ ഭൂമിയിലുള്ള സകല തെറിവാക്കുകളുടേയും ഉടമസ്ഥ നായിരുന്നുതാനും. ഈ ശേഖരനെയാണ് എന്റെ അച്ഛനമ്മമാർ എന്നെ ഏൽപ്പിച്ചിട്ട് അരുക്കുറ്റിയിലേക്ക് പോയത്. സർക്കാരുദ്യോഗസ്ഥനായ

അച്ഛനെ അരുക്കുറ്റിയിലേക്കാണ് എക്സൈസ് കമ്മീഷണർ മാറ്റിയത്. സംസർഗ്ഗം കൊണ്ട് ദോഷങ്ങൾ പകരും. എനിക്ക് ശേഖരന്റെ മണ്ടത്തരം പകർന്നുകിട്ടി എന്നതിന് തെളിവാണ് കാവ്യഭംഗിക്ക് പ്രാമുഖ്യം കല്പിച്ചെഴുതുന്ന ഒരു പംക്തിക്ക് 'സാഹിത്യവാരഫലം' എന്ന പേരാകാം എന്നു ഞാൻ സമ്മതിച്ചത്. അതുകൊണ്ട് വിമർശന വിധേയരാവുന്ന ആളുകൾ എന്നെ കണിയാൻ, ജ്യോത്സ്യൻ എന്നു വിളിക്കുന്നു. അടുത്തകാലത്ത് പുതൂർ ഉണ്ണികൃഷ്ണനും ആഷാ മേനോനും എന്നെ കണിയാൻ എന്ന് വിളിച്ചു. സാഹിത്യവാരഫലം എന്ന പേരാണ് കോളത്തിന്റെ ജനസമ്മതിക്ക് കാരണം എന്ന് പറയുകയില്ല. പ്രതിപാദ്യവിഷയത്തിലും പ്രതിപാദനരീതിയിലും സാഹിത്യവാരഫലം എന്ന വികൃതമായ പേരിനെ നീതിമത്കരിക്കുന്നില്ല. പേരിലെന്തിരിക്കുന്നു? റോസാപ്പൂ മറ്റേതൊരു പേരിലാണെങ്കിലും പരിമളം പ്രസരിപ്പിക്കില്ലേ? Rose is a rose is a rose എന്ന് ഒരമേരിക്കൻ എഴുത്തുകാരി.

- *സാഹിത്യപ്രവർത്തനം എന്ന നിലയിൽ പംക്തിയിൽ എഴുതുന്നതും, എം. കൃഷ്ണൻനായരുടെ യഥാർത്ഥവിശ്വാസങ്ങളും ബോധ്യങ്ങളും തമ്മിൽ നല്ല അന്തരമില്ലേ?*

"**എ**ൻസൈക്ലോപീഡിയ ബ്രിട്ടാനിക്ക'യുടെ പഴയ പതിപ്പിൽ 'ഈസ്തെറ്റിക്സ്' എന്ന വിഷയത്തെക്കുറിച്ച് എഴുതിയത് വിശ്വവിഖ്യാതനായ ക്രോച്ചെയാണ്. കലാകാരൻ ആരല്ലയോ അതിന്റെ ആവിഷ്കാരമാണ് രചന എന്ന് ആ ലേഖനത്തിൽ പറഞ്ഞിട്ടുണ്ട്. വീരധർമ്മാത്മകങ്ങളായ കാവ്യങ്ങൾ എഴുതുന്ന കവികൾ യഥാർത്ഥത്തിൽ ധീരന്മാരായിരിക്കണമെന്നില്ല. പക്ഷേ അവർക്ക് ധീരതയെക്കുറിച്ച് അറിവുണ്ടായിരിക്കണം. അല്ലെങ്കിൽ അത്തരം കാവ്യങ്ങൾ രചിക്കാനാവില്ല. നമ്മുടെ വള്ളത്തോൾ കോഴിയിറച്ചിയില്ലാതെ ഉണ്ണുമായിരുന്നില്ല. "കീഴ്മലച്ചുപിടയുന്ന കോഴിയെ കാഴ്മവർക്കു കരൾ പൊട്ടുകില്ലയോ' എന്നെഴുതിയ കവിയാണ് അദ്ദേഹം. ചൈനയിൽ പോയ അദ്ദേഹത്തോടു ഞാൻ ചോദിച്ചു. "ചൈന എങ്ങനെ"യെന്ന്; അവിടത്തെ കമ്മ്യൂണിസം എങ്ങനെയെന്നാണ് ഞാൻ ചോദിച്ചത്. അതിനു വള്ളത്തോളിന്റെ മറുപടി 'അവിടെ കോഴി ഭേഷ്, ഹാഹാ' എന്നായിരുന്നു. ഈ വൈരുദ്ധ്യം ആക്ഷേപാർഹമാണ്. എങ്കിലും കോഴിയെ കൊല്ലുന്നത് ശരിയല്ല എന്ന ബോധം അദ്ദേഹത്തിനുണ്ടായിരുന്നു. അതില്ലെങ്കിൽ കോഴിയെ കഴുത്തറത്തു കൂട്ടാൻ വയ്ക്കുന്നതിലെ പ്രതിഷേധാർഹമായ അംശത്തെ സ്ഫുടീകരിച്ച് കവിക്ക് എഴുതാൻ കഴിയുമായിരുന്നില്ല. നമ്മുടെ വേറൊരു കവി കൊലപാതകം വരെ നടത്തിയിരുന്നു. പക്ഷേ അദ്ദേഹത്തിന്റെ കാവ്യം കാരുണ്യത്തെ വാഴ്ത്തി. ഇതു സർഗ്ഗാത്മക സാഹിത്യത്തിന്റെ രീതി. വിമർശനം, നിരൂപണം എന്ന പ്രക്രിയകൾ സർഗ്ഗാത്മകത്വത്തിൽനിന്ന്

വിഭിന്നമാണ്. അതു കലാത്മകമൂല്യങ്ങളുടെ അന്വേഷണമാണ്. പിന്നീടുള്ള വിലയിരുത്തലാണ്. അതിനാൽ നിരൂപകന്റെ, വിമർശകന്റെ വിശ്വാസങ്ങളും അയാളുടെ രചനകളും തമ്മിലുള്ള അന്തരം പരിഗണനാർഹമല്ല.

- *ഏതൊക്കെ തരത്തിലുള്ള പക്ഷപാതങ്ങളാണ് കൃഷ്ണൻ നായർക്ക് ഉള്ളത്? മനഃപൂർവ്വം പക്ഷപാതം പ്രകടിപ്പിക്കുന്നത് ചിലരെ പ്രകോപിപ്പിക്കാൻ ഉദ്ദേശിച്ചാണോ? ആണെങ്കിൽ ഉദാഹരണങ്ങൾ?*

മഹാഭാരതത്തിലും രാമായണത്തിലും പുരാണങ്ങളിലും എവിടെയെല്ലാം അധർമ്മപ്രതിപാദനമുണ്ടോ അതൊക്കെ ധർമ്മപ്രതിപാദനമായി കണ്ട ആളാണ് കുട്ടികൃഷ്ണമാരാർ. ആ ഗ്രന്ഥങ്ങളിലുള്ള ധർമ്മപ്രതിപാദനത്തെ അധർമ്മ പ്രതിപാദനമായും കണ്ടു അദ്ദേഹം. 'ലിറ്റററി പെർവേർടാ'യിരുന്നു കുട്ടികൃഷ്ണമാരാർ. അദ്ദേഹം ഭീമാബദ്ധം എഴുന്നള്ളിച്ചു. നിരൂപണം പക്ഷപാത സങ്കീർണ്ണമാണെന്ന്. അത് അദ്ദേഹത്തെ സംബന്ധിച്ചിടത്തോളം ശരി. ജീനിയസ്സായ ചങ്ങമ്പുഴയെ നിന്ദിച്ചിട്ട് ടെനിസൺ എന്ന ഇംഗ്ലീഷ് കവിയുടെ In Memorium എന്ന വിലാപകാവ്യം തർജ്ജമ ചെയ്തു. 'കണ്ണുനീർത്തുള്ളി' എന്ന വിലാപകാവ്യത്തിന് രൂപം നല്കിയ നാലപ്പാട്ട് നാരായണമേനോന് മഹാകവിപ്പട്ടം നല്കിയ കുട്ടികൃഷ്ണമാരാർ യഥാർത്ഥത്തിൽ പക്ഷപാതസങ്കീർണ്ണമായ നിരൂപണത്തിന്റെ വക്താവുതന്നെ. സാക്ഷാൽ തിരുവനന്തപുരം ഭാഷയിൽ 'തന്നെ, തന്നെ' എന്നു പറയണം. അദ്ദേഹം 'പക്ഷപാത സങ്കീർണ്ണത' എന്നു പ്രയോഗിച്ചത് വേറെയർത്ഥത്തിലാണെന്ന് തോമസ് മാത്യു അഭിപ്രായപ്പെട്ടേക്കാം. എങ്കിലും പക്ഷപാതമെന്ന നിന്ദ്യമായ വാക്ക് കുട്ടികൃഷ്ണമാരാർ പ്രയോഗിച്ചല്ലോ! എനിക്ക് പക്ഷപാതമില്ല. അസന്ദിഗ്ധമായും പറയുന്നു. പക്ഷപാതമില്ല. മൂല്യനിർണ്ണയം സ്വതന്ത്രമായ ശക്തിവിശേഷമാണ്. അതിനെ ഞാൻ അംഗീകരിക്കുന്നു.

- *എന്തു പറഞ്ഞുവരുമ്പോഴും ഒരു സംഭവകഥ ഉദ്ധരിക്കാറുണ്ടല്ലോ. ഈ കഥകളുടെ ഉറവ വറ്റാത്തത് അവ യഥാർത്ഥമല്ലാത്തതുകൊണ്ടാണെന്ന് പറയുന്നത് ശരിയാണോ?*

1969-ൽ തുടങ്ങിയതാണ് ഈ കോളം. മുപ്പത്തിയഞ്ചുകൊല്ലമായി ഞാനിത് ഓരോ ആഴ്ചയും എഴുതുന്നു. ഇന്നുവരെ കള്ളം എഴുതിയിട്ടില്ല. ആയിരക്കണക്കിന്, പതിനായിരക്കണക്കിന്, ലക്ഷക്കണക്കിന് സംഭവങ്ങൾ നമ്മുടെ ജീവിതത്തിലുണ്ട്. താങ്കളുടെ ജീവിതത്തിലും അവയുണ്ട്. താത്പര്യമില്ലാത്തതിനാൽ, മനസ്സിരുത്തായ്കയാൽ, ഓർമ്മിച്ചുവെയ്ക്കാൻ കൂട്ടാക്കാത്തതിനാൽ അവ അജാഗരിതഹൃത്തിൽനിന്ന് ബോധമനസ്സിലേക്ക് വരുന്നില്ലെന്നേയുള്ളൂ. കോളമെഴുത്ത് എന്റെ ജോലിയായതിനാൽ ഒന്ന് ഓർമ്മിക്കണമെന്നേയുള്ളൂ. പ്രീകോൺഷ്യസിൽ നിന്ന് അവ കോൺഷ്യസ് മൈൻഡിലേക്ക് വരും.

- *എം. കൃഷ്ണൻനായർ പുറമെ ശാന്തപ്രകൃതി, സൗമ്യൻ. എന്നാൽ വിമർശനത്തിൽ പ്രതിപക്ഷ ബഹുമാനമോ മര്യാദയോ ഉപചാരമോ തീരെയില്ല. അതെന്തുകൊണ്ട്?*

Bad literature is a crime against society എന്ന് ആൽഡസ് ഹക്സിലി പറഞ്ഞിട്ടുണ്ട്. അതിനാൽ ശക്തിയാർന്ന ഭാഷയിൽ ഞാൻ ദുഷ്ട സാഹിത്യത്തെ നിന്ദിക്കുന്നു. If you strike, strike hard എന്നു കെ. ബാലകൃഷ്ണൻ എന്നോട് പല തവണ പറഞ്ഞിട്ടുണ്ട്. പാമ്പിനെ നോവിച്ചുവിട്ടാൽ അതു നമ്മെ കാത്തിരുന്നു കടിച്ചുകൊല്ലും. വിഷപ്പാമ്പാണെന്നു കണ്ടാൽ തല്ലിക്കൊന്നേക്കണം. നമ്മുടെ ജീവനെക്കരുതി, സമുദായത്തെക്കരുതി അത് വേണം. ഒരു കഥ മോശമെന്നല്ല ഞാനെഴുതുന്നത്. ആഴ്ചപ്പതിപ്പ് എന്ന സൗധത്തിന്റെ മുൻപിൽ വെച്ച കക്കൂസാണ് ഇക്കഥ എന്നാവും ഞാനെഴുതുക. പിന്നെ രചനയിലെ ഈ പരുക്കൻ മട്ട് എന്റെ സ്വഭാവത്തിലെ മൃദുലതയുമായി 'ബാലൻസ്' ചെയ്യുന്നു. പാരുഷ്യത്തോടെ എഴുതുന്നവർ നല്ലയാളുകളാണ്. ഉദ്ധതൻ എന്നു തോന്നും കുട്ടിക്കൃഷ്ണമാരാരുടെ പ്രബന്ധങ്ങൾ വായിച്ചാൽ. നേരിട്ടു കണ്ടാലോ അദ്ദേഹത്തെ? കൊച്ചുകുഞ്ഞിനെപ്പോലെ നിഷ്കളങ്കനും നിരപരാധനുമാണ് അദ്ദേഹമെന്ന സത്യം നമുക്ക് ബോധ്യപ്പെടും. ആരേയും നോവിക്കാതെ എഴുതുന്നവർ പാഷാണഹൃദയരായിരിക്കും പലപ്പോഴും.

- *പരിചയമുള്ള ഒരാളെപ്പറ്റി മോശമായി എഴുതാൻ ഒരുമ്പെടുമ്പോൾ അയാളുടെ മുഖം മനസ്സിലേക്ക് വരികയും അഭിപ്രായത്തെ അത് സ്വാധീനിക്കുകയും ചെയ്യില്ലേ?*

അഭിപ്രായം മാറില്ല. പക്ഷേ ഭാഷ മാറും. അല്പം മയപ്പെടും. ഒരു എഴുത്തുകാരനെ ഒരിക്കൽ പ്രശംസിച്ചാൽ അടുത്തുതന്നെ വീണ്ടും പ്രശംസിക്കാതിരിക്കാൻ ശ്രമിക്കാറുണ്ട്. തുടർച്ചയായി വേദനിപ്പിക്കാനും താത്പര്യമില്ല. ചിലരുടെ എഴുത്തു പക്ഷേ ആക്ഷേപം പിടിച്ചുവാങ്ങും.

- *ഒരു കഥയെ കൊല്ലാൻ ഉപയോഗിക്കുന്ന ഉപമകളും ഉദാഹരണങ്ങളും മറ്റും അത് വായിക്കുമ്പോഴേ മനസ്സിൽ വരുമോ? അതോ, എഴുതാനിരിക്കുമ്പോഴാണോ ഇവ കിട്ടുക?*

വായിക്കുമ്പോഴേ വരും. അത് ഞാൻ ആസ്വദിക്കുകയും ചെയ്യും. പക്ഷേ പലതും മറന്നുപോകും. എഴുതാനിരിക്കുമ്പോൾ വേറൊന്നു കിട്ടും.

- *സമകാലികരിൽ ആരോടൊക്കെയാണ് അസൂയയുള്ളത്? എന്തുകൊണ്ട്?*

വിനാശാത്മകമായ വികാരമാണ് അസൂയ. അന്യൻ കാറിൽ പോകുന്നു. ഞാൻ നടന്നും. അന്യൻ സൗധം നിർമ്മിച്ചു അതിൽ

താമസിക്കുന്നു. ഞാൻ ഒരു കൊച്ചുവീട്ടിലും. അയാളുടെ കാർ കന്മതിലിൽ ഇടിച്ചു തകരണേ, അയാളുടെ സൗധം ഇടിവെട്ടേറ്റ് പിളരണേ എന്ന് ഞാൻ ആഗ്രഹിക്കാറില്ല. നേരെ മറിച്ച് മാരുതിക്കാറിൽ പോകുന്ന അയാൾ റോൾസ് റോയിസ് കാറിൽ സഞ്ചരിക്കണേ എന്ന് ആഗ്രഹിക്കും ഞാൻ. സൗധത്തിൽ താമസിക്കുന്നയാൾ അതിലും കേമമായ സൗധത്തിൽ പാർക്കാനിടവരണേ എന്നാണ് ഞാൻ ആഗ്രഹിക്കുക. എന്റെ ശിഷ്യനാണ് ദൂരദർശനിലെ ജോൺ സാമുവൽ. അദ്ദേഹം പുതിയ കാറോടിച്ചു വരുന്നത് ഞാൻ കണ്ടു. ഞാൻ കൈ കാണിച്ച് കാർ നിറുത്തിച്ചു. എന്നിട്ട് ജോൺ സാമുവലിനെ പുതിയ കാർ മേടിച്ചതിന്റെ പേരിൽ ആശ്ലേഷിച്ചു. ഇതുതന്നെ ചെമ്മനം ചാക്കോ പുതിയ കാർ മേടിച്ചപ്പോഴും ഉണ്ടായി.

പിന്നെ രചനയുടെ കാര്യം. ഞാൻ ഗദ്യത്തിലെഴുതുന്നു, വേറൊരാൾ പദ്യത്തിലെഴുതുന്നു. എനിക്ക് കീർത്തിയുണ്ട്, അദ്ദേഹത്തിനും. അതുകൊണ്ട് എനിക്ക് അസഹിഷ്ണുതയിൽനിന്നു ജനിക്കുന്ന അസൂയയില്ല. ഒരെഴുത്തുകാരൻ ടെലിഫോണിലൂടെ "ഇത്ര അസൂയ പാടില്ല കൃഷ്ണൻനായരേ" എന്നു പറഞ്ഞു. അദ്ദേഹത്തിന്റെ രചനയെ വിമർശിച്ചത് എന്റെ അസൂയ കൊണ്ടാണെന്ന് തെറ്റിദ്ധാരണ. അദ്ദേഹത്തിന് അവാർഡ് കിട്ടി. അതും എനിക്ക് അസൂയ ജനിപ്പിച്ചിരിക്കും എന്നു ധരിച്ചിരിക്കും. 25,000 രൂപ അവാർഡ് വാങ്ങിയ അദ്ദേഹത്തോട് ഒരു ലക്ഷം രൂപ അവാർഡ് നേടിയ ഞാൻ എന്തിന് അസൂയപ്പെടണം?

- *എന്താണ് കൃഷ്ണൻനായരെ മോഹിപ്പിക്കുന്നത്. പണം, പ്രശസ്തി, സൗന്ദര്യം...*

നല്ല ഷർട്ടും മുണ്ടും ധരിക്കാനില്ലാത്തതുകൊണ്ട് അവധിക്കപേക്ഷിച്ചിട്ട് വീട്ടിലിരുന്നിട്ടുണ്ട് ഞാൻ യൗവനകാലത്ത്. ഇന്ന് അങ്ങനെയുള്ള അവസ്ഥയില്ല. കോളമെഴുതുന്നതിന്റെ ഫലമായി കിട്ടുന്ന സംഖ്യ നല്ലതാണ്. പെൻഷൻ തുക, ജോലി നോക്കിയ കാലത്തെ ശമ്പളത്തേക്കാൾ ആറിരട്ടിയാണ്. സർക്കാർ അത് വേണ്ട പോലെ ചെയ്യുന്നു. സ്റ്റേറ്റ് സർക്കാരിന്റെ സർവ്വീസ് കണ്ടീഷൻ സെൻട്രൽ ഗവൺമെന്റിന്റെ സർവ്വീസ് കണ്ടീഷനേക്കാൾ വളരെ മെച്ചപ്പെട്ടതാണ്. മലയാള മനോരമ സൊളിസിറ്റ് ചെയ്തു വാങ്ങിക്കുന്ന ലേഖനങ്ങൾക്ക് തരുന്ന പ്രതിഫലം കൂടുതലാണ്. പ്രോംപ്റ്റ് പെയ്മെന്റ് ആണ് അവരുടേത്. പ്രശസ്തിയിൽ എനിക്ക് താത്പര്യമില്ല. പബ്ലിസിറ്റിക്ക് വേണ്ടി ഞാൻ ഒന്നും ചെയ്യുന്നുമില്ല. അതു ചെയ്യുന്നവരോട് എനിക്ക് പുച്ഛമാണ്. മന്ത്രിയായിരുന്ന ടി.കെ. രാമകൃഷ്ണൻ പറഞ്ഞതനുസരിച്ച് കുറേക്കാലം കേരള സാഹിത്യ അക്കാദമിയിൽ അംഗമായിരുന്നിട്ടുണ്ട്. അതും ഒരു കൊല്ലക്കാലം. "ഒരു ദിനം നിന്റെ കണ്ണൊന്നടയുകിൽ, അതുമതി നിന്നെ ലോകം മറക്കുവാൻ" എന്നു കവി പറഞ്ഞത് ഞാൻ പലപ്പോഴും ഓർമ്മിക്കും.

അഹങ്കാരത്തോടുകൂടി നടക്കുന്ന മലയാള കവികൾ ഈ വരികളെഴുതി പോക്കറ്റിലിട്ടുകൊണ്ട് നടക്കണം. കൂടെക്കൂടെ അതെടുത്തു വായിക്കണം. ഇപ്പോൾ വള്ളത്തോളിനെ ആരോർമ്മിക്കുന്നു? വർഷംതോറുമുള്ള ആഘോഷങ്ങളില്ലെങ്കിൽ കുമാരനാശാനും വിസ്മരിക്കപ്പെടുമായിരുന്നു. വയലാർ രാമവർമ്മയെ ആളുകൾ ഓർമ്മിക്കുന്നത് വയലാർ അവാർഡ് വർഷംതോറും കൊടുക്കുന്നതുകൊണ്ടാണ്. മാറ്റൊലിക്കവിയായ അദ്ദേഹം അതുകൊണ്ട് വിസ്മരിക്കപ്പെടുന്നില്ല. യഥാർത്ഥ ജീനിയസ്സായ പി. കുഞ്ഞിരാമൻനായർ അപ്രത്യക്ഷനായിക്കഴിഞ്ഞു മലയാള സാഹിത്യത്തിൽനിന്ന്. പ്രചാരണത്തിന്റെ ശക്തി!

വിശ്വവശ്യമായ സ്ത്രീ സൗന്ദര്യത്തെ ഞാൻ ആദരിക്കുന്നു. പക്ഷേ, സ്ത്രീയുടെ സൗന്ദര്യം ക്ഷണികമത്രെ. അതിസുന്ദരിയുടെ മുഖത്ത് മാംസപേശി ഒന്നു തടിച്ചാൽ അവൾ ശൂർപ്പണഖയെപ്പോലെയാകും. ഐശ്വര്യാ റായി വൈരൂപ്യമുള്ളവളായി മാറുന്നതിന് ഇനി അധികകാലം വേണ്ടിവരില്ല.

- *എം. കൃഷ്ണൻനായർക്ക് ആരെയും വിമർശിക്കാം, പക്ഷേ കൃഷ്ണൻനായരെ ആരും ഒന്നും പറഞ്ഞുകൂടാ. അതെന്താണ് അങ്ങനെ?*

സാഹിത്യവാരഫലം ചവറാണെന്ന് പറഞ്ഞാൽ പറയുന്നവരോട് എനിക്ക് വിരോധമില്ല. പക്ഷേ അത് വ്യക്തിപരമായ തലത്തിലേക്ക് താണാൽ ഞാൻ പ്രതിഷേധിക്കും. സ്വഭാവഹത്യ നടത്തുന്നു പലരും. അതിനു മറുപടി പറയും ഞാൻ. അതാണ് "കൃഷ്ണൻനായരെ ആരും ഒന്നും പറഞ്ഞുകൂടെന്ന" അഭിപ്രായമായി പ്രചരിക്കുന്നത്.

- *എങ്കിലും എം. കൃഷ്ണൻനായർ വളരെ സെൻസിറ്റീവ് അല്ലേ?*

അതെ. ആ ഗുണമില്ലെങ്കിൽ സാഹിത്യാസ്വാദനം സാദ്ധ്യമല്ലാതെയാവും.

- *എന്തൊക്കെയാണ് സ്വയം വിമർശനങ്ങൾ?*

സാഹിത്യവാരഫലമെന്ന കോളം വൈവിധ്യം പുലർത്തുന്നില്ല. കടുവയെ ഏത് സോപ്പ് തേച്ചു കുളിപ്പിച്ചാലും അതിന്റെ തൊലിയിലെ വരകൾ മായുകയില്ല. അതുപോലെ സാഹിത്യവാരഫലത്തിന്റെ രൂപം എനിക്ക് മാറ്റാൻ കഴിയുന്നില്ല.

- *ആളുകൾ എന്തുകൊണ്ടാണ് സാഹിത്യവാരഫലം വായിക്കുന്നത്, എന്തിനത് വായിക്കണം?*

നമ്മുടെ സാഹിത്യകാരന്മാരും നിരൂപകരും വിശ്വസാഹിത്യരാമണീയകം സ്വയം ആസ്വദിക്കുന്നതിലോ വായനക്കാരെക്കൊണ്ട് ആസ്വദിപ്പിക്കുന്നതിലോ വിമുഖരമാണ്. അതുകൊണ്ട് വായനക്കാർ

സുന്ദരങ്ങളായ മണ്ഡലങ്ങൾ കാണുന്നില്ല. അങ്ങനെ സംസ്കാരത്തിന്റേയും പരിഷ്കാരത്തിന്റേയും പ്രതിരൂപങ്ങളിൽ അവർ അജ്ഞരാണ്. സാഹിത്യ വാരഫലം ഈ കുറവ് ഒരളവിൽ പരിഹരിക്കുന്നു.

ടോൾസ്തോയിയുടെ 'ഡെത്ത് ഓഫ് ഐവൻ ഇലീച്ച്' വായിച്ചാൽ വായിക്കുന്നവർ പ്രാപഞ്ചിക ശക്തിയെന്തെന്ന് അറിയും. അവർ സമുന്നതരായി മാറും. പക്ഷേ അതു വായിക്കാതെ 'തോട്ടിയുടെ മകനും' 'തഹസീൽദാരുടെ അച്ഛ'നും വായിച്ചുകൊണ്ടിരുന്നാൽ ആന്തരമായ പരിഷ്കാരമോ സംസ്കാരമോ കിട്ടുകില്ല.

- *വൈരനിര്യാതനബുദ്ധി എഴുത്തിൽ കാട്ടാറില്ല എന്ന് കൃഷ്ണൻ നായരും ഉണ്ടെന്ന് ശത്രുക്കളും പറയുന്നു. എന്തായാലും ഇത് എഴുത്തിന് പാരായണസുഖം കൂട്ടുന്നു എന്നതു വാസ്തവമല്ലേ?*

വൈരനിര്യാതന ബുദ്ധി സങ്കുചിതമനസ്കർക്കുള്ളതാണ്. ഞാൻ വിശാലഹൃദയനെന്ന മട്ടിൽ സംസാരിക്കുകയല്ല. ശത്രുക്കളുടെ രചനകൾ കലാത്മകങ്ങളാണെന്നു കണ്ടാൽ കോളത്തിൽ അവയെ പ്രശംസിക്കാറുണ്ട് ഞാൻ. മിത്രങ്ങളുടെ പരട്ട രചനകളെക്കുറിച്ച് ഒരക്ഷരംപോലും സ്തുതിച്ചു പറയാറുമില്ല.

- *കോളത്തിൽ നല്ല വാക്കുകൾ എഴുതിക്കാൻ എഴുത്തുകാർ സ്വാധീനിക്കാൻ ശ്രമിച്ച അനുഭവങ്ങൾ ? എപ്പോഴെങ്കിലും അതിനു വശംവദനായിട്ടുണ്ടോ?*

സാഹിത്യവാരഫലം എന്ന കോളത്തിന്റെ ശക്തി അതിന്റെ കന്യകാത്വമാണ്. ആ 'വെർജിനിറ്റി' ഇല്ലാതാക്കാൻ പലരും ശ്രമിക്കുന്നുണ്ട്. വ്യക്തിപ്രഭാവമുള്ളവരും അഭ്യർത്ഥനയുമായി വരും. ഞാൻ വഴങ്ങില്ല. എന്റെ കോളത്തിന്റെ വെർജിനിറ്റി നശിപ്പിക്കത്തക്ക വിധത്തിൽ ഞാൻ ആർക്കും പരതന്ത്രനാവുകയില്ല.

- *ജീവിതത്തിൽ സഹായിച്ചവരെ എഴുത്തിന്റെ പേരിൽ വിമർശിക്കുമ്പോൾ മനസ്സാക്ഷിക്കുത്ത് തോന്നാറുണ്ടോ?*

ജീവിതത്തിൽ എന്നെ സഹായിച്ചവരേയും ഞാൻ മുഖം നോക്കാതെ വിമർശിക്കുന്നു. അതിൽ അപരാധബോധം ഉണ്ടാകേണ്ടതില്ല. കാരണം ഞാൻ അവരുടെ ലിറ്ററി ആക്ടിവിറ്റിയെയാണ് വിമർശിക്കുന്നത്, സ്വഭാവത്തെയല്ല.

- *ആരുടെയെങ്കിലും വിമർശനത്തിനു മുന്നിൽ ഉത്തരം മുട്ടിയിട്ടുണ്ടോ? ആരുടെയെങ്കിലും അനുമോദനം കണ്ണുനിറച്ചിട്ടുണ്ടോ?*

രണ്ടുമില്ല.

- *വിശ്വസാഹിത്യവും ക്ലാസ്സിക്കുകളും ഇത്രയധികം വായിക്കുന്ന കൃഷ്ണൻനായരുടെ സംവേദനക്ഷമത വളരുന്നില്ലെന്ന് ആക്ഷേപ മുണ്ട് എന്തു തോന്നുന്നു?*

ഇംഗ്ലീഷിലെ sensibility അല്ലേ സംവേദനക്ഷമത എന്നു പറയുന്നത്? സാഹിത്യസൃഷ്ടികളുടെ അഗാധതയോളംചെന്ന് അവിടത്തെ വികാരങ്ങളെ അനുഭവിക്കാനും വിശ്വാസ്യതയുളവാകുമാറ് അവയെ ആവിഷ്കരിക്കാനും കഴിയുന്നതിനെയാണ് സെൻസിബിലിറ്റി എന്നു പറയുന്നത്. ആ വിധത്തിലുള്ള സെൻസിബിലിറ്റി എനിക്കുണ്ടോ യെന്നതുപോകട്ടെ. എന്റെ കോളം തികച്ചും ഉപരിപ്ലവമാണ്. സൂപ്പർ ഫിഷ്യൽ. ഗഹനത അതിൽനിന്ന് ഒഴിവാക്കിയിരിക്കുന്നു കരുതിക്കൂട്ടി. സായ്പന്മാർ എഴുതുന്നതുപോലെ എഴുതിയാൽ മുപ്പത്തിയഞ്ചു കൊല്ലം അത് നില്ക്കുമായിരുന്നില്ല. കൂലിവേല ചെയ്യുന്നവർപോലും ഇതു വായിക്കുന്നു. അവരെ ഉദ്ബോധിപ്പിക്കാനായി 'ഒബ്ജക്റ്റീവ് കോറിലേറ്റീവ്' എന്നൊക്കെപ്പറഞ്ഞാൽ അവർ വാരിക ദൂരെയെറിയും. സാഹിത്യവാരഫലം രചനയുടെ ഉദ്ദേശ്യം മനസ്സിലാക്കാത്തവരാണ് സംവേദനക്ഷമത ഇല്ല എന്ന് പ്രഖ്യാപിക്കുന്നത്.

- *എം. കൃഷ്ണൻനായർ കണ്ടെത്തിയ പ്രതിഭകൾ മലയാള സാഹിത്യ ത്തിലുണ്ടോ? മറിച്ച് വിമർശിച്ച് അവശരാക്കിയിട്ടും നല്ല രചനകളു മായി പൊങ്ങി വന്നവരുണ്ടോ?*

ഇടപ്പള്ളി സി. നാരായണപിള്ള എന്നോടു പറഞ്ഞു. "പടിഞ്ഞാറൻ സാഹിത്യം വായിക്കുന്നവർക്ക് വായിക്കത്തക്കതായി മലയാളത്തിൽ നോവലില്ല, ചെറുകഥയില്ല, കവിതയില്ല എന്നല്ല ഒരു മാസിക പോലുമില്ല. ഞാൻ അദ്ദേഹത്തോടു പരിപൂർണമായും യോജിക്കുന്നു. അതിനാൽ വിശ്വസാഹിത്യത്തിലെ പ്രതിഭാശാലികൾ മലയാള ത്തിലില്ലെന്ന് ഞാൻ എന്തിന് പറയണം? വിമർശനംകൊണ്ടു പ്രതിഭ ഉത്തേജിതമാവുകയില്ല. സാഹിത്യസൃഷ്ടിയുടെ വൈകല്യം ബഹുജനത്തെ ഗ്രഹിപ്പിക്കാനാണ് ഞാൻ അതു ചൂണ്ടിക്കാണിക്കു ന്നത്.

- *രൂക്ഷവിമർശനംകൊണ്ട് തളർത്തിയവരോട് പിന്നീട് സഹതാപം തോന്നിയിട്ടുണ്ടോ ? ചെയ്തുപോയതിൽ, എഴുതിപ്പോയതിൽ ഖേദം?*

എന്തിന് ഖേദം തോന്നണം? ഞാൻ അവരുടെ സാഹിത്യരചനക ളെയല്ലേ വിമർശിക്കുന്നത്, അവരുടെ സ്വഭാവത്തെയല്ലല്ലോ.

- *വാരഫലം എഴുത്ത് കൃഷ്ണൻനായർക്ക് നഷ്ടക്കളിയാണോ?*

സാമ്പത്തികമായ വശത്തെക്കുറിച്ചാണോ? അതിൽ നഷ്ടമില്ല. ലാഭ മേയുള്ളൂ. കോളമെഴുതുന്നതുകൊണ്ട് ഗ്രന്ഥങ്ങൾ എഴുതാനുള്ള സമയം ഇല്ലാതാവുന്നതിൽനിന്ന് ഉണ്ടാകുന്ന നഷ്ടമാണോ താങ്കൾ

ലക്ഷ്യമാക്കുന്നത്? ഗ്രന്ഥങ്ങളെഴുതി ആത്മാവിഷ്കാരം നിർവഹിക്കുന്ന അതേയളവിൽ ആത്മാവിഷ്കാരം കോളമെഴുതുന്നതു വഴിയായി നിർവഹിക്കാറുണ്ട്. അതിനാൽ നഷ്ടക്കളിയേയില്ല.

- *ലിറ്ററി ജേണലിസം' എന്ന് സ്വന്തം കോളത്തെ വിശേഷിപ്പിക്കാറുണ്ടല്ലോ. അതിനപ്പുറം പോകാൻ കഴിയാത്തതിൽ വിഷമം ഇല്ലേ?*

ജേണലിസത്തിൽ വസ്തുപ്രതിപാദനമേയുള്ളൂ. ഉൾക്കാഴ്ചയില്ല. സാഹിത്യവിഷയം കൈകാര്യം ചെയ്യുന്നത് ലിറ്ററി ജേണലിസം. അതു ബഹുജനത്തിനുവേണ്ടിയുള്ളതാണ്. അതിൽ ഉൾക്കാഴ്ച കലർത്തി പ്രൗഢമാക്കിയാൽ വായനക്കാർ എനിക്കില്ലാതെയാവും. അവരില്ലാതെയായാൽ എനിക്ക് വരുമാനം നഷ്ടപ്പെടും. ഞാൻ ജീവിക്കുന്നത് എഴുത്തുകൊണ്ടാണ്.

- *മലയാള സാഹിത്യത്തിൽ കൃഷ്ണൻനായരുടെ സ്ഥാനം സ്വയം കാണുന്നത് എങ്ങനെ?*

എന്നെയെന്നല്ല, ഇപ്പോൾ മലയാള സാഹിത്യത്തിൽ നിരൂപണം അനുഷ്ഠിക്കുന്നവരെയാകെ കേരളം മറക്കും. അത്രയ്ക്ക് ധിഷണാവൈഭവമേ ഞാൻ ഉൾപ്പെട്ട എഴുത്തുകാർക്കുള്ളൂ. കൃഷ്ണൻനായർ എന്നൊരു വ്യക്തി മലയാളം വാരികയിലെ കോളം നിറുത്തട്ടെ. അടുത്തയാഴ്ച അയാൾ വിസ്മരിക്കപ്പെടും. ഡോ. കെ.എം. ജോർജ്ജിനെ ആരോർമ്മിക്കുന്നു ഇപ്പോൾ?

- *എന്താണ് കൃഷ്ണൻനായരുടെ സ്ത്രീ സങ്കല്പം. സുന്ദരിമാരെപ്പറ്റി പറയാൻ എന്താണിത്ര ആവേശം? കൃഷ്ണൻ നായരുമായി ഇന്നോളം ഇടപ്പെട്ടിട്ടുള്ള സ്ത്രീകളാകെ അതിസുന്ദരികളാണെന്ന് തോന്നുമല്ലോ കോളം വായിച്ചാൽ?*

ഈ ലോകത്ത് ഏറ്റവും ശ്രേഷ്ഠം സ്ത്രീ സൗന്ദര്യമാണ്. 83 വയസ്സായ ഞാൻ പറയുന്നു സ്ത്രീയുടെ സൗന്ദര്യത്തിന്റെ വക്താവാണ് ഞാനെന്ന്. സുന്ദരികൾക്ക് ഇൻഹിബിഷൻ ഇല്ലതാനും. സ്വാഭാവികമായ പെരുമാറ്റത്തിന് തടസ്സം സൃഷ്ടിക്കുന്ന ഭയാദിവികാരങ്ങളെയാണ് ഇൻഹിബിഷൻ എന്നുപറയുന്നത്. താങ്കൾ ഒന്നാലോചിച്ചു നോക്കൂ. സുന്ദരികൾ സ്വാഭാവികമായി പെരുമാറും, വർത്തമാനം പറയും, വൈരൂപ്യമുള്ള സ്ത്രീകൾ തലവെട്ടിക്കും. വർത്തമാനം പറയുന്ന വേളയിൽ തറയിൽ നോക്കും. ഒരിക്കലും പുരുഷന്റെ മുഖത്തു നോക്കി സംസാരിക്കില്ല. എനിക്ക് ആരാധകന്മാരേക്കാൾ ആരാധികമാരാണ് അധികം. അവരിൽ പലരും 'ഒന്നു തൊട്ടോട്ടേ സാർ' എന്നുവരെ ചോദിക്കും. ഇൻഹിബിഷൻ ഇല്ലാത്ത സുന്ദരികൾ എന്നെ കാണാൻ വരും. അത് കോളം ജനിപ്പിക്കുന്ന ആകർഷണശക്തികൊണ്ടാണ്. അതിൽ അസൂയാലുക്കളായ ഒരാൾ എന്നെ കളിയാക്കി

ഒരു വാരികയിൽ എഴുതിയിരുന്നു. ഇന്ന് എന്റെ ശബ്ദം ഫീബിൾ ആയിപ്പോയി. ഒരു കാലത്ത് അത് സാന്ദ്രതയും തീക്ഷ്ണതയും ഉള്ള തായിരുന്നു. കോൺഗ്രസ്സ് പാർട്ടിയിലെ ഉജ്ജ്വലനായ നേതാവ് ഉദയ ഭാനു എന്റെ പ്രഭാഷണം കേട്ടിട്ട് 'നിങ്ങളുടെ ശബ്ദത്തിൽ മെസ്മ റൈസിങ്ങ് ക്വാളിറ്റി'യുണ്ടെന്നു പറഞ്ഞു. സത്യമാണിതെല്ലാം. ആത്മ പ്രശംസയുടെ മട്ട് ഉണ്ടെങ്കിൽ സദയം ക്ഷമിക്കണം.

- *ലൈംഗികതയെക്കുറിച്ചുള്ള പരാമർശങ്ങൾ വിപണനസാധ്യത മുന്നിൽ കണ്ടുള്ളതാണോ? സാഹിത്യകൃതികളിലെ ലൈംഗിക പരാമർശങ്ങൾ, അവയെ എതിർക്കാനെന്ന വ്യാജേന എടുത്തെഴു തുന്നത് അടവു നയമല്ലേ?*

  'ഒരു ട്രേഡ് സീക്രട്ട്' താങ്കൾ കണ്ടുപിടിച്ചതിൽ എനിക്ക് അനല്പ മായ സന്തോഷമുണ്ട്. നന്ദി.

- *സ്ത്രീകളുടെ കൈകളുടെ ഘടനപോലും ആലിംഗനത്തിന് ഉള്ള താണ് എന്ന മട്ടിലൊക്കെ വ്യാഖ്യാനിക്കുന്നത് പുരുഷമേധാവിത്വ മനോഭാവം കൊണ്ടല്ലേ?*

  ഇത് എന്റെ അഭിപ്രായമല്ല, ബ്രിട്ടീഷ് geneticist Bateson പറഞ്ഞ താണ്. അദ്ദേഹത്തിന്റെ ഏതോ പുസ്തകത്തിൽ അങ്ങനെ ഞാൻ വായിച്ചു.

- *സുന്ദരനല്ല എന്നൊക്കെ സ്വയം വിലയിരുത്താറുണ്ടല്ലോ. അങ്ങനെ വിഷമമുണ്ടോ? അതിന്റെ വിഷമം എഴുത്തിൽ തീർക്കാറുണ്ടോ?*

  ആകൃതി സൗഭഗമില്ലെങ്കിലും പുരുഷന്മാർ എന്റെ മുഖത്തുനോക്കി എന്റെ വ്യക്തിപ്രഭാവത്തെ വാഴ്ത്തിയിട്ടുണ്ട്. 'സാറിനു സൗന്ദര്യമില്ല, പക്ഷേ വ്യക്തിപ്രഭാവമുണ്ട്' എന്ന് തിരുവനന്തപുരത്തെ മോഡേൺ ബുക്സ് മാനേജർ എൻ.ഇ. സുധീർ പറഞ്ഞിട്ട് അധികം ദിവസമാ യില്ല. ഇനി വൈരൂപ്യം എനിക്കുണ്ട് എന്ന് വിചാരിക്കൂ. ഡിയിലെ മെത്രാൻ (പാവങ്ങൾ എന്ന നോവലിലെ കഥാപാത്രം) എനിക്കു വേണ്ടി അതിന് സമാധാനം പണ്ടേ നല്കിയിട്ടുണ്ട്. ഉദ്യാനത്തിൽ പരമ വൈരൂപ്യത്തിന് ആസ്പദമായ ഒരെട്ടുകാലിയെക്കണ്ട് "പാവം ഈ വൈരൂപ്യം അതിന്റെ കുറ്റമല്ല" എന്നു പറഞ്ഞു. അത് എന്നെ ക്കുറിച്ചുമാകാം. വൈരൂപ്യം സത്യമാണെങ്കിൽ അതിൽ വൈഷമ്യ മില്ല. സ്വന്തം ദൗർബ്ബല്യത്തെ കോളത്തിലൂടെ എഴുതിത്തീർക്കാറില്ല ഞാൻ.

- *കായലിൽ ചാടി മരിക്കാൻ പോയ കൃഷ്ണൻനായർ, തിരുവനന്ത പുരം ന്യൂ തിയറ്ററിൽ ടിക്കറ്റ് കീറി ആളെ കയറ്റിവിടാൻ നിയോഗി ക്കപ്പെട്ട കൃഷ്ണൻനായർ, കവിതയെഴുതി പരാജയപ്പെട്ട കൃഷ്ണൻ*

നായർ... പരാജിതനായ കൃഷ്ണൻനായരെ ഒന്നു വിശകലനം ചെയ്യുമോ?

എന്റെ പിതാവ് ആഭാസനും അതിമദ്യപനുമായിരുന്നു. വ്യഭിചാരിയും. വീട്ടിലെ പരിചാരികയുമായി പിതാവ് സംഭോഗം നടത്തുന്നത് ഞാൻ പലതവണ കണ്ടിട്ടുണ്ട്. മകൻ കണ്ടു എന്നതുകൊണ്ട് മൂപ്പർ അത് അവസാനിപ്പിച്ചിരുന്നില്ല. മൂപ്പരുടെ അസാന്മാർഗ്ഗിക പ്രവൃത്തികൾ കണ്ട് മനംമടുത്ത് ഞാൻ വേമ്പനാട്ടുകായലിൽ ചാടി ആത്മഹത്യ ചെയ്യാൻ തീരുമാനിച്ചു. പക്ഷേ ഭീരുത്വംകൊണ്ട് അത് ചെയ്തില്ല. ജീവിച്ചു. വളരെക്കാലം ജീവിച്ചു. അങ്ങേർ ചേർത്തല ഒരു വീട്ടിൽ താമസിച്ചുകൊണ്ടിരിക്കെ അമിതമായി മദ്യപിച്ചു. ഹൃദയം നിന്നു. ആ മൃതദേഹം കണ്ടയുടനെ എനിക്ക് ബാഷ്പോദ്ഗമമുണ്ടായി. അതു ശോകബാഷ്പമല്ല, ഒരു വ്യഭിചാരി പോയല്ലോ എന്നോർത്തുള്ള ഹർഷബാഷ്പമായിരുന്നു.

ഇന്റർമീഡിയറ്റ് പരീക്ഷ ഭേദപ്പെട്ട രീതിയിൽ ജയിച്ച എന്നെ ന്യൂ തീയറ്ററിൽ തറ ടിക്കറ്റ് കീറി വിടാനുള്ള ജോലിക്ക് അയയ്ക്കാൻ പിതാവ് തീരുമാനിച്ചു. ദുഷ്ടനായ മനുഷ്യൻ. ഞാൻ പോയില്ല. എങ്ങനെയോ കെമിസ്ട്രി മെയിനായി എടുത്ത് ബി.എസ്.സി. ക്ലാസിൽ ചേർന്നു.

ഞാൻ ആദ്യകാലത്ത് കവിതയെഴുതിയിരുന്നു. കേസരി ബാലകൃഷ്ണപ്പിള്ളയാണ് ഞാൻ മൗലികനായ കവിയല്ലെന്നു പറഞ്ഞത്. അതിനുശേഷം കവിതയെഴുതിയിട്ടില്ല. മഹാപണ്ഡിതനായ പ്രൊഫസർ ബാലരാമപ്പണിക്കരെ എന്റെ കവിത ചൊല്ലികേൾപ്പിച്ചു. 1950ൽ അദ്ദേഹം "സാറ് തുടർന്ന് കവിതയെഴുതാത്തത് കഷ്ടമായിപ്പോയി" എന്ന് പ്രോത്സാഹനപൂർവ്വം പറഞ്ഞു.

- *എത്ര മോശമാണെങ്കിലും സ്വന്തം അച്ഛനല്ലേ, ക്ഷമിച്ചുകൂടേ?*

അസാന്മാർഗ്ഗികത്വത്തിന്റെ മൂർത്തിമദ്ഭാവമായ ആളിന്റെ പ്രവർത്തനങ്ങൾ ക്ഷമിക്കുന്നതെങ്ങനെ?

- *എം. കൃഷ്ണൻനായരിലെ എം., മാധവൻപിള്ള എന്ന അച്ഛന്റെ പേരല്ലേ, അത് ഉപേക്ഷിക്കണം എന്നു തോന്നിയോ?*

'എം' എന്നത് എന്റെ പേരിന്റെ ഒരു ഭാഗമായിപ്പോയി. അത് ഉപേക്ഷിച്ചാൽ എന്റെ വ്യക്തിത്വവും സ്വത്വവും നശിക്കും.

- *അമ്മയുമായുള്ള ബന്ധം എങ്ങനെയായിരുന്നു. വളരെ ശക്തമായ അറ്റാച്ച്മെന്റ്?*

അമ്മ പിതാവിന്റെ വശത്താണ് എപ്പോഴും നില്ക്കുക. ധർമ്മബോധമില്ലാത്ത സ്ത്രീയാണ് അവരെന്ന് എനിക്ക് തോന്നിയിട്ടുണ്ട്.

- *വർഷങ്ങളായി സാഹിത്യകൃതികൾക്ക് വഴികാട്ടിയായ കോളത്തിന്റെ രചയിതാവ്, കേരളത്തിലെ ഏറ്റവും പ്രശസ്തനായ വായനക്കാരൻ, മുഖം നോക്കാത്ത വിമർശനത്തിന്റെ വക്താവ്, വിജയിയായ കൃഷ്ണൻനായരെ എങ്ങനെ കാണുന്നു?*

ഈ സ്തുതിവാക്യങ്ങൾക്കു മുമ്പിൽ ഞാൻ തല കുനിക്കുന്നു.

- *ബാല്യകാലത്തെ അനുഭവങ്ങൾ കൃഷ്ണൻനായരുടെ വ്യക്തിത്വത്തെ എങ്ങനെയൊക്കെ സ്വാധീനിച്ചിട്ടുണ്ട്?*

പിതാവിന്റെ അസാന്മാർഗ്ഗിക പ്രവൃത്തികൾ കണ്ണിന്റെ മുൻപിൽ കാണുന്ന മകന് സ്വസ്ഥതയുണ്ടാകുമോ? പിന്നെ ഗ്രന്ഥപാരായണ ത്തിൽനിന്ന് എനിക്ക് അസ്വസ്ഥത ഒരളവിൽ മാറ്റാൻ സാധിച്ചു. ഫോർത്ത് ഫോമിൽ (ഇപ്പോഴത്തെ 8-ാം ക്ലാസ്സ്) പഠിക്കുന്ന കാലത്തേ ഞാൻ കീറ്റ്സിന്റെ കവിത വായിച്ചാഹ്ലാദിക്കുകയും അവയെല്ലാം മല യാളത്തിലേക്ക് തർജ്ജമ ചെയ്യുകയും ചെയ്തു. പിതാവിനോടുള്ള ഈ അമർഷംകൊണ്ടാണ് ഞാൻ ഏതു സാഹിത്യകൃതിയേയും വിമർശിക്കുന്നതെന്ന് എം.പി. അപ്പൻ സാറ് എന്നോട് പറഞ്ഞു. അതു ശരിയല്ല. ഞാൻ പലരേയും വാഴ്ത്താറുണ്ടല്ലോ. മക്കളോടുള്ള വാത്സല്യംകൊണ്ടാണ് ആ പ്രശംസ എന്നുപറഞ്ഞാൽ അതു സ്വീകാര്യമാവുമോ?

- *അച്ഛനിൽനിന്നു മോശം അനുഭവം ഉണ്ടായേക്കാം. അത് തുറന്നെഴു തുന്നത് സംസ്ക്കാരലോപമല്ലേ?*

ബർനാഡ് ഷാ ഇബ്സനെക്കുറിച്ച് വിശിഷ്ടമായ പുസ്തകം എഴു തിയിട്ടുണ്ട്. The Quintessance of Ibsensim എന്നപേരിൽ. ചേട്ടൻ അനു ജത്തിയെ പഠിപ്പിച്ച് ജോലിവാങ്ങിക്കൊടുത്ത്, വിവാഹം കഴിപ്പിച്ച് അയയ്ക്കുന്നു. അവൾ ഭർത്താവിനോടു ചേർന്ന് കുടുംബസ്വത്ത് കരസ്ഥമാക്കാൻ ചേട്ടന്റെ പേരിൽ കേസിനുപോയാൽ സഹോദരി യുടെ സ്നേഹം പാവനമാണെന്ന് സഹോദരന് പറയാൻ പറ്റുമോ? ഇത്തരം കപടങ്ങളായ വസ്തുതകളാണ് മനുഷ്യരുടെ ജീവിതത്തെ നയിക്കുന്നത് എന്നു ഷാ പറയുന്നു. അച്ഛൻ ആഭാസനാണെങ്കിൽ അത് മകന് പറയാം, അതിൽ സംസ്കാരലോപമില്ല എന്ന മതമാണ് എനിക്ക്. 'ഇയം സീതാ മമ സുതാ സഹധർമ്മതരീതവ' എന്ന് ജനകൻ രാമനോട് പറഞ്ഞു. അദ്ദേഹം കപടവസ്തുതയിൽ ഊന്നി യാണ് ആ പ്രസ്താവം നടത്തിയത്. ഭർത്താവിന്റെ എല്ലാ ധർമ്മ ങ്ങളോടും ഭാര്യ ചേർന്നുനില്ക്കണമെന്നില്ല. അങ്ങനെയാണെങ്കിൽ ശ്രീരാമൻ കാലത്തെ പല്ലുതേക്കാൻ ടൂത്ത് ബ്രഷും കോൾഗേറ്റ് പേസ്റ്റുമെടുക്കുമ്പോൾ സീത സ്വന്തം ബ്രഷ് എടുത്ത് 'പേസ്റ്റ് ഇതിലും വയ്ക്കൂ' എന്ന് ശ്രീരാമനോട് പറയേണ്ടതല്ലേ? ശ്രീരാമൻ

മൂത്രമൊഴിക്കുന്നതിന് കുളിമുറിയിൽ കയറുമ്പോൾ സീതയും അതേ കൃത്യനിർവഹണത്തിനു കുളിമുറിയിൽ കയറേണ്ടതല്ലേ? സഹധർമ്മ ചാരിണിയായാൽ എന്തെല്ലാം വൈഷമ്യങ്ങൾ. ഈ ഫോൾസ് ഐഡിയൽസിന്റെ അനുഷ്ഠാനങ്ങളാണ് നമ്മളെ അധഃപതിപ്പിച്ചത്. അതിനാൽ പിതാവ് ദുഷ്ടനാണെങ്കിൽ മകൻ അതു നാലുംകൂടുന്ന കവലയിൽ ചെന്ന് വിളിച്ചുകൂവണം.

- *ഭാര്യയും മക്കളും വാരഫലം വായിക്കാറുണ്ടോ? എന്താണവരുടെ അഭിപ്രായം?*

അവർ വായിക്കാറുണ്ട്. പെൺമക്കളാണ് എനിക്ക് ഏറെ. മക്കൾ ടെലിഫോണിൽ എന്നെ വിളിച്ച് 'ഗംഭീരം' എന്നു പറയാറുണ്ട്. അച്ഛന്റെ എഴുത്ത് മക്കൾക്ക് അങ്ങനെയല്ലേ തോന്നുക? ഭാര്യ ഉദാസീനമായി കോളം വായിക്കും. അഭിപ്രായം പറയുകയില്ല.

- *കൊച്ചുമക്കൾ 'വാരഫലം' വായിക്കുമോ? അവർ വായിക്കണം എന്ന് ഉദ്ദേശിച്ചിട്ടുണ്ടോ? വായിക്കുമെങ്കിൽ അവരുടെ അഭിപ്രായം എന്താണ്?*

എല്ലാ വാരികകളും എല്ലാവരും കാണത്തക്ക വിധത്തിൽ ഞാൻ വീട്ടിലിടാറില്ല. എന്റെ കോളത്തിൽ സെക്സിന്റെ അതിപ്രസരമുണ്ട് എന്നതാണ് കാരണം. സെക്സില്ലാത്ത വാരികകൾ ഞാൻ പേരക്കുട്ടിക്കു വായിക്കാൻ കൊടുക്കാറുണ്ട്. അവൾ വായിച്ചു ബുദ്ധിശക്തി പ്രദർശിപ്പിക്കത്തക്ക വിധത്തിൽ അഭിപ്രായം പറയാറുണ്ട്.

- *ഒ.എൻ.വി. കുറുപ്പ്, സുഗതകുമാരി, എസ്. ഗുപ്തൻനായർ, അയ്യപ്പപ്പണിക്കർ എന്നിവരോടുള്ള യഥാർത്ഥ വികാരം എന്താണ് ? രാഗദ്വേഷസമ്മിശ്രം, വസ്തുനിഷ്ഠം, അസൂയ, കുശുമ്പ്... വെറുതെ നോവിക്കുകയും തലോടുകയും ചെയ്യുന്നതിലെ രസം?*

ഒ.എൻ.വി. കുറുപ്പ്, എസ്. ഗുപ്തൻനായർ, അയ്യപ്പപ്പണിക്കർ ഇവർ എന്റെ ഉപകർത്താക്കളാണ്. മാനനഷ്ടക്കേസിൽ ജയിലിൽ പോകാതെ രക്ഷിച്ചത് ഒ.എൻ.വി.യാണ്. എസ്. ഗുപ്തൻനായർ എന്നെ ഋണബാധ്യതയിൽനിന്ന് രക്ഷിച്ചു. ഉത്തരക്കടലാസുകൾ എന്നെക്കൊണ്ട് 'വാല്യൂ' ചെയ്യിച്ച് അതിന്റെ പ്രതിഫലം എനിക്ക് അദ്ദേഹം തന്നു. രോഗം പിടിച്ചു ചികിത്സയ്ക്കു പണമില്ലാതെ വിഷമിക്കുന്ന എനിക്ക് അക്കാലത്തെ വലിയ ഒരു സംഖ്യ കടം തന്ന് രക്ഷിച്ച ആളാണ് അയ്യപ്പപ്പണിക്കർ. കൃതജ്ഞത എന്റെ സ്ട്രോങ്ങ് പോയിന്റായതിനാൽ രാഗദ്വേഷസമ്മിശ്രാവസ്ഥയില്ല. അസൂയയില്ല, വെറും നന്ദി മാത്രമേ എനിക്കവരോടുള്ളൂ. വാർദ്ധക്യത്താൽ നടക്കാൻ വയ്യാത്ത എന്നെ "ട്രാഫിക് കൂടുതലാണ്, റോഡിൽ സാറ് സൂക്ഷിച്ചുപോണേ" എന്ന് ഉപദേശിച്ച സുഗതകുമാരിയോടും എനിക്ക്

നന്ദിയുണ്ട്. പക്ഷേ ഇതൊന്നും സാഹിത്യമൂല്യവിചാരത്തെ സ്വാധീനിക്കില്ല.

- *മരിച്ച ആളുകളെപ്പറ്റി മോശമായി പറയുന്നത് സുജനമര്യാദയ്ക്ക് ചേർന്നതാണോ? അങ്ങനെ പറയുന്ന പല കാര്യങ്ങൾ സംബന്ധിച്ചു ചിലർ സംശയം പ്രകടിപ്പിച്ചുകാണാറുണ്ട്*

ഓർമ്മ ചതിക്കും. എന്റെ ഓർമ്മ എന്നെ ചതിക്കുന്നില്ലെങ്കിൽ മരിച്ചവരെ വ്യക്തികളെന്ന നിലയിൽ ഞാൻ കുറ്റം പറഞ്ഞിട്ടില്ല എന്ന് പ്രസ്താവിക്കും. പിന്നെ ലിറ്റററി പ്രസന്റ് എന്നൊരു ഘടകമുണ്ട്. കാളിദാസൻ വർത്തമാനകാലത്ത് ജീവിക്കുന്നു. കുമാരനാശാൻ, വള്ളത്തോൾ ഈ കവികൾ മരിച്ചിട്ടില്ല. വർത്തമാനകാലത്തിൽ അവർക്ക് അസ്തിത്വമുണ്ട്. അതിനാൽ അവരുടെ കൃതികളെ വിമർശിക്കാം.

- *തകഴിയോടും കേശവദേവിനോടും എന്താണിത്ര വിരോധം?*

രണ്ടുപേരോടും എനിക്ക് വ്യക്തിശത്രുതയില്ല. പക്ഷേ അവർ വലിയ എഴുത്തുകാരല്ല. തകഴിയെ വിശ്വസാഹിത്യകാരനാക്കിയേ ചിലരടങ്ങൂ. മഹാനായ എഴുത്തുകാരന്റെ സൃഷ്ടി അർക്കകാന്തിയോടെയെ തിളങ്ങൂ. 'വാർ ആന്റ് പീസ്', 'അന്നകരിനീന', 'ബ്രദേഴ്സ് കാരമാസോവ്' ഇവ അർക്കകാന്തിയെയും വെല്ലുന്നു സ്വന്തം ശോഭ കൊണ്ട്. തകഴിയുടെ 'കയർ' എന്ന നോവലിന് ഈ മേന്മയില്ല. കേശവദേവിന്റെ 'അയൽക്കാർ' എന്ന നോവൽ പാരായണയോഗ്യം പോലുമല്ല. മഹാന്മാരായ സാഹിത്യകാരന്മാർ ടാഗോറിനെപ്പോലെ, തോമസ് മാനെപ്പോലെ അവർ ജീവിക്കുന്ന കാലയളവിൽനിന്ന് സ്വയം ആഘാതമേല്പിച്ചുനില്ക്കും. അവരുടെ സ്വത്വശക്തിയും വ്യക്തിപ്രഭാവവുംകൊണ്ടാണ് ഈ ആഘാതമേല്പിക്കൽ. ടാഗോർ ഇത്തരത്തിൽ ജീവിച്ച കലാകാരനാണ്. ക്ഷുദ്രത്വത്തിന്റെ മൂർത്തീമദ്ഭാവങ്ങളായിരുന്നു തകഴിയും കേശവദേവും. അവരെ - വിശേഷിച്ചും ശിവശങ്കരപ്പിള്ളയെ - വിശ്വസാഹിത്യകാരനായി കാണുന്നത് പാപമാണ്. മഹാന്മാർ ആഘാതമേല്പിക്കുന്നതുപോലെ അവരുടെ കൃതികളും ഊർജ്ജസ്വലതയാൽ ആഘാതമേല്പിക്കും. ബ്രദേഴ്സ് കാരമാസോവ്, അനുവാചക ഹൃദയത്തിൽ ഉണ്ടാക്കുന്ന ത്രസ്റ്റ് എവിടെ?" "കയറി"ന്റെ ത്രസ്റ്റ് ഇല്ലായ്മയെവിടെ?

- *ടി. പത്മനാഭൻ, എൻ.എസ്. മാധവൻ, ആഷാമേനോൻ തുടങ്ങിയവരുമായുള്ള ഇടപഴകൽ കൃഷ്ണൻനായരെ എന്തു പഠിപ്പിച്ചു?*

ടി. പത്മനാഭൻ മൈനർ എഴുത്തുകാരനാണ്. അദ്ദേഹം എന്നെ അസഭ്യപദങ്ങളാൽ അഭിഷേകം ചെയ്തു. ജയന്റിന്റെ ശക്തി തനിക്കുണ്ടെന്നാണ് പത്മനാഭന്റെ വിചാരം. കരുതിക്കൂട്ടി ആക്രമിക്കുന്നവരെ

ഒഴിവാക്കുന്നതാണ് നല്ലതെന്ന് പത്മനാഭനോടുള്ള സംഘട്ടനത്തിൽ നിന്ന് ഞാൻ മനസ്സിലാക്കി. എൻ.എസ്. മാധവൻ ആദ്യം എന്റെ പേരിൽ കേസ് കൊടുക്കാൻ ഭാവിച്ചെങ്കിലും എന്റെ കോളത്തിന്റെ അന്യാദൃശസ്വഭാവത്തെ വാഴ്ത്തിയ മഹാമനസ്കനാണ്. അന്നനാളത്തിന്റ താഴ്ന്നവശത്തെ ദ്വാരംകൊണ്ട് സംസാരിക്കുന്ന ആളാണ് ആഷാ മേനോൻ. (പങ്താ ഗ്രൂവൽ എന്ന റബ്ലേയുടെ കഥയിൽനിന്ന് കടം വാങ്ങിയ ആശയമാണിത്) മുഖത്തെ വിടവിൽനിന്ന് അക്ഷരങ്ങൾ വന്നാലേ എനിക്ക് അവയുടെ അർത്ഥം ഗ്രഹിക്കാനാവൂ.

- *ഒ.വി. വിജയൻ, ആനന്ദ്, എം. മുകുന്ദൻ, സക്കറിയ എന്നിവരെ അവരുടെ സാഹിത്യസംഭാവനകളെ മുൻനിർത്തി താരതമ്യം ചെയ്യാമോ?*

ഒ.വി. വിജയന്റെ 'ഖസാക്കിന്റെ ഇതിഹാസം' എന്ന നോവൽ മലയാള സാഹിത്യത്തെ സംബന്ധിച്ചിടത്തോളം യുഗനിർമ്മാണ നോവലാണ്. അത് ഇംഗ്ലീഷിൽ തർജ്ജമചെയ്തു സായ്പിനെ കാണിച്ചാൽ It is only an existential novel എന്നേ പറയൂ.

ആനന്ദിന്റെ ധൈഷണിക ഭാവന പ്രദർശിപ്പിക്കുന്നവയാണ് അദ്ദേഹത്തിന്റെ നോവലുകൾ. ഒരു സന്ദർഭത്തിൽമാത്രം അദ്ദേഹം കാവ്യാത്മക ഭാവന കാണിച്ചു. 'നാലാമത്തെ ആണി' എന്ന നീണ്ടക്കഥയുടെ രചനയിൽ. അതൊരു മാസ്റ്റർപീസാണ്. മുകുന്ദന് ആഴത്തോളം ചെന്ന് തന്റെ പ്രതിഭയുടെ നിസ്തുലസ്വഭാവം കാണിക്കാൻ കഴിഞ്ഞിട്ടില്ല. പലരും വാഴ്ത്തിയ 'കേശവന്റെ വിലാപങ്ങൾ' പത്താംതരം കൃതിയാണ്. പ്രതിപാദ്യവിഷയത്തിൽ തുളച്ചുകയറാൻ അദ്ദേഹത്തിന് കഴിവില്ല. Exotic ആയ (വൈദേശികങ്ങളായ) വിഷയങ്ങൾ കൃതികളിൽ പ്രാമുഖ്യമാർന്ന് നില്ക്കുന്നതുകൊണ്ട് കേരളീയത തീരെയില്ല മുകുന്ദന്റെ കൃതികളിൽ. സക്കറിയയുടെ ചില കഥകൾ നന്ന്. ചിലത് അത്ര പോര.

- *കവിത്രയത്തിനുശേഷം ഉണ്ടായ ഏറ്റവും മികച്ച കവി വൈലോപ്പിള്ളിയാണെന്ന് ഏറെപ്പേരും പറയുന്നു. എന്നാൽ കൃഷ്ണൻനായർക്ക് അത് സമ്മതമല്ലാത്തത് എന്തുകൊണ്ട്?*

മഹാകവിത്രയത്തിനുശേഷമുള്ള പ്രമുഖനായ കവി വൈലോപ്പിള്ളിയല്ല, ജി. ശങ്കരക്കുറുപ്പാണ്. ജി.ക്കുള്ള കോസ്മിക് വിഷൻ - ജഗത്സംബന്ധിയമായ വീക്ഷണം - വൈലോപ്പിള്ളിക്ക് ഇല്ല. Supreme poetic utterance ശ്രേഷ്ഠമായ കാവ്യോക്തിയാണ്. സാധാരണനായ കവിയിൽനിന്ന് മഹാകവിയെ വേർതിരിച്ചു നിർത്തുന്നത്. ജി. ശങ്കരക്കുറുപ്പിന്റെ കവിതകളിൽ ശ്രേഷ്ഠമായ കാവ്യോക്തികൾ ഉണ്ട്. (ഏഴിലമ്പാലപ്പൂവിൽ തൂമണം തുളുമ്പുന്നു എന്നാരംഭിക്കുന്ന വരികൾ) ഈ ഉക്തികൾ വൈലോപ്പിള്ളിക്കവിതയിൽ

ഇല്ല. അദ്ദേഹത്തിന്റെ പല കവിതകളും സില്ലി, ക്ഷുദ്രങ്ങൾ - ആണ്. ഉദാഹരണം 'അരിയില്ലാഞ്ഞിട്ട്'. സില്ലി ആയ കാവ്യങ്ങൾ ജി എഴുതിയിട്ടേയില്ല. ശങ്കരക്കുറുപ്പിന്റെ കവിതകൾ വായിക്കുമ്പോൾ സ്പെയ്സിന്റെ അനുഭൂതിയുണ്ടാകും. അതും മഹാകവിത്വത്തിന്റെ ലക്ഷണമാണ്. വൈലോപ്പിള്ളിക്കവിത ഒരു പരിധിക്കപ്പുറം പോകുന്നില്ല. സുന്ദരിയുടെ ഒരു പല്ല് ഉന്തിനിന്നാൽ എങ്ങനെയിരിക്കും? അതുപോലെയാണ് വൈലോപ്പിള്ളിക്കവിത.

- *മഹാകവിത്രയത്തിനുശേഷമുള്ള പ്രമുഖനായ കവി ജി. ശങ്കരക്കുറുപ്പാണെങ്കിൽ, ചങ്ങമ്പുഴയുടെ സ്ഥാനം എവിടെയാണ്?*

കവിത്രയത്തിനുശേഷം ജി. ശങ്കരക്കുറുപ്പ് തന്നെയാണ് പ്രമുഖ കവി. ചങ്ങമ്പുഴ ജിയിൽ നിന്നല്ല, കവിത്രയത്തിൽനിന്നുതന്നെ വ്യത്യസ്തനായി നില്ക്കുന്നു. അദ്ദേഹത്തിന്റെ പോയറ്റിക് ഇൻസ്പിരേഷൻ ആശാനില്ല, വള്ളത്തോളിനില്ല, ഉള്ളൂരിനില്ല, ജിക്കില്ല. ഓരോ കവിതയും 'മെസ്മറൈസിങ്ങാ'ണ്. ആ മാന്ത്രിക പ്രഭാവത്തോടുകൂടിയ ആർക്കും കാവ്യരചന പ്രഭാവം ആന്തരലയത്തിൽനിന്നാണ് ജനിക്കുക. അദ്ദേഹത്തിന്റെ 'മനസ്വിനി' എന്ന കാവ്യം വിശ്വസാഹിത്യത്തിൽ സ്ഥാനമാർജ്ജിച്ചിരിക്കുന്നു. മഹാകവിയാണ് ചങ്ങമ്പുഴ. പക്ഷേ കവിതയെഴുതാൻ അറിഞ്ഞുകൂടാത്തവർ (എം.പി. അപ്പനെ ഉദ്ദേശിച്ച്) കേരളത്തിൽ മഹാകവികളായി പരിലസിക്കുമ്പോൾ ചങ്ങമ്പുഴയെ മഹാകവി എന്നു വിളിക്കാതിരിക്കുന്നതാണ് നല്ലത്.

- *ശങ്കരക്കുറുപ്പിനെപ്പറ്റി സുകുമാർ അഴീക്കോട് എഴുതിയതിനൊക്കെ (ശങ്കരക്കുറുപ്പ് വിമർശിക്കപ്പെടുന്നു) ന്യായീകരണം ഇല്ല എന്നു തോന്നിയോ?*

സുകുമാർ അഴീക്കോടിന്റെ പുസ്തകമിറങ്ങിയപ്പോൾ ശങ്കരക്കുറുപ്പ് എനിക്കെഴുതി അയച്ചു. അത് കൂട്ടുകൃഷിപ്പുസ്തകമാണെന്ന്. കൃഷിക്കാരായി അക്കിത്തവും വയലാർ രാമവർമ്മയും ഉണ്ടെന്ന് ജിയുടെ കത്തിൽ രേഖപ്പെടുത്തിയിരുന്നു. തെളിവായി കത്തെടുത്തു കാണിക്കാൻ വയ്യ. ശങ്കരക്കുറുപ്പ് എനിക്കയച്ച കത്തുകളെല്ലാം പ്രസിദ്ധപ്പെടുത്താൻ പോകുന്നു എന്നുപറഞ്ഞ് തിരികെ വാങ്ങിച്ചു. കള്ളം, നികൃഷ്ടമായ അസത്യം. ഗുപ്തൻനായർ, എൻ.വി. കൃഷ്ണവാരിയർ ഇവർക്കയച്ച കത്തുകൾ ജി തിരിച്ചു വാങ്ങിച്ചതുമില്ല. ഇതു ഞാൻ എഴുതിയപ്പോൾ ഗുപ്തൻ നായർ എന്നോടു ടെലിഫോണിൽ പറഞ്ഞു അദ്ദേഹത്തിന്റെ കൈയിൽനിന്നും കവി കത്തുകൾ തിരിച്ചു വാങ്ങിച്ചെന്ന്. പക്ഷേ തന്റെ കൈയിൽ ആ കത്തുകൾ ഉണ്ടെന്നും ഗുപ്തൻനായർ അറിയിച്ചു എന്നെ. ശങ്കരക്കുറുപ്പിന്റെ സഹധർമ്മിണി വഴി കത്തുകൾ തിരിച്ചു മേടിച്ചു എന്നാണ് ഗുപ്തൻനായർ പറ

ഞ്ഞത്. ശങ്കരക്കുറുപ്പിന്റെ കള്ളം നികൃഷ്ടമാണെങ്കിൽ 'നികൃഷ്ട തമമാ'ണ് ഗുപ്തൻനായരുടെ കള്ളം. ജിയുടെ സഹധർമ്മിണി ഭർത്താവറിയാതെ കത്തുകൾ ഗുപ്തൻനായർക്ക് തിരിച്ചുനല്കി പോലും. കക്കാൻ പഠിച്ചാൽ നില്ക്കാനും പഠിക്കേണ്ടതല്ലേ? എന്തിന് ഈ പേടി. ഒരു ദിവസമേ ജീവിക്കുന്നുള്ളൂവെങ്കിൽ സത്യസന്ധനായിരിക്കണം.

കൂട്ടുകൃഷിപ്പുസ്തകമാണ് സുകുമാർ അഴീക്കോടിന്റേതെന്ന് ജി എഴുതി അയച്ചത് ഞാൻ അക്കിത്തത്തെ കണ്ടപ്പോൾ പറഞ്ഞു. തനിക്കതിൽ പങ്കില്ലെന്ന് അദ്ദേഹം അറിയിച്ചു. ജിയെ അക്കാര്യം അറിയിക്കാനായി അക്കിത്തം എന്നോട് അഭ്യർത്ഥിക്കുകയും ചെയ്തു. അക്കിത്തം സാത്വികനാണ്. അദ്ദേഹം കൂട്ടുകൃഷിപ്പുസ്തകരചനയ്ക്കൊന്നും പോകില്ല. സുകുമാർ അഴീക്കോട് അങ്ങനെ കൂട്ടുകൃഷി നടത്തുന്ന ആളുമല്ല. അദ്ദേഹത്തിന്റെ പുസ്തകത്തിന് നീതിമത്കരണമില്ലെങ്കിലും ബുദ്ധിശാലിയായ വിമർശകന്റെ പാടവം ആ ഗ്രന്ഥത്തിലുണ്ട്.

- *ഖസാക്കിന്റെ ഇതിഹാസത്തിനു ശേഷം നല്ല മലയാള നോവൽ ഇല്ല എന്നു പറയുന്നത് അവ വായിക്കാത്തതുകൊണ്ടാണോ?*

ഞാൻ വായിച്ചിട്ടുണ്ട്. പക്ഷേ വിജയന്റെ നോവലിന് അടുത്തെങ്ങും എത്തുകയില്ല അവ.

- *എഴുതിത്തുടങ്ങുന്ന ഒരു പാവത്തിന്റെ കൃതിയെ വിശ്വോത്തര സാഹിത്യവുമായി താരതമ്യപ്പെടുത്തി ആഘാതമേല്പ്പിക്കുന്നതു ശരിയാണോ?*

ഞാൻ അങ്ങനെ പ്രവർത്തിക്കാറില്ല. മലയാളത്തിലെ കഥയുടെ വൈരൂപ്യം പ്രദർശിപ്പിച്ചിട്ട് സൗന്ദര്യമേതെന്നു വ്യക്തമാക്കാൻ വിശ്വസാഹിത്യത്തിലെ സുന്ദരമായ കഥയെക്കുറിച്ച് പറയാറുണ്ട്. പട്ടി സിംഹത്തെപ്പോലെയല്ല എന്നു മണ്ടന്മാരേ പറയൂ. ഞാൻ ബുദ്ധിമാനല്ലെങ്കിലും മണ്ടനല്ല.

- *ആരൊക്കെയാണ് പുതിയ തലമുറയിലെ നല്ല എഴുത്തുകാർ (കവിത, കഥ, നോവൽ)?*

ആരുമില്ല.

- *മലയാളത്തിലെ പത്തു മികച്ച കഥാകൃത്തുക്കളെ തിരഞ്ഞെടുത്താൽ അതിൽ പുതിയ തലമുറയിൽനിന്ന് ആരുമുണ്ടാവില്ലേ?*

മികച്ച കഥാകൃത്ത് ആവണമെങ്കിൽ മികച്ച കഥ എഴുതണം. ഏതു ചെറുപ്പക്കാരനാണ് അങ്ങനെ അദ്ഭുതാംശവും കലയുടെ ജാല

വിദ്യയുമുള്ള കഥ എഴുതിയിരിക്കുന്നത്. എൻ. പ്രഭാകരന്റെ ഒരു കഥ ആ നിലയ്ക്ക് പരിഗണിക്കപ്പെടാം. മാധവിക്കുട്ടിയുടെ പക്ഷിയുടെ മണം, ചുവന്ന പാവാട, എം.ടി.യുടെ വാനപ്രസ്ഥം, ടി. പത്മനാഭന്റെ മഖൻസിങ്ങിന്റെ മരണം, ബഷീറിന്റെ പൂവമ്പഴം, കാരൂരിന്റെ പൂവമ്പഴം, ഉറൂബിന്റെ വാടകവീടുകൾ, തകഴിയുടെ വെള്ളപ്പൊക്കത്തിൽ, കേശവദേവിന്റെ പ്രതിജ്ഞ, ഒ.വി. വിജയന്റെ കടൽത്തീരത്ത്, സക്കറിയയുടെ തീവണ്ടിക്കൊള്ള, ആനന്ദിന്റെ നാലാമത്തെ ആണി, മുണ്ടൂർ കൃഷ്ണൻകുട്ടിയുടെ മൂന്നാമതൊരാൾ, പുനത്തിൽ കുഞ്ഞബ്ദുള്ളയുടെ ക്ഷേത്രവിളക്കുകൾ തുടങ്ങിയവയാണ് മലയാളത്തിലെ ഏറ്റവും മികച്ച കഥകൾ. പാറപ്പുറത്തിന്റെ ഒരു കഥയും ഈ പട്ടികയിൽപ്പെടുത്താം. പേര് ഓർമിക്കുന്നില്ല.

- *പൊൻകുന്നം വർക്കിയും എസ്.കെ. പൊറ്റെക്കാട്ടും വി.കെ.എന്നും ഒന്നും ഈ പട്ടികയിൽ ഇല്ലല്ലോ?*

പൊൻകുന്നം വർക്കി കമ്മിറ്റഡ് റൈറ്ററായിരുന്നു. അതുകൊണ്ട് പ്രചാരണാംശം കൂടുതലാണ്. എസ്.കെ പൊറ്റെക്കാട്ടിന്റേത് സൂപ്പർ ജേണലിസമാണ്. വി.കെ.എന്നിന്റെ ഫോഴ്സ്ഡ് ഹ്യൂമർ എനിക്കിഷ്ടമല്ല. വ്യക്തിവിദ്വേഷത്തിന്റെ അടിത്തറയിൽനിന്നും അദ്ദേഹം എഴുതാറുണ്ട്. സെക്സ് കൈകാര്യം ചെയ്യുന്നതാവട്ടെ കലാത്മകമായി ന്യായീകരിക്കാൻ കഴിയാത്തവിധം.

- *മലയാളി സമൂഹം എഴുത്തുകാർക്കു കല്പിച്ചുകൊടുക്കുന്ന പ്രാധാന്യം അവർ അർഹിക്കുന്നുണ്ടോ?*

ഇല്ല. കുറ്റിപ്പുഴ കൃഷ്ണപ്പിള്ള, എം. ഗോവിന്ദൻ, എം.വി. ദേവൻ ഇവരൊക്കെയാണ് നമ്മുടെ ചിന്തകന്മാർ. കേരളത്തിന്റെ o വട്ടത്തിനു യോജിച്ച ചിന്തകർ. ജർമ്മൻ ചിന്തകൻ ഒസ്വാൽറ്റ് ഷ്പെങ്ലറുടെ The Decline of the West എന്ന ഗ്രന്ഥം വായിച്ചാൽ ചിന്തകളുടെ മഹനീയത കണ്ട് നമ്മൾ അദ്ഭുതപരവശരായിപ്പോകും. അതു തന്നെയാണ് സ്പാനിഷ് ചിന്തകൻ ഊനാമുനോയുടെ ഗ്രന്ഥങ്ങൾ ഉദിപ്പിക്കുന്ന വിസ്മയത്തിന്റേയും സ്ഥിതി. അവരൊക്കെ പോകട്ടെ. മൈനർ ചിന്തകന്മാരുണ്ടല്ലോ പടിഞ്ഞാറൻ ദേശങ്ങളിൽ. അവരുടെ ഏഴയലത്ത് എത്തുകയില്ല നമ്മുടെ ചിന്തകർ. ജനതയുടെ ജീവിതത്തിൽ സ്വാധീനത ചെലുത്തി അവരെ ഉത്കൃഷ്ടപഥത്തിലേക്ക് നയിക്കുന്നവരാണ് ചിന്തകർ. അങ്ങനെയുള്ളവർ നമുക്കില്ല. സാഹിത്യകാരന്മാരോ? അതു ഞാൻ പറഞ്ഞുകഴിഞ്ഞു. കലോസസ് (ഭീമാകാരന്മാർ) നമുക്കില്ല. ഇടത്തരം സാഹിത്യകാരന്മാർ പടിഞ്ഞാറൻ ദേശങ്ങളിൽ ധാരാളമുണ്ട്. ജോൺ ഫൗൺസിനെപ്പോലുള്ളവർ. അവരിൽ ആരെയെങ്കിലും നമ്മുടെ പ്രശസ്തരായ എഴുത്തുകാർക്ക്

സമീപിക്കാൻ ഒക്കുമോ? ക്രാഫ്റ്റിൽപോലും ഉന്നതർ പടിഞ്ഞാറുള്ള വരാണ്. നമ്മൾ അടൂർ ഗോപാലകൃഷ്ണനിൽനിന്ന് ഒ.വി. വിജയനിലേക്ക്, ഒ.വി. വിജയനിൽനിന്ന് അടൂർ ഗോപാലകൃഷ്ണനിലേക്ക് എന്നു പറഞ്ഞുകൊണ്ടിരിക്കുന്നു. എന്തൊരു ജീർണ്ണത!

- *സമൂഹം എഴുത്തുകാരെ അല്ലെങ്കിൽ ആരെയാണ് ശ്രദ്ധിക്കേണ്ടത്, ആദരിക്കേണ്ടത്?*

സോഫോക്ലിസ്സിനേക്കാൾ ലോകത്തിന് പ്രയോജനം ചെയ്യുന്നത് സോക്രട്ടീസാണ്. ടാഗോറിനേക്കാൾ ശ്രേഷ്ഠൻ മഹാത്മാഗാന്ധിയും. ലോകം ഉറ്റുനോക്കേണ്ടത് സോക്രട്ടീസിനെയാണ്, ഗാന്ധിജിയെയാണ്. അവരെയാണ് ജനത ആദരിക്കേണ്ടത്, അനുകരിക്കേണ്ടത്.

- *പി.കെ. ബാലകൃഷ്ണൻ കൃഷ്ണൻനായരെ കഥാപാത്രമാക്കി നോവൽ രചിച്ചപ്പോൾ ആകെ വിഷമിച്ചോ?*

വൈഷമ്യമുണ്ടായി. പി.കെ. ബാലകൃഷ്ണന്റെ പട്ടിയുടെ കഥ ഏതോ പടിഞ്ഞാറൻ കഥയുടെ മോഷണമാണെന്നു ഞാൻ പറഞ്ഞില്ല. അങ്ങനെ പറഞ്ഞുവെന്ന് കാണിച്ച് കൗമുദി പത്രാധിപർ കെ. ബാലകൃഷ്ണൻ ലീഡ് കൊടുത്ത് ലേഖനം അച്ചടിച്ചു. കെ. ബാലകൃഷ്ണന്റെ ജേണലിസം. അങ്ങനെ ഞാൻ പറഞ്ഞോ എന്ന് വായിച്ചു നോക്കാതെ പി.കെ. ബാലകൃഷ്ണൻ നോവൽ വാരികയിൽ എഴുതിത്തുടങ്ങി. എന്റെ പിതാവിനെ എക്സൈസ് ശിപായിയായും അമ്മയെ വേശ്യയായും ചിത്രീകരിച്ചുകൊണ്ടുള്ള ആ നോവൽ കെ. ബാലകൃഷ്ണനല്ലാതെ വേറെയാരും പ്രസിദ്ധപ്പെടുത്തുകില്ലായിരുന്നു. കൗമുദി വാരികയുടെ സർക്കുലേഷൻ വളരെ കുറഞ്ഞപ്പോഴാണ് എന്റെ മാറ്റൊലി സിദ്ധാന്തം ലേഖനപരമ്പരയായി വാരികയിൽ പ്രത്യക്ഷപ്പെട്ടത്. വാരികയുടെ പ്രചാരം കൂടി അതുകൊണ്ട് എന്ന് കെ. ബാലകൃഷ്ണൻ തന്നെ എനിക്കെഴുതി അയച്ചു. ആഭാസമായ ആ നോവൽ കോളേജ് അധ്യാപകനായിരുന്ന എനിക്ക് വിദ്യാർത്ഥികളുടെ മുൻപിൽ നില്ക്കാൻ പ്രയാസമുണ്ടാക്കി.

- *വിമർശനത്തിൽ കാട്ടുന്ന ധൈര്യം യഥാർത്ഥ ജീവിതത്തിൽ പി.കെ. ബാലകൃഷ്ണനോടും എൻ.എസ്. മാധവനോടും മറ്റും കാട്ടാത്തത് എന്ത്?*

ആദ്യമായി എൻ.എസ്. മാധവന്റെ കാര്യം പറയാം. മാനനഷ്ടത്തിനു കേസ് കൊടുക്കാൻ അദ്ദേഹം ഭാവിച്ചപ്പോൾ ഡൽഹിയിൽ പോകാനും കേസ് നടത്താനും പണക്കുറവുകൊണ്ട് മംഗളം പത്രത്തിലെ പ്രസ്താവന പിൻവലിച്ചു. യഥാർത്ഥത്തിൽ ഞാൻ അങ്ങനെയൊന്നും പറഞ്ഞില്ല. മംഗളം ലേഖകന്റെ കരവിരുതായിരുന്നു അത്. മാധവനെ പിന്നീടും അറ്റാക്ക് ചെയ്യേണ്ട ആവശ്യകത ഇല്ലായിരുന്നു.

പി.കെ. ബാലകൃഷ്ണനെക്കൊണ്ട് നോവൽ രചന അവസാനിപ്പിക്കാൻ ഞാൻ ശ്രമിച്ചുകൊണ്ടിരുന്നപ്പോൾ വീണ്ടുമൊരാക്രമണം വിപരീതഫലമുണ്ടാക്കുകില്ലേ? അതിനാൽ മൗനം വിദ്വാനു ഭൂഷണം എന്ന തത്ത്വം ഞാൻ സ്വീകരിച്ചു.

- *എം. കൃഷ്ണൻനായരുടെ സാഹിത്യനിലപാടുകൾക്കു സ്ഥിരത ഉണ്ടായിരുന്നില്ല. അതിൽ വൈരുദ്ധ്യങ്ങൾ ഉണ്ടായിരുന്നുതാനും. സി.വി. രാമൻപിള്ള നിലവാരമില്ലാത്ത എഴുത്തുകാരനാണെന്നും മുണ്ടശ്ശേരി ജീർണ്ണതയുടെ നായകനായിരുന്നെന്നും പി. ഭാസ്കരനും വയലാറും ഒ.എൻ.വി.യും മാറ്റൊലിക്കവികളാണെന്നും ഇപ്പോഴും വിശ്വസിക്കുന്നുവോ?*

സി.വി. രാമൻപിള്ള 'നിലവാരമില്ലാത്ത എഴുത്തുകാരനാണെ'ന്നു ഞാൻ പറഞ്ഞതായി ഓർമ്മിക്കുന്നില്ല. അദ്ദേഹത്തെക്കുറിച്ച് പറയുമ്പോൾ പ്രയോഗിക്കാൻ പാടില്ലാത്തതാണ് ആ വിശേഷണം. കുമാരനാശാന്റെ കവിതയെക്കുറിച്ച് ആസ്വാദനം നടത്തുമ്പോൾ ചിലർ 'ജാതീയമായ ഭിത്തി കെട്ടിപ്പൊക്കി' അതിനകത്ത് ഇരിക്കുമ്പോലെ സി.വി.യുടെ കാര്യം വരുമ്പോൾ നായകന്മാർ വർഗ്ഗീയതയുടെ കന്മതിൽ കെട്ടിപ്പൊക്കി അതിനകത്ത് ഇരിക്കുന്നു. 'നാടുവാഴിസ്തോത്രപ്രായങ്ങളായ നോവലുകൾ' എന്നു സി.വി.യുടെ നോവലുകളെ മുണ്ടശ്ശേരി വിശേഷിപ്പിച്ചു. അതിൽ സത്യമില്ലാതില്ല. തിരുവിതാംകൂറിലുള്ളവർക്കു രസിക്കുമ്പോലെ ആ നോവലുകൾ മലബാർ, കൊച്ചി പ്രദേശങ്ങളിലെ ജനതയ്ക്കു രസിക്കില്ല. സാഹിത്യബാഹ്യമായ ദേശസ്നേഹവും രാജഭക്തിയുമാണ് ആ ആസ്വാദനത്തിലെ പ്രധാനപ്പെട്ട ഘടകങ്ങൾ. തിരുവിതാംകൂറിലെ, വിശേഷിച്ചും തിരുവനന്തപുരത്തെ ജനങ്ങൾ രാജഭക്തരാണ്. രാജവാഴ്ച നിലവിലിരുന്ന കാലത്ത് അതിനെ എതിർത്തിരുന്ന നേതാക്കന്മാർ ഇപ്പോഴും ചിത്തിര തിരുനാൾ മഹാരാജാവിനെ വാഴ്ത്തിപ്പാടി നടക്കുന്നുണ്ട്. കുറ്റം പറയുകയല്ല ഞാൻ. രാജഭക്തി ഇവിടത്തെയാളുകളുടെ രക്തത്തിൽ അലിഞ്ഞുചേർന്നിട്ടുണ്ട്. സി.വി.യുടെ നോവലുകളുടെ ആസ്വാദനം രാജഭക്തി ഒഴിവാക്കിയാലേ കലാമൂല്യത്തിന്റെ വിലയിരുത്തലാകൂ എന്ന പക്ഷക്കാരനാണ് ഞാൻ.

"Art bids us (to) touch and taste and hear and see the world... and (it) shrinks from all that is of brain...." എന്ന് ഡബ്ലിയു.ബി. യേറ്റ്സ് (W.B. Yeats) പറഞ്ഞു. കവികളുടെ മസ്തിഷ്കത്തിൽനിന്ന് ഉണ്ടാകുന്ന ആശയങ്ങളെമാത്രം അവലംബിച്ച് നിരൂപണ പ്രബന്ധങ്ങൾ രചിച്ചു മുണ്ടശ്ശേരി. അത് ജീർണ്ണതയുടെ ലക്ഷണമാണ്. അതിനാൽ എന്റെ ദൃഷ്ടിയിൽ മുണ്ടശ്ശേരി ജീർണ്ണതയുടെ നായകനായി.

പി. ഭാസ്കരൻ, വയലാർ രാമവർമ്മ, ഒ.എൻ.വി. കുറുപ്പ് ഇവർ മാറ്റൊലിക്കവികളാണെന്ന് ഞാൻ പറഞ്ഞത് സത്യം. പില്ക്കാലത്ത് ഒ.എൻ.വി. കുറുപ്പ് ആ രചനാരീതിയിൽ നിന്നു മാറി. മറ്റു രണ്ടു കവികൾക്കും മാറാൻ കഴിഞ്ഞില്ല. എന്റെ മാറ്റൊലിസ്സിദ്ധാന്തം ശരിയാണെന്ന് എ. ബാലകൃഷ്ണപിള്ള എന്നോടു നേരിട്ടു പറഞ്ഞു. ചങ്ങമ്പുഴയുടെ പങ്കജമധു ആവോളം നുകർന്നു മത്തടിച്ചു തന്റെ ജീവിതാന്ത്യം വരെ രാമവർമ്മ. പി. ഭാസ്കരൻ, ചങ്ങമ്പുഴശ്ശൈലിയിൽ കാവ്യങ്ങൾ രചിക്കുന്നു. ചിലപ്പോൾ ഒരു പദം ഉന്തിനില്ക്കും, സുന്ദരിയുടെ ഒറ്റപ്പല്ല് ചുണ്ടുകളെ വകവെയ്ക്കാതെ ഉന്തിനില്ക്കുന്നതുപോലെ.

- *'ബാല്യകാലസഖി'യും 'വിശപ്പും' മൗലികമല്ല എന്ന വിമർശനം ഉയർത്തിയിരുന്നല്ലോ. പിന്നീട് ബഷീർ മികച്ച എഴുത്തുകാരനായിരുന്നുവെന്നും എഴുതിയിട്ടുണ്ട്. ബഷീറിന്റെ പ്രതികരണം വളരെ മൗലികമായിരുന്നു എന്നും കേട്ടിട്ടുണ്ട്?*

ബാല്യകാലസഖിയുടേയും ജന്മദിനത്തിന്റേയും മൗലികതയെക്കുറിച്ച് സംശയങ്ങൾ ഞാൻ മുന്നോട്ടുവെച്ചിരുന്നെങ്കിലും അവ തികച്ചും മൗലികങ്ങളായ കൃതികൾ ആണെന്ന സങ്കല്പത്തിൽ പിന്നീടെഴുതിയത് സത്യം. ടെന്നിസൺ എന്ന കവിയുടെ 'ഇൻ മെമ്മോറിയ'മാണ് നാലപ്പാടന്റെ 'കണ്ണുനീർത്തുള്ളി'. 'നരൻ ക്രമാൽ തന്റെ ശവം ചവുട്ടിപ്പോകുന്ന പോക്കുയരത്തിലേക്കോ' എന്ന നാലപ്പാടന്റെ ചോദ്യവും 'That men may rise on stepping stones of their deadselves to higher things' എന്ന ടെന്നിസൺ വരികൾക്കും തമ്മിൽ എന്തു വ്യത്യാസം? ഇതിനൊക്കെ Intertextuality എന്ന മണ്ടത്തരം എഴുന്നള്ളിച്ച് 'സമാധാനം' നല്കാമോ? ബഷീറിന്റെ മറുപടി അദ്ദേഹത്തിന്റെ തീക്ഷ്ണ ധൈഷണികത്വത്തിന് നിദർശകമായിരുന്നു. "ഞാൻ വല്ലപ്പുഴ വൈദ്യന്റെ ചികിത്സയിലാണ് ഇപ്പോൾ. എന്റെ ഭ്രാന്ത് മൗലികമല്ല. അനുകരണ ഭ്രാന്താണ് എന്ന് ആരെങ്കിലും പറയുമോ?" ബഷീറിനെ ഞാൻ വർഷങ്ങൾ കഴിഞ്ഞു ചെന്നു കണ്ടു. സംസ്കാരസമ്പന്നതയോടെ അദ്ദേഹം പെരുമാറി. എന്റെ തലയിൽ കൈവച്ച് 'ഈശ്വരൻ നിങ്ങളെ രക്ഷിക്കും' എന്നു പറഞ്ഞു. ഞാൻ കണ്ണീരൊഴുക്കിക്കൊണ്ടാണ് അദ്ദേഹത്തിന്റെ വീട്ടിൽ നിന്നുപോന്നത്. പശ്ചാത്താപമുണ്ട് എനിക്ക്. ഞാനിത്രയും നല്ല മനുഷ്യനെയാണല്ലോ വേദനിപ്പിച്ചത് എന്നോർത്ത്.

- *മലയാളത്തിലെ ഏറ്റവും മൗലികതയുള്ള എഴുത്തുകാരൻ ആര്?*

ഉറൂബ് എന്നെഴുതാൻ ഭാവിച്ചതാണ് ഞാൻ. ഇപ്പോൾ എനിക്ക് ഓർമ്മ വന്നു അദ്ദേഹത്തിന്റെ "കൊതുകുവലയ്ക്കുള്ളിലെ കൊതു" എന്ന

കഥ മസ്ക്യൂറ്റോ എന്ന സോവിയറ്റ് കഥയുടെ അനുകരണമാണെന്ന്. എന്നെ ആക്ഷേപിച്ച് വി.കെ.എൻ. മലയാള മനോരമ ആഴ്ച പ്പതിപ്പിൽ ലേഖനമെഴുതി. അതുകൊടുത്തതു ശരിയായില്ല എന്നു ഞാൻ പത്രാധിപരായിരുന്ന ഉറൂബിനോട് പറഞ്ഞപ്പോൾ എല്ലാ പത്രാധിപന്മാരും പറയുന്ന കള്ളം അദ്ദേഹവും പറഞ്ഞു. "ഞാൻ കൊടുത്തതല്ല അത്. ഞാൻ ആ സമയത്തു വീട്ടിൽ പോയിരുന്നു" സാറിനെക്കുറിച്ച് ഞാൻ നല്ലതല്ലേ എഴുതിയിട്ടുള്ളൂ എന്നു പറഞ്ഞ പ്പോൾ കൈ മലർത്തി ഉറൂബ് മറുപടി നല്കി - "ആരെന്തു പറ ഞ്ഞാലെന്ത് കൃഷ്ണൻനായരെ, ഞാൻ എഴുതിയാൽ അത് പബ്ലി ക്കിന്റെ വകയാണ്. ആർക്കും എന്തും പറയാം." ഞാൻ വീണ്ടും വിട്ടില്ല. "സാറിന്റെ 'കൊതുവലയ്ക്കുള്ളിലെ കൊതു' ഒരു സോവി യറ്റ് കഥയായ 'മസ്ക്യൂറ്റോ' എന്നതിന്റെ അനുകരണമാണ്. അതു ഞാൻ എഴുതട്ടോ?" ഉറൂബിന്റെ മുഖം മഞ്ഞൾതേച്ച മാതിരിയായി. അദ്ദേഹം മറുപടി പറഞ്ഞില്ല. ഒറിജിനലായി മലയാള സാഹിത്യ ത്തിൽ ആരുമില്ല.

- *സാഹിത്യരംഗത്ത് പതിറ്റാണ്ടുകളായി 'സെലിബ്രിറ്റീസ്' ഉണ്ടാകാ ത്തത് എന്തുകൊണ്ട്? ബാലചന്ദ്രൻ ചുള്ളിക്കാടാണ് ക്യാംപസിൽ നിന്നുള്ള അവസാനത്തെ കവി എന്നു പറയുന്നവരുണ്ട്.*

ജീനിയസ്സുകൾ അത്ര വേഗത്തിൽ ആവിർഭവിക്കില്ല. ശൂന്യത സൃഷ്ടി ക്കലിലാണ് പ്രകൃതിക്ക് കൗതുകം. ഒരു മല കണ്ടാൽ അനേകം നാഴിക നടന്നാലേ മറ്റൊരു മല കാണൂ. കാളിദാസനുശേഷം ശതാബ്ദങ്ങൾ കഴിഞ്ഞാണ് ടാഗോറിന്റെ ആവിർഭാവം. ഒരു ജീനി യസ്സ് ഉണ്ടായാൽ വളരെക്കാലം നമ്മൾ കാത്തിരിക്കണം വേറൊരു ജീനിയസ്സിനുവേണ്ടി.

- *കവി വിനയചന്ദ്രനോടു പൊറുക്കാൻ കഴിഞ്ഞോ?*

കവി വിനയചന്ദ്രൻ എന്നെക്കുറിച്ച് ലഘുലേഖ അച്ചടിപ്പിച്ച് കേരളം മുഴുവൻ വിതറിയ ആളാണ്. ഞാൻ സർക്കാരിനോട് പരാതിപ്പെട്ടു. ടി.എൻ. ജയചന്ദ്രൻ നിഷ്പക്ഷമായി നോട്ടെഴുതിയില്ല. എന്നിട്ടും 'ഷോ കോസ്' നോട്ടീസ് സർക്കാർ വിനയചന്ദ്രന് നല്കി. പലരും പറഞ്ഞു പരാതി പിൻവലിക്കാൻ. ഞാൻ കൂട്ടാക്കിയില്ല. അവസാനം നരേന്ദ്രപ്രസാദിന്റെ അപേക്ഷയുണ്ടായി. വിനയചന്ദ്രന്റെ സർക്കാർ ജോലിക്ക് നഷ്ടമുണ്ടാകുമെന്ന് കണ്ടാൽ നരേന്ദ്രപ്രസാദ് പറഞ്ഞി ല്ലെങ്കിലും ഞാൻ പരാതി പിൻവലിക്കുമായിരുന്നു. ആരേയും ദ്രോഹിക്കുന്നവനല്ല ഞാൻ. ഞാൻ പരാതി പിൻവലിച്ചു.

- *സ്ത്രീയായിട്ടും ഡോ. എം. ലീലാവതിയെപ്പറ്റി പറയുമ്പോൾ തീരെ മയമില്ലല്ലോ?*

ഡോക്ടർ എം. ലീലാവതി എനിക്ക് മറക്കാൻ പാടില്ലാത്ത അനേകം ഉപകാരങ്ങൾ ചെയ്തിട്ടുണ്ട്. ഒരിക്കൽ അവർ 'വനനശീകരണം' എന്നെഴുതി. അതു ശരിയല്ലെന്നു കാണിച്ച് ഞാൻ ശ്രീമതിക്ക് സ്വകാര്യക്കത്തെഴുതി. അതിനു മറുപടി അയച്ചില്ല. അവർ രണ്ടു മൂന്നാഴ്ച കഴിഞ്ഞ് ശ്രീമതി എന്നെ "ഊശിയടിക്കുന്നതു"പോലെ (തിരുവനന്തപുരം ഭാഷ) കുട്ടികൃഷ്ണമാരാർ പണ്ടേ പറഞ്ഞിട്ടുണ്ട് നശീകരണം തെറ്റാണെന്ന്. എന്റെ തിരുത്തൽ ഒറിജിനൽ അല്ലെന്ന ധ്വനി. കുട്ടികൃഷ്ണമാരാർ ആരാണ്? സാഹിത്യത്തിലെ പെർവേർട്. സംസ്കൃത പണ്ഡിതനാണെന്ന് ഭാവം. ഉറച്ച പാണ്ഡിത്യം അദ്ദേഹ ത്തിന് ഇല്ലതാനും. ആ ഊശിയടിക്കലുണ്ടല്ലോ ലീലാവതിയുടെ - അത് എന്നെ ക്ഷോഭിപ്പിച്ചു. ഞാൻ പറഞ്ഞത് തെറ്റാണെന്ന് ആർക്കും പറയാം. ഊശിയടിച്ചാൽ എനിക്ക് ക്ഷമിക്കാനൊക്കുകില്ല. (വന നശീകരണം ഒന്നാന്തരം തെറ്റ്, വനനാശനം ശരി)

- *ജി.എൻ. പണിക്കരുമായി എന്താണ് പ്രശ്നം?*

ജി.എൻ. പണിക്കർ എന്റെ കോളത്തിന് വെല്ലുവിളിയായിരിക്കും ഒരാളിന്റെ വേറൊരു കോളം എന്നെഴുതി ഒരു മാസികയിൽ. ചട്ടമ്പി ത്തരം മാത്രം കാണിക്കുന്ന ആ കോളം എന്റെ കാവ്യാത്മകമായ കോളത്തിനു വെല്ലുവിളിയാകുന്നതെങ്ങനെ? അതിന് ഞാൻ മറുപടി പറഞ്ഞു. അത്രേയുള്ളൂ.

- *സാഹിത്യവുമായി ബന്ധപ്പെട്ട സ്ഥാപനങ്ങളിൽനിന്നും അവാർഡ് സമിതികളിൽനിന്നും വിട്ടുനില്ക്കുന്നത് എന്തുകൊണ്ട്?*

എനിക്ക് താത്പര്യമില്ലാത്തതുകൊണ്ട്. സമയത്ത് ആഹാരം, നല്ല വസ്ത്രങ്ങൾ, വായിക്കാൻ പുസ്തകങ്ങൾ ഇത്രയേ വേണ്ടൂ എനിക്ക്. എന്നെ ഇന്ന കമ്മിറ്റിയിലെടുക്കണേ എന്ന അഭ്യർത്ഥനയുമായി ഞാനിന്നുവരെ ഒരു മന്ത്രിയുടേയും അടുക്കൽ പോയിട്ടില്ല. അടുത്ത കാലത്ത്, വീട്ടിൽ മഴക്കാലത്ത് വെള്ളം കയറുന്നു എന്ന പരാതിയു മായി മന്ത്രി ടി.എം. ജേക്കബ്ബിന്റെ വീട്ടിൽ പോയി. അദ്ദേഹം സംസ്കാരത്തികവുള്ള മന്ത്രിയാണ്. വേണ്ട സഹായം ചെയ്തു തന്നു. ഇപ്പോൾ വെള്ളം കയറാത്ത അതേ വീട്ടിൽ ഞാൻ സ്വസ്ഥത യോടെ കഴിയുന്നു. മന്ത്രിക്ക് നന്ദി.

- *ഒരിക്കൽ സാഹിത്യ അക്കാദമി നിർവ്വാഹകസമിതിയിൽ അംഗമായി രുന്നപ്പോഴത്തെ അനുഭവം? അവാർഡ് നിശ്ചയത്തിലൊക്കെ ഇട പെടൽ ഉണ്ടായിരുന്നോ?*

മന്ത്രിയായിരുന്ന ടി.കെ രാമകൃഷ്ണനോടു എനിക്ക് സ്നേഹമാണ്. ബഹുമാനമാണ്. അദ്ദേഹം നേരിട്ടു പറഞ്ഞതുകൊണ്ട് ഞാൻ

സാഹിത്യ അക്കാദമിയിൽ പോയി. കമ്മ്യൂണിസ്റ്റുകാർ സഹായിച്ചതു കൊണ്ട് നിർവ്വാഹകസമിതിയിലെ അംഗമായി. ഞാൻ കമ്മ്യൂണിസ്റ്റല്ല എന്ന് അവർക്ക് അറിയാമായിരുന്നു എങ്കിലും ഏഴാച്ചേരി രാമചന്ദ്രന്റെ നേതൃത്വത്തിൽ അവർ എന്നെ നിർവ്വാഹകസമിതിയിൽ അംഗമാക്കി. പക്ഷേ ഒരു കൊല്ലമേ അംഗമായിരുന്നുള്ളൂ. തുടർച്ചയായി ഞാൻ ചെല്ലുന്നില്ലെന്ന് മന്ത്രിയുടെ അടുക്കൽ പരാതി പറഞ്ഞു ഒരാൾ. അദ്ദേഹം എന്നോടുള്ള സ്നേഹംകൊണ്ടാവാം എന്റെ അംഗത്വം ഇല്ലാതാക്കിയില്ല. ഒരു നല്ല കാര്യം ചെയ്തു. ഹ്രസ്വകാലസേവനത്തിനിടയിൽ. പി. ഗോവിന്ദപിള്ളയുടെ ഒരു പുസ്തകത്തിന് അവാർഡ് നല്കി. മറ്റുള്ളവർ അപ്രശസ്തനായ ഒരാൾക്ക് സമ്മാനം നല്കണമെന്ന് ശഠിച്ചപ്പോഴാണ് എന്റെ നിർദ്ദേശം. എതിരാളികൾ പിന്നെ മിണ്ടിയില്ല. ബാബു പോൾ എന്റെ അഭിപ്രായത്തെ പിന്താങ്ങി. പി.ജി.ക്ക് സമ്മാനം കിട്ടി. അങ്ങനെയൊരു നല്ലകാര്യം ചെയ്തു. ഇടപെടൽ ഇല്ലായിരുന്നു.

- *സാഹിത്യത്തിൽ കേസരിയെ മുൻഗാമിയായി കാണുന്നുണ്ടോ?*

കേസരിയുടെ സംഭാവനകളെ ഞാൻ അംഗീകരിക്കുന്നു. അദ്ദേഹം സ്നേഹസമ്പന്നനായിരുന്നു. തകഴി ഉൾപ്പെടെ പല എഴുത്തുകാരെയും മുന്നിൽകൊണ്ടുവന്നത് അദ്ദേഹമാണ്. പക്ഷേ, കേസരിക്ക് ജഡ്ജ്മെന്റ് ഇല്ലായിരുന്നു. പാൽക്കുളങ്ങര സരസ്വതിയേയും ജി. ശങ്കരക്കുറിപ്പിനേയും അദ്ദേഹം ഒരേ നാവുകൊണ്ട് മഹാകവി എന്നു വിളിക്കും.

- *സാഹിത്യകൃതികളെ വിലയിരുത്തുന്നതിൽ/പരിചയപ്പെടുത്തുന്നതിൽ 'ഇതാ എന്റെ പിൻഗാമി' എന്നു പറയാൻ ഒരാളുണ്ടോ?*

പിൻഗാമിയെ സൃഷ്ടിക്കത്തക്കവിധത്തിൽ എനിക്കു പ്രതിഭയില്ല. അല്ലെങ്കിൽ ഇന്നു മലയാളത്തിൽ കവിതയെഴുതുന്നവരോ കഥയെഴുതുന്നവരോ പിൻഗാമികളെ സൃഷ്ടിക്കുമോ? കുട്ടികൃഷ്ണമാരാർക്ക്, മുണ്ടശ്ശേരിക്ക്, വള്ളത്തോളിന് പിൻഗാമികളില്ലല്ലോ.

- *കെ.പി. അപ്പന്റെ വിമർശനരീതിയെക്കുറിച്ച് എന്താണ് അഭിപ്രായം?*

കെ.പി. അപ്പന്റെ വിമർശനപ്രബന്ധങ്ങളിലും നിരൂപണ പ്രബന്ധങ്ങളിലും ശക്തിയാർന്ന ചിന്തകളുണ്ട്. അവയെ ക്ഷുദ്രാശയങ്ങൾ ആക്രമിക്കുന്നില്ല എന്നത് അദ്ദേഹത്തിന്റെ നിരൂപണ രീതിയുടേയും വിമർശനരീതിയുടേയും സവിശേഷതയാണ്. അപ്പന്റെ മലയാളം പക്ഷേ അല്പം ഭാരമേറിയതാണ്. അതേസമയം സി.വി. കുഞ്ഞുരാമന്റെ ഗദ്യം പെട്ടെന്നു പതിയുന്നതായിരുന്നു. സി.വി. കുഞ്ഞുരാമനും

ഇ.വി. കൃഷ്ണപിള്ളയും എം.ആർ. നായരും ഡോ.കെ. ഭാസ്കരൻ നായരുമാണ് ഏറ്റവും നല്ല ഗദ്യകാരന്മാർ. ആധുനികരിൽ ശൈലീ വല്ലഭൻ എസ്. ഗുപ്തൻനായർ തന്നെ.

- *ഡോ. ഭാസ്കരൻനായരുടെ പുസ്തകങ്ങൾ പുനഃപ്രസിദ്ധീകരിക്കപ്പെടാത്തത് എന്തുകൊണ്ട്?*

ജീവിച്ചിരിക്കെ ഒരുപാടുപേരെ വെറുപ്പിച്ചതുകൊണ്ടാവാം. ദ്രോഹമായിരുന്നു ഭാസ്കരൻനായരുടെ ഐച്ഛികവിഷയം, സുവോളജിയല്ല.

- *അധ്യാപകൻ എന്ന നിലയിൽ പഠിച്ച മറക്കാനാവാത്ത പാഠം?*

ഏതെങ്കിലും പുതിയ കാര്യം വിദ്യാർത്ഥികൾക്ക് നല്കിയാൽ, കവിത പഠിപ്പിക്കുമ്പോൾ കവിതയിലെ ഒരു ഇമേജിന് പകരമായി മറ്റൊരു ഇമേജ് നല്കിയാൽ വിദ്യാർത്ഥികളുടെ മുഖങ്ങൾ ചൈതന്യധന്യങ്ങളാകും. അതുകൊണ്ട് ഡിസിപ്ലിൻ എന്റെ ക്ലാസിൽ എനിക്ക് പരിപാലിക്കേണ്ടതായി വന്നിട്ടില്ല. ഇരുപതും ഇരുപത്തിയഞ്ചും നാഴിക അകലെയുള്ള കോളേജുകളിൽ പഠിക്കുന്ന കുട്ടികൾ (അവരിൽ കന്യാസ്ത്രീകളും ഉൾപ്പെടും) എന്റെ അനുമതിയോടെ മഹാരാജാസ് കോളേജിലെ എന്റെ ക്ലാസ്സിൽ വന്നിരിക്കാറുണ്ട്. വിദ്യാർത്ഥികളുടെ ഭാവനയെ ഉദ്ദീപിപ്പിച്ചാൽ അധ്യാപകൻ നല്ല അദ്ധ്യാപകനെന്ന പേരു നേടും. അതുതന്നെയാണ് ഞാൻ പഠിച്ച പാഠം.

- *ഉച്ചാരണത്തിലും ഭാഷാപ്രയോഗത്തിലും കടുത്ത നിഷ്കർഷയുള്ള 'ഭാഷാപൊലീസ്' സ്ഥാനം സ്വയം ആസ്വദിക്കുന്നുണ്ടോ? ഇക്കാര്യങ്ങളിൽ എന്തിനാണിത്ര വാശി?*

എന്റെ ഒരു സുഹൃത്ത് ലണ്ടനിലെ ഒരു മരുന്നുകടയിൽ കയറി 'സാനട്ടജൻ' ഉണ്ടോ എന്നു ചോദിച്ചു. 'ഇല്ല' എന്നു മറുപടി.

അദ്ദേഹം പത്തുകടകളിൽ കയറി സാനട്ടജനുവേണ്ടി. എല്ലായിടത്തുനിന്നും നോ എന്ന മറുപടിയേ കിട്ടിയുള്ളൂ. ഒരു കടയിലെ വില്പനക്കാരൻ സ്പെല്ലിങ്ങ് ചോദിച്ചു. Sanatogen എന്നു പറഞ്ഞു എന്റെ സ്നേഹിതൻ. "ഓ ദാറ്റീസ് സനാറ്റജൻ. ഇറ്റ് ഈസ് എവൈലബിൾ എവരി വേർ" എന്നു വില്പനക്കാരൻ. ഉച്ചാരണം തെറ്റിച്ചാൽ കേൾക്കുന്നവന് മനസ്സിലാവുകയില്ല പദത്തിന്റെ അർത്ഥം. എന്റെ വീട്ടിൽ ഒരമേരിക്കൻ വർഷങ്ങൾക്കുമുൻപ് വന്നു. ഞാൻ അയാളോട് 'ഓവൻ' എന്നു പറഞ്ഞു. Oven. 'ഓ ദാറ്റീസ് അവൻ' എന്നു സായ്പ്. ഉച്ചാരണം തെറ്റിയാൽ ആശയവിനിമയം നടക്കില്ല. ഭാഷാപ്രയോഗം തെറ്റിയാൽ വ്യക്തി നശിക്കും. വ്യക്തി നശിച്ചാൽ സമുദായം നശിക്കും. സമുദായം നശിച്ചാൽ രാജ്യം നശിക്കും. നമുക്ക് ജീർണ്ണത വന്നതു ഭാഷ തെറ്റായി പ്രയോഗിക്കുന്നതുകൊണ്ടാണ്.

- *കേരള രാഷ്ട്രീയം ശ്രദ്ധിക്കാറുണ്ടോ ? രണ്ടു മുന്നണികളും തമ്മിൽ കാര്യമായ വ്യത്യാസം തോന്നുന്നുണ്ടോ? സാഹിത്യവിമർശകനു പകരം രാഷ്ട്രീയ വിമർശകൻ ആയിരുന്നെങ്കിൽ ഈ ശൈലിയിൽ ആരെക്കുറിച്ച് എന്തൊക്കെ എഴുതുമായിരുന്നു?*

പൊളിറ്റിക്സിൽ ഞാൻ ഉൾപ്പെടില്ല. സദയം ക്ഷമിക്കണം. പൊളിറ്റിക്സിൽ ഞാൻ ഉൾപ്പെട്ടാൽ ഒരു വിഭാഗം എന്റെ കോളം വായിക്കാതെ പോകും. വായനക്കാർ കുറഞ്ഞാൽ പ്രതിഫലം ഇല്ലാതെയാവും. എഴുതി ജീവിക്കുന്നവനാണ് ഞാൻ.

- *സുഹൃത്ത് പി. ഗോവിന്ദപിള്ളയ്ക്ക് എതിരെ സി.പി.എം. നടപടി സ്വീകരിച്ചപ്പോൾ ഒരക്ഷരം എഴുതാതിരുന്നത് എന്തുകൊണ്ട്?*

പൊളിറ്റിക്സിൽ ഉൾപ്പെടില്ല എന്നതുകൊണ്ട്.

- *രാഷ്ട്രീയക്കാരിലും ഉണ്ടല്ലോ കലാമർമജ്ഞർ?*

നെഹ്റുവിനെപ്പറ്റി അങ്ങനെ പറയാം. നെഹ്റുവും ഡോ. സക്കീർ ഹുസൈനും എം.കെ.കെ. നായരും കൂടി നളചരിതം കഥകളി കാണുകയായിരുന്നു. സർപ്പത്തിൽനിന്ന് ദമയന്തിയെ രക്ഷിക്കാൻ കാട്ടാളൻ ചുവടുവെയ്ക്കുമ്പോൾ, ഇതിന്റെ വല്ല ആവശ്യവുമുണ്ടോ, അമ്പെടുത്ത് എയ്ത് അതിനെയങ്ങു കൊന്നാൽ പോരേ എന്ന് സക്കീർ ഹുസൈൻ നെഹ്റുവിനോട് ചോദിച്ചു. നെഹ്റു പറഞ്ഞു. ഇത് കലാവിഷ്കാരമാണ്. അതേക്കുറിച്ച് അറിയാത്തവർ അഭിപ്രായം പറയേണ്ട എന്ന്. ഇത് എം.കെ.കെ. നായർ എന്നോട് പറഞ്ഞതാണ്.

- *പരിചയപ്പെട്ടവരിൽ ഏറെ മതിപ്പ് തോന്നിയ വ്യക്തി? ഏറ്റവും വെറുപ്പ് തോന്നിയത് ആരോട്?*

ഏറെ മതിപ്പ് തോന്നിയ ആൾ എന്റെ ശിഷ്യൻ ഡോക്ടർ ഫാദർ ചെറിയാൻ കുനിയന്തോടത്ത്. (കുടുംബദീപത്തിന്റെ പത്രാധിപർ) ഏറ്റവും വെറുപ്പ് നേടിയ ആൾ എൻ. ഗോപാലപ്പിള്ള (സംസ്കൃത കോളേജ് പ്രിൻസിപ്പലായിരുന്നു അദ്ദേഹം)

- *സത്യസായിബാബയിൽ ഇപ്പോഴും പഴയതുപോലെ ശക്തമായ വിശ്വാസമുണ്ടോ ? ഈശ്വരവിശ്വാസത്തിന്റെ അടിസ്ഥാനമെന്ത്?*

എനിക്ക് ഐൻസ്റ്റൈൻ എന്ന ശാസ്ത്രജ്ഞന്റെ ബുദ്ധിയില്ല. അതുപോലെ ഈശ്വരസാക്ഷാത്കാരം ലഭിച്ചിട്ടില്ല എനിക്ക്. സത്യസായിബാബയാണ് അക്കാര്യത്തിൽ ഉത്കൃഷ്ട പുരുഷൻ. പക്ഷേ എനിക്ക് അദ്ദേഹത്തോട് പണ്ടുണ്ടായിരുന്ന ഭക്തി ഇപ്പോഴില്ല. കാരണം അദ്ദേഹത്തെ വധിക്കാൻ ചിലരെത്തിയപ്പോൾ അദ്ദേഹം ഐശ്വരാംശം ഉള്ളയാളിനെപ്പോലെയല്ല പെരുമാറിയത്. നമ്മൾ വിധികർത്താവിൽനിന്നു രക്ഷപ്പെടാൻ എന്തുമാർഗ്ഗം സ്വീകരിക്കുമോ ആ മാർഗ്ഗം

തന്നെ അദ്ദേഹവും സ്വീകരിച്ചു. ലോപമുണ്ടായി എന്റെ ഭക്തിക്ക്. ഐൻസ്റ്റൈൻ കുഞ്ഞായിരുന്നപ്പോൾ അച്ഛൻ വടക്കുനോക്കിയന്ത്രം കൊടുത്തു അവന്. കുട്ടി എത്ര ശ്രമിച്ചിട്ടും അതിന്റെ സൂചി വടക്കു ദിക്ക് നോക്കിയേ നില്ക്കുമായിരുന്നുള്ളൂ. മറ്റൊരിടത്ത് വരില്ല സൂചി. അപ്പോൾ അജ്ഞാതവും അജ്ഞേയവുമായ ശക്തിവിശേഷം ഈ പ്രപഞ്ചത്തെ ഭരിക്കുന്നുവെന്ന് ഐൻസ്റ്റൈൻ ഗ്രഹിച്ചു. ആ ശക്തി വിശേഷത്തിന്റെ മുൻപിൽ ഞാനും ആരാധകനായി നില്ക്കുന്നു.

- *എങ്ങനെയാണ് സായിബാബയുടെ ഭക്തനായത്?*

എന്റെ ഒരു മകൾക്ക് ഇടയ്ക്കിടെ സന്നിവരുമ്പോൾ രക്ഷിക്കണേ ഭഗവാനേ എന്നു വിളിച്ചു പ്രാർത്ഥിക്കുമായിരുന്നു. പ്രാർത്ഥിക്കുമ്പോ ഴൊക്കെ സന്നിയുടെ ലക്ഷണങ്ങൾ മാറും. അങ്ങനെ വിശ്വാസമായി. ഒരു മകൾ കുഞ്ഞായിരിക്കുമ്പോൾ സന്നി വന്നു മരിച്ചിട്ടുണ്ട്. അതുകൊണ്ട് പേടിയുണ്ടായിരുന്നു.

- *ജീവിതത്തിലെ ഏറ്റവും വലിയ 'ഷോക്ക്' എന്തായിരുന്നു? ഏക മകന്റെ മരണം? അതെങ്ങനെ അതിജീവിച്ചു?*

ചില രോഗങ്ങൾക്ക് ഔഷധംകൊണ്ട് ശമനം കിട്ടുകയില്ല. അതിന് കാലപരിധിയുണ്ട്. അതുപോലെ ദുഃഖത്തിനും ശമനം കിട്ടും, കാല പരിധി കഴിഞ്ഞാൽ.

- *എം. കൃഷ്ണൻനായർക്ക് ഒരു നിർവചനം?*

എം. കൃഷ്ണൻനായർ - നിർവ്വചനം - കൊല്ലങ്കോട്ടു ഗോപാലൻ നായർ, എം.എച്ച്. ശാസ്ത്രികൾ. ഈ.വി. ദാമോദരൻ (സംസ്കൃത കോളേജിലെ പ്രൊഫസറായിരുന്നു) ഇവരുടെ മുൻപിൽ അക്ഷര ശൂന്യൻ. അക്ഷരശൂന്യരും കഴുതകളുമായ ബഹുജനത്തിന്റെ മുൻപിൽ മഹാപണ്ഡിതൻ, നിരൂപകൻ.

- *സ്വയം ചോദിക്കാൻ ആഗ്രഹിക്കുന്ന ഒരു ചോദ്യവും അതിന് ഉത്തരവും?*

ചോദ്യം - കൃഷ്ണൻനായരേ, നിങ്ങൾ സത്യസന്ധനാണോ?

ഉത്തരം - ഞാൻ ഗ്രന്ഥകാരന്മാർ ആവശ്യപ്പെടാതെ അവരുടെ ഗ്രന്ഥ ങ്ങൾ റെവ്യൂ ചെയ്യാമെന്നു പറയും. റെവ്യൂ എഴുതുകയുമില്ല. കള്ളൻ എന്നു ഗ്രന്ഥകാരന്മാർ വിളിച്ചാൽ എനിക്ക് പരാതിയില്ല.

- *ആത്മകഥ എഴുതാത്തത് എന്ത്? എഴുതിയാൽ എന്തായിരിക്കും അതിന്റെ പേര്? ആദ്യവാചകങ്ങൾ...*

അഗസ്റ്റിൻ പുണ്യാളൻ, കാസാൻ ദ്സാകീസ്, ഫ്രോയ്ഡ്, വെർജീനിയ വുൾഫ്, ഗാന്ധിജി, ജവഹർലാൽ നെഹ്റു ഈ മഹാന്മാർക്കേ ആത്മകഥ എഴുതാൻ അധികാരമുള്ളൂ. അവരുടെ ജീവിതകഥകൾ

ജനതയ്ക്ക് ഉത്തേജനം നല്കും. എന്റെ പിതാവ് എക്സൈസ് ഇൻസ്പെക്ടറായിരുന്നു എന്ന മട്ടിൽ ഞാനെന്തിന് ആത്മകഥ എഴുതണം? ചോദ്യത്തിന് സമ്പൂർണ്ണമായ ഉത്തരം പറയട്ടെ; ആത്മകഥ എഴുതിയാൽ ആദ്യത്തെ വാക്യങ്ങൾ ഇപ്രകാരമായിരിക്കും. "നല്ല തന്തയ്ക്കും തള്ളയ്ക്കും ജനിക്കുന്നവനാണ് ഭാഗ്യവാൻ."

- *ഇപ്പോഴത്തെ മാനസികാവസ്ഥ, അസുഖം, പ്രായം... മനസ്സിനെ ബാധിക്കുന്നുണ്ടോ?*

എനിക്ക് എൺപത്തിമൂന്നു വയസ്സായി. നടക്കാൻ വയ്യ. താഴെയിരുന്നാൽ എഴുന്നേല്ക്കാൻ വയ്യ. പക്ഷേ തലച്ചോറ് പ്രവർത്തിക്കുന്നു, ഭംഗിയായി. കൈയക്ഷരം മോശമായിപ്പോയി. എങ്കിലും കോളം ഇരുപത്തഞ്ചുവയസ്സുകാരൻ എഴുതിയതുപോലെയാണ്. മസ്തിഷ്കം തളർന്നാൽ പിന്നെ എനിക്ക് ജീവിതമില്ല.

- *ജനനത്തിയതി അനുസരിച്ച് വയസ്സ് എൺപത്തൊന്നേ ആയിട്ടുള്ളല്ലോ?*

ഒന്നു രണ്ടുവയസ്സ് ഞാൻ എപ്പോഴും കൂട്ടിപ്പറയും, ഒരു രസത്തിന്.

(2004)

സുകുമാർ അഴീക്കോട് (1926–2012)

ഉറച്ച നിലപാടുകളായിരുന്നു സുകുമാർ അഴീക്കോടിന്റെ സാമൂഹിക ഇടപെടലുകളുടെ അടിത്തറ. തുറന്നെതിർത്തപ്പോഴും വാരിപ്പുണർന്നപ്പോഴും അദ്ദേഹം മുഖം നോക്കിയില്ല. അന്ധമായ വിരോധത്തേയോ അമിതമായ മമതയേയോ കൂടെ നിർത്തിയില്ല. സാമൂഹികനീതിയുടെ പക്ഷത്തുനിന്നുള്ള അഭിപ്രായങ്ങൾക്ക് സത്യത്തിന്റേയും പാണ്ഡിത്യത്തിന്റേയും വെളിച്ചമുണ്ടായിരുന്നു. അദ്ദേഹം വാർത്തകളിൽ നിറഞ്ഞുനിന്ന ഒരു കാലഘട്ടത്തിലെ ഈ തുറന്നുപറച്ചിലിലുമുണ്ട് ഇതെല്ലാം.

അഴീക്കോടിന്റെ സൗന്ദര്യം

- *ഇങ്ങനെയൊക്കെ പറഞ്ഞ് ചിന്തിപ്പിക്കുകയും ചിരിപ്പിക്കുകയും ചെയ്യുന്ന അഴീക്കോട് സാറിനോട് ആദ്യം ചോദിക്കാനുള്ളതും ചിരിയെക്കുറിച്ചാണ്. കേരളത്തിൽ എത്ര സാഹിത്യകാരന്മാർ ചിരിക്കുന്നവരുണ്ട്?*

അപ്പോഴാണ് നമ്മുടെ ചിരി അവസാനിച്ച് പോവുക. ചിരിക്കുന്നവർ വളരെ കുറവാണ്. പണ്ട് അങ്ങനെയായിരുന്നില്ല. മിക്കവരും ചിരിക്കുന്നവരും ചിരിപ്പിക്കുന്നവരുമായിരുന്നു, അതുകൊണ്ട് എഴുത്തുകാരുടെ മാനസികമായ ആരോഗ്യം തകരുകയാണ്. നേരത്തെയുള്ള തലമുറ, പി.സി. കുട്ടികൃഷ്ണൻ, നമ്മുടെ പൊറ്റെക്കാട്ട്, പിന്നെ ബഷീർ അവരൊക്കെ എന്ത് വാചകം പറഞ്ഞാലും ചിരിയാണ്. ആര് എന്തു പറഞ്ഞാലും ചിരിക്കും.

- *നടൻ ശ്രീനിവാസന് ഏറ്റവും സന്തോഷം കിട്ടിയത് ശ്രീനിവാസൻ സുന്ദരനാണെന്ന് സാറ് പറഞ്ഞപ്പോഴാണെന്ന് എഴുതിയിട്ടുണ്ടായിരുന്നു. പക്ഷേ അതുപോലെ സാറ് സുന്ദരനാണെന്ന് ആരെങ്കിലും പറഞ്ഞിട്ടുണ്ടോ, പ്രത്യേകിച്ചും സ്ത്രീകൾ?*

എന്നോട് എത്രയോ പേർ പറഞ്ഞിട്ടുണ്ട്, സുന്ദരനാണെന്ന്. അവർക്ക് വളരെ ഇഷ്ടവുമാണ്. ഞാൻ ചോദിച്ചു. എന്താണ് സംഗതി? അത് അവർ പറയുന്നില്ല. അവർ ചിലർ വളരെ പേരുള്ളവരാണ്. പറഞ്ഞാൽ ആളുകൾ പല അഭ്യൂഹങ്ങളും ഉണ്ടാക്കും. അതുകൊണ്ട് പറയുന്നില്ല. നമ്മുടെ മനസ്സ് വാക്കിലൂടെയുമൊക്കെ വരുമ്പോൾ മുഖത്ത് ഒരു ട്രാൻസ്ഫർമേഷൻ ഉണ്ടാവുമെന്ന് തോന്നുന്നു.

- *സാറിന് വിവാഹമില്ല, പ്രിയതമയില്ല. അങ്ങനെയുള്ള ഒരു ജീവിതമാണല്ലോ. വിവാഹത്തെക്കുറിച്ച് സാറ് പലതരത്തിൽ പറഞ്ഞിട്ടുണ്ട്. ഒന്ന്, വിവാഹം കഴിക്കാഞ്ഞത് നന്നായി എന്നു പറഞ്ഞിട്ടുണ്ട്. ചില സമയത്ത്, അല്ല. കഴിച്ചിരുന്നെങ്കിൽ ഒരു കുടുംബത്തിന്*

രക്ഷകനുണ്ടാകുമായിരുന്നു, എനിക്കതിൽ പശ്ചാത്താപമുണ്ടെന്ന് പറഞ്ഞിട്ടുണ്ട്. യഥാർത്ഥത്തിൽ സാറിന്റെ വികാരം അതിനെക്കുറിച്ച് എന്താണ്?

കുട്ടിയായിരുന്ന കാലത്ത് തന്നെ വളരെ മുതിർന്ന ഒരു സങ്കല്പമുണ്ടായിരുന്നു. അതുകൊണ്ട് ഇപ്പോഴുള്ള പ്രായത്തിലും എനിക്ക് ഇതിലൊരു ഇച്ഛാഭംഗമോ സങ്കടമോ ഇല്ല. വിവാഹമില്ലാത്തതിനെപ്പറ്റി ഞാൻ എത്രയോ തമാശ പറഞ്ഞിട്ടുണ്ട്. ആളുകളുടെ ഒരു സ്ഥിരം കൈയടി വിവാഹത്തെപ്പറ്റി പറയുമ്പോഴാണ്. അതെനിക്ക് ഉറപ്പാണ്.

- *അപ്പോൾ കൈയടി മാത്രമേ അതിൽ ലക്ഷ്യമാക്കുന്നുള്ളൂ. അല്ലാതെ വിവാഹം വേണ്ട എന്നതിൽ ജനുവിൻ ആയൊരു വിഷമം തോന്നിയിട്ടില്ല?*

ഇല്ല, ഇതുവരെ തോന്നിയിട്ടില്ല. അതിനൊരു കാരണം, കുടുംബത്തിൽ ആകുമ്പോൾ ഒരു ഏകാന്തതയുണ്ട്. അത് വൈകുന്നേരം ആകുന്തോറും ഒരു ശത്രുവിനെപോലെയേ നിങ്ങളെ വലയം ചെയ്യൂ. ആ ഏകാന്തതയിൽ നമ്മുടെ മാനസികമായ എല്ലാ സ്ഥൈര്യവും തകർന്നുപോവും. എനിക്ക് ഈ പ്രഭാഷണമുള്ളതുകൊണ്ട് വൈകുന്നേരം നിങ്ങളെ പോലുള്ളവരുടെ കൂട്ടത്തിലാവും. എവിടെയാ പിന്നെ വിഷമം?

- *എനിക്ക് ചോദിക്കാനൊരു കാര്യമുണ്ട്. സാറിന് ഏതാണ്ട് രണ്ട് വീട് എന്ന് വേണമെങ്കിൽ പറയാം. ഒരു വീട് പണിയിലാണ്. മറ്റേ വീട് ഇപ്പോഴും ഉണ്ടെന്ന് പറയാം. നല്ലൊരു പുസ്തകസഞ്ചയമുണ്ട്. അത്യാവശ്യം ബാങ്ക് ബാലൻസുണ്ട്. ഒരു മകനുണ്ടായിരുന്നെങ്കിൽ ഇതൊക്കെ അങ്ങോട്ട് കൊടുക്കാമായിരുന്നു, എന്നൊരു തോന്നൽ വേണമെങ്കിൽ വരാം.*

ഇല്ല. ഞാൻ വിവാഹം കഴിക്കാതിരിക്കാനുള്ള ഒരു കാരണം ഞാൻ പറയാറുള്ളത്, ഈ പിള്ളേരൊന്നും ഈ പുസ്തകം ഉപയോഗിക്കില്ല എന്നാണ്. നശിപ്പിച്ചു കളയും എന്നുള്ളൊരു ഭയം എനിക്കുണ്ട്. അതെന്റെ മരുമക്കളിൽനിന്ന് ഞാൻ മനസ്സിലാക്കി. എന്റെ പെങ്ങളുടെ മക്കൾ. ഞാൻ അഴീക്കോട് ചെന്നപ്പോൾ എന്റെ എല്ലാ പുസ്തകങ്ങളും ചിതൽ പിടിച്ചിരിക്കുന്നു. അങ്ങനെയാണ് ഞാൻ തൃശ്ശൂരേക്ക് കൊണ്ടുവന്നത്. അവർ തിരിഞ്ഞുനോക്കില്ല പുസ്തകം. എനിക്ക് കഠിനവിരോധം ആ പിള്ളേരോട് തോന്നാനുള്ള കാരണം ഇതാണ്. ഞാനിത്രയും പ്രധാനമായി കാണുന്നത് ഇവർ എത്ര നിസ്സാരമായി കാണുന്നു.

- *അപ്പോൾ ആ സ്വത്തെല്ലാം ഇനി ആർക്ക് കൊടുക്കും?*

അത് ഞാനിങ്ങനെ ആലോചിക്കുകയാണ്. ട്രസ്റ്റുണ്ട്. ട്രസ്റ്റിന് പക്ഷേ കൊടുക്കേണ്ട. എങ്ങനെയാണ് അതിന്റെ വഴി എന്ന് വ്യക്തമായിട്ടില്ല. എന്റെ കൈയിലുള്ള ഈ പുസ്തകമൊക്കെ മലയാളപുസ്തകങ്ങളാണ്. വളരെ പഴയ പുസ്തകങ്ങളാണ്. തൊട്ടാൽ പൊടിയും.

- *അല്പം രാഷ്ട്രീയം പറയാമെന്ന് കരുതുകയാണ്. അതായത്, ചില ആളുകൾക്ക് ഇപ്പോൾ ഒരു സംശയമുണ്ട്. സുകുമാർ അഴീക്കോടിന് എന്തുപറ്റി, അതിന് പ്രധാന കാരണമായി എനിക്ക് തോന്നുന്നത് ഇടതുപക്ഷത്തോട് വളരെ ചാഞ്ഞുനിൽക്കുന്നതായി ഒരു ധാരണ യുണ്ട്?*

ഇടതുപക്ഷത്തോട് എന്തുകൊണ്ട് ചായുന്നു എന്നതല്ല യഥാർത്ഥ ചോദ്യം. എന്തുകൊണ്ട് കോൺഗ്രസ്സിനോട് അടുക്കാൻ കഴിയു ന്നില്ല എന്നതാണ് ഏറ്റവും പ്രധാനപ്പെട്ടത്. കോൺഗ്രസ്സിനോട് അടുക്കാൻ സാധ്യമല്ല. കാരണം, ഗാന്ധിജിയും നെഹ്റുവും കോൺഗ്രസ്സിനെ ഏല്പിക്കുന്ന ഒരു വലിയ ആദർശത്തിന്റേയും സങ്കല്പത്തിന്റേയും അതേപോലെ തന്നെ ഭാവിയെപ്പറ്റിയുള്ള യാഥാർത്ഥ്യബോധത്തിന്റേയും ഒരു ചിത്രമുണ്ട്. അത് അവർ നശി പ്പിച്ചുകളഞ്ഞു.

- *കോൺഗ്രസ്സിനോടുള്ള വിരോധംകൊണ്ട് മാത്രമാണോ?*

വിരോധമല്ല, ഞാനിങ്ങനെ നില്ക്കുന്നതുകൊണ്ട് കോൺഗ്രസ്സിൽ തന്നെയും ചില ചിന്താഗതികളൊക്കെ വരുന്നുണ്ട്. എന്നെ ഇതുവരെ തള്ളിപ്പറഞ്ഞിട്ടില്ല.

- *അപ്പോൾ വി.എസ്. അച്യുതാനന്ദനെക്കുറിച്ചാണെങ്കിലും; അദ്ദേഹ ത്തെപ്പറ്റി വികൃത ഭൂമികളെ സുകൃതഭൂമികളാക്കുന്ന ആളാണ്, ഹിമാലയത്തോളം ജനസമ്മിതി അദ്ദേഹത്തിനുണ്ട് എന്നൊക്കെ അഴീക്കോട് സർ പ്രസംഗിച്ചിട്ടുണ്ട്. മുഖ്യമന്ത്രി ആയതിനുശേഷം ആ വി.എസിനെ കുറിച്ച് അങ്ങനെതന്നെ തോന്നാറുണ്ടോ?*

പ്രതിപക്ഷ നേതാവായിരിക്കുമ്പോൾ അദ്ദേഹത്തിന് പരിപൂർണ്ണ സ്വാതന്ത്ര്യമാണ്. മുഖ്യമന്ത്രി ആയിരിക്കുമ്പോൾ എപ്പോഴും ഭരണ ത്തിന്റേയും പിന്നെ ഇത് പ്രായോഗികമാക്കാനുള്ള ഒരു കടപ്പാടുണ്ട്, അതിന്റെയുമെല്ലാം നിയന്ത്രണം വരും. ആ നിയന്ത്രണങ്ങളൊക്കെ യായിട്ടും അങ്ങേരുടെ പ്രധാനമായ ചില ഇരിപ്പിടങ്ങളുണ്ട്. അതിൽ നിന്ന് മാറിയിട്ടില്ല.

- *ഞാൻ ചോദിക്കുന്നത് അദ്ദേഹം പാർട്ടിയുടെ ഒരു തടവുകാരനാണ് എന്ന് എപ്പോഴെങ്കിലും തോന്നിയിട്ടുണ്ടോ?*

പാർട്ടിയിൽ ആരു വന്നാലും തടവുകാരനാണ്.

- *അത് പാർട്ടിയുടെ സ്വഭാവം കൊണ്ടാണോ?*

പാർട്ടിയുടെ സ്വഭാവംകൊണ്ടുതന്നെയാണ്. ഒരു വ്യക്തിയുടെ സ്വാതന്ത്ര്യം കൊടുക്കില്ല അവർ. അത് കോൺഗ്രസ്സിലും ഉണ്ടായിരുന്നു.

- *ഞാൻ ചോദിച്ചുവന്നത് വി.എസ്. അച്യുതാനന്ദനെ മത്സരിപ്പിക്കണ്ട എന്നൊരു തീരുമാനം വെച്ചിരുന്നല്ലോ. അതിനെതിരെ അഴീക്കോട് സർ തന്നെ രംഗത്ത് വന്നിരുന്നു. ആ തീരുമാനം ശരിയല്ല എന്നു പറഞ്ഞ്. എന്തുകൊണ്ടാണ് അങ്ങനെ തോന്നിയത് ? പാർട്ടിയുടെ ഒരു തീരുമാനത്തിനെതിരെ?*

പാർട്ടി എന്ന നിലയ്ക്കല്ല, ആ ചെയ്തത് ഒരു വലിയ അനീതിയാണെന്ന് എനിക്ക് ബോധ്യപ്പെട്ടു. ആ അനീതി കമ്മ്യൂണിസ്റ്റ് പാർട്ടിയെ പോലൊരു പാർട്ടി ചെയ്യാൻ പാടില്ല. അതുകൊണ്ട് ഞാൻ അവരോട് ചോദിച്ചു, നിങ്ങളെപോലുള്ളവർ 40–45 വയസ്സായപ്പോൾ എത്തിചേർന്ന ഉന്നതസ്ഥാനങ്ങൾ ഉണ്ടല്ലോ, അവിടെ 85 വയസ്സുള്ള ഒരാൾക്ക് ചേരാൻ വയ്യാതാക്കുന്നത് അനീതിയാണോ? അടുത്ത തവണ 90 ആവുമ്പോൾ നിങ്ങൾ 90–ന്റെ യുക്തി പറഞ്ഞ് അയാളെ തഴയും. അത് ശരിയാണോ എന്ന് ചോദിച്ചു. ബി.ആർ.പി. ഭാസ്കർ അത് പറഞ്ഞു. ഞാൻ ചില സഖാക്കളോട് ചോദിച്ചപ്പോൾ അവർ പറഞ്ഞു ഈ അനീതിയുടെ ഗൗരവം മാഷ് ലേഖനമെഴുതിയപ്പോഴാണ് ഞങ്ങൾക്ക് തെളിഞ്ഞുവന്നത്.

- *വി.എസും അതിനെപ്പറ്റി ഒന്ന്....?*

വി.എസ്. മുഖ്യമന്ത്രി ആയല്ലോ? അപ്പോൾ എന്നെ വിളിച്ചിരുന്നു. പക്ഷേ അധികം ഒന്നും സംസാരിച്ചില്ല. അദ്ദേഹം അനുമോദനം എന്നു പറഞ്ഞു. അപ്പോൾ ഞാൻ പറഞ്ഞു നിങ്ങളേയല്ലേ ഞാൻ അനുമോദിക്കേണ്ടത്? അപ്പോൾ അദ്ദേഹം പറഞ്ഞ വാക്ക് ഇതാണ്. ഒരു വലിയ കാറ്റ് ഉയർത്തിയില്ലേ, അതിനെപ്പറ്റിയാണ് ഞാൻ അനുമോദിച്ചത്.

- *അപ്പോൾ അദ്ദേഹത്തിന്റെ ആഗ്രഹങ്ങൾക്ക് വിരുദ്ധമായിരുന്നു പാർട്ടിയുടെ തീരുമാനം എന്ന് അതിൽനിന്ന് വ്യക്തമല്ലേ?*

വ്യക്തമാണ്. പാർട്ടിക്ക് അതുണ്ടായിരുന്നു. ആരോ ഒരു തെറ്റു ചെയ്തു. എന്റെ ലേഖനവും വേറെ പലതും മീഡിയ തന്നെയും ഒരുപാട് അച്യുതാനന്ദനെ സഹായിച്ചിട്ടുണ്ട്. അങ്ങനെ ഒരു

രീതിയിൽ വന്നതിന് എനിക്ക് വളരെ സന്തോഷമുണ്ട്. പക്ഷേ പാർട്ടിയിലുള്ള ആരും അതിന്റെ പേരിൽ എന്നോട് ഒരു പിണക്കവും കാണിച്ചിട്ടില്ല. ഇനി അച്യുതാനന്ദൻ പിണറായിക്കെതിരെയാണെങ്കിലും അങ്ങനെ ചെയ്യുന്നത് ശരിയല്ല.

- *ശത്രുക്കളെ സംബന്ധിച്ച് അഴീക്കോട് സാറിന്റെ ഒരു നയമെന്താണ്?*

ഈ ശത്രുപക്ഷത്ത് നിൽക്കുന്നവർ ഇങ്ങനെ മാറി മാറി വരുന്നു. ചിലപ്പോൾ സീസണൽ ആവാം ശത്രു. ചിലപ്പോൾ എം.ടി. ആയിരിക്കും. ചിലപ്പോൾ ടി. പത്മനാഭൻ ആയിരിക്കും. അല്ലെങ്കിൽ കരുണാകരൻ, ആന്റണി, ഉമ്മൻചാണ്ടി. ശത്രുക്കൾ നമ്മുടെ ചില റിയാക്ഷൻസ് കൊണ്ട് ഉണ്ടാവുന്ന അകൽച്ചയാണ്. പക്ഷേ ഈ പറഞ്ഞവരെല്ലാം, ഞാനീ പറയുന്നതുകൊണ്ടുള്ള മാനസികമായ അകൽച്ചയല്ലാതെ അത് ഒരു പകപോക്കലോ മറ്റോ ആയിട്ടുള്ള ഒരു അകൽച്ചയായിട്ട് എടുത്തിട്ടില്ല. ഞാനിപ്പോൾ പേര് പറയുന്നില്ല. എന്നെ വളരെയേറെ എതിർത്ത രണ്ടുമൂന്നുപേർ പിന്നീട്, എന്നോട് വളരെയടുത്ത സ്നേഹം പ്രകടിപ്പിക്കുന്നവരായി മാറി.

- *സാറ് വളരെ കർശനമായ നിലപാടുകൾ എടുക്കുന്നവരുമായി പിന്നീട് വേദി പങ്കിടുകയും അവരോടൊപ്പം തന്നെ സഞ്ചരിക്കുകയുമൊക്കെ ചെയ്യുമ്പോൾ സാറ് പ്രസംഗിക്കുന്നതിന് ഒരു അക്കാദമിക്ക് താത്പര്യം മാത്രമേ ഉള്ളൂ എന്ന് ചിലർക്ക് കരുതിക്കൂടെ?*

ആദർശപരമായ വിഷയമല്ല, ഇത് വ്യക്തിപരമായ അടുപ്പമാണ്. കരുണാകരനെ ഇപ്പോൾ ഞാൻ എതിർക്കാത്തത് എതിർക്കുന്ന സ്ഥാനത്തല്ല അദ്ദേഹമിപ്പോളുള്ളത് എന്നതാണ്. ഞാൻ തന്നെ പറഞ്ഞു അദ്ദേഹം ശവപ്പെട്ടിയിൽനിന്ന് തലപൊക്കിയിട്ട് സംസാരിക്കുകയാണെന്ന്. ഭയങ്കരമായ അറ്റാക്കാണ്. അതിന്റെ ലീഡ് പൊക്കിയിട്ട് സംസാരിക്കയാണ്. അപ്പോൾ പിന്നെ എതിർത്തിട്ട് അങ്ങേർക്കും എന്നോട് എതിർപ്പില്ല. ഇപ്പോൾ എന്നെപ്പറ്റിയുള്ള സ്മരണിക വരുന്നുണ്ട്. ചെറുപ്പക്കാരുടെ. അതിന് ലേഖനമയച്ചുകൊടുത്തു കരുണാകരൻ.

- *ഒരുപക്ഷേ ഏറ്റവും കൂടുതൽ കരുണാകരനെയാവും ജീവിതത്തിൽ എതിർത്തിരിക്കുന്നത്?*

ഏറ്റവും കൂടുതൽ. കാരണം, അദ്ദേഹം വളരെക്കാലം മുഖ്യമന്ത്രിയായിരുന്നല്ലോ. പക്ഷേ ഒരു വിരോധവുമില്ല.

- *പൊതുവെ പകയില്ലെന്ന് പറഞ്ഞെങ്കിലും ആർക്കെങ്കിലും സാറിനോട് പകയുള്ളതായി തോന്നിയിട്ടുണ്ടോ? ഉദാഹരണത്തിന് വെള്ളാപ്പള്ളി നടേശൻ, എം.കെ. സാനു?*

വെള്ളാപ്പള്ളി നടേശന് എന്നോടുള്ള അലോഹ്യം എന്നു പറഞ്ഞാൽ കൂടെ നില്ക്കുന്നില്ലല്ലോ എന്ന അലോഹ്യമാണ്. ഇയാള് കൂടെ നില്ക്കുന്നില്ലല്ലോ? അങ്ങനെയാണ് പലരുടേയും അലോഹ്യം. പക്ഷേ ഇപ്പോഴും ഞാൻ വെള്ളാപ്പള്ളിയുടെ ചില നല്ല ഭാഗങ്ങൾ കാണുന്നുണ്ട്. അദ്ദേഹത്തിന് ശ്രീനാരായണനെ മനസ്സിലാകുന്നില്ലെന്ന് ഒരു കുറ്റമായി പറയരുത്. ശ്രീനാരായണനെ അതിലും വലിയവർക്ക് പോലും മനസ്സിലാവുന്നില്ല. മറ്റു സംഗതിയിൽ അദ്ദേഹത്തിന് ഒരു സജീവതയുണ്ട്. ഒരു ചൈതന്യമുണ്ട്. ഇതൊക്കെ എന്റെ മനസ്സിലുണ്ട് എന്ന് പുള്ളിക്കും അറിയാം. ഇപ്പോഴും ആ ഒരിതുണ്ട്.

- *വെള്ളാപ്പള്ളി സാറുമായി പ്രശ്നമുണ്ടായിരുന്ന കാലത്ത് അദ്ദേഹത്തിന്റെ ചില പ്രസ്താവനകൾ ഉണ്ടായിരുന്നല്ലോ. നാടൻ ഉപമകളൊക്കെ ഉപയോഗിച്ച്. വെള്ളാപ്പള്ളിയെപോലൊരാൾക്ക് ഇങ്ങനെ ഒരു സിദ്ധി ഉണ്ടെന്ന് നമുക്ക് അറിയില്ല. അതിനെ സാറ് അംഗീകരിച്ചിട്ടുണ്ടോ?*

പുള്ളി ചേർത്തലയിൽ വളരെ ചെറുപ്പത്തിൽതന്നെ പൊതുസംഘടനകളിലൊക്കെ പ്രവർത്തിച്ചിട്ടുണ്ട്. ഒന്നുരണ്ട് ലീഡർഷിപ്പ് ക്വാളിറ്റീസ് ഉണ്ട്. ഒന്ന് സംസാരിക്കുന്നത്. വളരെ വേഗത്തിൽ ഉയർന്ന സംസാരമല്ല, ചെറിയ സംസാരം. പക്ഷേ, വളരെ പെട്ടെന്ന് ഈ ചെറിയ ആളുകളുടെ മനസ്സിൽ എത്തിക്കാനുള്ള കഴിവുണ്ട്. അതുകൊണ്ടാണ് ഇപ്പോഴും നില്ക്കുന്നത്.

- *അഴീക്കോട് സാറിനേയും വെള്ളാപ്പള്ളിയേയും ഒരേ വേദിയിൽ അടുത്തെന്നെങ്കിലും കാണാൻ കഴിയുമോ?*

അതിപ്പോൾ അദ്ദേഹം പറഞ്ഞിട്ടാണോ അല്ലയോ ലോഹ്യത്തിനായി ചിലരൊക്കെ വന്നിരുന്നു. അപ്പോൾ ഞാൻ പറഞ്ഞു, അതൊക്കെ സ്വാഭാവികമായി നടക്കട്ടെ.

- *ഒരു കാര്യത്തിലും കോംപ്രമൈസ് പാടില്ല എന്ന് മലയാളികളെ പഠിപ്പിച്ച ഒരാളാണ് അഴീക്കോട് സാറ്. അതേ സമയം അഴീക്കോട് സാറ് തന്നെ ചില കാര്യങ്ങളിൽ കോംപ്രമൈസ് ചെയ്യുന്നു. ഒരു ഉദാഹരണം പറഞ്ഞുകഴിഞ്ഞാൽ ഉമ്മൻചാണ്ടിയിൽനിന്ന് അവാർഡ് വാങ്ങില്ല എന്ന് പറഞ്ഞു. സാറ് തന്നെ അതിനുശേഷം മനസ്സ് മാറ്റി സാഹിത്യ അക്കാദമിയുടെ അവാർഡ് ഉമ്മൻചാണ്ടിയുടെ കൈയിൽനിന്ന് വാങ്ങി?*

അവാർഡ് വാങ്ങില്ല എന്നു പറഞ്ഞപ്പോഴും ഞാൻ പത്രപ്രസ്താവനയിൽ പറഞ്ഞിരുന്നു. അദ്ദേഹത്തിന്റെ മറുപടി വന്ന് തൃപ്തികരമാണെങ്കിൽ അത് വാങ്ങാവുന്നതാണ്. അന്ന് കൃഷ്ണയ്യരും

ഉണ്ടായിരുന്നു, ആ പത്രപ്രസ്താവനയിൽ. പിന്നെ അദ്ദേഹം എനിക്കെഴുതിയ കത്ത്, ഞാനത് വായിച്ചപ്പോൾ ഒരു മുഖ്യമന്ത്രി അത്രയും വിനീതനായി എഴുതാൻ പാടില്ല. അത്രയ്ക്കും വിനീതനായിട്ട്. അതുകൊണ്ടാണ് സ്വീകരിച്ചത്; അല്ലാതെ എനിക്ക് എഴുത്തച്ഛൻ അവാർഡിന്റെയൊന്നും ഒരു ആവശ്യവുമില്ല.

- *സഹിഷ്ണുതയുടെ കാര്യം വരുമ്പോൾ എങ്ങനെയാണ്? അഴീക്കോട് സാറിന് ആരെയും വിമർശിക്കാം. പക്ഷേ സാറിനെ ആർക്കും വിമർശിച്ചുകൂടാ എന്നുണ്ടോ?*

എനിക്കിപ്പോൾ 81 വയസ്സായി. 62 കൊല്ലം ജനങ്ങൾക്കുമുമ്പിൽ ജീവിച്ചതാണ്. ഇനി എന്നെപ്പറ്റി അറിയാൻ ഒന്നും ബാക്കിയില്ല. ഇവർ പറയുന്നതൊക്കെ ഞാൻ പ്ലാറ്റ് ഫോമിൽ പറയാറുള്ളതാണ്. ഇവർ പറയുന്ന എന്റെ പ്രണയമായാലും വേറെ എന്തായാലും എനിക്ക് ഒന്നും ഒളിച്ചുവെക്കേണ്ടതില്ല. പിന്നെ ഞാൻ അങ്ങനെയൊരു ചീപ്പ്/കൊള്ളരുതാത്തവൻ അല്ല. ചില വീഴ്ചകൾ ഒക്കെ വന്നിട്ടുണ്ട്. പക്ഷേ, ചീത്ത ചെയ്യാറില്ല. ചീത്ത ചെയ്താലും ചീത്ത ചെയ്തു എന്നു മനസ്സിലായാൽ പിൻതിരിയുന്ന ആളാണ്.

- *സാറ് ഓരോ കാര്യങ്ങളെപ്പറ്റി വരുമ്പോൾ, സ്വാശ്രയപ്രശ്നമോ എന്തുമായിക്കോട്ടെ, നിലപാടെടുക്കുമ്പോൾ സാറിന്റെ മനസ്സിൽ ആദ്യം വരുന്നതെന്താണ്? അതിന്റെ ഒരു യുക്തിയാണോ, അതോ വികാരമാണോ, സൗകര്യമാണോ, ഒരു നിലപാട് എടുക്കുന്നതിൽ സാറിനെ പ്രേരിപ്പിക്കുന്നത്?*

എന്റെ നിലപാട് ബേസിക് ആയി ഗാന്ധിയൻ നിലപാടാണ്. ഗാന്ധിയൻ നിലപാട് എപ്പോഴും പൊതുജീവിതത്തിൽ നിങ്ങളെ നയിക്കേണ്ടത്, ഒരു പുതിയ നയമോ പരിപാടിയോ നിയമമോ വരുമ്പോൾ അത് ഏറ്റവും പാവപ്പെട്ടവന് ഗുണമോ ദോഷമോ? എന്നതിനെ ആശ്രയിച്ചിട്ടാണ് തീരുമാനമെടുക്കേണ്ടത്. അതാണ് അൺടു ദിസ് ലാസ്റ്റ്. ബൈബിളിലെ ക്വട്ടേഷനാണ്. അവസാനത്തവനെ ഇത് എങ്ങനെ ബാധിക്കും? സ്വാശ്രയകോളേജിലും അവസാനത്തവനെ ചവിട്ടിമെതിക്കും. അതുകൊണ്ട് ഞാനതിന് എതിരാണ്.

- *ദേശാഭിമാനിയിൽ അടുത്തകാലത്ത് ഒരു കത്ത് വന്നപ്പോൾ അഴീക്കോട് സാറ് പെട്ടെന്ന് തന്നെ പ്രതികരിച്ചു. പെട്ടെന്നുതന്നെ അവരുമായിട്ടൊരു ബന്ധവുമില്ലെന്ന് പറഞ്ഞു. എങ്ങനെയാണ് അത് ശരിക്കും അനുനയിപ്പിച്ചത്?*

എനിക്കിത് വായിച്ചപ്പോൾ എന്തെന്നില്ലാത്ത ദേഷ്യം തോന്നി. ഇങ്ങനെ ഒരുത്തൻ, സാഹിത്യത്തിൽ ഗതിയില്ലാത്തവൻ അങ്ങനെ എന്തോ ആണ് അവൻ എന്നെപ്പറ്റി പറഞ്ഞത്. അപ്പോൾ ദക്ഷിണാ

മൂർത്തിക്കെഴുതി. ഞാനിത്രയും കൊള്ളരുതാത്തവനാണെന്ന് നിങ്ങളുടെ ഒരു വായനക്കാരൻ, നിങ്ങൾ അതിന് കൊടുത്ത പ്രസിദ്ധീകരണമുണ്ടല്ലോ ആ പ്രാധാന്യം വളരെ കൂടുതലാണ്. നിങ്ങൾ അത് ഏകദേശം അംഗീകരിക്കുന്നതുപോലെയാണ്. അപ്പോൾ നിങ്ങളുടെ പത്രത്തെ എന്റെ ഈ കൊള്ളരുതാത്ത എഴുത്തുകുത്തുകൾ ചീത്തയാക്കണമെന്ന് ഞാൻ വിചാരിക്കുന്നില്ല. എന്നെ ഒഴിവാക്കിയേര്. കോപ്പി ഞാൻ അച്യുതാനന്ദനും പിണറായിക്കും അയച്ചു. അപ്പോഴേക്കും അവിടെ പലരും പൊട്ടിത്തെറിച്ചുവെന്നാണ് കേട്ടത്. വലിയ നേതാക്കൾ.

- *പിണറായി ഒരിക്കലും സാറിനോട് ഇക്കാര്യത്തെപ്പറ്റി സംസാരിക്കുകയൊന്നും ഉണ്ടായിട്ടില്ലേ?*

പിണറായി ആ സമയത്ത് ചികിത്സിക്കാൻ നാട്ടിൽ പോയിരിക്കുന്ന സമയമാ. ഐ.വി.ദാസ് എന്നോടു പറഞ്ഞു, "ഞാൻ വിജയേട്ടനെ കണ്ടിരുന്നു. അത് അങ്ങനെ ഒന്നും സംഭവിക്കുകയില്ല എന്ന് പറഞ്ഞു. ഞങ്ങൾ അതിനും ഏർപ്പാട് ചെയ്തിരിക്കുന്നു."

- *ഈ അച്യുതാനന്ദനെ മത്സരിപ്പിക്കേണ്ട എന്നൊരു തീരുമാനത്തിലേക്ക് നീങ്ങിയത് ഉൾപ്പെടെ പാർട്ടിയിൽ അടുത്ത കാലത്ത് വന്ന ചില കാര്യങ്ങൾ. പിണറായി വിജയനാണ് അതിന് പിറകിൽ എന്നായിരുന്നു ഒരു പൊതുധാരണ. അതിനെ സംബന്ധിച്ച് അഴീക്കോട് സാറ് എങ്ങനെയാണ് ചിന്തിക്കുന്നത്?*

ഞാനത് ആ രീതിയിൽ കണ്ടിട്ടില്ല. പിണറായി വിജയൻ എന്നല്ല, ആരായാലും ഈ ട്രെൻഡ് ശരിയല്ല. ആരായാലും ഇനി അച്യുതാനന്ദൻ പിണറായിക്കെതിരെയാണ് ഇങ്ങനെ ചെയ്യുന്നതെങ്കിലും ശരിയല്ല. കാരണം, കോൺഗ്രസ് ഈ രീതിയിലാണ് പോയത്. ഞാൻ ഇവരോട് എപ്പോഴും പറയാറുണ്ട്. കോൺഗ്രസ്സ് മരിച്ച ഒരു വഴിയുണ്ട്. ശവപ്പെട്ടി കൊണ്ടുപോയ, ആ വഴിയിലൂടെ നിങ്ങളും പോവുന്നത് ശരിയാണോ? നിങ്ങൾക്ക് എന്താ വേറെ വഴിയിലൂടെ പോയി മരിച്ചൂടേ? ഈ വഴി തന്നെ പോവണോ എന്ന് ഞാൻ ചോദിച്ചു.

- *അതിനുശേഷവും മുഖ്യമന്ത്രി ആയതിനുശേഷവും ആഭ്യന്തരവകുപ്പ് അദ്ദേഹത്തിന് കൊടുത്തില്ല. ഒരുപക്ഷേ, ഇപ്പോൾ അത് നന്നായെന്ന് തോന്നുന്നുണ്ടോ?*

ആഭ്യന്തരവകുപ്പ് മുഖ്യമന്ത്രിയിൽനിന്നെടുത്തത് നന്നായി എന്ന അഭിപ്രായക്കാരനാണ്. അദ്ദേഹത്തിന് ഒരിക്കലും ഫങ്ഷൻ ചെയ്യാൻ കഴിയില്ല. ദിവസേന ശല്യം വരും. അതുകൊണ്ട് കോടിയേരി അത് ഏറ്റെടുത്തതു നന്നായി എന്ന അഭിപ്രായക്കാരനാണ്.

- *അതിനുശേഷമുണ്ടായ സംഭവങ്ങളൊക്കെ വച്ചിട്ട്?*

സംഭവങ്ങൾ കോടിയേരിക്ക് നേരിടാം. പക്ഷേ, മുഖ്യമന്ത്രി ആവുമ്പോൾ അദ്ദേഹത്തിന് പ്രധാന നേതൃത്വം കൊടുക്കേണ്ടേ? അതിന് സമയം കിട്ടാതെ വരും.

- *സാറിന്റെ ഒരു അഭിപ്രായത്തിൽ കോൺഗ്രസ് കേരളത്തിൽ രക്ഷപ്പെടാനായിട്ട് എന്താണൊരു മാർഗ്ഗം?*

കോൺഗ്രസ് രക്ഷപ്പെടാനുള്ള ഒരു മാർഗ്ഗം എനിക്ക് ലീഡർഷിപ്പ് തന്നാൽ മതി. കോൺഗ്രസ് നേതാക്കളുടെ സംഭാഷണവും അവരുടെ സംസാരവും നോക്കുക. എല്ലാം മരിച്ച വാക്കുകളാണ്. ഉപയോഗിച്ച് ഉപയോഗിച്ച്... ഒരു ചെറുപ്പക്കാരന്റെ ഹൃദയത്തിൽ ഒരു ചലനം ഉണ്ടാക്കാൻ കഴിയില്ല. അങ്ങനെ ജീർണ്ണപദങ്ങളും ജീർണ്ണ ആശയങ്ങളും. കോൺഗ്രസ്സിന് ഒരു പുതിയ ശൈലി, പുതിയ ഒരു ചക്രവാളം, പുതിയ ചില ലക്ഷ്യങ്ങൾ അതെല്ലാം പറഞ്ഞുകൊണ്ട് എത്ര ചെറുപ്പക്കാരുണ്ട്? പനമ്പിള്ളിയുടെ ഒരു ടൈപ്പ് അല്ലെങ്കിൽ സി.കെ. ഗോവിന്ദൻനായർ – അത്തരത്തിൽ വലിയ ചില സങ്കല്പങ്ങൾ ഉള്ള ആളുകൾ വരേണ്ടതാണ്.

- *അങ്ങനെ ഒരാൾ വന്നുകഴിഞ്ഞാൽ കോൺഗ്രസ്സിനെ രക്ഷിക്കാൻ കഴിയുമോ?*

അദ്ദേഹം കണ്ണൂർ തൊട്ട് തിരുവനന്തപുരം വരെ നാല് പ്രസംഗം ചെയ്താൽ മതി. ഈ ചെറുപ്പക്കാർക്കില്ലേ, അവർക്ക് ഒരു പുതിയ ആവേശവും ഉണ്ടാവും. ഞങ്ങൾ മോശക്കാരല്ല എന്നൊരു തോന്നലും. ഇപ്പോൾ ഇവരുടെ കടമ എന്താണെന്നറിയോ? ഈ നേതാവിനെ രക്ഷിക്കുക, മറ്റേയാൾക്കുവേണ്ടി ഒഴിഞ്ഞ് കൊടുക്കുക, ഇത്തരത്തിലുള്ള വളരെ തുച്ഛമായ അലങ്കാരത്തിന്റെ ലാഭചേതങ്ങളിൽ പെട്ടിരിക്കുകയാണ്. എന്നോട് അനവധി ആളുകൾ പറഞ്ഞിട്ടുണ്ട്. അവർക്ക് തന്നെ ഒരു അപമാനം തോന്നുന്നുണ്ട്. ഞാൻ ചോദിക്കട്ടെ ജോണീ, ഈ ഒരൊറ്റ ചോദ്യം ചോദിച്ചാൽ മതി. കോൺഗ്രസ്സിന്റെ നഷ്ടപ്പെട്ടുപോയ വലിയ ഒരു ലോകമില്ലേ? ആ ലോകം വീണ്ടെടുക്കുവാൻ നിങ്ങൾ തിരിച്ചു വരൂ. അവർ വരും കൂടെ.

- *ആ ലോകം വീണ്ടെടുക്കാനായിട്ട് ഇപ്പോൾ ഇനി അഞ്ചു വർഷം അധികാരത്തിലിരിക്കുന്ന സർക്കാർ സഹായിക്കും എന്ന് സാർ കരുതുന്നുണ്ടോ? ഇപ്പോഴത്തെ ഗുഡ്‌വിൽ അവർക്ക് നിലനിർത്താൻ കഴിയുമോ? കേരളത്തിന്റെ ഒരു ചരിത്രം വെച്ചിട്ട്?*

ഏത് ഭരണവും അവരുടെ പ്രതിപക്ഷത്തെ സഹായിക്കുന്ന ഭരണമാണെന്നാണ് എനിക്കൊക്കെ തോന്നുന്നത്.

- *ചില കാര്യങ്ങളിൽ സാറ് ഒരു മൗനം പാലിച്ചതുപോലെ തോന്നി യിട്ടുണ്ട്. ഒരു ഉദാഹരണത്തിന്, എസ്.എഫ്.ഐ.ക്കാർ പിതൃശൂന്യൻ എന്ന പദം ഉപയോഗിച്ചതിനോട്?*

അത് ഞാൻ ഇതിനെപ്പറ്റി അന്വേഷിച്ചിട്ട് വ്യക്തമായി മനസ്സിലാക്കി യിട്ടാണ്. ആദ്യം ഇത് സംസാരിച്ചത് സ്വരാജ് എന്ന പയ്യനോടാണ്. ഞാൻ ചോദിച്ചു, നീയീ പറഞ്ഞത് ശരിയാണോ? അപ്പോൾ പറഞ്ഞു - സാറേ, ഞാൻ അങ്ങനെയല്ല പറഞ്ഞത്. സിന്ധു ജോയി എന്നൊരു പെൺകുട്ടിയില്ലേ. അവളെപ്പറ്റി ഒരുപാട് പൊട്ടക്കഥകൾ പറഞ്ഞു. ഇത്തരത്തിലുള്ള വ്യാജവാർത്തകൾ. പിതൃശൂന്യനായ ആൾ എന്ന് പറഞ്ഞിട്ടേയില്ല. പിതൃശൂന്യമായ പ്രസ്താവന എന്നാണ്. അപ്പോൾ അതൊരു അലങ്കാരമായി മാറും. അധിക്ഷേപമൊന്നുമാവില്ല. മാതൃ ഭൂമിയിലെ പത്രക്കാര് എന്നോട് കോട്ടയത്ത് നിന്ന് ചോദിച്ചു. ഞാൻ പറഞ്ഞു, ഇത് വളർത്തരുത്. ഇത് തെറ്റായ ധാരണ ഉണ്ടാക്കാനാണ്. അതിൽ കാര്യമില്ല.

- *ഏതെങ്കിലും കാര്യത്തിൽ മുൻകോപം - സാറൊരു മുൻകോപമുള്ള ആളാണല്ലോ? അത് നിഷേധിക്കുന്നില്ലല്ലോ - മുൻകോപംകൊണ്ട് എടുത്ത ഏതെങ്കിലും നിലപാട് എടുത്തുചാട്ടമായി എന്ന് പിന്നീട് തോന്നിയ സന്ദർഭങ്ങൾ ഉണ്ടോ?*

മുൻകോപം എന്ന് പറയുന്നില്ലേ! എന്റെ വയറ്റിന്റെ അടിയിൽനിന്ന് വരുന്നതാണ്. എന്നുവെച്ചാൽ ഇംഗ്ലീഷിൽ ഫ്രം മൈ വിസറ എന്ന് പറയില്ലേ? വിസറയിൽനിന്ന് വരുന്നതാണ്. അത് അവന്റെ പ്രകോപ നമാണ്. ഞാനത് മൂടിവെക്കുന്നില്ല. തുറന്നുപറയുകയാണ്. അതാ ണെന്റെ വിജയം.

- *സാറ് ഇത്രയും കാലം ഇങ്ങനെ ശക്തമായ നിലപാടുകൾ എടുത്ത തിന്റെ പേരിൽ കേരളത്തിൽ ഒരു തിരുത്തൽ ഏതെങ്കിലും കാര്യ ത്തിൽ ഉണ്ടായി എന്ന് സാറിന് തോന്നിയിട്ടുണ്ടോ?*

ഞാനും ഇല്ല എന്ന് ധരിച്ചതാണ്. പക്ഷേ എന്റെ ഈ പ്രഭാഷണം ഉണ്ടല്ലോ. ആളുകൾ വന്ന് കൂടുന്നത്, അവർ അതിൽ പങ്കുചേരു ന്നത്. അത് സാധാരണ എവിടേയും ഇല്ലാത്ത തരത്തിലുള്ളൊരു പങ്കുചേരലാണ്. അവർ മിക്കവാറും തിരിച്ചുപോവുന്നത് എന്റെ ഏജന്റുമാരായിട്ടാവും.

- *പണം കൊടുത്ത് എന്തെങ്കിലും ഒരു കാര്യം അഴീക്കോട് സാറ് സാധിച്ചിട്ടുണ്ടെന്ന് പറഞ്ഞാൽ ആരും വിശ്വസിക്കില്ല. പക്ഷേ അഴീക്കോട് സാറ് എന്ന ഇമേജ്, ആ വ്യക്തിയുടെ സ്വാധീനംകൊണ്ട് എന്തെങ്കിലും കാര്യം സാധിച്ചിട്ടുണ്ടോ?*

ഒരു സ്ഥാനവും എനിക്ക് വേണ്ട. പിന്നെ ഞാനെന്തിനാണ് ഇത് ഉപയോഗിക്കുന്നത്? ഇപ്പോൾ ഞാൻ പറയട്ടെ. ഞാൻ വൈസ് ചാൻസലർ ആവാതെ പ്രൊഫസർ ആയി തിരിച്ച് വന്ന ആളാണ്. വൈസ് ചാൻസലർ ആവാൻ വെറുതെ ഒരു വാക്ക് പറഞ്ഞാൽ മതി. വൈസ് ചാൻസലർ ആവും. പക്ഷേ ആ വാക്ക് ഞാൻ എന്തിനാ പറയുന്നത്? അത്രയ്ക്ക് വലുതാണോ വൈസ് ചാൻസലർഷിപ്പ്? അല്ലാന്ന് എനിക്ക് വ്യക്തം. കാരണം, വൈസ് ചാൻസലറോ എം.എൽ.എ.യോ മന്ത്രിയോ ഒന്നും ആവാതെ എനിക്ക് എവിടെ ചെന്നാലും ഇവരെക്കാളും ബഹുമാനവും സ്നേഹവും ഉണ്ട്. അത് അതിശയോക്തിയല്ല.

- *അഴീക്കോട് സാറിന് ഒരു ഇമേജ് ഉണ്ട്. ആ ഇമേജിന്റെ തടവുകാരനായി സാറ് മാറുന്നുണ്ടോ എന്നാണ്? ഇപ്പോൾ ആന്റണിയെപ്പറ്റിയൊക്കെ നമ്മൾ പറയുന്നില്ലേ, അങ്ങനെ?*

പക്ഷേ, അങ്ങനെ തോന്നിയിട്ട് പറയുന്നതുതന്നെയാണ്. പറഞ്ഞാൽ ചിലപ്പോൾ എനിക്ക് തന്നെ ക്ഷതം വരുന്ന വാക്കുകളും പറയും.

- *അങ്ങനെ ഉണ്ടായിട്ടുണ്ടോ?*

വകവെയ്ക്കില്ല. ഈ പ്രസംഗം എന്ന് പറയുന്നതുണ്ടല്ലോ. പ്ലാറ്റ്ഫോമിൽ കയറിയാൽ ഞാൻ എല്ലാം മറക്കും. എന്റെ ഇമേജിനൊന്നും വലിയ സ്ഥാനമില്ല. ഈ വിഷയവും ജനങ്ങളും പിന്നെ എന്റെ മനസ്സിന്റെ പ്രതികരണശേഷിയും മാത്രമേ ഉള്ളൂ.

- *സാറിന്റെ ജീവിതത്തെ രൂപപ്പെടുത്തിയ ഒരു സംഭവം. ചെറുപ്പക്കാലത്തെ, വളരെ ചെറുപ്പത്തിലേ അച്ഛന്റെ കൈയിലുണ്ടായിരുന്ന പേനക്കത്തി സാറ് അച്ഛനറിയാതെ മോഷ്ടിച്ചു എന്ന് പറയാമോ എന്ന് എനിക്കറിയില്ല?*

വളരെ ചെറുപ്പമാണ്. എനിക്ക് തോന്നുന്നത് മൂന്നാം ക്ലാസ്സോ നാലാം ക്ലാസ്സോ. അച്ഛന്റെ നല്ലൊരു പേനാക്കത്തി. ക്ലാസ്സിൽ ചില കുട്ടികൾ ബ്ലേഡ്, ചില പൊട്ടക്കത്തി ഒക്കെ കൊണ്ടുവരും. എനിക്ക് അവരുടെ ഇടയിൽ കേമനാവണം എന്ന് തോന്നി. ഞാനാ എടുത്തതെന്ന് പറയാനുള്ള ധൈര്യം ഇല്ല. ഞാനിത് ക്ലാസ്സിൽ കൊണ്ടുവന്നിട്ട് അവിടെ എവിടെയോ ഒളിച്ചുവെച്ചിരുന്നു. അപ്പോൾ അച്ഛനും അവിടെ വന്നു. എന്നിട്ട് ക്ലാസ്സിലെ മാഷോട് ഇത് പറഞ്ഞു. മാഷക്കൊക്കെ എന്നോട് വളരെ ഇഷ്ടമാണ്. എന്നിട്ട് അത് കൊടുത്തു. ഒന്നും പറഞ്ഞില്ല. അച്ഛൻ വന്നതുകൊണ്ട് അച്ഛനോട് എനിക്കൊരു വിരോധവും തോന്നിയില്ല. ഞാനൊരു തെറ്റാ ചെയ്തത് എന്ന് എനിക്കറിയാം. അച്ഛനോട് ചോദിച്ചു വാങ്ങേണ്ടതായിരുന്നു. ചോദിക്കാൻ ധൈര്യമുണ്ടായില്ല.

- *അച്ഛൻ വീട്ടിൽ വന്നിട്ടും ഒന്നും പറഞ്ഞില്ലേ?*

ഇല്ല. അച്ഛൻ അങ്ങനെ അധികം ഒന്നും പറയില്ല. അച്ഛൻ മരിക്കുന്ന തിനുമുമ്പ് ഞാൻ ഈ തിരഞ്ഞെടുത്ത സാഹിത്യത്തിന്റെ ഒരു മാർഗ്ഗ മുണ്ടല്ലോ, അത് ബാങ്കിന്റെ മാർഗ്ഗത്തേക്കാളും ഒട്ടും മോശമല്ല എന്ന് അച്ഛനെ ബോദ്ധ്യപ്പെടുത്തണം എന്ന് എനിക്കൊരു വാശിയുണ്ടായി രുന്നു.

- *മൊത്തം ജീവിതത്തിന്റെ ഒരു ട്രെൻഡ് എടുത്ത് കഴിഞ്ഞാൽ വാശി യാണ് എന്ന് വേണമെങ്കിൽ പറയാം അല്ലേ?*

അതെ. വാശിക്ക് ഞാനൊരു ഉദാഹരണം പറയാം. കാലിക്കറ്റ് യൂണിവേഴ്സിറ്റിയിൽ പ്രൊഫസർ ആയല്ലോ? അപ്പോൾ എല്ലാ പ്രൊഫസർമാർക്കും ഒരു കാറുണ്ടാവും. ഞാനും ഒരു കാറ് വാങ്ങി. സെക്കന്റ് ഹാന്റ്. നമ്മുടെ അടിയോടിയുണ്ടല്ലോ. കെ.ജി. അടിയോടി. ബോട്ടണി ഡിപ്പാർട്ടുമെന്റിലാണ്. പിന്നെ കൊച്ചിയിൽ വി.സി. ആയി ട്ടുണ്ട്. എന്റെ സ്റ്റുഡന്റുമാണ്. അടിയോടി എന്നോട് പറഞ്ഞു. മാഷ്ക്ക് ഇതിന്റെ ഡ്രൈവിംഗ് ഒന്നും പഠിച്ചാൽ ശരിയാവില്ല എന്ന്. എനിക്ക തൊരു ഭയങ്കര ഇൻസൾട്ട് ആയി തോന്നി. ഞാനെന്നിട്ട് രണ്ടാഴ്ച കൊണ്ട് പഠിച്ച് അവന്റെ മുന്നിലൂടെ ഓടിച്ചു. നീ കാറിൽ കേറുന്നോ എന്നുവരെ ചോദിച്ചു.

- *അപ്പോൾ നമ്മൾ ചിരിക്കുന്ന കാര്യം പറഞ്ഞാണ് തുടങ്ങിയത്. അടുത്ത കാലത്ത് സാറിനെ ഏറ്റവും കൂടുതൽ ചിരിപ്പിച്ചതാരാണ്? എന്താ സന്ദർഭം ഓർക്കുന്നോ?*

അത് പറയാം. ഞാൻ തന്നെ ചിരിപ്പിച്ചത്. മമ്മൂട്ടിയുടെ ഒരു പുസ്തക പ്രകാശനം ഉണ്ടായല്ലോ. ഇത്രയധികം സിനിമക്കാർ എനിക്ക് ചുറ്റും ഇരുന്ന ഏകസന്ദർഭം അതാണ്. ഇയാള്, കമൽ ഇവർ എല്ലാവരും ഇരിക്കുകയാണ്. ഈ കറന്റ് ഒരുപാട് തവണ പോയി വന്നു. അവിടെ ഇവരുടെ ആരാധകരാണ് ഇരിക്കുന്നത്. അപ്പോൾ ഞാനൊരു തമാശ പറഞ്ഞു കേട്ടോ. അപ്പോൾ ശ്രീരാമനും മമ്മൂട്ടിയും ഉണ്ട്. ഒരു സമ്മേ ളനം ചീത്തയാക്കാൻ ഭാരവാഹികൾ തന്നെ വേണം എന്നില്ല എന്ന്. ഇതുകേട്ട് ശ്രീരാമന് പെട്ടെന്ന് പിടികിട്ടി കേട്ടോ. മൂപ്പര് എത്ര നേരമാണ് ചിരിച്ചതെന്നോ? എങ്ങനെയാ അത് പറയാൻ കഴിഞ്ഞത് എന്നെനിക്ക് അറിയില്ല.

- *ഈ ക്രൈംത്രില്ലറുകൾ വായിച്ചിട്ടുണ്ടല്ലോ? അതുകൊണ്ട് ജീവിത ത്തിൽ എന്തെങ്കിലും പ്രയോജനം ഉണ്ടായിട്ടുണ്ടോ?*

എന്നെ ഒരാൾ അറ്റാക്ക് ചെയ്യാൻ വന്നാൽ അവനെ ഞാൻ വെറുതെ വിടില്ല.

- *അത് ക്രൈംത്രില്ലറുകൾ വായിച്ചതുകൊണ്ടാണോ?*

ക്രൈംത്രില്ലറുകളിൽ അറ്റാക്ക് ചെയ്യുന്ന സമയത്ത് ഡിഫന്റ് ചെയ്യുന്നതിന്റെയൊക്കെ, എഡ്ഗാർ വാലസിലൊക്കെ, ഒരു പിടിയുണ്ട്.

- *എന്നിട്ട് അതിലെ തന്ത്രങ്ങൾ ഒക്കെ ഇങ്ങോട്ട് എടുക്കും?*

ഒരു തന്ത്രമെന്താണെന്നറിയോ? ഒരു ഡിറ്റക്ടീവ് പറഞ്ഞത് നിങ്ങളുടെ ഒരു ശത്രു വരുമ്പോൾ എതിർക്കാനുള്ള ഉപകരണങ്ങൾ ഇല്ലെന്ന് കരുതരുത്. നിങ്ങളുടെ ചുറ്റും ഉപകരണങ്ങളാണ്. നിങ്ങൾ അതിനെ ഒരു ആയുധമായിട്ട് കണ്ടിട്ടില്ല. അതാണ് ദോഷം. ഒരു വിളക്ക് ഉണ്ട് എന്ന് വെയ്ക്കുക. എതിരാളി വരുമ്പോൾ വിളക്ക് എടുത്ത് ഒറ്റ ഇടി ഇടിച്ചാൽ മതി. അവൻ പോയ വഴി കാണില്ല. പക്ഷേ നമ്മൾ വിളക്ക് ആയുധമായി കാണില്ല. നമ്മുടെ പെൺകുട്ടികൾ അടിക്കുന്ന സമയത്ത് "അയ്യോ എന്നെ അടിക്കരുത്" എന്നാണ് സാധാരണ പ്രതികരണം. അടിക്കുന്നതിന്റെ പ്രതികരണം തിരിച്ച് ഒറ്റ അടിയാ. രണ്ടാമത് ഒന്ന് ആലോചിക്കാതെ.

- *ഇപ്പോഴും ക്രൈം ത്രില്ലറുകൾ വായിക്കാറുണ്ടോ?*

ഇപ്പോഴും വായിക്കാറുണ്ട്.

- *എങ്കിൽ ശത്രുക്കൾ സൂക്ഷിക്കണം!*

(2006)

ഒ.എൻ.വി. കുറുപ്പ് (1931–2016)

മൂന്നരക്കോടി മലയാളികൾക്കും മുഖവുര വേണ്ടാത്ത മൂന്നക്ഷരമാണ് ഒ.എൻ.വി.കവിതയിൽ സംഗീതവും സംഗീതത്തിൽ കവിതയും ലയിപ്പിച്ചെടുത്ത് മലയാളത്തിന്റെ പര്യായമായി മാറിയ കവി. വിപ്ലവാദർശങ്ങളുടെ കെടാത്ത കനലുകൾ അക്ഷരങ്ങളിൽ ഊതിത്തെളിയിക്കുന്ന കവി. പക്ഷേ ചെറുപ്പകാലത്ത് വലിയ ഭക്തനായിരുന്നു. പിന്നെയുണ്ടായ പരിണാമവും ഒരു കാലഘട്ടത്തിന്റെ സാംസ്കാരികചരിത്രവും പ്രകാശിതമാവുന്ന ഈ അഭിമുഖത്തിൽ താൻ ശരിയായി മനസ്സിലാക്കപ്പെടാത്തതിലുള്ള ദുഃഖവും കവി പങ്കുവെയ്ക്കുന്നു.

ഒ.എൻ.വിയുടെ ഭക്തിയും വിഭക്തിയും

- *അല്പം രാഷ്ട്രീയം സംസാരിക്കുന്നതിൽ വിരോധമില്ലല്ലോ?*

സൂര്യന് കീഴിലുള്ളതെന്തും സംസാരിക്കാം.

- *അതിനുമുമ്പ് ഒന്നു ചോദിച്ചോട്ടെ; സാധാരണ കൗമാരപ്രായക്കാർക്കാണ് പ്രണയസ്വപ്നങ്ങൾ ഉണ്ടാവുന്നത്. പക്ഷേ ഒ.എൻ.വി.ക്ക് കൗമാരക്കാലത്ത് സന്ന്യാസസ്വപ്നങ്ങളാണുണ്ടായിരുന്നത്. അതെന്താ അങ്ങനെ?*

ഞാൻ കോളേജിൽ പഠിക്കുമ്പോൾ ആകസ്മികമായുണ്ടായ ആഘാതമായിരുന്നു അച്ഛന്റെ മരണം. അതുകഴിഞ്ഞപ്പോൾ കൊല്ലം പോലെ ഒരു നഗരത്തിൽ നല്ല രീതിയിൽ താമസിച്ചുവന്ന ഒരു കുട്ടി ചവറപോലെ വൈദ്യുതീകരിക്കപ്പെടാത്ത ഒരു ഗ്രാമത്തിൽ അനാഥത്വത്തിൽ എത്തി. വലിയ സ്കൂളാണെങ്കിലും പൊരുത്തപ്പെടാൻ പറ്റിയില്ല. അങ്ങനെ ഒരു അവസ്ഥയിൽ എനിക്ക് അഭയം കണ്ടെത്താൻ കഴിഞ്ഞത് രണ്ട് അത്താണികളിലാണ്. ഒന്ന് കവിത; മറ്റൊന്ന് ഈശ്വരഭക്തി. ഞാനൊരു കടുത്ത ഭക്തനായിരുന്നു. എന്റെ വീട്ടിൽനിന്ന് പുറപ്പെട്ട് സ്കൂളിൽ എത്തുന്നതിനിടയിൽ മൂന്നുനാലു ക്ഷേത്രങ്ങളുണ്ട്. ആ ക്ഷേത്രങ്ങളിലെല്ലാമുള്ള ദേവതമാരെപ്പറ്റി ധാരാളം ശ്ലോകങ്ങൾ എഴുതുമായിരുന്നു. എഴുതും മാറ്റിവെയ്ക്കും. അങ്ങനെ ദിവസവും പത്ത് ശ്ലോകങ്ങളെങ്കിലും എഴുതുമായിരുന്നു. ഒരു കണക്കിന് കാവ്യരചനയിൽ അതു പാഠമായിരുന്നു.

- *ആ കാവ്യമാണോ സന്ന്യാസത്തിലേക്ക് നയിച്ചത്?*

സന്ന്യാസത്തിലേക്കൊന്നും പോയില്ല. ഒരു കൊച്ചുകുട്ടിക്കുള്ളതിൽ കവിഞ്ഞ്, നേരുകാരനായ ഒരു ഈശ്വരനുണ്ടെന്ന വിശ്വാസമുണ്ടായിരുന്നു. പുച്ഛിക്കുന്നവരും പരിഹസിക്കുന്നവരുമൊക്കെ ഒരിക്കൽ

ഈശ്വരനെ മാനിക്കുന്ന ഒരു ദിവസം വരും. അങ്ങനെ ചില ചിന്തകൾ.

- *ഈശ്വരവിശ്വാസത്തിന്റെ പരിണാമം എങ്ങനെയായിരുന്നു?*

ഞാൻ നിരീശ്വരവാദിയാണെന്നോ, വിശ്വാസം തീരെ ഇല്ലായെന്നോ പറഞ്ഞുകൂടാ. പക്ഷേ, അതിലേക്കുള്ള ആ ഊന്നലങ്ങ് പോയി. എന്നു വെച്ചാൽ, ഈ വലംവയ്ക്കലും ആചാരാനുഷ്ഠാനങ്ങളുമൊന്നുമല്ല യഥാർത്ഥത്തിൽ ഈശ്വരൻ എന്നു ഞാൻ തിരിച്ചറിഞ്ഞുവെന്നു മാത്രം. എന്റെ സത്യാന്വേഷണപരീക്ഷണങ്ങളാണ് അതിലേക്ക് നയിച്ചത്.

- *ഇപ്പോൾ ഒരു ക്ഷേത്രത്തിന് മുന്നിലൂടെ പോകുമ്പോൾ വണങ്ങാറുണ്ടോ?*

ഇപ്പോൾ അങ്ങനെയൊന്നുമില്ല. പക്ഷേ, എന്റെ ഓർമ്മയിലുള്ള കുറച്ചുക്ഷേത്രങ്ങളുണ്ട്. ഇന്നും അവിടെ എത്തുമ്പോൾ ഒന്നു നിൽക്കും. കാരണം, ആ ക്ഷേത്രത്തിലെ ദേവന്മാരോടും ദേവിമാരോടും കുട്ടിക്കാലത്ത് ഞാൻ ഒരുപാട് ദുഃഖങ്ങൾ പറഞ്ഞിട്ടുണ്ട്.

- *താങ്കൾക്ക് ഏറ്റവും കൂടുതൽ ദുഃഖം വരുന്ന സമയത്ത്, ഉദാഹരണം പറഞ്ഞാൽ പി.കെ.വി.യുടെ വേർപാട്, എൻ.മോഹനന്റെ വേർപാട്, ദേവരാജന്റെ വേർപാട്... അവരുടെയൊക്കെ ആത്മാവിന് നിത്യശാന്തി നല്കാൻ പ്രാർത്ഥിച്ചിട്ടുണ്ടോ?*

അങ്ങനെ ആത്മാവിന് നിത്യശാന്തി നല്കാൻ ഞാൻ പ്രാർത്ഥിച്ചിട്ടില്ല. കാരണം, അതിനു പ്രാർത്ഥിക്കേണ്ട ആവശ്യമൊന്നുമില്ല. അർഹിക്കുന്ന ആത്മാവിന് നിത്യശാന്തി ലഭിക്കും.

- *കഴിഞ്ഞ ആറു പതിറ്റാണ്ടായിട്ട് സാംസ്കാരിക മണ്ഡലത്തിൽ നിറഞ്ഞുനില്ക്കുന്ന ഒരാളായ അങ്ങയെപ്പറ്റി മറ്റുള്ളവർക്ക് എന്താണ് പറയാനുള്ളതെന്ന് ചിന്തിച്ചിട്ടുണ്ടോ?*

സ്ത്രീയേ എനിക്കും നിനക്കുമിടയിൽ എന്ത് ബന്ധം എന്നു പറയും പോലെ ഇതിലും പറയാം. എനിക്കും നിങ്ങൾക്കും തമ്മിൽ എന്ത് ബന്ധം?

- *വളരെ സ്വാദിഷ്ഠമായി എഴുതുന്ന ഒ.എൻ.വി. വളരെ സ്വാദിഷ്ഠമായി എല്ലാവരോടും സംസാരിക്കാറില്ലല്ലോ?*

നമുക്കങ്ങെനെ വളരെ സ്വാദിഷ്ഠമായി എല്ലാവരോടും സംസാരിക്കാൻ പറ്റില്ല. പിന്നെ പ്രത്യേക തരത്തിൽ പറഞ്ഞാൽ, ഞാൻ

സുപ്രഭാതം, നമസ്കാരം എന്നൊക്കെ പറയുന്നു. എന്നിട്ട് മനസ്സിൽ 'റാസ്കൽ' ഇവൻ എന്റെ മുന്നിൽ വന്നിരിക്കുന്നു എന്നാവും പറയുക. അങ്ങനെ ഒരു കഥ പ്രചാരത്തിലുണ്ടല്ലോ... എന്നുപറഞ്ഞ പോലെ എല്ലാവരോടും സ്വാദിഷ്ഠമായി സംസാരിക്കാൻ പറ്റില്ല. പിന്നെ അങ്ങനെ പറ്റാത്തിടത്തോളം ഒരു മുഖപ്രീതിക്കുവേണ്ടി അങ്ങനെ പറയുക എന്നത് എനിക്ക് ശീലമില്ല.

- *മുഖലക്ഷണം കൊണ്ടുതന്നെ ആളുകളെപ്പറ്റി ഒരു ഐഡിയ കിട്ടുമോ?*

ഇല്ല. മുഖലക്ഷണംകൊണ്ട് കിട്ടില്ല. കുറച്ചുദിവസത്തെ പരിചയം കൊണ്ടു കിട്ടും.

- *ഒരിക്കൽ റഷ്യയിൽ പോയപ്പോൾ ഒരു സ്ത്രീയെ കണ്ടിട്ട് അവർ വിവാഹമോചനം നേടിയ സ്ത്രീയാണെന്ന് പറയുകയുണ്ടായല്ലോ? അതെങ്ങനെ മനസ്സിലായി?*

അത് അങ്ങനെയല്ല. അവർക്ക് ഒരു ഡൈവോഴ്സ് ലുക്കുണ്ടെന്ന് ഞാൻ പറഞ്ഞു. അടുത്തിരുന്ന ആളോടാണ് പറഞ്ഞത്. അവരോട് നേരിട്ടുമല്ല. അപ്പോൾ അദ്ദേഹം പറഞ്ഞു - പ്രിസൈസ്ലി.

- *അച്ഛന്റെ മരണം പോലെതന്നെ ഏറ്റവും സംഘർഷം ഉണ്ടാക്കിയ ഒരു സംഭവമുണ്ടല്ലോ. ഇഷ്ടപ്പെട്ട ഒരു പെൺകുട്ടിയെ വിവാഹം കഴിക്കാൻ തീരുമാനിച്ചപ്പോൾ ജാതകപ്പൊരുത്തമില്ലെന്നും അതു കൊണ്ട് ആ വിവാഹബന്ധം നിലനില്ക്കില്ലെന്നും മറ്റും പറയുകയുണ്ടായല്ലോ?*

വിവാഹം നടക്കില്ലെന്നൊന്നും പറഞ്ഞില്ല. 40 വയസ്സാകുമ്പോൾ വിവാഹമോചനം ഉണ്ടാവുമെന്ന് പറഞ്ഞിരുന്നു. അന്ന് എനിക്ക് 26 വയസ്സേ ഉള്ളൂ. അപ്പോൾ ഞാൻ പറഞ്ഞു. 40 വയസിലല്ലേ, ഇപ്പോഴൊന്നും ഉണ്ടാവില്ലല്ലോ എന്ന്. ഇപ്പോൾ 40 പോയി, 75 ആയി. ഇതുവരെ ആരും ആരിൽനിന്നും മോചനം നേടിയിട്ടില്ല.

- *അറിയപ്പെടുന്ന ഒരു മുൻകോപിയാണ് ഒ.എൻ.വി. സാർ. അത് ഏതെങ്കിലും ബന്ധത്തെ ബാധിച്ചിട്ടുണ്ടോ?*

ശരിയാണ്. ഞാൻ ഭയങ്കര മുൻകോപിയാണ്. എന്റെ മുത്തച്ഛനും ഭയങ്കര മുൻകോപിയായിരുന്നു. അപ്പോൾ അതു പൈതൃകമായി കിട്ടിയതാണെന്ന് പറയാം. എന്തോ പെട്ടെന്നങ്ങു കോപം വന്നുപോകും. പക്ഷേ ആരോടാണോ അങ്ങനെ കോപിച്ചത്, അയാളോട് ഒരു സോഫ്റ്റ്നെസും പിന്നീട് ഉണ്ടായെന്ന് വരും.

- *ദേവരാജനും ഒ.എൻ.വി.യും ജനാർദ്ദനക്കുറുപ്പും ചേർന്ന സാംസ്കാരിക സഖ്യമുണ്ടായിരുന്നല്ലോ? യഥാർത്ഥത്തിൽ ഈ മൂന്നുപേരിൽ തണ്ടൻ ആരാണ്?*

എല്ലാവർക്കും അവരവരുടേതായ തണ്ടുണ്ട്. പക്ഷേ ഈ തണ്ടെന്ന് പറയുന്നത് പുറമെ അങ്ങനെ തോന്നിക്കുന്നതാണ്. ഞാൻ ചെയ്യുന്നത് എന്താണെന്ന് എനിക്ക് നല്ല ബോധ്യമുണ്ടെങ്കിൽ അതിൽനിന്നു വ്യത്യസ്തമായി ആരെങ്കിലും പറയുമ്പോൾ ഉണ്ടാവുന്നതാണ് തണ്ടെന്ന് പറയാം.

- *ഇങ്ങോട്ട് താത്പര്യം കാണിച്ചില്ലെങ്കിൽ അങ്ങോട്ടും വലിയ പാടാണല്ലേ?*

അതിപ്പോൾ എന്താ പറയുക? ബന്ധം അനുസരിച്ചിരിക്കും. ഏറെ ബഹുമാനിക്കുന്ന ഒരാൾ എന്നോടെത്ര താത്പര്യം കാണിച്ചില്ലെങ്കിലും എനിക്ക് പ്രശ്നമൊന്നും ഉണ്ടാവില്ല.

- *ഇനി രാഷ്ട്രീയത്തിലേക്ക് കടക്കാം? പാർലമെന്റിലേക്ക് മത്സരിച്ചത് ഇഷ്ടപ്രകാരമല്ലെന്നും പാർട്ടിയുടെ സമ്മർദ്ദം കൊണ്ടാണെന്നുമറിയാം?*

പാർട്ടിയല്ല, പാർട്ടികൾ.

- *ശരി. അപ്പോഴും താങ്കളെപ്പോലൊരു കലാകാരൻ പാർലമെന്റിൽ പോയാൽ എന്തു ചെയ്യുമെന്ന് ചിന്തിച്ചിട്ടുണ്ടോ?*

പാർലമെന്റിൽ എന്തു ചെയ്യും എന്നൊരു അങ്കലാപ്പൊന്നും എനിക്കില്ല. പാർലമെന്റിൽ പോയാൽ എനിക്ക് ചെയ്യാൻ പലതും കാണും അവിടെ. അതു ഞാൻ ചെയ്യും. നേരിട്ടുവന്ന് എന്നോട് സംസാരിച്ചത് പി.കെ.വി.യും വി.എസ്.അച്യുതാനന്ദനും ആണ്. ഈ രണ്ടുപേരും എന്നോട് അപേക്ഷിച്ചപ്പോൾ ഇവർ രണ്ടായി പിരിഞ്ഞതിൽ ദുഃഖിക്കുന്ന ഞാൻ, ഇവർ രണ്ടുപേരും വന്ന് എന്നോട് ഇതു പറഞ്ഞല്ലോ എന്നു സന്തോഷിച്ചു. അവരുടെ ധാരണ ജയിക്കും എന്നായിരുന്നു. എനിക്കതിനെപ്പറ്റി അറിയില്ല. പക്ഷേ കുറച്ചങ്ങോട്ടു നിന്നു കഴിഞ്ഞപ്പോൾ എന്തോ ഒരു ആവേശം, എന്നോടു സ്നേഹമുള്ള കുറേ ആൾക്കാരുണ്ടല്ലോ, അവരൊക്കെ പ്രത്യേകിച്ച് അവരവരുടെ നിലയ്ക്കുതന്നെ പ്രചരിപ്പിക്കുന്നു. എന്റെ കവിത കാസെറ്റുകൾ എല്ലാ മുക്കിലും കേൾക്കുന്നു. എന്നൊക്കെ വന്നപ്പോൾ ഞാൻ വിചാരിച്ചു എന്തോ ഒരു ചലനം ഉണ്ടായിട്ടുണ്ട്. കുറച്ചു കഴിഞ്ഞപ്പോഴാണ് മനസ്സിലായത് ഈ ഇലക്ഷന്റെ ജയമൊന്നും ഒരു ബുദ്ധിജീവിയുടെ അല്ലെങ്കിൽ ഒരു കവിയുടേയോ സാഹിത്യകാരന്റേയോ

സാംസ്കാരികപ്രവർത്തകന്റേയോ തന്നെ നേർക്കുള്ള ഒരു ആദരവായി വരുന്നതല്ല. നേരെമറിച്ച് അതിന്റെ പിന്നിൽ മതമുണ്ട്, ജാതിയുണ്ട്, പല സംഘടനകളുണ്ട്, സ്ഥാപിത താത്പര്യങ്ങളുണ്ട്, എന്നൊക്കെയുള്ള വസ്തുതകൾ നേരിട്ടു മനസ്സിലാക്കാൻ സാധിച്ചു.

- *ഒരു എം.പി.യായതിനുശേഷം ഇപ്പോഴത്തെ ഒരു രാഷ്ട്രീയപ്രവർത്തനത്തിന്റെ ശൈലിവെച്ച് കൊച്ചുകൊച്ചു കാര്യങ്ങൾക്കുവന്ന് ഇങ്ങനെ അലോസരപ്പെടുത്തിക്കഴിഞ്ഞാൽ ഒരുപക്ഷേ കവിത തന്നെ അവിടം കൊണ്ടു നിന്നുപോകും?*

അതൊക്കെ ബുദ്ധിമുട്ടാവും. അതിനു ഞാൻ ഇവരോടു ആവശ്യപ്പെടും അതൊക്കെ ശേഖരിച്ച് വേണ്ടതുപോലെ തരംതിരിച്ച് എന്താ ചെയ്യേണ്ടത് എന്നൊക്കെ നിർദ്ദേശിക്കാൻ ആരെയെങ്കിലും ഒന്നു രണ്ടുപേരെ ചുമതലപ്പെടുത്താനൊക്കെ പറയും. ഇതിപ്പോൾ എന്താണെന്നുവെച്ചാൽ പി.എസ്.സി.യിൽനിന്നു ആപ്ലിക്കേഷൻ ഫോറം വരെ വാങ്ങിച്ചുതരാനൊക്കെയാണ് എം.പി.യോട് പറയുന്നത് എന്ന് കേട്ടിട്ടുണ്ട്, തമാശയായിട്ട്.

- *പാർട്ടിയുമായി താങ്കൾക്കുള്ള ഇത്രയും കാലത്തെ ബന്ധം?*

ഇല്ല. ഔദ്യോഗികമായി എനിക്ക് പാർട്ടിയുമായി യാതൊരു ബന്ധവുമില്ല.

- *പക്ഷേ അംഗമായിരുന്നില്ലേ?*

ഞാൻ പണ്ട് വിദ്യാർത്ഥിയായിരുന്ന കാലത്ത് വിദ്യാർത്ഥി ഫ്രാക്ഷനിലൊക്കെ ഉണ്ടായിരുന്നു. കോളേജിൽ പഠിക്കുന്ന കാലത്ത് വളരെ സജീവമായിട്ട് കമ്മ്യൂണിസ്റ്റ് പാർട്ടിയോട് ചേർന്ന് പ്രവർത്തിച്ചിരുന്നു. അന്ന് ഒരു പാർട്ടിയേ ഉള്ളൂ. നല്ലതും നിയതുമായ പല അനുഭവങ്ങളും പാർട്ടിയിൽനിന്നും കിട്ടിയിട്ടുണ്ട്. പക്ഷേ ഞാൻ മനസ്സിലാക്കിയ ഒരു കാര്യമുണ്ട്. പാർട്ടിയെ കളിയാക്കാനോ അല്ലെങ്കിൽ തല്ലാനോ വടി ആക്കാവുന്ന ഒരു കാര്യം തമാശയ്ക്കുവേണ്ടി ഒരാളോടു പറഞ്ഞാൽ അയാൾ അതിന്റെ തമാശ രസിക്കുകയില്ല. മറിച്ച്, അത് വടിയാക്കാൻ ശ്രമിക്കും.

- *വ്യക്തിപരമായ ഇടപെടലുകൾ പാർട്ടിയിൽ ഉണ്ടാവുമല്ലോ?*

വ്യക്തിയെപ്പറ്റി പറയാതെ ഞാൻ ഒരു ഉദാഹരണം പറയാം. ആ പറഞ്ഞ ആളിലൂടെയല്ല ഞാൻ സമൂഹത്തെ കാണുന്നത്. എങ്കിലും പറയട്ടെ, എന്റെ യൂണിറ്റുമായി വളരെയടുത്ത് ബന്ധമുള്ളയാളാണ്.

അയാൾ ഇപ്പോൾ ജീവിച്ചിരിപ്പില്ല. അപ്പോൾ, ഞാൻ 'അനിയത്തി' എന്നൊരു കവിത മാതൃഭൂമിയിൽ എഴുതി. ഏട്ടന് പരീക്ഷാ ഫീസ ടക്കാൻ അനിയത്തി അവളുടെ കഴുത്തിലെ മാല ഊരി കൊടുക്കുന്നു. പരീക്ഷയെഴുതി ഏട്ടൻ തൊഴിൽത്തേടി പട്ടണത്തിൽ പോകുന്നു. എന്നാൽ നല്ല ജോലിയൊന്നും കിട്ടുന്നില്ല. അല്ലറ ചില്ലറ പണി യൊക്കെ ചെയ്ത് അയാൾ ജീവിക്കുന്നു. നാട്ടിൽ വരാൻ മടിയായതു കൊണ്ടാണ്. അങ്ങനെയിരിക്കുമ്പോൾ അയാൾക്ക് അനിയത്തിയുടെ കത്തുവരുന്നു. അതിൽ, ഏട്ടൻ എനിക്ക് മാലയും പട്ടുപാവാടയും ഒക്കെ വാങ്ങി വരണമെന്നാണ്. അയാൾ വരുന്നു വരുന്നു എന്നു പറഞ്ഞ് ഓണത്തിനും വരാതായപ്പോൾ അവൾ ഇങ്ങനെയെഴുതി - എനിക്ക് മാലയും പട്ടുപാവാടയും ഒന്നും വേണ്ട. ഏട്ടൻ ഇങ്ങോട്ടു വന്നാൽ മതി. ഇതാണ് മനുഷ്യസ്വഭാവത്തിന്റെ ഒരു നന്മ. പട്ടു പാവാട, മാല എന്നൊക്കെ പറയുന്നത് കുട്ടിക്ക് ഏറ്റവും ഇഷ്ടമുള്ള സംഗതിയാണ്. പക്ഷേ അതിലൊക്കെ വലുതാണ് ഏട്ടൻ എന്നുപറ യുന്നത്. അതാണ് മനുഷ്യബന്ധത്തിന്റെ പ്രത്യേകത. അതുകൊണ്ട് ഏട്ടൻ ഇങ്ങുവന്നാൽ മതി. അതുമാത്രമാണ് അതിലുള്ളത്. ഇതു മാർക്സിസ്റ്റ് വിരുദ്ധമാണെന്നു തോന്നുന്ന ഒരു ആളിനെപ്പറ്റി എന്തു പറയാനാണ്? അയാൾ എന്റെ തലപ്പത്ത്, മീതെ ഒരു യൂണിറ്റിൽനിന്ന് വന്നിട്ട് താനെന്താ എഴുതിവച്ചിരിക്കുന്നത് എന്നൊക്കെ ചോദിക്കുക യുണ്ടായി ഒരിക്കൽ. ഞാൻ പറഞ്ഞു എഴുതിവെച്ചിരിക്കുന്നത് കവിതയാണ്.

- *സാധാരണ ഇത്തരം വിയോജിപ്പുകൾ പുറത്തുപറയാറില്ല. എന്നാൽ ഒരിക്കൽ എ.കെ.ജി. സെമിനാറിനിടയിൽ കമ്മ്യൂണിസ്റ്റ് പാർട്ടി വ്യക്തി താൽപര്യവുമായി സഖ്യം കൂടുന്നത് ശരിയല്ലെന്ന് പറ ഞ്ഞല്ലോ?*

ഉവ്വ്. വ്യക്തിതാത്പര്യം മാത്രം കണക്കിലെടുത്ത്, പ്രശസ്തമായ ഈർക്കിൽ കക്ഷികളോടു ചേർന്ന് ഒപ്പം ജയിച്ചുവരുമ്പോൾ വിദ്യാഭ്യാസവും ധനകാര്യവും പൊതുമരാമത്തുമൊക്കെ കൊടുത്ത് ഒടുവിൽ അവർ വാങ്ങുന്ന കൈക്കൂലിക്ക് പാർട്ടി പഴി കേൾക്കേണ്ടി വരുമെന്ന് മുഖം നോക്കി പറഞ്ഞില്ലെങ്കിൽ അത് വലിയ അപരാധ മാണ്.

- *കെ. കരുണാകരന്റെ ഡി.ഐ.സി. ഇടതുമുന്നണിയുടെ കൂടെ ചേരണ മെന്ന് തീരുമാനിക്കുന്ന ആ സമയത്താണ് താങ്കൾ അതു പറഞ്ഞത് അല്ലേ?*

അതെ.

- *അങ്ങനെ തുറന്നുപറഞ്ഞപ്പോൾ പ്രതികരണം എങ്ങനെയായിരുന്നു?*

ഒരുപാടുപേർ വന്നെന്നെ കെട്ടിപ്പിടിച്ചു, കൈതന്നു, തനിക്കിതു പറയാൻ തോന്നിയല്ലോ എന്നൊക്കെ പറഞ്ഞു. അപൂർവ്വം ചില ആളുകൾക്ക് അത് ഇഷ്ടപ്പെട്ടില്ല എന്നും ഞാൻ മനസ്സിലാക്കുന്നു. ഞാൻ പറഞ്ഞതിനോട് ആ പ്രസ്ഥാനം യോജിച്ചല്ലോ, അതുമതി.

- *പൊതുവെ രാഷ്ട്രീയത്തിലായാലും സാംസ്കാരികമണ്ഡലത്തിലായാലും ഒരു വിമർശനമുണ്ടാവുമ്പോൾ അതിൽ താത്പര്യം കാണിക്കാറില്ല. അല്ലേ?*

ഒരാളോട് ഒരു കാര്യം പറയുമ്പോൾ അയാൾ തെറ്റിദ്ധരിക്കുകയില്ലെങ്കിൽ ഞാൻ സംസാരിക്കും. അതല്ല, നമ്മൾ എന്തെങ്കിലും പറയുമ്പോൾ കൊച്ചാക്കിക്കാണുന്ന ചില ആൾക്കാരുണ്ട്. അപ്പോൾ ഞാൻ സംസാരിക്കാറില്ല. അവരോട് സംസാരിച്ചിട്ട് കാര്യമില്ല. അതാണ് ഒരിക്കൽ വൈലോപ്പിള്ളി എന്നോട് പറഞ്ഞത്, വേദപാഠം പഠിച്ചതുപോലെ എന്റെ തലയിൽ ഇരിക്കുന്നത്. അദ്ദേഹം പറഞ്ഞു, 'ഇഷ്ടാ ഇവരെ ഒന്നും നമുക്ക് തിരുത്താനൊക്കില്ല. പിന്നെ നിങ്ങൾ എന്തിനാണിങ്ങനെ എക്സൈറ്റഡ് ആകുന്നത്. എക്സൈറ്റഡ് ആയാൽ നിങ്ങളുടെ സ്റ്റാമിന നഷ്ടപ്പെടും. അതു നിങ്ങൾക്ക് കാലത്തിരുന്ന് എന്തെങ്കിലുമെഴുതാൻ കഴിയാതാകും. അയാൾക്ക് പ്രശ്നമൊന്നുമുണ്ടാവില്ല. അതുകൊണ്ട് നടക്കുന്ന വഴിയിൽ തോല് പാകാൻ ശ്രമിക്കാതെ നമ്മുടെ കാലിൽ ചെരുപ്പിട്ടാൽ മതിയെന്ന്.

- *ചായ്‌വ് എല്ലാക്കാലത്തും പ്രകടമായിരുന്നു. ഒരിക്കൽ കെ.പി. അപ്പൻ ഒരഭിപ്രായം പ്രകടിപ്പിച്ചു. സാഹിത്യത്തിന്റെ കക്ഷിപരത എന്നാണ് അദ്ദേഹം വിശേഷിപ്പിച്ചത്. വിമോചനസമര രംഗത്തെ ഫ്ളോറിയെപ്പറ്റി എഴുതിയതുകൊണ്ടാവാം.*

എന്റെ കവിതകളിൽ അങ്ങനെ കക്ഷിപരതയില്ല. അത് ഒരു വിമർശകന്റെ സ്വാതന്ത്ര്യമായി ഞാൻ കണക്കാക്കുന്നു. പക്ഷേ എന്റെ സ്വാതന്ത്ര്യത്തിൽ ഞാൻ പറയട്ടെ, എനിക്ക് കക്ഷി പരിഗണന ഉണ്ടായിട്ടില്ല. നേരെമറിച്ച് ആ കുട്ടി മരിച്ചുകിടക്കുന്ന ചിത്രം സ്ക്രീനിൽ കണ്ടപ്പോൾ പെട്ടെന്ന് എന്റെ മനസ്സിൽ വന്നത് ക്രൈസ്റ്റിന്റെ ഒരു ചിത്രമാണ്. അതു ഇന്ത്യൻ മോട്ടീവ്സ് വച്ചാണ്. കണ്ണുകൾ രണ്ടും താമരയിതൾപോലെയാണ്. അതു പകുതി കൂമ്പിനില്ക്കുകയാണ്. "പിതാവേ, ഇവർ ചെയ്യുന്നത് എന്തെന്ന് ഇവർ അറിയുന്നില്ല.

ഇവരോട് ക്ഷമിക്കേണമെ" ഇതായിരുന്നു അതിന്റെ ക്യാപ്ഷൻ. ആ കുട്ടിയുടെ കണ്ണ് കണ്ടപ്പോൾ പെട്ടെന്നാണ് എനിക്ക് 'ഇര' എന്ന കവിതയെഴുതാൻ തോന്നിയത്. ഇത്രേയുള്ളൂ കാര്യം. ഇതുപക്ഷേ അപ്പൻ അറിഞ്ഞുകൊള്ളണമെന്നില്ല.

- *ഒ.എൻ.വി.ക്കു കിട്ടാത്ത പുരസ്കാരങ്ങൾ അപൂർവ്വമാണെന്ന് പറയാം. പക്ഷേ, ചില പുരസ്കാരങ്ങൾ ഒ.എൻ.വി.ക്കു തരില്ല എന്നും പറഞ്ഞ് താമസിപ്പിച്ചുവെന്നും കേട്ടിട്ടുണ്ട്. പക്ഷേ പിന്നീട് അവർ പുരസ്കാരം തരുമ്പോൾ നിഷേധിക്കാറുണ്ടോ?*

ഇല്ല. സന്തോഷത്തോടെ അത് വാങ്ങിയിട്ടേയുള്ളൂ. അതെപ്പറ്റി എനിക്ക് വ്യക്തമായ അഭിപ്രായമുണ്ട്. സാഹിത്യകാരന് കിട്ടുന്ന പുരസ്കാരം അയാളുടെ അവകാശമെന്ന് പറയാൻ പറ്റില്ല. ഞാൻ ഇത്രയൊക്കെ എഴുതിയിട്ടുണ്ട്. അതുകൊണ്ട് ഇന്ന പുരസ്കാരം എനിക്കിവിടെ കൊണ്ടുത്തരണം എന്നൊന്നും പറയാൻ പറ്റില്ല. അങ്ങനെ വിചാരിക്കാൻപോലും പാടില്ല. പിന്നെ പുരസ്കാരം നമ്മുടെ അവകാശമല്ല. നേരെ മറിച്ച് അത് ആകസ്മികമായി നമുക്ക് ലഭിക്കുന്ന ഒന്നാണ്.

- *സിനിമാഗാനരചനയ്ക്ക് തുടർച്ചയായി 12 വർഷം അവാർഡ് കിട്ടിയതിനുശേഷം അത് ഇനി വേണ്ടെന്ന് എഴുതിക്കൊടുക്കുകയും പില്ക്കാലത്ത് അത് അംഗീകരിക്കുകയും ചെയ്തുവല്ലോ? അത് എല്ലാക്കാലത്തേക്കും എടുത്ത തീരുമാനമാണോ?*

അതെനിക്ക് അറിയില്ല. അതുവേണ്ട എന്നെഴുതിക്കൊടുത്തത് പരിഹസിച്ചിട്ടല്ല, വളരെയധികം വിഷമം വന്നിട്ടാണ്. കാരണം, എനിക്ക് ചില കേന്ദ്രങ്ങളിൽനിന്ന് തുടരെ തുടരെ കത്തുകൾ വന്നു. "ഒരു കടൽക്കിഴവനെപ്പോലെ നീ ഇങ്ങനെ കേറി ഇരിക്കുന്നത് കൊണ്ടല്ലേടാ മറ്റുള്ളവർക്ക് അവാർഡ് കിട്ടാത്തത്. നിനക്ക് ഇനിയെങ്കിലും വഴിമാറി നടന്നൂടേ, 12 എണ്ണം കിട്ടീല്ലേടാ!! എന്നൊക്കെ..." കത്തുകൾ വന്നു. അപ്പോൾ ഞാനും വിചാരിച്ചു. ശരിയാണല്ലോ. എനിക്ക് കുറേ കിട്ടിയല്ലോ. അതിനുമാത്രമൊന്നും ഞാനെഴുതിയിട്ടില്ലല്ലോ. ഊമക്കത്തുകൾ തുടർച്ചയായപ്പോൾ എന്റെ മക്കളും പറഞ്ഞു, അച്ഛാ ഇനി ഇതു വേണ്ട എന്ന്. അങ്ങനെ എഴുതിക്കൊടുത്തതാണ്.

- *പിന്നീട് ചിലരുടെ മനോഭാവം കണ്ടപ്പോൾ അങ്ങനെ എഴുതിക്കൊടുക്കേണ്ടിയിരുന്നില്ല എന്ന് തോന്നിയോ?*

ഈ സിനിമാ ഗാനരചന അത്ര കേമമായ ഒന്നായി ഞാൻ കരുതിയിട്ടില്ല. എന്നുവെച്ചാൽ തീരെ മോശമല്ല, ഒരു കൊച്ചുകുട്ടി

കത്രികയും വർണ്ണക്കടലാസും തന്ന് എന്തെങ്കിലും വെട്ടിയുണ്ടാക്കാൻ പറയുന്നതുപോലെയാണ് ഈ സിനിമാഗാനം.

- *വയലാറൊക്കെ ജീവിതം മുഴുവൻ അതിനുവേണ്ടി പ്രവർത്തിച്ച ആളാണ്?*

അദ്ദേഹത്തിന്റെ കവിതകൾ ഗാനങ്ങളിൽ വന്നു. കടലാസ് വെട്ടിയുണ്ടാക്കുക അത്ര എളുപ്പമല്ല. കൈയിലിരിക്കുന്ന വർണക്കടലാസ് കുട്ടികൾ ചോദിക്കുമ്പോൾ ചുമ്മാ വെട്ടി വെട്ടിക്കളയരുതെന്ന് വൈലോപ്പിള്ളി പറഞ്ഞിട്ടുണ്ട്.

- *വയലാർ കവിതയിൽ നില്ക്കാതെ സിനിമാ ഗാനമേഖലയിലേക്ക് തിരിഞ്ഞതിനെപ്പറ്റി എന്തു പറയുന്നു?*

അതിനെപ്പറ്റി എൻ.വി. കൃഷ്ണവാരിയർ പറഞ്ഞു – വയലാർ സിനിമ ഗാനരചനയ്ക്കു പോയപ്പോൾ ഗാനരചനയ്ക്കുണ്ടായ നേട്ടമെന്താണോ തത്തുല്യമായ നഷ്ടം കവിതയ്ക്ക് ഉണ്ടായിട്ടുണ്ട്. അത് ഒരർത്ഥത്തിൽ ശരിയാണ്.

- *എന്തൊക്കെയായാലും സ്വക്ഷേത്രം കവിതയായതുകൊണ്ട് അതിൽ നിന്നുവിട്ടുപോയി വേറൊന്നിനെയും ഉപാസിക്കില്ലെന്നത് ബോധപൂർവമായ തീരുമാനമാണോ?*

അത് ഉണ്ട്. അടുത്തകാലത്ത്, എന്റെ തത്ത്വങ്ങളിൽനിന്ന് വ്യത്യസ്തമായി ഒരു പാട്ടെഴുതാൻ ഒരാൾ ആവശ്യപ്പെട്ടു. എന്റെ തത്ത്വങ്ങൾ എന്നു ഞാൻ പറയുന്നത് കേരളത്തെപ്പറ്റിയാണ്, കേരളപ്പിറവിയെപ്പറ്റിയാണ്. കേരളത്തിലെ മലകളെയും പുഴകളെയും പ്രകൃതിയെയും പറ്റിയാണ് കവിതയെഴുതേണ്ടത്. അപ്പോൾ അതു ചെയ്യേണ്ട സംഗീതശില്പിക്ക് കവിത ഗാനങ്ങളാക്കുന്നതിൽ വിശ്വാസമില്ലെന്ന് പറഞ്ഞു. എന്നാലും സാർ, എഴുതിത്തുടങ്ങിയിട്ടില്ലെങ്കിൽ ഈ ട്യൂൺ ഒന്നു നോക്കാമോ എന്നു ചോദിച്ചു. ഞാൻ തുറന്നുപറഞ്ഞു, പറ്റില്ല. കേരളത്തിലെ നദികളേയും മലകളേയും പ്രകൃതിയേയും പറ്റി നാലുവരി കവിത എഴുതിയാൽ അതിനു ട്യൂൺ വരില്ലത്രെ. അതിന് ട്യൂൺ ഇട്ടിട്ട് വേണം എഴുതാൻ എന്നുപറയുന്ന ആൾക്കാരെ വളർത്തുന്നത് ശരിയല്ല.

- *ലെജൻഡറി എന്നുപറയാവുന്ന ഗാനങ്ങളുണ്ടല്ലോ. ഏറെയും താങ്കളുടേതാണ്. നമ്മൾ കൊയ്യും വയലെല്ലാം... തുടങ്ങി. അവയൊക്കെ എഴുതിയ സമയത്ത് ഉറച്ചു വിശ്വസിച്ചുവോ ഈ വയലുകളെല്ലാം നമ്മുടേതാവുമെന്ന്?*

ആവണമെന്ന് വിശ്വസിച്ചിരുന്നു. കാരണം ചവറയിൽ എന്റെ നാട്ടിൽ കൃഷിപ്പണി ചെയ്യുന്ന ആൾക്കാരുടെ കഷ്ടനഷ്ടങ്ങൾ ഞാൻ കൺമുന്നിൽ കണ്ടതാണ്. കർഷകത്തൊഴിലാളികളോടും സ്ത്രീകളോടും ജന്മികൾ പെരുമാറുന്നത് കണ്ടപ്പോൾ ആത്മാർത്ഥമായ രോഷമുണ്ടായി എനിക്ക്. അത് എനിക്കിവിടെ തുറന്നു പറയാൻ പറ്റില്ല... അതു കണ്ടപ്പോൾ എന്റെ സ്വന്തം വയൽ കൃഷി ചെയ്ത് ഞാൻ തന്നെ കൊയ്ത് എന്റെ നാട്ടുകാർക്ക് കൊടുക്കുന്നതായി ഒരു ബോധം വന്നു. ആ സന്തോഷത്തിൽ എഴുതിയതാണ്... നമ്മൾ കൊയ്യും വയലെല്ലാം... നമ്മുടേതാകും പൈങ്കിളിയെ...

അത് ഒരു ദളിത് പെൺകുട്ടിയും ചെറുപ്പക്കാരനും കൂടി പാടുന്നതാണ്. നീ എന്തു കഴിച്ചു എന്നു ചോദിച്ചപ്പോൾ കല്ലരിയുണ്ട്, കരിങ്കാളിക്ക്, നല്ലരിയെല്ലാം പത്തായത്തിൽ എന്നു പറഞ്ഞപ്പോഴാണ്.

നമ്മൾ കൊയ്യും വയലെല്ലാം

നമ്മുടേതാകും പൈങ്കിളിയെ... എന്നു പാടുന്നത്.

- *ഒ.എൻ.വി. ഒരാത്മകഥ എഴുതിയാൽ കഴിഞ്ഞ ആറു പതിറ്റാണ്ടിനിടെ കണ്ട രാഷ്ട്രീയ, സാംസ്കാരികകാര്യങ്ങൾ അതിലുണ്ടാകും. പക്ഷേ, എന്തുകൊണ്ടാണ് ആത്മകഥ എഴുതാത്തത്?*

അത് എന്താണെന്നുവെച്ചാൽ ആത്മകഥ എഴുതുമ്പോൾ സത്യമെല്ലാം എഴുതിയില്ലെങ്കിലും സത്യമേ എഴുതാവൂ എന്നെനിക്ക് നിർബന്ധമുണ്ട്. അങ്ങനെ സത്യമേ പറയാവൂ എന്ന നിർബന്ധത്തോടുകൂടി എഴുതുകയാണെങ്കിൽ നമുക്ക് പലരീതിയിൽ നല്ല ബന്ധമുള്ള ആളുകൾക്ക് ദുഃഖമുണ്ടാവും.

- *ഒ.എൻ.വിയുടെ മാത്രം ചരിത്രമല്ല, ഒരു കാലഘട്ടത്തിന്റെ ചരിത്രമാണ്?*

പക്ഷേ, ഇപ്പറയുന്ന സാംസ്കാരിക നേതാക്കന്മാർ, സാംസ്കാരിക ജീവിതത്തിലെ നമ്മുടെ സുഹൃത്തുക്കൾ എന്നൊക്കെ പറയുമ്പോൾ ഈ ഭൂമിക്കുതന്നെ സൂര്യൻ പ്രകാശിക്കുമ്പോൾ ഒരു പകലും അതേ സമയത്ത് അപ്പുറത്ത് ഒരു കറുത്ത മുഖവുമുണ്ട്. അങ്ങനെ ഇരുണ്ടതും പ്രകാശപൂർണ്ണവുമായിരിക്കുന്ന മുഖങ്ങൾ ഇങ്ങനെ കിടന്നു കറങ്ങുന്നതുപോലെയാണ് ഈ ഭൂമിയിലെ സന്തതികളായി ജനിച്ചുപോയ മനുഷ്യരും.

- *ഏറെ പേർക്കും അറിയാത്ത കാര്യമാണ് ഒ.എൻ.വി. സാർ വളരെ നന്നായി തമാശകൾ പറയും, അവ ആസ്വദിക്കും എന്നത് മറ്റുള്ളവരെ*

ഒന്നാന്തരമായി അനുകരിച്ച് കാട്ടാനുള്ള കഴിവും സാറിനുണ്ട്. ഈ വാസന ആദ്യം തൊട്ടേ ഉണ്ടോ?

കുട്ടിക്കാലത്തേ ഉണ്ട്. പല അധ്യാപകരും ക്ലാസ്സെടുക്കുന്നതുപോലെ ഞാൻ ക്ലാസ്സെടുക്കും. അതുപോലെ വള്ളത്തോൾ മുതൽ സുകുമാർ അഴീക്കോട് വരെയുള്ള പ്രഗത്ഭരുടെ പ്രസംഗങ്ങൾ ഞാൻ അനുകരിച്ചിട്ടുണ്ട്.

- *ഇതൊക്കെ അവർക്ക് അറിയാമോ?*

ഉവ്വ്.

- *പ്രതികരണം എങ്ങനെയായിരുന്നു?*

പ്രശംസിച്ചിട്ടുണ്ട്.

- *എൻ. മോഹനനും താങ്കളും ചേർന്ന് ഒരുപാട് തമാശക്കഥകൾ ഉണ്ടാക്കിയിട്ടുണ്ട്, അല്ലേ?*

എൻ. മോഹനൻ അദ്ദേഹത്തിന്റെ ദുഃഖങ്ങളെല്ലാം ചിരിച്ചുകളഞ്ഞ ഒരാളാണ്. റേഡിയോയ്ക്ക് എർത്ത് ഇടുന്നതുപോലെയെന്ന് ഞങ്ങൾ പറയും.

- *തമാശക്കഥകൾ മോഹനന്റെ സംഭാവനകളായിരുന്നോ? അതോ?*

ഏറെയും മോഹനന്റേതായിരുന്നു. പിന്നെ ഞങ്ങൾ ഒന്നിച്ചിരുന്നു ചെയ്തതാണ് എല്ലാം.

- *ഇന്ന് അങ്ങനെ തമാശകൾ പറഞ്ഞ് രസിക്കാൻ ആത്മബന്ധമുള്ള ഒരു സുഹൃത്ത്?*

ആരുമില്ല. അതാണ് എന്റെ ഏറ്റവും വലിയ വിഷമം. ഓരോ ആളുകളെയും ഇങ്ങനെ ഓരോ വർഷവും യാത്രയയ്ക്കുമ്പോൾ... ഉറൂബ് ഒരു നല്ല സംഭാഷണപ്രിയനായിരുന്നു. അപ്പോൾ കോഴിക്കോട്ടേക്ക് ചെല്ലുമ്പോൾ അന്ന് ഉറൂബുണ്ട്, എസ്.കെയുണ്ട്, തിക്കൊടിയനുണ്ട്, എൻ.പി.യുണ്ട്, എം.ടി.യുണ്ട് എന്നൊക്കെ ഒരു സന്തോഷം. ഇന്നിപ്പോൾ എം.ടി. മാത്രമേയുള്ളൂ. ബാക്കി എല്ലാവരും പോയി. അപ്പോൾ ഒരു ശൂന്യത. റെയിൽവേ സ്റ്റേഷനിലോട്ട് കാൽ കുത്തുമ്പോൾ തന്നെ ഒരു ശൂന്യത.

- *പി.കെ.വി., എൻ. കൃഷ്ണപ്പിള്ള സാർ...?*

എൻ.കൃഷ്ണപിള്ള സാർ പോയപ്പോൾ വലിയ വിഷമം തോന്നി. കാരണം ഇത്രയും നർമബോധമുള്ള, എന്നാൽ ഇത്ര നന്നായി കാര്യങ്ങൾ പഠിപ്പിച്ചുതരുന്ന ഒരാൾ ഉണ്ടായിട്ടില്ല.

- *വരുംതലമുറ ഒ.എൻ.വി. എന്ന കവിയെ ഏതു തരത്തിൽ വിലയിരുത്തും എന്ന് എപ്പോഴെങ്കിലും ആലോചിച്ചിട്ടുണ്ടോ?*

എനിക്കറിയാൻ പാടില്ല. കാരണം, നമ്മൾ ശരിക്കും മനസ്സിലാക്കപ്പെടുന്നില്ല എന്നു ചിലപ്പോൾ തോന്നുമ്പോൾ അത് ഒരു ദുഃഖമാണ്. ഒരു കൃതിയിൽ കൂടി, അല്ലെങ്കിൽ കൃതികളിൽക്കൂടി ആ കാലത്തേയും കാലഘട്ടത്തേയും കണ്ടെത്താൻ ശ്രമിച്ചാൽ, അല്ലെങ്കിൽ കൃതികളിൽ കൂടി കവിയേയും കവിയുടെ ഉത്കണ്ഠകളേയും കണ്ടെത്താൻ ശ്രമിച്ചാൽ അയാൾക്ക് തീർച്ചയായും വിലയിരുത്താൻ സാധിക്കും, സംശയമില്ല.

- *അപ്പോൾ മരണാനന്തരജീവിതത്തെക്കുറിച്ച് അങ്ങനെ ഒരു ആകുലതയില്ലേ?*

ഇല്ല. കാരണം മരണാനന്തരം വെറും ശൂന്യമായിപോകാം. അങ്ങനെയായിപ്പോയ കവികളൊക്കെയുണ്ട്. നമ്മൾ അങ്ങനെയാവില്ലെന്ന് ആരു കണ്ടു. അതിനും വേണം ഒരു ഭാഗ്യമൊക്കെ. അതുപോലെ ഇതൊക്കെ ചികഞ്ഞുനോക്കി പഠിക്കാൻ ആരെങ്കിലും വന്നേക്കാം, എന്നല്ലാതെ, തീർച്ചയായും എന്റെ കൃതികളെല്ലാം എന്റെ മരണശേഷം കേളിപ്പെടുമെന്ന് ഉറപ്പിച്ചുപറയാൻ എനിക്ക് സാധിക്കുമെന്ന് തോന്നുന്നില്ല.

- *സാറിനെപ്പറ്റി കേട്ടതിൽ സാറിനെത്തന്നെ ഏറെ രസിപ്പിച്ച ഒരു ഫലിതം പറയാമോ?*

കേന്ദ്രസാഹിത്യ അക്കാദമിയിൽനിന്ന് ഒരാൾ എന്നെ കാണണമെന്ന് പറഞ്ഞ് സാഹിത്യ അക്കാദമിയിൽ വന്നിട്ട് എന്നെ കാണാതെ പോയി. അതിനുശേഷം ഞാൻ ഡൽഹിയിൽ ഇന്ത്യ ഇന്റർനാഷണലിൽ ഒരു കവിതയൊക്കെ വായിച്ചു. പേപ്പറൊക്കെ അവതരിപ്പിച്ച് ഇരിക്കുമ്പോൾ ആ ആൾ എന്റെ അടുത്തുവന്നു പറഞ്ഞു. മിസ്റ്റർ കുറുപ്പ്, കേന്ദ്ര സാഹിത്യ അക്കാദമിയിൽനിന്ന് ഒരു ട്രാവൽ ഗ്രാന്റ് വാങ്ങിച്ചുവന്നതാണ്. നിങ്ങളെ കാണണമെന്ന് എഴുതിയിരുന്നു. അങ്ങനെ തിരുവനന്തപുരത്തുവന്ന് ഒരാളിനോട് നിങ്ങളുടെ വീടെവിടെയാണെന്ന് ചോദിച്ചപ്പോൾ എന്തിനാണെന്ന് അയാൾ എന്നോട് തിരിച്ചു ചോദിച്ചു. സംസാരിക്കാനാണ്, കവിയല്ലേന്ന് മറുപടി പറഞ്ഞു. അപ്പോൾ അയാൾ പറഞ്ഞു, അയാൾ കവിയൊന്നുമല്ല, വെറും സിനിമാ പാട്ടെഴുത്തുകാരനാണെന്ന്. (ചിരി) വന്നയാൾ വിചാരിച്ചു സിനിമാ പാട്ടെഴുത്തുകാരനെ കാണേണ്ട ആവശ്യമുണ്ടോ? അതുകൊണ്ട് അയാൾ എന്നെ കാണാതെ മടങ്ങി.

- *ഇങ്ങനെ പറഞ്ഞ ആളാരാണെന്ന് പിന്നീട് തപ്പിപിടിച്ചോ?*

എന്നോട് അയാൾ തന്നെ പറഞ്ഞു. പക്ഷേ, പേര് ഇപ്പോൾ പറയില്ല. എന്നിട്ട് അയാൾ എന്നോട് പറഞ്ഞു. നിങ്ങളെ കാണാതെ പോന്നതിൽ ദുഃഖിക്കുന്നു എന്ന്. അയാൾ കുറേ നേരം എനിക്കൊപ്പം നിന്നിട്ടാണ് പോയത്.

- *അല്ല, ഈ പറഞ്ഞുകൊടുത്തയാൾ ഒരു കവിയാണോ?*

ഇതിപ്പോൾ, ഈ ടെലിവിഷനിലൊക്കെ കാണുന്ന ഒരു പരിപാടി പോലെയുണ്ടല്ലോ? ആ ലക്ഷണം, ഈ ലക്ഷണമൊക്കെ പറഞ്ഞിട്ട് ഒന്നൊന്നായി മൈനസ് മൈനസ് എന്നുപറഞ്ഞ് പേരിലേക്ക് എത്തുന്നതുപോലെ (ചിരി) ഞാൻ പറയില്ല.

(2006)

എം.കെ. സാനു

അടുത്തറിയാൻ ആഴത്തിലിറങ്ങുന്ന നിരൂപകമനസ്സാണ് ജീവിത ത്തിലും എം.കെ. സാനുമാഷിന്. കാഴ്ചപ്പാടുകളേയും ബന്ധങ്ങളേയും ഒരുപോലെ വിലമതിക്കുന്ന അദ്ദേഹം നിർബന്ധങ്ങൾക്കു വഴങ്ങി എടുത്തണിഞ്ഞ വേഷങ്ങൾ ഒരുപാടുണ്ട്. ലോകം പറയുന്നതിനേ ക്കാൾ സ്വന്തം ബോധ്യങ്ങളെ വിശ്വസിച്ചും മുറുകെപ്പിടിച്ചും മുന്നോട്ടുപോകുന്ന സാനുമാഷിനെ പുരോഗമന സാഹിത്യവും കേരള നിയമസഭയും നേരിട്ടറിഞ്ഞിട്ടുണ്ട്. വ്യാപരിക്കുന്ന മണ്ഡലത്തോടുള്ള അചഞ്ചലമായ കൂറും സ്വയം വിമർശനവും ആ ജീവിതത്തെ തിള ക്കുന്നുണ്ട്. ജീവിതംകൊണ്ട് ഒരധ്യാപകൻ പാഠപുസ്തകമായ കഥ പറയുകയായിരുന്നു സാനുമാഷ്.

സാനുവിലെ വൈവിധ്യം, വൈരുദ്ധ്യം

- *വിദ്യാർത്ഥികളിൽനിന്നുപോലും വിമർശനങ്ങൾ ആഗ്രഹിച്ച ഒരു മാതൃകാ അധ്യാപകനായാണ് എം.കെ. സാനുവിനെക്കുറിച്ച് കേട്ടിരിക്കുന്നത്. പക്ഷേ മാഷിന്റെ സ്വയം വിമർശനങ്ങൾ എന്തൊക്കെയാണ്?*

ഒരു പ്രായോഗിക ബുദ്ധി ഇല്ലാത്ത വ്യക്തി എന്ന രീതിയിൽ മാത്രമാണ് ഞാൻ എന്നെ വിമർശിക്കുന്നത്. മറ്റു കാര്യങ്ങളിലൊക്കെ വലിയ വിമർശനത്തിന് വകയില്ലെന്നു തോന്നുന്നു.

- *പ്രായോഗിക ബുദ്ധി മാഷിനുണ്ടായിരുന്നെങ്കിൽ ഇപ്പോഴത്തെ മാഷല്ലാതെ മറ്റെന്താകുമായിരുന്നു?*

മറ്റു പലതുമാകാമായിരുന്നു. പ്രായോഗിക ബുദ്ധി ഇല്ലാത്തതുകൊണ്ടുതന്നെയാണ് ശമ്പളം കിട്ടാത്ത കാലത്ത് ഞാൻ കോളേജ് അധ്യാപകനായും സ്കൂൾ അധ്യാപകനായും പോയത്. എന്റെ ഇഷ്ടത്തിനനുസരിച്ച് പോയതാണ്.

- *നഷ്ടം എന്ന് മാഷ് കണക്കുകൂട്ടുന്നത് ഏതുതരത്തിലുള്ള നഷ്ടമാണ്. സാമ്പത്തിക നഷ്ടമാണോ?*

പണത്തെയാണ് ഉദ്ദേശിക്കുന്നതെങ്കിൽ. അത് തന്നെയാണ് ഞാൻ പറഞ്ഞുവന്നത്. അല്ലാതെ എനിക്കൊരു നഷ്ടം ഇല്ല.

- *ഇടതുപക്ഷ പ്രസ്ഥാനങ്ങളെ സൈദ്ധാന്തികമായി തന്നെ എതിർത്തിരുന്ന പല ആളുകളും പെൻഷൻ പറ്റിയതിനുശേഷം ഇടതുപക്ഷ സഹയാത്രികരായി മാറുന്നത് കേരളത്തിൽ ഒരു ട്രെൻഡാണ്. സാനു മാഷ് എങ്ങനെയാണ് ആ ട്രെൻഡിൽ പെട്ടത്?*

ഞാൻ കമ്മ്യൂണിസ്റ്റ് പാർട്ടിയെ എതിർത്തിരുന്നില്ല. കമ്മ്യൂണിസ്റ്റ് പ്രത്യയശാസ്ത്രത്തെക്കുറിച്ച് റിസർവേഷൻ ഉണ്ടായിരുന്നു. ഞാൻ

വ്യക്തിസ്വാതന്ത്ര്യത്തിനുവേണ്ടി അന്നും വാദിച്ചിരുന്നു. അഭിപ്രായ പ്രകടനത്തിന് വേണ്ടിയുള്ള സ്വാതന്ത്ര്യം ഉണ്ടാവണം. അതില്ലാത്ത കാലത്തോളം ഒരു വ്യവസ്ഥിതി പൂർണ്ണമാകുന്നില്ല. അതിന് പരിമിതി യുണ്ട് എന്നതായിരുന്നു എന്റെ വാദം. ആരംഭിച്ച കാലം മുതൽ അങ്ങനെത്തന്നെയായിരുന്നു.

- *എങ്കിൽ ഈ വ്യക്തിവാദത്തിൽ ഉറച്ചുനിന്നാൽ കേരളത്തെപ്പോലൊരു സ്ഥലത്ത് നമുക്ക് നില്ക്കാൻ കളമുണ്ടാവില്ല എന്ന് തിരിച്ചറിഞ്ഞ തിന്റെ ഫലമായി മാറിയതാണോ?*

അടിയന്തിരാവസ്ഥക്കാലം എത്തിയപ്പോൾ തന്നെ, അതിനുമുൻപേ തന്നെയും ഞാൻ പറയുന്ന ജനാധിപത്യത്തിൽ ഒരു രാഷ്ട്രീയ കക്ഷിക്കും വിശ്വാസമില്ല എന്നെനിക്ക് ഏകദേശം ബോധ്യമായി. കോൺഗ്രസ്സിന്റെ നേരയുള്ള എന്റെ മനോഭാവം ഞാൻ അറിയുന്ന കാലത്ത് അതിനകത്തുള്ള എല്ലാ നല്ല ആളുകളേയും പുറത്താക്കി എന്നുള്ളതാണ്. സ്വാതന്ത്ര്യസമരത്തിൽ പങ്കെടുത്തവർ, അതിൽ വളരെ സത്യസന്ധത പുലർത്തിയവർ, അതിന്റെ ആകർഷകതയിൽ വിശ്വസിച്ചവർ - അവർ എല്ലാവരേയും തന്നെ തൂത്തു പുറത്താക്കി യതുപോലെയാണ് ഞാൻ കാണുന്നത്. അതിനകത്ത് അധികാര ത്തിനും പണത്തിനും വേണ്ടിയുള്ള മത്സരമല്ലാതെ മറ്റൊന്നും കാണാൻ സാധിച്ചില്ല. ഇടതുപക്ഷത്താണെങ്കിൽ പ്രത്യേകിച്ച് കമ്മ്യൂ ണിസ്റ്റ് പാർട്ടിയിൽ നഷ്ടപ്പെടാൻ സന്നദ്ധതയുള്ള ഒരുപാട് പേർ ആത്മാർത്ഥമായി പരിശ്രമിക്കുന്നവരുണ്ട്. അപ്പോൾ ആ ഒരു സ്വഭാവ ദാർഢ്യം, ശുദ്ധി എന്നൊക്കെ പറയുന്നതും പിന്നെ തങ്ങൾ എന്തിനു വേണ്ടിയാണ് പ്രവർത്തിക്കുന്നത് എന്ന ബോധം പുലർത്തുന്നു എന്നതും ഒക്കെ അവരെ വേർതിരിച്ചുനിർത്തുന്ന കക്ഷിയായി തോന്നി.

- *മാഷിന്റെ അച്ഛൻ ജൗളിക്കട നടത്തിയിരുന്നു. അദ്ദേഹം കടുത്ത കോൺഗ്രസ്സുകാരനായിരുന്നു. കോൺഗ്രസുകാരനല്ലാത്ത ആളു കൾക്ക് അദ്ദേഹം തുണികൊടുക്കാൻ പോലും മടിച്ചിരുന്നു എന്നാണ് കേട്ടിരിക്കുന്നത്. അങ്ങനെയെങ്കിൽ മാഷിന്റെ ഇപ്പുറത്തേക്കുള്ള മാറ്റം സ്വാഭാവികമാറ്റം അല്ല എന്ന് പറയേണ്ടിവരും?*

അല്ല, ഇന്നു കമ്മ്യൂണിസ്റ്റ് പാർട്ടി എന്ന് പറയുന്നത് എല്ലാവരും അന്ന് കോൺഗ്രസുകാർ ആയിരുന്നു. ആർ. സുഗതൻ സാർ എന്റെ ടീച്ചർ ആണ്. അച്ഛന്റെ വളരെ അടുത്ത സുഹൃത്തായിരുന്നു. അദ്ദേഹം അന്ന് കോൺഗ്രസ്സുകാരനായിരുന്നു. അന്ന് അങ്ങനെ ഒന്നിച്ച് ഉത്തരവാദഭരണത്തിനുവേണ്ടി പ്രവർത്തിച്ചു. അതിൽ വൈരുദ്ധ്യം ഒന്നുമില്ല.

- *മാഷിന്റെ ഏറ്റവും അടുത്ത സുഹൃത്തുക്കൾ അല്ലെങ്കിൽ, മാഷ് ഏറ്റവും അടുത്തു പെരുമാറിയിരുന്നത് എം. ഗോവിന്ദൻ, സി.ജെ. തോമസ്, പി.കെ. ബാലകൃഷ്ണൻ അതുപോലെയുള്ള ആളുകളായിരുന്നു. അവരൊന്നും ഇടതുപക്ഷത്തോട് ചേർന്നുനിന്നവരല്ല, തന്നെയുമല്ല ഇടതുപക്ഷത്തിനെതിരെ പോരാട്ടം നയിച്ചവരും ആണ്. പക്ഷേ അവരുടെ കൂടെ നിന്ന മാഷ് തിരിച്ച് ഇടതുപക്ഷത്തിന്റെ എം.എൽ.എ. ആയതിനെ എങ്ങനെ കാണുന്നു?*

അതിനകത്ത് രണ്ട് വശമുണ്ട്. എം. ഗോവിന്ദൻ, പി.കെ. ബാലകൃഷ്ണൻ തുടങ്ങിയ ആളുകൾ, ഞങ്ങളൊക്കെതന്നെ, അഭിപ്രായ ഐക്യം ഉള്ളവർ ആയിരുന്നില്ല ഒരിക്കലും. ഞങ്ങൾ കൂടുമ്പോൾ പലപ്പോഴും തർക്കിക്കുകയായിരുന്നു. ഞാൻ പുരോഗമന കലാ സാഹിത്യസംഘത്തിൽ ആയിരുന്നു പണ്ട്. പുരോഗമന കലാ സാഹിത്യസംഘത്തിന്റെ പ്രസിഡന്റ് ആകുമ്പോഴും അതിനുമുമ്പ് അതിന്റെ പ്രവർത്തകനായിരുന്നപ്പോഴും നമുക്ക് അഭിപ്രായ സ്വാതന്ത്ര്യം ഇല്ലാതെ സാഹിത്യം വികസിക്കില്ല എന്ന അഭിപ്രായം തന്നെയാണ് ഞാൻ പറഞ്ഞിട്ടുള്ളത്. അങ്ങനെയായിരുന്നപ്പോഴാണ് സാസ്കാരിക നായകന്മാർ കുറച്ചുപേരെ കേരളത്തിൽ അടുത്ത തിരഞ്ഞെടുപ്പിൽ മത്സരിപ്പിക്കുന്നത്. അപ്പോൾ വളരെ ഉദാരമായ വീക്ഷണമാണ് പാർട്ടി തന്നെ സ്വീകരിച്ചിരുന്നത്. എന്നോട് എല്ലാ കാലത്തും അങ്ങനെതന്നെയാണ്. ഇ.എം.എസിന്റെ പ്രത്യയശാസ്ത്രം എന്നെ വളരെ ആകർഷിക്കുകയും ചെയ്തു. ഏതാണ് തത്ത്വാധിഷ്ഠിതമായ രാഷ്ട്രീയം. എല്ലാ തരത്തിലും ജാതി, മതവുമായി ബന്ധപ്പെട്ട് ഒരു രാഷ്ട്രീയകക്ഷിയുമായും ബന്ധം ഉണ്ടായിരുന്നില്ല. അതു ശരി, നമുക്ക് മത്സരിക്കാം എന്ന് പറഞ്ഞു. അത് ജയിക്കാൻ വേണ്ടിയിട്ടല്ല. ഒരു വിശ്വാസത്തിന്റെ പ്രതീകമായിട്ട് നില്ക്കാം. തോറ്റാൽ...? ഇവിടെ തോൽക്കാനാണ് സാദ്ധ്യത. തോൽക്കാൻ തയ്യാറായി തന്നെ നില്ക്കാം. അത് ഒരു അന്തസ്സായി ഞാൻ കണക്കാക്കുന്നു. അങ്ങനെയാണ് നിന്നത്. അങ്ങനെയാണ് ജയിച്ചത്.

- *മാഷ് ജീവിതത്തിൽ എടുത്ത നിലപാടുകളിൽ പരസ്പരബന്ധമില്ലായ്മ കാണുന്നുണ്ട്. ഒരു ഉദാഹരണം പറഞ്ഞാൽ സാഹിത്യ അക്കാദമി അംഗമാകുന്നത് കൊട്ടാരം ഷണ്ഡൻ ആകുന്നത് പോലെയാണ് എന്ന് ഒരിക്കൽ അഭിപ്രായപ്പെട്ടിട്ടുണ്ട്. ആ മാഷ് തന്നെ സാഹിത്യ അക്കാദമിയുടെ പ്രസിഡന്റായി. ഇതിനെ എങ്ങനെയാണ് ന്യായീകരിക്കുക?*

ന്യായീകരണത്തിന് അർത്ഥമില്ല. അതിന്റെ ചില സന്ദർഭങ്ങളും പശ്ചാത്തലങ്ങളും പറയാനേ പറ്റൂ. കൊട്ടാര ഷണ്ഡന്മാർ എന്നത് ഞാൻ എഴുതിയ ലേഖനമാണ്. അത് മാതൃഭൂമി വാരികയിൽ

എഴുതിയതാണ്. അവർ ചോദിച്ചപ്പോൾ എഴുതികൊടുത്തതാണ്. അതിനുശേഷം സി.എച്ച്. മുഹമ്മദ് കോയ വന്നപ്പോൾ സാഹിത്യ അക്കാദമിയുടെ അംഗമാകണം എന്ന് പ്രത്യേക സാഹചര്യത്തിൽ എന്നോട് പറഞ്ഞു. അദ്ദേഹം എന്നോട് വളരെ സൗമനസ്യവും സ്നേഹവും കാണിച്ച വ്യക്തിയാണ്. എനിക്ക് സമ്മതിക്കാതിരിക്കാൻ നിർവാഹമില്ല. വെറും അംഗം. സാധാരണ അംഗമാണ്. അതിൽ വേറേയും പലതുണ്ട്. അത് നിങ്ങൾ അറിയേണ്ട കാര്യമില്ല. അങ്ങനെ ഞാൻ പുതിയ അംഗമായി. അതിനുശേഷമാണ് അവിടന്ന് പോരുന്നത്. പിന്നീട് ഞാൻ എം.എൽ.എ. ആയി. എം.എൽ.എ. ആയിക്കഴിഞ്ഞപ്പോഴാണ് സാഹിത്യ അക്കാദമിയുടെ പ്രസിഡന്റ് ആകുന്നത്. പ്രസിഡന്റാകുന്ന സമയത്തെ യാഥാർത്ഥ്യം പറഞ്ഞാൽ, ടി.കെ. ആയിരുന്നു അന്ന് സാംസ്കാരികവകുപ്പ് മന്ത്രി. ഞങ്ങൾ തമ്മിൽ സഹോദരന്മാരെപോലെ വളരെ അടുത്ത് പെരുമാറിയവരാണ്. ഞാൻ അദ്ദേഹത്തെ വളരെ സ്നേഹിക്കുകയും, നല്ലൊരു അളവുവരെ ആദരിക്കുകയും ചെയ്തിട്ടുള്ള ആളാണ്. എന്നേക്കാൾ പ്രായവും ഉണ്ട്. അദ്ദേഹം വന്നൊരു ദിവസം ഇത് പറഞ്ഞു. സത്യം പറഞ്ഞാൽ ഞാൻ വേറെ രണ്ടുപേരുടെ പേരാണ് അദ്ദേഹത്തിന്റെ മുന്നിൽ വച്ചത്. കാരണം ഞാൻ പറഞ്ഞു. ഞാൻ ഇങ്ങനെയൊരു ലേഖനം പണ്ട് എഴുതിയിട്ടുണ്ട്. കൊട്ടാര ഷണ്ഡന്മാർ. ഇന്നും എന്റെ അഭിപ്രായം അതുതന്നെയാണ്. ഞാൻ ആ ഷണ്ഡന്മാരുടെ രാജാവ് ആവണമെന്നാണെങ്കിൽ ആവാം. അപ്പോൾ അദ്ദേഹം പറഞ്ഞത്, മാഷ് ഇപ്പോ, ഇങ്ങനെയൊക്കെ ആയേ പറ്റുള്ളൂ. മറ്റു പറഞ്ഞ പേരുകൾ അവർക്ക് സ്വീകാര്യമല്ല. അതിന്റെ കാരണവും എന്നെ പറഞ്ഞ് മനസ്സിലാക്കി. വേറെ ആരുമില്ല. അങ്ങനെ ഇത് സ്വീകരിക്കണം, സ്വീകരിച്ചു.

- *പുരോഗമനകലാസാഹിത്യസംഘത്തിന്റെ പ്രസിഡന്റ് ആയപ്പോൾ ഒരു ദുരന്ത നാടകത്തിലെ അഞ്ചാം അംഗം എന്നാണ് മാഷിനോട് താത്പര്യം ഉള്ള കെ.പി. അപ്പൻ അന്ന് വിശേഷിപ്പിച്ചത്. അതൊരു ദുരന്ത നാടകം തന്നെയായിരുന്നോ ?*

അല്ല, എങ്ങനെ ദുരന്ത നാടകമാകും? ഒന്നാമത് എന്റെ അഭിപ്രായങ്ങൾ എനിക്ക് വിഴുങ്ങേണ്ടതായി വന്നില്ല. വിഴുങ്ങുന്നതിന് ആരും എന്റെമേൽ സമ്മർദ്ദം ചെലുത്തിയില്ല. പുരോഗമനകലാസാഹിത്യ സംഘത്തിന്റെ വിശാലമായ കാഴ്ചപ്പാടിൽ നിങ്ങൾക്ക് ആത്മാവിഷ്കാരപരമായി സാഹിത്യത്തിൽ ഇടപെടാം. സാഹിത്യരചനയിൽ, പക്ഷേ സമൂഹം എന്നുള്ള ഒന്നുണ്ട് എന്ന ഓർമ്മവെച്ച് പ്രവർത്തനത്തിലൂടെയോ രചനയിലൂടെയോ ആ സമൂഹത്തെ നിങ്ങൾ തിന്മയിൽനിന്ന് നന്മയിലേക്ക് മാറ്റുന്നതിലുള്ള, പരിവർത്തനത്തിനുള്ള പരിശ്രമം മുഴുവൻ നടത്തണം. ഇത്രയേയുള്ളൂ. എന്നോട് ആരാ

പിണങ്ങുന്നത്? ആശാൻ തന്നെ പുരോഗമനസാഹിത്യവാദി അല്ലേ ആ അർത്ഥത്തിൽ?

- *പില്ക്കാലത്ത് എം.എൻ.വിജയൻ മാഷിന് പുരോഗമനകലാസാഹിത്യ സംഘം പ്രസിഡന്റ് എന്ന നിലയിൽ അത്ര നല്ല അനുഭവം ആയിരുന്നില്ല. അദ്ദേഹം രാജിവെച്ചപ്പോൾ രാജി ഒരു രാഷ്ട്രീയ പ്രവർത്തനമാണ് എന്നൊക്കെ പറഞ്ഞാണ് പോന്നത്. പില്ക്കാലത്ത് അത് ജീവിതത്തിലൂടെ തെളിയിച്ചു എന്ന് മാഷ് തന്നെ എഴുതുകയും ചെയ്തിരുന്നു. പക്ഷേ പില്ക്കാലത്ത് എം.എൻ. വിജയൻമാഷിനു പോലും അങ്ങനെ ഒരു അനുഭവം ഉണ്ടാവണമെങ്കിൽ ഈ പുരോഗമനകലാസാഹിത്യസംഘത്തിന് എന്തായിരിക്കും സംഭവിച്ചിരിക്കുക?*

പുരോഗമനകലാസാഹിത്യസംഘത്തിന്റെ കുഴപ്പംകൊണ്ടാണ് എം.എൻ.വിജയൻ രാജിവച്ച് പോയത് എന്ന് എനിക്ക് തോന്നുന്നില്ല. സംഘത്തിലുള്ള അധികം ആളുകളും എം.എൻ. വിജയന്റെ നേർക്ക് സ്നേഹം ഉള്ളവരായിരുന്നു. തത്ക്കാലം ഉണ്ടായ ചില സംഭവങ്ങളോട് അദ്ദേഹം റിയാക്ട് ചെയ്തു. വളരെ പെട്ടെന്ന് പ്രതികരിച്ചു. അത് രാജിയായിപ്പോയി എന്നാണ് ഞാൻ മനസ്സിലാക്കുന്നത്.

- *എം.എൻ. വിജയൻ മാഷുമായി അടുപ്പമുള്ള ആൾ എന്ന നിലയിൽ മാഷിനോട് ചോദിക്കുകയാണ്, അതിന്റെ അടിസ്ഥാന കാരണങ്ങൾ എന്താണെന്ന് മാഷ് വെളിപ്പെടുത്തിയിട്ടില്ല. പക്ഷേ പലപ്പോഴും ആളുകൾ വിചാരിക്കുന്നത് അന്ന് ഈ മാനവീയം പോലത്തെ കാര്യത്തോടുള്ള എതിർപ്പ്, ബേബിയോടുള്ള അഭിപ്രായവ്യത്യാസം, ടി.പത്മനാഭൻ വന്നതിലുള്ള അഭിപ്രായവ്യത്യാസം - എന്താണ് വാസ്തവത്തിൽ സംഭവിച്ചിട്ടുണ്ടാവുക?*

നിങ്ങൾ ഇപ്പോൾ ഒടുവിൽ ഇവിടെ പറഞ്ഞില്ലേ... അതൊക്കെ തന്നെയാണ് അതിന്റെ കാരണങ്ങൾ. ഞാൻ സംസാരിച്ചപ്പോഴും എന്നോട് പറഞ്ഞത് അതൊക്കെ തന്നെയാണ്.

- *മാഷ് അതിനെക്കുറിച്ച് ഉള്ളുതുറന്ന് സംസാരിച്ചിട്ടുണ്ടോ ?*

ഉണ്ട്, നമുക്ക് പറ്റാത്ത തരത്തിലുള്ള ആളുകൾ, വ്യക്തികൾ അതും ഇതുമൊക്കെ വന്ന്, ഈ വൈരുദ്ധ്യത്തിൽ കൊണ്ടുപോകാൻ പ്രയാസമാണെന്ന് തന്നെ പറയുകയുണ്ടായി.

- *പില്ക്കാലത്ത് വിജയൻ മാഷിന് അദ്ദേഹത്തിന്റെ നിലപാടുകളിൽ വന്ന മാറ്റത്തെ സാനുമാഷ് എങ്ങനെയാണ് കണ്ടത്?*

ഇപ്പോൾ തോമസ് ഐസക്ക് - ഇങ്ങനെയുള്ളവരെക്കുറിച്ചാണ് പറഞ്ഞത്. എനിക്ക് അവരെക്കുറിച്ചുള്ള സങ്കല്പം മറ്റൊന്നാണ്. തോമസ് ഐസക്ക് മഹാരാജാസ് കോളേജിൽ പഠിച്ചിരുന്ന കാലം മുതൽ

എനിക്കറിയാം. ആക്റ്റിവിസ്റ്റ് ആയിരുന്നു. പിന്നെ പല പ്രവർത്തന ങ്ങളിലും ഉണ്ടായി. പിന്നീടും എനിക്കറിയാം. അദ്ദേഹത്തെപ്പറ്റിയുള്ള ആരോപണങ്ങൾ എന്റെ അറിവും ഐസക്കിനെക്കുറിച്ചുള്ള ധാര ണയും വെച്ചുകൊണ്ട് സ്വീകരിക്കാൻ സാധ്യമായിരുന്നില്ല. അതു ഞങ്ങൾ തമ്മിൽ തുറന്നു പറയുമായിരുന്നു. വിജയനെ കാണു മ്പോഴും ഞാനിത് പറയുമായിരുന്നു. കാരണം, ഈ വ്യക്തിയെ എനിക്ക് വളരെ അടുത്തറിയാം. അദ്ദേഹത്തിൽ നിങ്ങൾ പറയുന്ന ഒരു ആരോപണം വിശ്വസിക്കാൻ എനിക്ക് സാധിക്കുകയില്ല. അതെ നിക്ക് നേരിട്ട് ബോധ്യമായാൽ ഞാൻ വിശ്വസിക്കാം. അതുവരെ ഞാൻ വിശ്വസിക്കില്ല എന്ന് ഞാൻ പറഞ്ഞു.

- *പക്ഷേ തോമസ് ഐസക്കിനോട് വിജയൻ മാഷിന് ഉണ്ടായിരുന്നത് വ്യക്തിപരമായ എതിർപ്പായിരുന്നല്ലോ?*

ചാരനാണെന്ന് പറയുമ്പോഴും വ്യക്തിപരമാണല്ലോ കുറെ. ഒരു സ്വഭാവത്തെ ബാധിക്കുന്നതാണ് അത്. ആ അർത്ഥത്തിൽ എനിക്ക് തോന്നിയിട്ടില്ല എന്നാണ് ഞാൻ പറഞ്ഞത്.

- *അവരോടൊക്കെയുള്ള വിജയൻ മാഷിന്റെ എതിർപ്പ് അത്രയ്ക്ക് ന്യായീകരണമില്ലാത്തതാണ് എന്നാണോ സാനുമാഷിന് തോന്നിയി ട്ടുള്ളത്?*

അതു ഞാൻ പറയുന്നില്ല. അവർക്കെന്തെങ്കിലും ന്യായം കാണും. പക്ഷേ അങ്ങനെ യുക്തിബദ്ധമായി ഇന്നതാണ് കാരണം എന്ന് ഉള്ളു തുറന്ന് സംസാരിക്കാൻ ഞങ്ങൾക്ക് അവസരം ഉണ്ടായിട്ടില്ല. ഒരു പക്ഷേ ഞാൻ അങ്ങനെ തുളഞ്ഞ് കയറുന്ന ചോദ്യങ്ങൾ ചോദിച്ചിട്ടി ല്ലായിരിക്കാം. അതുകൊണ്ട് പറ്റിയതായിരിക്കും. അറിയാൻ വലിയ ആഗ്രഹം എനിക്കില്ലായിരുന്നു.

- *87-ൽ മാഷ് തിരഞ്ഞെടുപ്പിനു നിന്നു. ഒരുപക്ഷേ ഏറ്റവും പ്രയാസം ഏറിയ ഒരു സീറ്റിലാണ് നിന്നത്. നല്ല വിജയം കൈവരിച്ചു. ആ സമ യത്ത് ഒരു വിശ്വാസം ഉണ്ടായിരുന്നു. അതായത് മാഷിനെപ്പോലെ ഇത്രയും പാരമ്പര്യം ഉള്ള ഒരാൾ ഒരുപക്ഷേ വിദ്യാഭ്യാസമന്ത്രി യൊക്കെ ആയേക്കും എന്നൊക്കെ. പക്ഷേ അങ്ങനെ സംഭവിച്ചില്ല. അതിന് പകരമായിട്ടാണ് സാഹിത്യ അക്കാദമി പ്രസിഡന്റ് സ്ഥാനം തന്നത് എന്നുവരെ കേൾവി ഉണ്ടായിരുന്നു. അതിന്റെ വാസ്തവം എന്താണ്?*

ആളുകൾ പറഞ്ഞുപരത്തിയ അപവാദം എന്ന നിലയ്ക്ക് മാത്ര മാണ് മന്ത്രിയാവുക എന്നുള്ളത്. അന്ന് കരുണാകരൻ അസംബ്ലി യിൽ പറയുകയും ചെയ്തു. ഞാൻ ആദ്യം ചെയ്ത പ്രസംഗം കഴി ഞ്ഞപ്പോൾ കരുണാകരൻ ആണ് അതിന് പെട്ടെന്ന് എഴുന്നേറ്റ്

മറുപടി - പ്രതികരണം എഴുതി പ്രസംഗിച്ചത്. അദ്ദേഹം പറഞ്ഞു. നമുക്കേവർക്കും സ്നേഹമുള്ള, ബഹുമാനമുള്ള അദ്ദേഹത്തിന്റെ ശൈലി ഉണ്ടല്ലോ. സാനുമാഷ് വിദ്യാഭ്യാസമന്ത്രിയായി കാണുമെന്നാണ് നമ്മൾ കരുതിയത്. ആയില്ല എന്നൊക്കെ പറഞ്ഞു. മലയാള മനോരമയിൽ ചുമ്മാർ ഒരു കമന്റ് എഴുതുകയും ചെയ്തിരുന്നു അതിനെപ്പറ്റി.

- *ഇടതുപക്ഷം ഭരിക്കുമ്പോൾ പൊതുവെ അക്കാദമിയെക്കുറിച്ചുള്ള പരാതി ഈ അക്കാദമികളിൽ പാർട്ടി ഭരണം കുറച്ചെങ്കിലും ഉണ്ട് എന്നാണ്. മാഷ് സാഹിത്യ അക്കാദമി പ്രസിഡന്റ് ആയിരുന്നപ്പോൾ തന്നെ ചില ആരോപണങ്ങൾ വന്നത് എരുമേലി പരമേശ്വരൻപിള്ളയാണ് മൊത്തം ഭരണം, അക്കാദമി യോഗം വിളിക്കുന്നത് പോലും കൃത്യമായിട്ട് മാഷ് അറിയാതെ എന്നൊക്കെയാണ്. അതിൽ വാസ്തവം ഉണ്ടോ?*

ഇല്ല. അങ്ങനെ നടന്നിട്ടില്ല. ഞാൻ അറിയാതെ യോഗം വിളിച്ചുകൂട്ടിയിട്ടില്ല. അവിടെ സാഹിത്യ അക്കാദമിയുടെ ഭരണഘടനയനുസരിച്ച് അതിലുള്ള കാര്യനിർവ്വഹണത്തിന്റെ എല്ലാ അധികാരവും സെക്രട്ടറിക്കാണ്. പ്രസിഡന്റിനല്ല. പ്രസിഡന്റ് ഒരു ആഭരണമായി വന്നിരിക്കുക മാത്രം. പിന്നെ ആരെയെങ്കിലും പിരിച്ചുവിടുക, അച്ചടക്ക നടപടി എടുക്കേണ്ടി വരുക, അപ്പോൾ പ്രസിഡന്റിന്റെ ഒപ്പ് വേണം. വേണ്ടി വരും. അല്ലാതെ ചെയ്യാൻ സാധിക്കില്ല. അത്രയേ ഉള്ളൂ അതിനകത്ത്.

- *എങ്കിലും ഈ അക്കാദമികളിലെ സെക്രട്ടറിമാർ ആവശ്യത്തിലേറെ അധികാരം കൈയാളുന്നു എന്ന് മാഷിന് തോന്നിയിട്ടില്ലേ?*

പ്രത്യേകിച്ച് ഒരു സംഭവം തോന്നിയിട്ടില്ല. പിന്നെ അവരുമായിട്ട് കൊച്ചുകൊച്ച് കശപിശ ഉണ്ടാകും. കശപിശ ഉണ്ടാകുമ്പോൾ ഞാൻ അത് പറഞ്ഞ് രഞ്ജിപ്പിലാക്കാൻ ശ്രമിക്കുകയേ ഉള്ളൂ. അതുണ്ടാവാതെ കഴിക്കാം. നമുക്കെല്ലാവർക്കും നമ്മുടേതായ പ്രത്യേകതകൾ ഉണ്ട്.

- *മാഷിന്റെ സ്വന്തം അനുഭവത്തിൽനിന്ന് മാഷിന് കമ്മ്യൂണിസ്റ്റ് പാർട്ടിയെപ്പറ്റി, പ്രത്യേകിച്ച് സി.പി.എമ്മിനെക്കുറിച്ച് എന്താ തോന്നിയത്?*

ഞാൻ സി.പി.എമ്മിൽ അംഗമായിരുന്നിട്ടില്ല. വെറുമൊരു സഹയാത്രികൻ മാത്രമായിരുന്നു. ആ അർത്ഥത്തിൽ എന്നോടും എന്നും സ്നേഹമായി പെരുമാറിയിട്ടുണ്ട്. സൗമ്യമായി, മര്യാദയായി പെരുമാറി. ഒരു ഘട്ടത്തിൽ മാത്രം അല്പം അഭിപ്രായവ്യത്യാസം. അത്

ശിവഗിരി സംഭവം നടന്നപ്പോഴാണ്. അപ്പോൾ കശപിശ ഉണ്ടായി. അത് സ്വാഭാവികം എന്ന് ഞാൻ കണക്കാക്കുകയും ചെയ്തു.

- *ഇപ്പോഴും മാഷ് പാർട്ടിയോടുള്ള ഒരു ബഹുമാനം, സ്നേഹം, കാത്തു സൂക്ഷിക്കുന്നുണ്ടോ?*

സ്നേഹം ഉണ്ട്. പാർട്ടി എന്നു പറയുന്നതിനേക്കാളധികം അതിന്റെ പ്രവർത്തകന്മാരിൽ പലർക്കും എന്നോട് വ്യക്തിപരമായ സ്നേഹം ഉണ്ട്.

- *മാഷിന്റെ ഏറ്റവും അടുത്ത സുഹൃത്തായ, എല്ലാ ദിവസവും ഒന്നിച്ചു നടക്കാൻ പോകുന്ന വി.ആർ. കൃഷ്ണയ്യരുമായി രാഷ്ട്രീയം എപ്പോഴെങ്കിലും ചർച്ച ചെയ്യാറുണ്ടോ? ഇപ്പോഴത്തെ രാഷ്ട്രീയ പാർട്ടികളെക്കുറിച്ചുള്ള അദ്ദേഹത്തിന്റെ വീക്ഷണം എങ്ങനെ യാണ്?*

രാഷ്ട്രീയപാർട്ടികളെക്കുറിച്ച്, ഒരു പൊതു സ്വഭാവത്തിൽ ഞാൻ പുലർത്തുന്ന പോലുള്ള വീക്ഷണമാണ് അദ്ദേഹത്തിന് മാർക്സിറ്റ് പാർട്ടിയോടുള്ളത്. അമേരിക്കയുമായി നടന്നിട്ടുള്ള ന്യൂക്ലിയർ ഡീൽ ഇല്ലേ. അദ്ദേഹം അതിന് ശക്തിയായി എതിരാണ്.

- *ഈ കാലഘട്ടത്തിൽ എഴുത്തിലും പ്രസംഗത്തിലും ഏറ്റവും ശ്രദ്ധി ക്കപ്പെട്ട രണ്ടു പേരുകളാണ് സുകുമാർ അഴീക്കോടും പ്രൊഫസർ എം.കെ. സാനുവും. മാനസികമായി അഴീക്കോടും എം.കെ. സാനുവും തമ്മിൽ കുറച്ച് അകൽച്ചയിലാണെന്ന് എല്ലാവർക്കും അറിയുന്ന കാര്യമാണ്. അത് എങ്ങനെ സംഭവിച്ചതാണ്? അതിന്റെ അടിസ്ഥാന കാരണമെന്താണ്?*

അത് വ്യക്തിപരമായ ആരോപണമായി ഉന്നയിക്കുന്നത് ശരി യാണോ? നമ്മൾ പറയുകയാണ്. ഒരുപാട് പേർ ഇത് കേട്ടുകൊണ്ടി രിക്കുകയാണ്. ഇതുപോലെ തികച്ചും വ്യക്തിപരമായ ഒരു ചെറിയ സംഭവത്തിൽനിന്ന് ആരംഭിച്ചതാണ്. അതായത് സാഹിത്യ പരി ഷത്ത് സംഘടനാ പ്രവർത്തനത്തിനു ചെല്ലുമ്പോൾ എപ്പോഴും അരോചകമായ അനുഭവം ഉണ്ടാകാറുണ്ട്. ഞങ്ങൾ അന്ന് തിരഞ്ഞെടുപ്പിൽ വരുന്നത്, ഒരു മത്സരത്തിൽ ജയിച്ചിട്ടാണ്. മത്സര ത്തിൽ ജയിച്ചപ്പോൾ ഇദ്ദേഹം എനിക്കൊരു കത്തെഴുതിയിരുന്നു. എനിക്ക് പ്രസിഡന്റായാൽ കൊള്ളാം. കത്തെന്റെ കൈയിൽ ഇരി പ്പുണ്ട് ഇപ്പോഴും. ഞാൻ എഴുതിയത് ഇങ്ങനെ ഒരു സംഘടനയിൽ നമ്മളു വന്നിട്ട് കാര്യമില്ല. എന്തിനാണ് നമ്മൾ പോവുന്നത്? അദ്ദേഹം ആവർത്തിച്ചെഴുതി, എനിക്ക് സംഘടനയിൽ പ്രസിഡന്റ് ആവണം. ശരി അങ്ങനെ ഒരു ആഗ്രഹം ആണെങ്കിൽ ഒരു സുഹൃത്തിന്റെ

ധർമ്മം ഞാൻ നിർവ്വഹിക്കും. ഞാൻ നിങ്ങളോടൊപ്പം നില്ക്കും, അതെന്റെ നിലപാട് തന്നെയാണ്. എപ്പോഴും നന്മയായാലും തിന്മ യായാലും ജയിക്കാനായാലും തോല്ക്കാനായാലും ഞാൻ ഒരു കൂട്ടു കാരനൊപ്പം നില്ക്കും. അങ്ങനെ നിന്നു. അതിൽ പ്രധാന പ്രവർത്തനം മുഴുവൻ നടത്തിയത് ഞാനാണ്. ഇലക്ഷൻ വരണം. അംഗങ്ങൾ വരണം. പോഞ്ഞിക്കര റാഫിയും ഉണ്ടായിരുന്നു. അന്നു ഞാൻ വിചാരിക്കുവർ, ആരും അതിനകത്ത് വരും. അത്രത്തോളം അംഗങ്ങളിൽ സ്വാധീനം ഉണ്ട്. ആരെയൊക്കെ വേണം എന്ന് നിങ്ങൾ തീർച്ചപ്പെടുത്തുക. ഞാൻ വേണമെങ്കിൽ മാറിനില്ക്കാം എന്നു ഞാൻ പറഞ്ഞു. അവർ തീർച്ചപ്പെടുത്തി. നിർവ്വാഹകസമിതി യിൽ ഇന്ന ഇന്ന ആളുകൾ എന്നൊക്കെ പറഞ്ഞു. എന്നെ പിടിച്ച് അതിൽ ഉൾപ്പെടുത്തി. പത്രാധിപർ ആവണമെന്ന് പറഞ്ഞു. ശരി അങ്ങനെയെങ്കിൽ അങ്ങനെ. ആദ്യത്തെ കമ്മിറ്റി കഴിഞ്ഞ് രണ്ടാ മത്തെ കമ്മിറ്റി വന്നു. പരിഷത്തിന്റെ പ്രതിനിധിയായി അക്കാദമി യുടെ മെമ്പർ ആയിരുന്നത് സുകുമാരൻ പൊറ്റെക്കാട് ആയിരുന്നു. കുറച്ച് ഡീറ്റെയിൽസൊക്കെ പറയണം. അദ്ദേഹത്തെ അതിൽനിന്ന് പിൻവലിക്കണം എന്ന് രണ്ടുപേർ ആവശ്യപ്പെട്ടു. അപ്പോൾ ഞാൻ പറഞ്ഞു, ശരിയല്ലല്ലോ. ഇവരെ ഇവിടന്ന് അക്കാദമി അംഗമായിട്ട് അയച്ചു. അദ്ദേഹം നമുക്കെതിരായിട്ട് യാതൊരു പ്രവർത്തനവും ചെയ്തിട്ടില്ല. നമുക്കല്ല, വ്യക്തികൾക്കല്ല, സ്ഥാപനത്തിനെതിരായിട്ടും ചെയ്തിട്ടില്ല. പിന്നെ പിൻവലിക്കുന്നത് എന്തിനാണ്? അത് ഒരു തർക്കം പോലെ വന്നപ്പോൾ അന്ന് എന്റെ സുഹൃത്തും എന്നോടൊപ്പം അനുകൂലിക്കുകയാണ് ചെയ്തത്. അത് ശരിയാണ് പാടില്ല എന്ന് അദ്ദേഹം പറഞ്ഞു. അങ്ങനെ തീരുമാനമാകാതെ പിരിഞ്ഞു. എന്നിട്ട് ഞാൻ അദ്ദേഹത്തെ കണ്ടു ചോദിച്ചു എന്താണ് നിലപാട്, നിങ്ങൾക്ക് താത്പര്യം ഉണ്ടെങ്കിൽ പറയൂ ഞാൻ ഇതിൽ അനങ്ങാതെ പൊയ്ക്കോളാം എന്ന് പറഞ്ഞു. അപ്പോൾ ഞാനും പൊറ്റെക്കാടും തമ്മിൽ അടുത്ത ഒരു ബന്ധം ഇല്ല. അപ്പോൾ ഇദ്ദേഹം പറഞ്ഞു ഇത് വലിയ അനീതിയാണ്, തെറ്റായ ഒരു കാര്യമല്ലേ ചെയ്യുന്നത്, നമുക്ക് അതിനെ ശക്തിയായി എതിർത്ത് പരാജയപ്പെടുത്തുക തന്നെ വേണമെന്ന് പറഞ്ഞു. തീർന്നു. പിന്നെ ഇതിന്റെ പ്രധാന ഭാരവാഹി കൾ എന്റെയടുത്ത് വരുന്നത് കാലിക്കറ്റ് യൂണിവേഴ്സിറ്റി തുട ങ്ങുന്നു, അതിൽ എനിക്ക് ചില പദവികൾ തരണമെന്ന് പറഞ്ഞാണ്. സി.എച്ച്. ആണ് അന്ന് മന്ത്രി. സി.എച്ചിന് താത്പര്യം ഉണ്ട്. ഞാൻ പറഞ്ഞു, എനിക്ക് ബുദ്ധിമുട്ട് ഉണ്ട്. ശരി അങ്ങനെ ചിലത് കരുതി വെച്ചിട്ടുണ്ട്. എന്നിട്ട് എന്നോട് പറഞ്ഞു, അങ്ങനെയാണെങ്കിൽ ഈ പൊറ്റെക്കാടിന്റെ കാര്യത്തിലെ നിലപാടിൽ മാറ്റം വരുത്തണം. ഞാൻ ചെയ്യില്ലാന്ന് പറഞ്ഞു. എന്നോട് യാതൊരു തെറ്റും ചെയ്യാത്ത,

ആരോടും ഒരു തെറ്റും ചെയ്യാത്ത ആൾക്കെതിരെ ഞാൻ പോകുന്നത് തെറ്റല്ലേ? അപ്പോൾ എന്റെ സുഹൃത്ത് അതിന് സമ്മതിച്ചു എന്നുപറഞ്ഞു. ഞാൻ വിശ്വസിക്കുന്നില്ല. ഞാൻ നേരത്തെ പറഞ്ഞില്ലേ, തോമസ് ഐസക്കിനെ വിശ്വസിക്കുന്നു. എന്നിൽ ആളുകൾ വിശ്വാസം അർപ്പിച്ചാൽ അതുപോലെ സൂക്ഷിക്കും. അങ്ങനെ പറയുമെന്ന് ഞാൻ കരുതുന്നില്ല. ഞങ്ങൾ പറഞ്ഞു സമ്മതിപ്പിച്ചുവെന്ന് അവർ. ഇതാണ് പറഞ്ഞത്. ഞാൻ വിശ്വസിച്ചില്ല. അടുത്ത കമ്മിറ്റി വന്നപ്പോൾ മറ്റേ വശത്തേക്ക് ആൾ മാറി.

- *അവിടെയാണ് ഇതിന്റെ ഒരു അകൽച്ചയുടെ തുടക്കം?*

തുടക്കമല്ല. അതാണ് അകൽച്ച. അതു മാത്രമേ ഉള്ളൂ അകൽച്ച. വേറെ അകൽച്ചയില്ല.

- *അല്ലല്ലോ. മാഷ് പൊതുവെ സാംസ്കാരിക നായകർപോലും പരസ്പരം ചീത്ത പറയുന്നതിനെ എതിർക്കുന്ന ആളാണ്. പക്ഷേ ആ മാഷ് പോലും അഴീക്കോട് സാറുമായിട്ടുള്ള അകൽച്ച ഉണ്ടായതിനു ശേഷം കുറച്ച് അങ്ങോട്ടും ഇങ്ങോട്ടും ആക്ഷേപിക്കുന്ന തരത്തിൽ ലേഖനങ്ങൾ വരെ എഴുതിയിട്ടുണ്ട്. അവ രണ്ടുപേർക്കും മോശമായി എന്നല്ലേ ഇപ്പോൾ നമ്മൾ വിലയിരുത്തേണ്ടത്?*

അല്ല, ഞാൻ എഴുതിയത് പുലഭ്യം പറയുന്നത് തെറ്റാണെന്ന് തന്നെയാണ്. അന്നും എഴുതിയത് അതുതന്നെയാണ്. അദ്ദേഹം ആരെയൊക്കെ കുറിച്ച് പറഞ്ഞു എന്നത് ഒന്ന്, രണ്ട്, മൂന്ന്, നാല് എന്ന് ഞാൻ പറഞ്ഞു. ഞാൻ അങ്ങനെയൊരു കാര്യം പറഞ്ഞിട്ടില്ല. ഞാൻ അദ്ദേഹത്തിനേയും പറഞ്ഞിട്ടുണ്ട്. വേണമെങ്കിൽ പറയാം ഇതൊക്കെ.

- *എങ്കിലും ഫലത്തിൽ ഇത് അദ്ദേഹത്തിനെ ആക്ഷേപിക്കുന്നതിന് തുല്യമാണല്ലോ?*

അല്ല. അതു എങ്ങനെ ആക്ഷേപമാവും. അതു രണ്ടു തരമുണ്ട്. രണ്ടും ആക്ഷേപം ആണ് (ചിരിക്കുന്നു). ഇപ്പോൾ ഞാൻ മോഷ്ടാവ് ആണെന്ന് പറയുന്നത് ഒരു ആക്ഷേപം ആണ്. നേരെ മറിച്ച് നേരത്തെ താങ്കൾ പറഞ്ഞില്ലേ ഇന്ന നിലപാടും ഇന്ന നിലപാടും വിരുദ്ധമാണല്ലോ എന്ന്. അതു ആക്ഷേപം അല്ല. ഒരു വസ്തുത ചൂണ്ടിക്കാണിക്കുകയല്ലേ. അത്രയേ ഞാൻ ചെയ്തിട്ടുള്ളൂ. അല്ലാതെ ഇദ്ദേഹം, എന്താ പറയാ, വൃദ്ധകീടമാണ് എന്നൊരാളെപ്പറ്റി പറയാമോ? ജോണി എന്നോട് ഇങ്ങട്ടു പറഞ്ഞുതരൂ... അങ്ങനെയൊരാളെ പറയുന്നത് ആക്ഷേപമാണ്. അങ്ങനെ പാടില്ല എന്നേ ഞാൻ പറഞ്ഞിട്ടുള്ളൂ.

- *പക്ഷേ, ആ വിവാദത്തിന് പിന്നീടുണ്ടായ വഴിത്തിരിവിൽ സുകുമാർ അഴീക്കോട് പ്രേമലേഖനങ്ങൾ എഴുതിയിരുന്നുവെന്നും അത് വളരെ മോശമായ കാര്യമാണെന്നും വന്നു. അതിന്റെ പിന്നിൽ സാനുമാഷ് ആണെന്നും ആരോപണങ്ങൾ ഉയർന്നിരുന്നു. അഥവാ അങ്ങനെ പ്രേമലേഖനങ്ങൾ എഴുതിയിട്ടുണ്ടെങ്കിൽ അതൊരു അപരാധ മാണോ?*

അല്ല. പ്രേമലേഖനം എഴുതുന്നത് തെറ്റല്ല, ഒന്നുമല്ല. ഞാൻ അതിന് ഒന്നും പറഞ്ഞിട്ടില്ല.

- *എങ്കിലും അതിനു പിന്നിൽ പ്രവർത്തിച്ചത് സാനുമാഷ് ആണെന്നാണ് ഇപ്പോഴും അഴീക്കോട് സാർ വിശ്വസിക്കുന്നത്?*

വിശ്വസിക്കുന്നത് എനിക്ക് മാറ്റാൻ പറ്റില്ലല്ലോ.

- *അല്ല, ഇതിനെക്കുറിച്ച് എപ്പോഴെങ്കിലും സംസാരിച്ചിട്ടുണ്ടോ?*

ആരുമായിട്ട് സംസാരിക്കണം?

- *അഴീക്കോട് സാറുമായിട്ട് സംസാരിക്കണം?*

ഇല്ല.

- *പിന്നീട് ഇത്രയും കാലമായിട്ടും ഒരു ടോക്കിംഗ് ടേംസ് എന്നൊക്കെ നമ്മൾ പറയുന്ന ആ ബന്ധം പോലും ഇല്ലേ?*

ഇല്ല. ഞാൻ അങ്ങനെ പുലർത്താറില്ല. നേരെ ചൊവ്വെ എന്ന് പറയത്തില്ലേ...ചൊവ്വേ എനിക്കറിഞ്ഞൂടാ. പക്ഷേ നേരേയാണ് ഞാൻ. അതുപോലെ ഇതുവന്ന് കഴിഞ്ഞാൽ പിന്നെ ഞാൻ പെട്ടെന്ന് ബന്ധം നിർത്തും, അവിടെവെച്ച്. എല്ലാവരുമായിട്ട് അങ്ങനെത്തന്നെയാണ്. പിന്നെ നമുക്ക് ബന്ധം വേണ്ട, നമ്മൾ ബന്ധം ഇല്ലാത്തവരാണ്. പക്ഷേ അതല്ല, അതിനകത്ത് വൈരുദ്ധ്യം ഉള്ളത്, പ്രേമലേഖനം എഴുതുന്നത് തെറ്റാണെന്ന് ഞാൻ പറയില്ല. പ്രേമലേഖനം എഴുതാം. എഴുതുന്നവരുടെ വിവാഹം നടക്കണ മെന്നില്ല. പല തരത്തിൽ പോകാം. പക്ഷേ പരസ്യമായി നടത്തുന്ന പ്രസ്താവനകളിൽ എനിക്ക് ഒറ്റ കാമുകിയേ ഉണ്ടായിട്ടുള്ളൂ, അത് പുസ്തകമാണ്. ഒരു സ്ത്രീയെ മാത്രമേ സ്നേഹിച്ചിട്ടുള്ളൂ, അതെന്റെ അമ്മയാണ് എന്നൊക്കെ ഒരു വലിയ പ്രവാചകനെ പോലെ പറയുന്നത് എനിക്ക് മനസ്സിലാകുന്നില്ല. ഇതു ധാരാളമായി എഴുതി, ഒന്നല്ല, ഒരുപാട് പ്രാവശ്യം. എന്നെയദ്ദേഹം വിവാഹാ ലോചനയ്ക്ക് വിളിച്ചുകൊണ്ടുപോയിട്ടുണ്ട്. ഞാൻ കൂടെ പോയി ട്ടുണ്ട്.

- *അതെ, സുഹൃത്തുക്കൾ ആയിരുന്നപ്പോൾ നമ്മൾ ചെയ്ത കാര്യങ്ങളാണ് അവയൊക്കെ. അതിനുശേഷം ഇങ്ങനെ ഒരു അകൽച്ച വന്നതിന്?*

ആ വൈരുദ്ധ്യമാണ്. അവിടെയും ഉണ്ട്. എന്റെ പക്ഷത്ത് ഇല്ല ഇതൊന്നും.

- *മാഷ് പൂർണ്ണമായിട്ടും പറയോ, പ്രേമലേഖനങ്ങൾ പുറത്തുവന്നതിന്റെ പിന്നിൽ, അല്ലെങ്കിൽ അവ പ്രസിദ്ധീകരിക്കപ്പെട്ടതിന്റെ പിന്നിൽ മാഷിന് യാതൊരു അറിവും ഇല്ല, എന്ന്?*

എനിക്കറിവുണ്ട്. പക്ഷേ എനിക്കതിൽ പങ്കില്ല.

- *അപ്പോൾ ഏതു തരത്തിലാണ് സുകുമാർ അഴീക്കോടിനെ സാനു മാഷ് നിരൂപകൻ എന്ന നിലയിൽ, പ്രസംഗകൻ എന്ന നിലയിൽ, എഴുത്തുകാരൻ എന്ന നിലയിൽ വിലയിരുത്തുന്നത് ?*

ഒരു വ്യക്തിയെക്കുറിച്ചുള്ള ചോദ്യമല്ലേ? ഞങ്ങളുടെ രണ്ടുപേരുടേയും പ്രസംഗത്തിന്റെ ആദർശം രണ്ടാണ്. ഞാൻ എന്റെ അനുവാചകരിൽ മാനസികമായ മാറ്റം ഉണ്ടാക്കണമെന്നും അവരെ എന്റെ അഭിപ്രായത്തിൽ ആകർഷിക്കണമെന്നും ആഗ്രഹിച്ചാണ് പ്രസംഗിക്കുന്നത്. ഒരു പ്രത്യേക തരത്തിൽ. അതിനുപറ്റിയ യുക്തിയും കാര്യകാരണബന്ധവും ഒക്കെ വെച്ചുകൊണ്ടാണ്. എന്നല്ല, എന്റെ ഒരൊറ്റ ശ്രോതാവ് പോലും ഞാൻ പറയുന്നത് മനസ്സിലാകാതെ, എന്റെ പ്രസംഗം നല്ലതാണെന്ന് പറഞ്ഞ് പോകുകയില്ല എന്നെനിക്ക് നിർബന്ധം ഉണ്ട്.

- *മാഷ് പറഞ്ഞതിനെ, അഴീക്കോട് സാറിന്റെ പ്രസംഗത്തിന് ഇങ്ങനെയൊരു ലക്ഷ്യമില്ല എന്ന് അർത്ഥമാക്കാമോ ?*

അർത്ഥം ഇല്ല. അദ്ദേഹത്തിന്റെ പ്രസംഗം പലപ്പോഴും മറ്റൊരു സ്വഭാവത്തിലാണ്. വിജയന്റെ പുസ്തകവും മറ്റൊരു സ്വഭാവത്തിലാണ്. ഇങ്ങനെയൊരു കാര്യകാരണബന്ധം ദീക്ഷിച്ചുകൊണ്ട് പറയുന്ന രീതിയല്ല. പ്രസംഗം ചീത്തയാണെന്നല്ല. ഞങ്ങളുടെ പ്രസംഗത്തിന്റെ രീതികൾ ഭിന്നമാണ്. അതേ ഞാൻ പറഞ്ഞതിന് അർത്ഥമുള്ളൂ.

- *അല്ല മാഷ് അപ്പോൾ ഏറ്റവും ബഹുമാനിക്കുന്ന പ്രഭാഷകൻ ആരാണ്?*

ഞാൻ ഇതുവരെ പരിചയപ്പെട്ടതിൽ രണ്ടുപേരെ എനിക്ക് തോന്നിയിട്ടുള്ളൂ. ഒന്ന് മുണ്ടശ്ശേരി മാഷാണ്, സാഹിത്യത്തിൽ. രണ്ട് പനമ്പള്ളി, രാഷ്ട്രീയത്തിൽ. ഇ.എം.എസിന് വിക്ക് ഉണ്ട്. പക്ഷേ താൻ

ഉദ്ദേശിക്കുന്ന ആശയങ്ങൾ ശ്രോതാക്കളുടെ മനസ്സിൽ അവശേഷിപ്പിച്ചേ അദ്ദേഹം പോകാറുള്ളൂ.

- *മാഷിന്റെ സ്വയം വിലയിരുത്തലിൽ ഏതെങ്കിലും കാര്യത്തിൽ ചരിത്രം സുകുമാർ അഴീക്കോടിന് മേൽ എം.കെ. സാനുവിനെ പ്രതിഷ്ഠിക്കും എന്ന് കരുതിയാൽ അത് ഏത് കാര്യത്തിലായിരിക്കും?*

എനിക്കറിഞ്ഞൂടാ.

- *മാഷിന്റെ സ്വയം വിലയിരുത്തലിൽ പറയാൻ പറ്റില്ലേ?*

ചരിത്രം അതിന്റെ വഴിക്കു പോകും. നമുക്കാർക്കും ഒന്നും പറയാൻ പറ്റില്ല എന്ത് സംഭവിക്കും എന്ന് ഭാവിയിൽ. അല്ലെങ്കിലും ഈ പ്രസംഗം എന്ന് പറയുന്നത് കുറച്ച് കാലത്തേക്ക് ആളുകൾ പറയുന്ന ഒരു സംഗതി അല്ലേ? ഞങ്ങൾ പോയി കഴിഞ്ഞാൽ പ്രസംഗം ഒന്നുമില്ല. പിന്നെ രചനയാണ് ബാക്കി വരുന്നത്. രചന എങ്ങനെ വരുമെന്ന്, ഭാവി അതിനെ എങ്ങനെ കാണുമെന്ന് ഒക്കെ നമുക്ക് ആർക്കും പറയാൻ പറ്റില്ല.

- *അടിയന്തിരാവസ്ഥ കാലത്ത് മഹാരാജാസ് കോളേജിൽ പൊലീസ് കയറി കുട്ടികളെ തല്ലിച്ചതച്ചപ്പോൾ അതിനെതിരെ ഒരക്ഷരം പോലും മാഷ് ഉരിയാടിയില്ല എന്നും അടിയന്തിരാവസ്ഥയെ മാഷ് എതിർത്തിട്ടില്ല എന്നും ബാലചന്ദ്രൻ ചുള്ളിക്കാട് ആക്ഷേപിച്ചിരുന്നല്ലോ. അതിന്റെ സത്യാവസ്ഥ എന്താണ്?*

അടിയന്തിരാവസ്ഥ കാലത്ത് എറണാകുളം ടൗൺഹാളിൽ കൂടിയ രണ്ടു യോഗങ്ങളിൽ ഞാൻ അതിനെ എതിർത്ത് പ്രസംഗിച്ചിരുന്നു. പക്ഷേ അതിന്റെ ഭവിഷ്യത്ത് അറിയാതെയാണ് ഞാനത് ചെയ്തത്. എന്റെ ധൈര്യം അല്ല. ഒരിക്കൽ ജസ്റ്റിസ് ചന്ദ്രശേഖരമേനോൻ എന്നോട് പറഞ്ഞു, ഭാര്യയും കുട്ടികളും ആയി താമസിക്കുകയാണ്, സൂക്ഷിക്കണം. ഇത് അടിയന്തിരാവസ്ഥയാണ്, എപ്പോൾ വേണമെങ്കിലും കൂട്ടിനകത്താകും. പിന്നെ ഞാൻ പോയിട്ടില്ല. ഇത്രേയേയുള്ളൂ. മഹാരാജാസ് കോളേജിൽ തല്ലിച്ചതയ്ക്കുമ്പോഴും, അതിനെ മറ്റൊരു തരത്തിൽ ശമിപ്പിക്കാൻ ഞാൻ ശ്രമിച്ചിട്ടുണ്ട്.

- *മാഷ് ആലപ്പുഴ ജില്ലയിൽനിന്ന് ഉയർന്നുവന്ന വളരെ പ്രശസ്തനായ ഒരാളാണ്. ആലപ്പുഴ ജില്ലയിൽനിന്നുതന്നെ മാഷിന്റെ തന്നെ സമുദായത്തിൽപ്പെട്ട രണ്ടാളുകൾ വി.എസ്. അച്യുതാനന്ദൻ രാഷ്ട്രീയത്തിലും വെള്ളാപ്പള്ളി നടേശൻ എസ്.എൻ.ഡി.പി. യോഗത്തിലും വളരെ വലിയ ആളുകളായിട്ട് ഉയർന്നുവന്നു. അത് ഏതെങ്കിലും തരത്തിൽ മാഷിനെ ബാധിച്ചിട്ടുണ്ടോ?*

എന്നെ എങ്ങനെ ബാധിക്കാനാണ്?

- *അല്ല, ഇങ്ങനെയൊരു തട്ടകമില്ലായ്മ മാഷിന്?*

എനിക്കോ... ഒന്നുമില്ല... ഒന്നുമില്ല... ഞാൻ അങ്ങനെയൊരു തട്ടകം ഉണ്ടെന്ന് കരുതുന്ന ആളോ, വേണമെന്ന് ആഗ്രഹിക്കുന്ന ആളോ അല്ല. എനിക്ക് എന്നെപ്പറ്റിയുള്ള സങ്കല്പം കേരളത്തിൽ അനേകം അജ്ഞാതരായ മനുഷ്യർ ജീവിച്ചിരിക്കുന്നു, അവരുടെ കൂട്ടത്തിൽ ഒരാളാണ് ഞാൻ. അതിനപ്പുറത്തേക്കൊന്നും മോഹമില്ല, സങ്കല്പ മില്ല.

- *ഇടതുപക്ഷ പാർട്ടികളോടൊപ്പം മാഷ് നിന്നപ്പോൾ തന്നെ ഒരു വൈരുദ്ധ്യം കൂടി തോന്നിയിട്ടുണ്ട്. അതായത് മാഷ് ഒരിക്കലും ഒരു ഈശ്വര നിഷേധി ആയിരുന്നിട്ടില്ല?*

ഇല്ല.

- *പക്ഷേ അവരിപ്പോഴും ഈശ്വരവിശ്വാസത്തെ അംഗീകരിക്കുവാൻ തയ്യാറാവുന്നില്ല. വിശ്വാസികളില്ലാത്ത പാർട്ടി മുന്നോട്ട് പോകില്ല എന്നൊക്കെ തോന്നുന്നുണ്ടെങ്കിലും അങ്ങനെ പബ്ലിക് ആയിട്ട് പറയാൻ തയ്യാറാകുന്നില്ല. ഈശ്വരവിശ്വാസത്തെ നിഷേധിച്ചു കൊണ്ട് തന്നെ കമ്മ്യൂണിസ്റ്റ് പാർട്ടികൾക്ക് മുന്നോട്ടുപോകാൻ കഴി യുമോ?*

സാധിക്കില്ല... ഈശ്വരവിശ്വാസം പുലർത്തരുത് എന്നൊരു നിർദ്ദേശം ആർക്കും കൊടുക്കാൻ പറ്റും എന്ന് എനിക്ക് തോന്നു ന്നില്ല. എന്നോട് ഏതായാലും പറഞ്ഞിട്ടില്ല. ഒരുപക്ഷേ, എന്റെ നിലനില്പിന് മുഴുവൻ കാരണം എന്റെ ആസ്തികബോധം തന്നെ യാണ്.

- *പക്ഷേ ആചാരപരമായി എത്രത്തോളം ഹിന്ദു ആണ്?*

അനുഷ്ഠാനങ്ങൾക്കൊന്നും ഞാൻ പൊതുവേ പോകാറില്ല. എനിക്ക് പള്ളിയിൽ പോയി നമസ്കരിക്കുന്നതിനും അമ്പലത്തിൽ പോയി തൊഴുന്നതിനും വിരോധം ഇല്ല.

- *അവസാനമായി ഞാൻ ചോദിക്കട്ടെ എം.കെ. സാനു മാഷിനെ വരും തലമുറ എങ്ങനെ വിലയിരുത്തണം എന്നാണ് ആഗ്രഹിക്കുന്നത്?*

ഞാൻ നേരത്തെ പറഞ്ഞതുപോലെ... അത്രയേ ആഗ്രഹിക്കു ന്നുള്ളൂ. എന്റെ രസകരമായ ജീവചരിത്രങ്ങൾ ഉണ്ട്. ശ്രീനാരായണ ഗുരു സ്വാമി, കുമാരനാശാൻ, ചങ്ങമ്പുഴ, ബഷീർ, എം.സി. ജോസഫ് അങ്ങനെ കുറേ ജീവചരിത്രങ്ങൾ ഉണ്ട്. അത് ചിലപ്പോൾ ഭാവി

കണ്ടെടുത്തു എന്നുവരാം. ശ്രദ്ധിച്ചു എന്നുവരാം. കാരണം ചരിത്രത്തിന്റെ ഭാഗമാണ് ഇതിൽ പലതും. അതുപോലെ വിമർശനവും ഉണ്ട്. ആശാന്റെ സമഗ്രമായ കൃതികളെ ആധാരമാക്കി അശാന്തിയിൽനിന്ന് ശാന്തിയിലേക്ക് എന്നൊരു പുസ്തകമുണ്ട്. അതൊക്കെ ഭാവിയിൽ കുട്ടികൾ റഫർ ചെയ്യേണ്ടതായി വരും. സാഹിത്യ സമീപനങ്ങളും സാഹിത്യ സിദ്ധാന്തങ്ങളും - എന്റേതായിട്ട് ഒന്നും, ഒറിജിനലായിട്ട് - ലോകത്തിലില്ല. ഞാൻ കാലാകാലങ്ങളിൽ ശേഖരിച്ചതും എന്റെ മനസ്സിൽ ലയിപ്പിച്ച് എന്റേതാക്കി മാറ്റിയതുമാണവ. അതൊക്കെ ശ്രദ്ധിച്ചു എന്ന് വരാവുന്നതാണ്.

(2007)

ടി. പത്മനാഭൻ

എഴുതുമ്പോഴും ഇടപെടുമ്പോഴും ടി. പത്മനാഭന് രണ്ടു മുഖങ്ങളാണ്. തന്റെ കേന്ദ്രകഥാപാത്രമായിത്തന്നെ വായനക്കാരനെ മാറ്റുന്ന മാജിക്ക് വശമുള്ള പത്മനാഭൻ പൊതുവേദിയിൽ പലപ്പോഴും കലാപകാരിയെപ്പോലെയാണ്. മുഖത്തുനോക്കിയുള്ള അഭിപ്രായപ്രകടനങ്ങളും തുറന്ന യുദ്ധപ്രഖ്യാപനങ്ങളും തീർത്ത മുൻവിധികളാണ് പൊതുസമൂഹത്തിന് അദ്ദേഹത്തെക്കുറിച്ചുള്ളത്. പക്ഷേ ഒരു ചെറുകഥയുടെ ഫ്രെയിംപോലെ സുഭദ്രമായ ഉറച്ച നിലപാടുകളിൽനിന്ന് തന്നെക്കുറിച്ചുള്ള മുൻവിധികളെക്കുറിച്ചു സംസാരിക്കുകയാണ് പത്മനാഭൻ. ഒപ്പം നടന്നവരും പിന്നാലെ വന്നവരും അനുഭവങ്ങളും കാഴ്ചപ്പാടുകളും പത്മനാഭനൊപ്പം ഈ സംഭാഷണത്തിൽ.

പത്മനാഭന്റെ വിധിയും മുൻവിധിയും

- *ഈ ഇന്റർവ്യൂ തന്നെ എത്രയോ മുൻപ് നടക്കേണ്ടതായിരുന്നു. താങ്കൾ എന്താണ് ഇങ്ങനെ പിടി തരാതെ മാറി നടക്കുന്നത്?*

അങ്ങനെ വിമുഖത എന്നൊന്നും പറയാൻ കഴിയില്ല. അത്ര വലിയ ഭ്രമം ഇല്ല. ഒരു കഥാകൃത്ത് അടുത്ത കാലത്ത് എഴുതിയിരുന്നു. എന്നെക്കൊണ്ട് പല ഗുണം ഉണ്ടായിട്ടുള്ള കഥാകൃത്ത്. ഞാൻ ഇങ്ങനെ പത്രാധിപന്മാരുടെ അടുക്കൽ പോയി കാലൊക്കെ കെട്ടി പിടിച്ചിട്ട് എന്റെ കഥ എടുക്കണം ഒന്നാമതായിട്ട് ഇടണം എന്ന് കരഞ്ഞു പറഞ്ഞു. എനിക്ക് ഇത്ര പൈസ തരണം. മറ്റുള്ളവരെ ക്കാളും ഒരു രൂപ ജാസ്തി തരണം എന്നൊക്കെ കരഞ്ഞ് പറഞ്ഞു. അപ്പോൾ ഈ ശല്യം സഹിക്കാതെ ഒടുവിൽ പത്രാധിപന്മാർ ആ പോട്ട് തൊലഞ്ഞ് പോ എന്ന്. അത് കളവാ... ഞാൻ സത്യത്തിൽ ഇതുവരെ അങ്ങനെ പോയിട്ടില്ല.

- *താങ്കൾ എപ്പോഴും പറയാറുണ്ട് ആരാടാ അവിടെ എന്നു ചോദിച്ചാൽ ഞാനാടാ ഇവിടെ എന്ന് പറയാനുള്ള ചങ്കൂറ്റം തനിക്കുണ്ടെന്നും വേണ്ടി വന്നാൽ ഒരു തെറി കൂടെ പറയും എന്നൊക്കെ. ഈ പറയുന്ന ചങ്കൂറ്റം ശരിക്കും ഉള്ളതാണോ? അതോ ഒരു അഭിനയ മാണോ?*

ധിക്കാരിയാണോ എന്ന് ചോദിച്ചാൽ... (ഒരല്പം ആലോചിച്ച്) ധിക്കാ രിയാണ്. ഞാൻ വളരെ ചെറുപ്പത്തിൽ വായിക്കാൻ തുടങ്ങിയിരുന്നു. അത് നമ്മുടെ നാട്ടിലെ എഴുത്തുകാരുടെ മാത്രമല്ല വിദേശങ്ങളിൽ ഉള്ള എഴുത്തുകാരുടേയും. ടോൾസ്റ്റോയിയുടെ അന്ന കരിനീനയിലെ ഒരു വാചകം... ഇതൊക്കെ ഇന്റർമീഡിയറ്റ് പഠിക്കുന്ന കാലത്ത് മുഴുവൻ വായിച്ചതാ. എന്നെ വളരെ ആകർഷിച്ച ഒന്ന്. In this ordeal I may break, but I will never bend. അത് ധിക്കാരമാണെങ്കിൽ ധിക്കാര മാണ്. പക്ഷേ ധിക്കാരത്തിന്റെ അപ്പുറത്ത് ധിക്കാരമില്ലാത്ത ഒരു സാധുമനുഷ്യനും ഉണ്ട്. (ചിരിക്കുന്നു)

- *ആ സാധു മനുഷ്യനെ കുറെ നാളായിട്ട് പുറത്ത് കാണാനില്ല എന്ന് പറഞ്ഞാൽ സത്യമല്ലേ?*

അതെന്താ എനിക്കറിയില്ല. എപ്പോഴും സാധു മനുഷ്യൻ തന്നെയാണ്.

- *വളരെ ആർദ്രമായ കഥകളെഴുതുന്ന ടി. പത്മനാഭനെ പുറത്ത് പ്രസംഗവേദികളിൽ കാണാനില്ല. അതെന്തുകൊണ്ടാണ്?*

ഒന്നാമത് അങ്ങനെ പ്രസംഗിക്കാൻ പോകുന്നില്ല. പിന്നെ ഞാൻ ഒരു പ്രസംഗത്തൊഴിലാളിയല്ല. അങ്ങനെ ഈ തൊഴിൽ എടുത്തു നടക്കുന്ന മാന്യന്മാർ ഉണ്ട്. സാംസ്കാരിക നായകന്മാർ ഉണ്ട്. പക്ഷേ ഞാൻ അതിൽപ്പെടുന്നില്ല. പിന്നെ എപ്പോഴെങ്കിലും പോയി എങ്കിൽ, പറയാനുള്ളത് പറയും. ചിലപ്പോൾ ഞാൻ എന്നെ വിളിച്ചവരോട് ചോദിക്കും. ഞാൻ ഇന്ന് ഇന്നത് പറയും, നിങ്ങൾക്ക് അതുകൊണ്ട് വല്ല വിഷമവും ഉണ്ടാകുമോ? വിഷമം ഉണ്ടാകും എന്നു പറഞ്ഞാൽ ഞാൻ പറയില്ല. നിങ്ങൾ നിങ്ങളുടെ ഇഷ്ടംപോലെ പറഞ്ഞോളൂ എന്ന് പറഞ്ഞാൽ എനിക്ക് പറയാനുള്ളത് പറഞ്ഞൂന്ന് വരും... കുറച്ചേ പോകുന്നുള്ളൂ....

- *പക്ഷേ അവർ അങ്ങനെ ഒക്കെ പറഞ്ഞാലും ഒരു ചടങ്ങിന് വിളിക്കുന്ന ആളുകളോട് സാമാന്യമര്യാദ ഇല്ലേ. അവരെക്കുറിച്ചെങ്കിലും മോശമായി പറയാതിരിക്കുക എന്ന മാന്യത പാലിക്കണ്ടേ...?*

പാലിക്കണം... പാലിക്കണം... ഞാൻ പാലിക്കാറില്ലേ.

- *അല്ല... ചിലപ്പോഴെങ്കിലും പാലിക്കാറില്ല എന്ന് തോന്നിയിട്ടുണ്ട്.*

ഉദാഹരണം പറഞ്ഞാൽ ഞാൻ ക്ലാരിഫിക്കേഷൻ തരാം... പറഞ്ഞോളൂ ഒരു വിഷമവും ഇല്ല എനിക്ക്.

- *ഉദാഹരണമായിട്ടൊന്നും പറയുന്നില്ല. പക്ഷേ ചിലപ്പോൾ ആ സംഘാടകരെ തന്നെ വിഷമിപ്പിക്കുന്ന തരത്തിൽ താങ്കൾ ചില കാര്യങ്ങൾ തുറന്നടിക്കാറുണ്ട്.*

ഞാൻ പൊതുവേ അതു പാടില്ല എന്ന് വിശ്വസിക്കുന്ന ആളാണ്. ഇനി അബദ്ധം വന്നു പോയിട്ടുണ്ടോ എന്നു പറയാൻ കഴിയില്ല.

- *താങ്കൾക്ക് പറയാനുള്ള കാര്യങ്ങൾ ഒക്കെ താങ്കൾ കഥകളിലേക്ക് ചുരുക്കുകയും മറ്റുള്ളവരെപ്പറ്റി പറയാൻ വേണ്ടി മാത്രം ഈ പൊതുവേദികൾ ഉപയോഗിക്കുകയും ചെയ്യുന്നു എന്നത് ശരിയല്ലേ?*

മറ്റുള്ളവരെക്കുറിച്ച് പറയാൻ പൊതുവേദി ഉപയോഗിക്കുന്നു എന്നത് ശരിയല്ല. പിന്നെ കഥ, കഥയായാലും എഴുതുകയല്ലേ ചെയ്യുന്നത്.

ഞാൻ കഥ പറയാൻ വേണ്ടീട്ട്... പിന്നെ... വേദിയിൽ കയറി നില്ക്കണോ...? അത് എന്റെ കഥയല്ലേ.... Let it speak for itself... ഇവിടെ ചില പൊതുകാര്യങ്ങൾ, പ്രസക്തമായ ചില കാര്യങ്ങൾ അതു പറയും. അപൂർവ്വമായിട്ടേ പോകാറുള്ളൂ. ജോണിക്ക് തോന്നു ന്നുണ്ടോ ഞാൻ കണ്ടമാനം പോകുന്നുണ്ടെന്ന്.

- *ഇല്ല... വളരെ കുറച്ചേ പോകുന്നുള്ളൂ. പക്ഷേ പോകുന്ന വേദികളിൽ... (ടി. പത്മനാഭൻ പറയാതെ തടയുന്നു)?*

ഉണ്ടാവും... ശബ്ദം ഉണ്ടാകും.

- *പക്ഷേ ആ വേദികളിൽ ഒരു അനുഭവത്തെക്കുറിച്ചോ പുതുതായി കിട്ടിയ ഉൾക്കാഴ്ചയെക്കുറിച്ചോ അല്ല താങ്കൾ സംസാരിക്കാറ്. പലപ്പോഴും താങ്കളുടെ മനസ്സിന്റെ അകത്ത് എവിടെയോ കിടക്കുന്ന ചില വിചാരങ്ങളെക്കുറിച്ച്, ചില വ്യക്തികളെക്കുറിച്ച് അല്ലെങ്കിൽ പക... അതൊക്കെയാണ് പുറത്ത് വരുന്നത്. അതെന്തുകൊണ്ടാണ്?*

എന്തുകൊണ്ടാണ് എന്ന് ചോദിച്ചാൽ എനിക്ക് അതു പറയാൻ കഴി യില്ല. പിന്നെ അങ്ങനെ പക... എന്താ നിങ്ങള് ഉദ്ദേശിക്കുന്നതെന്ന് എനിക്ക് ഊഹിച്ചെടുക്കുവാൻ കഴിയും. ഞാൻ സ്ഥിരമായിട്ട് പറയുന്ന വാചകം ഉണ്ട്. സ്ഥിരമായിട്ട് പറയുന്നത് ... "അടിച്ചവൻ മറക്കും, കണ്ടുനിന്നവൻ മറക്കും, അടികൊണ്ടവൻ മറന്നു എന്നു വരില്ല." മറക്കും... ഇയാള് ഗാന്ധിയോ, ബുദ്ധനോ ആണെങ്കിൽ... അല്ലെങ്കിൽ ഒരു ജോണി ലൂക്കോസ് എങ്കിലും ആണെങ്കിൽ... ഞാൻ ഇതൊന്നും അല്ല... മറക്കുന്നതാ നല്ലത്. പരിപൂർണ്ണമായിട്ടും മറക്കുന്നതാ നല്ല ത്. പക്ഷേ അതൊക്കെ സാധിക്കുമോ...?

- *ടി. പത്മനാഭൻ മനോഹരമായ കഥകളെഴുതി മലയാളികളുടെ മന സ്സിൽ ഒരു പീഠം സ്വയം വലിച്ചിട്ട് ഇരിക്കുന്ന ഒരു മനുഷ്യൻ ആണ്. ആ ഔന്നത്യം കുറയ്ക്കുന്ന തരത്തിൽ താങ്കൾ, ടി. പത്മനാഭൻ എന്ന വ്യക്തി, പെരുമാറുന്നുണ്ടോ? അങ്ങനെ ചിന്തിച്ചു നോക്കിയി ട്ടുണ്ടോ?*

ഇല്ല... ചിന്തിച്ചു നോക്കേണ്ട ആവശ്യം വന്നിട്ടില്ല. കാരണം അങ്ങനെ പറയാറില്ല എന്ന് വിശ്വസിക്കുന്ന ആളാണ്. പിന്നെ പോയി വിളിച്ച തിനൊക്കെ ഗുഡി - ഗുഡിയായിട്ട് ഒരാളെക്കുറിച്ചിട്ടോ അല്ലെങ്കിൽ ഒരു സംഭവത്തെക്കുറിച്ചിട്ടോ ഒന്നും എതിരായ അഭിപ്രായം പറ യാതെ എല്ലാം നല്ലത് എന്നു പറയാൻ കഴിയില്ല. പിറകിൽ പറയു മ്പോൾ വളരെ മോശമാണ് അതാണ് ഇതാണ് എന്നൊക്കെ പറയും. എന്നിട്ട് മൈക്കിന്റെ മുന്നിൽ അല്ലെങ്കിൽ നിങ്ങളുടെ ക്യാമറേടെ മുന്നിൽ വരുമ്പോൾ, ഓ, വളരെ നല്ലത് എന്നു പറയും... അതു വയ്യ.

- *പക്ഷേ മനസ്സിൽ അങ്ങനെ നെഗറ്റീവ് അല്ലാത്ത ആൾക്ക് കുറച്ചു പേരെങ്കിലും നെഗറ്റീവ് ഇമേജ് കല്പിച്ചുതരുന്നുണ്ട് എന്നതിനെക്കുറിച്ച് താങ്കൾതന്നെ ബോധവാനല്ലേ...?*

അത്... ആണ്. കുറച്ച് പേരല്ല, ധാരാളം ആളുകൾ ഉണ്ടാവും.

- *താങ്കൾ എന്താണോ അതിനപ്പുറത്ത് നെഗറ്റീവ് ഇമേജ് താങ്കൾക്ക് സങ്കല്പിക്കുന്ന ആളുകൾ ഒരുപാട് ഉണ്ടെന്ന് താങ്കൾക്കു തന്നെ അറിയാം?*

അറിയാം.

- *എന്നിട്ടും എന്തിനാണ് ഇങ്ങനെ പൊതുവേദികളിൽ പെരുമാറുന്നത്?*

അപ്പഴേ... ഞാൻ അങ്ങനെ പൊതുവേദികളിൽ എങ്ങനെ പെരുമാറണം എന്നാണ് ജോണി പറയുന്നത്? പൊതുവേദികളിൽ നല്ല കുട്ടിയായിട്ട് പെരുമാറണം അല്ലേ? അത് കഴിയില്ല... അത് കഴിയില്ല.

- *താങ്കൾ ശരിക്കും മനസ്സിൽ ഒരു ദുഷ്ട കഥാപാത്രമാണെങ്കിൽ അങ്ങനെതന്നെ പ്രസരിപ്പിക്കുന്നതിന് തകരാറൊന്നും ഇല്ല. പക്ഷേ താങ്കൾ അങ്ങനെ അല്ല എന്ന് എനിക്കറിയാവുന്നതുകൊണ്ട് ചോദിക്കുകയാണ്, എന്തുകൊണ്ടാണ് താങ്കൾ അങ്ങനെയാണെന്ന മട്ടിൽ പെരുമാറുന്നത് ?*

എന്തായാലും എന്റെ മനസ്സിൽ ദുഷ്ടതയൊന്നും ഇല്ലയെന്ന് ജോണി പറഞ്ഞതിൽ വളരെ സന്തോഷം (ചിരിക്കുന്നു). പിന്നെ ഒന്ന് മനസ്സിലാക്കണം. ഒരുപക്ഷേ ലോകത്ത് തന്നെ ഒരു ഇവിൾ കാരക്റ്റർ സൃഷ്ടിക്കാത്ത ഏക കഥാകൃത്ത് ഞാനായിരിക്കും. ഇന്നത്തെ തിയ്യതിവരെ എന്റെ ഒരു കഥയിൽപോലും ഒരു ദുഷ്ട പാത്രം വന്നിട്ടില്ല. ഒരുപക്ഷേ അതിന് രണ്ട് കാരണം ഉണ്ടാകും. ഒന്ന് എന്റെ ഉള്ളിൽ ചീത്ത ഇല്ല. രണ്ട് ഞാൻ എഴുതാതെ തന്നെ ലോകത്തിൽ വേണ്ടത്ര ദുഷ്ടപാത്രങ്ങൾ ഉണ്ട്. ഞാനും എന്തിനാണ് അതിന്റെ എണ്ണം വർദ്ധിപ്പിക്കുന്നത് അതായിരിക്കും. ഏതായാലും ഒരു കാര്യം സത്യമാണ്. ആർക്കും അത് നിഷേധിക്കാൻ കഴിയില്ല. ഇന്നുവരെ എന്റെ ഒരു കഥയിലും ഒരു ചീത്ത പാത്രമില്ല. ദുഷ്ട പാത്രമില്ല.

- *പക്ഷേ ആ കുറവു കൂടി കഥാകൃത്ത് നികത്തുന്നു എന്ന് വിശ്വസിക്കുന്നവരുണ്ട് ?*

അങ്ങനെയൊന്നും അല്ല. ഇതൊക്കെ ഒരു തരം അസൂയയുടെ പ്രശ്നം ആണ്. Let us be frank ഇതൊക്കെ അസൂയയുടെ പ്രശ്നം ആണ്.

- *ഇപ്പോൾ താങ്കളോട് അസൂയ എന്തൊക്കെ കാരണങ്ങൾകൊണ്ടാണ് ഉണ്ടാവുന്നത്?*

എന്റെ സൗന്ദര്യം കൊണ്ടോ എന്റെ ഈ ശബ്ദമാധുര്യംകൊണ്ടോ അസൂയ ഉണ്ടാവാൻ വഴിയില്ല. എനിക്കറിയാം. എന്റെ സമ്പത്ത് കൊണ്ട് അസൂയ ഉണ്ടാവാൻ വഴിയല്ല. എന്റെ അത്തരം ഭൗതികമായ നേട്ടങ്ങളെക്കൊണ്ട് അസൂയ ഉണ്ടാവാൻ വഴിയില്ല. പക്ഷേ തീർച്ചയാണ്, ഒരു കഥയെഴുത്തുകാരൻ എന്ന നിലയിൽ, സാഹിത്യത്തിൽ താത്പര്യമുള്ളവർക്ക് അല്ലെങ്കിൽ മറ്റ് കഥയെഴുത്തുകാർക്ക് അസൂയ ജനിച്ചിട്ടുണ്ടെങ്കിൽ അതിൽ അദ്ഭുതമില്ല. കാരണം, എനിക്ക് വയസ്സായി. ഞാൻ പെയിന്റൊന്നും വാരി തേക്കുന്നില്ല. (മുടി ഡൈ ചെയ്യുന്നതിന്റെ ആംഗ്യം കാണിക്കുന്നു) വേണമെങ്കിൽ അതൊക്കെ തേക്കാം. മികച്ച സൗന്ദര്യവർദ്ധക സാധനങ്ങൾ തേയ്ക്കുന്നില്ല. തേയ്ക്കുകയും ഇല്ല. പിന്നെ... 48 മുതൽക്ക് എഴുതാൻ തുടങ്ങി. പത്തറുപത് കൊല്ലമായി. ഈ കാലത്തിനിടയ്ക്ക് നമ്മുടെ സാധാരണ ഒരു താരിഫ് അനുസരിച്ച് മലയാളത്തിലെ ഒരു ഇടത്തരം കഥാകൃത്ത് പോലും ആയിരത്തിലധികം എഴുതിയിട്ടുണ്ടാകും. ആയിരത്തിലധികം എഴുതിയ എത്രയോ ചെറുപ്പക്കാർ യുവകഥാകൃത്തുക്കൾ പോലും നമുക്കുണ്ട്. ഞാൻ എണ്ണം കൂട്ടിയാൽ കഷ്ടിച്ച് നൂറ്റി എഴുപതെണ്ണമേ എഴുതിയിട്ടുള്ളൂ. എന്നിട്ടും ഞാൻ വലിയ എഴുത്തുകാരനാണെന്ന് നിങ്ങൾപോലും പറയുന്നു. വലിയ വലിയ ആൾക്കാർ പറയുന്നു. എന്തുകൊണ്ടാണ് അത് സംഭവിച്ചത്? വെറും നൂറ്റിയെഴുപത്, ഈ ആയിരങ്ങളുടെ, ഈ മാർക്കറ്റിൽ എന്തുകൊണ്ട് ഒരു നൂറ്റിയെഴുപത് എഴുതിയവനെ നിങ്ങളൊക്കെ കാലഭൈരവനാണ് അതാണ്, ഇതാണ് എന്നൊക്കെ പറയുന്നു? അത് ഒരു തീർച്ചയാണ്.

- *മറിച്ചൊരു ചോദ്യം ചോദിക്കട്ടെ. ഇതൊക്കെ അവർക്ക് ടി. പത്മനാഭനെ അംഗീകരിക്കാനുള്ള മനസ്സ് ഉള്ളതുകൊണ്ടാണ് എന്ന് ഞാൻ പറയുന്നു. അതുപോലെ മറ്റുള്ളവരെ അംഗീകരിക്കാനുള്ള മനസ്സ് ടി. പത്മനാഭൻ കാണിച്ചിട്ടുണ്ടോ?*

എന്നെ പോലെ കാണിച്ചവർ വേറെ ആരും ഇല്ല. എന്നെ പോലെ കാണിച്ച വേറെ ആരും ഇല്ല.

- *അങ്ങനെയെങ്കിൽ എന്തുകൊണ്ടാണ് എം.ടി. വാസുദേവൻനായരെ പോലെയുള്ള ആളുകളുടെ കാര്യം വരുമ്പോൾ താങ്കൾ അവരെ കുറ്റം പറയാൻ ശ്രമിക്കുന്നത്?*

ശരിയല്ല... ഞാൻ ആ പറഞ്ഞത് ഇങ്ങനെ ഈ പരത്തിപറയുന്നതിനാലാണ് അദ്ദേഹത്തിന് ഇഷ്ടം. അത്രേ വന്നിട്ടുള്ളൂ.

- *പക്ഷേ താങ്കളെക്കുറിച്ച് വന്ന ഒരു പരാമർശം അല്ലെങ്കിൽ പൊതുവെ വരുന്നൊരു പരാമർശം മറ്റുള്ളവരെക്കുറിച്ച് നല്ലത് പറയാൻ*

താത്പര്യമില്ല, കൂടുതലായും മോശം പറയാനാണ് താത്പ്പര്യം. ശരിയാണോ?

ഞാൻ ചെയ്തതുപോലെ ഒരൊറ്റയൊരാൾ, തങ്ങളുടെ ഒപ്പമുള്ള കഥാകൃത്തുകളിലോ, തങ്ങൾക്കുശേഷം വന്നവരിലോ തങ്ങൾക്ക് മുന്നേ നടന്ന് പോയവരെക്കുറിച്ചോ ഇത്രയും നന്നായി പറഞ്ഞ വേറെ ആരും ഇല്ല.

- *ഈ സർഗ്ഗാത്മക കൃതികളെക്കുറിച്ചിട്ട് താങ്കൾ നന്നായി പറയുകയും പലരേയും പ്രോത്സാഹിപ്പിക്കുകയും ഒക്കെ ചെയ്തിട്ടുണ്ട്.*

എക്സ്ക്യൂസ് മീ... ഒന്നു ചോദിച്ചോട്ടെ... നിങ്ങളീപ്പറഞ്ഞ എം.ടി. വാസുദേവൻനായർ എത്ര ആളുകളെക്കുറിച്ചാണ് നല്ലതു പറഞ്ഞതെന്ന് കാണിച്ചുതരുമോ. ഞാനിപ്പോ കുറേ പറഞ്ഞു... തെളിവാ... എവിഡൻസ് ആക്ടാ...

- *അല്ല, എം.ടി. വാസുദേവൻനായരെ ടി. പത്മനാഭൻ അനുകരിക്കുന്നുണ്ടോ ആ കാര്യത്തിലെങ്കിലും?*

അല്ല, അല്ല. പറ. അല്ല അനുകരിക്കുന്നില്ല. ഒന്നിലും അനുകരിക്കുന്നില്ല. ഇതിലെ ഒട്ടും ഇല്ല. നല്ലത് നല്ലതാണ്.

- *എങ്കിൽ ഒരു രസത്തിനാണെങ്കിൽ കൂടി മറ്റുള്ളവരെക്കുറിച്ച് പറയാൻ താങ്കൾക്ക് പ്രത്യേക താത്പര്യം ഉണ്ടോ?*

പിന്നെ മോശമായിട്ട് വിശ്വസിക്കുന്നൊരാളെക്കുറിച്ച് നല്ലതു പറയാൻ കഴിയില്ല. നല്ലത് വിശ്വസിക്കുന്ന, നല്ല അഭിപ്രായമുള്ളതിനെക്കുറിച്ച് മോശമായിട്ട് പറയാൻ കഴിയില്ല. രണ്ടും കഴിയില്ല.

- *അപ്പോൾ ഞാൻ മറ്റൊരു കാര്യം ചോദിക്കട്ടെ. ടി. പത്മനാഭൻ ലോകോത്തര കഥാകാരൻ ആണെന്ന് പറയും, ഗബ്രിയേൽ മാർക്കേസിനൊപ്പമാണെന്ന് പറയും. ചിലപ്പോൾ കഥാകൃത്ത് തന്നെ ഇങ്ങനെയൊക്കെ പറയാറുണ്ട്. അത് മറ്റുള്ളവരെല്ലേ പറയേണ്ടത്?*

അത്... ഞാൻ പറഞ്ഞിട്ടുണ്ടോ എന്നെനിക്കറിയില്ല. അതു പറഞ്ഞിട്ടുണ്ടെങ്കിൽ അതിൽ തെറ്റും ഇല്ല. അതിൽ രണ്ട് ഇത് ഉണ്ട്. രണ്ട് കാരണം ഉണ്ട്. ഒന്ന് ഞാൻ ലോകത്തിലെ മികച്ച കഥാകൃത്താണ്. മലയാളം അല്ല, ലോകം എന്ന് വിശ്വസിക്കുന്ന തരം തന്നെയാ. അങ്ങനെ ഞാനായാൽ നിങ്ങൾക്കെന്തിനാ ഉറക്കം നഷ്ടപ്പെടുന്നത്? രണ്ടു ദിവസമെങ്കിലും നിങ്ങളുടെ ഉറക്കം ഇതുകൊണ്ട് പോകുമെങ്കിൽ പോട്ടെ എന്നൊരു സന്തോഷം ഉണ്ട്.

- *അപ്പോൾ അങ്ങനെ ആരുടെയൊക്കെ ഉറക്കം നഷ്ടപ്പെടണമെന്നാണ് താങ്കൾ ആഗ്രഹിക്കുന്നത്?*

ഇതുപോലുള്ള ദുഷ്ട ആത്മാക്കളുടെ (ചിരിക്കുന്നു). ഒരിക്കൽ എൻ. ഗോപാലകൃഷ്ണൻ എന്നുപറയുന്ന ആളുണ്ടല്ലോ. റെയിൽവേയിൽ വളരെ വലിയ ഉദ്യോഗസ്ഥനായി റിട്ടയർ ചെയ്ത നമ്മുടെ ഡാലി മീശ ഒക്കെ വെച്ചിട്ടുള്ള ഗോപാലകൃഷ്ണൻ. ഗോപാലകൃഷ്ണൻ ഒരു ലേഖനത്തിൽ പറഞ്ഞു. ഏതോ ഒരു കല്യാണത്തിന് പോയിട്ട് മടങ്ങി വരുന്നു. ഗോപാലകൃഷ്ണൻ ഡ്രൈവ് ചെയ്യുന്നു. ഗോപാല കൃഷ്ണന്റെ കാർ. കോഴിക്കോട്ടെ മൂന്നുനാല് യുവകഥാകൃത്തുക്കളും അതിൽ. ഗോപാലകൃഷ്ണൻ അവരുടെ സംഭാഷണത്തിൽ പങ്കു ചേരുന്നില്ല. അവരുടെ സംഭാഷണം മുഴുവൻ ടി. പത്മനാഭൻ കഥാ കൃത്ത് അല്ല. എന്തുപറയണം? ഗോപാലകൃഷ്ണൻ ലേഖനത്തിൽ ചോദിക്കുന്നു. ടി. പത്മനാഭൻ കഥാകൃത്ത് അല്ലെങ്കിൽ പിന്നെ ആരാ... സത്യമല്ലേ അത്? ഒരസ്വസ്ഥത. ഈ പറയുന്ന യുവകഥാകൃത്ത് ഇരുന്നൂറ് എണ്ണൂറൊക്കെ അന്ന് തന്നെ കടന്നിട്ടുണ്ടാകും. ഞാൻ ഒരു അറുപത് കൊല്ലം കഷ്ടിച്ച് ഒരു നൂറ്റിയെഴുപത്.

- *സ്വയം അംഗീകരിക്കുന്നതിൽ ഒരു തെറ്റും ആരും പറയില്ല. പക്ഷേ ടി. പത്മനാഭനെ അംഗീകരിക്കാത്ത ഒരാളെ തിരിച്ചങ്ങോട്ട് അംഗീ കരിക്കാനുള്ള വിശാലത താങ്കൾക്ക് ഉണ്ടാവുമോ?*

എനിക്കുണ്ടാവും. സി.വി. ശ്രീരാമനെ തന്നെ എടുക്ക്. ശ്രീരാമ നൊന്നും എന്നെ അംഗീകരിച്ചിട്ടില്ല. രാഷ്ട്രീയമായ കാരണത്താ ലാണത്. പക്ഷേ ഞാൻ അങ്ങനെ ശ്രീരാമനെ, ശ്രീരാമന് ഞാൻ കൊടുത്ത മാതിരി ഒരു encomium വേറെ ആര് കൊടുത്തിട്ടുണ്ട്? നിങ്ങൾ വായിച്ചിട്ടുണ്ടാകും എന്ന് വിശ്വസിക്കുന്നു.

- *ടി. പത്മനാഭൻ ഉദ്ദേശിക്കാത്ത ആളായിട്ട് മാറിപോകുന്ന സന്ദർഭ ങ്ങൾ ജീവിതത്തിലുണ്ടായിട്ടുണ്ടോ, അതേക്കുറിച്ച് പിന്നീട് മനഃ സ്താപം ഉണ്ടായിട്ടുണ്ടോ?*

മനഃസ്താപം ഉണ്ടായിട്ടുള്ള സന്ദർഭം ഉണ്ടായിട്ടുണ്ട്. എന്നെ കാണാൻ വരുന്ന ആൾക്കാരെ ചിലപ്പോൾ ഞാൻ വളരെ വേഗത്തിൽ തിരിച്ചയയ്ക്കും. ചിലരെ വീട്ടിന്റെ ഉള്ളിലേക്ക് ക്ഷണിക്കുക തന്നെയില്ല. ഇല്ലെങ്കിൽ ഗേറ്റിന്റെ അവിടെവരെ പോയിട്ട് എന്താ വന്നത് എന്നൊക്കെ ചോദിക്കും. ഒരിക്കൽ കോഴിക്കോട്ട് നിന്ന് കുറച്ച് സ്റ്റുഡന്റ്സ് വന്നു. ഞാൻ അവരെ വളരെ വേഗത്തിൽ തിരിച്ചയച്ചു. വീട്ടിന്റെ ഉള്ളിൽ കയറ്റി ഇരുത്തി വർത്തമാനം പറഞ്ഞ് അയച്ചു. അവർ പോയിട്ട് വളരെ കുലീനമായ, വളരെ അന്തസ്സിൽ, ആഭിജാത്യ ത്തിൽ ഒരു എഴുത്ത് എനിക്ക് എഴുതി. ഞാൻ കൊച്ചായി പോയി അത് വായിച്ചിട്ട്. ആ എഴുത്ത് അത്ര അന്തസ്സുള്ള എഴുത്തായിരുന്നു.

ഞാൻ അവർക്ക് മറുപടി ഒന്നും എഴുതിയില്ല. എനിക്ക് വളരെ ഖേദവും തോന്നി. ഞാൻ അങ്ങനെ പെരുമാറാൻ പാടില്ലായിരുന്നു.

- *അല്ല, മനസ്സിൽ ഇത്രയും സ്നേഹം ഇട്ടുകൊണ്ട് താങ്കൾ എന്തിനാണ് അങ്ങനെ പെരുമാറുന്നത് പലപ്പോഴും?*

ഒന്നെന്റെ ക്ഷമയില്ലായ്മ. ഞാൻ പറയാറുണ്ട്. ഞാൻ നോവലെഴുതാത്തത്, ഒരു കാരണം, എനിക്ക് ക്ഷമയില്ല. ഇത്രയും കുത്തിനിറക്കണ്ടേ... ക്ഷമ കിട്ടൂല. ഒന്നത്. പിന്നെ വരുന്നവർ വെറുതെ അതും ഇതും കാടും പടലും ഒക്കെ പറഞ്ഞ്. ആ സമയത്ത് നമുക്ക് വല്ല പാട്ട് കേട്ടിട്ടോ, വല്ല പുസ്തകം വായിച്ചോ സമയം കളയാം. ഇതെന്തിനാ എന്ന ആ മുൻവിധി. അത് ചിലപ്പോൾ തെറ്റായിരിക്കും.

- *അങ്ങനെ ആ സന്ദർഭം മാറ്റി നിർത്തിയാൽ അങ്ങനെ ആ മുൻവിധി മറ്റെന്തൊക്കെ കാര്യത്തിൽ ഉണ്ടെന്ന് വെറുതെ എങ്കിലുംആലോചിച്ചു നോക്കിയിട്ടുണ്ടോ?*

ഞാൻ പലതിലും എക്സ്ട്രാ സെൻസിറ്റീവാ... ജീവിതത്തിൽ അങ്ങനെ എക്സ്ട്രാ സെൻസിറ്റീവ് ആകുന്നത് ശരിയല്ലാന്നും തോന്നിയിട്ടുണ്ട്. സെൻസിറ്റീവ് ആവാം. എക്സ്ട്രാ സെൻസിറ്റീവ് ആവുന്നത് ഇത്തിരി മോശമാണ്. എന്നു തോന്നിയ സന്ദർഭങ്ങൾ ഉണ്ടായിട്ടുണ്ട്. കോഴിക്കോട് കുട്ടികളുടെ വിഷയത്തിൽ ഉണ്ടായ മാതിരി.

- *പെട്ടെന്ന് ഉണ്ടായ വികാരത്തിന്റെ പേരിൽ താങ്കൾ ആരെയെങ്കിലും തല്ലിയിട്ടുണ്ടോ?*

കഴുത്തിന് പിടിച്ചിട്ടുണ്ട്. തിരുവനന്തപുരത്ത്. ആളുടെ പേര് പറയുന്നില്ല. പത്രാധിപരാണ്. കഴുത്തിന് പിടിച്ചിട്ടുണ്ട്.

- *അതിൽ പിന്നെ ദുഃഖം തോന്നിയോ... അതോ?*

ഇല്ല, ദുഃഖം തോന്നിയിട്ടില്ല. അതിന് നല്ല നാല് കൊടുക്കണം എന്നാണ് തോന്നിയത്. because he deserves it. (ചിരിക്കുന്നു) മ്ലേച്ഛാത്മാവാ...

- *ഒരിക്കൽ ഫാക്ടിൽ ജോലി ചെയ്തിരുന്ന സമയത്ത് ഒരു റോസാപ്പൂ പറിച്ച പാവം സ്ത്രീയെ പെട്ടെന്നുള്ള വികാരവിക്ഷോഭത്തിന് അടിപ്പെട്ട താങ്കൾ തല്ലി എന്നു കേട്ടിട്ടുണ്ട്?*

സ്വപ്നത്തിൽപോലും അങ്ങനെ ഉണ്ടായിട്ടില്ല. അത് എന്റെ പേരിൽ അവിടെ തൊഴിലാളികൾ പറയുന്നതാണ്. ഞാൻ ദീർഘകാലം അവിടത്തെ മെറ്റീരിയൽസ് അധിപനായിരുന്നു. എന്നെക്കുറിച്ച് അവിടത്തെ തൊഴിലാളി യൂണിയനുകൾ പോലും ഇയാൾ കൈക്കൂലി

വാങ്ങുന്നുണ്ട് എന്ന് പറഞ്ഞാൽ നടക്കില്ല എന്നറിയാം. അപ്പോൾ പിന്നെ അവരെന്താ ചെയ്തത്? തൊഴിലാളിയുടെ ചോര കുടിക്കുന്ന വനാണെന്ന്. അതിലും ഒരു തെറ്റുണ്ട്. എന്താണെന്നറിയോ... ഞാൻ പരിപൂർണ്ണ സസ്യഭുക്കാ. ലോകം മുഴുവനും എത്രയോ യാത്ര ചെയ്തിട്ടുണ്ട്. യാത്രാ വിവരണഗ്രന്ഥം എഴുതിയിട്ടില്ല. ഞാൻ മുട്ട വരെ കഴിച്ചിട്ടില്ല. മത്സ്യമാംസാദികൾ പോലും. എന്റെ മറ്റൊരു മനോ ഭാവം ആരേയും വേദനിപ്പിക്കാൻ കഴിയില്ല. വേദനിപ്പിക്കാൻ കഴി യില്ല. കൊല്ലാൻ കഴിയില്ല. ഇത് എനിക്കറിയാം. ഇതൊക്കെ പറഞ്ഞ് ഉണ്ടാക്കിയാതാരാണെന്നും അറിയാം. കഷണ്ടി വന്ന കഥാകൃത്താണ് ഈ കഥയുടെ ഉപജ്ഞാതാവ്. സ്വപ്നത്തിൽപോലും ഉണ്ടായിട്ടില്ല. ഒരു സ്ത്രീയെ അല്ല. ഒരു കുട്ടിയെയാണ് അടിച്ചത്.

- *നൂറു ശതമാനം വെജിറ്റേറിയൻ ആയ താങ്കൾ പലപ്പോഴും സ്വഭാവ ത്തിൽ നോൺ വെജിറ്റേറിയൻ ആണെന്നാണ് പറയുക. ഇത് ഈ കോപം ഉണ്ടല്ലോ. മുൻകോപം. അമ്മയിൽനിന്ന് കിട്ടിയതാണോ?*

അമ്മ കോപം മക്കളോട് കാണിക്കും. മറ്റുള്ളവരോട് ഒരിക്കലും കാണിച്ചിട്ടില്ല. വെറും മക്കളോട് മാത്രം. ഞാൻ എല്ലാവരോടും തന്നെ കാണിക്കും. മേലുദ്യോഗസ്ഥന്മാരോടും കാണിച്ചിട്ടുണ്ട്.

- *താങ്കളുടെ ആത്മാവിന്റെ മുറിവുകൾ എന്തൊക്കെയാണ്? മക്കളില്ലാ ത്തതിന് വളരെ വലിയ വിഷമം ഉണ്ടായിരുന്നു. വേണ്ടത്ര സ്നേഹി ക്കപ്പെടുന്നില്ല എന്ന് തോന്നിയോ, താങ്കൾ അർഹിക്കുന്നതിൽ കൂടുതൽ സ്നേഹിക്കപ്പെട്ടെന്ന് തോന്നിയോ, വിമർശിക്കപ്പെടുന്നതിൽ വിഷമം ഉണ്ടോ... എന്താണ് താങ്കളുടെ മുറിവ്?*

ആത്മാവിന്റെ മുറിവുകൾ. അതൊരു കഥയുടെ പേരാണ്. അത് പിന്നെ പ്രൊഫസർ തോമസ് മാത്യുവിന്റെ പുസ്തകത്തിന്റെ പേരും ആയി. പിന്നെ മക്കളെക്കുറിച്ച് ചോദിച്ചു. ആദ്യം ഉണ്ടായിരുന്നു. പിന്നെ ഉണ്ടായിട്ടില്ല. പിന്നെ അതും എനിക്ക് വലിയ പ്രശ്നം ആയിട്ടില്ല. എന്താ കാരണം എന്നുവച്ചാൽ എന്നെ സ്നേഹിക്കുന്ന അനന്തിര വന്മാർ ധാരാളം ഉണ്ട്. ഞാനീ ലോകസഞ്ചാരം ചെയ്യുന്നത്. ഇതൊക്കെ അവർ ഏർപ്പാട് ചെയ്ത് പോകുന്നതാണ്. എനിക്ക് കഴിഞ്ഞ ജൂൺ പതിമൂന്നിന് ചിക്കൻ ഗുനിയ. ഞാൻ പരിയാരം മെഡിക്കൽ കോളേജ് ഹോസ്പിറ്റലിലായിരുന്നു. ഒരിക്കലല്ല, രണ്ടു പ്രാവശ്യം പോയി. ശരിക്കും മരണത്തിൽനിന്ന്, മരണത്തെ മുഖാ മുഖം കണ്ടിരുന്നു. അവിടന്ന് തിരിച്ചുവരികയാണ് ചെയ്തത്. ഒരു ദിവസം ആയിരത്തി എണ്ണൂറ്, ആയിരത്തി തൊള്ളായിരം ഉറുപ്പിക വെറും ഗുളികയ്ക്കും തൂശിക്കും മാത്രമാകും. ഇഞ്ചക്ഷൻ...എന്നെ അവിടെ കൊണ്ടുപോയതും ആക്കിയതും ഇതൊക്കെ ഒരു മരുമകനാ

ചെയ്തത്. നാട്ടിൽ ഉള്ള മരുമകൻ. ഒരു മരുമകനേ നാട്ടിലുള്ളൂ. അവനാണ് ഇത് മുഴുവൻ ചെയ്തിരുന്നത്. അതുപോലെ ഞാൻ രണ്ടു മാസം മുൻപ് എന്റെ പന്ത്രണ്ടാമത്തെ യു.എ.ഇ. യാത്രയിലായിരുന്നു. അവിടെ വേറൊരു മരുമകൻ വളരെ വലിയ നിലയ്ക്ക് ഉണ്ട്. ഒരു ഷിപ്പിങ്ങ് കോർപ്പറേഷന്റെ ഓണറാ, എം.ഡി. എന്നുപറയും. എപ്പോൾ വേണമെങ്കിലും എനിക്ക് പോകാം. മക്കളില്ലാഞ്ഞിട്ട് ഈ വിഷമമൊന്നും എനിക്ക് ഉണ്ടായിട്ടില്ല. യൂറോപ്പ് മുഴുവനും പോയതും അമേരിക്കയിൽ പോയതും ഇംഗ്ലണ്ടിൽ പോയതും കാനഡയിൽ പോയതും അമേരിക്കയിലുള്ള മരുമക്കളുടെ ചെലവിൽ. മക്കളില്ലാത്തതുകൊണ്ട് ആരും എന്നെ തിരിഞ്ഞുനോക്കാണ്ട് അങ്ങനെ ഒരു വിഷയം വന്നിട്ടില്ല. ആദ്യം അതിന്റെ ഇത് ഉണ്ടായിരുന്നു. പിന്നെ സ്നേഹിക്കപ്പെടുവാൻ, സ്നേഹിക്കപ്പെട്ടിട്ടുണ്ട്. അങ്ങനെ ഒന്നും അല്ലാത്തവരും എന്നെ സ്നേഹിച്ചിട്ടുണ്ട്.

- *പക്ഷേ എന്താണാ മുറിവ്. എവിടെയാണാ മുറിവ്? ഏകാന്തതയുടെ നിമിഷങ്ങളിൽ താങ്കളുടെ മനസ്സ് താങ്കൾ ഉദ്ദേശിക്കാത്ത സ്ഥലത്ത് എപ്പോഴെങ്കിലും പോയിട്ടുണ്ടോ?*

ഈ ഏകാന്തത വല്ലാത്തൊരു suffocating - ശ്വാസം മുട്ടിക്കുന്ന ഒരവസ്ഥ തന്നെയാണ്. യാതൊരു സംശയവും ഇല്ല.

- *ശ്വാസം മുട്ടിക്കുന്ന അവസ്ഥ വരെ മാത്രമേ എത്തിയിട്ടുള്ളോ അതോ ജീവിതം വരെ മുട്ടിക്കുന്ന അവസ്ഥ എത്തിയിട്ടുണ്ടോ?*

വേണ്ടാന്ന് വിചാരിച്ച സന്ദർഭം ഉണ്ട്. അങ്ങനെയാണല്ലോ ഈ പ്രകാശം പരത്തുന്ന പെൺകുട്ടി എന്ന കഥയുണ്ടായത്. ജീവിതം വേണ്ട എന്നു തോന്നിയിരുന്നു.

- *ആ തോന്നൽ എത്രത്തോളം പോയി?*

അങ്ങനെ ചോദിച്ചാൽ ഇതാണ്. വേണ്ടാന്ന് തോന്നിയതാണ്... പിൽക്കാലത്ത് അത് ഉണ്ടായിട്ടില്ല.

- *ജീവിതം തന്നെ വേണ്ടാന്ന് താങ്കളെപ്പോലുള്ള ഒരാൾക്ക് തോന്നുക എന്നു പറഞ്ഞാൽ?*

സ്നേഹിക്കാൻ ആളില്ലാഞ്ഞിട്ടല്ല, സ്നേഹം എല്ലാവരും തന്നിട്ടുണ്ട്.

- *എന്റെ ചോദ്യം പിന്നെ എന്തിന്റെ അഭാവം ആയിരുന്നു എന്നാണ്?*

നിങ്ങൾ ഇങ്ങനെയൊക്കെ ചോദിച്ചാൽ... ഞാൻ അത് avoid ചെയ്യാനല്ലേ ഇങ്ങനെയൊക്കെ പറയുന്നേ.

- *അല്ല, ഇനിയൊരുപക്ഷേ ആ പ്രായത്തിൽ ആളുകൾക്ക് വേണ്ട പ്രണയം അങ്ങനെ വല്ലതും ആണോ?*

അങ്ങനെ പ്രണയത്തിൽ വിഷമം വന്നിട്ട്... പ്രണയിച്ചിട്ടൊക്കെ ഉണ്ട്. ആരെ പ്രണയിച്ചു, എങ്ങനെ പ്രണയിച്ചു എന്നൊന്നും പറയില്ല, ഞാൻ പറയില്ല, അങ്ങനെ പറയുന്നവരുണ്ട്, ഞാൻ പറയില്ല.

- *അതിലേക്കൊന്നും പോകാതെ തന്നെ ഞാൻ വീണ്ടും ചോദിക്കട്ടെ. താങ്കളെപോലെ വിദ്യാഭ്യാസവും നല്ല കഥ എഴുതാൻ കഴിവും ഉള്ള ഒരു മനുഷ്യന് ജീവിതം വേണ്ട എന്ന് തോന്നണമെങ്കിൽ അതിന് തക്കതായ കാരണം ഉണ്ടാവുമല്ലോ. അതെന്താണെന്ന് പറയാൻ കഴിയുമോ?*

ഇല്ല, അങ്ങനെ പിൻ പോയിന്റ് ചെയ്ത് എനിക്ക് പറയാൻ കഴിയില്ല. പൊതുവെ ഒരു മടുപ്പ് അനുഭവിച്ചിരുന്നു.

- *താങ്കളെ ജീവിതത്തിലേക്ക് തിരിച്ചുകൊണ്ടുവന്നത് എന്താണ്?*

ഈ ജീവിതം ജീവിക്കാനുള്ളതാണ് എന്ന വിശ്വാസം. അത് ഊതിക്കെടുത്തുവാനുള്ളതല്ല, ജീവിക്കാനുള്ളതാണ് എന്ന വിശ്വാസം തന്നെയാണ് ഇതിലേക്ക് തിരിച്ചുവന്നത്.

- *ശരിക്കും ടി. പത്മനാഭന്റെ സ്ഥായീഭാവം ഈ പറയുന്ന രൗദ്രവും കോപവും ഒന്നുമല്ല. ശോകമാണ് എന്ന് പറയാമോ?*

പറഞ്ഞാൽ തെറ്റില്ല. ശോകമെന്ന് പറയാം. ഈ ശോകം ആർദ്രതയുടെ മറ്റൊരു... ശോകത്തിൽനിന്നല്ലേ ആർദ്രത ഉണ്ടാകുന്നത്...

- *പല വിവാദങ്ങളും ഉണ്ടാകുമ്പോൾ ഒരു ഭാഗത്ത് ടി. പത്മനാഭൻ നില്ക്കുന്നു എന്ന ആക്ഷേപം ഉണ്ട്. ഇപ്പോൾ പുനത്തിൽ കുഞ്ഞബ്ദുള്ളയോ എം.ടി. വാസുദേവൻ നായരോ, സുകുമാർ അഴീക്കോടോ ഒക്കെ മറുഭാഗത്ത്?*

ഞാൻ നിങ്ങൾ പറഞ്ഞതുകൊണ്ട് വിടില്ല. പുനത്തിൽ കുഞ്ഞബ്ദുള്ളയുടെ കാര്യത്തിൽ എന്താണ് ഉണ്ടായത്? അദ്ദേഹം മോഷ്ടിച്ചിട്ടില്ലേ?

- *താങ്കൾ ഇപ്പോഴും അങ്ങനെതന്നെ വിശ്വസിക്കുന്നു?*

നിങ്ങൾ എങ്ങനെയാ വിശ്വസിക്കുന്നേ? അല്ല... അത് വൺ സൈഡ് മാത്രം ആകണ്ട... മോഷ്ടിച്ചിട്ടില്ലേ? മോഷണം അല്ലേ നടത്തിയത്?

- *കേസ് വന്നപ്പോൾ അത് ഒത്തുതീർപ്പാക്കുകയാണ് ചെയ്തത്. താങ്കൾക്ക് ഇപ്പോഴും വിശ്വാസത്തിൽനിന്നും മാറ്റം....?*

(തടയുന്നു) You please withdraw that statement. ഒത്തുതീർപ്പോ? എവിടത്തെ ഒത്തുതീർപ്പ്? കോടതി വലിച്ചെറിയുകയല്ലേ ചെയ്തത്. ഒത്തുതീർപ്പോ?

- *അത്തരം കാര്യങ്ങളിൽ ഉള്ള ധാർമ്മികരോഷം താങ്കൾക്ക് അടക്കാൻ കഴിയുന്നില്ല ഇപ്പോഴും?*

മറ്റേത് ചോദിച്ചതിന് ഉത്തരം പറഞ്ഞിട്ടില്ല. പിന്നെ... ഇയാൾ മോഷ്ടാവാണോ അല്ലയോ...?

- *ഞാൻ അതിന് ഉത്തരം പറയേണ്ട ആവശ്യം ഇല്ലല്ലോ?*

അതു ശരി... അവിടെ ഇരിക്കുമ്പോൾ എന്തും ചോദിക്കാം. (ചിരിക്കുന്നു) മോഷ്ടാവാണ്...

- *എം.പി. ശങ്കുണ്ണിനായരുടെ പ്രശസ്തമായ വാചകങ്ങൾക്ക് ഏറ്റവും കൂടുതൽ പ്രചാരം കൊടുത്തത് താങ്കൾ തന്നെയാണെന്നും അങ്ങനെ ഒരു വാചകം ഒരുപക്ഷേ അദ്ദേഹം പറഞ്ഞിരിക്കില്ല എന്നും അടുത്ത കാലത്ത് പുതിയ വിവാദം ഉണ്ടായിട്ടുണ്ട്?*

ആ വ്യക്തി... നിങ്ങൾ പറഞ്ഞതുകൊണ്ട് എനിക്ക് പറയാൻ കഴിയില്ല. നിങ്ങൾ ചോദിച്ചതുകൊണ്ട്. കുറേ കൊല്ലങ്ങൾക്കുമുൻപ് ഒരു ഇരുപത് - ഇരുപത്തിയഞ്ച് കൊല്ലങ്ങൾക്ക് മുൻപ് ഞാൻ ഫാക്ടിൽ ജോലിക്കാരനായിരുന്ന കാലത്ത് മലയാള മനോരമയുടെ സൺഡേ എഡിഷൻ നോക്കുന്ന അദ്ദേഹം എനിക്കൊരു കത്തെഴുതി. ഇവിടെ കുറേ കഥകൾ ഉണ്ട്. ഒരു മത്സരത്തിനോ മറ്റോ വേണ്ടി അയച്ചതാണ്. അത് അയച്ചു തന്നാൽ മികച്ച നാല് കഥകൾ തിരഞ്ഞെടുക്കാൻ കഴിയുമോ എന്ന് ചോദിച്ചു. ഞാൻ പറഞ്ഞു, ചെയ്യാം. അപ്പോഴാണ് ഒന്നാമത്തേത് ടി.എൻ. പ്രകാശാ.... ഈ രണ്ട്, മൂന്ന്, നാലില് ഒരാൾ അന്നുമുതൽക്ക്. അയാളുടെ പേര് പറയാം, എം. രാജീവ് കുമാർ. അന്നുമുതൽക്ക് എന്നെ തേജോവധം ചെയ്യാൻ വേണ്ടി നടക്കുകയാണ്. എന്റെ ഗൗരി എന്ന കഥ വളരെ പ്രസിദ്ധമായ കഥയാണ്. ഈ വ്യക്തി ശ്രീ. രാജീവ് കുമാർ ഉറൂബിന്റെ രാച്ചിയമ്മ എന്ന കഥ മോഷ്ടിച്ചിട്ടാണ് ഞാൻ ഗൗരി എഴുതിയതെന്ന് പറഞ്ഞു. കടലും കടലാടിയും; രാച്ചിയമ്മ എവിടെയാണ്, ഗൗരി എവിടെയാ. രണ്ടും തമ്മിൽ വിദൂരസാമ്യം പോലും ഉണ്ടാവില്ല.

- *താങ്കളും സുകുമാർ അഴീക്കോടും തമ്മിൽ എന്താ പ്രശ്നം? ഇടയ്ക്ക് ഇണങ്ങും, പിന്നെ പിണങ്ങും. അടുത്ത കാലത്ത് സുകുമാർ അഴീക്കോട് താങ്കളെ ഇരുത്തിക്കൊണ്ട് നിശിതമായിട്ട് സംസാരിച്ചിട്ടും ഒരക്ഷരം ഉരിയാടാതെ താങ്കൾ പോകുകയാണ് ചെയ്തത്. താങ്കളുടെ*

രീതിക്ക് യോജിച്ചതായിരുന്നില്ല അത്. എന്താണ് അങ്ങനെ സംഭവിച്ചത്?

ഈ അനൗചിത്യം എന്നൊരു വാക്ക് ഇംഗ്ലീഷിൽ ഉള്ള കാര്യം അറിയാമല്ലോ. അനൗചിത്യം സംസ്കൃതത്തിലും ഉണ്ട്. മലബാറിൽ പ്രശസ്തരായ കലാകാരന്മാരെ ആദരിക്കാനുള്ള ഒരു മീറ്റിംഗായിരുന്നു അത്. കൂട്ടത്തിൽ സുകു ഉണ്ട്. സുകു എന്നു വിളിക്കുന്നത് ഇഷ്ടമല്ല... അതുകൊണ്ട് തന്നെ ഞാൻ സുകു. ഇല്ലെങ്കിൽ ഡോക്ടർ സുകു, പിന്നെ ഞാൻ ഉണ്ട്. നിങ്ങൾ ചോദിച്ചില്ലേ, എന്നെ ഇരുത്തിയിട്ട് സംസാരിച്ചില്ലേ എന്ന്. പറഞ്ഞത് മുഴുവനും അടിസ്ഥാനരഹിതമായ കാര്യങ്ങളാണ്. പിന്നെ സുകു കളവല്ല പറയുന്നത്. കളവാ എന്ന് അറിഞ്ഞിട്ട് ഒരാൾക്കും അങ്ങനെ പറയാൻ കഴിയില്ല. സുകു ആദ്യം സുകുവിനെ വിശ്വസിപ്പിക്കും. ഒരു auto suggestion നാണ്. സുകുവിനെ വിശ്വസിപ്പിക്കും. എന്നിട്ട് അങ്ങ് പറയും. ഞാൻ റിട്ടയർമെന്റിനുശേഷം ഇന്നുവരെ വേതനം ലഭിക്കുന്ന ഒരു ജോലി ചെയ്തിട്ടില്ല എന്ന്. മുജാഹിദിന്റെ പത്രാധിപരായി ഫ്രീയായിട്ടൊന്നും അല്ല ജോലി ചെയ്തത്. ഒറ്റ ഉദാഹരണം. ഒറ്റ ഉദാഹരണം. കാറും ഹോട്ടലും വിരോധവും എനിക്കില്ല. എന്താ... അത് അദ്ദേഹത്തിനാ... പക്ഷേ ഇങ്ങനെ പറയുമ്പോൾ... ഓ? അങ്ങനെ എന്ന് വിശ്വസിക്കാനൊന്നും... ഞാൻ അപ്പഴ് തന്നെ കണ്ണൂരിലെ മാർക്സിസ്റ്റ് പാർട്ടിയുടെ ഡിസ്ട്രിക്ട് സെക്രട്ടറി ശശിയോട് പറഞ്ഞു, “ശശി... നിങ്ങൾ വിഷമിക്കണ്ട ഞാൻ ഇവിടന്ന് ഉത്തരം പറയില്ല...” ഞാൻ ആ സന്ദർഭത്തിലൊക്കെ ചിരിച്ചുകൊണ്ട് ഇങ്ങനെ ഇരിക്കുകയാ ചെയ്തത്. ഞാൻ പറയില്ല. കാരണം ഇത് അതിന്റെ വേദിയല്ല. പറഞ്ഞാൽ കുഴപ്പമാവും. ഇത് അലങ്കോലമാവും. പോകുന്നത് നല്ലത്... അതുപോലെ ഇദ്ദേഹം. ഇദ്ദേഹത്തിന്റെ പ്രസംഗം കഴിഞ്ഞ് ഉടനെ പോയി.

- *ഔചിത്യത്തെ കരുതി മാത്രം താങ്കൾ അന്ന് മിണ്ടാതിരുന്നു?*

ഔചിത്യത്തെ കരുതി മിണ്ടാതിരുന്നു.

- *പക്ഷേ ഒരു അവസരം വന്നാൽ ഇദ്ദേഹത്തോട് ഏറ്റുമുട്ടാനുള്ള...?*

ഒരു മടിയും ഇല്ല. എന്തിനാ മടി?

- *സുകുമാർ അഴീക്കോടിന്റെ യോഗ്യത, അല്ലെങ്കിൽ എം.ടി. വാസുദേവൻനായരുടെ യോഗ്യത താങ്കൾ അതൊന്നു പറയാമോ? അവരെക്കുറിച്ച് താങ്കൾ പോസിറ്റീവ് ആയി പറഞ്ഞതു കേൾക്കാനുള്ള കൗതുകം കൂടി ഉണ്ട്...*

എം.ടി. വാസുദേവൻനായർ തീർച്ചയായും ഒരു ബഹുമുഖ പ്രതിഭയാണ്. നോവലെഴുതിയിട്ടുണ്ട്. ധാരാളം എഴുതിയിട്ടുണ്ട്. ധാരാളം

കഥകളെഴുതിയിട്ടുണ്ട്. ധാരാളം സിനിമകളെഴുതിയിട്ടുണ്ട്. പിന്നെ നാടകം എഴുതിയിട്ടുണ്ട്. എഴുതിയതിനൊക്കെ അവാർഡുകൾ വാങ്ങിയിട്ടുണ്ട്.

- *ഈ പറഞ്ഞതൊക്കെ പ്രസ്താവനകൾ മാത്രമേ ആകുന്നുള്ളൂ. ഒരു വിലയിരുത്തൽ ആകുന്നില്ല. മലയാള സാഹിത്യത്തിൽ എം.ടി. വാസുദേവൻ നായരുടെ സംഭാവന എന്ത് എന്ന് ടി. പത്മനാഭനോട് ചോദിച്ചാൽ എന്തു പറയും?*

ഇതൊക്കെ തന്നെ പറയും. ഇതൊക്കെ നിസ്സാര കാര്യമാണോ?

- *അദ്ദേഹത്തിന്റെ stature (ഔന്നത്യം) എന്താണ് മലയാള സാഹിത്യത്തിൽ?*

Stature (അല്പം ആലോചിക്കുന്നു) നാലുകെട്ട്... നാലുദിവസമാണ് നാലര ലക്ഷം രൂപ ചെലവാക്കിയിട്ട് നമ്മുടെ സാഹിത്യ അക്കാദമി ആഘോഷിച്ചത്. അത് ഒരു stature അല്ലേ... നാലു ദിവസമാണ് ആഘോഷിച്ചത്. മലയാളത്തിലെ ഏറ്റവും മികച്ച കൃതി, അൻപതു കൊല്ലമായ കൃതി, എന്നൊക്കെ പറഞ്ഞ് ആരൊക്കെ, ആരൊക്കെയാണ് സിന്ദാബാദ് വിളിച്ചത്... പിന്നെ കേന്ദ്ര സാഹിത്യ അക്കാദമിയിൽ ലയിച്ചുവെന്നും ലയിച്ചില്ലായെന്നും രണ്ടഭിപ്രായം ഉണ്ട്. ഏതാണ് ശരിയെന്ന് പറയാൻ കഴിയില്ല.

- *ഞാൻ ചോദിച്ചതിന് ഇപ്പോഴും ഉത്തരം കിട്ടിയില്ല. അതായത് എം.ടി. വാസുദേവൻ നായരെ ടി. പത്മനാഭൻ മലയാളസാഹിത്യത്തിൽ എവിടെ പ്രതിഷ്ഠിക്കുന്നു?*

തെങ്ങിൻ പറമ്പിൽ പ്രതിഷ്ഠിക്കുന്നു.

- *ടി. പത്മനാഭന്റെ താഴെയാണോ മുകളിലാണോ പ്രതിഷ്ഠിക്കുക?*

അത് ഒരു പ്രശ്നമല്ല... ഒന്നാമത് ഈ പ്രതിഷ്ഠകളോട് തന്നെ എനിക്ക് ഇഷ്ടമല്ല. Don't touch your idols, the guilt will stick to your fingers.

- *ഒരേയൊരു സംഭാവന മാത്രം എടുക്ക്. ഏതെങ്കിലും ഒരു കൃതി അല്ലെന്നുണ്ടെങ്കിൽ ഏതെങ്കിലും ഒരു കഥ എം.ടി.യുടെ. താങ്കൾക്ക് ഏറ്റവും ആകർഷകമായി തോന്നിയത്?*

പറയാൻ കഴിയില്ല.

- *അദ്ദേഹം സാഹിത്യ അക്കാദമി പ്രസിഡന്റ് സ്ഥാനത്തേക്ക് മത്സരിച്ച് തോറ്റപ്പോൾ താങ്കൾക്ക് സന്തോഷം തോന്നിയോ?*

ഇല്ല. ഒരിക്കലുമില്ല. അങ്ങനെ സന്തോഷം തോന്നുന്നവനല്ല. ഒരിക്കലും സങ്കടവും തോന്നിയിട്ടില്ല. അതും പറഞ്ഞേക്കാം. ഇനി മരിച്ചുകളയാം. ആത്മഹത്യ ചെയ്തേക്കാം എന്നൊന്നും ഇല്ല.

- *താങ്കളുടെ അടുത്ത സുഹൃത്ത് കൂടിയായ എം. തോമസ് മാത്യു മലയാളത്തിൽനിന്നായിട്ടും അദ്ദേഹത്തിന് വോട്ട് ചെയ്തിരിക്കില്ല എന്ന് കരുതുന്നുണ്ടോ?*

ഞാൻ ചോദിച്ചിട്ടില്ല. ഞാൻ ജീവിതത്തിൽ കണ്ട ഏറ്റവും മാന്യനായ വ്യക്തിയാണ് തോമസ് മാത്യു. അദ്ദേഹത്തോട് ഇത്തരം പീറ വർത്തമാനം ഒന്നും ഞാൻ ചോദിക്കില്ല. അയാൾ മാന്യൻ ആണ്. ക്രിസ്ത്യാനി ആണെങ്കിലും മാന്യൻ ആണ്.

- *എന്താണ് താങ്കളുടെ മനസ്സിൽ കൊളുത്തി പിടിക്കുന്നത് എം.ടി. യെക്കുറിച്ച് പറയുമ്പോൾ?*

ഇല്ല സാറേ... ഞാൻ നേരത്തെ പറഞ്ഞു, അടി കൊണ്ടവൻ മറക്കാൻ കഴിയില്ല എന്ന്. ഞാൻ ചോദിക്കട്ടെ, ആ മാതൃഭൂമിയുടെ പത്രാധിപസ്ഥാനത്ത് ഇരുന്നിട്ട് എന്തൊക്കെ പണികൾ ചെയ്തിട്ടുണ്ട്. ആ പാവം ഒ.വി. വിജയനെ എന്താ ചെയ്തത്? സി. രാധാകൃഷ്ണനെ എന്താ ചെയ്തത്? ടി. പത്മനാഭനെ എന്താ ചെയ്തത്? ഒ.വി. വിജയനും സി. രാധാകൃഷ്ണനും പിൽക്കാലത്ത് ഇദ്ദേഹത്തിന്റെ അടുത്ത് ചെന്ന് കുമ്പിട്ടിരുന്നു. ഞാൻ രണ്ടാളോടും ചോദിച്ചിരുന്നു. എന്തിനാ നിങ്ങളിത് ചെയ്തത് എന്ന്. രാധാകൃഷ്ണൻ ഇത് കേട്ടിട്ടില്ല. ഒരു തീവണ്ടി യാത്രയിലാ... കേട്ടിട്ടില്ല. അവസാനം ഞാൻ വിട്ടില്ല. ഇവർ ഉത്തരം പറയട്ടെ. കാരണം ഇവർ ലേഖനം എഴുതിയിട്ടുണ്ട്. ഇവരെ ഇയാൾ പാരവെച്ചതിനെക്കുറിച്ചിട്ട്. തൊണ്ണൂറ്റിമൂന്നിൽ ഭാഷാപോഷിണിയിൽ ലേഖനം എഴുതിയിട്ടുണ്ട്. ഇയാളുടെ ഒരു പുസ്തകത്തിലും ആ ലേഖനം ഉണ്ട്. ഞാൻ ഇങ്ങനെ കുത്തി കുത്തി കുത്തി, അവസാനം എന്നോട് പറഞ്ഞു. വയസ്സായില്ലേ... വയസ്സായില്ലേന്നു വെച്ചാൽ അയാൾക്ക്. രാധാകൃഷ്ണന്... ഓക്കേ... ഒ.വി. വിജയനോട് ഞാൻ ചോദിച്ചു, നിങ്ങളെന്തിന്? ഒ.വി. വിജയന് ഇയാൾ വച്ച പാരകൾ വിജയൻ തന്നെ എന്നോട് പറഞ്ഞിട്ടുണ്ട്. ഞാൻ ചോദിച്ചു. എന്തിന്... എന്തിന്? ഡൽഹിയിൽ ഹോട്ടലിൽ ഇയാളുള്ളപ്പോൾ അവിടെ ചെന്നിട്ട് ലോഹ്യം പറയാൻ വിജയൻ പോയി. ഇയാൾ ഇൻസൾട്ട് ചെയ്തു. അപ്പോൾ വിജയനോട് ഞാൻ ചോദിച്ചു. താൻ എന്തിന് ഇത് ചെയ്തു? അന്നേരം കരഞ്ഞു. കണ്ണിൽനിന്ന് വെള്ളം ഒക്കെ വന്നപ്പോൾ പറഞ്ഞു.... “എന്തിനാണ്... ഈ മനസ്സിൽനിന്ന് എല്ലാ കന്മഷവും പോകട്ടെ എന്നു കരുതിയിട്ടാണ് ഞാൻ പോയത്...” എന്നെ ചെയ്തത് കുറച്ചൊന്നും ആയിരുന്നില്ല. (കൈയിൽ വാച്ചിലെ സമയം നോക്കുന്നു) അതു പറയുകയാണെങ്കിൽ ഈ ‘നേരെ ചൊവ്വേ’ എത്രയോ വേണ്ടിവരും.

- *താങ്കൾ നേരത്തെ പറഞ്ഞു താങ്കളോട് പലർക്കും അസൂയ ഉണ്ടെന്ന്. താങ്കൾക്ക് ആരോടാണ് അസൂയ? എം.ടി. വാസുദേവൻ നായരോട് അസൂയ ഉണ്ടോ?*

അത്... ഇതുപോലത്തെ വിഡ്ഢിത്തമായ ചോദ്യം ജോണി ലൂക്കോസ് ഒരിക്കലും ചോദിക്കരുത്. കാരണം ഈ അസൂയ തോന്നുന്നത് തങ്ങളേക്കാൾ വലിയവരോടല്ലേ... മനസ്സിലായല്ലോ... അത് അധികം പറയേണ്ടല്ലോ...

- *താങ്കൾ പലപ്പോഴും എം.ടി.യെക്കുറിച്ച് ഇങ്ങനെ പരാമർശിക്കുന്നുണ്ടെങ്കിലും എം.ടി. പൊതുവെ താങ്കളെക്കുറിച്ച് അങ്ങനെയൊന്നും പരാമർശിക്കാറില്ല.*

ആരെക്കുറിച്ചെങ്കിലും പരാമർശിക്കാറുണ്ടോ?

- *അത് ഒരു നല്ല ക്വാളിറ്റിയായിട്ട് കണ്ടുകൂടേ?*

ഞാൻ കാണുന്നില്ല. ഭക്തന്മാർ ധാരാളം ഉണ്ട്.

- *വിമോചനസമരത്തിൽ പങ്കെടുത്ത് പതിനഞ്ചുദിവസം തടവിൽ കഴിഞ്ഞ താങ്കൾ അന്നൊരു കോൺഗ്രസ് അനുഭാവി ആയിരുന്നു. സുകുമാർ അഴീക്കോട് ആദ്യകാലത്ത് വളരെ കടുത്ത കോൺഗ്രസ് അനുഭാവിയായിരുന്നു. അദ്ദേഹം തിരഞ്ഞെടുപ്പിൽ മത്സരിച്ചിട്ടുണ്ട്. പക്ഷേ പില്ക്കാലത്ത് അദ്ദേഹം കോൺഗ്രസിന്റെ വിമർശകനായി. ഇപ്പോൾ അദ്ദേഹം ഇടതുപക്ഷത്തോട് ചേർന്നാണ് നില്ക്കുന്നത് എന്ന് എല്ലാവരും പറയുന്നു. താങ്കൾക്ക് അതു പോലെ...?*

ഞാൻ പറയില്ല. അദ്ദേഹം സ്വന്തം പക്ഷത്ത് നില്ക്കുന്നു.

- *പക്ഷേ താങ്കളും ഏതാണ്ട് പക്ഷം മാറി ഇപ്പുറത്തെ പക്ഷത്തേക്കായോ?*

ഒരിക്കലും ഇല്ല... എന്താ അങ്ങനെ പറയാൻ കാരണം?

- *ഇല്ല... അടുത്ത കാലത്തായിട്ട് പിണറായി വിജയനോടും എം.എ. ബേബിയോടും ഒക്കെ തോന്നുന്ന ഇഷ്ടത്തിന്റെ പിന്നിലെന്താണ്?*

ബേബിയും ആയിട്ട് ഒരു ഇരുപത് കൊല്ലത്തെ ഇഷ്ടം എങ്കിലും ഉണ്ട്. ഇരുപതിലധികം കൊല്ലത്തെ... ഇപ്പഴ് തോന്നിയതല്ല.

- *ബേബിക്ക് താങ്കളോടുള്ള അടുപ്പംകൊണ്ട് വ്യക്തിപരമായിട്ടുണ്ടായ നഷ്ടങ്ങളെക്കുറിച്ച് താങ്കൾ ആലോചിച്ചിട്ടുണ്ടോ? ഒരുപക്ഷേ ഈ എം.എൻ. വിജയനൊക്കെ ബേബിയുടെ എതിർപക്ഷത്താവാനുള്ള ഒരു പ്രധാന കാരണം താങ്കൾ ബേബിയുടെ സുഹൃത്തായതാണ് എന്ന് പറഞ്ഞാലോ?*

ആണല്ലോ... അത് ആണല്ലോ.

- *പൊതുവേദികളിൽ പിണറായി വിജയനെ ന്യായീകരിച്ച് താങ്കൾ സംസാരിച്ചിട്ടുണ്ട്?*

ഉണ്ട്, ഇനിയും പറയും.

- *അതിന്റെ പ്രചോദനം എന്താണ് ? എന്തുകൊണ്ടാണ് താങ്കൾക്ക് വി. എസ്. അച്യുതാനന്ദനേക്കാൾ പിണറായി വിജയൻ സ്വീകാര്യനാകുന്നത്?*

ഒരു നേതാവിന് വേണ്ട എല്ലാ ക്വാളിറ്റീസും പിണറായി വിജയന് ഉണ്ട് എന്ന് വിശ്വസിക്കുന്നയാളാണ് ഞാൻ.

- *വി.എസിൽ ഇല്ലേ?*

മൂന്നാർ ഓപ്പറേഷനും ഭക്ഷ്യസുരക്ഷാപദ്ധതിയും ഗോൾഫും എല്ലാം നമ്മുടെ മുന്നിൽ ഉണ്ടല്ലോ... യോഗ്യതയെക്കുറിച്ച് കൂടുതൽ പറയണ്ട. ഞാൻ അദ്ദേഹത്തെക്കുറിച്ച് മോശമായി പറയാൻ ഒന്നും നിന്നിട്ടില്ല. പിണറായി വിജയൻ ഒരു തെറ്റേ ചെയ്തിട്ടുള്ളൂ എന്ന് വിശ്വസിക്കുന്നുണ്ട് ഞാൻ. ഒരു തെറ്റ്. വലിയൊരു തെറ്റാ അത് ചെയ്തത്.

- *ഏതാണ് ആ തെറ്റ്?*

ആ... അതാണ് നിങ്ങൾ ചോദിക്കേണ്ടത്. എം.എൻ. വിജയനെ വളരെ നേരത്തെ ഇവിടെനിന്ന് പറഞ്ഞ് വിടാഞ്ഞത്, സത്യം...

- *അവിടെ പ്രതിഫലിക്കുന്നത് താങ്കൾക്ക് എം.എൻ.വിജയനോടുള്ള വിരോധം ആണോ?*

അയ്യോ... വിരോധം ഇല്ലല്ലോ... വേണമെങ്കിൽ ഞങ്ങൾ ബന്ധുക്കളാകും.

- *താങ്കൾക്ക് എം.എൻ.വിജയനോടുള്ള ഇഷ്ടക്കുറവിന്റെ കാരണം എന്താണ്? പിണറായി വിജയനേയും ബേബിയേയും ഇകഴ്ത്തി കാണിക്കുകയും വി.എസിനുവേണ്ടി നിലപാടെടുക്കുകയും ചെയ്തതാണോ, അതോ സാഹിത്യത്തിൽ താങ്കൾക്ക് അനുകൂലമായ നിലപാട് സ്വീകരിക്കാത്തതാണോ?*

ഞാൻ പറയാം. നിങ്ങൾ വെറുതെ ചോദിക്കും. നാളെ എന്തെങ്കിലും കുഴപ്പം ഉണ്ടായാൽ അതു ഞാൻ സഹിക്കേണ്ടി വരും. നിങ്ങൾക്ക് ഇതൊക്കെ ചോദിച്ച് പൊടീം തട്ടി പോകാം. ഞാൻ സഹിക്കണം. അത് സാരമില്ല. സഹിക്കാം. അതാണ് വിധിയെങ്കിൽ സഹിക്കാം. എം.എൻ. വിജയൻ ഞാൻ കണ്ട ഏറ്റവും ക്രൂരനായൊരു വ്യക്തിയാണ്. അദ്ദേഹം മനുഷ്യസ്നേഹിയോ മഹർഷിയോ ഒന്നുമല്ല. എന്റെ അനുഭവത്തിൽ നിന്നുള്ള വിശ്വാസം. മനുഷ്യസ്നേഹിയാണ്, അല്ലെങ്കിൽ അദ്ദേഹം മഹർഷിയാണെന്നൊക്കെ അദ്ദേഹത്തിന്റെ

ശിഷ്യന്മാർ പറയുന്നുണ്ട്. ഈ ശിഷ്യന്മാർ ഇതു പറയാൻ ഒരു കാരണം ഉണ്ട്. ഇവരെയൊക്കെ ഇദ്ദേഹം മഹാകവികളും മഹാകഥാകൃത്തുക്കളും മഹാനിരൂപകന്മാരും ആക്കി വാഴ്ത്തിയിരിക്കുന്നു. അവർ അതിന്റെ ഒരു പ്രത്യുപകാരമായി അദ്ദേഹത്തെ വാഴ്ത്തുന്നു എന്നേ ഉള്ളൂ.

- *പക്ഷേ, മരിച്ചുപോയ മനുഷ്യനെക്കുറിച്ച് ക്രൂരനായിരുന്നു എന്നു പറയുന്നത് കടന്ന കൈ അല്ലേ?*

അല്ല... ആ മരിച്ചുപോയൊരു ആളെക്കുറിച്ച് അന്നു ഞാൻ പറഞ്ഞിട്ടില്ല. മനോരമ എന്നോട് പ്രതികരണം ആവശ്യപ്പെട്ടിട്ട് ഞാൻ പറഞ്ഞിട്ടില്ല. Nil nisi bonum, let nothing but good be said about the dead - ഒരു ലാറ്റിൻ dictom ആണ്. മരിച്ചവരെക്കുറിച്ച് പറയുന്നുണ്ടെങ്കിൽ അത് നല്ലതേ പറയൂ. എക്കാലത്തും അല്ല. അത് മരിച്ചുവെന്ന് വെച്ചിട്ട് എക്കാലത്തും ഇല്ല.

- *പക്ഷേ ഈ മരിച്ചിട്ടും മറക്കാനാവാത്ത വേദന എം.എൻ.വിജയൻ താങ്കൾക്ക് തന്നത് എന്താണ്?*

എനിക്ക് മാത്രമല്ല മലയാളത്തിന് അയാൾ ചെയ്തുവെച്ച ദ്രോഹങ്ങൾ. ഇദ്ദേഹത്തിന് എഴുത്തച്ഛനോട് ആദ്യമേ പകയാണ്. അതാണ് ഞാൻ പറഞ്ഞത് ഇദ്ദേഹത്തിന്റെ വിഖ്യാതമായ ഒന്ന്, സാഹിത്യത്തിൽ മൗലികത ഇല്ല. മോഷണം കുറ്റമാണെങ്കിൽ ആദ്യത്തെ കുറ്റക്കാരൻ തുഞ്ചത്ത് എഴുത്തച്ഛൻ ആണ് എന്ന് എഴുതിയതും ഇദ്ദേഹമാണ്. എന്താ അറിയില്ല, എഴുത്തച്ഛനോട് വല്ലാത്ത പകയാണ്. എന്നോട് വ്യക്തിപരമായി ഉണ്ട് എന്നല്ല. വ്യക്തിപരമായിട്ടും എന്നെ ഇദ്ദേഹത്തിന് സഹിക്കാൻ കഴിയില്ല. ഇദ്ദേഹം പത്രാധിപരായിരുന്ന കാലത്ത് ദേശാഭിമാനി വാരിക, ടി. പത്മനാഭൻ സാഹിത്യകാരനേ അല്ല എന്ന് പറഞ്ഞിട്ട് ഒരു ലക്കം ഇറക്കിയത് കേട്ടുകാണുമോ, കണ്ടു കാണുമോ; ഉണ്ടല്ലോ... ഒരു ഫുൾ ലക്കം. ഇടയ്ക്കിടയ്ക്ക് കാർട്ടൂൺ ഉണ്ടാകും. പുഴ കടന്ന് മരങ്ങൾക്കിടയിലേക്ക്. എന്റെ പ്രശസ്തമായ കഥയുടെ പേരാണ്. ഇങ്ങനെ കാർട്ടൂൺ ഫുൾ പേജാണേ... ഫുൾ പേജ് കുറഞ്ഞ കാർട്ടൂൺ ഇല്ല. ഞാൻ ഇങ്ങനെ പുഴ കടന്ന് മരങ്ങളുടെ ഇടയിൽ എത്തിയപ്പോൾ പെട്ടെന്ന് ഇലക്ട്രോക്യൂട്ട്. ഇടയ്ക്ക് മിന്നൽ അടിച്ചു. ഞാൻ ഇങ്ങനെ ചാകുന്നതാണ് ഒരു കാർട്ടൂൺ. അത് ഇത്തിരി കട്ടി അല്ലേ...

- *ഈ അനാവശ്യ കാര്യങ്ങൾ എന്തിനാ ഇങ്ങനെ ഓർത്തിരിക്കുന്നത്, മറന്നുകൂടേ?*

മറക്കുന്നതാണ് നല്ലത്. അപ്പോഴും ഇത് അനാവശ്യ കാര്യമാ എന്നു പറയരുത്. അത് ഒന്നുകിൽ ക്രിസ്തുവാകണം. അല്ലെങ്കിൽ

ഗാന്ധിയാവണം. അല്ലെങ്കിൽ ജോണി ലൂക്കോസ് എങ്കിലും ആവണം. ഞാൻ ഇതൊന്നും അല്ല. പിന്നെ കുറച്ച് കഴിഞ്ഞ് മറ്റൊരു ദേശാഭിമാനി വന്നു. കേരളത്തിന്റെ മഹാകവിയായ മറ്റൊരാളുടെ കവർ ചിത്രവും ഒക്കെയായി. അത് അന്വേഷിച്ചു നോക്കുമ്പോൾ ഇയാളുടെ മകനാ... പത്രാധിപരുടെ...

- *താങ്കളുടെ കഥകൾ തന്നെ പ്രാർത്ഥനയാണെന്ന് ഒരു കപ്പൂച്ചിൻ അച്ചൻ പറഞ്ഞതിനെക്കുറിച്ച് താങ്കൾ തന്നെ പറഞ്ഞിട്ടുണ്ട്.*

അത് വളരെ സന്തോഷവും ആണ്. അത് ഒരു അച്ചനല്ലേ പറഞ്ഞത്?

- *പക്ഷേ കഥകൾക്കപ്പുറത്ത് താങ്കളുടെ വാക്കുകൾ ഒരു പ്രാർത്ഥനയാണെന്ന് പറയാൻ കഴിയുമോ?*

It all depends. പിന്നെ... അതാണ്. ഞാൻ സുകുവിനെപ്പറ്റിയോ, വാസുദേവൻനായരെക്കുറിച്ചിട്ടോ, എം.എൻ. വിജയനെക്കുറിച്ചിട്ടോ വളരെ നല്ലതായിട്ട് പറയണം. അല്ലേ, വിഷമമാണ് സാറെ, വിഷമമാണ്...

- *ഞാൻ മറിച്ചൊരു കാര്യം ചോദിക്കട്ടെ. ചില കാര്യങ്ങളിൽ താങ്കൾക്കുള്ള നിലപാട്, ഇപ്പോൾ അവാർഡിന്റെ കാര്യത്തിൽ ഉള്ള നിലപാട്. ആദ്യമേ തന്നെ ഈ സാഹിത്യ അക്കാദമിയുമായി ബന്ധമുള്ള പുരസ്കാരങ്ങൾ ഒന്നും സ്വീകരിക്കില്ല എന്ന് തീരുമാനിച്ചു. അതിൽ ഉറച്ചുനിന്നു. പക്ഷേ ഏത് അവാർഡും ഒരു ജഡ്ജിങ്ങ് കമ്മിറ്റി നിശ്ചയിക്കുന്നതാണ്. അതു സാഹിത്യ അക്കാദമിയുടേതാണെങ്കിലും അല്ലെങ്കിലും. ഒരു കമ്മിറ്റി നിശ്ചയിക്കുന്നതാണ്. അപ്പോൾ ഒരു കമ്മിറ്റി നിശ്ചയിക്കുന്നത് സ്വീകരിക്കാതിരിക്കുകയും മറ്റേതെങ്കിലും കമ്മിറ്റി നിശ്ചയിക്കുന്നത് സ്വീകരിക്കുകയും ചെയ്യുന്നതിൽ എന്താണു യുക്തി?*

ഇതിലൊന്നും യുക്തിയുടെ പ്രശ്നമില്ല. നമ്മൾ വീട്ടിൽ, നമ്മുടെ അമ്മയോ പെങ്ങളോ ഭാര്യയോ നമുക്കു കൂട്ടാൻ കറിയോ മറ്റോ വയ്ക്കുന്നില്ലേ. ചില കറി ഇഷ്ടമായിരിക്കും, ചിലത് ഇഷ്ടമായിരിക്കുകയില്ല. ഇതിന്റെ യുക്തി ചോദിച്ചാൽ ഉണ്ടാവില്ല.

- *താങ്കളുടെ പല നിലപാടുകളും ഇഷ്ടാനിഷ്ടങ്ങളിൽ അധിഷ്ഠിതമായിരുന്നെന്നും യുക്തിഭദ്രമായിരുന്നില്ല എന്നും....?*

എന്ന് പറയാൻ കഴിയില്ല. എല്ലാം ഇതിന്റെ അടിസ്ഥാനത്തിൽ മുഴുവൻ അങ്ങനെയാണെന്ന് പറയാൻ കഴിയോ? ഇതിൽ ഞാൻ വളരെ ആദരിക്കുന്ന ഒരു കവിയാണ് ജി. ശങ്കരക്കുറുപ്പ്. വളരെ ആദരിക്കുന്നത്, എന്റെ മൂന്ന് പുസ്തകങ്ങളുടെ ആമുഖം ആയി

എടുത്തിട്ടുള്ളത് കുറുപ്പിന്റെ വരികളാണ്. എന്നിട്ട് ആ കുറിപ്പിന്റെ പേരിലുള്ള അവാർഡ് ഞാൻ വാങ്ങിച്ചിട്ടില്ലല്ലോ...?

- *പ്രണയത്തെക്കുറിച്ച് മുൻപ് സംസാരിച്ചപ്പോൾ പറഞ്ഞു അതെക്കുറിച്ച് പറയുന്നത് ശരിയല്ല എന്ന്. പക്ഷേ ഈ പ്രണയാനുഭവങ്ങൾ താങ്കൾക്ക് ഉണ്ടായിട്ടുണ്ട്. ഗൗരിയിലും കടലിലും ഒക്കെ വളരെ വ്യക്തവുമാണ്. പക്ഷേ പ്രണയാനുഭവങ്ങൾ ഒരു പുരുഷൻ എന്ന നിലയിൽ അതു തുറന്ന് പറയാനുള്ള ചങ്കൂറ്റം താങ്കൾക്ക് ഉണ്ടായിട്ടുണ്ടോ?*

കവലേ പോയിട്ട് തന്റെ പ്രണയത്തിൽ ഇന്ന സ്ത്രീയാണ്, ഇന്ന പെൺകുട്ടിയാണ് എന്നു പറയുന്നവനെ ചാട്ടവാറുകൊണ്ട് അടിക്കണം.

- *കവലയിൽ പറയണ്ട. സ്ത്രീയോട് പറയാൻ കഴിയോ?*

അല്ല... ചാനലിൽ പറയാം. അല്ലേ? സ്ത്രീകളൊക്കെ അറിയും. Don't worry (ചിരിക്കുന്നു) സ്ത്രീകളൊക്കെ അറിയും...

- *പുരുഷമേധാവിത്വത്തിൽ വിശ്വസിക്കുന്ന ഒരു രീതി താങ്കൾക്ക് ഉണ്ടോ? ഈ പെണ്ണെഴുത്തിനെയൊക്കെ താങ്കൾ നിശിതമായി വിമർശിച്ചുകണ്ടിട്ടുണ്ട്.*

(ചിരിക്കുന്നു... ഒരല്പം ആലോചിച്ച്)

അങ്ങനെയൊന്നും ഇല്ല. പിന്നെ ഈ നമ്മൾ ചെറിയ ചെറിയ constituency ഉണ്ടാക്കുക. ചെറിയ ചെറിയ രാഷ്ട്രീയപാർട്ടികൾ, എന്നിട്ട് വിലപേശിയാൽ ഒരു സീറ്റെങ്കിലും കിട്ടും. അതിന് വേണ്ടീട്ട് അല്പം വിധവകളായ എഴുത്തുകാരികൾ ഉണ്ടാക്കുന്ന ഒരു പ്രസ്ഥാനമാണ്. ഈ പെണ്ണെഴുത്ത്, ഫെമിനിസം എന്ന് പറയുന്നതിന്റെ ആദ്യരൂപം സരസ്വതിയമ്മയിൽ ആയിരിക്കും. സരസ്വതിയമ്മയെക്കുറിച്ച് ഏറ്റവും ആരാധ്യപൂർവ്വമായ ലേഖനം എഴുതിയത് ടി. പത്മനാഭനാ... ലളിതാംബിക അന്തർജ്ജനം ഏറ്റവും അധികം ആദരപൂർവ്വം...

- *അപ്പോൾ എന്തുകൊണ്ട് സാറാ ജോസഫിനെക്കുറിച്ച് ലേഖനം എഴുതിക്കൂടാ?*

സാറെ. അതിലും ഭേദം വല്ല വിഷോ മറ്റോ കഴിക്കുന്നതാണ്. എന്താ ഈ പറയുന്നത്?

- *അവർ സർഗ്ഗാത്മകശേഷിയുള്ള എഴുത്തുകാരി അല്ലേ?*

ഞാൻ വിശ്വസിക്കില്ല.

- *അതു താങ്കളുടെ സെൻസിബിലിറ്റിയുടെ പ്രശ്നം ആയിക്കൂടേ?*

ആവാം. തീർച്ചയായിട്ടും ആവാം, നിങ്ങൾക്ക്, ജോണിക്ക് ഇവർ വളരെയധികം ഇത് ഉള്ള... സർഗ്ഗശേഷിയുള്ള ഒരു എഴുത്തുകാരിയാണ്, അവരുടെ കൃതികളിൽ ഒക്കെ, സർഗ്ഗശേഷി ഇങ്ങനെ തുളുമ്പി നില്ക്കുന്നുണ്ട് എന്ന് വിശ്വസിക്കാനുള്ള സ്വാതന്ത്ര്യം ഉണ്ട്. എനിക്കില്ല.

- *രണ്ട് തലമുറകളെ കഥകളിലൂടെ പ്രചോദിപ്പിച്ച് ഏറ്റവും ഉയരത്തിലെ ഒരു കഥാകാരനായി നിന്ന ടി. പത്മനാഭന്റെ ജീവിതം നല്കുന്ന സന്ദേശം എന്താണ്?*

കഴിയുന്നതും മറ്റുള്ളവരെ വേദനിപ്പിക്കാതെ ജീവിക്കുക. ഞാനൊരു സസ്യഭുക്കാണെന്ന് പറഞ്ഞല്ലോ... എന്റെ വീട്ടിൽ എല്ലാവരും മത്സ്യമാംസാദികൾ കഴിക്കും. എന്റെ വീട്ടിലൊരു കൊച്ചുക്ഷേത്രം ഉണ്ടായിരുന്നു. കൂടെ അറവ്... അവിടെ അറവ് ഉണ്ട്. ഞാൻ ജീവിതത്തിൽ ഇന്നേവരെ അത് കണ്ടിട്ടില്ല. കൊച്ചുകുട്ടിയായിരുന്ന കാലത്ത് ഞാൻ അതിൽ പങ്കെടുത്തിട്ടില്ല. എന്നെ ബുദ്ധൻ എന്നും പറഞ്ഞിട്ട് അമ്മയും എല്ലാവരും കളിയാക്കുമായിരുന്നു. ഞാൻ ചെയ്തിട്ടില്ല. അപ്പോൾ നിങ്ങൾ ചോദിക്കും. നിങ്ങൾ വാസുദേവൻനായരെ... ഒന്നുമില്ല... ഒന്നും ചെയ്തിട്ടില്ല. സുകുവിനെയും ചെയ്തിട്ടില്ല. എം.എൻ. വിജയനെയും ചെയ്തിട്ടില്ല. നമ്മുടെ പ്രവൃത്തികൊണ്ട് മറ്റുള്ളവർക്ക് വേദന ഇല്ലാതെ ഇപ്പോൾ ഞാൻ ഗുസ്തിക്കാരനാണെന്ന്... ഗുസ്തിയോട് എനിക്ക് താത്പര്യം ആണ്. പല ഗുസ്തി പ്രമുഖർ. പല ഗുസ്തികളും കണ്ടിട്ടുണ്ട്, ഗുസ്തിയുടെ സാഹിത്യം വായിച്ചിട്ടുണ്ട്. ഗാമയ്ക്ക് ശേഷം ലോകം കണ്ടിട്ടുള്ള ഏറ്റവും വലിയ ഗുസ്തിക്കാരനായ ഹർമൻ സിങ്ങിന് കൈ കൊടുത്തിട്ടുണ്ട്. ഗുസ്തി ഇഷ്ടമാണ്. അതേ സമയത്ത് ബോക്സിങ് ഒന്നും ഇഷ്ടമല്ല. കാരണം ഗുസ്തിയിൽ അടവുകളോ, പിടുത്തങ്ങളോ, ഹോൾഡുകളോ ആണ്. ചോര വീഴില്ല...

(2008)

എം. ലീലാവതി

മലയാള നിരൂപണത്തിലെ സജീവ പെൺസാന്നിധ്യമാകുകയല്ല. അതിലെ ആധികാരികതയുടെ പര്യായമാവുകയായിരുന്നു എം. ലീലാവതി. പഠിതാവിന്റെ മനസ്സോടെ ലീലാവതി മലയാള സാഹിത്യത്തിൽ നടത്തിയ അന്വേഷണങ്ങൾ ഭാഷ ആഴത്തിൽ അനുഭവിക്കാൻ ആഗ്രഹിക്കുന്നവർ കാത്തിരുന്നു. കുലീനതയുടെ തലപ്പൊക്കമുണ്ട് അവരുടെ ഓരോ രചനയ്ക്കും. എഴുത്തിന്റെ ഭാവതലങ്ങൾ ഒരുപാട് മാറിയപ്പോഴും തന്റെ ലാവണ്യദർശനങ്ങൾക്കൊപ്പം നിന്ന ലീലാവതി ഒരു തലമുറയേയും പ്രതികൂട്ടിൽ നിർത്തിയില്ല. രാഷ്ട്രീയക്കള്ളികളിൽ നിർത്തിയുള്ള പ്രചാരണങ്ങളോട് പൊട്ടിത്തെറിച്ചില്ല. എഴുത്തിന്റെ ലോകം നൽകിയ വേദനകൾ ഉള്ളിലടക്കിയ അവർ വേദനയുടെ ഉള്ളറകൾ ലോകത്തോട് ആദ്യമായി തുറന്നുപറഞ്ഞത് ഈ സംഭാഷണത്തിലാണ്.

ഡോ. ലീലാവതി
മറക്കാത്ത കാര്യങ്ങൾ

- *ടീച്ചറിന്റെ പഴയ ചില ആഗ്രഹങ്ങളിലേക്ക് ഇപ്പോൾ കണ്ണോടിക്കുന്നത് രസകരമായിരിക്കും. ഡോക്ടറാവാനാഗ്രഹിച്ചു. ഡോക്ടറായില്ലെങ്കിൽ നഴ്സെങ്കിലുമാകാനാഗ്രഹിച്ചു. ഒരിടയ്ക്ക് ഇംഗ്ലീഷ് അധ്യാപികയായിരുന്നെങ്കിൽ കുറച്ചുകൂടി നന്നായിരുന്നു എന്ന് തോന്നി. അങ്ങനെ മാറി മാറി വരുന്ന ആഗ്രഹങ്ങൾ. ഇപ്പോൾ തിരിഞ്ഞുനോക്കാൻ കൗതുകമുണ്ടോ?*

നഴ്സാവാൻ ആഗ്രഹിച്ചു എന്നു പറയുന്നത് പത്താംക്ലാസ് കഴിഞ്ഞ് ഉപരിപഠനത്തിന് യാതൊരു ചാൻസുമില്ലായെന്ന് വിചാരിച്ചിരിക്കുന്ന സന്ദർഭത്തിലാണ്. പിന്നെ ഇതെന്താണ്? മനുഷ്യസേവനത്തിനു പറ്റിയൊരു മാർഗ്ഗം. അപ്പോൾ എന്റെ ഒരു സുഹൃത്തിന്റെ രണ്ട് സഹോദരിമാർ നഴ്സുമാരായിരുന്നു. പക്ഷേ അമ്മയുടെ യാഥാസ്ഥിതികമായിട്ടുള്ള ഗാർഹിക പരിതഃസ്ഥിതിയിൽ നടക്കുന്ന കാര്യമല്ലല്ലോ? ഡോക്ടറാവണമെന്നാഗ്രഹിച്ചതും ഇതേപോലെ മനുഷ്യസേവനത്തിനുള്ള നല്ല മാർഗ്ഗമാണല്ലോ എന്ന നിലയ്ക്കാണ്. പക്ഷേ അതിനുവേണ്ട സാമ്പത്തിക സ്ഥിതിയില്ലാത്തതുകൊണ്ട് ആ ആഗ്രഹം ഉപേക്ഷിക്കേണ്ടി വന്നു.

- *വിവാഹം കഴിക്കേണ്ട എന്നുവരെ തീരുമാനം എടുത്തിരുന്നല്ലോ?*

അത് എന്താ കാരണം എന്നുവച്ചാൽ, എനിക്ക് താഴെ നാല് സഹോദരന്മാരാണ്. അവർക്ക് വിദ്യാഭ്യാസത്തിനുള്ള സാഹചര്യം എന്തായാലും ഉണ്ടായേ പറ്റുള്ളൂവെന്ന് എനിക്ക് നിർബന്ധം. ജോലി ചെയ്ത് അവരുടെ പഠിപ്പു കഴിയുന്നതുവരെ ഞാൻ വിവാഹം കഴിക്കാതിരുന്നാലെ പറ്റൂള്ളൂ എന്ന തോന്നൽ കൊണ്ട് വൈവാഹിക ജീവിതത്തിലേക്ക് പ്രവേശിക്കാനുള്ള ഒരാഭിമുഖ്യമില്ലാതെ പോയി.

- *ടീച്ചറിന്റെ എഴുത്തിലും സി.പി. മേനോൻ വലിയ സ്വാധീനതയായിരുന്നു. പക്ഷേ, ആ പുരുഷൻ അല്ലാതെ വേറെ ഏതെങ്കിലും*

പുരുഷനിൽ നിന്ന് ഒരു പുരുഷാധിപത്യ പ്രവണത ടീച്ചറുടെ ജീവിതത്തിൽ, സാഹിത്യജീവിതത്തിലായാലും വ്യക്തിജീവിതത്തിലായാലും ഉണ്ടായിട്ടുണ്ടോ?

എന്നെ ഏറ്റവും അധികം എഴുത്തിൽ സ്വാധീനിച്ചതും സഹായിച്ചതും ഹസ്ബന്റ് തന്നെയാണ്. നിരൂപണം പുരുഷന്മാരുടെ മണ്ഡലമാണ് എന്ന് നിങ്ങൾ നേരത്തെ പറഞ്ഞല്ലോ. നിരൂപണം പുരുഷന്മാരുടെ മണ്ഡലമാണ് എന്ന് പറയുന്നതിന്റെ അടിയിലുള്ള സൈക്കോളജി എന്താണ് എന്നുവെച്ചാൽ നിരൂപണം അനലറ്റിക്കലാണ്. ചെറിയ നോവലോ കവിതയോ എഴുതുന്നതുപോലെ അല്ല, അത് ഒരു സിന്തറ്റിക് ആയ കഴിവാണ്. ഈ അനാലിസിസിന്റെ കഴിവ് പൊതുവെ പുരുഷന്മാരുടേതാണ് എന്ന ഒരു സമ്പ്രദായമുണ്ട്. സ്ത്രീക്കും സ്ത്രീയുടെ തരത്തിലുള്ള അനലറ്റിക് പവറുണ്ട്. പല കാര്യങ്ങളിലും. വിശ്വപ്രകൃതിയിലുള്ള പലതിനെപ്പറ്റിയും സ്ത്രീക്ക് സ്വന്തമായ ഒരനാലിസിസുണ്ട്. അതുകൊണ്ട് ആ നിലയിൽ നിരൂപണം നമ്മുടെ മണ്ഡലമല്ലാന്നൊന്നും പറയാൻ പറ്റില്ല. സ്ത്രീ എപ്പോഴും... ഏത് സ്ത്രീയും അവനവന്റെ വീട്ടിലെ പുരുഷനേയും ക്രിട്ടിസൈസ് ചെയ്യാറുണ്ട്.

- *വ്യക്തിപരമായ ചില നിലപാടുകളിലേക്ക് ഞാൻ വരികയാണ്. അച്യുതമേനോൻ ഭരിക്കുന്ന സമയത്ത് സി.പി.ഐ.യുമായി വളരെ അടുപ്പമുള്ള ഒരാളാണ് ടീച്ചർ എന്നു തോന്നും. കരുണാകരൻ ഭരിച്ചുകൊണ്ടിരുന്ന സമയത്ത് കരുണാകരന്റെ വളരെ അടുപ്പമുള്ള ആളാണെന്ന് തോന്നും. പിന്നീട് സി.പി.എം. ഭരണത്തിൽ സാഹിത്യ പ്രവർത്തക സഹകരണസംഘം പിടിക്കാൻവേണ്ടി അവരുണ്ടാക്കിയ സംഘത്തിൽ ടീച്ചറുണ്ടായിരുന്നു. അപ്പോൾ ടീച്ചർ ഈ അധികാരകേന്ദ്രങ്ങളോട് എപ്പോഴും അടുത്തുനില്ക്കുന്നു എന്നൊരു തോന്നൽ? ഒരു സഞ്ചാരീഭാവം, അത് എന്തുകൊണ്ടാണ്?*

അങ്ങനെ ഒരു തോന്നൽ മറ്റുള്ളവർക്കുണ്ടെന്ന് ഞാൻ ഇപ്പോഴാണ് മനസ്സിലാക്കുന്നത്. ഞാൻ എസ്.പി.സി.സി.എസ്. എക്സിക്യൂട്ടീവിൽ ഇതിനുമുമ്പും ഉണ്ടായിരുന്നിട്ടുണ്ട്. അപ്പോൾ അന്ന് ഭരിക്കുന്നവരാരാണെന്ന് നോക്കിയിട്ടൊന്നുമല്ല. എന്തായാലും സ്വാഭാവികമായി ടി. കെ.സി. വടുതലയൊക്കെ എന്നെ നിർബന്ധിച്ചു. അങ്ങനെ വന്നു. ഈ പൂച്ചാലി ഗോപാലനും മറ്റും. അവരോട് ചോദിച്ചാൽ അറിയാം ഭരിക്കുന്നത് ഇവരാണെന്നുള്ള നിലയ്ക്ക് അല്ല ഞാൻ അതിൽ വന്നത്. വിജയൻ മാഷ് അന്നതിലുണ്ട്. പിന്നെ പുനത്തിൽ കുഞ്ഞബ്ദുള്ളയുണ്ട്, പി. വത്സലയുണ്ട്. ഇവരൊക്കെ നിക്കണുണ്ട്. ആ കൂട്ടത്തിൽ ടീച്ചർക്കും നിന്നൂടെയെന്ന് പൂച്ചാലി ഗോപാലൻ നിരന്തരം എന്റടുത്ത് ചോദിച്ചുകൊണ്ടിരുന്നു. അപ്പോൾ ഞാൻ പറഞ്ഞു, എന്റെ ഒരു

പുസ്തകം മാനുസ്ക്രിപ്റ്റ് ആയിട്ട് രണ്ട് കൊല്ലമായിട്ട് അവിടെ ഇരിപ്പുണ്ട്. ആ പുസ്തകം പബ്ലിഷ് ചെയ്തിട്ട് ആലോചിക്കാം. ഞാൻ അപ്പോൾ ഒഴിവായ മട്ടിൽ പറഞ്ഞതാണ് അത്. പക്ഷേ രണ്ടാഴ്ചയ്ക്കുള്ളിൽ അദ്ദേഹം "ദിശാബോധം സാഹിത്യ നിരൂപണത്തിൽ' എന്ന പുസ്തകം അച്ചടിച്ചുകൊണ്ടുവന്നിട്ട് ടീച്ചർ നിൽക്കണം എന്നു പറഞ്ഞു. അപ്പോൾ ശരി എന്നു പറഞ്ഞു. അല്ലാതെ എനിക്ക് അധികാര കേന്ദ്രത്തിനോടുള്ള താത്പര്യംകൊണ്ടല്ല. എം.എ. ബേബി എന്നെ വിളിച്ചുപറഞ്ഞു, ടീച്ചർ ഇനിയും ഇതിൽ തുടരണമെന്ന്. ഞാൻ ഇല്ല, ഇനി ആ പ്രശ്നമില്ല.

- *അധികാരകേന്ദ്രത്തിൽ താത്പര്യമുണ്ടായിട്ടല്ല എന്ന് ഞാൻ സമ്മതിക്കുന്നു. പക്ഷേ അധികാരകേന്ദ്രങ്ങൾക്കെതിരെ പ്രവർത്തിക്കാൻ?*

അധികാരകേന്ദ്രത്തിൽ താത്പര്യമുണ്ടായിട്ടില്ല എന്നു ഞാൻ ഉറപ്പിച്ചു പറയുന്നു. എതിരെ പ്രവർത്തിക്കലുമില്ല. അധികാരകേന്ദ്രത്തോട് കൂടെ നില്ക്കാൻ താത്പര്യമില്ലാത്തതുപോലെ, അധികാരകേന്ദ്രങ്ങളെ വിമർശിക്കാനും താത്പര്യമില്ലാന്നുള്ളതാണ്. ഞാൻ ആ നിലയ്ക്ക് പറയുവാണെങ്കിൽ അന്നന്ന് ഭരിക്കുന്നവരോ, എന്നു വെച്ചാൽ അവരുടെ പോളിസിയെ വിമർശിക്കൽ എന്റെ സ്വഭാവമല്ല. ഈ സാഹിത്യത്തിൽ ഒതുങ്ങി കൂടിക്കോളാമെന്നുള്ളൊരു അഭിപ്രായമാണെനിക്ക്.

- *ഈ രാഷ്ട്രീയ പ്രവർത്തനശൈലിയിൽ ടീച്ചർക്ക് ഏറ്റവും ഇഷ്ടമില്ലാത്ത കാര്യം എന്താണ്?*

എന്റെ പൊളിറ്റിക്കൽ ഫിലോസഫിവച്ച് പറയുകയാണെങ്കിൽ ഇടതുപക്ഷ ചിന്താഗതിയോടാണ് മൗലികമായി ചായ്വ്. പക്ഷേ, ഹിംസാമാർഗ്ഗം. അതിനോട് എനിക്ക് ഒരാഭിമുഖ്യവും ഇല്ല. അപ്പോൾ ഇതൊരു കോൺഫ്ളിക്ട് ആണല്ലോ. പകുതി ഗാന്ധിസ്റ്റ് ആവുക, പകുതി മാർക്സിസ്റ്റാവുക അതൊരാൾക്ക് സാധിക്കുന്ന കാര്യമല്ല. പക്ഷേ ഇതിനുവേണ്ടിയാണ് നമ്മുടെ പല ആചാര്യന്മാരും പ്രവർത്തിച്ചിട്ടുള്ളത്. പകുതി മാർക്സിസ്റ്റും പകുതി ഗാന്ധിയനുമാവാൻ. ഗാന്ധിയും മാർക്സും കൂടി സമന്വയിപ്പിക്കാനുള്ളതായിരുന്നു കുറുപ്പ് മാഷുടെ ഒക്കെ ഫിലോസഫി.

- *ഇടതുപക്ഷം അല്ല എന്നു പറയാൻ പലയാളുകൾക്കും ഇഷ്ടമല്ല. കാരണം, ഇടതുപക്ഷമാണെന്ന് പറയുന്നതാണ് ഫാഷനബിൾ. അപ്പോൾ ടീച്ചറും ആ കൂട്ടത്തിൽ നില്ക്കുകയാണോ?*

ഞാൻ അങ്ങനെയല്ല, ഇടതുപക്ഷം ഫാഷനബിളാണെന്നുള്ളതല്ല. ഇടതുപക്ഷത്തിന്റെ ഹിംസാമാർഗ്ഗം അംഗീകരിക്കുന്നില്ല. വിജയൻ

മാഷൊക്കെ ഞങ്ങളുമായി ആത്മീയമായി അത്ര അടുപ്പമുള്ളയാളുകളാണ്. വിജയൻ മാഷ് പോലും ഈ പാർട്ടിയുടെ ഒരു പോളിസി അംഗീകരിക്കാൻവേണ്ടി കുറച്ചൊന്ന് വഴിവിട്ടിട്ടുതന്നെ സംസാരിക്കാൻ തുടങ്ങിയപ്പോൾ, വിജയൻ മാഷെപോലും വിമർശിക്കാൻ തോന്നിയത് അതുകൊണ്ടല്ലേ?

- *എം.എൻ.വിജയൻ മാഷും ടീച്ചറും ഒരുമിച്ച് പഠിച്ചതാണ് അല്ലേ?*

അതെ, ഞങ്ങൾ ഒരുമിച്ച് പഠിച്ചവരാണ്. അദ്ദേഹത്തിന്റെ സിദ്ധികൾ എത്രയോ വലുത്.

- *വിജയൻ മാഷ് പാർട്ടിയുമായി കൂടുതൽ അടുത്തപ്പോൾ കൂട്ടിൽ അടയ്ക്കപ്പെട്ട സിംഹം എന്ന് വിശേഷിപ്പിച്ചത് ടീച്ചറായിരുന്നു. അദ്ദേഹത്തിന്റെ പ്രതികരണം എന്തായിരുന്നു?*

എൻ.വി. പ്രഭാഷണത്തിൽ 1994-ലാണ് ഞാൻ ഇതിങ്ങനെ പറഞ്ഞുപോയത്. അതായത് ചിതയിലെ വെളിച്ചം എന്നുള്ള പുസ്തകത്തിൽ ഇങ്ങനെ ഒരു വാക്യമുണ്ട്. കൂട്ടിലടയ്ക്കപ്പെട്ട സിംഹത്തിന്റെ ഗർജ്ജനം കുട്ടികളെപ്പോലും ചിരിപ്പിക്കുകയേയുള്ളൂവെന്നത്. ആ വാക്യം അതെഴുതിയ ആളെ ഓർമ്മിപ്പിക്കേണ്ട ഘട്ടം വന്നിരിക്കുന്നു എന്നാണ് ഞാൻ പറഞ്ഞത്. അല്ലാതെ, സിംഹത്തിനെ അവർ പിടിച്ച് കൂട്ടിലടച്ചുവെന്നല്ല പറഞ്ഞത്. ആ കൂട്ടിലേക്ക് സ്വയം പോയി എന്നാണ് ഞാൻ സൂചിപ്പിച്ചത്. അപ്പോൾ അന്നു പത്രക്കാരൊക്കെ ഞാനങ്ങനെ വിജയൻ മാഷെ നിന്ദിച്ചുവെന്നുള്ള മട്ടിൽ റിപ്പോർട്ടിംഗ് ഉണ്ടായി. പിന്നെ ഞാൻ ഒന്നും പ്രതികരിച്ചില്ല. മൂന്നാം ദിവസമോ നാലാം ദിവസമോ മാഷ് വീട്ടിൽ വന്നു. പതിവുപോലെ വർത്തമാനം പറഞ്ഞു, സംസാരിച്ചു. യാതൊരു തരത്തിലുമുള്ള വിരോധവുമില്ല എന്ന് വ്യക്തമാക്കി മാഷ്. അത് വ്യക്തമാക്കാൻ വേണ്ടി തന്നെ വന്നപോലെ മാഷ് പെരുമാറി. അതാണ് വിജയൻ മാഷ്.

- *അവസാന നാളുകളിൽ മാഷ് ചില നിലപാടുകളെടുത്തിരുന്നല്ലോ? അതിനോട് ടീച്ചർക്ക് എത്രത്തോളം അനുഭാവം ഉണ്ട്?*

അതിപ്പോൾ പ്രത്യേകിച്ച് ആ മിണ്ടാപ്രാണികളെ ചുട്ടുകൊന്ന സംഭവം, ജയകൃഷ്ണൻ മാഷെ ക്ലാസ്സിൽ കുട്ടികളുടെ മുമ്പിൽ വെച്ച്... അതിനെയൊക്കെ ന്യായീകരിക്കാൻ എനിക്ക് ഒരു തരത്തിലും കഴിയില്ല. എന്നുവെച്ചിട്ട് ഇതൊക്കെ പ്രതികരണമാണ്. ഇലക്ഷനിൽ മറ്റുള്ളവർ അക്രമം ചെയ്തിട്ട് ഇലക്ഷനിൽ തോറ്റു. അതിന് പ്രതികാരമായിട്ട് ഒരു മോബ്ഫീലിങ്ങ് എന്ന നിലയ്ക്കാണ് മൃഗങ്ങളെ ചുട്ടുകൊന്നതെന്നുള്ളത് ശരി. അത് പ്രതികരണമാണ്.

മറ്റുള്ളവർ അധർമ്മം ചെയ്തതിന്റെ പ്രതികരണമാണ്. പക്ഷേ ആ അധർമ്മത്തിന്റെ പ്രതികരണമാണെങ്കിലും ഈ ചെയ്തതും അധർമ്മം അല്ലാതെ വരില്ലല്ലോ? അതുപോലെയാണ് ജയകൃഷ്ണൻ മാഷെ വെട്ടിക്കൊല്ലാനുള്ള കാരണം. വേറൊരാളെ അമ്മയുടെ മുമ്പിലിട്ട് വെട്ടിക്കൊന്നു. അതു തുല്യമായ അധർമ്മമല്ലേയെന്നാണ് വിജയൻ മാഷ് ചോദിക്കുന്നത്. ഞങ്ങളെപോലുള്ളവർക്ക് സംശയ മില്ല. രണ്ടും തുല്യമായ അധർമ്മമാണ്. ഒരു അധർമ്മത്തിന്റെ പ്രതി കരണം വേറൊരു അധർമ്മം ചെയ്യലാണ് എന്നുണ്ടെങ്കിൽ ഇത് ചെയിൻ റിയാക്ഷനായിട്ട് നീണ്ടുനീണ്ടു പോവുകയല്ലാതെ പരിഹാര മാവില്ലല്ലോ?

- *വിജയൻ മാഷിന്റെ മരണത്തിനുശേഷവും ഒരു വിവാദമുണ്ടായി. അദ്ദേഹത്തിന്റെ കൂടെ നിന്നവർ. അതെക്കുറിച്ച് എന്തു തോന്നി?*

പറയാൻ പോലും ഇഷ്ടമില്ലാത്തൊരു കാര്യമാണ്. ഈ പറഞ്ഞതു പോലെ വൈകാരികമായ പ്രതികരണം ഒരിക്കലും വൈചാരിക മായി സാധൂകരിക്കാവുന്നതല്ല. ഒരാൾക്ക് വികാരമുണ്ടാവുമ്പോൾ പെട്ടെന്ന് എന്തെങ്കിലും പറഞ്ഞുപോകുന്നുള്ളത് പോട്ടെ, സാര മില്ലാന്ന് വിചാരിക്കുകയേ വേണ്ടൂവെന്ന്. ഇങ്ങനെയുള്ള സന്ദർഭ ത്തിൽ എന്നാണ് എന്റെ ഒരു തോന്നൽ. പക്ഷേ എത്ര വൈകാരിക മായി... സുധീഷ് വളരെ വിഷമിച്ചിട്ടായിരിക്കും എന്തെങ്കിലും ചീത്ത യായിട്ട് പറഞ്ഞിട്ടുണ്ടാവുക. പക്ഷേ, മനുഷ്യന് എത്ര വിഷമമുണ്ടെ ങ്കിലും അങ്ങനെ ചീത്തയായിട്ടുള്ള ഭാഷ പ്രയോഗിക്കാൻ പാടില്ലാ ന്നുള്ളതാണ് എന്റെ പക്ഷം.

- *ടീച്ചറിന്റെ ജീവിതത്തിലെ ഒരു ഘട്ടത്തിൽ ഈ എഴുത്തുതന്നെ നിർത്താം എന്ന തരത്തിൽ ഒരു ആലോചന ഉണ്ടായില്ലേ?*

ഒരു പ്രത്യേക സന്ദർഭത്തിൽ കുറച്ച് മോശപ്പെട്ട രീതിയിൽ ഒരു ആൾ വിമർശിക്കുകയുണ്ടായി. അങ്ങനെ വന്നപ്പോൾ എനിക്ക് ഇത് എന്തിനാണ്, എന്നെ മാത്രമല്ല, ഭർത്താവിനേയും പരിഹസിക്കുന്ന മട്ടിൽ, ആ സാഹിത്യകാരന്റെ പേര് ഇപ്പോൾ പറയുന്നതിലർത്ഥ മൊന്നുമില്ല. അതുകൊണ്ട് ഞാൻ പറയുന്നില്ല. എന്നെ പരിഹസി ക്കുന്നതിൽ അത്ര വലിയ ദുഃഖമൊന്നും തോന്നിയിട്ടില്ല. പക്ഷേ ഞാൻ കാരണം, അദ്ദേഹത്തിന് പരിഹാസം കേൾക്കേണ്ടി വരിക എന്നുപറയുന്നത് ഭയങ്കര വിഷമമായി തോന്നി. അപ്പോൾ അന്നു ഞാൻ പറഞ്ഞു മതിയിത്, ഇനി വേണ്ട ഈ നിരൂപണം എന്ന്. പക്ഷേ, അന്ന് അദ്ദേഹമാണ് അങ്ങനെ പേടിച്ച് പിന്മാറേണ്ട കാര്യമൊന്നു മില്ല, ആരെങ്കിലുമെന്തെങ്കിലും പറയുന്നെങ്കിൽ പറയട്ടെ എന്ന് സമാ ധാനിപ്പിച്ചത്.

- *ടീച്ചർ ഇപ്പോഴും ആ പേര് പറയാൻ മടിക്കുകയാണെങ്കിലും അസുഖകരമായ പല കത്തുകളും ടീച്ചർക്ക് എഴുതുകയും അങ്ങനെ ടീച്ചറുമായി പ്രശ്നം ഉണ്ടാക്കുകയും ചെയ്തത് വി.കെ.എൻ. ആണെന്നത് ഇപ്പോൾ പൊതുവെ ആളുകൾക്ക് അറിയാവുന്ന താണ്. പക്ഷേ വി.കെ.എൻ. മരിച്ചതിനുശേഷമെങ്കിലും ടീച്ചർക്ക് ഇതെല്ലാം മുഴുവനായി മറക്കാനും പൊറുക്കാനും കഴിയുന്നുണ്ടോ?*

അല്ല, എനിക്കത് മറക്കാൻ വിഷമമാണ്. ഒരാൾ മരിച്ചുപോയി എന്നുള്ളതുകൊണ്ട് അദ്ദേഹം ചെയ്തത് ശരിയാണ് എന്നുള്ള വിചാരമില്ല. അദ്ദേഹം പിന്നെ, കുറച്ചൊക്കെ ഈ അശ്ലീലമായിട്ടുള്ള ഭാഷയിലൊക്കെയാണ് എഴുത്ത് എഴുതിയിരുന്നത്. എത്ര ഹാസ്യ ത്തിന്റെ പേരിലായാലും അത് അംഗീകരിക്കാൻ പറ്റുന്ന ഒരാളല്ല ഞാൻ. അതുകൊണ്ട് ആ ചെയ്തത് ശരിയാണെന്നുള്ള പക്ഷം എനിക്കില്ല. അവസാനകാലത്ത് അത് ശരിയായിരുന്നില്ല എന്ന് അദ്ദേഹത്തിനും ബോധ്യമുണ്ടായിരുന്നുവെന്നാണ് എന്റെ തോന്നൽ.

- *അതിനുള്ള എന്തെങ്കിലും സൂചനകൾ ടീച്ചർക്ക് കിട്ടിയോ?*

പിന്നീട്, അദ്ദേഹം ഒരു വേദിയിൽ ഉണ്ടെങ്കിൽ, ആ വേദിയിൽ പോയി പ്രസംഗിക്കില്ലായെന്നുവരെ ഞാൻ നിശ്ചയിച്ചിട്ടുണ്ടായിരുന്നു. ഇങ്ങനെ പരിഹാസം നമ്മൾ ചോദിച്ചു വാങ്ങേണ്ട കാര്യമില്ലല്ലോ? ഇതിങ്ങനെ പരസ്യമായിട്ട് പറയാൻ എനിക്ക് ഇഷ്ടമില്ല. ഒരു പ്രത്യേക വ്യക്തിയെപ്പറ്റി അങ്ങനെ പറയുന്നത് പ്രത്യേകിച്ച് അദ്ദേഹത്തിന്റെ അഭാവത്തിൽ അങ്ങനെ പറയുന്നതിൽ മര്യാദ കേടുണ്ട്.

- *ഇപ്പറഞ്ഞ വ്യക്തിപരമായ അസ്വാരസ്യങ്ങളൊക്കെ മാറ്റിവെച്ചാൽ ഒരു സാഹിത്യകാരൻ എന്ന നിലയിൽ വി.കെ.എന്നെ എങ്ങനെ വിലയി രുത്തുന്നു?*

അദ്ദേഹത്തെ വളരെ പ്രശംസിച്ച് ഞാൻ എഴുതിയിട്ടുണ്ട്. 'നവരംഗം' എന്ന പുസ്തകം നിങ്ങൾ വായിച്ചാൽ അറിയാം. ഹാസ്യത്തിൽ അന്നത്തെ ചക്രവർത്തിയെന്നാണ് ഞാൻ എഴുതിയിരിക്കുന്നത്. അദ്ദേഹത്തിന്റെ ഹാസ്യത്തിൽ പക്ഷേ ഈ സ്ത്രീവിഷയമായി ട്ടുള്ള കാര്യങ്ങൾ വരുമ്പോൾ തരം താഴും, അതാണ്. സ്ത്രീകൾ ആകെക്കൂടി ലൈംഗികമായിട്ടുള്ള ഫംഗ്ഷൻസേ ഉള്ളൂ എന്നുള്ള ഒരു വീക്ഷണത്തോടുകൂടി സ്ത്രീ ചിത്രണം ചെയ്യുന്നുണ്ട് അദ്ദേഹം. അതിനോട് എനിക്ക് യാതൊരു താത്പര്യവുമില്ല. പക്ഷേ, ഒറിജിനലായിട്ട് ചിന്തിക്കാനും മറ്റാരും കാണാത്ത വിധത്തിലുള്ള

പരിഹാസത്തിന്റെ തന്നെ ആരോഗ്യകരമായിട്ടുള്ള അംശം കൊണ്ടു വരാനും അദ്ദേഹത്തിന് കഴിഞ്ഞിട്ടുണ്ട്.

- *വ്യക്തിപരമായി വി.കെ.എൻ. ഇങ്ങനെ ടീച്ചറെ അപമാനിക്കാൻ അല്ലെങ്കിൽ ടീച്ചറുടെ ഭർത്താവിനെ അപമാനിക്കാൻ എന്തെങ്കിലും കാരണമുണ്ടോ?*

അങ്ങനെ കാരണം എന്താ ഉണ്ടായെന്ന് വെച്ചാൽ സാഹിത്യ അക്കാദമി എക്സിക്യൂട്ടീവിൽ ഞങ്ങൾ ഒരുമിച്ച് ഉണ്ടായിരുന്നു. ആ സമയത്ത് ഞാൻ ഈ റിസർച്ചിന്റെ ഗൈഡായിരുന്നു. റിസർച്ചിന്റെ ഗൈഡിന് എനിക്കും പിന്നീട് വന്നവർക്കും ഒരു അലവൻസ് കൊടുക്കുന്നു. ആ അലവൻസിനുവേണ്ടി ഗൈഡായത് ഒന്നുമല്ല, എല്ലാവരും പറഞ്ഞു ഗൈഡായിരിക്കണമെന്ന്. പിഎച്ച്.ഡി. ഉള്ളതുകൊണ്ട് ഗൈഡാക്കി അത്രയേ ഉള്ളൂ. അങ്ങനെ ആ അലവൻസ് ഞാൻ വാങ്ങിക്കൊണ്ടിരുന്നു. അതിനെ ക്രിട്ടിസൈസ് ചെയ്തിട്ട് ഞാൻ ഇല്ലാത്ത ഒരു എക്സിക്യൂട്ടീവ് മീറ്റിംഗിൽ വി.കെ.എൻ. സംസാരിച്ചുവെന്ന് ഞാൻ അറിഞ്ഞു. അപ്പോൾ അതുവരെ വാങ്ങിച്ച അലവൻസ് മുഴുവൻ തിരിച്ചു സാഹിത്യ അക്കാദമിയിൽ കൊണ്ടുകൊടുത്തിട്ട് എനിക്കിനി ഇതുവേണ്ട എന്നു പറഞ്ഞു. പക്ഷേ, അന്ന് എം.കെ. മാധവൻനായരായിരുന്നു സെക്രട്ടറി. ഗുപ്തൻ നായർ മാഷ് അന്നുണ്ട്. പ്രസിഡന്റ് അല്ലെങ്കിലും ഇതിലുണ്ട്. അപ്പോൾ ഗുപ്തൻനായർ മാഷ് പറഞ്ഞു, 'ഇത് തിരിച്ചുകൊടുക്കുന്നതിൽ യാതൊരു അർത്ഥവുമില്ല. ലീലാവതി ഒരുപാടുകാലം കോളേജിൽ ജോലി ചെയ്തിട്ടില്ലേ, കോളേജിൽ ജോലി ചെയ്തതൊന്നും ശരിയായിട്ടുള്ള ജോലിയല്ല, ശമ്പളം വാങ്ങിയത് തെറ്റാണെന്ന് ആരെങ്കിലും പറഞ്ഞാൽ ലീലാവതി ഈ പണമൊക്കെ കൊണ്ടുപോയി ട്രഷറിയിൽ തിരിച്ചടക്കുമോ? അപ്പോൾ ഇത് വെറും വൈകാരികമായിട്ടുള്ള റിയാക്ഷനാണ്.' പണം തിരിച്ചടക്കുന്നതിൽ അർത്ഥമില്ലാന്ന് പറഞ്ഞിട്ട് അവർ ആ ചെക്ക് സ്വീകരിച്ചില്ല. എനിക്ക് അത്തരത്തിലൊരു വിഷമമുണ്ടായി. അപ്പോൾ ഇദ്ദേഹം ഞാൻ ഇങ്ങനെ വളരെ അപ്സെറ്റ് ആയെന്ന് കണ്ടപ്പോൾ എന്റെയടുത്ത് വന്നിട്ട് എനിക്ക് കാലൊന്നു പിടിക്കണം എന്നു പറഞ്ഞു. ഞാൻ പറഞ്ഞു, 'കാല് പിടിക്കുകയോ, ഞാൻ എന്റെ മക്കളെക്കൂടി കാല് പിടിക്കാൻ സമ്മതിക്കില്ല.' വളരെ സൗഹൃദത്തിൽ തന്നെ പറഞ്ഞു. അതുകഴിഞ്ഞ് പിന്നെ ഒരിക്കൽ ഡോക്ടർ പ്രഭാകരവാര്യരും ഞാനും ഒരു ചോദ്യപേപ്പർ സെറ്റിംഗിന് സാഹിത്യ അക്കാദമിയിലെ മുറിയിൽ ഇരിക്കുകയായിരുന്നു. അപ്പോൾ അദ്ദേഹം കയറിവന്നിട്ട്, മീറ്റിംഗ് കഴിഞ്ഞ് പ്രഭാകരവാര്യർ പുറത്തുകടക്കാൻ പോവുകയാണ്. അപ്പോൾ 'Home they brought the warrior dead.' ആ warrior എന്നുള്ളത് വാര്യൻ

ഡെഡ് എന്നാക്കിയിട്ട് പറഞ്ഞുംകൊണ്ടാണ് കയറിവരുന്നത്. അപ്പോൾ, ആ സമ്പ്രദായം കണ്ടപ്പോൾ ഒരു ലെവലല്ലാ എന്നൊരു തോന്നലുണ്ടായി. അപ്പോൾ ഡോക്ടർ വാര്യർക്ക് ദേഷ്യം വന്ന് അദ്ദേഹം പുറത്തുപോവാൻ ഒരുങ്ങി. അപ്പോൾ ഞാൻ പറഞ്ഞു, ഡോക്ടർ വാര്യർ ഇരിക്കൂന്ന്. എന്നുവെച്ചാൽ ഇയാൾ യാത്രയാ വേണ്ട എന്നു വിചാരിച്ചു. അപ്പോൾ അദ്ദേഹം പക്ഷേ അങ്ങോട്ട് പോയി. ഇദ്ദേഹം ഇങ്ങോട്ടുവന്ന് വാതിൽക്കൽ ഇങ്ങനെ രണ്ടു കൈയുമായിട്ട് എനിക്ക് ആ കാലൊന്നു പിടിക്കണം, കാലൊന്ന് പിടിക്കണം എന്ന്. ആ മുറിക്ക് വേറെ ഒരു വാതിലും ഇല്ല. അപ്പോൾ കാലൊന്നും പിടിച്ചാൽ പറ്റില്ലായെന്ന് ഞാനും വിചാരിച്ചു. നീങ്ങി നിൽക്കൂ, ഞാൻ പുറത്തേക്ക് കടക്കട്ടെ എന്ന് ഞാനുടനെ പറഞ്ഞു. അപ്പോൾ നീങ്ങിനില്ക്കില്ലാന്നുള്ള മാതിരി. ഒരു ബലം പ്രയോഗിക്കുന്ന മാതിരി. അപ്പോൾ ഞാൻ ഉറക്കെ കൃഷ്ണൻകുട്ടീന്ന് വിളിച്ചു. കൃഷ്ണൻകുട്ടീന്നാണ് അവിടത്തെ പ്യൂണിന്റെ പേര്. അവർ വന്നു. അപ്പോൾ മാധവൻ നായരോടും വരാൻ പറയൂ എന്ന് പറഞ്ഞു. മാധവൻനായരെ വിളിച്ചുവരുത്തി. മാധവൻനായർ പിടിച്ചുവലിച്ച് കൊണ്ടുപോയി. ഇതിന്റെ സീക്വൻസ് ആയിട്ട് പിന്നെ ഒരു കാര്യം ഉണ്ടായി. അത് എന്താണെന്നുവെച്ചാൽ അദ്ദേഹം ഒരു കഥ എഴുതി എന്നെപ്പറ്റി. ആ കഥയിലും വളരെ അശ്ലീലമായി എന്നെപ്പറ്റി പരാമർശിച്ചു. അവിടെയാണ് ഈ ക്രിട്ടിസിസം വന്നത്. കാലുപിടിക്കാൻ ഞാൻ സമ്മതിച്ചില്ലായെന്നുള്ളത് വേറെ കാര്യം. പക്ഷേ അതിന് കഥയെഴുതണോ? ആ കഥയിൽ വളരെ അശ്ലീലമായിട്ടുള്ള വിമർശനം വന്നു. അങ്ങനെയാണ് പിന്നെ ഞാൻ അങ്ങേരുമായിട്ട് ഇനി യാതൊരു ഇന്ററാക്ഷനും ഇല്ലായെന്നുള്ള മട്ടിൽ മാറിനിന്നത്.

- *പക്ഷേ ഇങ്ങനെ ഒരു പ്രശ്നം വരുമ്പോൾ ഇനി എഴുത്ത് തന്നെ നിർത്താം. അല്ലെങ്കിൽ പ്രസംഗം നിർത്താമെന്നൊക്കെ തീരുമാനിക്കുന്നത്?*

അത് നിർത്തണം എന്ന് വരാൻ കാരണം ഇദ്ദേഹം ഇവിടെ എറണാകുളത്ത് ഭാരത് ടൂറിസ്റ്റ് ഹോമിൽ വന്നിട്ട് ഫോൺ ചെയ്തു. ഞാൻ ഫോൺ എടുത്തപ്പോൾ വി.കെ.എൻ. ആണെന്നു പറഞ്ഞു. അപ്പോൾ ഞാൻ വേഗം ഫോൺ വെച്ചു. ഞാൻ പോയി ഹസ്ബന്റിനോട് പറഞ്ഞു. വി.കെ.എൻ. ആണ് സംസാരിക്കുന്നത്. എനിക്ക് സംസാരിക്കാനിഷ്ടമില്ല. നിങ്ങൾ വേണമെങ്കിൽ സംസാരിച്ചോളൂ എന്നു പറഞ്ഞു. അപ്പോൾ അദ്ദേഹം ശരി എന്നു പറഞ്ഞു താഴെ വന്ന് ഫോൺ എടുത്തു. 'താൻ ഏത് കണ്ടൻകോരനാ'ണ് എന്ന് ചോദിച്ചു അദ്ദേഹത്തോട്. അതാണ് എനിക്ക് സഹിക്കാൻ വയ്യാതായത്. അദ്ദേഹം പറഞ്ഞു ഞാൻ ഏത് കണ്ടംകോരനെങ്കിലും ആവട്ടെ,

ലീലാവതിയോട് പറയാനുള്ള കാര്യമെന്താന്നുവെച്ചാൽ എന്നോട് പറഞ്ഞോളൂ എന്ന് പറഞ്ഞു. അപ്പോൾ എനിക്ക് ലീലാവതിയെ കാണണം എന്നു പറഞ്ഞു. എന്നാൽ ശരി, ഞങ്ങൾ രണ്ടു രണ്ടു പേരും കൂടി അങ്ങോട്ട് വരാം. താങ്കൾ എഴുതിയ എഴുത്തുകളും കൂട്ടി കളമശ്ശേരി പൊലീസ് സ്റ്റേഷനിൽ പോയി പൊലീസുകാരെ കൂട്ടി ഞങ്ങൾ അങ്ങോട്ട് വരാം എന്നു പറഞ്ഞു ഫോൺ വെച്ചു. പിന്നെ ആയുഷ്കാലത്തിൽ ഒരിക്കൽപോലും വി.കെ.എൻ. എന്നോട് സംസാരിച്ചിട്ടുമില്ല, എഴുത്ത് എഴുതിയിട്ടുമില്ല. അപ്പോൾ ഇത്രയാണ് ഉണ്ടായത്. അപ്പോൾ ഇദ്ദേഹം ഇങ്ങനെ വിളിച്ചത് എനിക്ക് ഭയങ്കര വിഷമമായിത്തീർന്നു. അപ്പോഴാണ് ഞാൻ പറഞ്ഞത് മതി ഈ ഇടപാട് വേണ്ട. ഇത് നിർത്തിക്കളയാം. സാഹിത്യ നിരൂപണം നിർത്തിക്കളയാമെന്ന് പറഞ്ഞത്. ഇതിപ്പോൾ പരസ്യമായി. ഞാനിങ്ങനെ പരസ്യമായിട്ട് പറയാൻ ഇഷ്ടപ്പെടാത്ത ആളാണ്.

- *മലയാളത്തിലെ മുൻനിര സാഹിത്യകാരന്മാരുടെ പോലും സ്വകാര്യ ദുഃഖമാണ് അവരുടെ കൃതികൾക്ക് നല്ല നിരൂപണം ഉണ്ടാവുന്നില്ല എന്നത്. അവരെപ്പറ്റി എഴുതുന്നുണ്ടാവും, ജീവചരിത്രം ഉണ്ടാവും. അല്ലെങ്കിൽ ലേഖനങ്ങൾ, അഭിമുഖങ്ങൾ ഒക്കെ വരുന്നുണ്ടാവും. പക്ഷേ, അവരുടെ കൃതികളെക്കുറിച്ച് നല്ല നിരൂപണങ്ങൾ ഉണ്ടാവുന്നില്ല. ഇപ്പോൾ ടീച്ചർക്ക് വയലാർ അവാർഡ് കിട്ടിയ കൃതി സി. രാധാകൃഷ്ണന്റെ ഒൻപത് നോവലുകളെക്കുറിച്ചുള്ള പഠനമാണ്. എന്തുകൊണ്ടാണ് ഇത്തരം നല്ല നിരൂപണകൃതികൾ മലയാളത്തിൽ ഉണ്ടാവാത്തത്?*

എന്താണ് ഈ കൃതി എന്നതിന്റെ ഉള്ളിലേക്ക് കടക്കാനുള്ള കഴിവ് ഉള്ളവർക്കേ ശരിക്ക് നല്ല നിരൂപണം എഴുതാൻ പറ്റുകയുള്ളൂ എന്ന് ഞാൻ പറയുമ്പോൾ ഇതെനിക്ക് ഉണ്ടെന്ന് ഞാൻ പറയുന്നു എന്ന് വിചാരിക്കരുത്. എനിക്കത് ഉണ്ടെങ്കിലേ എന്റെ നിരൂപണം നന്നാവുകയുള്ളൂ എന്നുള്ളതാണ് എന്റെ പക്ഷം. എന്റെ നിരൂപണം നന്ന് എന്നുള്ളതല്ല, പക്ഷേ ഇതാണ് ഒരു നിരൂപകനുവേണ്ട സിദ്ധി. അതായത് ഉള്ളിലേക്ക് കടക്കാൻ, രചനയുടെ ഉള്ളിലേക്ക് കടക്കാനുള്ള ഒരു കഴിവ് ഉള്ളിലേക്ക് കടക്കാനുള്ള സന്നദ്ധത, നമ്മുടെ നാട്ടിൽ നിരൂപണം പലപ്പോഴും ഇങ്ങനെ ചിലരെ മാത്രം ബേസ് ചെയ്താവുന്നതിന്റെ കാര്യം സിദ്ധിയില്ലായ്മയല്ല, സന്നദ്ധതയില്ലായ്കയാണ്.

- *പ്രതികരണം എടുത്തപ്പോൾ ടീച്ചർ പറഞ്ഞു, സി. രാധാകൃഷ്ണന്റെ കൃതികൾ വേണ്ടത്ര ശ്രദ്ധിക്കപ്പെട്ടിട്ടില്ല എന്ന്. അത് എന്തുകൊണ്ടാണ് എന്നാണ് ടീച്ചറിന്റെ നിഗമനം?*

വളരെ റേഞ്ചുള്ള വിഷയങ്ങളാണ് രാധാകൃഷ്ണൻ കൈകാര്യം ചെയ്യുണത്. ആളുകൾക്ക് അങ്ങനെ ആ റേഞ്ച് മുഴുവൻ അങ്ങട് സ്വീകാര്യമാവാത്തതാണോ? പക്ഷേ, രാധാകൃഷ്ണന്റെ കൃതികൾ നിരൂപകർ വേണ്ടത്ര ശ്രദ്ധിച്ചിട്ടില്ലാന്നെ ഞാൻ പറഞ്ഞിട്ടുള്ളൂ. വായനക്കാർ ശ്രദ്ധിച്ചിട്ടില്ലാന്ന് പറഞ്ഞിട്ടില്ല. വാസ്തവത്തിൽ നല്ല റീഡർഷിപ്പുണ്ട്.

- *സി. രാധാകൃഷ്ണൻ മറ്റാരുടെയെങ്കിലും നിഴലിൽപെട്ടതാണ് എന്ന് ടീച്ചർക്ക് തോന്നുന്നുണ്ടോ? എം.ടി. വാസുദേവൻനായരെപ്പോലെയുള്ള ഒരു വലിയ എഴുത്തുകാരന്റെ നിഴലിൽ സി. രാധാകൃഷ്ണൻ പെട്ടു എന്ന് തോന്നുന്നുണ്ടോ?*

എം.ടി. വാസുദേവൻനായരുടെ കൃതികൾക്ക് വേണ്ടത്ര ആസ്വാദകരും നിരൂപകരും ഉണ്ടായി. പക്ഷേ, രാധാകൃഷ്ണന്റെ കൃതികൾക്ക് അത്ര ഉണ്ടായില്ല. എം.ടി.യുടെ രചനയ്ക്ക് വേറൊരു ആകർഷണമുണ്ട്. വളരെയധികം ഭാവബന്ധുരത, ഒരു കാവ്യാത്മകത, പിന്നെ വളരെ സട്ടിലായിട്ടുള്ള, വളരെ നിഗൂഢമായിട്ടുള്ള, മനുഷ്യമനസ്സിന്റെ അന്തരാളങ്ങളിലുള്ള ചെറിയ ചെറിയ ഭാവങ്ങൾ, അത് ഇഴ വിടർത്തി കാണിക്കാനുള്ള ഒരു പ്രത്യേക സിദ്ധി. അത് താത്പര്യമുള്ള ആളുകൾ ആണ് ഒരു വലിയ ഒരു സംഘം വായനക്കാർ. രാധാകൃഷ്ണന്റെ കൈയിൽ കുറച്ചൊക്കെ ഒരു ഇന്റലക്ചൽ (intellectual) സമീപനരീതിയാണ്. ഒന്ന് ഒരു തരം വൈകാരിക സമീപനരീതി. മറ്റേത് ഇങ്ങനെ ഈ വൈചാരികമായ സമീപനരീതി. ഈ വ്യത്യാസം ഉണ്ട്.

- *വയലാർ അവാർഡിന്റെ കാര്യത്തിൽ ടീച്ചറുടെ മറ്റൊരു പ്രതികരണം അക്കിത്തത്തെപോലെ ചിലർക്ക് ഇത് നേരത്തെ കിട്ടേണ്ടതായിരുന്നു എന്നാണ്. ഇത് സീനിയോറിറ്റി അടിസ്ഥാനത്തിൽ കൊടുക്കുന്ന അവാർഡ് ഒന്നുമല്ല. എങ്കിലും ഈ സാഹിത്യമൂല്യവിചാരംകൊണ്ടു തന്നെ ഈ വയലാർ അവാർഡ് കിട്ടേണ്ടവരിൽ അത് കിട്ടാതെ പോയത് മറ്റാരൊക്കെയുണ്ടെന്നാണ് ടീച്ചർ കരുതുന്നത്?*

അതിപ്പോൾ കവികളിൽ ഒരു നാലഞ്ചു കവികളെങ്കിലും എനിക്കു മുമ്പേ കിട്ടേണ്ടവരാണ്. ഉദാഹരണം ഒന്ന് അക്കിത്തം തന്നെ. പിന്നെ വിഷ്ണുനാരായണൻ നമ്പൂതിരിയുണ്ട്. പിന്നെ ചെമ്മനം ചാക്കോ. എന്തുകൊണ്ടാണ് ചെമ്മനം ചാക്കോയുടെ കവിതകൾ അത്ര ആഴമില്ലാന്ന് ആളുകൾ വിചാരിക്കുന്നതെന്ന് എനിക്കുതന്നെ മനസ്സിലായിട്ടില്ല. നമ്മുടെ പുതുശ്ശേരി രാമചന്ദ്രൻ. അദ്ദേഹം ആദ്യ കാലത്ത് വളരെ ശ്രദ്ധിക്കപ്പെട്ട കവിതകളെഴുതി. പിന്നെ അദ്ദേഹം പിന്നാക്കം പോയി. കവിതയിൽനിന്ന് പോയി ഗവേഷണത്തിലൊക്കെ ഏർപ്പെട്ട്

അങ്ങനെ രംഗത്തുനിന്ന് മാറിയതുകൊണ്ടായിരിക്കും. പിന്നെ യൂസഫലി കേച്ചേരി. ഇങ്ങനെ നാലഞ്ചു കവികളെങ്കിലും ഇനിയും ഇത് കിട്ടിയിട്ടില്ലാത്തവരുണ്ട്. അവരുടെയൊക്കെ ഊഴം കഴിഞ്ഞിട്ട്, എനിക്ക് യാതൊരുവിധ ആഗ്രഹങ്ങളും ഇതിനെ സംബന്ധിച്ച് ഇല്ലായിരുന്നു. കാരണം എന്താണെന്നുവെച്ചാൽ, ഈ നോവലിസ്റ്റിനെപ്പറ്റി പറഞ്ഞതുപോലെ ഒരാള് നമ്മുടെ കൃതികൾ വെച്ചിട്ടാണ് നമ്മളെ അളക്കേണ്ടത്. നമുക്ക് എത്ര അവാർഡ് കിട്ടി എന്നുള്ളതല്ല.

- *ടീച്ചർ എഴുതുന്ന ഭാഷ കുറച്ച് കഠിനമാണ് എന്ന വിചാരംകൊണ്ട് ലളിതമാക്കാൻ ടീച്ചർ തന്നെ ശ്രമിച്ചുനോക്കിയിട്ടുണ്ടോ?*

ഞാനങ്ങനെ ശ്രമിച്ചിട്ടൊന്നുമില്ല. കഠിനമാണെങ്കിൽ, കഠിനമായിരുന്നോട്ടെ. എനിക്ക് എങ്ങനെ വരണൂന്ന് വെച്ചാൽ അതുപോലെ ഞാൻ എഴുതും. എന്നല്ലാതെ മാറ്റണം, വേറൊരു ശൈലി ആക്കണം അതൊന്നും നടക്കുന്ന കാര്യമല്ല. നമ്മൾ നമ്മളായിരിക്കുകയല്ലാണ്ട്.

- *ജീവിതത്തിൽ വെളിപ്പെടുത്താത്ത ചില കാര്യങ്ങളുണ്ടല്ലോ? ടീച്ചറുടെ വീട്ടിലെ ജോലിക്കുനിന്ന ഒരു സ്ത്രീയുടെ മകളെ ടീച്ചർ പഠിപ്പിക്കുന്നുണ്ട്?*

ഒരു കുട്ടിയൊന്നുമല്ല, ഞാൻ എന്റെ വീട്ടിൽ ജോലിക്കുനിന്നവരുടെ...

- *അവരുടെ വിദ്യാഭ്യാസ ചെലവുകളെല്ലാം?*

അതൊക്കെ പരസ്യമായിട്ട് പറയുന്നത്. അതു നമ്മൾ ഈ പറഞ്ഞതുപോലെ ധാർമ്മികമായി നമ്മളെക്കൊണ്ട് കഴിയാവുന്നത് ചെയ്യാൻ ഇതിപ്പോ, ഇതിത്ര ട്രംപറ്റ് ചെയ്യേണ്ട കാര്യമൊന്നുമല്ല.

- *ഈ 79-ാമത്തെ വയസ്സിൽ ടീച്ചറെക്കാൾ പ്രായംകൂടിയ രണ്ടാളുകളെ ശുശ്രൂഷിച്ചുകൊണ്ടാണ് അവിടെ വീട്ടിലുള്ളപ്പോൾ കഴിയുന്നത്?*

ആ അതുണ്ട്. അതെന്താണെന്നുവെച്ചാൽ ഒരാള് 96 വയസ്സാണ്, ഒരാൾക്ക് 85 വയസ്സായി. അവർ രണ്ടുപേരും മക്കളില്ലാത്തവരാണ്. 96 വയസ്സായ ആള് എന്റെ ഹസ്ബന്റിന്റെ സിസ്റ്റർ ആണ്. കുട്ടികളൊന്നുമില്ല. ഞാനാണ് നോക്കേണ്ട ആള്. മറ്റേത് എന്റെ അമ്മയുടെ സിസ്റ്റർ ആണ്. ഞാനാണ് നോക്കേണ്ട ആള്. നമ്മൾ നമ്മുടെ ഡ്യൂട്ടി ചെയ്യുന്നുള്ളതിൽ കവിഞ്ഞ് അതിലൊന്നുമില്ല.

- *ഇത്രയും ജീവിതാനുഭവങ്ങളുള്ള ലീലാവതി ടീച്ചർ ആത്മകഥ എഴുതിയാൽ അത് കാലശേഷമേ പ്രസിദ്ധീകരിക്കൂ എന്ന് തീരുമാനിച്ചിട്ടുണ്ടോ?*

അത്, ആത്മകഥ എഴുതാനുള്ള കാരണം എന്താണെന്നുവെച്ചാൽ എഴുതിവെയ്ക്കാൻ, എന്റെ ഒരു നീസ് (niece) പറഞ്ഞു. ലീലോപ്പോളൊക്കെ ഒന്ന് എഴുതിവെയ്ക്കൂ എന്ന്. അപ്പോഴാണ് എഴുതിവെക്കാൻ തോന്നിയത്. ഹസ്ബന്റ് മരിച്ചപ്പോൾ എനിക്ക് ആകെ ഭയങ്കര വിഷമമായിത്തോന്നി. അപ്പോൾ ഞങ്ങളുടെ ജീവിതത്തെ പറ്റിയിട്ട് ഞാനല്ലാണ്ടിപ്പോൾ വേറൊരാൾ എഴുതില്ലല്ലോ? അപ്പോൾ അത് എഴുതിവെച്ചു. പക്ഷേ അത് പബ്ലിഷ് ചെയ്യാത്തത്, ആത്മകഥ എഴുതി ഒരാളാവാൻ എനിക്ക് ഇഷ്ടമില്ലാത്തതുകൊണ്ടാണ്. പബ്ലിഷ് ചെയ്തില്ല. അതവിടെ ഇരിക്കുന്നുണ്ട്.

- *അപ്പോൾ അങ്ങനെ ഒരു തീരുമാനം ടീച്ചർ എടുത്തിരിക്കുകയാണോ? ടീച്ചർ ജീവിച്ചിരിക്കുമ്പോൾ അത് പബ്ലിഷ് ചെയ്യില്ലാന്ന്?*

ഉം. അത് വേണ്ടാന്ന്. അത് പബ്ലിഷ് ചെയ്യില്ല.

- *അങ്ങനെ ജീവിച്ചിരിക്കുമ്പോൾ തന്നെ അത് പുറത്തുവന്നാൽ അതിൽ എന്തെങ്കിലും പ്രശ്നമുണ്ടാവുമെന്നതുകൊണ്ടാണോ?*

അല്ല, അത് പുറത്തുവന്നാൽ ഒരു പ്രശ്നവും ഉണ്ടാവാൻ പോകുന്നില്ല. പക്ഷേ നമ്മുടെ കഥ നമ്മൾ തന്നെ പറയുന്നത്, പിന്നീട് അറിഞ്ഞാൽ മതിയെന്നേയുള്ളൂ. അതിൽ ആരെപ്പറ്റിയും ചീത്തയായിട്ടുള്ള പരാമർശമൊന്നുമില്ല. പിന്നെ ഒന്നുണ്ട്. അതിൽ ഈ അച്ഛനമ്മമാർ തമ്മിലുണ്ടായിരുന്ന ബന്ധം വളരെ estrangementൽ എത്തിയിരുന്നു. അപ്പോൾ സത്യം പറയുകയാണെങ്കിൽ അതിൽ ഏതെങ്കിലും ഒരാളെ കുറ്റപ്പെടുത്തേണ്ടി വരും. രണ്ടുപേരും തമ്മിൽ ഒരു കാലത്തും യോജിക്കില്ലാന്നുവരുമ്പോൾ എന്തെങ്കിലും ഉണ്ടല്ലോ? അപ്പോൾ എന്താന്നുവെച്ചാൽ അച്ഛൻ ഒരു മരുമക്കത്തായി ആയിരുന്നു. അപ്പോൾ അദ്ദേഹത്തിന്റെ വ്യൂസിനോട് (views) അമ്മയ്ക്ക് ഒരിക്കലും ചേരാൻ പറ്റിയിട്ടില്ല. ഞാൻ നേരത്തെ പറഞ്ഞില്ലയോ, എനിക്ക് സാമ്പത്തികമായിട്ട് പഠിക്കാൻ വിഷമമായിരുന്നു എന്ന്. അച്ഛൻ ഭയങ്കര സമ്പന്നനായിരുന്നു. അച്ഛൻ അച്ഛന്റെ മരുമക്കളെ പഠിപ്പിക്കാത്തതുകൊണ്ട് മക്കളെ പഠിപ്പിക്കുന്നത് നീതി അല്ലായെന്ന് ആത്മാർത്ഥമായിട്ട് വിശ്വസിച്ചിരുന്ന ഒരാളാണ്. അദ്ദേഹത്തിന്റെ ആ വിശ്വാസത്തിനെ ചോദ്യം ചെയ്യാൻ എനിക്ക് ഇഷ്ടമില്ല. കാരണം, അദ്ദേഹത്തിന്റെ പോയിന്റ് ഓഫ് വ്യൂവിൽ മരുമക്കത്തായത്തിന്റെ വ്യവസ്ഥയനുസരിച്ച് മക്കളുടെ കാര്യങ്ങൾ നോക്കേണ്ടത് മക്കളുടെ അമ്മാവന്മാരാണ്. അപ്പോൾ അദ്ദേഹത്തിന് അത് തോന്നിയതിൽ തെറ്റൊന്നും പറയാൻ പറ്റില്ല. പക്ഷേ അമ്മ പുതിയ ജനറേഷനാണ്. അച്ഛൻ 46-ാമത്തെവയസ്സിലായിരുന്നു അമ്മയ്ക്ക് 18 വയസ്സുള്ളപ്പോൾ. രണ്ടും രണ്ട് ജനറേഷനാണ്. ഇത്രയും വലിയ പ്രായവ്യത്യാസമുണ്ട്. അമ്മ പുതിയ

ജനറേഷന്റെ ആളാണ്. അമ്മയ്ക്ക് കുറച്ച് പുരോഗമനപരമായ ആശയമൊക്കെയുള്ള ആളാണ്. അമ്മയ്ക്ക് ഈ ആറ്റിറ്റ്യൂഡ് ഒട്ടും ഇഷ്ടമായിരുന്നില്ല. അമ്മയെ കുറ്റം പറയാൻ പറ്റില്ല. ഏഴ് പ്രസവിച്ച് എട്ട് കുട്ടികളുണ്ടായി. ഈ കുട്ടികളുടെ വിദ്യാഭ്യാസം നടത്തില്ലാന്ന് പറഞ്ഞാൽ അമ്മയെ കുറ്റം പറയാൻ പറ്റോ? പക്ഷേ ഞാൻ ജീവിച്ചിരിക്കുമ്പോൾ അമ്മയെയാണ് നിരന്തരം ക്രിട്ടിസൈസ് ചെയ്യാറുള്ളത്. പക്ഷേ, അതേ സമയത്ത് എന്റെ ഉള്ളിൽ മുഴുവൻ അച്ഛൻ ഈ ചെയ്യുന്നത് ശരിയല്ലാ എന്നുള്ള തോന്നലുമുണ്ട്. അപ്പോൾ ഇതുരണ്ടും വ്യക്തമാക്കുമ്പോൾ ആ ഒരു ക്രിട്ടിസിസം വരും. ശരിക്കു പറഞ്ഞാൽ ജീവിച്ചിരിക്കുമ്പോൾ ഞാൻ അച്ഛനെ ക്രിട്ടിസൈസ് ചെയ്തുവെന്നോ, അല്ലെങ്കിൽ അമ്മയെ ക്രിട്ടിസൈസ് ചെയ്തുവെന്നോ പറയുന്നത് ഇഷ്ടമില്ല. അതാണ്, അല്ലാതെ മറ്റാരെപ്പറ്റിയുള്ള പരാമർശങ്ങൾക്കൊന്നു പ്രശ്നമില്ല ഇതിൽ.

(2007)

എം.എൻ. വിജയൻ (1930–2007)

എത്രത്തോളം എടുക്കുന്നുവോ അത്രത്തോളമാണ് സ്വാതന്ത്ര്യം എന്നു പറഞ്ഞ സാർത്ര് വചനത്തെ പിൻപറ്റി ഇടതുപക്ഷത്തെ പ്രതിരോധിക്കാനും പിന്നീട് പ്രതിരോധത്തിലാക്കാനും സ്വാതന്ത്ര്യമെടുത്ത ചിന്തകനാണ് എം.എൻ. വിജയൻ. പാർട്ടിക്കുപുറത്ത് ജനങ്ങൾ ഉണ്ടെന്ന് പാർട്ടി മനസ്സിലാക്കണം എന്നു വിജയൻ മാഷ് ഉറക്കെ പറഞ്ഞുതുടങ്ങിയ സമയത്ത് നടത്തിയ ഈ അഭിമുഖത്തിൽ ജനവും പാർട്ടിയും തമ്മിലുള്ള ബന്ധം നിർവചിക്കുന്നു. ഒപ്പം ഇ.എം.എസ്., വി.എസ്., പിണറായി വിജയൻ, പി. ഗോവിന്ദൻപിള്ള തുടങ്ങിയ നേതാക്കളെ വിലയിരുത്തുകയും ചെയ്യുന്നു.

എം.എൻ. വിജയന്റെ സ്വാതന്ത്ര്യം

- *എം.എൻ. വിജയൻ ഒരു ചിന്തകനെന്ന നിലയിൽ ഏറ്റവും കൂടുതൽ സ്വാതന്ത്ര്യം അനുഭവിക്കുന്നത് ഇപ്പോഴാണെന്ന് പറഞ്ഞാൽ ശരിയാവുമോ?*

ഞാൻ അത്തരം കാര്യങ്ങളെക്കുറിച്ച് ആലോചിക്കാറേയില്ല. സ്വാതന്ത്ര്യമെന്നുള്ളത് ഒരുവൻ എത്രത്തോളം എടുക്കുന്നുവോ അത്രത്തോളമാണ് സ്വാതന്ത്ര്യം എന്ന് സാർത്ര് ഒരിക്കൽ പറഞ്ഞതിൽ ഒരുപാട് ശരിയുണ്ടെന്ന് എനിക്ക് തോന്നുന്നു.

- *വേണ്ടത്ര സ്വാതന്ത്ര്യം ഒരു ചിന്തകനെന്ന നിലയിൽ മാഷ് എടുത്തതായി തോന്നുന്നുണ്ടോ?*

തീർച്ചയായിട്ടും. ഒരു സംഘടനയോടുകൂടി പ്രവർത്തിക്കുന്ന സമയത്ത് എഴുത്തിൽ പ്രത്യേകിച്ചും നിയന്ത്രണം വേണ്ടിവരും. പക്ഷേ വ്യാജം സ്വീകരിക്കാറില്ല.

- *ഒരു ചിന്തകനെ സംബന്ധിച്ചിടത്തോളം ഒരു പ്രസ്ഥാനത്തിന്റെ അല്ലെങ്കിൽ പാർട്ടിയുടെ കൂടെ പേര് ഐഡന്റിഫൈ ചെയ്യപ്പെടുന്നത് നല്ലതാണോ?*

അതു ദാമ്പത്യത്തെപ്പറ്റി ചോദിക്കുന്നതുപോലെതന്നെയാണ്. അതിന് അതിന്റേതായ ഗുണങ്ങളും അതിന്റേതായ ദോഷങ്ങളും ഉണ്ട്. വിവാഹജീവിതത്തിൽ ഉള്ള ഒരു ഗുണം അതിലൊരു ഡൈവോഴ്സിന്റെ സാധ്യതകൂടിയുണ്ട് എന്നതാണ്.

- *ഇടതുപക്ഷ പ്രസ്ഥാനങ്ങളോട് സ്നേഹം തുടങ്ങുന്നതിനുമുമ്പ് അതിന്റെ വിമർശകനായ ഒരു ഭൂതകാലം ഉണ്ട് എന്ന് പലരും പറയുന്നുണ്ട്. പക്ഷേ മാഷ് അങ്ങനെ സമ്മതിച്ചു കണ്ടിട്ടില്ല. വാസ്തവത്തിൽ അങ്ങനെയൊരു ഭൂതകാലത്തിൽനിന്നല്ലേ മാഷിന്റെ തുടക്കം?*

ഞാൻ ഒരു കമ്മ്യൂണിസ്റ്റ് വിരുദ്ധനായിരുന്നില്ല. അതൊരു പ്രധാന തൊഴിലായിട്ട് അംഗീകരിക്കാവുന്നതാണ് എന്നു തോന്നാത്തതാണ് കാരണം. എനിക്ക് എന്റെ വഴിയുണ്ടായിരുന്നു.

- *പാർട്ടിയുടെ പ്രത്യയശാസ്ത്രം, പാർട്ടിയുടെ അന്തഃസത്ത ഇത്തരം കാര്യങ്ങളിൽ വീട്ടുവീഴ്ചയില്ലാത്ത നിലപാടാണ് മാഷ് പലപ്പോഴും സ്വീകരിച്ചിരിക്കുന്നത്. പക്ഷേ അങ്ങനെ നിലപാടുകളിൽ മാറ്റം വരുത്താത്ത ഒരാൾക്ക് അടുത്ത കാലത്തായി മാറ്റം ഉണ്ട് എന്നുപറയുന്നത് ശരിയാണോ? ഞാൻ ചോദിക്കുന്നത് പാർട്ടിയിൽ കാറ്റും വെളിച്ചവും കടന്നാൽ അപകടമാണ് എന്ന ചിന്ത മാഷ് മാറ്റിയോ?*

നിങ്ങൾ ഒരു പാർട്ടിയിലേക്ക് പ്രവേശിക്കുമ്പോൾ പാർട്ടിക്കാരനാണ്. ഒരു മുറിയിലേക്ക് പ്രവേശിക്കുന്നതുപോലെയാണ് ഒരു പാർട്ടിയിലേക്ക് പ്രവേശിക്കുന്നത്. അപ്പോൾ നിങ്ങൾ പാർട്ടിയുടെ നിയമങ്ങൾ അനുസരിക്കുകയും ഒരു പാർട്ടി പ്രവർത്തകനായി പ്രവർത്തിക്കുകയുമാണ് ചെയ്യുന്നത്. പാർട്ടിയുടെ നിയമങ്ങൾ പാർലമെന്ററി നിയമങ്ങൾ ആകണമെന്നില്ല. വെള്ളത്തിൽ കിടക്കുമ്പോൾ മീനുകൾ ശ്വസിക്കുന്നത് വെള്ളത്തിൽ കൂടിയാണ്. മനുഷ്യനെ വെള്ളത്തിൽ മുക്കിപ്പിടിച്ചാൽ മനുഷ്യൻ ചത്തുപോകും. മീനുകളെ കരയ്ക്കെടുത്തിട്ടാൽ മീനുകൾ ചത്തുപോകും. കാരണം, നിങ്ങളുടെ ബ്രീതിങ്ങ് സ്പെയ്സ്, നിങ്ങളുടെ ബ്രീതിങ്ങ് മെത്തേഡ് നിങ്ങളുടെ നിലനില്പിന്റെ വഴി ഏതാണ് എന്നുള്ളത് നിങ്ങളുടെ സംഘടനയുടെ ജൈവസ്വഭാവമാണ് നിർണ്ണയിക്കുന്നത്. അപ്പോൾ കമ്മ്യൂണിസ്റ്റ് പാർട്ടിക്കകത്തു നിൽക്കുന്നതുകൊണ്ട് നിങ്ങൾക്കൊരു കമ്മ്യൂണിസ്റ്റുകാരനല്ലാതാകാൻ കഴിയുന്നില്ല.

- *ഗാന്ധിജിയുടെ വളരെ പ്രശസ്തമായൊരു ആശയമുണ്ട്. അദ്ദേഹം പറയുന്നത് വീടിന്റെ ജനാലകളും കതകുകളും മുഴുവൻ തുറന്നിടൂ. എല്ലാ ഭാഗത്തുനിന്നുമുള്ള കാറ്റ് മുറിയിലേക്ക് കയറട്ടെ. ഞാൻ നോക്കിയാൽ മതി എന്നാണ്. അങ്ങനെ എന്തുകൊണ്ട് പറ്റില്ല?*

അത് സംഘടന വേണ്ട എന്നുപറയുന്നതിന്റെ അർത്ഥമാണ്. സംഘടന ഒരു ഇൻസ്ട്രമെന്റ് ആണ്. തോക്കില്ലാതെ കൈകാലുകൾകൊണ്ട് യുദ്ധം ചെയ്യാം. തോക്കുകൊണ്ട് യുദ്ധം ചെയ്യാം. അമ്പും വില്ലും കൊണ്ടും യുദ്ധം ചെയ്യാം എന്നുള്ളത് ഗുരുവിന് അറിയാമായിരുന്നു. 'സംഘടിക്കുവിൻ ശക്തരാകുവിൻ' എന്നാണ് അദ്ദേഹം പറഞ്ഞത്. അതായത് എല്ലന്മാർ സംഘടിക്കുമ്പോൾ മല്ലന്മാരായി തീരുന്നു എന്നുള്ളതുമാണ് സഹകരണ സിദ്ധാന്തത്തിന്റെ അടിസ്ഥാനം.

- *ഇ.എം.എസിനെതിരെ നടത്തിയെന്നു പറയുന്ന ചില പരാമർശങ്ങളുടെ പേരിൽ പാർട്ടി പി. ഗോവിന്ദപ്പിള്ളയ്ക്ക് എതിരെ നടപടിയെടുത്തപ്പോൾ പാർട്ടിയോടൊപ്പം പൂർണ്ണമായി നില്ക്കുകയും*

പി.ജി.ക്കെതിരായ നിലപാട് സ്വീകരിക്കുകയും ചെയ്ത ആളാണ് വിജയൻ മാഷ്. പി.ജി.ക്കെതിരെ അന്ന് സ്വീകരിച്ച സമീപനം ശരിയായിരുന്നില്ല എന്ന് മാഷിന് തോന്നുന്നോ?

ഇല്ല, ഒരിക്കലും തോന്നുന്നില്ല. കാരണം, ഞാൻ പാർട്ടിക്കാരനല്ല. പി.ജി. പാർട്ടി അംഗമായിരുന്നു. പാർട്ടി പ്രവർത്തകനായിരുന്നു. ഞാൻ ഒരിക്കലും പാർട്ടി പ്രവർത്തകനായിരുന്നില്ല. ഒരു പാർട്ടി പ്രവർത്തകൻ പാർട്ടിയുടെ പ്രവർത്തകനെപ്പോലെ പെരുമാറുകയും പാർട്ടിയുടെ നിലനിൽപ്പ് തന്റെ നിലനില്പ്പായി കാണുകയുമാണ് ചെയ്യുക. നേരെമറിച്ച്, പി.ജി.യുടെ അന്നത്തെ പ്രഖ്യാപനങ്ങൾ പാർട്ടിയേയോ പാർട്ടിയുടെ നേതൃത്വത്തേയോ പാർട്ടിയുടെ പ്രവർത്തനത്തേയോ സഹായിക്കുന്നത് അല്ല എന്നു തോന്നിയതുകൊണ്ട് അത് പറഞ്ഞതാണ്. That is categorical. അതിൽ ഒരു സംശയവും ഇപ്പോഴുമില്ല.

- *എങ്കിൽ അന്ന് ആർക്കുവേണ്ടി മാഷ് നിലകൊണ്ടോ അവരൊന്നും അത്രയും വലിയ ന്യായീകരണം അർഹിക്കുന്നില്ല എന്നെങ്കിലും പിന്നെ തോന്നിയോ?*

ഞാൻ വ്യക്തികൾക്കുവേണ്ടി പറയാറേയില്ല. കാരണം, വ്യക്തികൾ എപ്പോഴും ഇൻസ്ട്രമെന്റ്സ് ആണ്. ഇപ്പോഴും ഈ പറയുന്ന വ്യക്തികൾ അതായത് എനിക്ക് ഗണ്യമായ അടുപ്പമുള്ള, ഞാൻ ഏറ്റവും ബഹുമാനിക്കുന്നു എന്ന് നിങ്ങൾ ധരിക്കാനിടയുള്ള വ്യക്തിയുമായി ഞാൻ സംസാരിച്ചിട്ടേയില്ല.

- *വി.എസ്. അച്യുതാനന്ദനെക്കുറിച്ചാണോ പറയുന്നത്? ഇതുവരെ സംസാരിച്ചിട്ടേയില്ല ? അടുത്ത ദിവസം പി.ജി. മാഷിനെ വീട്ടിൽ വന്ന് കണ്ടപ്പോൾ ഈ പഴയകാര്യങ്ങൾ ഓർത്ത് മാഷിന് വ്യക്തിപരമായെങ്കിലും വിഷമം തോന്നിയോ? മാഷിന്റെ കണ്ണുനിറഞ്ഞോ?*

അത് എനിക്ക് ഞാൻ തെറ്റുചെയ്തുപോയല്ലോ എന്നോർത്തിട്ട് കണ്ണുനിറഞ്ഞതല്ല. കണ്ണുനിറഞ്ഞു എന്നുള്ള വാർത്ത ഞാനും വായിച്ചു. എന്റെ കണ്ണ് നിറഞ്ഞോ എന്ന് എനിക്കറിയില്ല. കാരണം, പി.ജിയെപ്പോലുള്ള, അനാരോഗ്യം കൊണ്ടുനടക്കുന്ന ഒരാൾ വീടന്വേഷിച്ച് വീട്ടിലെത്തി കാണുന്നു എന്നതിന്റെ സന്തോഷംകൊണ്ട് കരഞ്ഞതാണ്. അന്നുപറഞ്ഞ കാര്യങ്ങളെക്കുറിച്ചൊന്നും ഒരക്ഷരംപോലും മാറ്റിപ്പറയേണ്ടതാണെന്ന് ഇപ്പോഴും എനിക്ക് തോന്നുന്നില്ല. കാരണം, ഇതിനെയൊക്കെ മറികടക്കുന്ന ഒരു സ്നേഹബന്ധം മനുഷ്യർ തമ്മിലുണ്ടാകാമല്ലോ എന്നോർത്തിട്ട് ഒരുപക്ഷേ സന്തോഷിച്ചിട്ടുണ്ടാകാം.

- *വ്യക്തിപരമായി അപ്പോഴും പി. ഗോവിന്ദപിള്ളയുമായുള്ള ബന്ധം മാഷ് നിലനിർത്തിയിരുന്നോ?*

ഇല്ല, നിരന്തരമായിട്ട് ഇല്ല. പി.ജി. വീണ് പരുക്ക് പറ്റിയ സമയത്ത് ഞാൻ കൂടെക്കൂടെ വിളിച്ച് ചോദിക്കുമായിരുന്നു. മാത്രമല്ല, പി.ജി. യോട് ഒരിക്കലും വിളിച്ചുചോദിച്ചിട്ടില്ല. പി.ജി.യുടെ മക്കളോട് ചോദിക്കുമായിരുന്നു. അച്ഛന് എങ്ങനെയുണ്ട്, അച്ഛനെ വിളിക്കരുതെന്ന് പറയുമായിരുന്നു. എനിക്ക് വിവരം അറിഞ്ഞുകൊണ്ടിരിക്കണമെന്ന് ആഗ്രഹമുണ്ടായിരുന്നതുകൊണ്ടാണ്.

- *പി.ജി. ചെയ്തത് ഇ.എം.എസിനെ അല്പം വിമർശനാത്മകമായി സമീപിച്ചു എന്നതു മാത്രമാണ്. പക്ഷേ അങ്ങനെപോലും കഴിയില്ലെങ്കിൽ അതിന്റെ അർത്ഥം ഇ.എം.എസ്. ഒരു ദൈവമായി, പാർട്ടിക്കുള്ളിലുള്ള ഒരാൾക്കും വിമർശിക്കാൻ പാടില്ലാത്ത വിഗ്രഹമായി നിലനിൽക്കണമെന്നാണോ?*

ഞാൻ അങ്ങനെ ഉദ്ദേശിച്ചിട്ടില്ല. കാരണം, ഞാൻ എനിക്ക് സൗകര്യം കിട്ടുമ്പോഴൊക്കെ ഇ.എം.എസിനെ വിമർശിച്ചിട്ടുണ്ട്. ഒരു സംഘടനയെ സംബന്ധിച്ച് പ്രശ്നങ്ങൾ വേറെയാണ്. ചില സന്ദർഭങ്ങളിൽ വ്യക്തി വ്യക്തിയേക്കാൾ വളരുകയും സംഘടനയുടെ തന്നെ രൂപം കൈക്കൊള്ളുകയും ചെയ്യും. അങ്ങനെയൊരു സന്ദർഭം വന്നുപോകുമോ എന്നു പേടിച്ചിട്ടാണ് വി.എസിനെക്കുറിച്ച് ഒരു വാദപ്രതിവാദം ഇന്നലെ ഉണ്ടായതും അതിനുമുമ്പുണ്ടായതും. അങ്ങനെയുള്ള സന്ദർഭങ്ങളിൽ ഒരു വ്യക്തിയെ ആക്രമിക്കുക എന്നതിന്റെ അർത്ഥം ഒരു പ്രസ്ഥാനത്തെ ആക്രമിക്കുകയെന്നുതന്നെയാണ്. ഞാൻ അന്നു പറഞ്ഞത് അങ്ങനെയാണെന്നാണ് എന്റെ ഓർമ്മ. ഇപ്പോൾ ഇ.എം. എസിനെ തകർക്കുക എന്നതിന്റെ അർത്ഥം പാർട്ടിയെത്തന്നെ തകർക്കുക എന്നുതന്നെയാണ്എന്നുപറഞ്ഞു. അങ്ങനെ ആയിത്തീരുന്ന സന്ദർഭം നമ്മൾ തിരഞ്ഞെടുക്കുന്നതല്ല. കാലം അങ്ങനെയാക്കിയതാണ്. ജനങ്ങൾ അങ്ങനെയാക്കിയതാണ്. ഗാന്ധിജിയെപ്പറ്റി പറയുന്നതുപോലെ ഗാന്ധിയങ്ങനെ ജനൽ തുറന്നിരുന്ന ആളായിരുന്നില്ലെന്നെനിക്കറിയാം. ഞാൻ ഗാന്ധിജിയെ കണ്ടിട്ടുള്ള ആളാണ്.

- *ആ സമീപനം അനുസരിച്ച് ഇ.എം.എസിനെതിരായ ഏത് പരാമർശവും പാർട്ടിക്കെതിരായ പരാമർശമായിത്തന്നെ എടുക്കണോ? ഇപ്പോഴത്തെ അവസ്ഥയിൽ വി.എസിനെതിരായ എന്ത് കാര്യവും പാർട്ടിക്ക് എതിരായിട്ടുള്ള നീക്കമായിട്ടുതന്നെ മാഷ് കാണുന്നുണ്ടോ?*

തീർച്ചയായിട്ടും ഇല്ല. പാർട്ടിയും വി.എസും തമ്മിൽ ഇ.എം.എസും പാർട്ടിയും തമ്മിൽ ഉണ്ടായിരുന്ന ബന്ധമല്ലയെന്ന് നമുക്കറിയാം. അതുകൊണ്ട് He can be a symbol of the people, not a symbol of the party.

- *പാർട്ടിക്കു പുറത്ത് നിൽക്കുന്ന ആളുകളാണെങ്കിൽപോലും അച്യു താനന്ദനെ ഇപ്പോഴും ചോദ്യം ചെയ്യപ്പെടാത്ത ദൈവത്തിന്റെ നില യിലേക്കുയർത്തി എന്നു തോന്നുന്നുവോ?*

ഇല്ല. എനിക്ക് ഒരിക്കലും തോന്നിയിട്ടേയില്ല. ആർക്കും തോന്നിയി ട്ടേയില്ല എന്നാണെനിക്ക് തോന്നുന്നത്. കാരണം, വി.എസ്. അച്യു താനന്ദൻ അത്തരമൊരു ഗ്ലാമർ ഉള്ള വ്യക്തിയല്ല. ഒരു തരത്തി ലുമുള്ള 'കരിസ്മാ' ഉള്ള വ്യക്തിത്വം അല്ല വി.എസ്. അച്യുതാനന്ദ ന്റേത്.

- *ഇപ്പോഴത്തെ വി.എസിന് വലിയ ഗ്ലാമറല്ലേ?*

ഗ്ലാമറുണ്ടെന്ന് എനിക്ക് തോന്നുന്നില്ല. വി.എസ്. വരുന്നിടത്ത് ആളു വരും. വി.എസിന്റെ പ്രസംഗം കേൾക്കാതെ ആരും പോകില്ല. അത് ഗ്ലാമർ അല്ല. കാര്യങ്ങൾ പറയുന്ന ഒരുപാടുപേരെ കണ്ടിട്ടുണ്ട്. പറ യുകയും പ്രവർത്തിക്കുകയും കൂടി ചെയ്യുന്ന ആൾക്കാർ വളരെ ക്കുറച്ചേ ഉള്ളൂ. അങ്ങനെ ചെയ്യുന്ന ആളുകളെ കാണുമ്പോൾ ജന ങ്ങൾക്കുണ്ടാകുന്ന ആവേശമാണ് വാസ്തവത്തിൽ ഇപ്പോഴുള്ളത്. I don't think that is glamour.

- *പക്ഷേ എൽ.ഡി.എഫ്. മന്ത്രിസഭ ഒരു വർഷം പൂർത്തിയാക്കിയ പ്പോഴത്തെ സ്ഥിതി എന്താണ്? മാഷ് ഒരുപക്ഷേ ശ്രദ്ധിച്ചുകാണും. അതായത്, വി.എസ്. എല്ലാ ബന്ധങ്ങളുടെയും നേട്ടത്തിന്റേയും പ്രതീകമായി മുന്നിൽ നില്ക്കുന്നു. അതേ സമയം വി.എസി.ന്റെ കൂടെ യുള്ള മന്ത്രിമാരും പാർട്ടി സെക്രട്ടറിയും ഒക്കെ മേൽവിലാസ മില്ലാത്തവരാകുന്നു. ഇത് പാർട്ടിക്ക് ഗുണകരമാണോ?*

ഞാൻ പാർട്ടിയുടെ ഗുണത്തേക്കാൾ കൂടുതൽ ജനങ്ങളുടെ ഗുണം ആഗ്രഹിക്കുന്ന ആളാണ്. അതുകൊണ്ട് ജനങ്ങൾക്ക് ഗുണകര മാണെങ്കിൽ ഇതൊക്കെ ശരിയാണ്.

- *ഇപ്പോൾ മാഷ് ഉദ്ദേശിക്കുന്നതെന്താണ്? ഇത് ജനത്തിന് ഗുണകര മാണോ?*

വി.എസ്. പല മന്ത്രിമാരുടെ കൂട്ടത്തിൽ ഒരു മന്ത്രിയല്ല. അദ്ദേഹം ഇവിടുത്തെ മുഖ്യമന്ത്രിയാണ്. അദ്ദേഹം മുഖ്യമന്ത്രിയല്ലാതാകും എന്ന നില വന്നപ്പോൾ കേന്ദ്രനേതൃത്വം ഇടപെട്ട് അദ്ദേഹത്തെ മുഖ്യ മന്ത്രിയാക്കിയതാണ്. ഈ വക കാര്യങ്ങളിലൊക്കെ സാമാന്യത യിൽനിന്നൊരു വ്യത്യസ്തതയുണ്ട്. ഈ വ്യത്യസ്തത പലപ്പോഴും നമ്മൾ ഇടയ്ക്കുവെച്ച് മറന്നുപോകാറുണ്ട്. അതു പാർട്ടിയുടെ ഇച്ഛ യല്ല. പാർട്ടി ഇലക്ഷനു നിൽക്കേണ്ടെന്നു തീരുമാനിക്കുകയും മുഖ്യ മന്ത്രി ആകേണ്ടെന്നു തീരുമാനിക്കുകയും ചെയ്ത ഒരാൾ ഇലക്ഷന് നില്ക്കുകയും മുഖ്യമന്ത്രിയാകുകയും ചെയ്യുക, പാർട്ടി കേന്ദ്ര

നേതൃത്വത്തിന്റെ ആശിർവ്വാദത്തോടുകൂടിയായിത്തീരുക ഇതൊക്കെ അസാമാന്യമായിട്ടുള്ള സംഭവങ്ങളാണ്. അതിനുകാരണം, പാർട്ടിക്കു പുറത്തും ജനങ്ങൾ ഉണ്ട് എന്നതാണ്. അതു പാർട്ടി മറന്നുപോകാം ചില സന്ദർഭങ്ങളിൽ. ചില സമയത്ത് പാർട്ടി മറന്നുപോകുന്നതും മറന്നുപോകാൻ പാടില്ലാത്തതുമായ ഒരു കാര്യം പാർട്ടിക്ക് പുറത്ത് ജനങ്ങളുണ്ട് എന്നതും ജനങ്ങളുടെ ഇച്ഛയെ പ്രതിഫലിപ്പിക്കുമ്പോൾ മാത്രമേ പാർട്ടി പാർട്ടിയായിത്തീരൂ എന്നതും.

- *മാഷ് പറഞ്ഞതിന്റെ അർത്ഥമെന്താണ്? പാർട്ടിയുടെ നേതാവെന്ന നിലയിലാണോ വി.എസ്. മുഖ്യമന്ത്രി പദത്തിലെത്തിയത്? അദ്ദേഹം നിലകൊള്ളുന്നതൊക്കെ ജനക്ഷേമതാത്പര്യത്തിന്, അതേസമയം പാർട്ടി എന്നുപറയുന്നത് അങ്ങനെയല്ല! ഇതു മോശമായ ഒരവസ്ഥ യെയല്ലേ സൂചിപ്പിക്കുന്നത്?*

അതിനെയാണ് നമ്മൾ സംഘടനയുടെ യാന്ത്രികത എന്നുപറയുക. ഒരു പൊലീസുകാരന്റെ കൈയിൽ തോക്കുണ്ടെങ്കിൽ വെടിവെയ്ക്കാം. അതിനർത്ഥം പൊലീസുകാരന് നിയന്ത്രണവിധേയമായേ വെടിവെയ്ക്കാവൂ എന്നാണ്. തോക്കുള്ളതുകൊണ്ട് അയാൾക്ക് എല്ലാവരേയും വെടിവെച്ചുകൂടാ. പക്ഷേ, അവന് വെടിവെയ്ക്കാം. പത്താളെകൊല്ലാം. എനിക്ക് ആരെയും കൊല്ലാൻ പറ്റില്ല. പാർട്ടി ഓർഗനൈസേഷൻ എന്നുപറയുന്നത് ഇൻസ്ട്രമെന്റ് ആണ്. അത് കണ്ടയാളുകളെയൊക്കെ വെടിവെച്ചു വീഴ്ത്താനോ പുറത്താക്കാനോ ഉള്ളതല്ല. പക്ഷേ ഈ ഇൻസ്ട്രമെന്റ് കൈയിലിരിക്കുന്നിടത്തോളം കാലം നിങ്ങൾക്ക് അങ്ങനെ ചെയ്തുകൊണ്ടിരിക്കാം. വാസ്തവത്തിൽ അങ്ങനെ വരുന്നത് യാന്ത്രികതകൊണ്ടാണ്. തിരഞ്ഞെടുക്കപ്പെട്ട ഒരാൾ തെരഞ്ഞെടുക്കാത്ത കാര്യങ്ങൾ ചെയ്യാം എന്നുള്ള നിലയിൽ ഒരവസ്ഥ വരുകയാണ് ചെയ്യുന്നത്. അത്തരം ജഡത്വം എന്നുപറയുന്ന യാന്ത്രികത സാധാരണ പാർട്ടിക്ക് വരുന്നില്ല. മനുഷ്യരെക്കൊണ്ടുണ്ടാക്കുന്ന ഒരു സംഘടനയ്ക്ക് വരാവുന്ന ഏറ്റവും വലിയ ആപത്ത് അത് ഒരു യന്ത്രമായിത്തീരുന്നു എന്നതു തന്നെ.

- *പാർട്ടിനേതാവെന്ന നിലയിൽ വി.എസ്. അച്ചടക്കമുള്ള നേതാവാണ് എന്ന് തോന്നുന്നുണ്ടോ?*

ഇന്നലത്തെ പത്രസമ്മേളനത്തിലും അങ്ങനെയാണ് പറഞ്ഞത്.

- *വി.എസ്. പറഞ്ഞതോ അതോ മാഷിന്റെ വിലയിരുത്തലോ?*

എ.ഡി.ബി. അടക്കമുള്ളത് പാർട്ടിയുടെ തീരുമാനമാണ്. പക്ഷേ, എനിക്കിപ്പോഴും തോന്നുന്നത് പരീക്ഷിച്ചറിയണമെന്നുള്ളതാണ്. അപ്പോൾ താൻ പാർട്ടിയുടെ തീരുമാനം അംഗീകരിക്കുകയും

ഇതൊരു പരീക്ഷണത്തിനായി ഭൂരിപക്ഷ പാർട്ടി അഭിപ്രായത്തിന് വിട്ടുകൊടുക്കുകയുമാണ് ചെയ്യുന്നത്.

- *ഇതുവരെ വി.എസിന്റെ ജീവിതത്തിൽ പാർട്ടി ഡിസിപ്ലിന് അപ്പുറത്തേക്ക് ഒരിക്കലും പോയിട്ടില്ല എന്നു മാഷ് പറയുമോ?*

എനിക്ക് അത് കൃത്യമായി പറയാൻ പറ്റുന്നില്ല. എനിക്ക് അത്തരം അറിവില്ല. അദ്ദേഹം വലിയ അച്ചടക്കത്തിന്റെ ആളാണെന്നാണ് ഞാൻ ധരിച്ചിട്ടുള്ളത്.

- *മലപ്പുറം സമ്മേളനത്തിൽ വി.എസ്. പരാജയപ്പെട്ടപ്പോൾ മാഷ് ഒരു വാചകം പറഞ്ഞു. അതായത് പരാജയം ഭക്ഷിച്ചു ജീവിക്കുന്നയാളാണ് വി.എസ്. അച്യുതാനന്ദൻ. അതുകൊണ്ട് ഈ പരാജയത്തിനും അദ്ദേഹത്തെ തളർത്താനാവില്ല. ഇപ്പോൾ വാസ്തവത്തിൽ വിജയം ഭക്ഷിച്ചു ജീവിക്കുന്നയാളാണ് വി.എസ്. അത് അപകടമാണെന്ന് തോന്നുന്നുണ്ടോ?*

ഇതു രണ്ടും ഒരുപോലെയാകുന്ന ആളുകൾക്ക് മാത്രമേ ബുദ്ധി ഉറച്ചിട്ടുള്ളൂ എന്നാണ് നമ്മുടെ പഴയ പുസ്തകത്തിലുള്ളത്. അതായത് ഒരു ചെറിയ വിഷമം വരുമ്പോൾ വിഷമിക്കുകയും ഒരു ചെറിയ സ്ഥാനക്കയറ്റം കിട്ടുമ്പോൾ ആഹ്ലാദിക്കുകയും ചെയ്യുന്ന ആൾ നിസ്സാരനാണ്. അപ്പോൾ അതുകൊണ്ട് താൻ വിജയിച്ചു എന്നു കരുതി വി.എസ്. സന്തോഷിക്കും എന്നു ഞാൻ വിശ്വസിക്കുന്നില്ല. കാരണം ഒരു ജനനേതാവിന്റെ വിജയം ജനങ്ങളുടെ ഇച്ഛയുടെ വിജയമാണ്. ഒരു നേതാവിന്റെ വിജയമല്ല.

- *വി.എസ്. അച്യുതാനന്ദൻ എന്ന നേതാവിന് വിജയൻ മാഷ് ഒരു മുന്നറിയിപ്പ് ഇപ്പോൾ കൊടുക്കുന്നുവെങ്കിൽ അതെന്തായിരിക്കും?*

മുന്നറിയിപ്പ് വേണമെന്ന് എനിക്ക് തോന്നുന്നില്ല. കാരണം, പാർട്ടിക്ക് മറ്റു സ്ഥാപനങ്ങൾക്കുള്ളതുപോലെ ചില അച്ചടക്കബോധങ്ങൾ ഉണ്ട്. അതാണ് പിണറായി വിജയൻ ഇന്നലെ കണ്ണൂര് പറഞ്ഞത്. ഇത് ഒരു വ്യക്തിയുടെ ജയമല്ല എന്ന്. Surrendering oneself to the party of the people. അങ്ങനെ ചെയ്യുമ്പോൾ അതിൽനിന്നുണ്ടാകുന്ന ഒരു ഗുണം ഉണ്ട്. പാർട്ടിയിലെ അഹങ്കാരം നശിപ്പിക്കുന്ന തത്ത്വമുണ്ട്. അത് പ്രയോഗിക്കാറുണ്ടോ എന്നുള്ളത് വേറെ കാര്യം. ഇത് പാർട്ടിയുടെയല്ല ജനങ്ങളുടെ ഇച്ഛ എന്നതിനർത്ഥം ഞാൻ അഹങ്കരിക്കുന്നില്ല എന്നാണ്.

- *അങ്ങനെ അഹങ്കാരത്തിലേക്ക് വി.എസ്. വഴുതിവീഴാൻ എന്തെങ്കിലും സാധ്യത മാഷ് കാണുന്നുണ്ടോ?*

അതിനുള്ള ഒരു ഉറപ്പ് പരാജയത്തിൽ വീഴാത്ത ഒരാൾ ജയിക്കുമ്പോഴും വീഴുന്നില്ല എന്നുള്ള തോന്നലാണ്.

- *മാഷിന്റെ ശിഷ്യനാണ്. മാഷിന്റെ ഏറ്റവും അടുപ്പമുള്ളയാളാണ് പിണറായി വിജയൻ. അദ്ദേഹം പാർട്ടി സെക്രട്ടറി ആയിരിക്കുന്ന സമയത്ത് പാർട്ടിയിൽ നിന്ന് കൂടുതൽ അകലേണ്ടി വന്നതിൽ വേദന തോന്നിയിട്ടുണ്ടോ?*

പിണറായി വിജയൻ മാത്രമല്ല ഒരുപാട് പേരോട് അകലേണ്ടി വന്നിട്ടുണ്ട്. വിജയൻ അടക്കമുള്ള ആളുകളോട് വ്യക്തിപരമായി എനിക്കിപ്പോഴും അകലേണ്ടി വന്നിട്ടില്ല. ആരെങ്കിലും വിശ്വസിക്കുമോ എന്നറിയില്ല. വാസ്തവത്തിൽ ഇല്ല. വ്യക്തിപരമായ ബന്ധങ്ങൾ അങ്ങനെയിരിക്കട്ടെ. കാര്യങ്ങൾ അതിന്റെ വഴിക്ക് നടന്നുപോകും. കാരണം, ശാസ്ത്രത്തിലോ വാസ്തവത്തിലോ ഒത്തുതീർപ്പുണ്ട് എന്ന് ഞാൻ ധരിച്ചിട്ടില്ല. അതായത്, രണ്ട് ശാസ്ത്രജ്ഞന്മാർ തമ്മിൽ ഒത്തുതീർപ്പുണ്ടാക്കുമ്പോൾ ശാസ്ത്രത്തിന്റെ ഗതി മാറും എന്ന് കരുതാൻ വയ്യാത്ത ഒരു ഒത്തുതീർപ്പ്. ഞങ്ങൾ ഒരു ഒത്തുതീർപ്പിലേക്ക് വന്നാൽ, അങ്ങനെ ഒരു പത്രം എഴുതിയിരുന്നു. ദൂതനായിട്ട് വന്നതാണെന്ന്. അങ്ങനെയല്ല കാര്യം.

- *അകൽച്ചയെ ഓർത്തുള്ള വേദന മാറ്റി വെച്ചാൽ പിണറായി വിജയനെ പ്രതി മാഷിന് വേദനയുണ്ടോ? എന്താണ് പിണറായി വിജയന് സംഭവിച്ചത്?*

അതെനിക്ക് പറയാൻ കഴിയില്ല. പിണറായി കാര്യം മാത്രം പറയും. പിണറായി വിജയൻ ഒരിക്കലും മറവിയില്ലാത്തയാളാണ്. അപ്പോൾ അതുകൊണ്ട് വിജയൻ പറഞ്ഞത് ചെയ്യാൻ പാടില്ലാത്ത, മറക്കാൻ പാടില്ലാത്ത ഒന്നു മറന്നുപോയി എന്നാണ് പറഞ്ഞത്. That reflects to his true self. ഇത്രയും അച്ചടക്കവും ചിട്ടയും ഒക്കെ ഉള്ള ഒരാളാണ്. അപ്പോൾ ഒരു കാരണംകൊണ്ട് അല്ലാതെ മറക്കുക എന്നുള്ള ഏർപ്പാടുണ്ടാകില്ല.

- *അദ്ദേഹം അത് മറന്നതല്ല എന്നാണ് മാഷ് വിശ്വസിക്കുന്നത്?*

ഞാൻ എല്ലാം മറക്കുന്നയാളാണ്. പിണറായി വിജയൻ അങ്ങനെയല്ല, ഓർക്കുന്നയാളാണ്. മെറ്റിക്കുലസ് ആണ്. ഞാൻ വ്യക്തിപരമായി ഒരു കാര്യം പറയാം. ഒരു ദിവസം ധർമടത്ത് എന്റെ വീട്ടിൽ വിജയൻ വന്നു. അപ്പോൾ ഞാൻ അവിടെ ഇല്ല. കൊടുങ്ങല്ലൂരാണ്. വിജയൻ എന്നെ ഫോൺ ചെയ്തു. അപ്പോൾ തന്നെ ഞാൻ പറഞ്ഞു. വിളിച്ചിട്ടുവന്നാൽ ഞാൻ അവിടെ ഉണ്ടായേനേ എന്ന്. അതല്ല കാര്യം. മാഷ് വീട് പൂട്ടിയിട്ടാണോ പോയത്? വീട് പൂട്ടിയിട്ടില്ല. അടുത്ത വീട്ടിൽനിന്നൊരു പൂട്ട് വാങ്ങി വീട് പൂട്ടി താക്കോൽ അപ്പുറത്ത് ഏല്പിച്ചിട്ടാണ് വിജയൻ പോയത്. അതുകൊണ്ടാണ് ഞാൻ വിജയൻ മറവിയില്ലാത്ത മനുഷ്യനാണെന്ന് പറഞ്ഞത്. മറവി മനുഷ്യന് സാധാരണമാണെങ്കിലും വിജയന് സാധാരണമല്ല എന്നുപറഞ്ഞത്.

- *പാർട്ടി സെക്രട്ടറി എന്ന നിലയിൽ അദ്ദേഹം ചെയ്യേണ്ടത് ഇങ്ങനെ യല്ല എന്ന് മാഷിന് തോന്നുന്നുണ്ടോ?*

തീർച്ചയായും തോന്നുന്നുണ്ട്. ഞാൻ അത് പറയുകയും ചെയ്തിട്ടുണ്ട്. അതുകൊണ്ടാണ് ഒരു കവിതകൊണ്ട് പാർട്ടിയെ തോല്പിക്കാനാകില്ല, പക്ഷേ ഒരു സെക്രട്ടറിക്ക് പാർട്ടിയെ തകർക്കാനാവും എന്നു പറയാൻ ഇടവന്നത്.

- *മാഷിന് അറിയാവുന്ന പിണറായി വിജയൻ എന്തുകൊണ്ട് ഇങ്ങനെ പെരുമാറുന്നതെന്നാണ് മാഷ് വിശ്വസിക്കുന്നത്?*

അത് എനിക്ക് പറയാൻ കഴിയാത്ത കാര്യമാണ്. സംഘടന എന്നുള്ള യന്ത്രത്തിൽ കൂടുതൽ വിശ്വാസമർപ്പിച്ച് അത് ഇതുപോലെ യാന്ത്രികമായിതീരുകയും ജനങ്ങളുമായുള്ള ബന്ധം വിടുകയുമാണെന്ന് ഇവരൊക്കെ പറയാറുണ്ട്.

- *അടുത്ത കാലത്തൊന്നും മാഷ് പിണറായി വിജയനുമായി നേരിട്ട് സംസാരിച്ചിട്ടില്ലല്ലോ? പക്ഷേ അടുത്ത ഒരു ദിവസം വ്യക്തിപരമായി സംസാരിക്കാൻ അവസരം കിട്ടിയാൽ പിണറായി വിജയനോട് ആ പഴയ അധ്യാപകൻ എന്താണ് പറയുക?*

എനിക്ക് പഴയ ബന്ധം മുഴുവനായും ഉണ്ടാകും. പിണറായി വിജയൻ എന്റെ ഇവിടുത്തെ വീട്ടിൽ വന്നിട്ടുണ്ട്. പിണറായിയുടെ വീട്ടിൽ ഞാനും പോയിട്ടുണ്ട്. ഞങ്ങൾ തമ്മിലുള്ള വ്യക്തിപരമായ ബന്ധത്തിൽ എന്തെങ്കിലും ഒരു മാറ്റം സംഭവിച്ചതായി എനിക്ക് തോന്നിയിട്ടില്ല. പക്ഷേ അതുകൊണ്ട് വിജയന്റെ പ്രവൃത്തികൾ ഉണ്ടാക്കുന്ന social impact, organisational impactsനെ കുറച്ചുകാണുകയോ കൂട്ടിക്കാണുകയോ നമ്മുടെ ചുമതലയിൽപ്പെട്ടതാണെന്ന് ഞാൻ കരുതുന്നില്ല. കാരണം, party secretary as the leader of the largest peoples' movement in Kerala. അദ്ദേഹം ചെയ്യുന്ന പ്രവൃത്തികൾ അദ്ദേഹത്തെ മാത്രവുമല്ല, ജനങ്ങളെ മുഴുവൻ ബാധിക്കുന്നുണ്ട്. അതുകൊണ്ട് അത്തരം കാര്യങ്ങളിൽ അങ്ങനെയേ കാണാൻ പറ്റൂ. വ്യക്തിപരമായ കാര്യങ്ങളിൽ അങ്ങനെയേ കാണാൻ പറ്റൂ. He is not a single person.

- *കമ്മ്യൂണിസ്റ്റ് പാർട്ടിക്ക് പാർട്ടി സെക്രട്ടറി എന്നു പറയുന്നത് ഏറ്റവും വലിയ പദവിയാണ്. വി.എസ്. പാർട്ടിയുടെ മുഖ്യമന്ത്രി ആണെങ്കിലും പാർട്ടി സെക്രട്ടറി എന്ന നിലയിൽ വേണ്ടത്ര പരിഗണന പാർട്ടി അച്യുതാനന്ദനോട് കാട്ടുന്നില്ല എന്നു പറഞ്ഞുകൂടേ?*

അതു പരിഗണനയുടെ പ്രശ്നമല്ല. അതുകൊണ്ടാണ് anomaly ഞാൻ ചൂണ്ടിക്കാണിക്കാൻ ശ്രമിച്ചത്. ഇത്തരം പ്രശ്നങ്ങൾകൊണ്ട് പഴയ പാർട്ടിയിൽ ഇല്ലാത്ത ഒരുപാട് പ്രശ്നങ്ങൾ വന്നിട്ടുണ്ട്.

കാരണം, പാർട്ടി ഭരണഘടന എഴുതുമ്പോൾ പിന്നീട് എന്തൊക്കെ പ്രശ്നങ്ങൾ ഉണ്ടാവും എന്ന് ഒരുറപ്പും ചരിത്രത്തിനില്ല. അതു കൊണ്ടാണ് ഞാൻ ഈ കാലം മാറുന്നു എന്നു പറഞ്ഞത്. നിങ്ങൾ മറച്ചുപിടിച്ചാലും വെളിച്ചത്തെ തടുക്കാൻ കഴിയില്ല. അതു തടുക്കാൻ ശ്രമിക്കുന്ന ഒരു പ്രവർത്തനമാണ് വാസ്തവത്തിൽ പാർട്ടി ഇപ്പോൾ ചെയ്തുകൊണ്ടിരിക്കുന്നത്. പുറത്താക്കൽ ശ്രമം ഞങ്ങൾ അധ്യാപകരുടെ ഒരു ശൈലിയാണ്. Get out of the class. ഏതു ക്ലാസ്സിലുള്ള ആളുകളെയാണ് നിങ്ങൾ പുറത്താക്കുന്നത് എന്നാലോചിക്കാനുള്ള ചുമതല ഉണ്ട്. What is class consciousness, അതു കൊണ്ടാണ് ഒരു കുട്ടിയെയെങ്കിലും ക്ലാസ്സിൽനിന്ന് പുറത്താക്കേണ്ടി വരുന്ന അധ്യാപകൻ അത്രയും കുറഞ്ഞ ഒരു അധ്യാപകനാവുന്നത്. കുട്ടിയല്ല മോശം.

- *ജയകൃഷ്ണൻ വധക്കേസ് സംബന്ധിച്ചും പറശ്ശിനിക്കടവിലെ പാമ്പുകളെ ചുട്ടുകരിച്ച സംഭവത്തെക്കുറിച്ചും മാഷ് എടുത്ത നിലപാട് വിമർശനങ്ങൾക്ക് വഴിവച്ചിട്ടുണ്ട്. ഇപ്പോഴും അക്കാര്യത്തിൽ യാതൊരു മാറ്റവും മാഷിന്റെ നിലപാടിലില്ലല്ലോ?*

ഇല്ലേ ഇല്ല. തീർച്ചയായിട്ടും ഇല്ല. ആവേശംകൊണ്ടു പറഞ്ഞതൊന്നുമല്ല അത്. കാരണം എം.വി. രാഘവനേക്കാൾ കൂടുതൽ ഞാൻ പാമ്പുകളെ സ്നേഹിക്കുന്നുണ്ട്. അതാണ് പാമ്പുകൾ ചത്താലും എം.വി. രാഘവൻ മരിക്കേണ്ട എന്നു ഞാൻ കരുതാൻ കാരണം. അപ്പോൾ അതിൽനിന്നൊരു തെറ്റിദ്ധാരണയൊന്നുമില്ല. ജയകൃഷ്ണനെ മാത്രമല്ല പറശ്ശിനിക്കടവിൽ കൊന്നത്. ക്ലാസ്സെടുക്കുന്ന ഒരു അധ്യാപകൻ ക്ലാസ്സിൽവെച്ച് വധിക്കപ്പെടുന്നതും ഒരു വീട്ടമ്മയുടേയും മകന്റേയും മുമ്പിൽവച്ച് അച്ഛൻ മരിക്കുന്നതും തമ്മിൽ താരതമ്യപ്പെടുത്തുമ്പോൾ എനിക്ക് വീട്ടിൽവെച്ചുള്ള മരണമാണ് കൂടുതൽ ക്രൂരമായി തോന്നുന്നത്. കാരണം, ഞാൻ അറിഞ്ഞിടത്തോളം അച്ഛനും മക്കളും തമ്മിലുള്ള സ്നേഹം കുട്ടികളും മാഷും തമ്മിൽ ഉണ്ടാകാൻ വഴിയില്ല. കുട്ടികൾ ഞെട്ടിപ്പോയി. അവർക്ക് മാനസിക ചികിത്സ നടത്തണം. ഞെട്ടൽ ക്ലാസ്മുറിയിൽ മാത്രം ഉണ്ടാകുന്ന ഒരു സംഭവമല്ല. വീട്ടിലും ഉണ്ടാകും. അവരെ ആരാണ് ചികിത്സിച്ചത്? അവരെ ചികിത്സിക്കാൻ ആരും recommend ചെയ്തിട്ടില്ല. വളരെ സരളമായിട്ടുള്ള human aspects, അതായത് അധ്യാപകനെ വിദ്യാർഥികളുടെ മുന്നിൽവെച്ച് കൊല്ലുന്നതും മക്കളുടെ മുന്നിൽവെച്ച് അച്ഛനെ കൊല്ലുന്നതും താരതമ്യപ്പെടുത്തുമ്പോൾ ഏതാണ് കൂടുതൽ വേദനാജനകമെന്ന് ആരും ആലോചിച്ചില്ല. എനിക്ക് ആലോചിക്കാതിരിക്കാൻ കഴിയില്ല.

- *മാഷിന്റെ അന്നത്തെ അഭിപ്രായപ്രകടനത്തിൽ വ്യക്തികളോടുള്ള വിധേയത്വം അല്ലെങ്കിൽ പക്ഷപാതിത്വം തീരെ ഇല്ല എന്ന് എങ്ങനെ പറയും?*

തീർച്ചയായും ഇല്ല. വധിക്കപ്പെട്ട ഒരേ ഒരാൾ ഈ പറയുന്ന അധ്യാപകനല്ല.

- *മാഷ് പത്രാധിപരായിരുന്ന പാഠം മാസിക കമ്മ്യൂണിസ്റ്റ് പാർട്ടിയിൽ ഏറ്റവും കൂടുതൽ വിമർശിച്ചത് തോമസ് ഐസക്കിനെയാണ്. ഇപ്പോൾ പല നിലപാടുകളുടേയും പേരിൽ പിണറായി വിജയന് വിമർശനം നേരിടേണ്ടി വരുന്നുണ്ട്. പിണറായി വിജയൻ പാർട്ടിയുടെ സെക്രട്ടറിയായതുകൊണ്ടാണ് എന്നു മനസ്സിലാക്കാം. പക്ഷേ തോമസ് ഐസക്കിനെ വ്യക്തിപരമായി അധിക്ഷേപിക്കുന്നതിലേക്ക്, പാഠം മാസിക പോയി എന്നു തോന്നുന്നുണ്ടോ?*

ലേഖനങ്ങൾ പലതും എഴുതിയത് ഞാനല്ല. പക്ഷേ ലേഖനങ്ങളുടെ പൊതുവെയുള്ള ടോൺ, ലക്ഷ്യം തെറ്റായിരുന്നു എന്നു ഞാൻ കരുതുന്നില്ല. നെതർലൻഡ്സിന്റെ നെയ്ബർഹുഡ് പദ്ധതി കേരളത്തിൽ അയൽക്കൂട്ട പദ്ധതിയായി തർജ്ജമ ചെയ്യപ്പെടുന്നു. നെതർലെൻഡ് വഴി ഒഴുകുന്ന യു.എസ്. സഹായങ്ങൾ ഉണ്ട്. യു.എസ്.എ.യുടെ പദ്ധതിയിലും മറ്റും കമ്മ്യൂണിസ്റ്റുകാരെ 'കണ്ടം' ചെയ്യൽ അമേരിക്കയെ സംബന്ധിച്ചിടത്തോളം തെറ്റായ കാര്യമല്ല. പരസ്യമായ കാര്യമാണ്. ആ പണം വാങ്ങുകയും ഇവിടെ ചെലവാക്കുകയും ചെയ്യുമ്പോൾ ആ പദ്ധതി വാങ്ങുകയും ഇത് നമ്മുടെ പദ്ധതിയായിട്ട് ഇവിടെ അവതരിപ്പിക്കുകയും ചെയ്യുമ്പോൾ അതു ഒരു വ്യക്തി ചെയ്യുമ്പോൾ ആ വ്യക്തിയെത്തന്നെ പറയേണ്ടിവരും.

- *ആശയപരമായി ആ വ്യക്തിയെ എതിർത്തോളൂ. പക്ഷേ പാഠത്തിന്റെ സമീപനം വ്യക്തിപരമായി ആക്ഷേപിക്കുന്ന തരത്തിലേക്ക് വഴുതിയില്ലേ?*

നിങ്ങൾ പറയുന്ന ഒരു കാര്യം മറ്റുള്ളവർ ശ്രദ്ധിക്കുന്നില്ലെങ്കിൽ ആദ്യം ചെരുപ്പൂരി ഒന്നടിക്കുക. പിന്നീട് പറയുക എന്ന് പറഞ്ഞത് ബർണാഡ്ഷാ ആണ്. അപ്പോൾ ചില സമയത്ത് നിങ്ങൾക്ക് over statement വേണ്ടിവരും. നിങ്ങൾക്ക് ഉറപ്പിച്ച് പറയേണ്ടിവരും. അതിന് അതിശയോക്തിയെന്നും പത്രഭാഷയിൽ വെണ്ടയ്ക്ക എന്നുമാണ് പറയുക. എന്തിനാണ് നിങ്ങളൊരു കാര്യം വെണ്ടയ്ക്കയിലെഴുതുന്നത്. അതിശയോക്തി കലർത്തി എഴുതുന്നത്? അവിടെ ശ്രദ്ധിക്കണമെന്ന് പറയാനാണ്. എന്തുകൊണ്ടാണ് നിങ്ങൾ ഒരു കളർ പെൻസിൽ എടുത്ത് പ്രത്യേകം വര വരയ്ക്കുന്നത്. ശ്രദ്ധിക്കണമെന്ന് അറിയാൻ വേണ്ടിയാണ്. ചിലപ്പോൾ ശ്രദ്ധിക്കാനുള്ള മാർഗ്ഗം രൂക്ഷമായി പറയുകയും ചിലപ്പോൾ ശ്രദ്ധിക്കാനുള്ള മാർഗ്ഗം പതുക്കെ

പറയുകയുമാണ് എന്ന് നമ്മുടെ ഒരു പഴയ നിരൂപകൻ പറഞ്ഞിട്ടുണ്ട്. കാരണം When everything fails Shakespeare calls for silence. It is stronger than music. ചില സമയം ഉച്ചത്തിൽ പറയുകയാണ് നല്ലത്. ഉച്ചത്തിൽ പറഞ്ഞാലേ കേൾക്കൂ. പൊട്ടൻ കേൾക്കണമെന്നു വെച്ചാൽ ഉച്ചത്തിൽ പറയണം. ആളുകൾ ശ്രദ്ധിക്കണമെങ്കിൽ ക്രൂരമായി പറയണം.

- *മാഷിന്റെ ജീവിതത്തിൽ എടുത്ത ഏറ്റവും നിർണായക തീരുമാനങ്ങളായിരുന്നു ദേശാഭിമാനി വാരികയുടെ പത്രാധിപസ്ഥാനം ഒഴിയാനും പുസ്തകസമിതി അധ്യക്ഷസ്ഥാനത്തുനിന്നു വിരമിക്കാനും എടുത്ത തീരുമാനങ്ങൾ. അന്ന് രാജി ഒരു രാഷ്ട്രീയ പ്രവർത്തനമാണെന്ന് പറഞ്ഞെങ്കിലും എന്താണ് അതിലേക്ക് നയിച്ചതെന്ന് ഇതുവരെ മാഷ് വ്യക്തമാക്കിയിട്ടില്ല?*

പറയാൻ പറ്റാത്ത പല കാര്യങ്ങളുമായിരുന്നതുകൊണ്ടാണ് ഞാൻ പൊതുജനങ്ങളോട് പറയാതിരുന്നത്. ആർക്ക് അതറിയണമായിരുന്നോ അവരെയെല്ലാം ഞാൻ അതറിയിച്ചിട്ടുണ്ട്.

- *വ്യക്തിപരമായി പേരെടുത്ത് പറഞ്ഞില്ലെങ്കിലും ഏത് തരത്തിലുള്ള വിഷമമാണ് അവിടെ ഉണ്ടായതെന്ന് പങ്കുവച്ചുകൂടേ?*

അതൊരു നല്ല ചോദ്യമാണ്. പക്ഷേ സാധാരണ നിലയിൽ ഞാനത്തരം ചോദ്യങ്ങൾക്ക് വഴങ്ങാറില്ല.

- *ഒരസാധാരണ നിലയാണെന്ന് കരുതികൊള്ളുക.*

ഒരു കുടുംബകലഹത്തിൽ ആളുകൾ വേർപിരിയുന്നതിന്റെ കാരണം. നിങ്ങൾക്ക് എന്നെങ്കിലും അതിന്റെ യഥാർത്ഥ കാരണത്തിൽ എത്തിച്ചേരാൻ കഴിയുമോ? അതു മറ്റൊരാളെ പറഞ്ഞു മനസ്സിലാക്കാൻ കഴിയുമോ? ബഷീറിന്റെ പ്രണയ കഥാപാത്രങ്ങളിൽ രണ്ടുപേർ പിരിയുമ്പോൾ ഒരാൾക്ക് കാപ്പിയാണോ അതോ ചായയാണോ ഇഷ്ടം എന്ന കാര്യമാകാം. അത്രയും ചെറിയ കാര്യങ്ങളാണ്. But that will be decisive. അതുകൊണ്ട് ജനങ്ങൾ അംഗീകരിക്കുന്ന കാര്യങ്ങൾ ഒരു നൂറുകൂട്ടം കാര്യങ്ങളാണ്. ഓ! ഇതാണോ ഇത്രയും എന്നു ചോദിക്കും. പക്ഷേ അതാണ് അത്രയും എന്ന് നിങ്ങൾക്ക് തോന്നുമെങ്കിൽ നിങ്ങൾ ആ കാരണങ്ങളെ ഗൗരവമായി എടുക്കും. അതുകൊണ്ട് ഞാൻ നിരന്തരമായിട്ട് ഇതിന് ഒരു തിരുത്തൽ ഉണ്ടാകുമോ എന്ന് ആലോചിക്കുകയും വളരെക്കാലം കാത്തിരിക്കുകയും ചെയ്തിട്ട് മാറ്റമില്ല എന്നു കാണുന്ന breaking pointൽ ആണ് വിട്ടുപോരുന്നത്. അത്രയുമേ എനിക്ക് അതിനെപ്പറ്റി പറയാനുള്ളൂ. അതായത് പെട്ടെന്ന് ഒരു ദിവസം കൊണ്ട് ഉണ്ടായ ക്ഷോഭം കൊണ്ടുവന്നതല്ല. ക്ഷോഭിക്കാൻ ഏതാണ്ട് പത്തുപന്ത്രണ്ടുകൊല്ലം എടുത്തു.

- *പുരോഗമന കലാസാഹിത്യസംഘം മരിച്ചു എന്ന് മാഷ് നേരത്തെ തന്നെ പറഞ്ഞിട്ടുണ്ട്. അല്ലെങ്കിൽ ഉടനെ മരിക്കുമെന്ന്. ഇപ്പോൾ എന്താണ് കാണുന്നത്? അത് മരിച്ചോ അല്ലെങ്കിൽ ഇപ്പോൾ മരിക്കുമോ?*

അന്ന് പുരോഗമന കലാസാഹിത്യസംഘത്തെക്കുറിച്ചുള്ള concept വളരെ different ആണ്. ഒരു തരത്തിലുള്ള conventionality യിലേക്ക് നമ്മൾ നയിക്കപ്പെട്ടുകഴിഞ്ഞിരിക്കുകയാണ്. തന്റെ എഴുത്തുകൊണ്ടും സാംസ്കാരികസാന്നിധ്യംകൊണ്ടും ഒരു എഴുത്തുകാരനോ ഒരു കവിയോ ഒരു യേശുദാസോ ഉണ്ടാക്കിയെടുക്കുന്ന ഒരു cultural brand ഉണ്ട്. ഇത് ഉപയോഗപ്പെടുത്തിക്കൊണ്ട് നമുക്ക് ഫാസിസത്തെ തടയാൻ എത്രത്തോളം കഴിയും എന്നുള്ളതാണ് ഒരു എഴുത്തുകാരൻ ആലോചിക്കുന്നത്. തകഴി എന്നു പറയുന്നത് ഒരു ഡോക്ടർ അല്ല, തകഴി എന്ന എഴുത്തുകാരനാണ്. അപ്പോൾ തകഴി ഉപയോഗിച്ചത് തകഴി എന്ന എഴുത്തുകാരന്റെ ശക്തിയാണ്. ഇങ്ങനെ ലോകത്തിലെ ജനങ്ങൾ ഒന്നിച്ച് എതിർക്കേണ്ട ഒരു ആപത്ത് വന്നിരിക്കുന്നു എന്ന് വിളിച്ചുപറയാനാണ് പുരോഗമന കലാസാഹിത്യസംഘം ആദ്യം ഉണ്ടായത്. അല്ലാതെ നാളെ നമുക്ക് നല്ല കഥകൾ എഴുതിക്കളയാം എന്നു പറഞ്ഞിട്ടല്ല.

- *പുരോഗമന കലാസാഹിത്യസംഘത്തിൽ നല്ല സാഹിത്യകാരന്മാരില്ല എന്ന മന്ത്രി ജി. സുധാകരന്റെ അഭിപ്രായത്തോട് മാഷ് യോജിക്കുന്നുണ്ടോ?*

അതു നല്ല സാഹിത്യകാരന്മാരുടെ സംഘടനയല്ല. പക്ഷേ ഞാൻ പുരോഗമന കലാസാഹിത്യസംഘത്തിൽ അംഗമായിട്ടുതന്നെ പറയുകയാണ്, കുറച്ച് മോശം സാഹിത്യകാരന്മാരെ നമുക്ക് വേണം. കാരണം അഞ്ച് ചീത്ത കഥകൾ എന്നുപറയുന്ന പുസ്തകം ഞാൻ വായിച്ചിട്ടുണ്ട്. ചീത്തയാളുകൾ കുറവാണ്. ഇപ്പോൾ എല്ലാവരും വളരെ നല്ലവരായിപ്പോയി.

- *അധിനിവേശ പ്രതിരോധസമിതിയൊക്കെ ഉപേക്ഷിച്ചുവന്നാൽ പുരോഗമന കലാസാഹിത്യസംഘത്തിലേക്ക് വീണ്ടും മാഷിന് സ്വാഗതം എന്ന് കെ.ഇ.എൻ. കുഞ്ഞഹമ്മദ് പറഞ്ഞു. പുരോഗമന കലാസാഹിത്യ സംഘത്തിലേക്ക് ഒരു തിരിച്ചുപോക്ക് മാഷ് ആഗ്രഹിക്കുന്നുണ്ടോ?*

ഇങ്ങനെയുള്ള ഒരു ചിന്ത എവിടെയും ഇല്ലാത്ത ഒരു കാര്യമാണ്. പുരോഗമന കലാസാഹിത്യ സംഘത്തിലേക്ക് ആരും ആരേയും അങ്ങനെ സ്വാഗതം ചെയ്യാറില്ല. അങ്ങനെ ഒരു സംവിധാനം അതിനില്ല. അതിന് membership പോലും ഇല്ല.

- *ഇടതുപക്ഷ ഗവൺമെന്റുകളുടെ സമയത്ത് എന്ത് സംഭവിച്ചാലും സാംസ്കാരിക നായകർ പ്രതികരിക്കില്ല. യു.ഡി.എഫ്. ഗവൺമെന്റ് ആണെങ്കിൽ വളരെ രൂക്ഷമായി പ്രതികരിക്കും. അങ്ങനെ ഒരു ഇരട്ടത്താപ്പുണ്ട് എന്നത് വാസ്തവമല്ലേ?*

കാരണം നമ്മൾ പ്രതീക്ഷിക്കാത്തത് സംഭവിക്കുന്നു എന്നതാണ്. കാരണം havenotsന്റെ സംഘടനയാണ് ഇടതുപക്ഷ സംഘടന എന്നാണ് പറയുക. അവരുടെ കൈയിൽനിന്ന് ഇതുപോലെ കൈക്കുറ്റപ്പാട് ഉണ്ടാകും എന്ന് നമ്മൾ സാമാന്യമായി പ്രതീക്ഷിക്കില്ല. അതുപോലെ ഒരു സംഭവമാണ് അത്. അതാണ് നന്ദിഗ്രാമിൽ നടന്നത്. ഞാനതിന്റെ രാഷ്ട്രീയമായതെല്ലാം മാറ്റിവെച്ച് പറയുകയാണ്. എനിക്കിപ്പോൾ എന്റെ അഭിപ്രായം ഇവിടെ പറയേണ്ടതില്ല. അന്ന് 1959ൽ മന്ത്രിസഭയുടെ കാലത്ത് നടന്നു, അതാണ് ഫ്ളോറി സംഭവം എന്നുപറയുന്നത്. അതിനെക്കുറിച്ച് ഒരു കവി ഒരു കവിതയെഴുതി. കവിതയുടെ പേര് 'അന്ത്യമാല്യം'. ജി. ശങ്കരക്കുറുപ്പ് ആണ് കമ്മ്യൂണിസ്റ്റ് പാർട്ടിയുടെ സ്ഥാപനത്തിനുമുൻപ് ആദ്യമായി കേരളത്തിൽ ഒരു കമ്മ്യൂണിസ്റ്റ് കവിതയെഴുതിയത്. മരിച്ചത് ഒരു തൊഴിലാളി സ്ത്രീയാണ്. മരണം സംഭവിച്ചിരിക്കുന്നുവെന്നും ഇത് സംഭവിക്കാൻ പാടില്ലാത്തതാണെന്നും പറയുകയാണ് വാസ്തവത്തിൽ ചെയ്യേണ്ടത്. ബുദ്ധദേവ് ബംഗാളിൽ അതു ചെയ്തു. സംഭവിക്കരുതാത്തതായിരുന്നു എന്ന് അദ്ദേഹം സമ്മതിച്ചു.

- *ഇവിടെയാണെങ്കിൽ സമ്മതിക്കുമായിരുന്നോ ? ഈ 'അന്ത്യമാല്യം' എഴുതിയ ജി. ശങ്കരക്കുറുപ്പ് അടുത്ത കാലത്ത് മാഷിനുണ്ടായ തിരിച്ചറിവാണോ? അതെക്കുറിച്ച് മാഷ് നേരത്തെ പ്രതികരിച്ചിട്ടുണ്ടോ?*

പ്രതികരിച്ചിട്ടില്ല. അതു വന്ന കാലത്ത് പ്രതികരിച്ചിട്ടുണ്ട്. ഞാൻ അന്ന് മദിരാശിയിൽ ജോലി ചെയ്യുകയാണ്. മദിരാശിയിൽ കേരള സമാജത്തിൽ ഞാൻ പ്രതികരിച്ചിട്ടുണ്ട്. അന്ന് വയലാർ ഉണ്ടായിരുന്നു. വയലാർ ഒന്നും എതിർത്തു പറഞ്ഞില്ല.

- *മാഷിന് ഇപ്പോൾ തിരിഞ്ഞുനോക്കുമ്പോൾ എന്താണ് തോന്നുന്നത്. കമ്മ്യൂണിസ്റ്റ് പാർട്ടി അല്ലെങ്കിൽ സി.പി.എം. മാഷിനോടാണോ കൂടുതൽ സഹിഷ്ണുത കാണിച്ചിരിക്കുന്നത്. അതോ മാഷ് സി.പി.എമ്മിനോടാണോ?*

ഒറ്റവാക്കിൽ പറഞ്ഞാൽ പാർട്ടി എന്നോടാണ് കൂടുതൽ സഹിഷ്ണുത കാണിച്ചത്. പിന്നീട് അറുപത് അറുപത്തിമൂന്ന് ലേഖനം എഴുതി എന്നത് ശരിയാണ്. എന്നാലും പാർട്ടി എന്നോട് കൂടുതൽ സഹിഷ്ണുത കാണിച്ചിട്ടുണ്ട്.

- *മറ്റൊരു തരത്തിൽ ചോദിച്ചാൽ കുറെക്കാലമെങ്കിലും മാഷിന്റെ ധൈഷണികജീവിതം പാർട്ടിക്കോ ഇ.എം.എസിനോ അടിയറവച്ചു എന്നു തോന്നുന്നില്ലേ?*

പാർട്ടിയുമായി ബന്ധപ്പെട്ട കാലത്തെയാണ് പലരും അങ്ങനെ കരുതുന്നത്. സ്വാതന്ത്ര്യം നഷ്ടപ്പെടുത്തി എന്ന്. സ്വാതന്ത്ര്യം നഷ്ടപ്പെട്ടതോടുകൂടി അല്ലെങ്കിൽ നിങ്ങൾ സ്വാതന്ത്ര്യം കൊടുക്കുമ്പോൾ നിങ്ങൾ തിരിച്ച് വാങ്ങുന്ന ചില കാര്യങ്ങളുണ്ട്. നിങ്ങൾ ഒരാൾ ആയിരുന്നതിനുപകരം ഒരായിരം ആളായി മാറുന്നുണ്ട്. ഒരു സംഘടനയിൽ ചെല്ലുമ്പോൾ. നിങ്ങളെ ഒരാൾ ശ്രദ്ധിക്കുന്നതിനുപകരം ഒരു ലക്ഷം ആളുകൾ ശ്രദ്ധിക്കുന്നുണ്ട്. അതാണ് അതിന്റെ പ്ലസ് പോയിന്റ്. മൈനസ് പോയിന്റ് ഉണ്ടാകാം. അതായത് നെഹ്റുവിന് ക്ഷീണം വന്നാൽ ക്ഷീണം മാറാൻ മരുന്ന് കഴിക്കുകയല്ല, ജനങ്ങളുടെ അടുത്ത് പോകുകയാണ് ചെയ്തിരുന്നത്. ജനങ്ങളുടെ ഹർഷാരവം എന്നുപറയുന്ന ഒരു സാധനം കിട്ടുമ്പോൾ ഉന്മേഷം ഉണ്ടാവുന്നു. പലരും അങ്ങനെ പറഞ്ഞുകേട്ടിട്ടുണ്ട്. കവിയെന്തിനാ സറണ്ടർ ചെയ്യുന്നത്. അത് ശരിയല്ല. കവിക്ക് കവിത കേൾക്കാൻ ചെവി വേണം. നിങ്ങളുടെ ചെവി മാത്രമേ നിങ്ങളുടെ തലയിൽ വെച്ചിട്ടുള്ളൂ. മറ്റുള്ളവരുടെ ചെവി അവരുടെ തലയിലാണുള്ളത്. അതുകൊണ്ട് നിങ്ങൾക്ക് മറ്റുള്ളവർ വേണം. അങ്ങനെ കേൾക്കാനുള്ള ചെവി ഉണ്ടായിത്തീരാൻ വേണ്ട ചുറ്റുപാട് ഉണ്ടാവണം. അതാണ് നിങ്ങൾ ഒരു സംഘടനയിൽ വരുമ്പോഴോ പ്രസ്ഥാനത്തിൽ വരുമ്പോഴോ നേടിയെടുക്കുന്നത്. അപ്പോൾ നിങ്ങളേയും പത്താളുകൾക്ക് പകരം ആയിരം ആളുകൾ കേട്ടു എന്നുവരും. നേരെ മറിച്ച് ഞാൻ അവിടെയിരുന്ന് എന്തു ചെയ്താലും എല്ലാവരും കേൾക്കും എന്നു പറയുന്ന ഒരാൾക്ക് ലോകത്തെക്കുറിച്ച് വലിയ വിവരമില്ല എന്നാണ് എനിക്ക് തോന്നുന്നത്.

- *കമ്മ്യൂണിസ്റ്റ് പാർട്ടിക്ക് അഭിമതരായിരിക്കുന്നവരെയൊക്കെ വാഴ്ത്തുകയും കമ്മ്യൂണിസ്റ്റ് പാർട്ടിക്ക് അല്പമെങ്കിലും എതിരായ നിലപാട് സ്വീകരിക്കുമ്പോൾ അവരെ തകർക്കുകയും ചെയ്യുന്ന സമീപനത്തെക്കുറിച്ച് മാഷ് എന്താണ് പറയുന്നത്?*

അത് ഒരു സംഘടന എത്രത്തോളം ടൈറ്റ് ആകുന്നുവോ അത്രത്തോളം അതു സംഭവിക്കും. ഞാൻ പറയാം. സാധാരണ എല്ലാ ഭാഗാധാരങ്ങളിലും സഹോദരന്മാർ തമ്മിലാണ് ഒപ്പിടുക. ഡൈവോഴ്സ് കേസും ഭാര്യയും ഭർത്താവും തമ്മിലാണ്. വെറുക്കുമ്പോൾ നിങ്ങൾ വെറുക്കുവാനുള്ള കാരണങ്ങൾ തേടിപ്പോവും. ഇഷ്ടപ്പെടുമ്പോൾ, ഇഷ്ടപ്പെടുവാനുള്ള കാരണം തേടിപ്പോവുകയും ചെയ്യുന്നു. ഇത് മനുഷ്യന്റെ സ്വഭാവമാണ്. നിങ്ങൾ നിങ്ങളോട്

അടുപ്പിക്കുവാൻ തുടങ്ങുമ്പോൾ ഗുണമായിട്ട് കാണും. അകറ്റാൻ ശ്രമിക്കുമ്പോൾ ഗുണങ്ങൾപോലും ദോഷമായിട്ട് കാണുകയും ചെയ്യും. ഇത് പാർട്ടിയുടെ മാത്രം പ്രത്യേകതയാണെന്ന് എനിക്ക് തോന്നുന്നില്ല.

- *വലിയ ഒരു പാർട്ടിയോട് ചേർന്നുനിൽക്കുമ്പോൾ സുരക്ഷിതത്വ മുണ്ട്. അപ്പോൾ അതില്ലാത്ത സമയത്ത് എം.എൻ. വിജയൻ മാഷ് തഴയപ്പെടുന്നതായി തോന്നുന്നുണ്ടോ?*

എനിക്ക് സുരക്ഷിതത്വം വേണമെന്ന് ഒരിക്കലും തോന്നിയിട്ടില്ല. അതുകൊണ്ട് ഞാൻ ഇൻഷ്വറൻസ് പോളിസി എടുക്കാറില്ല.

- *വ്യക്തിപരമായി വരുന്ന ആക്ഷേപങ്ങളെ ഇപ്പോൾ പ്രസംഗത്തെ ക്കുറിച്ചായിക്കോട്ടെ, എഴുത്തിനെക്കുറിച്ചായിക്കോട്ടെ മാഷ് എങ്ങനെ യാണ് സ്വീകരിക്കുന്നത് ? ഇപ്പോൾ ടി. പത്മനാഭൻ തന്നെ എം.എൻ. വിജയൻ മാഷ് എഴുതുന്നത് യാതൊന്നും മനസ്സിലായിട്ടില്ല. ഇടതു പക്ഷക്കാരോട് ചോദിക്കുമ്പോൾ അവരും അതുതന്നെ പറയുന്നു. അങ്ങനെ പറഞ്ഞുകേൾക്കുമ്പോൾ മാഷിന് എന്തു തോന്നുന്നു?*

അവർ അവരുടെ അഭിപ്രായമല്ല പറയുന്നത് എന്നു തോന്നുന്നു.

- *പിന്നെ ആരുടെ അഭിപ്രായമാണ് പറയുന്നത്?*

അപ്പോൾ പറയേണ്ട അഭിപ്രായമെന്തോ അതു പറയുന്നു എന്നു തോന്നുന്നു.

- *അല്ലാതെ ഒരു സ്വയം വിലയിരുത്തലിലേക്ക് അതു കൊണ്ടുപോകാ റില്ലേ?*

സ്വയം വിലയിരുത്തൽ എന്നുവെച്ചാൽ അത് പലതരത്തിലുണ്ട്.

- *എന്നുവച്ചാൽ?*

പ്രസംഗമോ എഴുത്തോ... അതിനുള്ള ഏറ്റവും തെളിവ് പ്രസംഗം കേൾക്കാൻ വരുന്ന ആളുകളാണ്. പത്ത് ആളുകൾ വരുന്നുണ്ടെങ്കിൽ പത്ത് ആളുകൾക്ക് മനസ്സിലാകുന്നുണ്ട് എന്നാണ്. പിറ്റേ ദിവസം ഇരുപത് ആളുകൾ വന്നാൽ അതിന്റെയർത്ഥം കുറച്ചുകൂടി പേർക്ക് മനസ്സിലാകുന്നുണ്ട് എന്നാണ്. അതുകൂടാതെ പല അഭിപ്രായങ്ങളും പറയും. നിങ്ങൾക്ക് ഔദ്യോഗികമായ അഭിപ്രായങ്ങളുണ്ട്. സംഘട നയിൽ ഉണ്ടാകുന്നത് അഭിപ്രായങ്ങളാണ്. നിങ്ങളോട് പറയാൻ ഏല്പ്പിച്ചിട്ടുള്ള അഭിപ്രായങ്ങൾ, നിങ്ങൾ പറഞ്ഞേ തീരൂ എന്നുള്ള അഭിപ്രായങ്ങൾ... ഇതൊക്കെ ഇടയ്ക്കു പറയും. ഇതൊന്നും നിങ്ങ ളുടെ അഭിപ്രായങ്ങളല്ല, അവരങ്ങനെ പറഞ്ഞുകൊണ്ടേയിരിക്കും എന്നുമാത്രമേയുള്ളൂ. കാരണം, ഇങ്ങനെ പറയുന്ന പലരും നന്നായിട്ട്

പറയുന്നതല്ല. അതുപോലെ മോശമായി എന്നു പറയുന്നവരും It may have political reasons, it may have personal reasons. അപ്പോൾ അതു ശ്രദ്ധിച്ചിട്ട് നമുക്ക് തിരുത്താൻ കഴിയില്ല. കാരണം, അവരുടെ അഭിപ്രായമല്ലേ അവരു പറയുന്നത്.

- *ഈ പറയുന്നത് കേട്ട് ചോദിക്കുകയാണ് ഒരു തമാശയ്ക്കുവേണ്ടി യെങ്കിലും മാഷിന്റെ എഴുത്തിനെ മാഷു തന്നെ വിശകലനം ചെയ്തിട്ടുണ്ടോ. അതായത് വാക്കുകളുടെ, പദസങ്കലനത്തിന്റെ ചാരുതയ്ക്കപ്പുറം വേണ്ടത്ര അർത്ഥം അതിനുണ്ടോ?*

ഞാൻ പരിമിതമായ സദസ്സിൽ പറയുന്നതുപോലെയല്ല ഒരു പൊതു വേദിയിൽ പറയുന്നത്. അതു കേൾവിക്കാരന് അറിയുക എന്നത് പ്രസംഗത്തിന്റേയും എഴുത്തിന്റേയും പ്രാഥമിക തത്ത്വമാണ്. ആരോടാണോ നമ്മൾ സംസാരിക്കുന്നത്. 'ഭടജനങ്ങളുടെ നടുവി ലുള്ളൊരു പടയണിക്കിഹ ചേരുവാൻ' കുഞ്ചൻ നമ്പ്യാർക്കറിയാം. അതല്ല വേറൊരു ദിക്കിൽ പറയുക. മാത്രമല്ല, പറയുന്ന കാര്യങ്ങൾ പലതും നമ്മുടെ സാധാരണ ജീവിതവുമായി ബന്ധപ്പെടുത്തി പറയ ണമെന്നത് വളരെ നിർബന്ധമാണ്. കാരണം നാം കഴിക്കുന്ന ഭക്ഷണത്തിൽ ഒരുപാട് cultural elements ഉണ്ട് എന്ന് എനിക്ക് ബോദ്ധ്യമായിട്ടുണ്ട്. കാരണം, മാംസഭക്ഷണം കഴിക്കുന്ന ഒരാൾ, മീൻ കഴിക്കുന്ന ഒരാൾ, മീൻ കഴിക്കാത്ത ഒരു പെൺകുട്ടിയെ വിവാഹം ചെയ്താൽ ദാമ്പത്യത്തിൽ ഒരുപാട് പ്രശ്നമുണ്ട്.

- *മാഷിന്റെ ജീവിതത്തിലെ ഏറ്റവും വലിയ പോരാട്ടം ആശയ ങ്ങളോടോ, അല്ലെങ്കിൽ പാർട്ടിയോടോ, അല്ലെങ്കിൽ മാഷിന്റെ രോഗ ങ്ങളോടോ? ഏതായിരുന്നു ഏറ്റവും വലിയ പോരാട്ടം?*

രോഗങ്ങൾ എനിക്ക് ഒരുപാട് അറിവുണ്ടാക്കിത്തന്നിട്ടുണ്ട്. ഒരുപാട് ലോകങ്ങൾ കാണിച്ചുതന്നിട്ടുണ്ട്. വേദനയുടെ അർത്ഥം മനസ്സിലാക്കി ത്തന്നിട്ടുണ്ട്. അതു മനസ്സിലാക്കാതെയും ജീവിക്കാം. വേദന എന്നത് പ്രധാനപ്പെട്ട ഒരു അനുഭവമാണ്. You can have a protected life. You can have a totally ensured life. അങ്ങനെ വരുമ്പോൾ it is a totally insensitive life.

- *വേറെ ആർക്കും ഇല്ലാത്തത്ര വലിയ രോഗപീഡകളാണ് മാഷിന് ഉണ്ടായത്. ഇരുപത്തഞ്ചുവർഷം മാഷ് നിന്നുകൊണ്ടാണ് എഴുതി യിരുന്നതും പഠിപ്പിച്ചിരുന്നതും. ഇരിക്കാൻ കഴിയില്ലായിരുന്നു. കാൻസർ വന്നു. അങ്ങനെ എത്രയോ രോഗങ്ങളാണ്. അതിൽനിന്ന് കിട്ടിയ അനുഭവം?*

ഇരിക്കാൻ പറ്റാതെ വന്നപ്പോൾ എഴുതാൻ വേണ്ടത് കസേരയല്ലാ യെന്ന് എനിക്ക് മനസ്സിലായി. കാരണം, ഞാൻ ഇഷ്ടപ്പെട്ട പലതും

എഴുതിയത് നിന്നുകൊണ്ടാണ്. എനിക്ക് ഒരു ഫിഷ് ടാങ്ക് ഉണ്ടായിരുന്നു. ആ ഫിഷ് ടാങ്കിന്റെ മുകളിൽവെച്ചാണ് എഴുതിയത്. ഇരിക്കാൻ കഴിയാത്തതുകൊണ്ട്. അങ്ങനെ എഴുതിയാലും എഴുതാം. യാതൊരു സൗകര്യവുമില്ലാതെ, ഇരിക്കാനോ കിടക്കാനോ കട്ടിലോ മേശയോ ഇല്ലാതെ ആദ്യകാലത്ത് എഴുതിയിട്ടുണ്ട്. അപ്പോൾ ഈ വക സൗകര്യങ്ങളൊക്കെ നിങ്ങൾക്ക് പ്രചോദകമായി തീരുകയോ നിങ്ങളുടെ ബുദ്ധിയെ ഉത്തേജിപ്പിക്കുകയോ ചെയ്യുന്നില്ല എന്ന് എനിക്ക് കാര്യമായിട്ടറിയാം. രോഗം ഒരു തടസ്സമാകാം. രോഗം ഒരു കാരണവുമാകാം. അങ്ങനെയാണ് സാധാരണ പറയാറുള്ളത്. സുഗതയോട് ഒരിക്കൽ ഞാൻ പറഞ്ഞിട്ടുണ്ട്. തലവേദന മാറിയാൽ ചിലപ്പോൾ തലയും പോയെന്നുവരാം.

- *രോഗത്തിന്റെ ഈ പ്രശ്നംകൊണ്ട് ചില കാര്യങ്ങളിൽ മാഷിനെ മറ്റുള്ളവർക്ക് വളരെ എളുപ്പം സ്വാധീനിക്കാമെന്ന് തോന്നുന്നുണ്ടോ? അടുത്തകാലത്ത് എച്ച്.ഐ.വി. വൈറസ് സംബന്ധിച്ച് ഒരു മരുന്നിന്റെ പത്ര സമ്മേളനത്തിൽ ആ മരുന്ന് വളരെ ഇഫക്ടീവ് ആണെന്ന് സ്ഥാപിക്കുന്ന തരത്തിൽ മാഷ് പത്രസമ്മേളനം നടത്തി. എം.എൻ. വിജയൻ മാഷിൽനിന്നും പ്രതീക്ഷിക്കാത്ത കാര്യമാണത്. എന്തുകൊണ്ടാണ് അങ്ങനെ ഒന്നിൽ പങ്കെടുത്തത്?*

ഇത് ഞാൻ പ്രതീക്ഷിക്കാത്ത ചോദ്യമാണ്. കാരണം ഞാൻ പ്രാഥമികമായ, ശാസ്ത്രീയമായ പരിശീലനം മാത്രം നടത്തിയിട്ടുള്ള ഒരാളാണ്. കോട്ടയത്തുനിന്ന് ഒരു മരുന്ന് വിദേശത്തേക്ക് കയറ്റി അയയ്ക്കുമ്പോൾ ആ മരുന്ന് ഒരു ഫുഡ് ഐറ്റം ആണ് എന്നുപറഞ്ഞാണ് കയറ്റി അയയ്ക്കുന്നത്. കാരണം, അതിനേ പെർമിഷൻ ഉള്ളൂ. ദശമൂലാരിഷ്ടം അയയ്ക്കാം. മറ്റേത് British pharmaopea അല്ലെങ്കിൽ ഇംഗ്ലീഷ് മരുന്നുകളുടെ pharmaopea. നമ്മുടെ മരുന്ന് ഗണിച്ചുണ്ടാക്കാൻ ഇതിനെ ഫുഡ് എന്ന കാറ്റഗറിയിൽ പെടുത്തിയിരിക്കാം. അപ്പോൾ ഇതിൽനിന്ന് മാറിയിട്ട് ഇതൊരു സ്പെസിഫിക് ആണെന്നും രോഗത്തിന് ഉപയോഗിക്കാം എന്നും മരുന്ന് ടെസ്റ്റ് ചെയ്തിട്ട് പറയണമെന്ന കോടതിവിധി നിസ്സാരമായി കണ്ട കേരള ഗവൺമെന്റ് മനുഷ്യവർഗ്ഗത്തോട് വലിയ തെറ്റാണ് ചെയ്തത്. അതു നാലഞ്ചുമാസം മുമ്പ് ആവർത്തിച്ചു. കോടതി വീണ്ടും പറഞ്ഞു, ഇതുപോലൊരു കേസ് വന്നപ്പോൾ ഇത് വീണ്ടും പരീക്ഷണവിധേയമാക്കണമെന്ന്. ഞങ്ങളാവശ്യപ്പെട്ടത് എന്തുകൊണ്ട് ഗവൺമെന്റ് ഇത്തരം ഒരു പരീക്ഷണം നടത്തുന്നില്ല എന്നാണ്. അത് ലോകജനതയോടുള്ള നെഗറ്റീവ് ആറ്റിറ്റ്യൂഡിന്റെ ഫലമാണ്. അത് കൊളോണിയലിസം ഇപ്പോഴും നിങ്ങളുടെ രക്തത്തിൽ ഉണ്ട് എന്നതിന്റെ തെളിവാണ്. കാരണം എച്ച്.ഐ.വി. രോഗം മാറിയതായി അനുഭവമുണ്ട്.

എന്റെ അനുഭവമാണെന്നും സാക്ഷിയായി ആരും എടുക്കേണ്ട, അതു സയന്റിഫിക് മെത്തേഡ് അല്ല.

- *എച്ച്.ഐ.വി. രോഗം മാറിയതിനുള്ള അനുഭവമെന്നു പറഞ്ഞാൽ?*

ഞാൻ മരുന്നുകൊടുത്ത് എനിക്ക് പരിചയമുള്ള ഒരു രോഗിക്ക് മാറിയതായിട്ടും അതിനുശേഷം രണ്ടുമൂന്നുപേർക്ക് കൊടുത്തിട്ട് അവർ രോഗത്തിൽനിന്ന് രക്ഷപ്പെട്ടതുമായ തെളിവ് നിങ്ങളുടെ അക്കൌണ്ടുബുക്കിൽ വരവ് വയ്ക്കേണ്ട. ഗവൺമെന്റിനു കൊടുത്തിരിക്കുന്ന കോടതിയുടെ നിർദ്ദേശം ഗവൺമെന്റ് അനുസരിക്കാതിരുന്നത് ലോകജനതയോടു ചെയ്യുന്ന ഒരു ക്രൈം ആണ്.

- *വളരെ പ്രശസ്തമായ ഒരു താത്പര്യമാണ് മാഷിന് ഫൊട്ടോഗ്രഫിയോട് ഉള്ളത്. ഇപ്പോഴൊന്നും ഉപയോഗിക്കാറില്ലെന്നറിയാം. ഇപ്പോൾ ഒരു നല്ല ക്യാമറ കിട്ടിയാൽ മാഷ് പകർത്താൻ ആഗ്രഹിക്കുന്ന ചിത്രം ഏതാണ്?*

ഇപ്പോൾ ഡിജിറ്റൽ ക്യാമറ വന്നതിനുശേഷം പടം എടുത്തുകൊണ്ടേയിരിക്കാം. ഡിജിറ്റൽ മൂവി എടുത്തുകൊണ്ടിരിക്കാം. അങ്ങനെ വരുമ്പോൾ നിങ്ങളുടെ പേഴ്സണൽ ചോയ്സ് ഇല്ലാതായിത്തീരുകയും നിങ്ങളുടെ ഇമേജിനേഷൻ പ്രവർത്തിക്കാതായിത്തീരുകയും ചെയ്യുന്നു. എം.പി. പോളിന്റെ ഭാര്യയോട് ജർമ്മനിയിലെ കണ്ടക്ടർ ചോദിച്ചതുപോലെ. ഇങ്ങനെ നാലുപേരുടെ ടിക്കറ്റിന് ഒന്നിച്ചു പൈസ തരരുത്. നാലുപേരുടേയും വേറെ വേറെ തരുക. I lost my multiplication table... Affluence എന്നു പറയുന്നത് കരയും കടലും ഒന്നാക്കി തീർക്കുന്ന ഒരു വസ്തുതയായി തീർന്നിട്ടുണ്ട്. You can't choose your frame, everything becomes a frame ഇതിന് crisis in imagination എന്നാണ് സാധാരണ പറയുക. Image ഉണ്ടാക്കുന്ന ഒരു സാധനമാണ് ക്യാമറ. But, there is a real crisis of imagination - how to have a frame? ഒരു ഫോട്ടോഗ്രാഫറുടെ ഏറ്റവും വലിയ പ്രതിസന്ധി ഒരു nude എങ്ങനെ ചിത്രീകരിക്കാമെന്നാണ്. It is always an impossible task കാരണം വസ്ത്രമില്ലാത്തപ്പോൾ ഏറെക്കുറെ എല്ലാവരും ഒരുപോലെയാണ്.

(2007)

എം.വി. ദേവൻ (1928–2014)

എതിരാളി ആരെന്ന് നോക്കാതിരുന്ന ധൈഷണിക ധിക്കാരമായിരുന്നു എം.വി. ദേവൻ. ലോകം നെഞ്ചിലേറ്റിയ ബിംബങ്ങൾക്ക് നേരെയാണ് ദേവന്റെ കല്ലുകൾ പാഞ്ഞുചെന്നത്. അവ ചെന്നുകൊണ്ടവരിൽ ഇ.എം.എസും., എം.ടി.വാസുദേവൻനായരും ഉൾപ്പെടും. വരയും വാക്കും വാസ്തുനിർമ്മിതികളും ആത്മാവിഷ്കാരമുദ്രകളായിരുന്നു അദ്ദേഹത്തിന്. കലയോടുപോലും ആശയപരമായ കലഹങ്ങൾ നടത്തി. സങ്കീർണ്ണമായ സിദ്ധാന്തങ്ങൾകൊണ്ടല്ല, ആർക്കും മനസ്സിലാകുന്ന യുക്തിയുടെ ഭാഷകൊണ്ടാണ് തന്റെ ഭാഗം അദ്ദേഹം വിശദീകരിച്ചത്. നല്ലവനാണ് താൻ എന്ന ഈ സംഭാഷണത്തിലെ അവകാശവാദത്തിന്റെ അടിത്തറ ശരികൾ ചേർത്തുവരച്ച ഒരു രേഖയാണ് താൻ എന്ന ബോധ്യംതന്നെയാണ്.

അസുരനല്ല ദേവൻ

- *മഠത്തിൽ വാസുദേവൻ എന്ന പേര് എം.വി.ദേവൻ എന്ന പേരാക്കി മാറ്റിയതിന്റെ പിന്നിൽ പ്രത്യേകഉദ്ദേശ്യം ഉണ്ടായിരുന്നോ?*

മഠത്തിൽ വാസുദേവൻ എന്നുപറഞ്ഞാൽ സാഹിത്യം വരില്ലല്ലോ? അപ്പോൾ അതൊന്ന് സാഹിത്യത്തിലേക്ക് മാറ്റണം. അതെങ്ങനെ മാറ്റണം എന്ന ആലോചന വന്നപ്പോൾ ആദ്യം മനസ്സിൽ ഓടിയത് വി.ഡി.ചൊക്ലി എന്നാണ്. ചൊക്ലി എന്നത് ഞങ്ങളുടെ സ്ഥലത്തിന്റെ പേരാണ്. വി.ഡി. ചൊക്ലി ആക്കുക എന്നാണ് തീരുമാനിച്ചത്. പക്ഷേ എന്തോ ഭാഗ്യംകൊണ്ട് അങ്ങനെ സംഭവിച്ചില്ല. പിന്നീട് അഞ്ചെട്ടു മാസം കഴിഞ്ഞതിനുശേഷമാണ് ഈ വിഡി.ക്ക് മറ്റൊരു ചീത്ത അർത്ഥം ഉണ്ടെന്ന ധാരണ വരുന്നത്. ഈ കഥ അറിയാവുന്ന രണ്ടു മൂന്നുപേരുണ്ട്, ഇപ്പോഴില്ല. വെട്ടൂർ രാമൻനായർക്ക് ഇതറിയാം, ഇട യ്ക്കിങ്ങനെ പറയും. പിന്നെ ആണ് അത് എം.വി. ദേവൻ എന്നാ കട്ടെ എന്നു വിചാരിച്ചത്. ആദ്യം എന്റെ ഒരു ചിത്രം 1944 ൽ ഞാൻ ഫോർത്ത് ഫോമിൽ പഠിക്കുമ്പോഴാണ് മാതൃഭൂമിയിൽ വരുന്നത്. അതിലാണ് എം.വി.ദേവൻ എന്നു മാറുന്നത്.

- *ഈ ദേവൻ പേരിൽ ഉണ്ടായിരുന്നതുകൊണ്ട് ഇക്കാലമത്രയും എന്തെങ്കിലും പ്രയോജനം ഉണ്ടെന്ന് തോന്നിയോ?*

പ്രയോജനം രണ്ടുതരത്തിൽ ഉണ്ടായിട്ടുണ്ട്. ഒന്ന്, ഈ ദേവൻ എന്ന പേര് കേട്ട് ആളെ കാണാതെ ഒരു ദേവൻ തന്നെയായിരിക്കുമെന്ന് സങ്കല്പിച്ച ആളുകൾ ഉണ്ട്. പിന്നെ ദേവൻ എന്നുപറഞ്ഞാൽ അങ്ങേ ഭാഗത്ത് ഒരു അസുരൻ ഉണ്ടല്ലോ. ഇത് ഒരസുരൻ ആണ്. ദേവന്റെ വേഷം കെട്ടി നടക്കുകയാണെന്ന് ധാരാളം ആളുകൾ വിശ്വസിക്കു ന്നുണ്ട്. രണ്ടുതരത്തിലും പ്രയോജനം ചെയ്യുന്നുണ്ട്.

- *സ്വഭാവത്തിൽ ദേവാംശം ആണോ, അസുരാംശം ആണോ കൂടു തൽ?*

ദേവാംശം ആണെന്നാണ് എനിക്ക് തോന്നിയിട്ടുള്ളത്. പക്ഷേ വഴങ്ങാത്ത രീതികൊണ്ട് ഒരു അസുരാംശം ഉള്ളവനെന്ന ധാരണ യുണ്ട്. പക്ഷേ, അത്തരത്തിൽ ഇന്നേവരെ ആരോടെങ്കിലും പെരു മാറിയിട്ടുണ്ടെന്ന് പറയാൻ പറ്റില്ല.

- *അല്ല, ഈ പേര് രൂപപ്പെട്ടതുപോലെ തന്നെ താടി രൂപപ്പെട്ടതിന്റെ പിന്നിലെന്തെങ്കിലും ചരിത്രം ഉണ്ടോ ? ആദ്യം മുതലേ ഇങ്ങനെ യാണോ?*

ആദ്യകാലത്ത് കാര്യമായിട്ട് രോമം ഉണ്ടായിരുന്നില്ല. പിന്നെ കറുത്ത ശരീരത്ത് രോമം വന്നപ്പോഴും വേണ്ടത്ര ഒരു കാഴ്ചയുണ്ടാ യിരുന്നില്ല. മീശ ഇടയ്ക്ക് കറുപ്പ് എഴുതിയൊക്കെയാണ് വെച്ചിരു ന്നത്. രോമം ഉണ്ടെന്ന് തെളിയിക്കാൻ ഞാനീ കൃതാവ് വളർത്തിയി രുന്നു. അത് മദ്രാസിൽ പഠിക്കുന്ന കാലത്താണ്. ഒരു ദിവസം ബഷീ റിക്ക താമസിക്കുന്ന ലോഡ്ജിൽ വന്നപ്പോൾ, കൂടെ ഭാസ്കരൻ ഉണ്ട്. ഇപ്പോഴത്തെ ഗുരു ഗോപാലകൃഷ്ണൻ ഉണ്ട്. പിന്നെ അവരുടെ തന്നെ ബന്ധുവായിട്ടുള്ള ട്രാൻസ്പോർട്ടിൽ വർക്ക് ചെയ്യുന്ന ഒരു രാമാനുജം, അങ്ങനെയുള്ള സുഹൃത്തുക്കൾ ഉണ്ട്. ബഷീറുമായി ഏറെ നാളത്തെ പരിചയം ഉണ്ട്. ബഷീർ പറഞ്ഞു ഈ ദേവന്റെ പ്രാകൃതമായ രൂപം കണ്ടില്ലേ, മഹാ ആഭാസം ആയി തോന്നുന്നു, ശരിയാവുന്നില്ല, ആ ഗ്ലാസിൽ കുറച്ച് വെള്ളം എടുക്ക്, ഞാൻ ശരി യാക്കാം എന്ന് പറഞ്ഞിട്ട് അദ്ദേഹത്തിന്റെ റേസർ കൊണ്ടുവന്ന് ആ കൃതാവ് കട്ട് ചെയ്ത് ശരിയാക്കിയശേഷം പറഞ്ഞു ഇങ്ങനെ മാത്രമേ ആകാവൂ. ഷേവ് ചെയ്യുന്ന സമയത്ത് സൂക്ഷിച്ച് വേണം ചെയ്യേണ്ടത്. അങ്ങനെ രൂപപ്പെടുത്തലൊക്കെ നടത്തി. അതുകഴിഞ്ഞിട്ട് പിന്നീട് മാതൃഭൂമിയിൽ ചേർന്ന കാലത്താണ് ഒരു ചെറിയ താടിവെച്ചു കളയാം, ചിത്രകാരന്മാർക്ക്, ഫ്രഞ്ച് ചിത്രകാരന്മാർക്ക് ഒക്കെ ഗോത്തിയുണ്ട് (ചെറിയ താടി), എഴുത്തുകാർക്ക് ഉള്ളതാണ്. അങ്ങനെ ഗോത്തിയായിട്ട് കോഴിക്കോട് നടക്കുന്ന കാലത്താണ് ഇതുപോലെ തന്നെ ബഷീറടക്കം കോഴിക്കോട്ടുകാരും പറഞ്ഞു, ഇതിന്റെ ഷേപ്പ് ശരിയല്ല. ഷേപ്പ് ഞാൻ ശരിയാക്കിത്തരാം. പിന്നെ എനിക്ക് തോന്നി വളരെ ശാസ്ത്രീയമായ രീതിയാണ്, സാധാരണ സിഗററ്റിൽ ഒട്ടിക്കില്ലേ സിസേഴ്സിന്റെ ഒക്കെ. ആ ടിന്നെടുത്ത് താടിയുടെ ഇവിടെ പിടിക്കുന്നു, അതിനു ചുറ്റുമുള്ള ഭാഗം വടിച്ചു കഴിഞ്ഞാൽ പിന്നെ കിട്ടുന്നതും വളരെ കൃത്യമായ ഷേപ്പ് ആണ്. പിന്നെ ഞാൻ നോക്കിയപ്പോൾ നമ്മുടെ സർദാർ കെ.എം. പണി ക്കർക്കൊക്കെ ഗോത്തിയുണ്ടായിരുന്നു. വളരെ ഷേപ്പുള്ള സാധനം. അതിപ്പം പാരീസിലുള്ള ബാർബർമാർ ചെയ്തതായിരിക്കാം. ഏതായാലും ഷേപ്പ് ശരിയാക്കാൻ ബഷീറിന്റെ സഹായം ഉണ്ടായി രുന്നു.

- *വൈക്കം മുഹമ്മദ് ബഷീറിന്റെ അറിയപ്പെടാത്ത സർഗ്ഗാത്മക സൃഷ്ടിയാണ് ഈ താടി?*

അതെ. ആ താടി ഞാൻ കുറേക്കാലംകൊണ്ടു നടന്നിരുന്നു. പിന്നെയത് എടുക്കേണ്ടിവന്നു. പിന്നെ പിന്നെ മദിരാശി കാലത്ത് വീണ്ടും വെക്കുകയായിരുന്നു.

- *കലകളുടെ കൂട്ടത്തിൽ സാഹിത്യത്തിന് മറ്റെല്ലാ കലാരൂപങ്ങളുടെ മേൽ ആധിപത്യം ഉണ്ടെന്ന് തോന്നിയിട്ടുണ്ടോ? നമ്മളുടെ നാട്ടിൽ കലാകാരന്മാർ എന്നുപറഞ്ഞാൽ എഴുത്തുകാർ... ഇപ്പോൾ എം.വി. ദേവൻപോലും എഴുത്തുകാരനും കൂടി ആയതുകൊണ്ടാണ് ഇത്രയും ശ്രദ്ധ കിട്ടിയത് എന്നു പറയുന്നത് ശരിയാവുമോ?*

ഒരു തരത്തിൽ ശരിയാകാം. കാരണം, ഭാഷ ജനങ്ങൾ മുഴുവൻ കൈകാര്യം ചെയ്യുന്ന സാധനം ആണ്. ഏത് മനുഷ്യനും ഭാഷ ആവശ്യമാണ്. ഭാഷ ഇല്ലെങ്കിൽ മനുഷ്യനില്ല. പക്ഷേ സംഗീതം ഇല്ലെങ്കിൽ മനുഷ്യന് ജീവിക്കാം. ചിത്രം ഇല്ലെങ്കിൽ മനുഷ്യന് ജീവിക്കാം. നാട്യം ഇല്ലെങ്കിൽ മനുഷ്യന് ജീവിക്കാം. ഭാഷയാണ് സാഹിത്യത്തിന്റെ ഉപാധി. എല്ലാ മനുഷ്യരും ഉപയോഗിക്കുന്ന ഭാഷ ഉപാധി ആയതുകൊണ്ട് നൈസർഗ്ഗികമായി അതിന് കൂടുതൽ അംഗീകാരം കിട്ടും.

- *പക്ഷേ, സാഹിത്യകാരന്മാർ മറ്റ് കലാരൂപങ്ങളെ വേണ്ടത്ര പ്രോത്സാഹിപ്പിച്ചിട്ടുണ്ടോ, അവരുടെ കൈവശം ഇരിക്കുന്ന ഭാഷകൊണ്ട് തന്നെ. കാരണം ചിത്രകലയും വാസ്തുകലയും ശിൽപകലയും എല്ലാം കലാരൂപങ്ങൾ തന്നെയാണല്ലോ?*

ആ ചോദ്യം വരുമ്പോൾ ഉത്തരത്തിൽ അടികൊടുക്കുന്ന ഭാഗം ഉണ്ട്. ഈ സാഹിത്യകാരന്മാർക്കെല്ലാം മറ്റ് കലകളെക്കുറിച്ച് ബോധം ഉണ്ടാവണം എന്നുണ്ടോ? പലർക്കും ബോധം ഇല്ലെന്നാണ് എന്റെ പരിചയത്തിൽനിന്ന് മനസ്സിലാക്കിയിട്ടുള്ളത്.

- *സാഹിത്യത്തിന് കിട്ടുന്ന ഈ അതീവശ്രദ്ധകൊണ്ട്, മറ്റു പല കലാരൂപങ്ങളും വഴങ്ങുന്ന സമയത്തുപോലും ഒരു സാഹിത്യകാരൻ എന്ന നിലയിൽ അവാർഡ് കിട്ടിയപ്പോൾ സ്വീകാര്യത കൂടിയതായി തോന്നിയോ?*

അങ്ങനെ തോന്നൽ ഉണ്ടായിട്ടില്ല. ഈ എഴുതികൊണ്ടിരിക്കുന്ന കാലത്ത് തന്നെ ഞാൻ എഴുതുന്നത് ഗൗരവപ്പെട്ട കാര്യങ്ങൾ ആണെന്നും ഇന്നല്ലെങ്കിൽ നാളെ ഇതു തേടി ആളുകൾ വരുമെന്നും ഒരു ധാരണയോ തെറ്റിദ്ധാരണയോ ഉണ്ടായിരുന്നു.

- *പലപ്പോഴായി എഴുതിയ ലേഖനങ്ങളുടെ സമാഹാരത്തിനാണ് വയലാർ അവാർഡ് കിട്ടിയത്. വയലാർ അവാർഡുപോലെ ഒരു സമ്മാനം കിട്ടാനുള്ള അർഹത ദേവസ്പന്ദനം എന്ന കൃതിക്ക് ഉണ്ടായിരുന്നു എന്നു തോന്നിയിട്ടുണ്ടോ, അല്ലെങ്കിൽ അതിന് എതിരെ വിമർശനങ്ങൾ വന്നത് ശ്രദ്ധിച്ചിട്ടുണ്ടോ?*

  പല കൃതികളേക്കാളും മുന്തിയതാണെന്ന് ഇപ്പോഴും എനിക്ക് അഭിപ്രായം ഇല്ല. അതിന് തുല്യമായിട്ട് ഒരു ഗ്രന്ഥം മലയാളത്തിൽ ഇറങ്ങാൻ ചിലപ്പോൾ ഒരു പത്തോ അമ്പതോ വർഷമെങ്കിലും എടുക്കും എന്ന വിശ്വാസം ഉണ്ട്. ഇത് തണ്ടത്തംകൊണ്ട് പറയുകയല്ല.

- *ചോളമണ്ഡലത്തിലെ കെ.സി.എസ്. പണിക്കരുടെ ശിഷ്യനായിരുന്നല്ലോ? കെ.സി.എസ്. പണിക്കരുടെ അത്രയും ബൗദ്ധിക നിലവാരമുള്ള ഏതെങ്കിലും ശിഷ്യൻ പിന്നീട് അദ്ദേഹത്തിനുണ്ടായിട്ടുണ്ടോ?*

  ഇല്ല.

- *എന്തുകൊണ്ടാണ് അങ്ങനെ ഉണ്ടാകാത്തത്?*

  ഉണ്ടാവാത്തതിന്റെ കാരണം മനുഷ്യന്റെ ജന്മപ്രകൃതി ഓരോരുത്തർക്കും വ്യത്യസ്തമല്ലേ? ഒരാളെപ്പോലെ വേറൊരാളെ കാണില്ല.

- *ചിത്രകലയിൽ വന്ന ആളുകൾ illustration മാത്രമാണ് കല എന്നൊരു ധാരണ പരതാനിടയായിട്ടുണ്ട്. രണ്ട് നമ്പൂതിരിയുടെ വരയാണ്, ഒരു കാലത്ത് കവിത എന്നു പറഞ്ഞുകഴിഞ്ഞാൽ ചങ്ങമ്പുഴയുടെ കവിത, കവി എന്നു പറഞ്ഞാൽ ചങ്ങമ്പുഴ, അതുപോലെതന്നെ വരയെന്ന് പറഞ്ഞാൽ നമ്പൂതിരി എന്നുമാത്രം. ആ ധാരണ ഇപ്പോഴും നിലനിൽക്കുന്നുണ്ട്. ദേവനും ഒക്കെ പ്രോത്സാഹിപ്പിക്കുന്നതായിട്ടാണ് തോന്നിയിരിക്കുന്നത്, പിന്നീട് വന്ന ചെറുപ്പക്കാരെ എന്തുകൊണ്ടാണ് പ്രോത്സാഹിപ്പിക്കാത്തത്?*

  അതിൽ നമ്പൂതിരിയോടൊപ്പം തന്നെ വന്നിട്ടുള്ളതാണ് എ.എസ്. എ.എസിന്റെ വര നല്ല വൈവിദ്ധ്യമുള്ള വരയായിരുന്നു. പക്ഷേ എ. എസ്. നേരത്തെതന്നെ കാലം ചെയ്തുപോയി. പിന്നെ രംഗത്ത് നില്ക്കുന്നത് നമ്പൂതിരിയാണ്. അപ്പോൾ മദിരാശി സ്കൂൾ ഓഫ് ആർട്ടിന്റെ ഏറ്റവും വലിയ സവിശേഷത രേഖയ്ക്ക് പ്രാധാന്യം കൊടുത്തുകൊണ്ടുള്ള പഠനക്രമം ഉണ്ടായിരുന്നു എന്നുള്ളതാണ്. രേഖാ ചിത്രകല വരുമ്പോൾ അതിന്റെ ആധാരശിലയാണ്. അത് ആവാഹിച്ച് എടുത്തിട്ടുള്ളയാളാണ് നമ്പൂതിരി. ആ നമ്പൂതിരിയുടെ വര ഒരു ഘട്ടം വന്നപ്പോൾ ആവർത്തന വിരസമായി വന്നിട്ടുണ്ട്. എന്നാൽ തന്നെയും അതിനെ കടന്നുനില്ക്കുന്ന തരത്തിലുള്ള രേഖാ വിന്യാസം പിന്നെ പലരും കാണിച്ചിട്ടില്ല.

- *ആർക്കിടെക്ച്ചറിലേക്ക് ഇടയ്ക്ക് തിരിഞ്ഞിരുന്നല്ലോ? ഫാക്ടിലേക്ക് എം.കെ.കെ. നായർ വിളിച്ച സമയത്ത് ഒരു വരുമാനമാർഗ്ഗം എന്ന നിലയിൽ അങ്ങോട്ട് തിരിഞ്ഞതാണോ, അതോ മനഃപൂർവ്വമായ തീരുമാനം ആയിരുന്നോ അത്? ആരെങ്കിലും വന്ന് ദേവൻ തന്നെ ചെയ്യണമെന്ന് ആവശ്യപ്പെട്ടതാണോ?*

ആവശ്യപ്പെട്ടു.

- *ബേക്കറും ദേവനും ഒക്കെ ഡിസൈൻ ചെയ്ത ആ ചെലവുകുറഞ്ഞ വീടുകൾ ഇപ്പോഴത്തെ ജീവിതരീതിക്ക് ചേർന്നതല്ല, പല സ്ഥലത്തും ബേക്കറുടെ തന്നെ വീടുകൾ, കെട്ടിടങ്ങൾ പൊളിച്ചുകളയാൻ തുടങ്ങിയിട്ടുണ്ട്. പിന്തിരിഞ്ഞുനോക്കുമ്പോൾ കേരളത്തിന്റെ കാലാവസ്ഥയ്ക്കും ഭൂപ്രകൃതിക്കു കൂടുതൽ കാലം നിലനില്ക്കുന്ന കെട്ടിടങ്ങളല്ലേ വേണ്ടത്.*

ഇല്ല. ഞാൻ ഏകദേശം 72-ൽ ആണ് ഈ രംഗത്ത് വരുന്നത്. ആളുകൾ ആവശ്യപ്പെട്ടിട്ടാണ്. എന്റെ ചില സുഹൃത്തുക്കൾ ആവശ്യപ്പെട്ടിട്ടാണ്, അതുവരെ എനിക്ക് ബോധ്യം ഉണ്ടായിരുന്നില്ല. എനിക്ക് ചെയ്യാൻ പറ്റും എന്നുള്ളത്. അതിനുശേഷം ഒന്നും പൊളിച്ചതായിട്ട് എനിക്കറിയില്ല.

- *ആ കെട്ടിടനിർമ്മാണരീതി എല്ലാ കാലത്തും നിലനില്ക്കുമെന്നാണോ പറയുന്നത്?*

എല്ലാ കാലത്തും ഇല്ലെങ്കിലും നമ്മുടെ കാലാവസ്ഥയ്ക്കും നമ്മുടെ പൊതുവേയുള്ള ജീവിതത്തിന്റെ രീതിക്കും വളരെ ഇണങ്ങിയിട്ടുള്ള കെട്ടിടങ്ങളാണത്.

- *എം. ഗോവിന്ദനുശേഷം ദേവനെ ചിലർ കലയുടെ ദേവേന്ദ്രനായി വാഴിച്ചതുപോലെ ചില ആളുകളുടെ സംസാരത്തിൽ തോന്നും. അങ്ങനെ ഒരധീശത്വം ഉണ്ടോ?*

ഒരിക്കലുമില്ല. കാരണം, എപ്പോഴും ഭിന്നാഭിപ്രായം ഉണ്ടാകണം. ഭിന്നാഭിപ്രായം ആണ് മനുഷ്യവർഗ്ഗത്തിന്റെ ചോദന എന്നു വിശ്വസിക്കുന്ന ഒരാളാണ് ഞാൻ.

- *അതെ... ഭിന്നാഭിപ്രായത്തിനുവേണ്ടി ഭിന്നാഭിപ്രായം പറയാറുണ്ടോ?*

അതിനുവേണ്ടി പറയുകയല്ല. എപ്പോഴും നമുക്ക് ഭിന്നമായ അഭിപ്രായങ്ങൾ വരും. മനസ്സിലായില്ലേ... ഞാൻ നേരത്തെ പറഞ്ഞപോലെ ഒരു മനുഷ്യനേപ്പോലെ വേറൊരു മനുഷ്യൻ ഇല്ല. ഒരു മനുഷ്യനെപ്പോലെ ചിന്തിക്കുന്ന ഒരാളല്ല, വേറൊരു മനുഷ്യൻ. അപ്പോൾ ഈ ചിന്തയിലും മാനസികഭാവത്തിലും ഒക്കെ ചെറിയ വ്യത്യാസങ്ങൾ

ഉള്ളതുകൊണ്ട് അഭിപ്രായങ്ങളിലും ചെറിയ വ്യത്യാസം ഉണ്ടാവാം. അത് എപ്പോഴും നമ്മൾ തർക്കിക്കണമെന്നല്ല, അഭിപ്രായഭിന്നതകൾ ഉണ്ടാകാം.

- *രാഷ്ട്രീയത്തിൽ ഗ്രൂപ്പ് ഉള്ളതുപോലെ കലയിലും ഗ്രൂപ്പ് ഉണ്ടോ? ഒരു ഗ്രൂപ്പിന്റെ തല തൊട്ടപ്പൻ ആണോ എം.വി.ദേവൻ?*

ഞാനല്ല, ഞാൻ ഒരിക്കലും അല്ല. ഞാൻ ആരുടേയും തലതൊട്ടപ്പൻ അല്ല. എന്നെ വേറൊരാൾ തലതൊട്ടപ്പൻ ആക്കാൻ ശ്രമിച്ചാൽ അതിന് സമ്മതിക്കുകയുമില്ല.

- *പക്ഷേ പലതിനും വഴങ്ങാത്ത ഒരാളെന്ന നിലയ്ക്ക് ധിക്കാരം അനുസരണയേക്കാൾ ജീവിതത്തിന് പ്രയോജനം ചെയ്യുന്ന ഒന്നാണെന്ന് തോന്നിയോ?*

പ്രയോജനം അല്ല, എന്റെ മനസ്സിൽ വന്നിട്ടുള്ള ഒരു കാര്യത്തെക്കുറിച്ച് അത് മൂടിവെയ്ക്കാതെ പറയേണ്ടത് എന്റെ മനസ്സാക്ഷിയോട് ചെയ്യുന്ന നീതി ആണെന്ന് കുട്ടിക്കാലം മുതൽ എന്റെ ബോധം ആണ്.

- *അങ്ങനെ എടുത്ത നിലപാടുകൾ അല്ലെങ്കിൽ അത്തരം ധിക്കാരങ്ങൾ അർത്ഥരഹിതമായി എന്നു പിന്നീട് തോന്നിയിട്ടുണ്ടോ?*

ഇതുവരെ അങ്ങനെ ഇല്ല, ഒന്നിലും ഇല്ല.

- *അപ്പോൾ എം.ടി.ക്കെതിരെ, എം.ടി.യെപ്പോലൊരാൾക്കെതിരെ സാഹിത്യചോരണം എന്ന പേരിൽ ആരോപണം ഉന്നയിക്കുകയുണ്ടായി. വളരെ നിസ്സാരമായ കാര്യമായിരുന്നു. ഞാനത് ചെയ്യേണ്ടിയിരുന്നില്ല എന്നു തോന്നിയില്ലേ?*

നിങ്ങൾ ഒചോദ്യം ചോദിക്കുന്ന അവസരത്തിൽ റിയാക്ട് ചെയ്യേണ്ടി വരുമല്ലോ? റിയാക്ട് ചെയ്യാതിരിക്കുന്നത് ശരിയാണെന്നുള്ള അഭിപ്രായക്കാരനല്ല ഞാൻ. അപ്പോൾ അങ്ങനെ വന്ന അവസരത്തിലാണ് ഈ പഴയ കഥ സൂചിപ്പിക്കേണ്ടി വന്നത്. മനഃപൂർവ്വമായിട്ട് ഇദ്ദേഹത്തെ ചെറുതാക്കാനോ, അല്ലെങ്കിൽ അദ്ദേഹത്തെ ദുഃഖിപ്പിക്കാനോ വേണ്ടി പറഞ്ഞതല്ല.

- *പക്ഷേ അതിനുശേഷം അതെസംബന്ധിച്ച് വന്ന എല്ലാ തർക്കങ്ങളിലും വിവാദങ്ങളിലും ഉറച്ചു നില്ക്കുകയാണ് ചെയ്തത്. ചെയ്തത് തെറ്റിപ്പോയി അല്ലെങ്കിൽ അത്രയ്ക്ക് പ്രാധാന്യം കല്പിച്ചിരുന്നില്ല എന്നല്ല പറഞ്ഞത്?*

ഞാൻ അതേപ്പറ്റി പറഞ്ഞത്, അവസാനം അതു out of the court ആയിട്ട് സെറ്റിൽ ചെയ്യുമ്പോൾ അതിലും പറഞ്ഞിട്ടുള്ളത് ഈ

പ്രസ്താവനകൊണ്ട് വാസുദേവൻനായർക്ക് വല്ല തരത്തിലുള്ള വിഷമമോ ദുഃഖമോ ഉണ്ടായിട്ടുണ്ടെങ്കിൽ അതിൽ ഞാൻ പരിതപിക്കുന്നു, ദുഃഖിക്കുന്നു എന്നാണ്.

- *അങ്ങനെ വാസ്തവത്തിൽ മനസ്സിൽതന്നെ ദുഃഖം ഉണ്ടായോ?*

അതുണ്ടായി, അല്ലേ അങ്ങേർക്ക് അത് വിഷമം ആയി തോന്നിയപ്പോൾ സ്വാഭാവികമായി, അതിപ്പോൾ ഏതൊരു മനുഷ്യനും ഇങ്ങനെ ഒരു സംഗതി പറഞ്ഞ് അങ്ങേർക്ക് അത് വലിയ മാനക്കേടായി, വിഷമമായി എന്ന് തോന്നിക്കഴിഞ്ഞാൽ ഒരിത് നമുക്ക് തോന്നുമല്ലോ.

- *മറ്റാർക്കെങ്കിലും വിഷമം തോന്നിയാൽ ദുഃഖിക്കുന്നത് ഒരു ധിക്കാരിയുടെ സ്വഭാവത്തിൽ പെട്ടതാണോ?*

അത് എന്റെ സ്വഭാവത്തിൽപ്പെട്ടതാണ്. ധിക്കാരിയുടേത് ആണോ എന്നെനിക്കറിയില്ല. ഇതൊക്കെ പറഞ്ഞുകഴിഞ്ഞാൽ മറ്റൊരു മനുഷ്യനാണ്. ആ മനുഷ്യന് അങ്ങനെ ഒരു വേദന ഉണ്ടായി. വേദന ഉണ്ടാക്കാൻ വേണ്ടിയല്ല പറഞ്ഞത്, മനസ്സിലായില്ലേ, വേദന ഉണ്ടാക്കാൻവേണ്ടി പറഞ്ഞതാണെങ്കിൽ ശരിയാണ്. വേദന ഉണ്ടാക്കാൻ വേണ്ടി പറഞ്ഞതല്ല. ഈ പത്രക്കാർ ഇങ്ങനെ ചോദിച്ച് വന്നപ്പോൾ പറഞ്ഞതാണ്.

- *ഒരുപക്ഷേ എം.ടി.യേക്കാൾ കൂടുതൽ അടുപ്പം ടി. പത്മനാഭനോട് ഉണ്ട്. അതുകൊണ്ടാണോ എം.ടി.ക്കെതിരെ ഇങ്ങനെ ഒരു കാര്യം പെട്ടെന്ന് പറഞ്ഞുപോയത്?*

അല്ല, അത് അക്കാലത്ത് പലരും പ്രസ്താവിച്ചിരുന്നു. ഇത് പത്മനാഭൻ ഇൻവെസ്റ്റിഗേറ്റ് ചെയ്തിട്ടാണ് പറഞ്ഞതെന്ന്. ഒരു കാരണവശാലും പത്മനാഭൻ ആ രംഗത്തില്ല. വാസ്തവത്തിൽ ഇതു നമ്മുടെ ആളുകളുടെ ദുഷ്ടബുദ്ധിയുടെ ഏറ്റവും നല്ല ലക്ഷണമാണ്.

- *പക്ഷേ പത്മനാഭനും എം.ടി.യും മലയാളികൾ ആദരിക്കുന്ന രണ്ട് എഴുത്തുകാരാണ്. അവർ തമ്മിൽ വളരെ നിസ്സാര കാര്യത്തിന് ഇങ്ങനെ മാനസികമായ ഒരകൽച്ച ഉള്ളത് മാറ്റണം എന്ന് തോന്നിയിട്ടില്ലേ?*

നിസ്സാര കാര്യത്തിനുള്ള അകൽച്ചയല്ല, അവർ തമ്മിലുള്ള അകൽച്ചയുടെ ചരിത്രം ഇപ്പോൾ പറയാൻ ഉദ്ദേശിക്കുന്നില്ല. അകൽച്ച വളരെ കഠിനമായിട്ടുള്ള അകൽച്ചയാണ്. പക്ഷേ...

- *സാഹിത്യേതര കാരണങ്ങൾകൊണ്ടുണ്ടായ അകൽച്ചയാണ്?*

അത് ഇവിടെ രണ്ടാമത് സ്ഥാപിച്ചു കഴിഞ്ഞാൽ ഒരു തർക്കവിഷയമായിട്ട് തീരും. ആ തർക്കവിഷയത്തിലേക്ക് ഞാൻ കടക്കുന്നില്ല.

ഒറ്റ ഉദാഹരണം പറയാം. ഈ അടുത്ത് പത്മനാഭനെ ആരോ ഇന്റർവ്യൂ ചെയ്തപ്പോൾ ഈ ചോദ്യം വന്നു. അപ്പോൾ അദ്ദേഹം കൊടുത്ത ഉത്തരം, ആ ഉത്തരം മാത്രം ഞാൻ പറയാം. അദ്ദേഹം പറഞ്ഞു, ഇവിടെ ഭൂമിയിൽ ആരെങ്കിലും തപസ്സോ യാഗമോ ഒക്കെ തുടങ്ങിക്കഴിഞ്ഞാൽ ദേവേന്ദ്രൻ പരിഭ്രമിച്ച് യാഗം മുടക്കാൻ നടക്കും. അങ്ങനെ ഒരു കഥാപാത്രമായി എം.ടി. വാസുദേവൻനായരെ പത്മനാഭൻ ഒരു ഇന്റർവ്യൂവിൽ പറഞ്ഞിട്ടുണ്ട്. അതാണ് യഥാർത്ഥ പ്രശ്നം. അതിൽ കവിഞ്ഞ് ഇതിനെക്കുറിച്ചൊന്നും സംസാരിക്കുന്നത് ശരിയല്ല.

- *എം.ടി.ക്ക് അങ്ങനെ ഒരു മനോഭാവം ഉള്ളതായി തോന്നിയിട്ടുണ്ടോ?*

അദ്ദേഹത്തിന് തോന്നിയതാണല്ലോ അദ്ദേഹം പറഞ്ഞത്.

- *അല്ല, പത്മനാഭന് തോന്നിയതും താങ്കൾക്ക് തോന്നിയിട്ടുണ്ടോ?*

പത്മനാഭൻ കഥയെഴുതുന്നു. എം.ടി.യും കഥയെഴുതുന്നു. ഞാൻ കഥയൊന്നും എഴുതുന്ന ആളല്ലല്ലോ?

- *ഒരിക്കൽ പാദസേവ ചെയ്യുന്നവർക്ക് മാത്രമാണ് ഇവിടുത്തെ സ്ഥാനങ്ങൾ കിട്ടുക എന്നു പറഞ്ഞിട്ടുണ്ട്. പാദസേവ ചെയ്യാത്തതു കൊണ്ട് എന്തെങ്കിലും സ്ഥാനം താങ്കൾക്ക് നഷ്ടപ്പെട്ടിട്ടുണ്ടോ?*

ഒന്നും നഷ്ടപ്പെട്ടിട്ടില്ല. എനിക്ക് ഒരുപക്ഷേ അർഹതപ്പെട്ടതിൽ കവിഞ്ഞ് കിട്ടി എന്ന അഭിപ്രായക്കാരനാണ്. ഇത്രയൊക്കെ കിട്ടേണ്ട കാര്യം ഉണ്ടായിരുന്നോ എന്ന് പലപ്പോഴും സംശയിച്ചിട്ടുണ്ട്. പിന്നെ കിട്ടിയതൊക്കെ അർഹതയില്ലാത്തതാണെന്ന് ഒരിക്കലും തോന്നിയിട്ടില്ല. ഇതിനുവേണ്ടി എപ്പോഴെങ്കിലും എവിടെയെങ്കിലും പിറകെ നടക്കുകയോ ആരെയെങ്കിലും കാണുകയോ കാലു പിടിക്കുകയോ ചെയ്യുന്ന രീതി ഇന്നേവരെ ഉണ്ടായിട്ടില്ല.

- *ചിത്രകാരൻ എന്ന നിലയിൽ എത്രത്തോളം സംഭാവന താങ്കളിൽ നിന്നുണ്ടായിട്ടുണ്ട്, ഒരിക്കൽ സക്കറിയ എം.വി. ദേവൻ ഒരു വ്യാജ ചിത്രകാരൻ ആണെന്ന് വരെ പറയുകയുണ്ടായി, സ്വയം എങ്ങനെയാണ് വിലയിരുത്തുന്നത്?*

വ്യാജം എങ്കിലും ഉണ്ടല്ലോ, ഞാൻ അങ്ങനെ ഒരു വലിയ ചിത്രകാരനാണെന്ന അഭിപ്രായക്കാരനല്ല. വലിയ എഴുത്തുകാരനാണെന്ന അഭിപ്രായക്കാരനല്ല. കഴിയുന്നതും ഒരു നല്ല മനുഷ്യൻ ആകണം എന്നേയുള്ളൂ. നാരായണഗുരു പറഞ്ഞില്ലേ മതമേതായാലും മനുഷ്യൻ നന്നായാൽ മതി. ഒരു നല്ല മനുഷ്യൻ ആകണം. ആ മനുഷ്യന് ചിത്രകല ആവാം. സാഹിത്യം ആകാം, പ്രസംഗം ആകാം,

ശില്പം ആകാം, എന്തും ആകാം എന്നല്ലാതെ ഇതിൽ ഏതെങ്കിലും ഒന്നിന്റെ പ്രാമാണ്യത, അതിന്റെ ഒരാളാണ്, അതിന്റെ ഒരു തേജോ മയമായ രൂപം ആണ് അങ്ങനെ ഒരിക്കലും ചിന്തിക്കില്ല.

- *എം.വി.ദേവൻ നല്ല മനുഷ്യനാണെന്ന് ബാക്കിയുള്ളവർ സമ്മതിച്ച് തരുന്നുണ്ടോ?*

അത് സമ്മതിക്കേണ്ടത് അവരുടെ കാര്യമാണ് എന്ന് എനിക്ക് പൂർണ്ണബോധ്യമുണ്ട്. ഞാൻ ഒരു നല്ല മനുഷ്യനാണ്. എന്റെ കുട്ടികളെ നല്ല രീതിയിൽ ആണ് വളർത്തിയിട്ടുള്ളത്. ആളുകളോട് ആ രീതിയിൽ തന്നെയാണ് പെരുമാറിയിട്ടുള്ളത്. ഒരു ദുഷ്ട കഥാപാത്രമാണ് ഞാനെന്ന് ആരെങ്കിലും പറയുമോ എന്ന് സംശയ മാണ്. എന്നെ ഇഷ്ടപ്പെടാത്ത ആൾക്കാരുണ്ടാകാം, പക്ഷേ ഒരു ദുഷ്ട കഥാപാത്രമാണിയാൾ എന്ന് ആരും പറയില്ല എന്നാണ് എന്റെ വിശ്വാസം.

- *എം. ഗോവിന്ദന്റെ ശിഷ്യൻ എന്ന നിലയിൽ പിന്നീടിങ്ങോട്ട് എല്ലാ ക്കാലത്തും കമ്മ്യൂണിസ്റ്റ് വിരോധി എന്നൊരു ഇമേജ് എം.വി. ദേവ നെക്കുറിച്ച് ഉണ്ട്. ആദ്യമായി ഒരു കമ്മ്യൂണിസ്റ്റ് മന്ത്രിസഭ കേരള ത്തിൽ ഉണ്ടായപ്പോൾ താങ്കളേപ്പോലെ ചിന്തിക്കുന്ന ആളുകൾക്ക് അതിനോട് സ്വാഭാവികമായി ഒരു ചായ്വ് ഉണ്ടാകേണ്ടതായിരുന്നു. അങ്ങനെ ഒരു ചായ്വ് ആദ്യം ഉണ്ടായിരുന്നു, അതിനുശേഷമാണോ ഈ മാറ്റം വന്നത്?*

അന്ന് വാസ്തവത്തിൽ വലിയ പ്രതീക്ഷ ഉണ്ടായിരുന്നു.

- *അന്ന് വലിയ സന്തോഷം തോന്നിയിരുന്നോ?*

സന്തോഷം തോന്നി എന്ന് മാത്രമല്ല, ഞങ്ങൾ കോഴിക്കോട്ട് നിന്ന് അഞ്ചാറുപേർ സത്യപ്രതിജ്ഞാകർമ്മത്തിനു സാക്ഷിയാവാൻ തിരുവനന്തപുരത്തേക്ക് പോകുകയുണ്ടായി.

- *കമ്മ്യൂണിസ്റ്റ് വിരോധികളായിരുന്ന തായാട്ട് ശങ്കരൻ, എം.കെ. സാനു അങ്ങനെ പലരും പിൽക്കാലത്ത് കമ്മ്യൂണിസ്റ്റ് അനുഭാവികളായി മാറി എന്നു പറയാം. സുകുമാർ അഴീക്കോടിനുപോലും പഴയതു പോലെ കമ്മ്യൂണിസ്റ്റ് വിരോധം ഇപ്പോഴില്ല. താങ്കൾ മാത്രം എന്തുകൊണ്ടാണീ കമ്മ്യൂണിസ്റ്റ് വിരോധത്തിൽ അടിയുറച്ച് നില്ക്കു ന്നത്?*

ഈ മാർക്സിസം, അതിന്റെ ഗർഭഗൃഹത്തിൽ പ്രവേശിച്ച് കാര്യ ങ്ങൾ ഒക്കെ വിവരിച്ച് അറിഞ്ഞപ്പോൾ ഇത് മനുഷ്യവംശത്തിന് നന്മചെയ്യുന്ന ഒരു സാധനം അല്ല എന്ന് പൂർണ്ണബോധ്യമായി.

- *പിൽക്കാലത്ത് ഏറ്റവും കൂടുതൽ കേരളചരിത്രത്തിൽ വിമർശിക്കപ്പെട്ട ഒരു കാര്യമാണ് വിമോചനസമരം. അവസാനം എ.കെ. ആന്റണിപോലും തള്ളിപ്പറഞ്ഞ വിമോചനസമരം കേരളത്തിൽ പുരോഗതി കൊണ്ടുവന്നുവെന്ന് താങ്കൾ പറയുകയും പ്രസംഗിക്കുകയും ചെയ്തിട്ടുണ്ട്?*

പുസ്തകം ഇറക്കിയിട്ടുണ്ട്.

- *അങ്ങനെ വിമോചനസമയത്തേപ്പോലും ഇപ്പോഴും ന്യായീകരിക്കത്തക്ക തരത്തിൽ എന്ത് ന്യായമാണ് താങ്കൾക്കുള്ളത്?*

അതിന്റെ ന്യായം; ആ വിമോചനസമരം വന്നതുകൊണ്ട് കേരളത്തിൽ മാറി മാറി ഭരണം വരുന്നില്ലേ? കേരളത്തിൽ മാത്രമേ വരുന്നുള്ളൂ. ബംഗാൾ നോക്കൂ, നമ്മളേക്കാളും ചിന്തിക്കുകയും പ്രവൃത്തിക്കുകയും ഉൽബുദ്ധത ഉണ്ടായിരുന്ന ആളുകൾ ബംഗാളികൾ ആണെന്നാണ് വച്ചിട്ടുള്ളത്. ആ ബംഗാളിൽ ഈ വിമോചന സമരം വന്നിട്ടുണ്ടെങ്കിൽ മാറി മാറി ഭരണം വന്നേനേ. കഴിഞ്ഞ 35 വർഷമായിട്ട് കമ്മ്യൂണിസ്റ്റ് ഭരണം തന്നെയല്ലേ. ഇവിടെ ആ വിമോചന സമരം വന്നതുകൊണ്ടാണ് ഒരു തവണ കമ്മ്യൂണിസ്റ്റ് നേതൃത്വവും അടുത്ത തവണ കോൺഗ്രസ് നേതൃത്വവും. പിന്നെയും മാറുന്നു. അതിന്റെ കാരണം വിമോചനസമരമാണ്.

- *അല്ല, അങ്ങനെ മാറി മാറി ഭരണം കൊണ്ടുവരാനിടയാക്കിയ വിമോചനസമരത്തെ എന്തുകൊണ്ടാണ് കോൺഗ്രസുകാരിൽപോലും ഒരു വിഭാഗം ഇപ്പോൾ തള്ളിപ്പറയുന്നത്?*

അല്ല, അതിപ്പോൾ അവർ ദുർബലചിത്തരല്ലേ? കിട്ടിയ സ്വാതന്ത്ര്യത്തെ സ്വാതന്ത്ര്യമായി ശരിയായി ഉപയോഗിക്കാൻ പറ്റിയിരുന്നില്ല. ഇപ്പോൾ ഒരു ഉദാഹരണം, പത്രങ്ങളിൽ ഒക്കെ വരുന്നതാണ് ഇന്നലെ ഒരു മന്ത്രി ഒഴിഞ്ഞ വീട്ടിൽ ആണ് ഇന്ന് ഒരു മന്ത്രി താമസിക്കുന്നത്. അടച്ചുപൂട്ടിയ വീട്ടിൽ ആ മന്ത്രി താമസം ആക്കുമ്പോൾ അദ്ദേഹം 16 ഉം 15 ഉം 20 ഉം ലക്ഷം രൂപ ചിലവഴിച്ചിട്ടാണ് താമസിക്കുന്നത് എന്നുപറയുന്നു. ഇത് ഏതെങ്കിലും മറ്റ് രാജ്യത്ത് സംഭവിക്കുന്നുണ്ടോ? ഈ ധൂർത്ത്, ഈ ദരിദ്രരാജ്യത്തിൽ ഈ ധൂർത്ത് തുടങ്ങിവെച്ചത് കോൺഗ്രസ്സുകാരല്ലേ, ആ കോൺഗ്രസ്സുകാർക്ക് വിമോചനസമരത്തെപ്പറ്റി ഇന്ന് ദുഃഖം തോന്നുന്നെങ്കിൽ അദ്ഭുതം ഉണ്ടോ.

- *ഒരുപക്ഷേ കമ്മ്യൂണിസ്റ്റ് വിരോധത്തെപോലും തോൽപ്പിക്കുന്ന തരത്തിലുള്ള ഇ.എം.എസ്. വിരോധം താങ്കൾക്ക് ഉള്ളതായി തോന്നിയിട്ടുണ്ട്. ഇ.എം.എസ്. നെ അതിനിശിതമായ ഭാഷയിലാണ് താങ്കൾ*

വിമർശിച്ചിട്ടുള്ളത്, ഇപ്പോഴും ആ വിമർശനത്തിൽ ഉറച്ച് നില്ക്കുക യാണോ?

അത് അർഹിക്കുന്ന ഒരാളെന്ന നിലയിലാണ്, അല്ലാതെ അർഹി ക്കാത്ത ഒരാളെപ്പറ്റി ഒരുകാലത്തും ഞാനതു പറയില്ല. അർഹിക്കുന്ന ഒരാളാണ്, അതിന് എന്റെ പ്രയോഗം ഒരു പുസ്തകത്തിൽ വന്നി ട്ടുണ്ട് - പ്രയോഗം എന്തെന്നുവെച്ചാൽ കേരളത്തെ പാതാളത്തോളം ചവിട്ടിത്താഴ്ത്തിയ ഒരാൾ ആരാണെന്ന് ചോദിച്ചാൽ അത് ഇ.എം. എസ്. ആണെന്ന് ഞാൻ പറയും.

- *പക്ഷേ ഏതു തരത്തിലാണ് ഇ.എം.എസിനോടുള്ള എതിർപ്പ്, അദ്ദേഹം വികസനത്തെ തടസ്സപ്പെടുത്തി എന്ന നിലയിലാണോ, അതോ അദ്ദേഹം ജനാധിപത്യവാദി ആയിരുന്നില്ല എന്ന നിലയി ലാണോ, പല നല്ല കാര്യങ്ങളും ഇ.എം.എസ്. കൊണ്ടുവന്നിട്ടു ണ്ടല്ലോ?*

ചെയ്ത കാര്യങ്ങളിലൊക്കെ നന്മയേക്കാൾ തിന്മയാണ് സംഭവിച്ചി ട്ടുള്ളത്. ഉദാഹരണത്തിന് നമ്മുടെ ഭൂവിതരണം.

- *ഭൂപരിഷ്കരണനിയമം കൊണ്ടുവന്നത്, പക്ഷേ അത് പൊതുവെ എല്ലാവരും സ്വാഗതം ചെയ്തത് ഒരു നല്ല കാര്യം ആയിട്ടല്ലേ?*

സ്വാഗതം ചെയ്തിട്ട് നമ്മുടെ വയൽ എന്തായി, ഇങ്ങനെയുള്ള ആളു കൾ വരുന്നതിനുമുമ്പേ, സോഷ്യലിസത്തെപ്പറ്റിയുള്ള സംസാരം വരുന്ന അവസരത്തിൽ തന്നെ കേരളത്തിൽ ചില ആളുകൾ ഈ വഴി ചിന്തിക്കുകയും പ്രവർത്തിക്കുകയും ചെയ്തിരുന്നു. ഈ കൃഷി ഭൂമി തുണ്ടം തുണ്ടമായി കഴിഞ്ഞാൽ അവിടെ കൃഷി നടക്കില്ല. 10 സെന്റായിട്ടോ, 20 സെന്റായിട്ടോ, 15 സെന്റായിട്ടോ ആക്കികഴിഞ്ഞാൽ കൃഷി നടക്കില്ല. പുതിയ കാലത്ത് അതുകൊണ്ട് കോർപ്പറേറ്റീവ് ഫാമിംഗ് ഉണ്ടാകണം. അതിന്റെ പ്രത്യക്ഷ ഉദാഹരണം ആണ് ഇട ശ്ശേരി ഗോവിന്ദൻനായരുടെ കൂട്ടുകൃഷി. അതുപോലെ എപ്പോഴെ ങ്കിലും നമ്പൂതിരി ഇല്ലങ്ങൾക്ക് റബ്ബർ കൃഷി ഉണ്ടായിരുന്നോ? അവർ ആനയെ ഒക്കെ വളർത്തിയിരുന്നു. റബ്ബർ കൃഷി ഉള്ളതായിട്ട് കേട്ടി ട്ടില്ല. പക്ഷേ ഇതോടുകൂടെ എല്ലാ ഇല്ലങ്ങൾക്കും 50 ഏക്കറോ, 500 ഏക്കറോ, 1000 ഏക്കറോ റബ്ബർ എസ്റ്റേറ്റ് ഉണ്ടായിരുന്നല്ലോ. അത് എസ്റ്റേറ്റുകൾ അല്ലെങ്കിൽ അതുപോലുള്ള ട്രസ്റ്റുകൾ ഇതിൽനിന്ന് മാറ്റി നിർത്തപ്പെട്ടിരുന്നു. ഇങ്ങനെ ഒരു സന്ദേശം നേരത്തെതന്നെ പല ആളുകളിലും എത്തിയിരുന്നു. ആ കിട്ടിയതിന്റെ ഫലമായിട്ടാണ്, ആ അത് വിഭജിക്കണ്ട, ട്രസ്റ്റ് ആക്കിയുള്ള സാധനങ്ങൾ ഒരിക്കലും വിഭജിക്കണ്ട. അതുപോലെ തന്നെ പിന്നെ മുണ്ടശ്ശേരി മാഷിൽ കൂടെ വന്ന വിദ്യാഭ്യാസ പരിഷ്കരണബില്ല്, അതിൽ നല്ല വശങ്ങൾ ഉണ്ട്.

പക്ഷേ ആ നല്ല വശങ്ങളുടെ ഭാഗം തന്നെയാണ് അന്ന് ഈ മാനേജർമാർ കിട്ടുന്ന ഗ്രാന്റിൽനിന്ന് ഒരു പത്തോ പതിനഞ്ചോ രൂപ യാണ് എടുക്കുന്നത്. നൂറോ നൂറ്റിയിരുപതോ രൂപ കിട്ടുന്നതിൽനിന്ന് അത് തെറ്റാണ്, ഡയറക്ടായിട്ട് അവർക്ക് ശമ്പളം കൊടുക്കുന്ന വ്യവസ്ഥ വന്നു. പക്ഷേ ഡയറക്ടായിട്ട് ശമ്പളം കൊടുക്കുന്ന വ്യവസ്ഥ വന്നപ്പോൾ ആ അധ്യാപകരെ നിശ്ചയിക്കുമ്പോൾ നാലും അഞ്ചും ലക്ഷം രൂപ നിയമനത്തിന് വാങ്ങിക്കുന്ന അവസ്ഥ വന്നില്ലേ? ഒറിജിനൽ ബില്ലിൽ അത് പാടില്ലാന്നുള്ള വ്യവസ്ഥ ഉണ്ടായിരുന്നു. പക്ഷേ അന്ന് ഇവിടുത്തെ ന്യൂനപക്ഷത്തെ പ്രീണിപ്പിക്കാൻവേണ്ടി അതിൽ വെള്ളം ചേർത്തു. അപ്പോൾ ഓരോ നല്ല കാര്യം ആയിട്ട് ചെയ്തതും നമ്മുടെ നാടിന് ദൂഷ്യം ആയിട്ടാണ് ഭവിച്ചത്.

- *ഇ.എം.എസിന്റെ ഉദ്ദേശ്യങ്ങളേയും താങ്കൾ ചോദ്യം ചെയ്യുന്നുണ്ടോ? ഇ.എം.എസ്. ചെയ്തത് തെറ്റിപ്പോയി എന്ന്?*

ഉദ്ദേശ്യങ്ങൾ ശരിയാണ്. ഇവിടുത്തെ കാലാവസ്ഥ, ഇവിടുത്തെ മനുഷ്യരുടെ മാനസിക അവസ്ഥ ഇതൊക്കെ മനസ്സിലാക്കിയിട്ട് വേണ്ടേ ഇത് ചെയ്യാൻ.

- *അല്ല, ഇ.എം.എസ്. ചെയ്ത കാര്യങ്ങളിൽ ഏറ്റവും നല്ലതെന്ന് തോന്നുന്ന ഒരു കാര്യം പറയുക?*

നല്ല ഒരു കാര്യവും വാസ്തവത്തിൽ ഇല്ല.

- *ഒരു നല്ല കാര്യവും ? ഇപ്പോഴും പാർട്ടി മാത്രമല്ല കേരളത്തിലെ ആളു കൾ ഒരു വിഗ്രഹമായിട്ട് കൊണ്ടുനടക്കുന്ന ഇ.എം.എസ്. ഒരു നല്ല കാര്യവും ചെയ്തിട്ടില്ലെന്നാണോ പറയുന്നത്?*

നല്ല ഗദ്യകാരനായിരുന്നു, നല്ല തെളിഞ്ഞ ഗദ്യത്തിന്റെ കർത്താ വാണ്.

- *അതു മാത്രമേ അദ്ദേഹത്തിൽ ഒരു നല്ല കാര്യം കാണുന്നുള്ളൂ?*

അദ്ദേഹം സാധുജനപക്ഷത്താണ് നിന്നിരുന്നത്. പക്ഷേ എന്തോ നിർഭാഗ്യം കൊണ്ട് അദ്ദേഹം ചെയ്ത കാര്യങ്ങൾ ഒക്കെ ഈ സാധു ജനങ്ങൾക്ക് ദോഷകരമായിട്ടാണ് തീർന്നത്..

- *കേരളത്തിന്റെ പുരോഗതിയെ തടസ്സപ്പെടുത്തിയത് ഇ.എം.എസിന്റെ നയങ്ങൾ ആണെന്ന് പറയുമ്പോൾ തന്നെ അതിനുശേഷം വന്ന കോൺഗ്രസിലെ കെ. കരുണാകരനും എ.കെ. ആന്റണിയും ചെയ്തത് എന്തെന്ന് ആലോചിച്ചിട്ടുണ്ടോ? അവരുടെ ചെയ്തികളെ, സംഭാവനകളെ താങ്കൾ അതുപോലെ വിലയിരുത്തിയിട്ടുണ്ടോ?*

ഞാൻ പറയാം. ആന്റണി, ആന്റണിയുടെ കാലത്താണ് സ്വാശ്രയ സാധനം വരുന്നത് അല്ലേ, എന്തുകൊണ്ട് അങ്ങനെ വന്നു? കേരളത്തിൽ ആധുനിക ശാസ്ത്രത്തിന്റേയും സാങ്കേതിക വിദ്യയുടേയും മുന്നേറ്റം വന്നപ്പോൾ അത് നല്കാനുള്ള സാധനങ്ങൾ ഒന്നും നമ്മൾക്കില്ല. ഇവിടുത്തെ കുട്ടികൾ ഇതില്ലെങ്കിൽ രക്ഷപ്പെടില്ലെന്ന് കണ്ടപ്പോൾ രക്ഷിതാക്കൾ എന്തുചെയ്തു? അവർ കർണ്ണാടകത്തിലേക്കും തമിഴ്നാട്ടിലേക്കും മറ്റ് സ്ഥലങ്ങളിലേക്കും അയച്ചു. അപ്പോൾ ഇവിടുത്തെ കാശ് ഒഴുകിപോകുകയാണ് എങ്ങോട്ട്? കർണ്ണാടകത്തിലേക്കും തമിഴ്നാട്ടിലേക്കും മറ്റും. ആ ഒഴുക്ക് നിരോധിക്കാൻ വേണ്ടിയാണ് ആന്റണിയുടെ പിരീഡിൽ സ്വാശ്രയം വന്നത്.

- *അങ്ങനെ നടപടി എടുത്ത ആന്റണിക്കും മാനേജ്മെന്റുകളെ നിയന്ത്രിക്കാൻ കഴിഞ്ഞില്ല എന്നൊരു കാര്യമുണ്ട്?*

കഴിയാത്തതിന്റെ കാരണം ഓരോ ഘട്ടങ്ങളിലും നമ്മൾ ചെയ്തു വെച്ചിട്ടുള്ള വേറെ അത്യാപത്തുകൾ ഉണ്ട്. അത് ഒരാൾ മാത്രം ചെയ്തുവച്ചിട്ടുള്ളതല്ല. ഞാൻ പറഞ്ഞില്ലേ, മുൻ വിദ്യാഭ്യാസമന്ത്രി മുണ്ടശ്ശേരി അന്നത്തെ വിദ്യാഭ്യാസ ബില്ല് കൊണ്ടുവന്ന അവസരത്തിൽ നേരിട്ട് അധ്യാപകർക്ക് ശമ്പളം കൊടുക്കുന്ന വ്യവസ്ഥ ഒരു നല്ല വ്യവസ്ഥയാണ്. ആ വ്യവസ്ഥ വന്നപ്പോൾ അധ്യാപകരെ നിശ്ചയിക്കാനുള്ള വ്യവസ്ഥയും അതിൽ പറഞ്ഞിരുന്നു. പക്ഷേ, അതിന്റെ കൂട്ടത്തിൽ ന്യൂനപക്ഷ പ്രീണനത്തിന് വേണ്ടി പ്രത്യേകമായി ഒരു വകുപ്പുണ്ടാക്കി.

- *പക്ഷേ കേരളത്തിൽ അങ്ങനെ ബോധപൂർവ്വമായ ഒരു ന്യൂനപക്ഷ പ്രീണനം ഇപ്പോഴും നടക്കുന്നുണ്ടെന്നാണോ പറയുന്നത്. വെള്ളാപ്പിള്ളി നടേശൻ അങ്ങനെ വാദിക്കുന്നുണ്ട്. അതുപോലെ ബി.ജെ.പി. വാദിക്കുന്നുണ്ട്?*

ഇപ്പോഴും നടക്കുന്നുണ്ട്. നടക്കുന്നുണ്ട് എന്നുവെച്ചാൽ നമ്മുടെ വോട്ടാണ് ലക്ഷ്യം. വോട്ട് ബാങ്ക്, ആ വോട്ട് ലക്ഷ്യംവെച്ചിട്ടാണ് കാര്യങ്ങൾ ചെയ്യുന്നത്.

- *പിന്നീട് ന്യൂനപക്ഷവിരുദ്ധമെന്ന് വ്യാഖ്യാനിക്കപ്പെട്ട ആന്റണിയുടെ പ്രസ്താവനയുണ്ട്. ആ പ്രസ്താവനയിൽ പറഞ്ഞ കാര്യം ശരിയാണെന്ന് താങ്കൾ കരുതുന്നുണ്ടോ?*

ഈ പൊളിറ്റിക്സ് വരുന്ന അവസരത്തിൽ ഇപ്പോൾ എനിക്ക് പറയാവുന്ന തരത്തിൽ സ്വാതന്ത്ര്യത്തോടെ ഒരു പൊളിറ്റീഷ്യന് പറയാൻ പറ്റി എന്നുവരില്ല. അതിന്റെ പാരതന്ത്ര്യം ഉണ്ട്. ആന്റണിക്കും ആ

പാരതന്ത്ര്യം ഉണ്ട്. ഒരുപക്ഷേ അച്യുതാനന്ദനും ആ പാരതന്ത്ര്യം ഉണ്ട്, കോടിയേരി ബാലകൃഷ്ണനനും കാണും.

- *താങ്കൾക്ക് വി.എസ്. അച്യുതാനന്ദനിലും എം.എ. ബേബിയിലു മൊക്കെ പ്രതീക്ഷയുണ്ടോ?*

പ്രതീക്ഷയുണ്ടായിരുന്നു. പ്രതീക്ഷ ഇപ്പോഴും മുഴുവനും പോയി ട്ടില്ല. എവിടേയോ അത് കെട്ട് പോകുന്നൂ എന്ന് ഒരാശങ്കയുണ്ട്.

- *എന്തുകൊണ്ടാണ് അങ്ങനെ ഒരാശങ്ക ഇപ്പോൾ ഉണ്ടായത്?*

ആശങ്കയുണ്ടായത് ഒന്ന് - നമ്മൾ എന്തെങ്കിലും ഒരു കാര്യം പറ ഞ്ഞുകഴിഞ്ഞാൽ, നമ്മൾ ഒരു പ്രത്യേക സ്ഥാനത്ത് വന്നുകഴി ഞ്ഞാൽ ആ പറഞ്ഞതുപോലെ പ്രവർത്തിക്കാൻ പറ്റുമെന്ന് മനസ്സി ലാക്കിയിട്ട് മാത്രമേ ഒരു കാര്യം പറയാവൂ. ഞാൻ കലയെക്കുറിച്ച് ഒരു കാര്യം പറയുന്നുവെന്ന് പറഞ്ഞാൽ കലയുടെ ഒരു കലാ സ്ഥാപനത്തിന്റെ ആളായിവന്നുകഴിഞ്ഞാൽ ഞാനാപ്പറഞ്ഞ കാര്യ ങ്ങൾ നടപ്പിലാക്കാൻ പറ്റുമോയെന്ന് ആലോചിച്ചിട്ട് മാത്രമേ പറയൂ. ഇപ്പോൾ അച്ച്യുതാനന്ദൻ തന്നെ പ്രതിപക്ഷത്തിരിക്കുന്ന കാലത്ത് പറഞ്ഞിരുന്ന വാക്കുകൾ, ഇതൊക്കെ അച്ചടിച്ചുവന്നിട്ടുള്ളതാണല്ലോ? ആ വാചകങ്ങൾ എടുത്തുവെച്ച് കഴിഞ്ഞിട്ട് ഇപ്പോൾ അദ്ദേഹത്തോട് നേരിട്ടു ചോദിക്കുക താങ്കൾ ഈ പറഞ്ഞ കാര്യങ്ങൾ ചെയ്യാൻ പറ്റുമോ, പറ്റില്ല.

- *സാംസ്കാരിക മന്ത്രി എന്നുള്ള നിലയിൽ ബേബിക്കെന്തെങ്കിലും ഉപദേശം കൊടുത്തോ? ശരിക്കും സാംസ്കാരിക കാര്യത്തിനു ഒരു മന്ത്രി തന്നെ ആവശ്യമുണ്ടോ?*

സാംസ്കാരിക നായകന്മാർ, ഞാൻ കറക്ട് ചെയ്യാറുണ്ട്. 'നായ ന്മാർ' ഒക്കെ വേണമെന്ന് വിചാരിക്കുന്ന രാജ്യത്തിൽ ഒരു മന്ത്രി ഇല്ലാ തിരിക്കാൻ പറ്റില്ലല്ലോ?

- *സാംസ്കാരിക നായകന്മാർ എന്നുള്ളത് സാംസ്കാരിക നായന്മാർ എന്ന് തിരുത്തിപറഞ്ഞത് പ്രാസം ഒപ്പിക്കാൻ മാത്രമാണോ, അതോ നായന്മാർക്ക് അങ്ങനെ ഒരാധിപത്യം ഉണ്ടോ?*

സംസ്കാരത്തിൽനിന്ന് നായകന്മാർ ഉണ്ടാകും എന്നത് ശരിയല്ല. സാംസ്കാരിക പ്രവർത്തകന്മാരാണ്. പിന്നെ ഇവിടുത്തെ ബഹു ഭൂരിപക്ഷം ജനങ്ങൾ ആരാണ് നായന്മാരാണ്. അപ്പോൾ അതിൽ ഒരാളെന്ന നിലയിൽ...

- *ഭൂരിപക്ഷം നായന്മാരാകില്ലല്ലോ?*

അല്ല, പൊതുവെ കേരളത്തിലെ ജനങ്ങൾ എന്നുപറഞ്ഞാൽ നമ്മൾ പൊതുവെ അംഗീകരിക്കുന്നത് അതാണല്ലോ.

- *ഇദ്ദേഹം പലപ്പോഴും പ്രസംഗിക്കുമ്പോൾ ഞാനൊരു കമ്മാളനാണ്, തിയ്യനാണ് എന്നൊക്കെ പറയാറുണ്ട്. ആ പ്രസംഗത്തിന് അപ്പുറം പിന്നാക്ക വിഭാഗത്തിനുവേണ്ടിയിട്ട് ഇത്രയും കാലത്തെ ജീവിതത്തി നിടയിൽ എന്തു ചെയ്തു?*

പിന്നാക്ക വിഭാഗത്തിനായി ഒന്നും ചെയ്തിട്ടില്ല. എന്റെ ബേസിക് ആയിട്ടുള്ള സാധനം തൊഴിൽ ചെയ്ത് അഭിമാനത്തോടുകൂടി ഉപ ജീവിക്കുക എന്നതാണ്. മനുഷ്യന്റെ കർമ്മവും സിദ്ധിയും. അതി നാലാണ് ഞാൻ കമ്മാളനാണ് എന്നു പറയുന്നത്. കമ്മാളൻ എന്നു പറഞ്ഞാൽ സംസ്കൃതപദത്തിൽനിന്ന് വന്നിട്ടുള്ളതാണ് - കർമ്മ കാരൻ.

- *ജാതിയുടെ പേരിൽ വിവേചനം അനുഭവിക്കേണ്ടി വന്നിട്ടുണ്ടോ?*

എനിക്ക് ഒരിക്കലും സംഭവിച്ചിട്ടില്ല. എന്റെ സംഭവത്തിൽ കേരള ത്തിൽ ആ വ്യത്യാസം അശേഷം ഇല്ല.

- *വരും തലമുറ എം.വി. ദേവൻ എന്ന വ്യക്തിയെ എങ്ങനെ വിലയിരു ത്തണമെന്നാണ് ആഗ്രഹിക്കുന്നത്? എങ്ങനെ സ്മരിക്കണമെന്നാണ് ആഗ്രഹിക്കുന്നത്?*

നേരത്തെ പറഞ്ഞപോലെ ഒരു നല്ല മനുഷ്യൻ ആയിരുന്നു. മാത്ര മല്ല, തനിക്ക് ശേഷമുള്ള തലമുറയിൽ അവരുടെ നന്മയാണ് തന്റെ നന്മ എന്ന് പ്രതീക്ഷിച്ചിരുന്ന ആ ലക്ഷ്യത്തോട് കൂടി ജീവിച്ചിരുന്ന ഒരു മനുഷ്യൻ ആയിരുന്നു എന്ന് ഓർത്താൽ നന്ന്.

(2006)

പുനത്തിൽ കുഞ്ഞബ്ദുള്ള (1940–2017)

സ്വകാര്യതയിൽ മാത്രം സ്വതന്ത്രരായ മലയാളിയുടെ കാപട്യത്തിനു നേരെയുള്ള ആക്രമണമായിരുന്നു പുനത്തിൽ കുഞ്ഞബ്ദുള്ളയുടെ ജീവിതം. സ്വന്തം ചോദനകളെ നിരാശപ്പെടുത്താതെ ജീവിക്കുകയും എഴുതുകയും ചെയ്ത ഡോക്ടർ. സമൂഹനിയമങ്ങളെ വെല്ലുവിളിച്ച് തൃപ്തിയടഞ്ഞത് തന്നെ മറച്ചുപിടിച്ചില്ല. ജീവിതയാത്രയിൽ കുഞ്ഞബ്ദുള്ള നേരിട്ടതത്രയും സദാചാരമേലങ്കിയണിഞ്ഞ ചോദ്യങ്ങളെയായിരുന്നു. ഓരോ ഉത്തരങ്ങളും കലാപത്തിനുള്ള മുറവിളിയുമായിരുന്നു. ഈ അഭിമുഖത്തിലുണ്ട് ആ ജീവിതത്തിന്റെ തീക്ഷ്ണതയും വൈരുദ്ധ്യങ്ങളും.

കുഞ്ഞബ്ദുള്ള റിപ്പബ്ലിക്

- *പുനത്തിൽ കുഞ്ഞബ്ദുള്ള ഇപ്പോഴും എന്തെഴുതിയാലും വായിക്കാൻ രസമാണ്. താങ്കൾ മറ്റെന്തിനെക്കാളുമുപരി ഒരു എഴുത്തുകാരനാണ്. പക്ഷേ ഇപ്പോൾ താങ്കളെക്കുറിച്ചുള്ള ചർച്ച എഴുത്തുകാരനെന്ന നിലയിലാണോ?*

ഞാൻ എഴുത്തുകാരുടെയൊക്കെ വായനക്കാരനാണ്. എന്റെ വായനക്കാരെ എല്ലാം "സാർ" എന്നാണ് വിളിക്കുന്നത്. വായനക്കാരെ വളരെ ഇഷ്ടമാണ്. എന്റെ വായനക്കാർ ഞാൻ എഴുതിയത് ആസ്വദിക്കുന്നവരാണ്. അവർക്ക് ഇഷ്ടപ്പെട്ടതോ ഇഷ്ടപ്പെടാത്തതോ ഒന്നും അല്ല ഞാൻ എഴുതുന്നത്. ഞാൻ എന്തെഴുതിയാലും അവർ ഇഷ്ടപ്പെടുന്നു.

- *കുറച്ചുകാലം കഴിയുമ്പോൾ പുനത്തിൽ കുഞ്ഞബ്ദുള്ളയെ ആളുകൾ വിലയിരുത്തുക ഒരു എഴുത്തുകാരനായി ആവണമെന്നില്ല. ഒരു പക്ഷേ അനുഭവങ്ങളുടെ അടിസ്ഥാനത്തിൽ ആകാം. ഒരുപക്ഷേ സെക്സിനെക്കുറിച്ച് പറയുകയും എഴുതുകയും ചെയ്ത ആളാണെന്നാവാം. അങ്ങനെയാണോ വേണ്ടത്?*

സെക്സ് എന്താ പറയുന്നത്? സെക്സ്... ജീവിതത്തിൽ ഭക്ഷണം കഴിക്കുന്നില്ലേ, വെള്ളം കുടിക്കുന്നില്ലേ... കുട്ടികളെ ഉണ്ടാക്കുന്നില്ലേ... സെക്സ് അത്രയേ ഉള്ളൂ. സെക്സ് ഒരു പ്രാഥമിക വൈകാരികത അല്ല. ഏത് സ്ത്രീയെ കണ്ടാലും ഒരു പുരുഷൻ സ്നേഹിക്കുന്നതും ഒരു സ്ത്രീ പുരുഷനെ ഇഷ്ടപ്പെട്ടുപോകുന്നതും അത് സെക്സ് ആയിട്ട് കണക്കാക്കരുത്. പിന്നെ ഒരുമിച്ച് കിടക്കും. ഒരുമിച്ചിരിക്കും. ഒരുമിച്ചുണ്ണും.

- *പക്ഷേ പുനത്തിൽ കുഞ്ഞബ്ദുള്ള എന്ന ഈ വലിയ എഴുത്തുകാരനെ എഴുത്തുകാരനായി വിലയിരുത്താതെ കള്ളും കുടിച്ച് പെണ്ണും പിടിച്ച് നടന്നയാൾ എന്നു വിലയിരുത്തുന്നത് ശരിയാണോ?*

എന്താ ഇത്? കള്ളു കുടിക്കുക, ഭക്ഷണം കഴിക്കുക ഇത് നമ്മുടെ വ്യക്തിജീവിതത്തിൽ സംഭവിക്കുന്നതാണ്. അത് നമ്മൾ സമൂഹത്തിൽ ഉണ്ടാക്കിയ തെറ്റിദ്ധാരണയാണ്. സാധാരണ ഉച്ചയ്ക്ക് ഊണ് കഴിക്കുന്നു. രാവിലെ രണ്ടിഡ്ഡലി കഴിക്കുന്നു. വൈകീട്ട് ഭക്ഷണം കഴിക്കുന്നു. പിന്നെ വൈഫിന്റെ കൂടെ കിടക്കുന്നു. ഇതൊക്കെയല്ലേ ജീവിതം? ഇതിനപ്പുറം ഒരു ജീവിതമുണ്ട്. അത് സമൂഹത്തിന് കാണാൻ പറ്റുന്നില്ല. അത് കാണിക്കണം എന്നുള്ളതുകൊണ്ടാണ് നമ്മൾ കാണിക്കുന്നത്.

- *താങ്കളെ അങ്ങനെ വിലയിരുത്തുന്നതിൽ താങ്കൾക്ക് ഒട്ടും വിഷമം ഇല്ല എന്നാണോ?*

ഇല്ല. ഒരു വിഷമവും ഇല്ല. വിലയിരുത്തേണ്ട അധികാരം അവർക്കാണ്. ഞാൻ എന്ത് പറയുന്നു, എന്ത് ചെയ്യുന്നു, എന്തുകൊണ്ട് ജീവിക്കുന്നു. അത് വിലയിരുത്തേണ്ടത് സമൂഹത്തിന്റെ അധികാരമാണ്. അവരുടെ അവകാശമാണ്. അവർ വിലയിരുത്തുന്നത്, എന്റെ അവസ്ഥയെക്കുറിച്ച് ചിന്തിച്ചിട്ടാണ്. അതിൽ എനിക്ക് ഒരു പരിഭവവും ഇല്ല.

- *പക്ഷേ, അവർ അങ്ങനെ വിലയിരുത്തണമെന്നാണോ താങ്കൾ ആഗ്രഹിക്കുന്നത്?*

എനിക്കൊരാഗ്രഹവും ഇല്ല. എന്താണ് ഇങ്ങനെയൊക്കെ പറയുന്നത്? എനിക്കൊരാഗ്രഹവും ഇല്ല. അവർ എങ്ങനെ വിലയിരുത്തിയാലും എനിക്ക് സന്തോഷമാണ്. മോശമായിട്ടായാലും നന്നായിട്ടായാലും എനിക്കതിൽ വലിയ അഭിമാനമുണ്ട്.

- *ഇവിടെ മറ്റാർക്കും ഇല്ലാത്ത സ്വാതന്ത്ര്യം അല്ലേ താങ്കൾ എടുത്ത് അനുഭവിച്ചുകൊണ്ടിരിക്കുന്നത്?*

അതുണ്ട്. സമൂഹം നമുക്ക് തരുന്നൊരു സ്വാതന്ത്ര്യം ഉണ്ട്. സമൂഹം ഗംഭീര സ്വാതന്ത്ര്യം തരുന്നുണ്ട്. എന്തുപറഞ്ഞാലും സ്വീകരിക്കും.

- *താങ്കൾക്ക് മാത്രം തന്ന സ്വാതന്ത്ര്യം എന്നാണോ ഉദ്ദേശിക്കുന്നത്?*

എനിക്കുമാത്രം അല്ലല്ലോ... അങ്ങനെയാണോ?

- *എനിക്ക് പലപ്പോഴും അങ്ങനെയാണ് തോന്നുന്നത്?*

അങ്ങനെയുണ്ടെങ്കിൽ ഭാഗ്യവാൻ. അങ്ങനെയൊരു സ്വാതന്ത്ര്യം കാരണം ഞാൻ തെറ്റായ നിലപാട് എടുക്കില്ല എന്ന് സമൂഹത്തിന് അറിയാം.

- *അറിയാം എന്നുപറഞ്ഞ് താങ്കൾ അങ്ങനെ എടുക്കുന്നു എന്നതല്ലേ വാസ്തവം?*

ഞാനത് മിസ് യൂസ് ചെയ്യുകയാണ്.

- *സമൂഹം, സദാചാരം, ധാർമ്മികത ഇതൊക്കെ ആവശ്യമില്ലാത്ത കാര്യങ്ങളാണ് എന്ന് താങ്കൾക്ക് തോന്നുന്നുണ്ടോ?*

എന്ത് സദാചാരമാണ് നിങ്ങൾ ആഗ്രഹിക്കുന്നത്? സൗന്ദര്യവസ്തുക്കളെയൊക്കെ ആഗ്രഹിക്കാം, ആസ്വദിക്കാം. ഇവിടെ ആളുകളൊക്കെ ഭയങ്കര ധാർമ്മികത. എന്ത് ധാർമ്മികത. ഒരു പെൺകുട്ടി, ഒരു പെണ്ണ് എന്നു പറഞ്ഞാൽ ഒരു പുഷ്പമാണ് പെണ്ണ്. നമ്മൾ എന്താ പറയാ? ഏറ്റവും നല്ല പുഷ്പം. അതുപോലെയാണ് പെണ്ണ്. ഏത് പെണ്ണും ഏത് പെൺകുട്ടിയും (മണത്തു കാണിക്കുന്നു) മണത്തുനോക്കും, നമ്മൾ ചവച്ചുതിന്നും.

- *ഒരു സഹജീവി എന്നതല്ലാതെ ഒരു ഓബ്ജക്ട് ആയിട്ടാണോ താങ്കൾ സ്ത്രീകളെ കാണുന്നത്?*

ഞാൻ ഒരു പാതിരി ഒന്നും അല്ല. നിങ്ങളെപ്പോലെ ഒരു പാതിരിയും അല്ല. ഒരു മൊയില്യാരും അല്ല, നമ്മളൊക്കെ മനുഷ്യനാണ്.

- *പുനത്തിൽ കുഞ്ഞബ്ദുള്ള ഒരു നല്ല ഭർത്താവല്ല, നല്ല അച്ഛനല്ല എന്ന് വിളിച്ചുപറയാത്ത താങ്കളുടെ ഭാര്യയും മക്കളും തന്ന സ്വാതന്ത്ര്യം അല്ലേ താങ്കൾ അനുഭവിക്കുന്നത് ?*

അത് ഭയങ്കരമാണ് ജോണി. അവളുടെ പന്ത്രണ്ടാമത്തെ വയസ്സിലായിരുന്നു ഞങ്ങളുടെ വിവാഹം. എന്റെ ഭാര്യക്ക് 12, എനിക്ക് 22 വയസ്സ്. പതിനേഴാമത്തെ വയസ്സിൽ അവൾക്ക് ഒരു കുട്ടിയെ ഉണ്ടാക്കി. ഒറ്റ ദിവസം മാത്രമാണ് ഞങ്ങൾ മീറ്റ് ചെയ്തത്. ഒരു ദിവസം മാത്രം. എനിക്കന്ന് പരീക്ഷയ്ക്ക് പോകണം... (ചിരിക്കുന്നു) അലിഗഡിൽ പരീക്ഷയ്ക്ക് പോകണം. ആ കുട്ടിയാണ് എന്റെ മൂത്ത മകൾ. ഇത്രയൊക്കെ പോരെ ഒരു പുരുഷന്?

- *അല്ല, ഞാൻ ചോദിക്കുന്നത് അവർ അനുവദിച്ചുതരുന്ന സ്വാതന്ത്ര്യമല്ലേ താങ്കൾ അനുഭവിക്കുന്നത് എന്നാണ്?*

ഞാൻ കൊടുത്ത സ്വാതന്ത്ര്യമാണ്.

- *താങ്കൾ അവരെക്കുറിച്ച് പലതും പറഞ്ഞിട്ടുണ്ട്. പക്ഷേ അവർ ഇതുവരെ പൊതുജനമധ്യത്തിൽവന്ന് താങ്കളെക്കുറിച്ച് മോശമായി ഒന്നും പറഞ്ഞിട്ടില്ല. അപ്പോൾ അവരല്ലേ....?*

അത് പറയാൻ അവർക്കൊരു സ്റ്റേജ് കിട്ടണ്ടേ? ഇതുപോലെ നിങ്ങൾ കൊടുക്കൂ ഒരു സ്റ്റേജ്... നിങ്ങൾ ഒരു സ്റ്റേജ് കൊടുത്താൽ

ഇവരൊക്കെ പറയും. ഇയാൾ ഒന്നിനും കൊള്ളാത്ത ആളാണ്. നിങ്ങൾ കൊടുക്കുമോ ഒരു സ്റ്റേജ്? നിങ്ങൾക്ക് വേണ്ടത് വലിയ വലിയ ആളുകളെ മൻമോഹൻ സിങ്ങിനെ? അവരെ ഇവരെ...

- *അവർക്ക് വേദി കിട്ടാത്തതുകൊണ്ടാണ് അവർ ഒന്നും പറയാത്തത്?*

അതുകൊണ്ടായിരിക്കണം, അല്ലാതെ എന്താ പറയാത്തത്?

- *ഒരുപക്ഷേ അവർ താങ്കളേക്കാൾ വലിയ മനുഷ്യരായതുകൊണ്ടാവില്ലേ?*

എന്നേക്കാൾ നല്ല മനുഷ്യരാ അവർ. ഞാൻ ചീത്ത മനുഷ്യനാണ്. ചീത്ത മനുഷ്യരല്ല നല്ല മനുഷ്യരാണ് സമൂഹത്തിന് ഗുണദോഷങ്ങൾ പറഞ്ഞുകൊടുക്കേണ്ടത്.

- *താങ്കൾ എടുത്ത് അനുഭവിക്കുന്ന ഈ സ്വാതന്ത്ര്യം ഉണ്ടല്ലോ. അത് താങ്കളുടെ ഭാര്യയ്ക്കും മകൾക്കും കൊടുക്കാൻ സന്നദ്ധനാണോ?*

ഇല്ല, ഒരിക്കലും കൊടുക്കില്ല. അത് എന്റെ മാത്രം സ്വാതന്ത്ര്യം ആണ്. എന്റെ മാത്രം... നമ്മുടെ സ്വാതന്ത്ര്യം എന്തിനാണ് അവർക്ക് ഒറ്റുകൊടുക്കുന്നത്?

- *താങ്കൾ വിശാലമനസ്കനാണ് എന്നുണ്ടെങ്കിൽ താങ്കൾക്ക് തോന്നണം, താൻ അനുഭവിക്കുന്ന സ്വാതന്ത്ര്യം ഭാര്യയ്ക്കും മകൾക്കും ഒക്കെ അവകാശപ്പെട്ടതാണ് എന്ന്. അതിനുപക്ഷേ താങ്കൾ സന്നദ്ധനല്ലാത്തത് എന്തുകൊണ്ടാണ്?*

അവർക്ക് അത് അവകാശപ്പെടാനുള്ള ധൈര്യം ഇല്ലാത്തതുകൊണ്ടാണ്. അവർക്ക് അവകാശപ്പെടാൻ ധൈര്യം വേണ്ടേ... പുനത്തിൽ കുഞ്ഞബ്ദുള്ളയ്ക്ക് സമൂഹം കൊടുത്ത ധൈര്യം അവർക്ക് അവകാശപ്പെടാനുണ്ടോ?

- *ഇപ്പോൾ താങ്കളുടെ ഭാര്യയും മകളും മനസ്സുകൊണ്ട് താങ്കളെ നിരാകരിച്ചിട്ടുണ്ടാവില്ലേ?*

ഞാൻ എന്റെ ഭാര്യയെ കണ്ടിട്ട് പത്ത് വർഷമായി. കണ്ടിട്ട്... literaly ഫേസ് കണ്ടിട്ട് പത്തുവർഷമായി. ഞങ്ങൾ ഡൈവോഴ്സ് ചെയ്തു. ഒക്ടോബർ 30ന് ഞാനും ഭാര്യയും ഡൈവോഴ്സ് ചെയ്തു. ഒരു ഇന്റർവ്യൂവിൽ പറയാത്ത കാര്യമാണ്. അവൾ പറഞ്ഞു, പിന്നെ...

- *നിയമപരമായിട്ട്?*

എന്താന്നാ അതിന് കാരണം? വേറൊരു അവസരം എനിക്ക് കിട്ടുമോ എന്നറിയില്ല. ഞാൻ ഹിന്ദുത്വത്തെപ്പറ്റി എഴുതുന്നില്ലേ? ഞാൻ ചത്തു പോയാൽ... ഞാൻ ഇത് വളരെ പ്രധാനപ്പെട്ട കാര്യമാണ് പറയാൻ പോകുന്നത്. ഞാൻ മരിച്ചുപോയാൽ എന്റെ ദേഹം ചിതയിൽവെച്ചിട്ട്, അത് ഇങ്ങനെ തീ കൊളുത്തിയിട്ട് നദിയിൽ ഒഴുക്കണം എന്നൊക്കെ പറഞ്ഞു. ഇത് ഭയങ്കര അദ്ഭുതപ്പെടുത്തുന്ന സംഭവമാണ്. പള്ളി, മുസലിയാന്മാർ ഒന്നും വേണ്ട. എന്നെ ദഹിപ്പിക്കണം എന്ന് പറഞ്ഞപ്പോൾ, എന്റെ വൈഫിന്റെ വീട്ടിലെ ആളുകൾ ഒത്തുകൂടി. അവരൊക്കെ വന്നു. ഭാര്യയുടെ മൂത്ത ഏട്ടത്തി, ചേച്ചിയുടെ ഭർത്താവ് ഒക്കെ വന്നിട്ട് എന്താന്നോ സംഭവം... ദഹിപ്പിക്കണം എന്ന് പറഞ്ഞാൽ ഞാൻ ഹിന്ദുവായില്ലേ? ഞാൻ ഹിന്ദുവായാൽ എന്റെ ഭാര്യ എന്റെ അല്ലാതാകും. വളരെ ശ്രദ്ധിക്കേണ്ട കാര്യമാണ്. എന്റെ ഭാര്യ അല്ലാതാകും. എന്നെ ദഹിപ്പിച്ചിട്ട് നദിയിൽ ഒഴുക്കണം. പുഴയിൽ ഒഴുക്കണം. അപ്പോൾ അങ്ങനെയൊരു ഹിന്ദു ധർമ്മത്തിൽ സംസാരിച്ചതുകൊണ്ട് അവരെന്നോട് ഡൈവോഴ്സ് ആവശ്യപ്പെട്ടു. ഇക്കഴിഞ്ഞ ഒക്ടോബർ 30-ന് വൈഫ് ഡൈവോഴ്സ് വാങ്ങിച്ചു. എന്നോട് ഈ ഒരൊറ്റ കാരണത്താൽ.

- *സന്തോഷത്തോടുകൂടിയാണോ താങ്കൾ അത് അനുവദിച്ചത്?*

എനിക്ക് എന്ത് സന്തോഷക്കുറവ്...?

- *വളരെ ചെറുപ്പത്തിലെ ജീവിതപങ്കാളിയായൊരാളോട് അങ്ങനെ ഒരു ഫീലിങ്ങ് മനുഷ്യനില്ലേ...? ഒരു നല്ല ആളാകുന്നത്?*

ഞാൻ ഒരിക്കലും ഒരു നല്ല ആളാവില്ലല്ലോ, ഒരിക്കലും.

- *എന്നാലും സ്വയം വിലയിരുത്തലിൽ ഏതൊക്കെ കാര്യത്തിലാണ് താങ്കൾക്ക് നന്മ ഉള്ളത്?*

മനുഷ്യരെ സ്നേഹിക്കുന്നു. ഞാൻ മനുഷ്യരെ സ്നേഹിക്കുന്നു. മതവും ഇല്ല, ജാതിയും ഇല്ല ജോണി. എനിക്കൊരു മതവും ഇല്ല, ജാതിയും ഇല്ല. ഞാൻ പന്നിയിറച്ചി തിന്നു. പന്നിയിറച്ചി തിന്നാ എന്താ കുഴപ്പം? ഇസ്ലാമിൽ പന്നിയിറച്ചി തിന്നരുത് എന്നാരാ പറഞ്ഞിരിക്കുന്നത്? ഞാൻ പന്നിയിറച്ചിയൊക്കെ ഇഷ്ടംപോലെ തിന്നിട്ടുണ്ട്. ഇനിയും തിന്നും.

- *താങ്കൾക്കത് ഇഷ്ടമായിരിക്കാം. പക്ഷേ അതിലൊരു മതവികാരത്തിന്റെ പ്രശ്നം ഉണ്ട്. അപ്പോൾ അവരുടെ വികാരത്തെ മാനിക്കാനുള്ള ബാധ്യത താങ്കൾക്കില്ലേ?*

എന്തിന്? എനിക്ക് മതമില്ലല്ലോ. ഒരു ഇസ്ലാമായി ജനിച്ചു. ഒരു ഇസ്ലാമിന്റെ ഗർഭപാത്രത്തിൽ ജനിച്ചു. ഇസ്ലാമായി ജനിച്ച ഹൈന്ദവനാണ് ഞാൻ. ഇസ്ലാമായി ജനിച്ച ഇന്ത്യയിലെ ഹൈന്ദവനാണ് ഞാൻ. സക്കറിയയില്ലേ, ഞങ്ങൾ ഹൈന്ദവരാണ്.

- *സ്വാതന്ത്ര്യത്തിന് കുറച്ചുകൂടി നല്ലത് ഹിന്ദുത്വമായതുകൊണ്ടാണോ ഇങ്ങനെ പറയുന്നത്?*

ഹൈന്ദവനായാൽ എന്താ? ഒരു പ്രശ്നവും ഇല്ല.

- *ക്ഷേത്രത്തിൽ പോയാലും കുഴപ്പമില്ല, പോയില്ലെങ്കിലും കുഴപ്പമില്ല...?*

കള്ളു കുടിച്ചാലും കുടിച്ചില്ലെങ്കിലും കുഴപ്പമില്ല, കുളിച്ചാലും കുഴപ്പമില്ല, കുളിച്ചില്ലെങ്കിലും കുഴപ്പമില്ല, അല്ലേ...

- *അപ്പോൾ ശരിയായ കാരണങ്ങൾകൊണ്ടല്ല താങ്കൾ ഹിന്ദുത്വത്തെ ഇഷ്ടപ്പെടുന്നത്?*

ശരിയായതല്ല, സ്വാതന്ത്ര്യം. മനുഷ്യന് ഏറ്റവും ആവശ്യം ഫ്രീഡം ആണ്. ഇത്രയും ഫ്രീഡം കൊടുക്കുന്ന ഒരു മതം ക്രിസ്ത്യാനികളോ മുസ്ലിമോ ഒന്നും അല്ല. ഹിന്ദുമതത്തിലെപോലെ സ്വാതന്ത്ര്യം ഉള്ളവയില്ല. മനുഷ്യന് എന്താ വേണ്ടത് സ്വാതന്ത്ര്യം അല്ലേ, ആ സ്വാതന്ത്ര്യം കൊടുക്കുന്നത് ഹിന്ദുധർമ്മത്തിൽ മാത്രമാണ്.

- *മലയാളത്തിന് വളരെ കനപ്പെട്ട സാഹിത്യ കൃതികൾ സംഭാവന ചെയ്ത ഒരു എഴുത്തുകാരനാണ് താങ്കൾ. പിൽക്കാലത്ത് സെക്സിനെക്കുറിച്ച് പറയുകയും എഴുതുകയും ചെയ്തത് അതിന്റെ മാർക്കറ്റ് കണ്ടിട്ടാണോ?*

സെക്സില്ലാത്ത ലൈഫില്ലല്ലോ. സെക്സ് നമ്മൾ ഒരു പെണ്ണിന്റെ കൂടെ കിടക്കുക, ഇരിക്കുക, ശയിക്കുക. ഏറ്റവും പ്രധാനപ്പെട്ട കാര്യം ആദ്യം വെള്ളം, ഭക്ഷണം, സെക്സ്. ഒരു പെണ്ണ് നമ്മുടെ അടുത്തുണ്ടെങ്കിൽ പിന്നെ നമുക്കൊന്നും വേണ്ട.

- *എല്ലാ മനുഷ്യർക്കും ഇങ്ങനെയാണെങ്കിൽ ഇങ്ങനെ എടുത്തുപറയേണ്ട കാര്യമുണ്ടോ?*

അതിപ്പോൾ എനിക്ക് പറയാൻ പറ്റില്ല. എന്റെ ആവശ്യമാണ് എടുത്തു പറയേണ്ടത്. എല്ലാവരും അങ്ങനെ ചെയ്യണമെന്നാണ് ഞാൻ ആഗ്രഹിക്കുന്നത്. എല്ലാവരും അങ്ങനെ ചെയ്യണം. എന്താ സെക്സ് തെറ്റാണോ? നിങ്ങൾ എന്താ അതിനെക്കുറിച്ച് തെറ്റായി ആരോപിക്കുന്നത്? സെക്സ് എല്ലാവർക്കും ആവശ്യമാണ്.

- *സെക്സ് എല്ലാവർക്കും ആവശ്യമായിരിക്കാം. പക്ഷേ താങ്കൾ അതിന്റെ പ്രചാരകനും ആചാര്യനും ആകുന്നത് എന്തിനാണ് എന്ന താണ് എന്റെ ചോദ്യം?*

ജനങ്ങളെ ബോധിപ്പിക്കാൻ വേണ്ടിയാണ്. ബോധിപ്പിക്കണം ജന ങ്ങളെ.

- *എന്താണ് താങ്കൾക്ക് ബോധിപ്പിക്കുവാനുള്ളത്?*

നിങ്ങൾ ഇതിൽ അടിയുറച്ച് നിൽക്കുക. അടിയുറച്ച് നില്ക്കണം. സെക്സ് നിർബന്ധമാണ്. കുറേ പ്രശ്നങ്ങൾ തീരും. നമ്മൾ ഡൈല്യൂട്ട് ചെയ്തുപോകും.

- *മനുഷ്യനും മൃഗങ്ങളും തമ്മിലുള്ള വ്യത്യാസം തന്നെ വിവേചന ബുദ്ധി ഉണ്ടെന്നതാണ്. അതുകൊണ്ടാണ് സമൂഹത്തിൽ പല ഇൻസ്റ്റി റ്റ്യൂഷൻസും ഉണ്ടാക്കിയിരിക്കുന്നത്. വിവാഹം ഉൾപ്പെടെ. അതി ലൊന്നും താങ്കൾ വിശ്വസിക്കുന്നില്ലേ?*

മനുഷ്യന് ഒന്നുമില്ല. വെറുതെ. ഒരു ആടിനെ കിട്ടിയാൽ പട്ടിയാക്കും. എന്ത് വിവേചനബുദ്ധിയാണ്?

- *മനുഷ്യന് വിവേചനബുദ്ധി ഇല്ലെന്നാണോ താങ്കൾ പറയുന്നത്?*

ഒരു വിവേചനബുദ്ധിയും ഇല്ല. മനുഷ്യനും മൃഗവും എന്താ വ്യത്യാസം?

- *മൃഗങ്ങളേക്കാൾ മോശമാണ് മനുഷ്യർ എന്നാണോ താങ്കൾ പറയു ന്നത്?*

മൃഗങ്ങൾ നല്ലത്.

- *പക്ഷേ അങ്ങനെയുള്ള ആളുകൾ ഉണ്ടാവാം. പക്ഷേ ഭൂരിപക്ഷത്തെ ക്കുറിച്ച് താങ്കൾ അങ്ങനെ പറയുന്നത് ശരിയാണോ?*

എന്താണ്... What you mean by ഭൂരിപക്ഷം? ഭൂരിപക്ഷമെന്ന ഒന്നില്ല. ന്യൂനപക്ഷം, ഭൂരിപക്ഷം എന്നൊന്നും ഇല്ല. ന്യൂനപക്ഷം മുസ്ലീം ലീഗ്, ഭൂരിപക്ഷം കോൺഗ്രസ്. സത്യം പറയുകയാണ്. ഭൂരിപക്ഷം, ന്യൂന പക്ഷം എന്താണ് സാർ നിങ്ങൾ ഉദ്ദേശിക്കുന്നത്? ഭൂരിപക്ഷം ന്യൂന പക്ഷം സൊസൈറ്റിയിൽ ഇല്ല.

- *മനുഷ്യന്റെ അടിസ്ഥാനപരമായ നന്മയിൽ താങ്കൾക്ക് വിശ്വാസ മില്ലേ?*

എന്താണ് അടിസ്ഥാനപരമായ നന്മ... ഒന്നും ഇല്ല. നമ്മൾ വിശ്വസി ക്കുന്നതും എന്തിലാണ്? അതുമാത്രമാണ് വേണ്ടത്.

- *താങ്കൾ എഴുന്നത് വായിക്കുകയോ താങ്കളുടെ പ്രസംഗം കേൾക്കുകയോ ചെയ്താൽ താങ്കൾ സെക്സിൽ സൂപ്പർ സാച്ച്യുറേഷൻ എത്തിയ ആളാണെന്ന് തോന്നും. കേരളത്തിൽ പൊതുവെ ലൈംഗിക ദാരിദ്ര്യമാണെന്നാണ് പറയുക. ഈ ദാരിദ്ര്യം അനുഭവിക്കുന്ന പാവങ്ങളോടുള്ള താങ്കളുടെ മനോഭാവം എന്താണ് ? പുച്ഛമാണോ സഹതാപമാണോ ?*

സഹതാപം തന്നെയാണ്. കാരണം, ഞാൻ ഒരു ക്ലാസ്സ് എടുത്തു കൊടുക്കാം. അവരുടെ ഭാര്യമാരെ എന്റെയടുത്ത് കൊണ്ടുവന്നാൽ മതി.

- *ചിലരുടെ കാഴ്ചപ്പാടുണ്ട്. അടക്കിവെക്കുന്ന സെക്സാണ് കേരളത്തിലെ ഏറ്റവും വലിയ പ്രശ്നം. കാരണം ആണും പെണ്ണും തമ്മിൽ ആരോഗ്യകരമായ ബന്ധം ഇവിടെ ആദ്യം മുതലേ ഇല്ല... ഇപ്പോൾ അടുത്ത കാലത്ത് ശ്വേതാമേനോന് ഉണ്ടായ അനുഭവങ്ങൾ ഉൾപ്പെടെ ആലോചിച്ചാൽ ഇതാണോ അതിന്റെ പിന്നിലുള്ള യഥാർത്ഥ കാരണം?*

എനിക്ക് പൂർണ്ണ യോജിപ്പാണ്. ഞാൻ ഏറ്റവും ബഹുമാനിക്കുന്ന സ്ത്രീയാണ് ശ്വേതാ മേനോൻ. എന്ത് ധൈര്യത്തിലാണ് അവർ നടക്കുന്നത്. ഒരിക്കൽ സംസാരിച്ചു. അവരുടെ ശബ്ദം ഇപ്പോഴും എന്റെ ചെവിയിൽ ഉണ്ട്. അത്ര ധൈര്യമുള്ള സ്ത്രീയാണ്. അവരുടെ പ്രസവം അവർ ഷൂട്ട് ചെയ്യാൻ കൊടുത്തില്ലേ? ഏത് സ്ത്രീയാ കേരളത്തിൽ ഇങ്ങനെ ഉള്ളത്?

- *പൊതുസ്ഥലങ്ങളിലെ ഇത്തരം പെരുമാറ്റത്തിലെ അടിസ്ഥാനം എന്താണ് എന്നാണ്?*

അടിസ്ഥാനം ഇതിന്റെ മറ നീക്കുക. ഇപ്പോഴുള്ള കുറേ മിഥ്യാധാരണകൾ. കേരള സമൂഹത്തിൽ മിഥ്യാധാരണകളെ പുറംതള്ളുക. പുറം തള്ളണം.

- *കേരള സമൂഹത്തിലെ മിഥ്യാധാരണകൾ എന്നുദ്ദേശിക്കുന്നത് എന്തിനെയാണ്?*

ഇത് ഫേക്കായിട്ടുള്ളതല്ലേ. ഫേക്കായിട്ടുള്ളത്. അങ്ങനെ ചെയ്യരുത്. ഇങ്ങനെ ചെയ്യരുത്. അങ്ങനെ ഒരു അരുതായ്മ ഉണ്ടാവരുത്. അരുതായ്മകളെ നീക്കുക.

- *അരുതായ്മകൾ ഒന്നും ഇല്ലാത്ത സമൂഹം പൂർണ്ണമായും അരാജകത്വത്തിലേക്ക് പോകില്ലേ?*

എന്താണ് നിങ്ങൾ ഉദ്ദേശിക്കുന്നത്. അരാജകത്വത്തിലേക്ക് പോയാൽ എന്താണ് കുഴപ്പം? പഴയ കാലത്തൊക്കെ ലോകം തുടങ്ങിയ

കാലത്തൊക്കെ എന്താണ് സംഭവം? ആണും പെണ്ണും എന്തായിരുന്നു? ആണും പെണ്ണും ആയിട്ടുള്ള ബന്ധങ്ങൾ? ആ ബന്ധം തന്നെ തുടർന്നുപോയാൽ മതി. നിങ്ങൾ ലിമിറ്റ് ചെയ്യരുത്.

- *അങ്ങനെ പറഞ്ഞാൽ പുനത്തിൽ കുഞ്ഞബ്ദുള്ള ശരിയായ അർത്ഥത്തിൽ അരാജകവാദിയാണോ?*

അത് നിങ്ങൾ തീരുമാനിക്കണം. ഞാൻ അല്ല തീരുമാനിക്കേണ്ടത്.

- *വീട്ടിൽ എല്ലാ കാര്യങ്ങളും കൃത്യമായി അടുക്കിവെയ്ക്കുകയും ആഹാരം കഴിച്ചുകഴിഞ്ഞാൽ പാത്രം കഴുകിവെയ്ക്കുകയും കൃത്യമായി ഷെൽഫിൽ വെയ്ക്കുകയും ചെയ്യുന്ന ആൾ എങ്ങനെയാണ് അരാജകവാദി ആകുന്നത്?*

വീട്ടിലെ സംഭവം അല്ല പ്രധാനം. സമൂഹത്തിലെ കാര്യവുമല്ല പ്രധാനം. വീട്ടിൽ ഞാൻ നന്നായിട്ട് ഭക്ഷണം ഉണ്ടാക്കും. എന്റെ സുഹൃത്തുക്കൾക്ക് ഭക്ഷണം വിളമ്പിക്കൊടുക്കും. ഇന്നിപ്പോൾ നല്ല മീൻകറി ഒക്കെ ഉണ്ടാക്കിയിട്ടുണ്ട് വീട്ടിൽ അതൊക്കെ കൊടുക്കും.

- *ഇപ്പോൾ ഒരു വൈരുദ്ധ്യം താങ്കൾക്കുണ്ട്. ചില കാര്യങ്ങളിൽ വളരെ ക്രമം അനുസരിച്ചുള്ള ജീവിതം, ചില കാര്യങ്ങളിൽ അരാജകവാദം.*

ക്രമം ഉണ്ടാവണം. രാവിലെ പല്ല് തേക്കും. അത് ക്രമം അല്ലേ, ബ്രഷ് ചെയ്യും, നാവ് വടിക്കും, ഷേവ് ചെയ്യും. അത് ക്രമം അല്ലേ... അത്തരം ചില ക്രമീകരണം എനിക്കുണ്ട്. ഉച്ചയ്ക്ക് ഊണ് കഴിക്കും. ഉറങ്ങും. ടോയ്‌ലറ്റിൽ പോകും. യൂറിൻ ഒഴിക്കും. അതൊക്കെ ക്രമമാണ്. അല്ലാത്തതെന്താണ്?

- *പരസ്ത്രീബന്ധത്തിനുള്ള ആഗ്രഹം, മാനസികാവസ്ഥ മനസ്സിലാക്കാം. അതിനെക്കുറിച്ചൊക്കെ എഴുതുന്നതിന്റെ മാനസികാവസ്ഥ എന്താണ്?*

പരസ്ത്രീ ബന്ധം എനിക്ക് എപ്പോഴും ആഗ്രഹം തന്നെയാണ്.

- *അതേക്കുറിച്ച് എഴുതുന്നതിന്റെ മാനസികാവസ്ഥ എന്താണ്?*

അതിനെന്താ കുഴപ്പം? എഴുതിയിട്ട് ജനങ്ങളെ അറിയിക്കണം. ഭാര്യ മാത്രം പോരാ. വേറെ സ്ത്രീകളും വേണം എനിക്ക്. സത്യം, ഞാൻ കാര്യമായിട്ട് പറയുകയാണ്. ഒരേ പെണ്ണിനെത്തന്നെ ഇങ്ങനെ ഡെയ്‌ലി കെട്ടിപ്പിടിച്ചു കിടക്കുന്നതിനേക്കാൾ നല്ലത് വേറൊരു പെണ്ണ് ഉള്ളതാണ്. നമ്മുടെ വൈഫിന് വേണ്ട എല്ലാ സംഗതികളും നമ്മൾ കൊടുക്കണം. വേറൊരു പെണ്ണിനെ കാമിച്ചാൽ എന്താ കുഴപ്പം?

- *സാധാരണ സദാചാരബോധവും ധാർമ്മികബോധവുമുള്ള കേരളത്തിലെ ഒരു കുടുംബത്തിന് എന്തെങ്കിലും താങ്കളിൽനിന്ന് പഠിക്കാനുണ്ടോ?*

ഞാൻ ഒന്നും പഠിപ്പിക്കാൻ ഉദ്ദേശിക്കുന്നില്ല. എനിക്ക് ഒന്നും പഠിപ്പിക്കേണ്ട തെണ്ടികളെ. ഒന്നും പഠിപ്പിക്കാനില്ല. എന്ത് പഠിപ്പിക്കാനാ?

- *അല്ലാ അവർ പഠിപ്പിച്ചാലും പഠിക്കില്ല എന്ന് വിചാരിച്ചിട്ടാണോ?*

ഇല്ല, അതുകൊണ്ടല്ല. ഇതെന്താ ഇങ്ങനെ ഒരേ ഭാര്യ, അതേ ഊണ്, അതേ ചോറ്. എല്ലാ ദിവസവും, വീട്ടിൽ പോകുക, അതേ ചോറ്, അതേ ഭാര്യ, അതേ കഞ്ഞി, അതേ പയറ്. നമുക്ക് ഡിഫ്രന്റ് ആയിട്ട്... ലൈഫ് ഡിഫ്രന്റ് ആയിരിക്കണ്ടേ?

- *താങ്കളുടെ ഭാര്യ ചിന്തിക്കുകയാണ് ഒരേ ഭർത്താവ്, ഒരേ സ്ഥലം. അങ്ങനെ ചിന്തിക്കാനുള്ള സ്വാതന്ത്ര്യം കൊടുത്തിട്ടുണ്ടോ?*

ഓ, ഇഷ്ടംപോലെ കൊടുക്കും. ഇഷ്ടംപോലെ കൊടുത്തിട്ടുണ്ട്. അവർ ഉപയോഗിക്കട്ടെ.

- *അവർ ഉപയോഗിച്ചിട്ടില്ല, അല്ലെങ്കിൽ ഉപയോഗിക്കില്ല എന്ന് അറിയാവുന്നതുകൊണ്ടല്ലേ താങ്കൾ ഇത് പറയുന്നത്?*

സ്ത്രീകളൊക്കെ ഉപയോഗിക്കും. നമ്മൾ കാണാതൊക്കെ ഉപയോഗിക്കും.

- *ഞാൻ ചോദിക്കുന്നത് സ്വാതന്ത്ര്യത്തെക്കുറിച്ചുള്ള താങ്കളുടെ കാഴ്ചപ്പാട് ഏകപക്ഷീയമല്ലേ... പുരുഷകേന്ദ്രീകൃതമല്ലേ ?*

എല്ലാ സ്ത്രീകളും ഭർത്താവ് വീട്ടിലില്ലെങ്കിൽ എല്ലാവരും എല്ലാം ചെയ്യും.

- *അങ്ങനെ എങ്ങനെയാണ് പറയുക? ഏകപക്ഷീയമായ സമീപനം ആണ് പുരുഷകേന്ദ്രീകൃതമായ ഒരു സമീപനമാണ്.*

പറയുന്നത് കേൾക്ക്. ഏത് സ്ത്രീയും വേറൊരു പുരുഷനെ ആഗ്രഹിക്കുന്ന സ്ത്രീയാണ്, ഏത് സ്ത്രീയും.

- *ആഗ്രഹിക്കുന്നുണ്ടാവും. പക്ഷേ അത്?*

അവർക്ക് ധൈര്യമില്ല. എന്താണ് നിങ്ങൾ പറയുന്നത്, അവർക്ക് ധൈര്യമില്ല. വേറൊരു പുരുഷനെ സമീപിക്കാനുള്ള ധൈര്യമില്ല. ആ ധൈര്യം ഇല്ലാത്തതുകൊണ്ടാണ് അവർ സമീപിക്കാത്തത്. ഏത് സ്ത്രീക്കും മറ്റൊരു പുരുഷനെ സമീപിക്കാനുള്ള ആഗ്രഹമുണ്ട്.

- *നന്നായി ജീവിക്കുന്ന പുരുഷന്മാരോ അവർക്ക് ധൈര്യമില്ലാഞ്ഞി ട്ടാണോ?*

  നന്നായി ജീവിക്കുന്നോ... എവിടെ നന്നായി ജീവിക്കുന്നു?

- *വളരെ നല്ല കുടുംബജീവിതം നയിക്കുന്ന എത്രയോ ആളുകൾ ഇവിടെ ഉണ്ട്. അവരോടൊന്നും തീരെ ബഹുമാനം ഇല്ലേ?*

  ആര് കുടുംബജീവിതം നയിക്കുന്നു. അയ്യോ... വെറുതെ വിഡ്ഢിത്തം ചോദിക്കരുത്. കുടുംബജീവിതം ഒക്കെ ഉണ്ടായി രിക്കും. എനിക്ക് അതിലൊന്നും വിശ്വാസമില്ല. രാവിലെ ഓഫീസിൽ പോകുന്നു. ജോലി ചെയ്യുന്നു. വൈകുന്നേരം വരുന്നു. കഞ്ഞി കുടി ക്കുന്നു. വഴിപാട് പോലെ ഭാര്യയോടൊപ്പം കിടക്കുന്നു.

- *താങ്കളുടെ സ്വകാര്യജീവിതം ഇത്രയും തുറന്ന് എഴുതണമെന്ന് തോന്നാനുള്ള കാരണമെന്താണ്?*

  മനുഷ്യനെ നന്നാക്കാൻ വേണ്ടിയിട്ട് സത്യം പറയാം. സമൂഹത്തിൽ ഒരു പാട് ഇങ്ങനെ വിലങ്ങുകളും ഭയങ്ങളും. എന്തിന് ഭയപ്പെടുന്നു. We are equal to animal. മൃഗവും മനുഷ്യനും തമ്മിൽ ഒരു വ്യത്യാ സവും ഇല്ല.

- *ഇതു കേരളത്തിലെപ്പോലെ ഒരു സമൂഹത്തിൽ ഒരുപാട് തെറ്റിദ്ധാര ണകൾ ഉണ്ടാക്കും. അതിൽ താങ്കൾക്ക് പ്രശ്നം ഇല്ലേ?*

  എനിക്കെന്ത് പ്രശ്നം? ഞാൻ എന്താ രാഷ്ട്രീയ നേതാവാണോ. ഞാൻ കോൺഗ്രസോ, യു.ഡി.എഫോ, എൽ.ഡി.എഫോ ഒന്നും അല്ലല്ലോ. എനിക്കൊരു വോട്ടും വേണ്ട. ആരുടെ വോട്ടും വേണ്ട.

- *ഈ കേരളസമൂഹം താങ്കളെക്കുറിച്ച് എന്ത് വിചാരിക്കുന്നു എന്നാണ് താങ്കൾ കരുതുന്നത്?*

  എന്നെപ്പറ്റി നല്ല അഭിപ്രായമാണ്. എനിക്ക് ഇത്രയധികം ഫ്രീഡം തന്ന ഒരു സമൂഹം കേരളം മാതിരി ഇല്ല.

- *വളരെ മോശം ജീവിതം നയിക്കുന്ന ഒരാളാണ് താങ്കൾ എന്ന് കരുതു ന്നവരില്ലേ? താങ്കളെ ഒരുപാട് തെറ്റിദ്ധരിക്കുന്നവരില്ലേ? അവരൊന്നും താങ്കളെ വിളിക്കാറില്ലേ, കത്തെഴുതാറില്ലേ?*

  ഇഷ്ടം പോലെ കത്ത്. കത്തല്ല. എന്നെ ഇഷ്ടമാണ് കേരളീയർക്ക്. മലയാളികൾക്ക് മലയാള വായനക്കാർക്ക് എന്റെ വായനക്കാർക്ക്. ആ ഇഷ്ടം മാത്രം മതി. എനിക്ക് എന്നെ ഇഷ്ടമാണ്. എന്നെ ഇഷ്ട മാണ്. എന്നെ നക്കിക്കൊല്ലും. അതുമാത്രം മതി.

- *എഴുത്തുകാരൻ എന്ന നിലയിൽ താങ്കളോട് ഇഷ്ടമാണ്. പക്ഷേ അതിനപ്പുറത്ത്...?*

അതിനപ്പുറത്ത് ഒന്നുംവേണ്ട ജോണി. ഒന്നും വേണ്ട. അത്രയും ഇഷ്ടമാണ് എന്റെ എഴുത്തിനോടും എന്റെ ജീവിതത്തോടും മലയാളി വായനക്കാർക്ക് ഭയങ്കര ഇഷ്ടമുണ്ട്.

- *പക്ഷേ ആ എഴുത്തിനോട് താങ്കൾ സത്യസന്ധത കാണിക്കുന്നുണ്ടോ?*

ടോട്ടലി ഇത് വരെ പറഞ്ഞത് സത്യമാണ്. സത്യം, സത്യം സത്യം. സത്യം മാത്രം.

- *പക്ഷേ ഒരുപാട് സത്യങ്ങൾ പറഞ്ഞിട്ട് താങ്കൾ അതിന്റെ പിന്നാലെ പറയും. ആരെങ്കിലും ഇതൊക്കെ സത്യമാണെന്ന് വിചാരിക്കുമോ, കാരണം ജീവിതം എന്ന് പറയുന്നത് ഫിക്ഷനും കൂടെ ചേർന്നതല്ലേ. അങ്ങനെയല്ലേ എഴുത്തുകാർ ചെയ്യേണ്ടതെന്ന്. അപ്പോൾ ഞങ്ങളെന്താണ് വിശ്വസിക്കേണ്ടത് ?*

ജോണി എന്നെ കുടുക്കല്ലേട്ടോ... കുടുക്കരുതേട്ടോ...

- *താങ്കൾ എഴുതുന്നതിൽ വാസ്തവം എത്രത്തോളമുണ്ട്?*

വാസ്തവം എന്നുപറയുന്ന സ്തവം ഇല്ല. നമ്മൾ ഇങ്ങനെ ഓരോ കാര്യങ്ങൾ പറയുന്നു. അതിൽ വാസ്തവം എത്ര ഉണ്ടെന്നുള്ളത് തീരുമാനിക്കേണ്ടത് വായനക്കാരനും എഴുത്തുകാരനും ഒക്കെയാണ്.

- *പക്ഷേ അത് അറിയാവുന്നത് താങ്കൾക്ക് മാത്രമാണ്. അതാ ഞാൻ ചോദിക്കുന്നത് എത്രത്തോളം വാസ്തവം ഉണ്ട്?*

50 പേഴ്സന്റേജ്... 50 ശതമാനം

- *താങ്കൾ എന്ത് എഴുതുന്നതിലും?*

ഫിഫ്റ്റി

- *താങ്കൾ എഴുതുന്ന അനുഭവങ്ങളിലും അമ്പത് ശതമാനമേ വാസ്തവം ഉണ്ട് എന്ന് കരുതട്ടെ?*

എഴുത്തുകാരൻ കള്ളനാണ്. ഇന്ന് പറഞ്ഞതല്ല നാളെ പറയുക. നാളെ പറഞ്ഞതല്ല മറ്റന്നാൾ പറയുകയാണ്. എഴുത്തുകാരന് സത്യസന്ധത ഇല്ല. അവന് ആത്മാർത്ഥത മാത്രമേയുള്ളൂ. ആത്മാർത്ഥത മാത്രം. സ്വന്തം മനസ്സാക്ഷി മാത്രമേ അവനുള്ളൂ. എന്തു പറയും. എന്തും വിളിച്ചുപറയും. ഇന്ന് തിന്നില്ല എന്നുപറഞ്ഞു പന്നിയിറച്ചി തിന്നിരുന്നു എന്നു നാളെ പറയും. ഇന്ന് തിന്നിരുന്നു എന്നുപറഞ്ഞ ആട്ടിറച്ചി മറ്റന്നാൾ തിന്നിരുന്നില്ല എന്നുപറയും. അത് പറയുന്നത് സത്യസന്ധമായിട്ട് പറയുന്നതാണ് എഴുത്തുകാരൻ. അപ്പോൾ എഴുത്തുകാരൻ പറയുന്നത് മുഴുവൻ നിങ്ങൾ വിശ്വസിക്കരുത്, മുഴുവൻ വിശ്വസിക്കരുത്.

- *താങ്കൾ എഴുതുന്ന അനുഭവങ്ങൾ പോലും നിറം പിടിപ്പിച്ചതാണെന്ന് എം. മുകുന്ദൻ പറഞ്ഞിട്ടുണ്ട്. ശരിയല്ലേ മുകുന്ദൻ പറഞ്ഞത് ?*

മുകുന്ദൻ ടോട്ടലി ശരി, Mukundan is real writer ഞങ്ങൾ അടുത്തടുത്ത നാട്ടുകാരാണ്. ഞാൻ വടകരയിൽനിന്ന് എടാ മുകുന്ദാ എന്നു വിളിച്ചാൽ, എടാ കുഞ്ഞബ്ദുള്ളേ, നായിന്റെ മോനെ എന്ന് ഇങ്ങോട്ട് വിളിക്കും. അത്ര അടുത്ത ബന്ധമുള്ളതാണ്.

- *അപ്പോൾ അദ്ദേഹം പറഞ്ഞത് ശരിയാണ്?*

ടോട്ടലി ശരിയാണ് മുകുന്ദൻ പറഞ്ഞത്.

- *എന്നുപറഞ്ഞാൽ മറ്റുള്ളവരുടെ ചെലവിലാണ് താങ്കൾ കഥകൾക്ക് അല്ലെങ്കിൽ അനുഭവങ്ങൾക്ക് നിറം കൊടുക്കുന്നത് എന്ന് കരുതിക്കൂടേ?*

അല്ല, ചെലവിൽ എന്ന് പറയാൻ പറ്റില്ല. നമ്മുടെ ചെലവിൽ ആണ് നമ്മുടെ മനസ്സാണ്, നമ്മുടെ ചെലവ്.... കേട്ടോ ലൂക്കോസേ. നമ്മുടെ ചെലവാണ് നമ്മുടെ മനസ്സ്. ആ മനസ്സിൽനിന്നുള്ള... എഴുത്തുകാരന്റെ മനസ്സ് അവൻ തന്നെ ഉണ്ടാക്കിയെടുക്കുന്നതാണ്... ഉണ്ടാക്കിയെടുക്കുന്ന സംഭവങ്ങളിൽനിന്ന്. സങ്കല്പങ്ങളിൽനിന്നാണ് എഴുതുന്നത്.

- *വളരെ തുറന്ന പുസ്തകംപോലെ ജീവിതത്തെ കാണുന്നവർക്കു പോലും ജീവിതത്തിൽ വീണ്ടുവിചാരമുള്ള കാര്യങ്ങൾ ഉണ്ടാവും?*

ഇല്ല, അങ്ങനെ ഒന്നും ഇല്ല. ഞാൻ വളരെ ഹാപ്പിയാണ്.

- *അല്ല നമ്മൾ തിരിഞ്ഞുനോക്കുമ്പോൾ നമുക്ക് വേണ്ടിയിരുന്നില്ല എന്നു തോന്നുന്ന എന്തെങ്കിലും ഉണ്ടായിരുന്നോ?*

ഒന്നുമില്ല, വേണമെന്നുള്ള കാര്യങ്ങളെ ഉണ്ടായിരുന്നുള്ളൂ. സത്യം, ഇനിയും കുറേ കാര്യങ്ങൾ അറിയണം. കുറേ കാര്യങ്ങളിലേക്ക് പോകണം, ഉള്ളിലേക്ക് പോകണം എന്നു മാത്രമേയുള്ളൂ അഭിപ്രായം.

- *എം.ടി., മുകുന്ദൻ, സക്കറിയ അങ്ങനെ താങ്കളുടെ സുഹൃത്തുക്കളായ ചില എഴുത്തുകാരെക്കുറിച്ചു മാത്രമേ താങ്കൾ നല്ലത് പറയാറുള്ളൂ. മറ്റ് പലരേയും താങ്കൾ പൊതുവേദികളിൽവെച്ചുതന്നെ അപമാനിക്കുകയാണ് ചെയ്യുന്നത്. എന്താണ് അതിന്റെ ഉദ്ദേശ്യം?*

ഞാനെന്താ എല്ലാവരേയും ബഹുമാനിക്കാൻ പോണോ? നിങ്ങളെന്താണ് ഉദ്ദേശിക്കുന്നത്? ഞാൻ എല്ലാവരേയും പോയിട്ട് കാലുപിടിക്കണോ? ബഹുമാനിക്കണോ?

- *ഇല്ല, അതിന്റെ ആവശ്യം ഇല്ല. പക്ഷേ അവരെ അപവദിക്കുന്നത് എന്തിനാണെന്നാണ് എന്റെ ചോദ്യം?*

ഇല്ല, ഞാനുള്ളത് പറയുകയല്ലേ ജോണി. നിങ്ങൾ വളരെ വളരെ ആലോചിച്ചിട്ടല്ലേ ഒരു ഇന്റർവ്യൂവിന് വരുന്നത്? നമ്മൾ അതല്ലല്ലോ? നമ്മളിങ്ങനെ ചെന്നായിന്റെ വായിലേക്ക് വരുന്ന ഒരു...

- *ഒരു സ്ഥലത്ത് ചെല്ലുമ്പോഴേക്ക് അവിടുത്തെ ആളുകളെ ഒന്ന് സന്തോഷിപ്പിക്കാൻ പറയുന്നതിന് അപ്പുറം ഇതിനകത്ത് എന്തെങ്കിലും ഉദ്ദേശ്യമുണ്ടോ എന്നാണ് എന്റെ ചോദ്യം?*

ഞാനൊരു പ്രത്യേകസംഗതിക്കുവേണ്ടിയല്ല പറയുന്നത്. നിങ്ങളുടെ ചോദ്യത്തിനുള്ള ഉത്തരമാണ്. നിങ്ങൾ ചോദിക്കുന്ന ബുദ്ധിപരമായ ചോദ്യത്തിനാണ് ഞാൻ ഉത്തരം പറയുന്നത്. എന്താണ് എനിക്ക് പറയാൻ പറ്റുക അങ്ങോട്ട്.

- *ഇപ്പറഞ്ഞ എം.ടി.യോടും സക്കറിയയോടും മുകുന്ദനോടുമൊക്കെയുള്ളത് വ്യക്തിപരമായ ഒരിഷ്ടമാണ് എന്ന് വിശദീകരിച്ചുകൂടേ ?*

ഞങ്ങൾ ഒരേ കാലത്ത് എഴുതി തുടങ്ങിയ ആളുകൾ ആണ്. സക്കറിയ, മുകുന്ദൻ, ഞാൻ, നാരായണപിള്ള, ഞങ്ങളെയൊക്കെ വളർത്തിയത്. എം.ടി. വാസുദേവൻനായരാണ്. എം.ടി. വാസുദേവൻനായർ വളർത്തിയെടുത്ത ചെന്നായക്കുട്ടികളാണ്. ഞങ്ങളൊക്കെ അന്ന് 1960-കളിലും 70-കളിലുമൊക്കെ കഥയെഴുതിയവരാണ്. അപ്പോൾ ഏറ്റവും പ്രിയപ്പെട്ട കഥാകൃത്തുക്കളും. മുകുന്ദന്റെ ഒരു കഥ വായിച്ചാൽ അല്ലെങ്കിൽ സക്കറിയയുടെ ഒരു കഥ വായിച്ചാൽ എനിക്കൊരു കഥ എഴുതാൻ തോന്നും. ഇവരൊക്കെ ഗ്രേറ്റ് റൈറ്റേഴ്സ് ആണ്. ഇപ്പോൾ മുകുന്ദന്റെ വീട് തൊട്ടടുത്താണ്. ഞങ്ങൾ അടുത്തടുത്ത മാഹിക്കാരാണ്. നല്ല കള്ള് കിട്ടും അവിടെ. വളരെ വർഷങ്ങൾക്കു മുമ്പ് ഞാൻ എം.ടി.യുമായി സാഹിത്യപരിഷത്ത് മീറ്റിംഗിന് കാസർഗോഡ് പോവുകയായിരുന്നു. 1975 ലോ 78 ലോ മറ്റോ ആണ്. അന്ന് എം.ടി. കുറേശ്ശെ കഴിക്കുന്ന കാലമാണ്. എന്നോട് കുഞ്ഞബ്ദുള്ള നമ്മൾക്ക് എന്താ ഉള്ളത് കഴിക്കാൻ? ഞങ്ങൾ രാത്രി എന്റെ ഒരു ബോസിന്റെ അടുത്തുപോയി. ഞാനൊരു ഹോസ്പിറ്റലിൽ വർക്കുചെയ്യുകയായിരുന്നു അന്ന്. ഡോക്ടർ ബാലകൃഷ്ണന്റെ ഹോസ്പിറ്റലിൽ. ഞാൻ ആർ.എം.ഒ. 500 രൂപ കിട്ടും അന്ന്. രാവിലെ ഞങ്ങൾ മാഹിയിലെത്തിയപ്പോൾ എം.ടി. പറഞ്ഞു. കുഞ്ഞബ്ദുള്ള, നമ്മൾക്ക് ഡ്രിങ്ക്സ് വാങ്ങിക്കണ്ടേ? അന്ന് മാഹിയിൽ ബന്ദ്. ഞങ്ങൾ അങ്ങനെ മാഹിയിൽ എത്തിയപ്പോൾ, മുകുന്ദന്റെ വീട്ടിലേക്ക് പോകാം എന്നു തോന്നി. അത് ഭയങ്കര സംഭവമാണ് കേട്ടോ... മുകുന്ദന്റെ വീട്ടിൽ ചെന്നപ്പോൾ മുകുന്ദൻ അവിടെയില്ല. എവിടേയോ പോയിരിക്കുകയാണ്. ഒരു ചെറിയ വീടാണ്. ആ വീട്ടിലേക്ക് കയറി ച്ചെന്നപ്പൾ മുകുന്ദന്റെ അച്ഛൻ, അദ്ദേഹം കടുക്കനിട്ട മനുഷ്യനാണ്.

എന്താ എന്നു ചോദിച്ചു. ഞാൻ പറഞ്ഞു, ഒന്നുമില്ല. ഞാനിങ്ങനെ പോകുകയായിരുന്നു. ഇവിടെയെല്ലാം ബന്ദാണല്ലോ. ഞങ്ങൾക്ക് കുറച്ച് ഡ്രിങ്ക്സ് വേണ്ടിയിരുന്നു. ആ ഇന്ന് ബന്ദ് തന്നെ. ഡ്രിങ്ക്സ് കിട്ടില്ല. ഞാനൊരു കാര്യം ചെയ്യാം. ഞാനൊരു 'ബിഷപ്പ്' തരാം എന്നുപറഞ്ഞിട്ട് പുള്ളി അകത്ത് പോയിട്ട് 'ബിഷപ്പ്' എന്ന വിസ്കി തന്നു. എം.ടി. പേടിച്ചുപോയി. പുള്ളി പറഞ്ഞു. 'ബിഷപ്പ്' അകത്തു ണ്ടെന്ന്... ഹ...ഹ...ഹ... എന്നിട്ട് പുള്ളി പറഞ്ഞു. "കൊണ്ടുപോയി കുടിക്കെടാ നായിന്റെ മോനേ..." എന്നിട്ട് എന്നോട് ചോദിക്കുകയാണ് ഇയാൾ (എം.ടി.) ഏതാണെന്ന്. ഞാൻ പറഞ്ഞു എം.ടി. വാസുദേവൻ. അപ്പോൾ പുള്ളി പറയുകയാണ് ഇയാളാണോ എം.ടി. വാസു ദേവൻനായർ എന്ന്.

- *ചെറുകഥാകൃത്ത് എന്ന നിലയിൽ ടി. പത്മനാഭനോട് താങ്കൾക്ക് ഇഷ്ടമല്ലേ?*

പിന്നെ, അയ്യോ, ഞാൻ അദ്ദേഹത്തിന്റെ കഥകൾ വായിച്ചിട്ട് കഥ എഴുതിയ ആളാണ്. പത്മനാഭൻ കഥകൾ വായിച്ചിട്ട് എന്തോരിഷ്ട മാണ്, അദ്ദേഹത്തിന്റെ കഥകളൊക്കെ. അഭിപ്രായവ്യത്യാസം വേറെ ഉണ്ടാകും. പത്മനാഭന്റെ കഥകളിൽ വ്യത്യസ്തമായൊരു സംഭവം ഉണ്ടായിരുന്നല്ലോ.

- *അലിഗഢിൽ പഠിക്കാൻ വിട്ട താങ്കളോട് അച്ഛൻ പറഞ്ഞത് വ്യഭിചരിച്ചാലും മദ്യപിക്കരുത് എന്നാണ്. പിൽക്കാലത്ത് താങ്കൾ ഇത് രണ്ടും അങ്ങേയറ്റം ചെയ്തു. ആരോടുള്ള വാശിക്കായിരുന്നു ഇത്?*

ഇല്ല, അച്ഛനോടുള്ള വാശി. അച്ഛൻ എന്നോടു പറഞ്ഞു. മദ്യപിക്ക രുത്. അച്ഛൻ എന്നോടു പറയാൻ കാരണം അമ്മയുടെ ആങ്ങള മദ്യ പാനി ആയിരുന്നു. അയാൾ ബർമ്മക്കാരനാ. അമ്മയുടെ ആങ്ങള ബർമ്മയിൽ ആയിരുന്നു. സ്വത്ത് മുഴുവൻ വിറ്റുതീർത്തു. അച്ഛന് ഭയങ്കര പേടിയായി മദ്യപാനം. എന്നോട് പറയും "മോനെ നീ മദ്യ പിക്കരുത്, പഠിക്കാൻ പോകുമല്ലോ ഡൽഹിയിലേക്ക്, അലിഗഢി ലേക്ക് ഒക്കെ. മദ്യപിക്കരുത്. വ്യഭിചരിച്ചാലും മദ്യപിക്കരുത്." ഞാൻ ഒമ്പതുവർഷം അവിടെ മദ്യപിച്ചിട്ടില്ല. അച്ഛനോട് ചെയ്ത ആകെ നന്ദി അതാണ്. പിന്നെ ആദ്യത്തെ ശമ്പളം കിട്ടുമ്പോൾ 350 രൂപ യായിരുന്നു. അത് ഞാൻ അച്ഛന് അയച്ചുകൊടുത്തു. അച്ഛൻ അത് സ്വീകരിച്ചു. എന്നിട്ട് എനിക്കെഴുതി ഇനി എനിക്ക് കാശയയ്ക്കേണ്ട. രണ്ടാമത്തെ ശമ്പളം കിട്ടിയപ്പോൾ ഞാൻ പോയി മദ്യം വാങ്ങിച്ചു. അതുവരെ 9 വർഷം കഴിച്ചില്ല. രണ്ടാമത്തെ മാസം ശമ്പളം കിട്ടിയ പ്പോൾ പോയൊരു ചെറിയൊരു മൂന്നു പെഗ്ഗ് വാങ്ങി. 10 രൂപയേ

ആയിട്ടുള്ളൂ. നല്ല ഫുൾ കഴിച്ചു. ഒക്കെ കൂടി ഏഴു രൂപയേ ആയിട്ടുള്ളൂ അക്കാലത്ത്. പിന്നെ അച്ഛന് എഴുതി എനിക്ക് ശമ്പളം കിട്ടി. ഇന്നതെല്ലാം ചെയ്തു എന്ന്. പുള്ളി എനിക്കൊരു മറുപടി എഴുതി. ഒരുത്തന്റെ സമ്പാദ്യം എങ്ങനെ ചെലവഴിക്കണമെന്ന് അവനവൻ തീരുമാനിക്കണമെന്ന്... ഒരാളിന്റെ... ഭയങ്കര ഗുണപാഠമാണ് അച്ഛൻ അടുക്കൽനിന്ന്.

- *ഇത്രയും കാലം താങ്കൾ കഴിച്ച മദ്യത്തിന്റെ അളവ് എടുത്താൽ അതും വലിയൊരു ഗുണപാഠം ആയിരിക്കും. വല്ല കണക്കും ഉണ്ടോ?*

അങ്ങനെ ഒരു കണക്ക് ഒരിക്കലും ഇല്ല. ഞാൻ മദ്യപാനി അല്ല. മദ്യം എന്റെ ഭക്ഷണം ആണ്. ഭക്ഷണം വളരെ ശ്രദ്ധിച്ചുകഴിക്കുന്ന സാധനമാണ് മദ്യം.

- *മുകുന്ദന്റെ അച്ഛൻ ഇട്ടിരുന്നപോലെ ഒരു കടുക്കൻ ഇപ്പോൾ താങ്കൾക്ക് കാണുന്നുണ്ട്. വേറൊരു പ്രേമകഥയുടെ അടയാളം വല്ലതും ആണോ?*

അത് അമേരിക്കയിൽനിന്ന് എനിക്ക് ഒരു പെൺകുട്ടി തന്നതാണ്. പിന്നെ ഡയമണ്ട് തന്നു. വേറൊരു പെൺകുട്ടി അത് എടുത്തോണ്ട് പോയി അവളൊരു മുക്കുപണ്ടം എനിക്കിട്ടുതന്നു.

- *താങ്കൾ ഇഷ്ടപ്പെട്ട പെൺകുട്ടികളിൽ ഏറെയും ഡയമണ്ടായിരുന്നോ അതോ മുക്കുപണ്ടമായിരുന്നോ?*

എല്ലാം ഡയമണ്ടായിരുന്നു. ഒക്കെ ഡയമണ്ട്. ഞാൻ എല്ലാവരേയും ഡയമണ്ടായിട്ടേ കണക്കാക്കുകയുള്ളൂ. ഞാൻ പറഞ്ഞില്ലേ മുക്കു പണ്ടമിട്ട പെൺകുട്ടി. പെൺകുട്ടികൾക്ക് ആവശ്യം മണിയാണ്, ധനം. ഒറിജിനൽ പെൺകുട്ടിയെ ഞാൻ കണ്ടിട്ടില്ല. നമ്മളെ സ്നേഹിക്കുന്ന ഒരു പെൺകുട്ടിയെ ഞാൻ കണ്ടിട്ടില്ല. നമ്മുടെ മണിയാണ് അവർക്കാവശ്യം. പണം.

- *അതറിഞ്ഞുകൊണ്ട് താങ്കൾ എന്തിനാണ് നിന്നുകൊടുക്കുന്നത്?*

നമ്മൾക്ക് അവരെ വേണ്ടേ? വേറെ കിട്ടുമോ (ചിരിക്കുന്നു)

- *അതാണോ താങ്കൾ അവരുടെ മനഃശാസ്ത്രത്തെക്കുറിച്ച് മനസ്സിലാക്കിയിരിക്കുന്നത്?*

ഇല്ല, അതില്ല, ഒരു സ്ത്രീ....

- *അവരിൽ ആർക്കും ആത്മാർത്ഥതയില്ലെന്ന് എങ്ങനെയാണ് പറയുന്നത്?*

ആത്മാർത്ഥതയൊക്കെ ഉണ്ടെങ്കിലും ഒരു സ്ത്രീ നമ്മളുടെ അടുത്ത് വരുന്നു എന്നു പറഞ്ഞാൽ അവരുടെ സാമീപ്യം, ഗന്ധം, അവരുടെ ശരീരം അത് നമ്മൾ എടുക്കുന്നു... വേറെ എവിടെയാ നിങ്ങൾക്ക് കിട്ടുക? വെറുതെ കിട്ടുമോ? എനിക്ക് ഏറ്റവും ഇഷ്ടം അവരെയാണ്. സ്ത്രീകളെ തന്നെയാണ്.

- *അപ്പോൾ അലിഗഡിൽ പഠിക്കാൻ പോയപ്പോൾ അച്ഛൻ തന്ന ഉപദേശം പോലെ താങ്കൾ ആർക്കെങ്കിലും ഒരു ഉപദേശം കൊടുക്കുകയാണെങ്കിൽ എന്തായിരിക്കും?*

എന്റെ മകൻ, എനിക്ക് ഒരു മകനേയുള്ളൂ. നല്ല ഒരു മോനുണ്ട്. മുത്തുപോലുള്ള മോനുണ്ട്. ബാംഗ്ലൂരിലാണ്. അവൻ ഡന്റിസ്റ്റാണ്. എം.ഡി.എസ്. ഒക്കെ പാസായിട്ട് അവൻ ഇപ്പോൾ ചെയ്യുന്നത് ഇവന് തന്നേയുള്ളതാണ്. അധികം തൊഴിലാളികൾ ഉണ്ട്. ഞാൻ പറഞ്ഞു "ഏറ്റവും കൂടുതൽ സ്റ്റാഫിനെ നിയമിച്ചിട്ട് എല്ലാവർക്കും സഹായം ചെയ്യുക. കിട്ടുന്ന കാശ് മുഴുവൻ സ്റ്റാഫിന് തന്നെ കൊടുക്കുക."

- *ജഗതി ശ്രീകുമാറിനും കവി അയ്യപ്പനും ഒക്കെ വിവാഹേതര ബന്ധത്തിലും കുട്ടികൾ ഉണ്ടായിട്ടുണ്ട്. ജഗതിയുടെ മകൾ ഇപ്പോൾ സിനിമയിൽ തന്നെ അഭിനയിക്കുന്നു. അവരൊക്കെ പൊതുജനമധ്യത്തിലുണ്ട്. പക്ഷേ, താങ്കൾക്ക് അലിഗഡിൽ മേരി എന്നുപറയുന്ന നഴ്സിൽ ഒരു മകനുണ്ട് എന്നു പറയുന്നു. പക്ഷേ മകനെ അച്ഛനോടൊപ്പം ഞങ്ങൾ ഇതുവരെ കണ്ടിട്ടില്ല. എന്തുകൊണ്ടാണ് കൊണ്ടുവരാത്തത്?*

അവൻ അവിടെ ജോലി ചെയ്യുകയല്ലേ, ദുബായിയിൽ. അവന് സാഹിത്യം ഒന്നുമില്ല. ഊട്ടിയിലാണ് പഠിച്ചതെല്ലാം. ദുബായിയിൽ വലിയ കമ്പനിയിൽ ഓഫീസറാണ് ആ മകൻ.

- *അവനെ കൂടെ കൊണ്ടു നിർത്തുമോ ?*

എന്റെ ഭാര്യയാണ് അവനെ വളർത്തിയത്. എന്റെ ഭാര്യ. ഞാൻ മകനേയും കൊണ്ടാണ് അലിഗഡിൽനിന്ന് വന്നത്.

- *അപ്പോൾ അതല്ലേ ആ ഭാര്യയുടെ മഹത്വം. താങ്കളേക്കാൾ എത്രയോ ഉയരത്തിലാണ് അവർ നില്ക്കുന്നത്?*

അവളാണ് വളർത്തിയത്. പിന്നെ അവൻ ഊട്ടി പബ്ലിക് സ്കൂളിലാണ് പഠിച്ചത്. ഗുഡ്ഷെപ്പേർഡിൽ. രണ്ടാമത്തെ കുട്ടിയും. അവനിപ്പോൾ വലിയ ഒരാളാണ്.

- *എല്ലാം കൂടെ എത്ര കുട്ടികൾ ഉണ്ടാകും താങ്കൾക്ക്?*

  കുറേ കുട്ടികൾ ഉണ്ട് കേട്ടോ. അത് ആരോടും പറയരുത്. ആരോടും പറയരുത് ജോണി.

- *അത് ഞാനൊരു സാഹിത്യമായിട്ട് എടുക്കണോ ? അതോ സത്യമായിട്ട് എടുക്കണോ?*

  സത്യമായിട്ട് എടുക്കുക. കളവ് പറയില്ല. സത്യമായിട്ട് എടുത്തോളൂ. ഞാൻ പണ്ട് പ്രാക്റ്റീസ് ചെയ്ത സ്ഥലത്തൊക്കെ എന്നെപ്പോലുള്ള ഒരു മോൻ ഉണ്ട് എന്ന് പറയും. ഇതേ ഫേസ് കട്ടുള്ളത്. അതിൽ എന്താണ് കുഴപ്പം?

- *അവരൊക്കെ എങ്ങനെയാണ് ജീവിക്കുന്നത് എന്നുപോലും താങ്കൾക്ക് അറിയില്ല. ഒരച്ഛൻ എന്നുള്ള നിലയിൽ അതേക്കുറിച്ചൊക്കെ ആലോചിക്കണ്ടേ?*

  തെങ്ങിന്റെ മുകളിൽനിന്ന് വീഴുന്ന ഒരുപാട് സസ്യങ്ങൾ ഉണ്ടാകുന്നില്ലേ. അന്വേഷിക്കേണ്ട ആവശ്യമില്ല.

- *ഇനിയും എഴുതാത്തതായിട്ട് ഇത്തരം അനുഭവങ്ങൾ ബാക്കിയുണ്ടോ?*

  കണ്ടമാനം ഉണ്ട്, കുറേ ഉണ്ട്.

- *മറ്റുള്ളവരെക്കുറിച്ച് താങ്കൾ എഴുതുന്നതിന് എത്രത്തോളം വസ്തുതയുണ്ടെന്ന കാര്യത്തിൽ എനിക്ക് സംശയം ഉണ്ട്. താങ്കൾ തന്നെ ചാരുഹാസനെക്കുറിച്ച് ഒരിക്കൽ പറഞ്ഞു. മണിരത്നത്തെ കല്യാണം കഴിക്കണമെന്ന് മകൾ സുഹാസിനി വന്നുപറഞ്ഞപ്പോൾ ചാരുഹാസൻ അവളോട് പറഞ്ഞു. ആറു മാസം കൂടെ താമസിക്ക്. എന്നിട്ട് പെർഫോർമൻസ് എങ്ങനെയുണ്ടെന്ന് നോക്ക്. എന്നിട്ടുമതി വിവാഹം എന്ന്. പക്ഷേ ചാരുഹാസനോട് ഞാൻ നേരിട്ട് ചോദിച്ചപ്പോൾ അങ്ങനെയല്ല പറഞ്ഞത് എന്നാണ് അദ്ദേഹം അറിയിച്ചത്. അപ്പോൾ മിക്കവാറും താങ്കൾ എഴുത്തിന്റെ കാര്യത്തിൽ ഇങ്ങനെയൊക്കെ ആണെന്ന് കരുതിക്കൂടേ?*

  എനിക്കറിയില്ല. അത് എനിക്കറിയില്ല. അദ്ദേഹം പറഞ്ഞ കാര്യം ഞാൻ പറഞ്ഞു എന്നേയുള്ളൂ. അദ്ദേഹം സിൻസിയറായി പറയുകയാണ്. ഞങ്ങൾ ഒരുമിച്ചൊരു കമ്മിറ്റിയിൽ 21 ദിവസം ഡൽഹിയിൽ ഉണ്ടായിരുന്നു. അപ്പോൾ എന്നോട് പറഞ്ഞു, സർ I asked her to go and stay with him for 3 months and come back and tell me whether you want to marry him. സത്യം പറഞ്ഞതാണ്. സത്യമായിട്ട് പറഞ്ഞതാണ്. ഇനി അതിന്റെ സത്യാന്വേഷണം ആവശ്യമില്ല.

- *അതിൽ ഒരാശയം ഉണ്ട്. അത് എടുത്താൽ മതി. സത്യാന്വേഷണത്തിന് പോകണ്ട. എല്ലാ കാര്യത്തിനും അങ്ങനെ ആണെന്ന് പറയാമോ?*

എനിക്ക് ഭയങ്കര ഇഷ്ടമുള്ള ആളാണ് ചാരുഹാസൻ. ഒരു തവണ ഡൽഹി ഫിലിം ജൂറി ആയി, ഒരു ദിവസം - അവസാനദിവസമാണ്. അന്ന് സമ്മാനം കൊടുക്കുന്ന ദിവസം. അന്ന് ഡ്രിങ്ക്സ് ഒന്നും ഇല്ല. ട്രേയിൽ സോഫ്റ്റ് ഡ്രിങ്ക്സ് കൊണ്ടുവന്നു. ചാരുഹാസൻ പറഞ്ഞു. We go outside. പുള്ളി അവിടെ താഴേക്ക് പോയി. താജിന്റെ താഴത്ത്. എന്നിട്ട് പറഞ്ഞു. I will spend, I have got a card എന്നിട്ട് ഞങ്ങൾ രണ്ട് അടിച്ചു. അത് ഭയങ്കരമായി ജോണി. ഒരു പെഗ് വാങ്ങിച്ചു കഴിച്ചു. അവിടെ ഒരാളിങ്ങനെ ഒരു മൂലയിൽ ഇരിക്കുകയാണ്. മൊറീഷ്യസിൽനിന്നും വന്ന ആളാണ്. അപ്പോൾ അയാൾ വന്നിട്ട് Can I join Sir എന്നു ചോദിച്ചു. ഇയാൾ പറഞ്ഞു. You are most welcome. അയാൾ ആദ്യമായിട്ട് ഇന്ത്യയിൽ വരുന്നത്. അയാൾ ഞങ്ങളുടെ അതിഥിയായി. അയാളുടെ വക ഒരു ഡ്രിങ്ക് അടിച്ചിട്ട് അയാൾ ഇങ്ങനെ പറഞ്ഞു. അയാളുടെ മകളെപ്പറ്റി. She is only 15 years old. ലണ്ടനിൽ പഠിക്കുകയാണ്. ഭാര്യ ലൈബ്രേറിയനാണ് ലണ്ടനിൽ. ചാരുഹാസൻ മോളുടെ നമ്പർ വാങ്ങി. He told , she is only 15 years. ചാരുഹാസൻ പറയുകയാണ് Age is not bar for me. എന്നിട്ട് ഇവർ രണ്ടാളും അടിപിടിയായി. അന്നേരം ഞാൻ പറഞ്ഞു സാർ പോകാം. നമുക്ക് എന്നൊക്കെ പറഞ്ഞ് പുള്ളിയെ പുറത്തേക്ക് കൊണ്ടുപോയി.

- *മതത്തിന്റെ അനുഷ്ഠാനങ്ങളിൽ വിശ്വാസമില്ലാത്തതുകൊണ്ടാണ് താങ്കളൊരു മതവിശ്വാസി ആകാത്തത് എന്നു പറഞ്ഞിട്ടുണ്ട്. അനുഷ്ഠാനമില്ലെങ്കിൽ പിന്നെ എന്താണ് മതം?*

ആരാണിത് ഉണ്ടാക്കിയത്? മതം ഇതാരാ ഉണ്ടാക്കിയത്? ക്രിസ്തുവാണോ? നബിയാണോ? ആരാണ് ഉണ്ടാക്കിയത്? ശ്രീകൃഷ്ണനാണോ? പിന്നെ ശ്രീരാമകൃഷ്ണനാണോ? ആരാണ് മതം ഉണ്ടാക്കിയത്? മതം ഒരു സംസ്കാരമായിട്ട് വളർന്നുവന്നതാണ്. ഞാൻ നേരത്തെ പറഞ്ഞു. ഞാനൊരു മുസ്ലിം സ്ത്രീയുടെ വയറ്റിൽ ജനിച്ച് വളർന്നുവന്ന ഇന്ത്യാക്കാരനാണ്, ഹൈന്ദവനാണ്. ഞാനും സക്കറിയയും ആരായാലും ഹൈന്ദവനാണ്. ഞങ്ങളൊക്കെ ജനിച്ചുകഴിഞ്ഞാൽ ഹൈന്ദവന്മാരാണ്. എന്തുകൊണ്ട് ഹൈന്ദവരാകുന്നു. ഈ ഭൂമിയിൽ ജനിച്ചാൽ നമ്മൾ ഈ ഭൂമിയിലെ മണ്ണ്, ഈ ഭൂമിയിലെ വെള്ളം, വായു അപ്പോൾ അങ്ങനെയുള്ളപ്പോൾ നമ്മളൊക്കെ ഇസ്ലാമായാലും ഹൈന്ദവരാണ്.

- *ആർ.എസ്.എസിന്റെ അജണ്ടയ്ക്ക് പിന്തുണ കൊടുക്കുകയാണോ താങ്കൾ?*

ആർ.എസ്.എസിന് എന്തിന് പിന്തുണ കൊടുക്കണം?

- *ബി.ജെ.പി.യുടെ സ്ഥാനാർത്ഥിയായി മത്സരിച്ച ആളായതുകൊണ്ട് ചോദിക്കുകയാണ്?*

ഇനിയും ഞാൻ മത്സരിക്കും. ബി.ജെ.പി.യുടെ സ്ഥാനാർത്ഥിയായി. ബി.ജെ.പി. എന്തിനാണ്? ഇസ്ലാമിന്റെ ഏറ്റവും പ്രധാനപ്പെട്ട ആളുണ്ട്. ബി.ജെ.പി. സെക്രട്ടറിയായി. നമ്മൾ ഇതിനകത്ത് കിടക്കുന്ന ആളുകളല്ലേ... നമ്മൾ ബി.ജെ.പി.യുടെ അകത്ത് കടന്നിട്ട് അതിനെ ഡൈല്യൂട്ട് ചെയ്യണം.

- *ബി.ജെ.പി. സ്ഥാനാർത്ഥിയായി മത്സരിക്കേണ്ടിയിരുന്നില്ല എന്ന് താങ്കൾ തന്നെ പിന്നീട് പറഞ്ഞിട്ടില്ലേ? പറയേണ്ടി വന്നില്ലേ?*

അത് മോദിയൊക്കെ വന്നപ്പോഴാണ്. അയാൾ എത്രയോ കൂട്ടബലാൽസംഗവും വംശഹത്യയും നടത്തിയില്ലേ. ബി.ജെ.പി. ചെയ്യേണ്ടത് ഇസ്ലാമിനെ സംരക്ഷിക്കുകയാണ്. മുസ്ലിം സമൂഹത്തെ സംരക്ഷിക്കേണ്ടതിനുപകരം അയാൾ അവരെ കൊന്നു.

- *അപ്പോൾ മോദിയെ താങ്കൾ അംഗീകരിക്കുന്നില്ല?*

ഒരിക്കലും അംഗീകരിക്കുന്നില്ല. ഗുജറാത്തിൽ ഇസ്ലാമിനെ സംരക്ഷിക്കേണ്ട മോദി ഇസ്ലാമിനെ വംശഹത്യ ചെയ്തു. അതുകൊണ്ടാണ് എനിക്ക് മോദിയോട് വിഷമം.

- *ഇപ്പോൾ വിവാഹപ്രായം കുറയ്ക്കണമെന്ന് ആവശ്യപ്പെടാൻ സുപ്രീം കോടതിയെ തന്നെ സമീപിക്കാൻ തീരുമാനിച്ചിരിക്കുകയാണ് പല മുസ്ലിം സംഘടനകളും. താങ്കൾക്ക് ഇതിനെക്കുറിച്ചുള്ള കാഴ്ചപ്പാട് എന്താണ്?*

എന്റെ അനുഭവം പറഞ്ഞാൽ ഞാൻ 12 വയസ്സുള്ള പെൺകുട്ടിയെയാണ് കല്യാണം കഴിച്ചത്. എനിക്ക് 22 വയസ്സും. ഏതു വയസ്സിലുള്ള പെൺകുട്ടികളും കല്യാണം കഴിക്കണം. എന്തിനാണ് 18 വയസ്സാകുന്നത്. ഏത് മഹാത്മാഗാന്ധിയാണ് പറഞ്ഞിരിക്കുന്നത്. ഏത് നെഹ്റുവാണ് പറഞ്ഞിരിക്കുന്നത്. അങ്ങനെയൊരു നിയമം ഉണ്ടാവാനേ പാടില്ല ഇന്ത്യയിൽ. ഏതു വയസ്സിലുള്ള കുട്ടികൾക്കും കല്യാണത്തിനുള്ള അധികാരങ്ങൾ കൊടുക്കണം. അവകാശങ്ങളും കൊടുക്കണം. അത് അവരുടെ അവകാശമല്ലേ? ഗാന്ധിജി എപ്പോഴാണ് കല്യാണം കഴിച്ചത്? ഏതു പ്രായത്തിലാണ്? 14 വയസ്സിലാണ്.

- *ആ കാലമൊക്കെ പോയല്ലോ ? സ്ത്രീകൾക്ക് അവരുടെ അവകാശ ങ്ങളില്ലേ?*

അതുകൊണ്ടാണ് പറയുന്നത്. ഈ പുതിയ സ്ത്രീകളുടെ അവ കാശമാണത്.

- *അവരുടെ കാര്യത്തിൽ തീരുമാനമെടുക്കുന്നത് അവരല്ല. മറ്റാരെങ്കിലു മാണ്. അതിനനുവദിക്കണോ?*

അവരുടെ അവകാശങ്ങൾ അവർ തീരുമാനിക്കണം. പുതിയ സമൂഹം കുറയ്ക്കുകയും കൂട്ടുകയുമൊന്നും വേണ്ട. എപ്പോഴാണ് അവരുടെ കുടുംബത്തിൽ അച്ഛനും അമ്മയ്ക്കും ആഗ്രഹം, ആ സമ യത്ത് കല്യാണം കഴിച്ചുകൊടുക്കുക.

- *എങ്ങനെയാണ് ഇത് പുരോഗമനപരമായ ഒരു ആശയമാകുന്നത്?*

എന്താ ഈ പുരോഗമനം എന്നതുകൊണ്ട് ഉദ്ദേശിക്കുന്നത്?

- *സ്ത്രീകൾക്കും കൂടി സ്വാതന്ത്ര്യവും അവകാശവും അനുവദിച്ചുകൊ ടുക്കുന്നതല്ലേ പുരോഗമനം?*

അവരുടെ സ്വാതന്ത്ര്യമാണ്. 12 വയസ്സിൽ കല്യാണം കഴിക്കണ മെങ്കിൽ 12 വയസ്സിൽ കഴിക്കുക.

- *അവർ ആഗ്രഹിച്ചിട്ടല്ലല്ലോ 12 വയസ്സിൽ കല്യാണം കഴിക്കുന്നത്?*

വേണ്ടാന്ന്. അവർ ആഗ്രഹിക്കാതെ എങ്ങനെയാണ് കല്യാണം കഴി ക്കുക. പന്ത്രണ്ടോ പതിന്നാലോ പതിനാറോ ഏത് പ്രായത്തിലും കല്യാണം കഴിച്ചോട്ടെ. അതിനൊന്നും നിങ്ങളാരും നിർബന്ധം പിടി ക്കണ്ട. തടസ്സം നില്ക്കണ്ട.

- *മുസ്ലിം സംഘടനകളുടെ ആ നീക്കത്തെ എതിർക്കേണ്ട ആവശ്യ മില്ല എന്നാണോ താങ്കൾ പറയുന്നത്?*

ഇല്ലാന്ന്. മുസ്ലീം സംഘടനകളെ ആരാ എതിർക്കുന്നത്. ഏതു മുസ്ലിം സംഘടനകളാണ് മുസ്ലിങ്ങളെ രക്ഷിക്കുന്നത്.

- *തൊണ്ണൂറുകളിൽ ഗൗരിയമ്മയും വി.എസ്. അച്യുതാനന്ദനുമൊക്കെ വളരെ ഊർജ്ജസ്വലരായിട്ട് നടക്കുന്ന കേരളത്തിൽ പുനത്തിൽ കുഞ്ഞബ്ദുള്ള ഇടയ്ക്കിടയ്ക്ക് മരണത്തെക്കുറിച്ച് സംസാരിക്കുന്നു. മരണം കഴിഞ്ഞാൽ എങ്ങനെയെന്നൊക്കെ പറയുന്നു. എന്തിനാ ണത്?*

എന്റെ സഹോദരി താമസിക്കുന്നത് എറണാകുളത്താണ്. അവിടെ ഒരു പി.കെ.എൻ. ഗ്രൂപ്പുണ്ട്. അത് ഒരു ഇന്റർനാഷണൽ ഇന്ത്യാ

അസോസിയേഷൻ എന്തോ. അയാൾ എന്നും വടക്കാണ് എന്നും ഫ്ളൈറ്റിലാണ്. വീട്ടിൽ വരുമ്പോൾ പുള്ളി പറയും എന്നും ഫ്ളൈറ്റിലാണ് ഇന്തോനേഷ്യ, അമേരിക്ക, യൂറോപ്പ് അവിടെയൊക്കെ പോയിക്കൊണ്ടിരിക്കും. അയാൾ വീട്ടിൽ വന്നാൽ എപ്പോഴും പറയും. "മോനെ എന്റെ മരണം ആകാശത്തുവെച്ചായിരിക്കും." എപ്പോഴും ഫ്ളൈറ്റിലായതുകൊണ്ട് മൂന്നും നാലും മാസം കഴിയുമ്പോഴാണ് വീട്ടിൽ വരുന്നത്. ഒടുവിൽ ഓട്ടോ ഇടിച്ചു മരിച്ചു. മരണത്തെപ്പറ്റി നമുക്ക് ഒന്നും പറയാൻ പറ്റില്ല.

- *താങ്കൾ എന്നും തയ്യാറാണോ?*

ഞാൻ കടലിൽ മുങ്ങിമരിക്കും. എനിക്ക് ഏറ്റവും ഇഷ്ടം എന്താന്നറിയ്യോ... വെള്ളത്തിൽ മുങ്ങിമരിച്ചാൽ പിന്നെ നമ്മളൊന്നും അറിയില്ലല്ലോ? കടലിൽ ഏറ്റവും ഇഷ്ടപ്പെട്ട കടൽ കോഴിക്കോട് കടലാണ്. ഞാൻ എന്നും ആഗ്രഹിക്കും ഒന്ന് അങ്ങോട് പോകാൻ; ഇറങ്ങി അങ്ങോട്ട് പോയാൽ തീർന്നില്ലേ. പക്ഷേ മുങ്ങിമരണംപോലെ നമ്മൾ വെള്ളത്തിൽ ശ്വാസം വലിഞ്ഞ് ശ്വാസകോശത്തിൽ വെള്ളം നിറഞ്ഞ് (ശ്വാസം വലിച്ചുകാണിക്കുന്നു) അതുപോലെ മരണം. മനോഹരമായ മരണമാണത്.

- *അപ്പോൾ പുനത്തിൽ കുഞ്ഞബ്ദുള്ള ഇല്ലാതായാൽ എങ്ങനെയായിരിക്കും ഈ രാജ്യത്തെ പത്രങ്ങളും മാസികകളുമൊക്കെ അതേക്കുറിച്ച് എഴുതുക.*

ആർക്കറിയാം. പത്രത്തിന്റെ കാര്യമല്ലേ, ആർക്കറിയാം ഉറങ്ങുമ്പോൾ ഞാൻ മരിച്ചാൽ പത്രത്തിൽ ന്യൂസ് വരില്ലേ... എങ്ങനെ കാണും...?

- *എന്തായിരിക്കും ആ ന്യൂസിന്റെ സ്വഭാവം?*

ആർക്കറിയാം. ഈ പറഞ്ഞ മാതിരി...

- *സക്കറിയയുടെ കഥപോലെ അല്ലേ?*

സക്കറിയയുടെ കഥപോലെ, ആർക്കറിയാം.

- *സാധാരണ ജീവിതം വഴിതെറ്റിപ്പോയാൽ ഡോക്ടർമാരെക്കൊണ്ടാണ് ഉപദേശിപ്പിക്കുക. അപ്പോൾ താങ്കളുടെ ജീവിതത്തിന് ഡോക്ടറായ പുനത്തിൽ കുഞ്ഞബ്ദുള്ള എന്തെങ്കിലും ഉപദേശം നല്കിയിട്ടുണ്ടോ?*

നമ്മുടെ ഫ്രീഡം ആണ് പ്രധാനം. നിങ്ങൾക്ക് എന്താണ് ആവശ്യം. ഭക്ഷണം കഴിക്കണം. മദ്യം കഴിക്കണം. മദ്യം കഴിക്കണ്ടേ എന്നൊക്കെ മനുഷ്യരുണ്ടാക്കിയതാണ്.

- *പുനത്തിൽ കുഞ്ഞബ്ദുള്ള എന്ന ഡോക്ടർ പുനത്തിൽ കുഞ്ഞബ്ദുള്ള എന്ന എഴുത്തുകാരനെ, വ്യക്തിയെ എപ്പോഴെങ്കിലും ഉപദേശിച്ചിട്ടുണ്ടോ ? ഇങ്ങനെ പോകരുത്. ഇത്രയും പാടില്ല...*

ഇല്ല... ഇല്ല... ഒരാളേയും ഒന്നും ഉപദേശിക്കാറില്ല. എന്ത് ഭക്ഷണം കഴിക്കണം, എങ്ങനെ ജീവിക്കണം എന്നൊന്നും. ഇഷ്ടമുള്ള ഭക്ഷണം കഴിക്കാം. ഇഷ്ടംപോലെ ഉറങ്ങാം. ഇഷ്ടംപോലെ മദ്യം കഴിക്കാം അങ്ങനെ. നമ്മുടെ ഫ്രീഡമാണ് പ്രധാനം.

- *പുനത്തിൽ കുഞ്ഞബ്ദുള്ളയുടെ ജീവിതത്തിൽനിന്ന് പഠിക്കരുത് എന്ന് താങ്കൾ തന്നെ പറയുന്ന ഒരു കാര്യം?*

Not much. (ചിരിക്കുന്നു)

- *ഫിക്ഷന്റെ ഒരംശവും ചേരാതെ ഇതുവരെയുള്ള പുനത്തിൽ കുഞ്ഞബ്ദുള്ളയുടെ ജീവിതം വിലയിരുത്തിയാൽ എങ്ങനെയാണ് ?*

മറ്റുള്ളവർക്ക് സഹായം ചെയ്യുക.

- *മറ്റുള്ളവരെ സന്തോഷിപ്പിക്കുക അല്ലേ ?*

സഹായം ചെയ്യുക.

(2013)

സി. രാധാകൃഷ്ണൻ

ലോകത്തിന്റെ പുറംകാഴ്ചകൾ ആകെ മാറിമറിയുമ്പോഴും താനായി ത്തുടരണം എന്ന മലയാളത്തിന്റെ പ്രിയ വാശിക്കാരനാണ് സി. രാധാ കൃഷ്ണൻ. ജീവിതത്തിൽ താണ്ടിയ തീക്കടലുകൾ നൽകിയ ബോധ്യ ങ്ങളെ എഴുത്തിന്റെ മൂലധനമാക്കി അദ്ദേഹം വായനക്കാരനെ കൊണ്ടു പോയത് കാണാത്ത ലോകങ്ങളിലേക്ക്. ശാസ്ത്രാവബോധവും പാരമ്പര്യവും ആ സർഗസിദ്ധിയിൽ ലയിച്ച് ഒന്നായി. പരിഗണന യ്ക്കുള്ള മുറവിളിയോ അവഗണനയിൽ പരിഭവമോ അദ്ദേഹത്തിൽ നിന്നുണ്ടായില്ല. എന്നാൽ അപ്രിയമായതുകൊണ്ട് ചില അഭിപ്രായ ങ്ങൾ മറച്ചുവെയ്ക്കുന്നുമില്ല സി. രാധാകൃഷ്ണൻ.

രാധാകൃഷ്ണന്റെ ഭയപ്പാടുകൾ

- *സി. രാധാകൃഷ്ണനെ വിശകലനം ചെയ്യുമ്പോൾ പലപ്പോഴും തോന്നിയിട്ടുള്ളത് ഒന്നും കൃത്യമായി അറുത്തുമുറിച്ച് പറയില്ല, ഞാൻ ഇത്രയൊക്കെയുള്ളൂ. ഇത്രയൊക്കെ മതി. ഇങ്ങനെയൊക്കെ പോരേ, ഞാനൊക്കെ വേണോ, എന്നൊരു ഭാവമാണ് പൊതുവെ കാണാറുള്ളത്. എന്തുകൊണ്ടാണ് ഒരു സ്വകാര്യ അഹങ്കാരംകൊണ്ടാണോ, അതോ ഇങ്ങനെയൊക്കെ മതി എന്നുതന്നെ വിചാരിച്ചിട്ടാണോ?*

സ്വകാര്യമായി ഒരു അഹങ്കാരം ഇല്ലായ്മക്കുവേണ്ടി പ്രയത്നിക്കുന്ന ആളാണ്, ഞാനല്ല, എന്റെ പ്രവൃത്തിയാണ് വലുത്; അതായിരിക്കണം എന്നുള്ള ഒരു മനോഭാവം.

- *അല്ല ഈ അഹങ്കാരം ഇല്ലായ്മക്ക് വേണ്ടി പ്രയത്നിക്കേണ്ടിവരുന്നു എന്ന് പറയുന്നതിന്റെ അർത്ഥം അത് ഉണ്ട് എന്നല്ലേ?*

അഹങ്കാരം നമുക്കൊക്കെ ഉണ്ടല്ലോ. അഹങ്കാരമില്ലാത്ത ഒരു മനുഷ്യനും ഇല്ല. ആ അഹങ്കാരത്തെ നമ്മൾ എത്രമാത്രം അതിജീവിക്കാൻ ശ്രമിക്കുന്നു, കഴിയുന്നു എന്നുള്ളതാണ് നമ്മുടെ ജീവിതത്തിലുണ്ടാകുന്ന സുഖത്തിന്റേയും വിജയത്തിന്റേയും അളവ്.

- *എങ്കിലും വിയോജിപ്പുകൾ പ്രകടിപ്പിക്കാൻ താങ്കൾക്ക് പൊതുവെ വിമുഖതയുണ്ടോ? ആളുകളോടായാലും പ്രസ്ഥാനത്തോടായാലും ഒരു ആശയഗതിയോടായായാലും?*

ഒരു കാര്യത്തോടെന്നല്ല, ലോകത്തോട് പൊതുവെതന്നെ ഭിന്നത പ്രകടിപ്പിക്കാൻ എനിക്ക് പ്രയാസമുണ്ട്. കാരണം, ഞാൻ ആരോടാണോ ഭിന്നത് പ്രകടിപ്പിക്കുന്നത് ആ ആളും ഞാനും ഒന്നുതന്നെയാണ് എന്നൊരു ബോധം എന്റെ മനസ്സിൽ കിടക്കുന്നുണ്ട്. അതുകൊണ്ട് അത് കഴിയുന്നത്ര ഒഴിവാക്കുക എന്നത് പൊതുവെ എന്റെ ജീവിതത്തിന്റെ ഒരു മാർഗ്ഗമാണ്.

- *ശക്തനായ ഒരു ശത്രുവോ ഒരു ആത്മമിത്രമോ ഇങ്ങനെയുള്ള ആളുകൾക്ക് ഉണ്ടാകണമെന്നില്ല. താങ്കൾക്ക് ഉണ്ടോ അങ്ങനെ?*

ശത്രുവായിട്ട് ഒരാളേയും ഞാൻ കാണാറില്ല. എനിക്ക് അങ്ങനെയൊരാളെ കാണാൻ കഴിയില്ല. കാരണം ആ ആളും ഞാൻ തന്നെയാണ്. ആ ആൾ എന്റെ ഗുരുവാണ്. ഏതെങ്കിലും തരത്തിൽ എന്ന് എനിക്ക് ഉത്തമബോധ്യമുണ്ടായിത്തീരുന്നു. അപ്പോൾ അതുകൊണ്ട് മിത്രങ്ങൾ എല്ലാവരും മിത്രങ്ങളാണ് എന്നല്ലാതെ പ്രത്യേകിച്ചു മിത്രം എന്നൊരാളെ പറ്റി പറയാനും ആ അർത്ഥത്തിൽ വിഷമമുണ്ടാകും.

- *അല്ല, അപ്പോൾ അതിൽനിന്ന് എന്താണ് മനസ്സിലാക്കേണ്ടത്? ആരോടും അങ്ങനെ ഏറെയെടുക്കാൻ ഇഷ്ടമില്ല എന്ന് വ്യാഖ്യാനിക്കാമോ?*

ഈശ്വരാ, എല്ലാവരോടും അടുക്കാൻ വളരെ ഇഷ്ടമുള്ള ഒരാളാണ് ഞാൻ. പക്ഷേ ആ അടുപ്പം ആ ആൾക്കൊരു ബുദ്ധിമുട്ടായിത്തീരരുത്. പ്രയാസമായി തീരരുത്. എനിക്കൊരു ഭാരമായി തീരരുത് എന്ന് എപ്പോഴും ഞാൻ നിർബന്ധം പിടിക്കും.

- *അടിസ്ഥാന വികാരം ഒരു മനുഷ്യന്റെ പേടിയാണ് എന്ന് താങ്കൾ നിരീക്ഷിച്ചിട്ടുണ്ട്. അത് വാസ്തവമാണോ, താങ്കൾ ആരെയാണ് പേടിക്കുന്നത്?*

എനിക്ക് ഏറ്റവും വലിയ പേടി എന്റെ വികാരങ്ങളെ. എനിക്ക് നിയന്ത്രിക്കാൻ കഴിയാത്ത ഒരു അവസ്ഥയിൽ ഞാൻ ചെയ്തുപോയേക്കാവുന്ന അപാകതകളെ കുറിച്ചാണ്. അത് ഏറ്റവും വലിയ ഒരു ഭയമാണ്.

- *അങ്ങനെ ചെയ്തുപോയ ഒരു അപാകത താങ്കൾ ഇപ്പോൾ ജീവിതത്തിൽ തിരിഞ്ഞുനോക്കുമ്പോൾ കാണുന്നതെന്താണ്?*

ഒരു കാലത്ത് എന്റെ അച്ഛനെപ്പോലും അല്പം വെറുക്കേണ്ടിവന്നു. അദ്ദേഹത്തെ മനസ്സിലാവാത്തതുകൊണ്ടായിരുന്നു. അച്ഛനെന്നോടുണ്ടായിരുന്ന മനോഭാവം വേണ്ടത്ര സനേഹമല്ല എന്ന് എനിക്ക് തോന്നിയിരുന്ന ഒരു കാലം ഉണ്ടായിരുന്നു. പില്ക്കാലത്ത് ഈ അച്ഛനെ എന്നെ സ്നേഹിപ്പിക്കാൻ വേണ്ടിയുള്ള ഒരു വലിയ പ്രയത്നത്തിൽ ഏർപ്പെടുകയും അതിൽ വിജയിക്കുകയും ചെയ്തതിന് ശേഷമാണ് എനിക്ക് മനസ്സിലായത്, അദ്ദേഹത്തിന് എന്നോടുണ്ടായിരുന്ന അത്ര സ്നേഹം ആരോടും ഉണ്ടായിരുന്നില്ല എന്ന്.

- *വീട്ടിൽനിന്ന് മാറി ചിന്തിച്ചാൽ സാഹിത്യലോകത്ത് എഴുത്തിന്റെ രംഗത്ത് താങ്കൾ കണ്ടുമുട്ടിയ, താങ്കൾ ഇടപഴകിയ ആളുകളുമായിട്ടുള്ള ബന്ധത്തിൽ?*

എഴുത്തിന്റെ കാര്യത്തിൽ, എന്നോട് ശത്രുത പുലർത്തിയ ആരെങ്കിലും ഉണ്ടെന്ന് തോന്നുന്നില്ല. ആരെയെങ്കിലും വെറുക്കേണ്ടി വന്നിട്ടുണ്ട് എന്നും തോന്നുന്നില്ല. എന്നെ അത്യാവശ്യം വെറുത്തവരെപോലും പിന്നീട് ഗുരുനാഥന്മാരായിട്ടാണ് കാണാറുള്ളത്. കാരണം ഉപദ്രവത്തിൽനിന്ന് നമ്മൾ പഠിച്ചിട്ടുണ്ട്.

- *അല്ല, അത്യാവശ്യം ഉപദ്രവിച്ചവർ ആരൊക്കെയാണ് ?*

അത്യാവശ്യം ഉപദ്രവിച്ചവർ ആരൊക്കെയാണെന്ന് എണ്ണിപ്പറയാൻ ഇപ്പോൾ പ്രയാസമുണ്ട്.

- *മനസ്സിൽ ഏറ്റവും വേദനയുണ്ടാക്കിയ സന്ദർഭങ്ങളുണ്ടാകുമല്ലോ?*

തീർച്ചയായും. എനിക്ക് 1962 ൽ ആണ് ആദ്യമായിട്ട് ഒരു അവാർഡ് കിട്ടുന്നത്. അന്ന് 23 വയസ്സേയുള്ളൂ. അന്ന് എഴുത്തിന്റെ രംഗത്ത് പ്രായംകൊണ്ട് എന്റെ കാരണവന്മാർ ആയിരുന്നവർക്ക് അത് കിട്ടിയിരുന്നില്ല. അപ്പോൾ സ്വാഭാവികമായിട്ടും അവർക്ക് അപ്രീതി ഉണ്ടായികാണണം എന്ന് തോന്നി. ആ ഒരു അപ്രീതി അവരുടെ പെരുമാറ്റത്തിൽ പിന്നീട് നിഴലിക്കുകയും ചെയ്തു. അതുകൊണ്ട് അങ്ങനെയൊരു സന്ദർഭത്തിൽ, ആ ചെറുപ്പകാലത്ത് പ്രത്യേകിച്ചും മനസ്സുകൊണ്ട് അലംഭാവവും, ചിലപ്പോൾ ചെറിയ വെറുപ്പും തോന്നുക സ്വാഭാവികമാണ്.

- *ചെറുപ്പകാലത്തെ ദാരിദ്ര്യം താങ്കളുടെ എഴുത്തിനേയും താങ്കളുടെ വ്യക്തിത്വത്തേയും എങ്ങനെയാണ് രൂപപ്പെടുത്തിയത്?*

ചെറുപ്പകാലത്തെ ദാരിദ്ര്യം സാധാരണഗതിയിൽ നമ്മളെ രണ്ട് വഴിക്കു കൊണ്ടുപോകാറുണ്ട്. ഒന്നുകിൽ ഈ ദാരിദ്ര്യം ഇനി അനുഭവിക്കാൻ ഇടവരരുത് എന്നൊരു ഭീകരമായ ഭീതിയും മുൻകരുതലും ഉണ്ടായിട്ട് അമിതമായി ധനം ഉണ്ടാക്കാനുള്ള ഒരു ശ്രമം നടക്കാം. അല്ലെങ്കിൽ ഇത്ര വന്നാൽ ഇത്രയല്ലേയുള്ളൂ ഈ ദാരിദ്ര്യം. അപ്പോൾ എനിക്ക് ഇത് എന്താണെന്നറിയാമല്ലോ അതിനെ അതിജീവിക്കാൻ എനിക്ക് കഴിയുമല്ലോ എന്നൊരു ബോധംകൊണ്ട് ദാരിദ്ര്യത്തെ നിസ്സാരവൽക്കരിക്കാനുള്ള ഒരു ത്രാണി ഉണ്ടാവുക. എന്റെ ജീവിതത്തിൽ ഈ രണ്ടാമത് പറഞ്ഞത് ഉണ്ടാക്കിയെടുക്കാനാണ് ഗുരു കാരണ്യംകൊണ്ട് കഴിഞ്ഞത്.

- *ചെറുപ്പകാലത്ത് അനുഭവിച്ച ദാരിദ്ര്യം ജീവിതത്തിൽ ഒരു വലിയ സ്വാധീനതയായി താങ്കൾ തിരിച്ചറിഞ്ഞിട്ടുണ്ടോ?*

തീർച്ചയായിട്ടും ഉണ്ട്. വിശപ്പിന്റെ ഒരു ശക്തി എത്രയാണെന്നറിയുക, അടുത്ത ദിവസം ഭക്ഷണം കഴിക്കാൻ കൈയിൽ കാശില്ലാതിരിക്കുക, കോളേജിൽ ഫീസ് കൊടുക്കാൻ നിവൃത്തിയില്ലാതിരിക്കുക, ഒരു ഉടുപ്പ് മാറ്റിയിടാൻ നിവർത്തിയില്ലാതിരിക്കുക ഇങ്ങനെയുള്ള ദാരിദ്ര്യം എന്നെ, വ്യക്തമായ ഭാഷയിൽ പറഞ്ഞാൽ കൃത്യമായി ദാരിദ്ര്യം, അത് വേണ്ടുവോളം അനുഭവിച്ചിട്ടുണ്ട്.

- *എഴുത്തുകൊണ്ട് തന്നെ ജീവിക്കണം എന്ന സാഹസികമായ തീരുമാനം എടുത്ത ആളാണ് താങ്കൾ. എഴുത്തുകൊണ്ടു ജീവിക്കണം എന്നു വരുമ്പോൾ കൂടുതൽ എഴുതാൻ താങ്കൾ നിർബന്ധിക്കപ്പെടുകയായിരുന്നില്ലേ? വിപണി പിടിച്ചടക്കണം എന്ന ആഗ്രഹത്താൽ അല്ലേ താങ്കൾ എഴുതിയത്?*

എന്റെ ജീവിതത്തിന്റെ ആവശ്യങ്ങൾ വളരെ പരിമിതങ്ങളാണ്. ഈ ആവശ്യങ്ങൾ നിറവേറി പോകും എന്ന അവസ്ഥയിൽ പിന്നെ ഇതിന്റെ ഒരു മാർക്കറ്റിങ്ങ് വശത്തെ വ്യാപിപ്പിക്കുന്നതിന് വേണ്ടിയുള്ള ശ്രമങ്ങൾ ആവശ്യമായിട്ടില്ല.

- *ഇത്രയും എഴുതേണ്ടിയിരുന്നില്ല എന്ന് തോന്നിയ സന്ദർഭങ്ങൾ എപ്പോഴെങ്കിലുമുണ്ടോ?*

തീർച്ചയായിട്ടും ഇല്ല. ഒരു മാവിൽ കുറേയേറെ മാങ്ങയുണ്ടായി എന്നുവെച്ച് അതിനെ കുറ്റം പറയാൻ വയ്യല്ലോ. അതിന് ഉണ്ടായതൊക്കെ മാങ്ങ തന്നെയാണ്. അത് ഉണ്ടാക്കിയെടുത്തതല്ല. ഉണ്ടായിപ്പോയതാണ്.

- *അല്ല, ഏതെങ്കിലും തരത്തിൽ ഇത്തരം കാര്യങ്ങളിലുള്ള വിമർശനങ്ങൾ താങ്കൾ ശ്രദ്ധിച്ചിട്ടുണ്ടോ? വളരെക്കാലം മുൻപ് ഏത് ചെകുത്താനാണ് സി. രാധാകൃഷ്ണനെക്കൊണ്ട് ഇങ്ങനെ എഴുതിക്കുന്നത് എന്ന മട്ടിൽ കെ.പി. അപ്പന്റെ നിരൂപണം കണ്ടിട്ടുണ്ട്.*

അത് ഞാൻ കാണാനിടയായിട്ടില്ല. ഇടയാവാത്തത് ഏതായാലും നന്നായി. കാരണം, ഒരു ചെകുത്താനും എന്നെക്കൊണ്ട് എഴുതിക്കുന്നില്ല. എഴുതുന്നതൊക്കെ ഞാൻ എന്ന ചെകുത്താൻ തന്നെയാണ്. അധികം എഴുതിപ്പോയി എന്ന ഒരു തോന്നലും എനിക്കില്ല. ഇപ്പോഴും ഒരുപാട് എഴുതാനുണ്ട് ബാക്കി എന്നൊരു തോന്നലാണ് മനസ്സിൽ കിടക്കുന്നത്.

- *അർഹിക്കുന്ന പരിഗണന നിരൂപകരിൽനിന്ന് വായനക്കാരിൽ നിന്ന് കിട്ടി എന്ന് ഞാൻ പറയുന്നില്ല. കിട്ടാതെ പോയി. അതിന് താങ്കളുടെ വിലയിരുത്തൽ എന്താണ്?*

എനിക്കു തോന്നുന്നത് അവർ ഇത് പഠിക്കാനായി വേണ്ടത്ര ശ്രമിച്ചില്ല എന്നാണ്. അതെന്തുകൊണ്ട് സംഭവിച്ചു എന്ന് എനിക്കറിയാനും വയ്യ. ചിലപ്പോൾ എന്റെ കാലക്കേടുകൊണ്ടാവാം അല്ലെങ്കിൽ ആ കൃതികളുടെ കാലക്കേടുകൊണ്ടാകാം. പക്ഷേ അങ്ങനെയൊരു ശ്രമമുണ്ടായില്ല എന്നുള്ളത് നേരാണ്. ആരെങ്കിലും കരുതിക്കൂട്ടി അങ്ങനെയൊരു ശ്രമത്തെ തടഞ്ഞു എന്നൊന്നും പറയാൻ ഞാനാളല്ല. പക്ഷേ അങ്ങനെ ഒരു ശ്രമം നടത്താൻ ഒരു പ്രോത്സാഹനമായി ആരും ഒന്നും ചെയ്തില്ല എന്നുള്ളത് ശരിയാണ്.

- *അല്ല, അങ്ങനെ ഈ നിരൂപകരെ അകറ്റിനിർത്തുന്ന എന്തെങ്കിലും താങ്കളുടെ കൃതികളിലോ അല്ലെങ്കിൽ താങ്കളിലോ ഉണ്ടോ?*

ഒരു നിരൂപകനോടോ ഒരു പത്രാധിപരോടോ എന്റെ ഒരു കൃതിയെക്കുറിച്ച് ഒരു പഠനമെഴുതണമെന്നോ പ്രസിദ്ധീകരിക്കണമെന്നോ ഇന്നുവരെ ഞാൻ പോയി പറഞ്ഞിട്ടില്ല. അവർ ജഡ്ജിമാരാണല്ലോ, വിധികർത്താക്കളാണ്. നമ്മൾ ഒരു ജഡ്ജിയോട് പോയി എന്റെ കേസിൽ അനുകൂല വിധി പറയണമെന്ന് പറയാറില്ലല്ലോ. അവരുടെ നീതിബോധത്തെ ഞാൻ ഒരിക്കലും ഹനിച്ചുകൂടാ എന്നുള്ളതുകൊണ്ടാണ് ഞാൻ ഇതു പോയി പറയാത്തത്. പക്ഷേ അവരിൽ പലരുടെയും വിചാരം എന്റെ അഹന്തകൊണ്ടാണ് ഞാൻ ഇത് പറയാത്തത് എന്നാണ്. അങ്ങനെയൊരു തെറ്റായ ധാരണയുണ്ടെന്ന് പില്ക്കാലത്താണ് എനിക്ക് മനസ്സിലായത്. പക്ഷേ എന്നിട്ടുപോലും എന്റെ സ്വഭാവം മാറ്റാൻ വയ്യാത്തതുകൊണ്ട് അവരോടു പോയി പറയാൻ വിഷമം ഉണ്ടായിരുന്നു.

- *തീരെ അഹന്ത ഇല്ല എന്നുപറയുന്ന ആൾക്ക് അഹന്തയുണ്ട് എന്ന് മറ്റുള്ളവർക്ക് തോന്നുന്നത് എന്തുകൊണ്ടായിരിക്കും?*

അത് അവരുടെ ജീവിതത്തിൽ സാഹചര്യങ്ങളിൽനിന്ന് അവർക്ക് കിട്ടുന്ന അനുമാനമാണ്. കാരണം, എന്നേക്കാൾ വലിയവരെന്ന് അവർ കരുതുന്ന പലരും അവരോടു പോയി ഇത് പറയുന്നുമുണ്ടാവാം.

- *താങ്കൾക്ക് തോന്നുന്നുണ്ടോ, പാറപ്പുറത്ത്, കെ. സുരേന്ദ്രൻ, വിലാസിനി അതുപോലെ ചില നോവലിസ്റ്റുകൾക്ക് മലയാള സാഹിത്യത്തിൽ ഇത്തരം ഒരു അവസ്ഥ വന്നിട്ടുണ്ട് എന്ന്. അതായത് നിരൂപകനിൽനിന്ന് വേണ്ടത്ര പരിഗണന കിട്ടാത്തത്?*

തീർച്ചയായും ഉണ്ട്. പാറപ്പുറത്തിനെക്കുറിച്ച് ഒരു പഠനംപോലും ഉണ്ടായിട്ടില്ല. പി.സി. കുട്ടികൃഷ്ണനെക്കുറിച്ചോ, നന്ദനാരെക്കുറിച്ചോ ആരും കാര്യമായിട്ട് എഴുതിയില്ല. തരകൻ സാറിന്റെ ഒരു പുസ്തക മല്ലാതെ പി.സി.യെക്കുറിച്ച് ഒരു പഠനം തന്നെയില്ല. നന്ദനാരും പി.സി. യൊക്കെയാണ് വാസ്തവത്തിൽ ഈ വള്ളുവനാടിന്റെ ഭാഷയും സാഹചര്യങ്ങളും മറ്റാരേക്കാളും ഭംഗിയായി ചിത്രീകരിച്ചിട്ടുള്ളത്. ഒരു കാലഘട്ടത്തിന്റെ കഥ പറഞ്ഞിട്ടുള്ളത്. അതിനെക്കുറിച്ചുപോലും പഠ നങ്ങളൊന്നും ഇല്ല. അപ്പോൾ എനിക്ക് ഈ കാര്യത്തെക്കുറിച്ചാലോചി ക്കുമ്പോൾ ഒട്ടും സങ്കടം തോന്നാറില്ല. കാരണം എന്നേക്കാൾ വലിയ ആളുകൾക്ക് പഠനങ്ങളെ ഉണ്ടായിട്ടില്ല. പിന്നെയെങ്ങനെയാണ് എനിക്ക്?

- *കുറച്ച് യൂണിവേഴ്സിറ്റി ബുദ്ധിജീവികൾ ഈ സാഹിത്യരംഗം ഇടയ്ക്ക് കയ്യടക്കിയതുകൊണ്ടാണോ, അതോ അവരായിട്ട് പ്രത്യേകം താത്പര്യമെടുക്കാത്തതുകൊണ്ടാണോ?*

നമ്മുടെ അക്കാദമി നിലവാരത്തിലുള്ള സാഹിത്യപഠനവിമർശന മാർഗ്ഗങ്ങളിലൊന്നും ഈ മൗലിക കൃതികളെ വിമർശിക്കാനുള്ള ഒരു പദ്ധതിയുമില്ല. ഇവിടെ മൗലികമായ ഒരു സൃഷ്ടിയുണ്ടാകുമ്പോൾ അതിനെ എന്ത് അളവുകോൽവെച്ച് വിമർശിക്കും. എങ്ങനെ മനസ്സി ലാക്കും എന്ന കാര്യത്തെക്കുറിച്ച് ആർക്കും വേണ്ടത്ര ബോധമില്ല എന്ന് എനിക്ക് തോന്നുന്നു.

- *എം.ടി.വാസുദേവൻനായർ ഈ തലമുറയെ സ്വാധീനിച്ച ഒരു എഴു ത്തുകാരനാണ്. ഏതെങ്കിലും തരത്തിൽ എം.ടി.യുടെ തണലിൽ പെട്ടു പോയി എന്ന് സി. രാധാകൃഷ്ണന് തോന്നിയിട്ടുണ്ടോ?*

അദ്ദേഹം എന്റെ ഏട്ടനെപ്പോലെ ഒരാളാണ്. എന്റെ കുട്ടിക്കാലത്ത്, ഞാൻ എഴുതിവരുന്ന കാലത്ത് ഞാൻ അദ്ദേഹത്തിന്റെ ഭാഷയും കഥകളുമൊക്കെയും ശ്രദ്ധിച്ചിട്ടുണ്ട്. അതുകൊണ്ട് എന്റെ സൃഷ്ടി കളെ സ്വാധീനിച്ച ഒരാളെന്ന നിലയ്ക്കാണ് ഞാൻ അദ്ദേഹത്തെ കാണുക. അദ്ദേഹത്തിന് എന്നോടുള്ള മനോഭാവമെന്താണ് എന്നെ നിക്കറിയില്ല. പക്ഷേ എനിക്ക് അദ്ദേഹത്തോട് ഒരു ഗുരുനാഥനോ ടുള്ള സ്നേഹവും ആദരവുമൊക്കെയുണ്ട്. പക്ഷേ അദ്ദേഹം എന്നെ സഹായിക്കാൻ ഒരു കാലത്തും ഒന്നും ചെയ്തിട്ടില്ല.

- *അല്ല, അദ്ദേഹത്തിന്റെ മനോഭാവം എന്താണെന്നറിയില്ല എന്ന് താങ്കൾ പറയുന്നതിൽ ചെറിയ പരിഭവത്തിന്റെ സ്വരം ഉണ്ടോ?*

ഒരാൾക്ക് മറ്റൊരാളെ സഹായിക്കാനുള്ള മനോഭാവം ഇല്ലെങ്കിൽ ഈ സഹായം ആഗ്രഹിക്കുന്ന ആൾ പരിഭവിച്ചിട്ട് എന്താ കാര്യം? അത്

അദ്ദേഹത്തിന് ഉണ്ടാകേണ്ട ഒരു മനോഭാവമാണ്. അത് ഉണ്ടായില്ല എങ്കിൽ പരിഭവത്തിന് എന്താ അർത്ഥം?

- *താങ്കൾ അങ്ങനെ അദ്ദേഹത്തിന്റെ സഹായം ആഗ്രഹിച്ചിരുന്ന ഒരാളാണ് എന്ന് പറയാമോ?*

തീർച്ചയായിട്ടും, കാരണം അദ്ദേഹം മലയാളത്തിലെ അക്കാലത്തെ ഏക സാഹിത്യമാസികയുടെ പത്രാധിപരായിരുന്നു. പക്ഷേ ആ മാസികയിൽ അദ്ദേഹം ഇരുന്ന കാലത്ത് എന്റെ ഒരു കൃതിയും പ്രസിദ്ധീകരിക്കുകയുണ്ടായിട്ടില്ല. തന്നെയല്ല, ആ മാസികയ്ക്കു വേണ്ടി എന്തെങ്കിലും ഒരു കൃതി എഴുതണമെന്നോ എന്തെങ്കിലും ഒരു സഹകരണം വേണമെന്നോ അദ്ദേഹം എന്നോട് ഒരിക്കലും പറഞ്ഞിട്ടില്ല, ആവശ്യപ്പെട്ടിട്ടുമില്ല.

- *പക്ഷേ, സി. രാധാകൃഷ്ണനേക്കാൾ അറിയപ്പെടുന്ന ഒരു എഴുത്തുകാരനെന്ന നിലയ്ക്ക് എം.ടി.ക്ക് ഒരു മത്സരബുദ്ധി തോന്നേണ്ട ആവശ്യവുമില്ല. അപ്പോൾ എന്തുകൊണ്ട് എം.ടി. അങ്ങനെ ചെയ്തെന്നാണ് താങ്കൾ കരുതുന്നത്?*

എനിക്കറിയില്ല. മത്സരബുദ്ധി തോന്നണോ വേണ്ടയോ എന്ന് നിശ്ചയിക്കേണ്ടത് അദ്ദേഹമല്ലേ, ഞാൻ അല്ലല്ലോ.

- *അപ്പോൾ വ്യക്തിപരമായിട്ടുപോലും പിന്നെ എം.ടി.യുമായിട്ട് അങ്ങനെയൊരു നല്ല ബന്ധം ഉണ്ടായിട്ടില്ലേ?*

ഇല്ല. പലപ്പോഴും കാണാറുണ്ട്, സംസാരിക്കാറുണ്ട്. അപ്പോഴൊന്നും വിശേഷപ്പെട്ട പരിഭവമൊന്നും കാണിക്കാറില്ല. എനിക്ക് അദ്ദേഹത്തിനോട് ഒട്ടും ഇല്ലാത്തതുകൊണ്ട് ഞാൻ കാണിക്കാറില്ല. അദ്ദേഹം ഇങ്ങോട്ടും കാണിക്കാറില്ല.

- *സാഹിത്യത്തിൽതന്നെ എം.ടി.ക്ക് കിട്ടിയ ഒരു ശ്രദ്ധ താങ്കളെപോലെയുള്ള ആളുകളുടെ ശ്രദ്ധക്കുറവിലേക്ക് വഴിതെളിച്ചു എന്നു തോന്നുന്നുണ്ടോ?*

അങ്ങനെയായിരിക്കാനല്ല ഇട. സാമാന്യഗതിയിൽ അദ്ദേഹം ഇരുന്ന സ്ഥാനത്ത് ഇരിക്കുന്ന ആളിന് കിട്ടാവുന്ന ഖ്യാതിയാണ് അദ്ദേഹത്തിന് കിട്ടിയിരിക്കുന്നത്. അനുഗ്രഹ-നിഗ്രഹ ശക്തിയുള്ള ഒരു സ്ഥാനത്താണ് അദ്ദേഹം ആ കാലത്തും പിന്നീടും ഇരുന്നിട്ടുള്ളത്. അപ്പോൾ മലയാളത്തിലെ മറ്റു മണ്ഡലങ്ങളിൽ പ്രവർത്തിക്കുന്ന വിമർശകരാവട്ടെ മറ്റു സർഗ്ഗാത്മക സാഹിത്യകാരന്മാരാകട്ടെ, എന്തെങ്കിലും നേടാനോ കിട്ടാനോ നഷ്ടപ്പെടാനോ ഉണ്ട് എന്ന

ബോധത്തിൽ അദ്ദേഹത്തിന്റെ ഇഷ്ടാനിഷ്ടങ്ങൾ അദ്ദേഹം കരുതുന്നതിലപ്പുറത്ത് പോലും ധരിച്ച് പെരുമാറിയിട്ടുണ്ടാവും, സ്വാഭാവികമാണ്.

- *പത്രാധിപസ്ഥാനത്തിരുന്നതുകൊണ്ടാണ് എം.ടി.ക്ക് ഇത്രയും ശ്രദ്ധ കിട്ടിയത് എന്നാണ് താങ്കൾ സൂചിപ്പിക്കുന്നത് എം.ടി.യെപോലെ ഒരു വലിയ എഴുത്തുകാരനോട് ചെയ്യുന്ന അനീതിയല്ലേ?*

എനിക്ക് തോന്നുന്നില്ല. നേരുപറയുന്നതിലെന്താണ് അനീതി? അദ്ദേഹം അവിടെയായിരുന്നില്ല ഇരുന്നതെങ്കിൽ ഇങ്ങനെയായിരുന്നില്ല ഉണ്ടാകുമായിരുന്നത് എന്നെനിക്ക് നല്ല നിശ്ചയമുണ്ട്.

- *എം.ടിയുടെ സാഹിത്യത്തെ താങ്കൾ എങ്ങനെയാണ് വിലയിരുത്തുന്നത്?*

സാഹിത്യത്തെ, എം.ടി.യുടെ സാഹിത്യത്തെ ഞാൻ വിലയിരുത്തുന്നത് വളരെ നല്ല ക്രാഫ്റ്റ് ആയിട്ടാണ്, സെന്റിമെന്റൽ റൈറ്റിംഗായിട്ടാണ്. ദർശനപരമായ ഒരു അപക്വത അതിനകത്ത് ഞാൻ ദർശിക്കുന്നുണ്ട്.

- *അത് താങ്കളുടെ ഒരു അഭിരുചിയുടെ പ്രകടനം എന്നു കണ്ടാൽ മതിയാകുമോ?*

അത്രയേ കരുതേണ്ട കാര്യമുള്ളൂ. കാരണം, ഈ സാഹിത്യത്തിന് ആത്യന്തികമായിട്ട് വിമർശനം എന്നുള്ളത് ഇഷ്ടവും അനിഷ്ടവുമാണ് എന്നാണ് എന്റെയൊരു ധാരണ. ക്രാഫ്റ്റിന്റെ അതിപ്രസരം ഉണ്ടാകുന്നിടത്ത് എനിക്ക് ഒരല്പം അനിഷ്ടമുണ്ടാകാറുണ്ട്.

- *താങ്കളുടെ കൃതികളിലൊന്നും ഈ ക്രാഫ്റ്റിന്റെ അതിപ്രസരം ഇല്ല എന്ന് ഉറപ്പിച്ച് പറയാൻ കഴിയുമോ?*

പറ്റില്ലല്ലോ. അത് മറ്റൊരാളാണല്ലോ പറയേണ്ടത്. ഞാനല്ലല്ലോ.

- *താങ്കൾ തന്നെ മുൻകൈയെടുത്ത് എം.ടി.യുമായുള്ള ഒരു സൗഹൃദബന്ധം നന്നാക്കാനുള്ള ശ്രമം നടത്തിക്കൂടായിരുന്നോ?*

ഈശ്വരാ, സൗഹൃദമുണ്ട്, സൗഹൃദത്തിന് ഒരു കുറവുമില്ല. ഇല്ലാത്തത് എന്നോട് ഇങ്ങോട്ടുള്ള എന്തോ ഒന്നാണെന്ന് എനിക്ക് തോന്നുന്നു. ഇനി അത് ഉണ്ടാക്കിയെടുക്കാൻ കഴിയുന്ന കാര്യം സംശയമാണ്.

- *മലയാള സാഹിത്യത്തിലെ ഒരു ഓവർ റേറ്റഡ് ആയിട്ടുള്ള എഴുത്തുകാരനാണ് എം.ടി. വാസുദേവൻനായർ എന്ന് താങ്കൾ പറയുമോ?*

എന്നൊന്നും ഞാൻ പറയില്ല. കാരണം, എന്തുമാത്രമാണ് അദ്ദേഹത്തിനുണ്ടാകാമായിരുന്ന റേറ്റിംഗ് എന്നെനിക്ക് നിശ്ചയമില്ലല്ലോ. എങ്ങനെയാ നമ്മൾ പറയാ. ഭാരതപ്പുഴയിൽ എത്രമാത്രം വെള്ളം വരാമെന്ന് ചോദിച്ചാൽ എത്ര മാത്രം വെള്ളവും വരാം.

- *എം.ടി. പോയ വഴിക്കൊക്കെയാണ് താങ്കൾ പോയതും. കഥയെഴുതി, നോവലെഴുതി, സിനിമയെടുത്തു. താങ്കൾക്ക് തോന്നിയിട്ടുണ്ടോ താങ്കളുടെ മനസ്സിൽ എം.ടി. തന്നെ ഒരു മോഡലായിട്ടുണ്ടായിരുന്നുവെന്ന് അല്ലെങ്കിൽ ആ എം.ടി.യെ താങ്കൾ അനുകരിക്കുകയായിരുന്നുവെന്ന്?*

എനിക്കുണ്ടായിട്ടുള്ളത് അദ്ദേഹത്തോട് നന്ദിയാണ്. കാരണം പണ്ടൊരു ചൊല്ലുണ്ടല്ലോ. അടിച്ചുപഠിപ്പിച്ച വിദ്യയും അടച്ചു വേവിച്ച കറിയും എന്ന്, നമ്മുടെ പുറത്ത് ഒരു അടപ്പ് ഇടാനൊരാൾ ശ്രമിക്കുന്നുണ്ടെങ്കിൽ ആ ഒരാളോട് നമുക്കുണ്ടായ ആ അധികവേവിനെക്കുറിച്ച് നന്ദിയല്ലേ പറയേണ്ടത്.

- *വീക്ഷണത്തിന്റെ പത്രാധിപരായിരുന്നു താങ്കൾ, മാധ്യമത്തിന്റെ പത്രാധിപരായിരുന്നു. അതേസമയം താങ്കളുടെ ചായ്‌വ് ഇടതുപക്ഷത്തോടാണ്, ഇതിനെ എങ്ങനെയാണ് ന്യായീകരിക്കുക?*

ഇതിനെ ന്യായീകരിക്കാൻ ഒരൊറ്റ മാർഗ്ഗമേയുള്ളൂ. എനിക്ക് ഒരു പക്ഷത്തോടും ചായ്‌വില്ല എന്ന് ആദ്യം സത്യമായിട്ട് അംഗീകരിക്കുക. എനിക്ക് ചായ്‌വുള്ളത് നല്ല മനുഷ്യരോടാണ്. നല്ല മനുഷ്യരാവശ്യപ്പെടുമ്പോൾ, അവർ ആവശ്യപ്പെട്ട കാര്യങ്ങൾ ഞാൻ ചെയ്യും.

- *നല്ല മനുഷ്യരുടെ നിലപാടുകൾ, അല്ലെങ്കിൽ നല്ല മനുഷ്യരുടെ പശ്ചാത്തലം ഒന്നും നോക്കാതെ അവർ എന്തുപറഞ്ഞാലും ചെയ്യും എന്ന് പറയുന്നത് ശരിയാണോ?*

നല്ല മനുഷ്യരുടെ പശ്ചാത്തലം നന്നായിരിക്കും എന്ന കാര്യത്തിൽ ഒരു സംശയവുമില്ല. അവർ എന്തെങ്കിലും ചെയ്യാനെന്നോട് പറയുകയുമില്ല. ഉറപ്പാണ്. എ.കെ. ആന്റണി എന്നോട് പറഞ്ഞു, വീക്ഷണത്തിന്റെ ചുമതലയേല്ക്കാൻ. അദ്ദേഹത്തിലുള്ള എന്റെ വിശ്വാസത്തിൽ എനിക്കൊരിക്കലും ഒരു വിഷമവും ഉണ്ടായിട്ടില്ല. കാരണം അദ്ദേഹം എന്തെങ്കിലും വേണ്ടാത്ത കാര്യം എന്നോട് പറയുകയോ, എനിക്ക് നിരക്കാത്ത കാര്യങ്ങൾ ആവശ്യപ്പെടുകയോ ചെയ്തിട്ടില്ല. അങ്ങനെത്തന്നെയാണ് മറ്റുള്ളവരുടേയും കഥ.

- *ഇപ്പോൾ മതമൗലികവാദം പ്രചരിപ്പിക്കുന്ന ഒരു മാസികയുടെ പത്രാധിപരാകാൻ താങ്കളോട് പറയുന്നത് ഒരുപക്ഷേ സമൂഹത്തിൽ*

നല്ലത് എന്ന് പേരുകേട്ട മനുഷ്യരാണെന്നിരിക്കെട്ടെ, താങ്കൾ ആ ക്ഷണം സ്വീകരിക്കുമോ?

സ്വീകരിച്ചല്ലോ, മതമൗലികവാദം അവർ പ്രചരിപ്പിക്കാൻ ശ്രമിക്കുന്നോ ഇല്ലയോ എന്ന് എനിക്കറിയില്ല. പക്ഷേ അങ്ങനെ ഒരു ആക്ഷേപം ഉണ്ടായിട്ടുപോലും ഈ മാധ്യമത്തിന്റെ ചുമതലയേൽക്കാനുള്ള കാരണം പ്രൊഫ. സിദ്ധിഖ് ഹസൻ എന്ന ആളോടുള്ള എന്റെ ബഹുമാനവും സ്നേഹവുമാണ്.

- *താങ്കളുടെ രാഷ്ട്രീയ നിലപാട് എങ്ങനെയാണ് വിശദീകരിക്കുക?*

ഒരു കക്ഷിയോടും ഒരു സംഘടനയോടും കൂറോ ചാർച്ചയോ സാധ്യമല്ല. കാരണം എല്ലാ കക്ഷികളും എല്ലാ സംഘടനകളും ഈ പ്രപഞ്ചത്തെ വിഭജിക്കുന്നു എന്നുള്ളതാണ്. മനുഷ്യസമൂഹത്തെ പങ്കുവെയ്ക്കുന്നു എന്നുള്ളതുകൊണ്ട് സംഘർഷങ്ങളിലേക്ക് നയിക്കുന്നു എന്നുള്ളതുകൊണ്ടാണ്. പക്ഷേ സംഘടനകൾ ഒരിക്കലും പറ്റില്ല. അതേസമയം ആശയങ്ങളോട് നമുക്ക് ചേർന്നുനില്ക്കാം.

- *എങ്കിലും താങ്കളുടെ ചായ്‌വ് ഇടതുപക്ഷ ചിന്താഗതികളോടാണ് എന്നത് വളരെ വ്യക്തമായിരുന്നു. യുവകലാസാഹിതിയുമായി താങ്കൾ ബന്ധപ്പെട്ടിരുന്നു. സി.പി.ഐ.യോട് ആഭിമുഖ്യം ഉണ്ടായിരുന്നു എന്ന് കേട്ടിട്ടുണ്ട്?*

ഈ എല്ലാ എഴുത്തുകാരും ഇടതുപക്ഷത്തോട് ചായ്‌വുള്ളവരാണ് എന്ന കാര്യത്തിൽ ഒരു സംശയവുമില്ല. കാരണം, സമത്വവും നന്മയും ചൂഷണമില്ലായ്മയും ഉണ്ടായിരിക്കണം എന്നാഗ്രഹിക്കാത്ത ഒരു എഴുത്തുകാരനും ഭൂമിയിലുണ്ടാകില്ല. അതുതന്നെയാണ് ഇടതുപക്ഷത്തിന്റെ മുദ്രാവാക്യമെന്ന് അവർ പറയുന്നിടത്തോളം കാലം ഇടതുപക്ഷത്തോടായിരിക്കും ഒരു എഴുത്തുകാരന്റെ ചായ്‌വ്. പക്ഷേ അതേ സമയത്ത് സംഘടനയോട് നമുക്ക് അടുത്ത് നിൽക്കാനോ ചേരാനോ സാധ്യമല്ല.

- *താങ്കൾ ഏതെങ്കിലും തരത്തിൽ ഈ ഇടതുപക്ഷവും ഇടതുപക്ഷ രാഷ്ട്രീയ പാർട്ടികളും തമ്മിൽ ഒരു 'ഡിവൈഡ്' എവിടെയെങ്കിലും കാണുന്നുണ്ടോ?*

ഇടതുപക്ഷവും ഇടതുപക്ഷരാഷ്ട്രീയ പാർട്ടികളും തമ്മിൽ, ക്രിസ്ത്യാനിറ്റിയും ക്രിസ്തുദേവനും തമ്മിലുള്ള ബന്ധമേയുള്ളൂ. ഉപനിഷത്തും ഹിന്ദുമതവും തമ്മിലുള്ള ബന്ധമേയുള്ളൂ. വിശുദ്ധ ഖുർ-ആനും ഇപ്പോഴത്തെ മുസ്ലിം സാമുദായികസംഘടനയും തമ്മിലുള്ള ബന്ധമേയുള്ളൂ. അതെന്താ മനസ്സിലാക്കാൻ ഇത്ര പ്രയാസം?

- *താങ്കൾ തന്നെ ഈ അടുത്തകാലത്ത് അഭിപ്രായപ്പെടുകയുണ്ടായി, ഇടതുപക്ഷപാർട്ടികൾക്ക് ഇനി ഒരു തൊഴിൽ ദായകനാവാതെയും മൂലധനം സംഭരിക്കാതെയും പിടിച്ചുനില്ക്കാൻ കഴിയില്ല എന്ന്. എന്തുകൊണ്ടാണ് അങ്ങനെയൊരു നിഗമനത്തിലെത്തിയത്?*

ഇടതുപക്ഷവും ഒരു മതമാണ് ശരിക്കും. അധ്വാനിക്കുന്നവനും ഭാരം ചുമക്കുന്നവനും സ്വർഗരാജ്യം എന്ന് ആദ്യം പറഞ്ഞത് കാറൽമാർക്സോ ഏംഗൽസോ അല്ലല്ലോ. ഈ അധ്വാനിക്കുന്നവനും ഭാരം ചുമക്കുന്നവനും സ്വർഗരാജ്യം എന്നു പറയുന്ന മതത്തിന്റെ പേരിലുണ്ടായ സംഘടന ശക്തമായി ഭരണത്തിന്റെ കൂടെ നില്ക്കുന്ന നാളുകളിൽപോലും ചൂഷണം അവസാനിക്കാത്തതിന്റെ ഒരു തരത്തിലുള്ള പ്രതിരോധമാണ് മാർക്സിസമായിട്ട് രൂപാന്തരപ്പെട്ടുവരുന്നത്. മാർക്സിസം ശരിക്ക് എന്റെ കാഴ്ചപ്പാടിൽ ക്രിസ്ത്യാനിറ്റിയുടെ വേരിൽനിന്ന് പൊടിച്ചിട്ടുള്ള, ജൂദായിസത്തിന്റെ വേരിൽനിന്ന് പൊടിച്ചിട്ടുള്ള ഒരു അവാന്തര വിഭാഗമാണ്. അതിന്റെ പുറത്തുണ്ടായിട്ടുള്ള സംഘടനകൾ തമ്മിൽ ഈ കുഞ്ഞാടുകളെ എങ്ങനെ പങ്കുവെക്കണം എന്നതാണ് ഇപ്പോൾ കാണുന്ന തർക്കം.

- *അല്ല ഈ ക്രൈസ്തവസഭയുടേയും കമ്മ്യൂണിസ്റ്റ് പാർട്ടിയുടേയും ഘടന തമ്മിലുള്ള സാമ്യം കൊണ്ടാണോ താങ്കൾ ഇങ്ങനെ പറയുന്നത്?*

അല്ല, തായ്‌വേര് ഒന്നാണ്, അധ്വാനിക്കുന്നവർക്കും ഭാരം ചുമക്കുന്നവർക്കും സ്വർഗ്ഗരാജ്യം എന്നു പറയുന്നിടത്താണ് രണ്ടിന്റേയും തുടക്കം. ഇതിന്റെ പേരിൽ ആദ്യം ഉണ്ടായ സംഘടനയ്ക്ക് അത് പ്രയോഗത്തിൽ കൊണ്ടുവരാൻ കഴിയാതെ പോയതുകൊണ്ട്, അതിനെ നിഷേധിച്ചിട്ടാണ് രണ്ടാമതുണ്ടായ സംഘടന വരുന്നത്. ഈ രണ്ടാമതുണ്ടായ സംഘടനയ്ക്ക് സ്വാഭാവികമായും വിഗർ കൂടുതലുണ്ട്.

- *മലപ്പുറം ജില്ലക്കാരനാണ് താങ്കൾ, ഇപ്പോൾ മലപ്പുറം ജില്ലയിൽ ചമ്രവട്ടത്തുതന്നെ താമസിക്കുന്നു. ഏതെങ്കിലും സമയത്ത് തോന്നിയിട്ടുണ്ടോ മലപ്പുറം ജില്ല ഇ.എം.എസ്. രൂപവൽക്കരിക്കാൻ പാടില്ലായിരുന്നു എന്ന്?*

എനിക്ക് തോന്നിയിട്ടില്ല. കാരണം, ഒരു ഭരണപരിധി നിശ്ചയിക്കുന്നത്, സാധാരണരീതിയിൽ ഒരു തരത്തിലും ആ ഭരണകൂടത്തിന്റെ സുതാര്യതയേയോ കാര്യക്ഷമതയേയോ ബാധിക്കാൻ പാടില്ല. അങ്ങനെ വന്നുപോയിട്ടുണ്ടെങ്കിൽ അതിന് കാരണം ഒരു ഏരിയ തിരിച്ചതല്ല, മൊത്തമായ നടത്തിപ്പിന്റെ ദോഷം തന്നെയാണ്. മലപ്പുറം ജില്ലയിൽ പണ്ടുണ്ടായ സൗഹാർദ്ദമോ സ്നേഹസ്വഭാവമോ ഒന്നും ഇപ്പോഴില്ല.

വളരെ മാറ്റം വന്നിട്ടുണ്ട്. പരസ്പരം ഇടപഴകുന്നതിൽ പോലും. നമ്മൾ ഇപ്പോൾ ഒരു വീട്ടിൽ കയറി അങ്ങോട്ടും ഇങ്ങോട്ടും പോയി ഭക്ഷണം കഴിക്കുന്നതിൽ പോലും അത്രയും വേണോ എന്നൊരു ചിന്ത രണ്ടുഭാഗത്തും വരികയാണ്. ഇതിന്റെ കാരണം ജില്ലയുടെ രൂപീകരണമല്ല, നേരെമറിച്ച് വോട്ടിനുവേണ്ടി രാഷ്ട്രീയ പാർട്ടികൾ നടത്തിയ പ്രചാരണങ്ങളാണ്.

- *വിവാദത്തിൽനിന്നൊക്കെ ഒഴിഞ്ഞുമാറി നില്ക്കാറുള്ള സി. രാധാകൃഷ്ണൻ ഒരു വിവാദത്തിൽപ്പെട്ടു പറയാവുന്നത് 'തീക്കടൽ കടഞ്ഞ് തിരുമധുരം' എന്ന നോവലിനെ മുൻനിർത്തി എഴുത്തച്ഛന്റെ പരമ്പരയിൽ പെടുന്ന ആളാണ് താങ്കൾ എന്ന് സ്ഥാപിച്ചതുകൊണ്ടാണ്. അത് മുത്തശ്ശനിൽനിന്ന് താങ്കൾക്ക് പകർന്നുകിട്ടിയ ഒരറിവായിരുന്നെങ്കിൽ എന്തുകൊണ്ടാണ് പറയാൻ ഇത്രയും താമസിച്ചത്?*

തുഞ്ചത്തെഴുത്തച്ഛൻ എന്ന ആൾ ജീവിച്ചിരുന്ന കാലത്ത് അദ്ദേഹവുമായി ബന്ധമുണ്ടായിരുന്നവരുടെ ഇപ്പോഴത്തെ രക്തബന്ധത്തിന്റെ എണ്ണം എടുത്ത് നമ്മൾ നോക്കുകയാണെങ്കിൽ ഒരു പത്തോ ആയിരമോ പേരെങ്കിലും കാണും സ്വാഭാവികമായിട്ട്. അതിൽ ഒരാൾ ഞാൻ എന്നുള്ളതല്ലാതെ പ്രത്യേകിച്ച് അവകാശവാദത്തിനൊന്നും അർഹതയില്ലല്ലോ. അതേ സമയത്ത് അദ്ദേഹത്തിന്റെ കഥ പറയാൻ എനിക്ക് ആഗ്രഹമുണ്ടായപ്പോൾ, കുട്ടിക്കാലത്തുള്ള ആഗ്രഹമാണ് അതു പറയുമ്പോൾ, ഈ കഥ എവിടന്ന് കിട്ടി എന്ന ചോദ്യം വരുമ്പോൾ ഇതിന്റെ സ്രോതസ് പറയാതിരിക്കാൻ നിർവാഹമില്ലാത്തതുകൊണ്ടാണ് ഞാൻ അതു പറഞ്ഞത്.

- *ഇപ്പോഴത്തെ തിരൂർ തുഞ്ചൻപറമ്പ് യഥാർത്ഥത്തിൽ എഴുത്തച്ഛന്റെ സ്ഥലമല്ല എന്ന് സ്ഥാപിക്കുക എന്നൊരു ഉദ്ദേശ്യം കൂടി അതിൽ ഉണ്ടായിരുന്നോ?*

തീർച്ചയായിട്ടും അല്ല. തുഞ്ചൻപറമ്പിൽ എഴുത്തച്ഛൻ ഉണ്ടായിരുന്നല്ലോ. അവിടെ അദ്ദേഹം ഉണ്ടായിരുന്നത് ഏഴോ എട്ടോ വർഷങ്ങൾ മാത്രമായിരുന്നു. ആ കാലത്താണ് ലിപിയൊക്കെ ഉണ്ടാക്കിയിട്ടുള്ളതും. അപ്പോൾ അതുകൊണ്ട് തുഞ്ചൻപറമ്പിലാണ് ലിപി പിറന്നത് എന്ന് പറയുന്നതിൽ യാതൊരു അസ്വാഭാവികതയും ഇല്ല. പക്ഷേ അദ്ദേഹം ജനിച്ചത് അവിടെയല്ല. ആ കാര്യം എനിക്ക് വ്യക്തമായി തന്നെ മുത്തച്ഛനും മുത്തശ്ശിയും കൂടി പറഞ്ഞുതന്നിട്ടുണ്ട്, തന്നെയുമല്ല തവന്നൂരുള്ള പഴയ ആളുകൾക്ക് അത് അറിയുകയും ചെയ്യാം.

- *അപ്പോൾ യഥാർത്ഥത്തിൽ എഴുത്തച്ഛൻ ജനിച്ച സ്ഥലം അവഗണിക്കപ്പെട്ടിരിക്കുകയാണ്?*

ആ സ്ഥലം ഇപ്പോൾ എവിടെയാണ് എന്ന് കൃത്യമായി അറിയാൻ പോലും വയ്യ. അവിടെ ശോഭപ്പറമ്പ് എന്നൊരു അമ്പലമുണ്ട്. അതിന്റെ പരിസരത്ത് ആയിരുന്നു അദ്ദേഹത്തിന്റെ ജന്മസ്ഥലം എന്ന് പറയപ്പെടുന്നു.

- *അപ്പോൾ അദ്ദേഹത്തിന്റെ ഒരു പിന്മുറക്കാരനെന്ന നിലയിൽ ആ സ്ഥലം വീണ്ടെടുക്കാനും അവിടെ യഥാർത്ഥ തുഞ്ചൻപറമ്പ് കൊണ്ടുവരാനും താങ്കൾക്ക് മുൻകൈയെടുത്തുകൂടേ?*

തീർച്ചയായും സാധിക്കുന്നതാണ്. പക്ഷേ മുൻകൈയെടുക്കേണ്ട കാര്യമില്ല എന്നാണ് എന്റെ വിശ്വാസം. കാരണം, അദ്ദേഹം എവിടെ ജനിച്ചു എന്നുള്ളതും അദ്ദേഹത്തിന് എന്തു സ്മാരകം പണിയുന്നു എന്നുള്ളതുമല്ല കാര്യം. അദ്ദേഹത്തിന്റെ കൃതികൾ, അദ്ദേഹം ചെയ്തുവച്ച പണി, അതിന് കേരളീയ സമൂഹത്തിൽ എന്തുമാത്രം കൂടുതൽ പ്രസിദ്ധിയും പ്രചാരവും സിദ്ധിക്കും. അതിന് എന്തുചെയ്യണം എന്നാണ് ആലോചിക്കാനുള്ളത്.

- *അപ്പോൾ ആദ്യം മുതലേ താങ്കളുടെ മനസ്സിൽ ഈ മുത്തശ്ശൻ പറഞ്ഞ കാര്യമുണ്ടായിരുന്നിട്ടും ഇത്രയും വൈകിമാത്രം അതേക്കുറിച്ചൊരു നോവൽ എഴുതാൻ തീരുമാനിച്ചത് എന്തുകൊണ്ട്?*

അതിനുള്ള പക്വത എന്റെ മനസ്സിന് വന്നുചേർന്നു എന്ന് ബോധ്യം വരാൻ വൈകിയതുകൊണ്ടാണ്. അദ്ദേഹം ജീവിച്ച രീതി, അദ്ദേഹത്തിന്റെ മനോനില, അദ്ദേഹത്തിന്റെ മനസ്സിലുണ്ടായിരുന്ന സംഘർഷങ്ങളുടെ ആധിക്യത്തെ അദ്ദേഹം അതിജീവിച്ച രീതികൾ ഇതൊക്കെ എങ്ങനെയാണെന്ന് അനുഭവിച്ച് അറിഞ്ഞല്ലേ നമുക്ക് പകർത്താനൊക്കുകയുള്ളൂ.

- *ഇപ്പോഴത്തെ പുതിയ പശ്ചാത്തലത്തിൽ ഒരുപാട് ഇന്ത്യക്കാർ ഇംഗ്ലീഷിൽ എഴുതി വളരെ പ്രശസ്തരായി, ഒരുപക്ഷേ വലിയ സമ്പത്തും ഉണ്ടാക്കി. താങ്കൾക്കും അത് കഴിയുന്നതായിരുന്നു. താങ്കളുടെ വിഷയങ്ങൾപോലും കുറച്ച് അതിനോട് അടുത്ത് നില്ക്കുന്നതാണ്. എന്നെങ്കിലും ചിന്തിച്ചിട്ടുണ്ടോ, ഇംഗ്ലീഷിൽ കൂടുതൽ എഴുതാമായിരുന്നു എന്ന്?*

ഇംഗ്ലീഷിൽ എഴുതാം എന്ന് ഞാൻ ആലോചിച്ചിട്ടുണ്ട്. പക്ഷേ, ഇംഗ്ലീഷിൽ എഴുതുമ്പോൾ നമുക്ക് കിട്ടുന്ന സന്തോഷത്തേക്കാൾ കൂടുതലാണ് മലയാളത്തിൽ എഴുതുമ്പോൾ കിട്ടുന്ന സന്തോഷം. മലയാളത്തിൽ എഴുതാനുള്ളത് അവസാനിച്ച് ഇംഗ്ലീഷിലേക്ക് കടക്കാം എന്ന് ഞാൻ പലപ്പോഴും ഓർക്കാറുണ്ട്. പക്ഷേ ദൈവം തമ്പുരാന്റെ സഹായംകൊണ്ട് അത് അവസാനിക്കുന്നില്ല.

- *താങ്കൾക്ക് ഇഷ്ടമില്ലാത്ത മറ്റൊരു കാര്യം പ്രസംഗമാണ്. ഒരു കാരണം, അത് പ്രയോജനരഹിതമാണ് എന്നാണ് താങ്കൾ വിശ്വസിക്കുന്നത്. അങ്ങനെയെങ്കിൽ സുകുമാർ അഴീക്കോട്, എം.വി. ദേവൻ, എം.കെ.സാനു അവരൊക്കെ പ്രസംഗിക്കുന്നതും പ്രയോജനരഹിതമാണ് എന്ന് താങ്കൾ പറയുമോ?*

എന്നല്ല, അവർ പ്രസംഗിക്കുന്നത് തീർച്ചയായും പ്രയോജനമുള്ളതാണ്. പക്ഷേ പ്രസംഗത്തോട് എനിക്കുള്ള വിഷമം എന്താണെന്നു വെച്ചാൽ, നമ്മൾ പ്രസംഗിക്കാൻ നിൽക്കുമ്പോൾ ഒരു കൃത്യമായ വാക്ക് കിട്ടാതെ വന്നാൽ പ്രസംഗം നിർത്തിയിട്ട് അവിടെ നില്ക്കുന്നത് ആലോചിക്കാൻ പറ്റില്ലല്ലോ, എഴുതാനിരിക്കുമ്പോൾ അതു പറ്റും. നമുക്ക് എത്ര വേണമെങ്കിലും നേരമെടുത്ത് ആലോചിച്ച് ഒരു വാക്കിനോ ആശയത്തിനുവേണ്ടിയോ പ്രയത്നിക്കാൻ പറ്റും. സാനു മാസ്റ്ററോ, അഴീക്കോട് സാറോ, ലീലാവതി ടീച്ചറോ പ്രസംഗിക്കുമ്പോൾ അത് ഇങ്ങനെ അനർഗ്ഗളം പ്രവഹിച്ചുകൊണ്ടിരിക്കുകയാണ്. എനിക്ക് അസൂയ തോന്നാറുണ്ട്. എങ്ങനെയാണ് അവർ ഇത് ചെയ്യുന്നത് എന്ന്. ഒരിക്കലും എനിക്ക് തോന്നുന്നില്ല. അവർക്ക് അവിഹിതമായ ഒരു വാക്ക് ഉപയോഗിക്കേണ്ടിവരുന്നു എന്ന്. അത് അവരുടെ കഴിവാണ്. ആ കഴിവ് എനിക്കില്ല എന്നുള്ളതുകൊണ്ട് ഞാൻ അവരുടെ കൂടെ ഓടാൻ നിന്നിട്ട് കാര്യമുണ്ടോ, ഇല്ലല്ലോ?

- *ഇത്രയും നോവൽ എഴുതിയ താങ്കൾ, താങ്കളുടെ ശരീരത്തെതന്നെ എത്രത്തോളം ശിക്ഷിച്ചിട്ടുണ്ട്?*

ഒരുപാട്, ഒരുപാട് ശിക്ഷിച്ചിട്ടുണ്ട് എന്ന് എനിക്ക് തോന്നുന്നു. പ്രത്യേകിച്ച് ആദ്യകാലങ്ങളിൽ, ഒരു മെഴുകുതിരിയുടെ രണ്ട് അറ്റവും കത്തിച്ചുകൊണ്ടിരുന്ന ഒരു കാലമുണ്ടായിരുന്നു. അതായത് ഗവേഷണാലയത്തിലാണെങ്കിലും പത്രം ഓഫീസിലാണെങ്കിലും ജോലി ചെയ്യുകയും രാത്രി മുഴുക്കെ മലയാളത്തിൽ എഴുതുകയോ വായിക്കുകയോ ചെയ്തിരുന്ന ഒരു കാലമുണ്ടായിരുന്നു. ആ കാലത്തിന്റെയൊക്കെ ഒരുപാട് ശിക്ഷകൾ ഈ ശരീരം ഏറ്റുവാങ്ങിയിട്ടുണ്ട്. അതിന്റെയൊക്കെ ഫലമായിട്ട് നട്ടെല്ലിന് അല്പം പരിഭവം തുടങ്ങിയിട്ടുണ്ട്.

- *എങ്കിലും നട്ടെല്ല് വളക്കില്ല എന്നൊരു നിർബന്ധത്തിലാണ്?*

നിർബന്ധബുദ്ധി എനിക്ക് ജീവിതത്തിൽ ഇല്ല. നട്ടെല്ല് വളക്കാതെ നമുക്ക് ജീവിക്കാൻ പറ്റില്ലല്ലോ. എത്രയെത്ര സാധനങ്ങളെ നാം കുനിഞ്ഞ് എടുക്കുന്നു. വളക്കില്ല നട്ടെല്ല് എന്ന് പറയുന്നത് ശരിയായ കാര്യമാണ് എന്ന് എനിക്ക് തോന്നുന്നില്ല. പക്ഷേ നട്ടെല്ല് നിവർന്നു നിൽക്കാനുള്ളത് കൂടിയാണ് എന്ന ബോധം എനിക്കുണ്ട്.

- *ഇത്രയും കഥകൾ എഴുതിയ താങ്കൾക്ക് താങ്കളുടെ സ്വന്തം കഥ മൂന്ന് വാചകത്തിൽ പറയാൻ കഴിയുമോ?*

എന്റെ സ്വന്തം കഥ മൂന്ന് വാചകത്തിൽ പറയാം, ഞാൻ ജനിച്ചു, ജീവിച്ചു, മരിക്കും എന്നു മാത്രമേയുള്ളൂ.

- *അല്ല, അത് എല്ലാവരുടേയും കഥയാണ്. അതിലൊരു കഥയില്ല എന്ന് താങ്കൾ തന്നെ പറഞ്ഞിട്ടുണ്ട്. അപ്പോൾ അതിനപ്പുറത്തേക്ക് പോയാൽ, താങ്കളുടെ ജീവിതത്തെ താങ്കൾ എങ്ങനെ വിവരിക്കും?*

ഒരു മഹാഭാഗ്യവാനാണ്. കാരണം, എനിക്ക് ഇഷ്ടമുള്ള ജോലി, ഇഷ്ടമുള്ളപോലെ ചെയ്യാൻ അവസരം കിട്ടി. ആ ജോലി ചെയ്തുകൊണ്ടു ജീവിക്കാൻ അവസരം കിട്ടി. ആ ചെയ്ത ജോലി നല്ലതാണെന്ന് പലരും അനുഭവത്തിൽ പറയുകയും എന്നെ അതിന് അഭിനന്ദിക്കുകയും ചെയ്തു. ഇത്രയും വലിയൊരു കേരളീയ സമൂഹം ഇത്രയും വലിയൊരു അനുഭവം തന്നതിന് എങ്ങനെയാണ് നന്ദി പറയുക, ആരോടാണ്? ഇതിലും ഒരു മഹാഭാഗ്യം എന്താ ഒരാൾക്ക് കിട്ടാനുള്ളത്. ഒന്നുമില്ല എന്നാണ് തോന്നുന്നത്.

(2007)

സേതു

ഉന്നത ബാങ്ക് ഉദ്യോഗസ്ഥൻ ആയിരുന്നെങ്കിലും കഥാപാത്രങ്ങളുടെ സങ്കീർണ ജീവിതപ്രശ്നങ്ങൾ നിർധാരണം ചെയ്യാൻ ശ്രമിച്ച എഴുത്തുകാരൻ എന്ന നിലയിലാണ് സേതുവിനെ മലയാളികൾക്ക് പരിചയം. സൈബർ കഥകളിലേക്ക് വായനക്കാരെ ആദ്യം കൈപിടിച്ചു കൊണ്ടുപോയതൊക്കെ ശരി, അരാജകജീവിതത്തിൽ വിശ്വസിക്കുന്നില്ല ഈ എഴുത്തുകാരൻ. ഖസാക്കിന്റെ ഇതിഹാസവും രണ്ടാമൂഴവും പരിഭാഷയ്ക്ക് വഴങ്ങാത്തത് മൗലികതകൊണ്ടാണെന്ന് വിശ്വസിക്കാത്ത സേതു മൗലികതയെപ്പറ്റി മൗലികമായ ചില സംശയങ്ങൾ ഉന്നയിക്കുന്നു ഈ അഭിമുഖത്തിൽ.

സേതുവിന് ആരെയാണ് ഇഷ്ടം?

- *അമ്മയുടെ മുപ്പത്തിയാറാം വയസ്സിൽ കാത്തുകാത്തിരുന്ന് ഉണ്ടായ ഒറ്റ പുത്രനാണ് താങ്കൾ. അന്തർമുഖനാണെന്നാണ് സ്വയം വിശ്വസിക്കുന്നത്. പക്ഷേ പരിചയപ്പെടുന്നവർക്ക് അങ്ങനെ തോന്നുന്നില്ല. പിന്നെന്തുകൊണ്ടാണ് സ്വയം അങ്ങനെ തോന്നുന്നത്?*

ഒരുപക്ഷേ അതിന്റെ കാരണം വളർച്ചയുടെ ചില ഘട്ടങ്ങൾ ആണ്. സഹോദരങ്ങൾ ഇല്ലാതെ നാട്ടിൻപുറത്ത് ആദ്യം തറവാട്ട് വീട്ടിലായിരുന്നു. പിന്നെ സ്വാഭാവികമായി എനിക്ക് കുറെ കസിൻസ്, കുറെ സുഹൃത്തുക്കൾ ഉണ്ട്. പക്ഷേ, ഏറെക്കുറെ തനിച്ചായിരുന്നു, മനസ്സിലും ചുറ്റുപാടിലും. അത് കഴിഞ്ഞ് ഞാൻ മഹാനഗരങ്ങളിലെല്ലാം ജോലി ചെയ്യുമ്പോഴും ഏറെക്കുറെ തനിച്ചിരിക്കാൻ ഇഷ്ടപ്പെട്ടിരുന്ന ആളായിരുന്നു. സ്വാഭാവികമായും സൗഹൃദങ്ങൾ ഉണ്ടായിരുന്നുവെങ്കിലും. വളരെ കുറച്ച് സുഹൃത്തുക്കളേ അന്ന് ഉണ്ടായിരുന്നുള്ളൂ. അങ്ങനെ ഒരു ഔട്ട്ഗോയിങ്ങ് ആളായിരുന്നില്ല. തൊഴിലിന്റെ ഭാഗമായിട്ട് കുറച്ചൊക്കെ അത്തരം ബന്ധങ്ങളൊക്കെ വേണ്ടി വന്നെങ്കിലും അടിസ്ഥാനപരമായി ഒതുങ്ങി നിൽക്കാൻ ആഗ്രഹിച്ചിരുന്നു.

- *എം.ടി.യുടെ കഥാപാത്രത്തെപോലെ സേതുവിന് സേതുവിനോടു മാത്രം ഇഷ്ടം എന്നത് ഉണ്ടായിരുന്നില്ലേ?*

എനിക്ക് വാസ്തവത്തിൽ എന്നോട് ഇഷ്ടം കുറവാണ്. പക്ഷേ അടുപ്പമുള്ളവരെ വളരെ ഇഷ്ടമാണ്.

- *താങ്കൾ മരണത്തിൽനിന്ന് തിരിച്ചുവന്ന അനുഭവം ഉണ്ടായിട്ടുണ്ട്. പക്ഷേ അത്രയും തീവ്രമായ അനുഭവം ഉണ്ടായിട്ടും അത് ദൈവാനുഗ്രഹംകൊണ്ടാണ് എന്ന് താങ്കൾ ഉറപ്പിച്ച് പറയുന്നില്ല. അത്തരം കാര്യങ്ങളിൽ സംശയം ഉള്ളതുകൊണ്ടാണോ?*

അത് ദൈവാനുഗ്രഹം എന്നു ഞാൻ പറയില്ല. എല്ലാം മിറക്കളിലും വിശ്വസിക്കുന്ന ഒരാളാണ്. അന്നത്തെ സംഭവം തന്നെ ഒരു നഴ്സിന്റെ

കൈകുറ്റപ്പാട് എന്നുവേണമെങ്കിൽ നമുക്ക് പറയാം. അപ്പോൾ ഒരു പക്ഷേ നമ്മൾ സാഹിത്യത്തിൽ എഴുതുന്ന സ്നിഗ്ദ്ധഘട്ടങ്ങൾ ജീവിതത്തിൽ ഉണ്ടാകാം. നമ്മൾ തന്നെ വല്ലാതെ ഞെട്ടിപ്പോകുന്ന ചില സന്ദർഭങ്ങൾ. പക്ഷേ ഞാൻ ദൈവവിശ്വാസിയാണോ എന്ന് ചോദിച്ചാൽ ആണെന്നു പറയാം. പക്ഷേ കൃത്യമായ ഒരു ദൈവമോ ഒരു സങ്കല്പമോ മനസ്സിലില്ല... വല്ലപ്പോഴും അമ്പലത്തിൽ പോകാറുണ്ട്. എല്ലാം ഈ പ്രപഞ്ചത്തെ നിയന്ത്രിക്കുന്ന, നമ്മുടെ എല്ലാം മുകളിലുള്ള ഏതോ ഒരു ശക്തിയുണ്ട് എന്ന് വിശ്വസിക്കാൻ തയ്യാറാണ്. ഏത് മിറക്കിളിലും വിശ്വസിക്കാൻ തയ്യാറാണ്. നമ്മളുടെ കൊച്ചുബുദ്ധികൊണ്ട് ശാസ്ത്രത്തിന്റെ പിൻബലത്തോടുകൂടി ഈ ലോകത്ത് നടക്കുന്ന എല്ലാം വിശദീകരിക്കാം എന്നുള്ള വിശ്വാസമില്ല. നമ്മുടേതായ പ്രജ്ഞയ്ക്കും അറിവിനും അനുഭവങ്ങൾക്കും ഒക്കെ അപ്പുറമായി എന്തൊക്കെയോ എവിടെയൊക്കെയോ നടക്കുന്നുണ്ട് എന്ന് വിശ്വസിക്കുന്ന ആളാണ് ഞാൻ.

- *ഇല്ല, അങ്ങനെ മരണത്തെ മുന്നിൽ കണ്ട നിമിഷത്തിൽ ഒരു എഴുത്തുകാരൻ എന്ന നിലയിൽ താങ്കൾക്ക് പൂർണ്ണമായി ബോധമുണ്ടായിരുന്നുവോ എന്താണ് സംഭവിക്കുന്നത് എന്ന്? അപ്പോഴത്തെ മാനസികാവസ്ഥ പുനരാവിഷ്ക്കരിക്കാൻ കഴിയുമോ?*

ഞാൻ ഏറെക്കുറെ അബോധാവസ്ഥയിലായിരുന്നു. അർദ്ധബോധാവസ്ഥയിലും അബോധാവസ്ഥയിലും. അങ്ങോട്ടും ഇങ്ങോട്ടും ചാഞ്ചാടിക്കൊണ്ടിരിക്കുന്നു. എനിക്ക് വളരെ വേഗത്തിലുള്ള ചില ഓർമ്മകൾ. ഒരു ഇരുണ്ട ഗുഹയിൽ പോയിക്കൊണ്ടിരിക്കുന്ന ഒരിത്. അത് ഒരുപക്ഷേ നമ്മുടെ ഹാലുസിനേഷന്റെ ഭാഗമാകാം. മരണമാണോ എന്നു നമുക്ക് തന്നെ അറിയില്ല. പക്ഷേ ഒരു ഇരുണ്ട ഗുഹയിൽ നമ്മൾ ഇങ്ങനെ ഒഴുകിപ്പോകുന്നതുപോലെ ഒരു ബോധം ഉണ്ടായിരുന്നു. ഇതിനെപ്പറ്റി വ്യക്തമായ ബോധമില്ല. എന്താണ് സംഭവിക്കുന്നതെന്നറിയില്ല. കാരണം, ഞാൻ ഒന്നര-രണ്ടര ദിവസത്തോളം കോമയിലായിരുന്നു. തീരെ ബോധമില്ലാത്ത അവസ്ഥയിൽ. അന്നത്തെ മദ്രാസിലെ വലിയ മെഡിക്കൽ കോളേജ് ആശുപത്രിയിൽ. വലിയ ഡോക്ടർമാർ പരിശോധിച്ച് സ്കാനിങ്ങും ഒക്കെ നടത്തി. എന്നിട്ടും ഒരു പിടുത്തവും കിട്ടുന്നില്ല. അപ്പോൾ അവർക്ക് ചെയ്യാവുന്നത് വേണ്ടപ്പെട്ടവരെ എല്ലാം അറിയിക്കുക. സിങ്കിങ്ങ് സ്റ്റേജ് ആണെന്നുള്ള വിവരം പറയുക എന്നതായിരുന്നു.

- *ചിക്കൻപോക്സിൽനിന്നും ഉണ്ടായതാണ് ആ അവസ്ഥ?*

തീർച്ചയായും. ചിക്കൻപോക്സ് വന്ന് ഞാൻ വല്ലാതെ ഛർദ്ദിക്കാനൊക്കെ തുടങ്ങിയപ്പോൾ ഒരു നഴ്സ് ഡ്രിപ്പ് തരാൻ തുടങ്ങി.

അതിന്റെ സ്പീഡ് കൂടിയതാണ് കാര്യം എന്ന് പറയുന്നു. അവർക്ക് പോകാനുള്ള തിടുക്കം കൊണ്ടാണോ, പരിചയക്കുറവ് കൊണ്ടാണോ എന്നറിയില്ല. തിളച്ച് നില്ക്കുന്ന ഗ്ലൂക്കോസ് സലൈൻ കയറ്റിയതാണെന്ന് പറയപ്പെടുന്നു. ഞാൻ താഴെ വീണു. എന്റെ കൈ ഒടിഞ്ഞു. ഞാൻ ബോധമില്ലാതെ രണ്ടു ദിവസത്തോളം കിടന്നു. പിന്നീട് ഞാൻ ഈ ഡോക്ടർമാരെപോലും അദ്ഭുതപ്പെടുത്തിക്കൊണ്ട് നോർമൽ ആയി വന്നു. പെട്ടെന്നു തിരിച്ചുവരികയാണ്. പെട്ടെന്ന് ബോധം തെളിയുകയാണ്. എല്ലാവരേയും തിരിച്ചറിയുകയാണ്. അപ്പോൾ അവരുടെ ആദ്യത്തെ സംശയം എന്റെ ഓർമ്മയ്ക്കോ തലച്ചോറിനോ എന്തെങ്കിലും പ്രശ്നം ഉണ്ടോ? എന്തെങ്കിലും കുറവോടുകൂടിയാണോ തിരിച്ചുവരുന്നത് എന്നായിരുന്നു. പക്ഷേ ഞാൻ ചുറ്റുമുള്ളത് തിരിച്ചറിയുന്നു. ആദ്യം വിളിച്ചത് ഡ്രൈവറെയാണ്. അയാളെ ഞാൻ ജംബു എന്നു വിളിച്ചപ്പോൾ അയാൾ ഒരൊറ്റ കരച്ചിലായിരുന്നു. കാരണം എന്നെ അവർ 'റൈറ്റ് ഓഫ്' ചെയ്തിരുന്നു. അപ്പോൾ ഇത് മിറക്കിൾ ആണ്. വാസ്തവത്തിൽ എനിക്ക് ഒന്നും സംഭവിച്ചിരുന്നില്ല. പക്ഷേ നമ്മുടെ മെഡിക്കൽ സയൻസിന് മനസ്സിലാക്കാൻ കഴിയാത്ത ഒരു നിമിഷം എന്നൊക്കെ പറയും.

- *താങ്കളുടെ ചെറിയ ഇഷ്ടങ്ങൾ വിലയിരുത്തുമ്പോൾ അതിൽ കുറച്ച് വൈരുദ്ധ്യം തോന്നുന്നതുപോലെ. പൊതുവെ ഇടപെടലിൽ വളരെ സ്ട്രെയിറ്റ് ഫോർവേഡ് ആയിട്ട് മാത്രം കാര്യങ്ങളെ കാണുന്നു. വിശകലനം ചെയ്യുന്നു. പക്ഷേ താങ്കൾക്ക് ഇഷ്ടം വി.കെ.എൻ. പോലെയൊരു എഴുത്തുകാരനെ. വക്രത എന്നൊക്കെ ആരോപിക്കാവുന്ന തരത്തിൽ എഴുതിയിരുന്ന എം.പി. നാരായണപിള്ളയേയും നോവലിലാണെങ്കിൽ ഉറൂബിനേയും ഇഷ്ടമാണ്. അപ്പോൾ എന്താണ് ഈ കാര്യത്തിലുള്ള സമീപനം?*

എന്റെ ഏറ്റവും ഇഷ്മുള്ള പഴയകാല നോവലിസ്റ്റ് ബഷീർ തന്നെയാണ്. ഉറൂബും. മലയാളത്തിൽ തന്നെ ഏറ്റവും പവറുള്ള നോവലിസ്റ്റ് ഉറൂബ് തന്നെയാണ്. സി.വി.ക്കുശേഷം. സംശയമില്ലാത്ത കാര്യമാണ്. പിന്നെ വി.കെ.എന്നിന്റേയും. എം.പി. നാരായണപിള്ളയുടേയും കാര്യം പറഞ്ഞാൽ ഇവരൊക്കെ എനിക്ക് അപ്രാപ്യമായ ഏതോ മേഖലയിൽ ഇരുന്ന് എഴുതുന്നവരാണ്. പ്രത്യേകിച്ച് വി.കെ. എന്നിനെ വേണ്ടത്ര രീതിയിൽ വിലയിരുത്തിയിട്ടില്ല മലയാളം. നമ്മൾ നന്ദികേട് കാണിക്കുകയാണ്. ഇന്ത്യൻ ഭാഷയിൽ ഒരു മഹാദ്ഭുതമാണ്. വി.കെ.എൻ. നാരായണപിള്ളയുടെ കാര്യം പറയുകയാണെങ്കിൽ, നമുക്ക് ഇഷ്ടപ്പെടുന്ന ഒരുപാട് എഴുത്തുകാരുണ്ട്. കാരൂരുണ്ട്, തകഴിച്ചേട്ടൻ ഉണ്ട്, എം.ടി.യുണ്ട് വലിയ എഴുത്തുകാർ. പക്ഷേ നമ്മളെ വിസ്മയിപ്പിക്കുന്ന ചില എഴുത്തുകാർ ഉണ്ട്.

കാരണം, ഇവർ വേറെ ഏതോ ലോകത്ത് നിന്നിട്ട് എഴുതുകയും നമ്മോട് സംസാരിക്കുകയും ചെയ്യുന്നു. അങ്ങനെ അപൂർവ്വം ചില എഴുത്തുകാരിൽ പെടുന്നു വി.കെ.എന്നും എം.പി. നാരായണ പിള്ളയും. അതേ സമയം നമുക്ക് വളരെ പ്രശസ്തരായ കഴിവുള്ള ഒരുപാട് എഴുത്തുകാർ ഉണ്ട്. ഇവരെ ക്ലാസ്സ് എപാർട്ട് എന്ന് പറയുന്നു. അതുകൊണ്ടാണ് ഞാൻ അവരെ അങ്ങനെ കാണുന്നത്.

- *എങ്കിലും താങ്കൾ തന്നെ ചില സങ്കീർണതയുള്ള കഥാപാത്രങ്ങളെ സൃഷ്ടിച്ചിട്ടുണ്ട്. ഇപ്പോൾ മാർക്കണ്ഡേയശർമ്മ. അങ്ങനെ ഒരു കഥാപാത്രത്തെ സൃഷ്ടിക്കുന്നു. വി.കെ.എന്നിന്റെ, എം.പി. നാരായണപിള്ളയുടെ എഴുത്തിനെ ഇഷ്ടപ്പെടുന്നു. പക്ഷേ താങ്കളുടെ സ്വഭാവത്തിൽ ഒന്നും അത്തരത്തിൽ ഒരു ചെരിവും കാണുന്നില്ല?*

നമ്മുടെ മനസ്സിന്റെ ആഴം നമ്മൾ കാണുന്നില്ല. മറ്റുള്ളവർ കാണുന്നില്ല. എനിക്ക് തന്നെ അറിയില്ല എന്റെ മനസ്സിൽ എന്തൊക്കെയാണ് സംഭവിക്കുന്നത് എന്ന്. പല എഴുത്തിന്റേയും പുറകിൽ, രചനയുടെ പിന്നിൽ ഒരു കിറുക്കിന്റെ അംശം ഉണ്ട്. അസാധാരണതയുടെ അംശം ഉണ്ട്. നൂറു ശതമാനം നോർമൽ ആയ ഒരാൾക്ക് സാഹിത്യ രചന ചെയ്യാൻ പറ്റും എന്ന് ഞാൻ കരുതുന്നില്ല. ഈ അസാധാരണത്വം ഒരുപക്ഷേ നമ്മുടെ ബാഹ്യജീവിതത്തിൽ പ്രകടമാകണമെന്നില്ല. നമ്മുടെ തൊഴിലിലും മറ്റും കാണുന്നു. പക്ഷേ ഞാൻ എഴുതാനിരിക്കുന്ന സമയത്ത് രചനയുടെ സമയത്ത് ഇത് ഉണ്ട്. ഉന്മാദത്തിന്റെ അവസ്ഥയുണ്ട്. എഴുത്തിൽ എനിക്കുതന്നെ തോന്നാറുണ്ട്. ഞാൻ തന്നെയാണോ ഇത് എഴുതിയത് എന്ന്. പാണ്ഡവപുരത്തിന്റെ ചില ഭാഗങ്ങൾ, മാർക്കണ്ഡേയ ശർമ്മയുടെ കാര്യവും വൃത്താന്തവും കൈമുദ്രകളിലെ ചില വാചകങ്ങളൊക്കെ ഞാൻ തന്നെ ഒരുപാട് വായിച്ചൊരുപാട് രസിച്ചിട്ടുണ്ട്. അടയാളങ്ങളിലും. ചിലത് അപ്പോൾ നമ്മളല്ല എഴുതുന്നത്. നമ്മളെക്കൊണ്ട് എഴുതിക്കുകയാണ്. ആന്തരികമായ ഏതോ ഒരു ശക്തി നമ്മളെ എവിടെയൊക്കെയോ കൊണ്ടുപോകുന്നതായിട്ട് തോന്നുന്നു. ഏതു എഴുത്തുകാരനും ഉണ്ടാകുന്ന അനുഭവം ആണിത്.

- *പുറത്ത് അറിയാത്ത ഈ ചരിവുകൾ ഇപ്പറഞ്ഞ സേതുവിന്റെ സ്വഭാവത്തിൽ ഉണ്ടോ? അങ്ങനെ ആരെങ്കിലും ഭാര്യയോ മക്കളോ ചൂണ്ടിക്കാട്ടിയിട്ടുണ്ടോ?*

എഴുതാനിരിക്കുമ്പോൾ അലട്ടുന്നത് ഇഷ്ടമല്ല എന്നറിയാം. അതിന്റെ കുറച്ച് എക്സൻട്രിസിറ്റീസ് ഉണ്ട്. അതൊക്കെ അവർക്ക് അറിയാം. എല്ലാം എഴുത്തുകാർക്കും ഉള്ളതാണ്. കാരണം ആ സമയത്ത്

ഞങ്ങളുടേതായ അംഗുലാരിറ്റീസ് പെരുമാറ്റത്തിൽ ഉണ്ടാവും. നമുക്ക് ഒറ്റയ്ക്കിരിക്കണം. അത് അവർക്ക് ശീലമായതുകൊണ്ട് ഇടപെടാറില്ല.

- *അങ്ങനെ താങ്കൾക്കു തന്നെ ഇഷ്ടപ്പെടാത്ത സ്വഭാവം, പെരുമാറ്റം ഉണ്ടായിട്ടുണ്ടോ?*

ഞാൻ കുറെയൊക്കെ ക്ഷമാശീലനാണ്. അങ്ങനെ എക്സ്പ്ലോഡ് ചെയ്യാറില്ല. കുടുംബസദസ്സിൽ പൊട്ടിത്തെറിക്കുന്ന സ്വഭാവക്കാരനല്ല. പൊതുവെ ഞാൻ ഇത്തരം കാര്യങ്ങളിൽ മറ്റുള്ളവരെ ഇടപെടീക്കാറില്ല. പക്ഷേ എഴുതിക്കഴിഞ്ഞാൽ മിക്കവാറും ആദ്യത്തെ പാർട്ട് എന്റെ ഭാര്യ വായിക്കാറുണ്ട്. ചില അഭിപ്രായങ്ങൾ പറയാറുണ്ട്. അടിസ്ഥാനപരമായിട്ട് അബോധമനസ്സിന്റെ അല്ലെങ്കിൽ ഉപബോധ മനസ്സിന്റെ ശക്തമായ പ്രതിപ്രവർത്തനം എന്റെ എഴുത്തിലുണ്ട്. മനസ്സിന്റെ സഞ്ചാരങ്ങളാണ് എന്റെ എഴുത്ത്. പലതിനെയും പറ്റി പറയാൻ പറ്റില്ല. ആ സമയത്തും പറ്റില്ല. പിന്നീടും പറ്റില്ല. പാണ്ഡവപുരം ഒക്കെ എഴുത്തുകാരനപ്പുറം വളർന്നുപോയ കൃതിയാണ്. ഇന്നിപ്പോൾ എത്രയോ വ്യാഖ്യാനങ്ങൾ ഉണ്ട്. ഒരുപക്ഷേ ഞാൻ ഉദ്ദേശിക്കാത്ത വ്യാഖ്യാനങ്ങൾ വരെ ഉണ്ടാകും.

- *കെ.പി. അപ്പന്റെ നിരീക്ഷണമുണ്ടായിരുന്നു, കേരളത്തിൽ മാത്രമേ എഴുത്തുകാർ ഇങ്ങനെ എല്ലായിടത്തും തേരാപാര നടക്കുന്നുള്ളൂ. പൊതുവെ എഴുത്തുകാർ നിഗൂഢമായ സ്വകാര്യജീവിതം നയിക്കുന്നവരാണ്. ഒരുപക്ഷേ എഴുത്തിന് അത് ഗുണകരവുമായിരിക്കാം. താങ്കൾക്ക് എന്താണ് തോന്നുന്നത്, എഴുത്തുകാരന് അത്രയും സ്വകാര്യത ആവശ്യമുണ്ടോ?*

അപ്പൻ പറയുന്നതിൽ കാര്യം ഉണ്ട്. ഞാൻ വളരെക്കുറച്ച് പരിപാടികളിൽ സംബന്ധിക്കുന്ന ആളാണ്. വ്യക്തിബന്ധങ്ങളുടെ പേരിൽ ചില ചടങ്ങുകൾക്ക് പോകാറുണ്ട്. അകന്നുനിൽക്കുന്ന ആളാണെങ്കിലും പൂർണ്ണമായും സമൂഹത്തിൽനിന്ന് അകന്നുനിൽക്കാൻ കഴിയില്ല. നമ്മൾ സമൂഹത്തിന്റെ ഭാഗമാണ്. എനിക്കു പലപ്പോഴും തോന്നാറുള്ളത് സമൂഹത്തിന് നമ്മുടെമേൽ ചില അവകാശങ്ങൾ ഉണ്ട്. നമ്മുടെ സമയത്തിന്റെ വില പ്രധാനമാണെങ്കിലും സാഹിത്യപ്രവർത്തനവുമായി രംഗത്തുനില്ക്കുന്ന കാലത്ത് സമൂഹത്തിന് ചില അവകാശങ്ങൾ ഉണ്ട്. അകന്നുനിന്ന വലിയ എഴുത്തുകാർ ഉണ്ട്. ഫോക്നറെപ്പറ്റി പറഞ്ഞുകേട്ടിട്ടുണ്ട്. ഇന്റർവ്യൂ ചോദിച്ചിട്ട് കൊടുത്തില്ല. അതു കൂട്ടാക്കാതെ ഇന്റർവ്യൂവിനു ചെന്നപ്പോൾ തോക്കുമായി അവിടെ നില്ക്കുകയാണ് എന്നൊക്കെ. അങ്ങനെ ഒരുപാട് ആളുകൾ ഉണ്ട്. കേരളീയ സമൂഹം വളരെ വൈബ്രന്റായ ഒന്നാണ്.

എഴുത്തുകാരന് അങ്ങനെ പൂർണ്ണമായിട്ടും മാറി നില്ക്കാൻ സാധിക്കില്ല. മാധ്യമങ്ങളിൽ നിന്നോ, വായനക്കാരിൽനിന്നോ മാറി നില്ക്കുന്നത് എളുപ്പമാവില്ല.

- *ഇവിടെ ഒരു കഥയെഴുതുന്നയാൾ അല്ലെങ്കിൽ പ്രസംഗിക്കുന്നയാൾ സാംസ്കാരിക നായകർ എന്നു നമ്മൾതന്നെ പറയാറുണ്ട്. പക്ഷേ കേരള സമൂഹം എഴുത്തുകാർക്ക്, ഈ സാംസ്കാരികനായകർക്ക് അർഹിക്കുന്നതിൽ കൂടുതൽ പരിഗണന, പദവി കൊടുത്തതായി താങ്കൾക്ക് തോന്നുന്നില്ലേ?*

ആദ്യമായി സാംസ്കാരികനായകർ എന്ന പദത്തോട് എനിക്ക് യോജിപ്പില്ല. നായകൻ ഉണ്ടെങ്കിൽ സ്വാഭാവികമായിട്ടും വില്ലനും വേണം, നായിക വേണം, കോമേഡിയൻ വേണം. ഇതൊക്കെ നമുക്ക് ഉണ്ട്. അതു വേറെ കാര്യം. പക്ഷേ ഈ അധികാരം ആര് കൊടുത്തു എന്നുള്ളതാണ്. അടിസ്ഥാനപരമായി എഴുത്തുകാർ മനുഷ്യാവസ്ഥയെക്കുറിച്ചുള്ള ആകുലതകളും, ആശങ്കകളും അവരുടേതായ രീതിയിൽ അവതരിപ്പിക്കുന്നവരാണ്. സമൂഹവുമായി വളരെ അടുത്ത ബന്ധം ഉള്ളവരാണ്. പക്ഷേ ഈ നായകത്വം ആര് കൊടുത്തു? അത് നമ്മൾ സ്വയം അർഹിക്കുന്നതാണ്. മാധ്യമങ്ങൾ ഇത്തരം പട്ടങ്ങൾ ഒക്കെ ചാർത്തിക്കൊടുത്ത സാംസ്കാരികനായകന്മാർ ആ പ്ലാറ്റ്ഫോമിൽ തന്നെ നില്ക്കുന്നുണ്ടോ എന്നതാണ് സംശയം. അവർ ഈ പട്ടത്തിന് അർഹരാണോ എന്നുകൂടി തോന്നിപ്പോകും. കേരളീയ സമൂഹത്തിന്റെ ഏറ്റവും വലിയ സൗഭാഗ്യം എഴുത്തുകാരൻ എന്ന നിലയിൽ ഞാൻ കാണുന്നത് നമുക്ക് വലിയ വായനാ സംസ്കാരം ഉണ്ട് എന്നതാണ്. നല്ല വായനശീലം, ഗ്രന്ഥശാല പ്രസ്ഥാനം, പഴയ നവോത്ഥാനകാലം മുതൽ എഴുത്തുകാരന് വലിയ അംഗീകാരമുണ്ട്. കലാകാരന് അംഗീകാരം ഉണ്ട്. അതു വലിയ കാര്യമാണ്. പക്ഷേ നായകത്വം കല്പിച്ചു കിട്ടിയവരാണ് എല്ലാ ഇഷ്യൂവിലും - ഗ്ലോബലൈസേഷൻ തൊട്ട് ഗ്ലോബൽ വാമിംഗ് വരെ - എല്ലായിടത്തും ആധികാരികമായി അഭിപ്രായം പറയുന്നത് എന്നതു പ്രശ്നമാണ്.

- *നായകർ എന്നു പറയുമ്പോൾ നേതൃശേഷി അതിൽ അന്തർഭവിച്ചിട്ടുണ്ട്. അങ്ങനെ നയിക്കാൻ പ്രാപ്തിയുള്ളവരാണ് കേരളത്തിലെ എഴുത്തുകാർ അല്ലെങ്കിൽ സാംസ്കാരിക നായകർ എന്ന് താങ്കൾക്ക് തോന്നിയിട്ടുണ്ടോ?*

അങ്ങനെ പറയാൻ പറ്റില്ല. എഴുത്തുകാരനു വഴങ്ങുന്ന ചില മണ്ഡലങ്ങൾ ഉണ്ട്. സംസ്കാരത്തെപ്പറ്റി, ഭാഷയെപ്പറ്റി, സാഹിത്യത്തെപ്പറ്റി, കലയെപ്പറ്റി അഭിപ്രായം പറയുന്നതിൽ തെറ്റില്ല. കാരണം ഇതവരുടെ മണ്ഡലം ആണ്. പക്ഷേ ഗ്ലോബലൈസേഷനെപ്പറ്റി, ഗ്ലോബൽ

വാമിങ്ങിനെപ്പറ്റി, ചാടിക്കേറി ആധികാരികമായി അഭിപ്രായം പറയുന്നവരുണ്ട്. അതു പറയാൻ അർഹതയുള്ള വേറെ ആളുകൾ ഉണ്ട്. ലോകത്ത് നടക്കുന്ന എല്ലാത്തിനെയുംപറ്റി സാംസ്കാരിക നായകർ എന്നു പറയുന്നവർ അഭിപ്രായം പ്രകടിപ്പിക്കുന്നതിൽ അർത്ഥം ഉണ്ടെന്ന് തോന്നുന്നില്ല.

- *എന്തൊക്കെ നമ്മൾ പറഞ്ഞാലും യഥാർത്ഥ അധികാരം രാഷ്ട്രീയക്കാരുടെ പക്കൽ തന്നെയാണ്. അതുകൊണ്ട് സാഹിത്യനായകന്മാർ, എഴുത്തുകാർ, അധികാരകേന്ദ്രങ്ങളോട് അടുത്തുനില്ക്കുകയും അതുവഴി അവരുടെ പദവി ഉയർത്താൻ ശ്രമിക്കുകയും ചെയ്യുന്ന രീതിയുണ്ട്. ഇങ്ങനെ അധികാര കേന്ദ്രങ്ങളോട് സാഹിത്യകാരന്മാർ അടുത്തുനില്ക്കുന്നതിനെ താങ്കൾ എങ്ങനെയാണ് കാണുന്നത്?*

വളരെ പ്രസക്തമായ ചോദ്യമാണ്. വ്യക്തിപരമായി സാഹിത്യകാരന്മാരുടെ സ്വാതന്ത്ര്യം. അല്ലെങ്കിൽ കലാകാരന്റെ സ്വാതന്ത്ര്യം എന്ന് നമ്മൾ വലുതായി പറയും. അതേസമയം സ്ഥാനമാനങ്ങൾക്ക്, അവാർഡുകൾക്ക്, ഇത്തരം ഇടങ്ങൾക്ക് അധികാരകേന്ദ്രങ്ങളുമായും രാഷ്ട്രീയകേന്ദ്രങ്ങളുമായും ബന്ധമുണ്ടായിരിക്കും. ഞാൻ ഇതിൽനിന്നൊക്കെ മാറിനില്ക്കുന്ന ഒരാളാണ്. കാരണം, ഈ അധികാരകേന്ദ്രവും എഴുത്തുകാരന്റെ സ്വാതന്ത്ര്യവും രണ്ട് മേഖലകളാണ്. നമ്മളിന്ന് കേരളത്തിൽ കാണുന്നതരം നീക്കങ്ങളോട് തീരെ യോജിപ്പില്ല.

- *ഒരു സാഹിത്യകാരന്റേയോ സാഹിത്യകൃതിയുടേയോ മൂല്യം നിശ്ചയിക്കപ്പെടുന്നതിൽ അധികാരകേന്ദ്രങ്ങൾക്ക് പരോക്ഷമായെങ്കിലും പങ്കുണ്ട് എന്ന് താങ്കൾ സമ്മതിക്കുമോ? ഒരു അവാർഡ് കിട്ടുന്നു, അധികാര കേന്ദ്രങ്ങളോട് അടുത്തു നിന്നതുകൊണ്ട് അങ്ങനെ മൂല്യം ഉയർത്താമല്ലോ?*

ഒരുപാട് അവാർഡുകൾ എനിക്കും കിട്ടിയിട്ടുണ്ട്. ഞാൻ ഒരു അവാർഡിന്റേയും പുറകെ പോകുന്ന ആളല്ല. പല അവാർഡുകളും എന്നെ തേടി വരികയായിരുന്നു. ഭാഗ്യം എന്ന് വേണമെങ്കിൽ പറയാം. ഞാൻ അർഹിക്കുന്നുണ്ടോ എന്നതിലേക്ക് കടക്കുന്നില്ല. പക്ഷേ അവാർഡിന്റെ പ്രസക്തി പുസ്തകങ്ങളെ വായനക്കാരനുമായി അത് അടുപ്പിക്കുന്നു. അതിനപ്പുറം ഒരു പുസ്തകത്തിന് അവാർഡ് കിട്ടിയതുകൊണ്ട് മൂന്ന് കൊല്ലത്തിൽ ഉണ്ടായ ഏറ്റവും വിശിഷ്ടമായ ഗ്രന്ഥമാണ് അതെന്ന് ഞാൻ അവകാശപ്പെടുന്നില്ല. അത് വിഡ്ഢിത്തം ആണ്. അടിസ്ഥാനപരമായി ഇതൊരു കമ്മിറ്റി വ്യവസ്ഥ അനുസരിച്ച്, വകുപ്പുകൾ അനുസരിച്ച്, പുസ്തകം തിരഞ്ഞെടുക്കുന്നു. അതിനെ നമ്മൾ സ്വീകരിക്കുന്നു. അത്രയേ ഉള്ളൂ. അവാർഡ് സ്വീകരിക്കുന്നതിനും നിഷേധിക്കുന്നതിനും ഒരു അളവിൽ കൂടുതൽ

പ്രസക്തി കാണുന്നില്ല. അധികാര കേന്ദ്രങ്ങളെ ബന്ധപ്പെടുത്തി അവാർഡോ സ്ഥാനമോ നേടിയെടുക്കുന്നവർക്ക് ചില താത്പര്യങ്ങൾ കാണും. ഞാൻ കുറച്ചുകാലം സാഹിത്യ അക്കാദമിയിൽ ഉണ്ടായിരുന്നു. അത് അധികാരകേന്ദ്രവുമായി ബന്ധപ്പെട്ട് കിടക്കുന്നില്ല. അന്നത്തെ പ്രസിഡന്റായിരുന്ന എൻ.പി. മുഹമ്മദ് വ്യക്തിപരമായി അടുപ്പമുണ്ടായിരുന്ന ആളാണ്. അദ്ദേഹം വളരെ നിർബന്ധിച്ചിട്ടാണ് ഞാൻ അവിടെ വരുന്നത്. വളരെ കുറച്ചുകാലം മാത്രമേ അവിടെ ഇരുന്നുള്ളൂ.

- *താങ്കൾ തന്നെ സൂചിപ്പിച്ചു സാഹിത്യകാരന്മാരുടെ ഇടയിലെ അഭിപ്രായവ്യത്യാസങ്ങളും പരസ്യപ്രസ്താവനകളും. പക്ഷേ ഇതൊക്കെ അവരുടെ ഈഗോ കൊണ്ടുമാത്രം ഉണ്ടാവുന്നതാണോ അതോ അവരുടെ രാഷ്ട്രീയ നിലപാടുകൾകൊണ്ട് ഉണ്ടാവുന്നതോ?*

രാഷ്ട്രീയ നിലപാടിന് അനുസരിച്ച് ഒരാൾ പൊസിഷൻ എടുക്കുന്നത് എനിക്ക് മനസ്സിലാക്കാം. ഒരു പാർട്ടി ചട്ടക്കൂടിന് അകത്തുനിന്ന് പ്രവർത്തിക്കുന്ന സമയത്ത് നിലപാട് എടുക്കേണ്ടി വരും. പക്ഷേ പലപ്പോഴും വിവാദങ്ങൾക്ക് വേണ്ടിയുള്ള വിവാദങ്ങളാണ്. സാഹിത്യകാരന്മാർക്ക് നല്ല സ്ഥാനം കൊടുത്തിട്ടുള്ള കേരളീയ സമൂഹത്തിൽ വലിയ പ്രസക്തി ഇല്ലാത്തതരം വിലകുറഞ്ഞ വിവാദങ്ങൾ, പേനയിൽ കൂടി മഷിക്ക് പകരം വിഷം വരുന്ന തരത്തിലുള്ള പ്രസ്താവനകൾ. വളരെ അലർട്ട് ആയിട്ടുള്ള കേരളീയ സമൂഹത്തിൽ ജനങ്ങളുടെ മുന്നിൽ നമ്മൾ തനിയെ താഴ്ന്നുപോകുകയാണ് ഇത്തരം വിവാദങ്ങൾ വഴി.

- *അടുത്ത നാളിൽ എം.ടി.യുടെ നാലുകെട്ട് നോവലിന്റെ അൻപതാം വാർഷികം ആഘോഷിച്ചത് സംബന്ധിച്ച് എം.വി.ദേവൻ ഒരു ഭാഗത്തും മുകുന്ദനുൾപ്പെടെ മറുഭാഗത്തുനിന്നും വിവാദം ഉണ്ടായി. എം.വി. ദേവനാണ് താങ്കളുടെ വീട് ഡിസൈൻ ചെയ്തത്. താങ്കളുടെ ആദ്യ കൃതി പ്രസിദ്ധീകരിച്ചത് എം.ടി.യാണ്. അപ്പോൾ എം.ടി.യുമായും എം.വി. ദേവനുമായും അടുപ്പമുള്ള ആളെന്ന നിലയിൽ താങ്കൾ മനസുകൊണ്ട് ഇത്തരം കാര്യങ്ങളിൽ പക്ഷം ചേരാറുണ്ടോ?*

ഞാൻ നാലുകെട്ടിന്റെ ചടങ്ങിൽ പങ്കെടുത്ത ആളാണ്. ഒരു സെഷന്റെ അധ്യക്ഷൻ കൂടിയായിരുന്നു. എം.ടി.യുമായി എനിക്ക് എത്രയോ വർഷമായി അടുത്ത ബന്ധം ഉണ്ട്. ദേവനും എനിക്ക് ഏറെ ആദരമുള്ള ആളാണ്. വ്യക്തിബന്ധങ്ങളെ മാറ്റിനിർത്തിയാൽ ഞാൻ നാലുകെട്ടിന്റെ ചടങ്ങിൽ പങ്കെടുത്തതിന്റെ പ്രധാനപ്പെട്ട കാരണം നാലുകെട്ട് എന്ന കൃതിക്ക് കാലിക പ്രസക്തി ഉണ്ടെന്ന് വിശ്വസിക്കുന്നതാണ്. ഞാനൊക്കെ സ്കൂളിൽ പഠിക്കുന്ന സമയത്ത് നാലുകെട്ട്

വരുന്നു. അന്നത്തെ ചുറ്റുപാടിൽ നാലുകെട്ട് എന്നത് വലിയൊരു പ്രതീകമായിരുന്നു. നാലുകെട്ടിൽ തന്നെ ഒരു വാചകം ഉണ്ട്. ഈ നാലുകെട്ട് പൊളിച്ചുകളഞ്ഞ് കാറ്റും വെളിച്ചവും കയറുന്ന ഒരു വീട് മതിയെന്ന്. എം.ടി. വാസുദേവൻനായർ അങ്ങനെ ശക്തമായ പൊളിറ്റിക്കൽ സ്റ്റേറ്റ്മെന്റ് നടത്തുന്ന ആളല്ല. അദ്ദേഹത്തിന്റെ കൃതികളിൽ അങ്ങനെ ഒരു ആഭിമുഖ്യം ഇല്ല. പക്ഷേ ഇത് ഒരു ക്രാന്തദർശിയുടെ സ്റ്റേറ്റ്മെന്റ് ആണ്. അൻപതുവർഷം കഴിഞ്ഞ് തിരിഞ്ഞുനോക്കുമ്പോൾ ഈ ഒരു പ്രസ്താവന കേരളത്തിലെ ഫ്യൂഡൽ വ്യവസ്ഥയുടെ തളർച്ചയുടെയും തകർച്ചയുടെയും തുടക്കംപോലെ നമുക്കു തോന്നുന്നു. നാലുകെട്ട് ഒരു കാലഘട്ടത്തിൽ ശ്രദ്ധിക്കപ്പെട്ട കൃതിയാണ്. അതിനിപ്പോൾ ഇത്രയും ആഘോഷം നടക്കുന്നു എന്നുള്ളത് വേറൊരു കാര്യം. മുകുന്ദൻ തന്നെ ഒരു സ്റ്റേറ്റ്മെന്റ് ഇറക്കിയിട്ടുണ്ട്. മുകുന്ദൻ എനിക്ക് വളരെ അടുപ്പമുള്ള ആളാണ്. ഇതുപോലെ ഉറൂബിന്റെ സുന്ദരികളും സുന്ദരന്മാരും കോവിലന്റെ അല്ലെങ്കിൽ തകഴിയുടെ കൃതികളുടെ ആഘോഷം ഉണ്ടാകുമെന്ന് പറയുന്നു. അക്കാദമിയുടെ കാര്യമാണ്. പക്ഷേ അടിസ്ഥാനപരമായി നോക്കിയാൽ ഇത് വിവാദമാക്കേണ്ട കാര്യമാണെന്ന് എനിക്ക് തോന്നുന്നില്ല. സാഹിത്യം ജനങ്ങളിൽനിന്ന് അകന്നുപോയിക്കൊണ്ടിരിക്കുന്നു എന്ന വിശ്വാസം നിലനിൽക്കുന്ന ഈ കാലത്ത് സാഹിത്യത്തെ സംബന്ധിച്ച ഏത് ചർച്ചയും വിവാദങ്ങളും സംവാദങ്ങളും ആരോഗ്യകരമെന്ന് ഞാൻ വിശ്വസിക്കുന്നു. കാരണം, മൂന്നുനാലു ദിവസം അവിടെ ഉത്സവാന്തരീക്ഷമായിരുന്നു. ഒരുപാട് ആളുകൾ, ബോംബെയിൽനിന്നും ബാംഗ്ലൂരിൽനിന്നും ഡൽഹിയിൽ നിന്നും ചെറുപ്പക്കാർ ലീവെടുത്തു വന്നിരുന്നു. എം.ടി.യുടെ വ്യക്തിപ്രഭാവം കൊണ്ടായിരിക്കാം. അതൊരു പ്രശ്നമല്ല. അവരെല്ലാം സാഹിത്യം കേൾക്കാൻ വന്നവരാണ്. സാഹിത്യത്തെപ്പറ്റി ചർച്ച ചെയ്യാൻ വന്നവരാണ്. അത് വളരെ പോസിറ്റീവായി ഞാൻ കാണുന്നു.

- *നാലുകെട്ട് എന്ന കൃതിയിൽ എം.ടി.യുടെ ക്രാന്തദർശിയെ കണ്ടു എന്നു പറഞ്ഞു. അങ്ങനെയെങ്കിൽ എം.ടി. ഫ്യൂഡൽ വ്യവസ്ഥിതിയുടെ പ്രത്യേകതകളിൽ ഒതുങ്ങിനിന്ന സമയത്ത് നാലുകെട്ടിന്റെ അതേ വർഷം തന്നെ പ്രസിദ്ധീകരിച്ച 'സുന്ദരികളും സുന്ദരന്മാരും' ഈ ഫ്യൂഡൽ വ്യവസ്ഥിതിയെ ശക്തിയായി തള്ളിപ്പറയുന്ന കൃതിയല്ലേ? ?*

തീർച്ചയായിട്ടും ഞാൻ തന്നെ ഒരു അഭിമുഖത്തിൽ അതു പറയുന്നുണ്ട്. മലയാളത്തിൽ ഒരുപക്ഷേ സിവിക്ക് ശേഷം ഉണ്ടായ ശക്തമായ നോവലാണ് സുന്ദരികളും സുന്ദരന്മാരും. അത് എന്റെ വ്യക്തിപരമായ അഭിപ്രായമാണ്. രണ്ട് നോവലുകളെ താരതമ്യപ്പെടുത്താൻ

എളുപ്പമായിരിക്കില്ല. സുന്ദരികളും സുന്ദരന്മാരും വലിയ ക്യാൻവാസിൽ എഴുതിയതും വിഷയവൈവിധ്യം, സ്ഥലം, കാലം എന്നതൊക്കെ അസാമാന്യ ഉൾക്കാഴ്ചയോടുകൂടി പ്രകടമാക്കുന്നതുമായ കൃതിയാണ്. ഫ്യൂഡൽ വ്യവസ്ഥയുടെ അപ്പുറമായി മതങ്ങൾ തമ്മിലുള്ള ഇടകലരൽ അതിൽ കാണാം. നമ്മൾ ഇന്നത്തെ കേരളീയ വ്യവസ്ഥയിൽ നോക്കുമ്പോൾ എത്ര സൗഹാർദ്ദത്തോടെയാണ് മതങ്ങൾ കഴിഞ്ഞിരുന്നത്. അത് വലിയൊരു കാര്യമാണ് അതാണ് സുന്ദരികളും സുന്ദരന്മാരിലും എടുത്തുപറയേണ്ടത്.

- *താങ്കൾ എം.ടി.യുമായുള്ള ബന്ധത്തെപ്പറ്റി പറഞ്ഞല്ലോ. നേരെ ചൊവ്വേയിൽ സി. രാധാകൃഷ്ണൻ പറഞ്ഞത് പത്രാധിപർ എന്ന നിലയിൽ എം.ടി. അന്നൊക്കെ കാര്യമായി സഹായിച്ചിട്ടില്ല എന്ന്; അത്തരത്തിൽ എം.ടി.യോട് പ്രത്യേക സ്നേഹത്തിന്റെ കാര്യമില്ലെന്നതാണ്. പക്ഷേ താങ്കളുടെ അനുഭവം നേരെ മറിച്ചാണ്. താങ്കളുടെ കൃതികൾ എം.ടി. പലപ്പോഴും ആദ്യം പ്രസിദ്ധീകരിക്കുകയും പ്രോത്സാഹിപ്പിക്കുകയും ചെയ്തു. അതുകൊണ്ട് സി. രാധാകൃഷ്ണൻ പറഞ്ഞതിൽ കാര്യമില്ല എന്ന് താങ്കൾ പറയുമോ?*

രാധാകൃഷ്ണന്റെ ഇന്റർവ്യൂ ഞാൻ കണ്ടില്ല. ഈ പറഞ്ഞതിൽനിന്ന് അതിന്റെ ഉദ്ദേശ്യം മനസ്സിലായി. ഞാൻ മാതൃഭൂമിക്കായി 67ൽ കഥ അയച്ചുകൊടുക്കുമ്പോൾ എം.ടി.വാസുദേവൻ നായരെ പരിചയമില്ല. രണ്ടുകൊല്ലം കഴിഞ്ഞാണ് അദ്ദേഹത്തെ പരിചയപ്പെടുന്നത്. തീരെ പരിചയം ഇല്ലാതെ എന്റെ ആറേഴ് കഥകൾ അദ്ദേഹം പ്രസിദ്ധീകരിച്ചു. അതുകഴിഞ്ഞാണ് ഞങ്ങൾ കാണുന്നത്. അപ്പോൾ എം.ടി. എനിക്ക് ബ്രേക്ക് തന്നുവെന്നോ, പ്രോത്സാഹിപ്പിച്ചുവെന്നോ സേതുവെന്ന് അറിഞ്ഞുതന്നെ പ്രോത്സാഹിപ്പിച്ചുവെന്നോ ഞാൻ വിശ്വസിക്കുന്നില്ല. എന്റെ കഥ അദ്ദേഹത്തിന് ഇഷ്ടപ്പെട്ടുകാണും. അത്രമാത്രം. അതിനുപിന്നിൽ ഒരു വലിയ മനസ്സ് ഉണ്ട്. സാഹിത്യകാരനായ പത്രാധിപർ തൊട്ടടുത്ത തലമുറയെ എങ്ങനെ കാണുന്നു എന്നുള്ളതാണ്. എന്റെ കാര്യം വിടുക. ജോർജ്ജ് ആറാമന്റെ കോടതി എന്ന എം.പി. നാരായണപിള്ളയുടെ കഥ ഇന്ത്യയിൽ ഒരു പത്രാധിപരും പ്രസിദ്ധീകരിക്കില്ല. അക്കാലത്ത് അത് അത്ര വ്യത്യസ്തമായ, അത്ര വിരട്ടുന്ന കഥയായിരുന്നു. അതു പ്രസിദ്ധീകരിക്കാൻ എം.ടി. വാസുദേവൻനായർ തയ്യാറായി. അതിനു കുറച്ച് ലിറ്റററി സെൻസ് വേണം, കുറച്ച് മനസ്സും വേണം. വ്യക്തിബന്ധം ഉണ്ടായിക്കഴിഞ്ഞു. എം.ടി. എന്നെ പ്രോത്സാഹിപ്പിക്കുകയോ അല്ലെങ്കിൽ ഇങ്ങനെ എഴുതണം എന്നുപറയുകയോ ചെയ്തിട്ടില്ല. അദ്ദേഹത്തിന്റെ പ്രകൃതം അങ്ങനെയല്ല. രാധാകൃഷ്ണന് എം.ടി.യുമായുള്ള പ്രശ്നം എന്താണെന്ന് എനിക്ക് അറിയില്ല. പക്ഷേ ഞാൻ എടുത്തുപറയുന്ന കാര്യം രാധാകൃഷ്ണനായാലും സേതു ആയാലും

മുകുന്ദനായാലും ആദ്യത്തെ ഒരു ഘട്ടം കഴിഞ്ഞാൽ ആരും പ്രോത്സാഹനം കൊണ്ടു നിലനിൽക്കുന്നവരല്ല. ഒരു പത്രാധിപർക്കോ നിരൂപകനോ അവാർഡ് കമ്മിറ്റിക്കോ ഒരു എഴുത്തുകാരനെ സൃഷ്ടിക്കാൻ കഴിയില്ല. എഴുത്തിൽ ആന്തരികമായ ശക്തിയാണ് നമ്മളെ നിലനിർത്തുന്നതും കൊണ്ടുപോകുന്നതും. നമ്മളിപ്പോൾ പത്ത് നാല്പത് വർഷമായിട്ട് എഴുതുന്നു. ഇപ്പോഴും പാണ്ഡവപുരത്തെപ്പറ്റി ആളുകൾ ചർച്ച ചെയ്യുന്നത് അതിന് ഒരുപക്ഷേ എനിക്കുപോലും അറിയാത്ത എന്തോ ശക്തി ഉള്ളതുകൊണ്ടാകണം. അതെപ്പറ്റി ഞാൻ ആലോചിച്ചിട്ടില്ല. ഇതൊന്നും ഒരു പത്രാധിപരുടെ സംഭാവന എന്ന് വിശ്വസിക്കുന്നില്ല. ഇതെപ്പറ്റി വേണ്ടതിലേറെ ചർച്ച ചെയ്ത് ആകുലരാകുന്നതിലൊന്നും കാര്യമില്ല.

- *വളരെ ശക്തരായ ചില സ്ത്രീ കഥാപാത്രങ്ങളെ മലയാളത്തിന് സമ്മാനിച്ച എഴുത്തുകാരനാണ് സേതു. പാണ്ഡവപുരത്തെ ദേവിയിൽനിന്ന് അടയാളങ്ങളിലെ പ്രിയംവദയിലേക്കുള്ള വളർച്ച ഉണ്ടല്ലോ. ഒറ്റപ്പെട്ട സ്ത്രീകളുടെ വികാരം ആണ് താങ്കൾ അതിൽ ചിത്രീകരിച്ചിരിക്കുന്നത്. അങ്ങനെ ഒറ്റപ്പെട്ട സ്ത്രീകൾ താങ്കളുടെ ജീവിതത്തിൽ, അനുഭവത്തിൽ വന്നിട്ടുണ്ടോ? താങ്കളെ ഏറെ സ്വാധീനിച്ചിട്ടുണ്ടോ അങ്ങനെ ഒരു സ്ത്രീ?*

ഒരു കഥയിലും ഒരു റിയൽ ലൈഫ് ക്യാരക്ടറെ അതേപടി പറിച്ചുനടാൻ ശ്രമിച്ചിട്ടില്ല. പരിചയമുള്ള പലരുടേയും അംശങ്ങൾ ദേവിയിലുണ്ട്. പ്രിയംവദ അല്ലെങ്കിൽ നിയോഗം എന്ന നോവലിലെ അമ്മുഏടത്തി എന്ന ക്യാരക്ടർ വളരെ പവർഫുൾ ആയ ക്യാരക്ടറാണ്. കൈമുദ്ര എന്ന നോവലിൽ കാതറിൻ എന്ന ക്യാരക്ടർ ഉണ്ട്. ഫിലിം ജൂനിയർ ആർട്ടിസ്റ്റാണ്. കെ.പി. ഉമ്മർ എന്റെ വളരെ അടുത്ത സുഹൃത്തായിരുന്നു. ഉമ്മർ ഇങ്ങനെ പലരുടേയും കോടമ്പാക്കത്തെ കഥകൾ പറയാറുണ്ട്. അത് എന്റെ മനസ്സിൽ കിടന്ന് രൂപംകൊണ്ടാണ് കാതറിൻ എന്ന കഥാപാത്രം. എനിക്ക് വളരെ ഇഷ്ടമുള്ള ഒരു ക്യാരക്ടർ ആണ്. ഇങ്ങനെയൊക്കെ കേൾവികൊണ്ടും അനുഭവം കൊണ്ടും കേട്ടറിവുകൊണ്ടും നമ്മൾ ഉണ്ടാക്കുന്ന കഥാപാത്രങ്ങളെ വ്യക്തമായി ഇന്ന ആൾ എന്നു പറയാൻ കഴിയില്ല. പാർശ്വവൽക്കരിക്കപ്പെടുന്ന, തനിച്ചാക്കപ്പെടുന്ന സ്ത്രീ എന്റെ എഴുത്തിൽ വളരെ സ്വാധീനിച്ചിട്ടുണ്ട്. ഒരുപക്ഷേ പുരുഷ കഥാപാത്രങ്ങളെ സൃഷ്ടിക്കുന്നതിനേക്കാൾ കുറച്ചുകൂടി ശക്തമായി എനിക്ക് ചെയ്യാൻ കഴിയുന്നത് സ്ത്രീകഥാപാത്രങ്ങൾ ആണ്. പാണ്ഡവപുരത്തുനിന്ന് അടയാളങ്ങളിലേക്കുള്ള മാറ്റങ്ങളെപ്പറ്റി പറഞ്ഞാൽ, പാണ്ഡവപുരത്തിലേയും അതിന് മുന്നേയുമുള്ള കഥാപാത്രങ്ങൾ നാട്ടിൻപുറത്തുകാരായ വീട്ടമ്മമാരാണ്. അടയാളങ്ങളിൽ വരുമ്പോൾ എക്സിക്യൂട്ടീവ് ആണ്.

അത് മനഃപൂർവ്വം ചെയ്തതാണ്. പത്തുമുപ്പത് വർഷത്തിനുള്ളിൽ കേരളത്തിലെ ശരാശരി മലയാളിസ്ത്രീക്ക് ഉണ്ടായ ഒരുപാട് മാറ്റങ്ങൾ പ്രതിഫലിപ്പിക്കാൻ. വിദ്യാഭ്യാസയോഗ്യത, തിരിച്ചറിവ്, താൻപോരിമ, സെൽഫ് കോൺഫിഡൻസ്. അതാണ് ഇതിൽ എക്സിക്യൂട്ടീവ് വരാൻ ഇടയായത്.

- *ഞാൻ ഒന്നുകൂടി ചോദിക്കുകയാണ്, പാണ്ഡവപുരത്തിലെ ദേവി മുതൽ ശക്തമായ ആന്തരികജീവിതമുള്ള സ്ത്രീകഥാപാത്രങ്ങളെയാണ് താങ്കൾ സൃഷ്ടിച്ചിരിക്കുന്നത്. അങ്ങനെ ശക്തമായ ആന്തരികജീവിതമുള്ള സ്ത്രീകളെ പരിചയപ്പെട്ടതിൽനിന്ന് ഉണ്ടായതാണോ സ്ത്രീകഥാപാത്രങ്ങളിലുള്ള താത്പര്യം?*

അല്ല, തീർച്ചയായും അല്ല. ഈ ആന്തരിക ജീവിതം ഞാൻ തന്നെ പിൻതുടരുന്നതാണ്. എന്റെ കഥകൾ എല്ലാം തന്നെ എന്റെ മനസ്സിന്റെ സഞ്ചാരം ആണ്.

- *പക്ഷേ താങ്കൾക്ക് നല്ല പരിചയമുള്ള പുരുഷന്റെ ആന്തരിക ജീവിതത്തേക്കാൾ കൂടുതൽ എന്തുകൊണ്ടാണ് സ്ത്രീയുടെ ആന്തരിക ജീവിതം ആകർഷിച്ചത്?*

എന്റെ വളർച്ചയുടെ നല്ലൊരു ഘട്ടം വരെ അമ്മ നല്ലൊരു സ്വാധീനമായിരുന്നു. അച്ഛന് അന്ന് പൂണെയിലായിരുന്നു ജോലി. ഞാൻ കോളേജ് വിദ്യാഭ്യാസം കഴിയുന്നതുവരെ, വളർച്ചയുടെ വളരെ സെൻസിറ്റീവ് കാലത്ത് അമ്മ എനിക്ക് വലിയൊരു സ്വാധീനം ആയിരുന്നു. പ്രകൃതിയുടെ ഏറ്റവും പൂർണ്ണമായ രൂപം സ്ത്രീയാണെന്ന് ഞാൻ വിശ്വസിക്കുന്നു. മാതൃത്വത്തിന് അപ്പുറമായ ഒന്ന് വേറെ ഒന്നിലും കാണാൻ സാധിക്കില്ല. ഇന്ത്യൻ സംസ്കാരത്തിന്റെ തന്നെ ഭാഗമാണത്. എല്ലാം അമ്മയിൽ ഫോക്കസ് ചെയ്യുന്നത്. ഇതിൽ വേറൊരു അംശം ഉണ്ട്. പാണ്ഡവപുരത്തിലും അടയാളത്തിലും ഞാൻ ആവർത്തിച്ചിട്ടുള്ളത്. ഈ അധിനിവേശം എന്നൊക്കെ ഒരുപാട് ക്ലീഷേ പ്രയോഗങ്ങൾ ഉണ്ട്. പക്ഷേ എല്ലാ കടന്നാക്രമണങ്ങളും നേരിടേണ്ടത് മണ്ണും പെണ്ണും ആണ്. പ്രത്യേകിച്ചും പാണ്ഡവപുരത്തിൽ കോളണൈസേഷന്റെ പരാജയങ്ങൾ വരുന്നുണ്ട്. അടയാളത്തിലും ഉണ്ട്. ആക്രമിക്കപ്പെടുന്നത് ഇന്നത്തെ ചുറ്റുപാടുകളിലും മണ്ണും പെണ്ണും ആണ്. ആ ഒരു ഫോക്കസിലാണ് മിക്കവാറും എന്റെ രചനകൾ നീങ്ങിക്കൊണ്ടിരിക്കുന്നത് എന്നു തോന്നുന്നു.

- *ഈ സേതു ഇങ്ങനെ മുടി നീട്ടി, ബുദ്ധിജീവി നാട്യത്തിൽ നടക്കുന്ന ആളല്ല. താങ്കളുടെ രചനകൾ ആധുനിക സങ്കേതങ്ങൾ ഉപയോഗിക്കുന്നവയാണ്. ഒരുപക്ഷേ കാലഘട്ടത്തിന് അപ്പുറത്തേക്ക് പോകുന്ന രചനകളാണ്. അതേസമയം ഒരു സാഹിത്യകാരനെ ആളുകൾ*

വിലയിരുത്തുമ്പോൾ കുറച്ചൊക്കെ അരാജകത്വം നല്ലതാണെന്ന് തോന്നുന്നു. ഒ.വി. വിജയനെക്കുറിച്ചോ മുകുന്ദനെപ്പറ്റിയോ പറയുമ്പോൾ അവർക്ക് ചുറ്റും ഒരു ആവരണം ഉണ്ടാവാൻ ഇതൊക്കെ കാരണമായിട്ടുണ്ട്. അപ്പോൾ താങ്കളുടെ വിലയിരുത്തലിൽ അച്ചടക്കമുള്ള ജീവിതം താങ്കളെ പിന്നോട്ട് കൊണ്ടുപോയി എന്ന് തോന്നിയിട്ടുണ്ടോ?

ഞാൻ ഇതെക്കുറിച്ച് ബോതേർഡ് ആയിരുന്നില്ല. കാരണം സാഹിത്യകാരന് യൂണിഫോം വേണമെന്ന് ഞാൻ വിശ്വസിക്കുന്നില്ല. പ്രത്യേകം കോസ്റ്റ്യൂംസ് ഉടയാടകൾ വേണമെന്നു കരുതുന്നില്ല. ഒരു കാലത്തൊക്കെ ഉണ്ടായിരുന്നു. ഇന്ന് അതൊക്കെ മാറി. ഇന്നിപ്പോൾ മിക്ക സാഹിത്യകാരന്മാരും എന്തെങ്കിലും തൊഴിൽ ചെയ്യുന്നവരാണ്. ഇന്ത്യയിൽ ആണെങ്കിൽ ഒരു തൊഴിൽ ചെയ്യാതെ സാഹിത്യം കൊണ്ടുമാത്രം ജീവിക്കാൻ സാധിക്കില്ല. സാഹിത്യകാരന്മാർക്ക് എന്തുകൊണ്ട് നോർമൽ മനുഷ്യനെപ്പോലെ വന്നുകൂടാ? അയാളുടെ തിരയിളക്കങ്ങൾ മുഴുവൻ സംഭവിക്കുന്നത് മനസ്സിനകത്താണ്. നമ്മുടെ കാരണവന്മാരായ പഴയ എഴുത്തുകാരൊക്കെ കള്ളും കുടിച്ച് പീടികത്തിണ്ണയിൽ കിടക്കുന്നു. ഓടയിൽ കിടക്കുന്നു. എടുത്തോണ്ട് പോകുന്നതൊക്കെ നമ്മൾക്ക് ഒരുപാട് അറിയാവുന്ന സംഭവങ്ങളാണ്. അത് അവർക്ക് താരാരാധന ഉണ്ടാക്കിക്കൊടുക്കാനായി ആ കാലഘട്ടത്തിൽ സഹായിച്ചിട്ടുണ്ട്. ഇന്നിപ്പോൾ അങ്ങനെ കിടന്നാൽ ആളുകൾ വിചാരിക്കും ഇവനെന്തോ കുഴപ്പമുണ്ടെന്ന്. അതുകൊണ്ട് താരാരാധന ഉണ്ടാകും എന്ന് തോന്നുന്നില്ല. പുതിയ തലമുറ സൈബർ തലമുറ എന്നു പറയാം, അവർ ഈ ജാഡകൾക്ക് അപ്പുറം ഇതിനെയൊക്കെ വിലയിരുത്താൻ കെൽപ്പുള്ളവരാണ്.

- *മരണാനന്തരജീവിതം നോക്കിയാൽ ജോൺ എബ്രഹാമിനെക്കുറിച്ച് എത്രയോ എഴുതപ്പെടുന്നു. ഒരുപക്ഷേ അദ്ദേഹത്തിന്റെ സിനിമകളെക്കാൾ കൂടുതൽ ജീവിതശൈലിയാണ് എഴുത്തിന് കൂടുതലും വിഷയമാകുന്നത്. താങ്കൾ വിചാരിക്കുന്നുണ്ടോ അടൂർ ഗോപാലകൃഷ്ണന് ജോൺ എബ്രഹാമിനെപ്പോലെ ഒരു മരണാനന്തര സ്മരണാജീവിതം ഉണ്ടാകുമെന്ന്?*

ജോൺ എന്റെ നല്ല സുഹൃത്തായിരുന്നു. പക്ഷേ ജോണിന്റെ അരാജക ജീവിതം ജോണിന്റെ ക്രിയേറ്റിവിറ്റിയെ ബാധിച്ചു എന്നു ഞാൻ വിശ്വസിക്കുന്നു. ജോൺ ഇതിനപ്പുറത്ത് ചെയ്യാൻ പറ്റുന്ന ഒരാളായിരുന്നു. ഋതിക് ഘട്ടക്കിന്റെ പ്രിയ ശിഷ്യൻ ആയിരുന്നു. ജോൺ ഇൻസ്റ്റിറ്റ്യൂട്ടിന് പുറത്തുവരുന്ന കാലം മുതൽ എനിക്ക് അറിയാം. ഈ ജോണിനെ ക്യാംപസുകളിൽ കൊണ്ടുനടന്ന് ക്രിയേറ്റിവിറ്റി നഷ്ടപ്പെടുത്തുന്നതായി തോന്നിയിരുന്നു. അടൂർ ഗോപാല

കൃഷ്ണനേയും ജോണിനേയും താരതമ്യപ്പെടുത്തുന്നതിൽ കാര്യമില്ല. രണ്ട് തട്ടകങ്ങളാണ്. ഗോപാലകൃഷ്ണൻ ഒരു പെർഫക്ട്, കംപ്ലീറ്റ് ഫിലിം മേക്കറാണ്. അതിന്റെ എല്ലാം ശക്തിയും അദ്ദേഹത്തിന്റെ സമീപനത്തിൽ ഉണ്ട്.

- *താങ്കളുടെ അടുത്ത സുഹൃത്തായ അരവിന്ദനേക്കാൾ പൂർണ്ണതയുള്ള ഫിലിംമേക്കറാണ് അടൂർ എന്ന് പറയുമോ?*

അങ്ങനെ ഞാൻ പറയില്ല. രണ്ടുപേരും രണ്ട് തരത്തിലാണ്. അരവിന്ദൻ എന്റെ ഏറ്റവും അടുത്ത സുഹൃത്താണ്. അരവിന്ദന്റെ രചനകളിൽ സ്പൊണ്ടേനിറ്റിയുണ്ട്. അരവിന്ദൻ സ്ക്രിപ്റ്റ് എഴുതുന്നത് കണ്ടിട്ടുണ്ട്. എഡിറ്റ് ചെയ്യുന്നത് കണ്ടിട്ടുണ്ട്. പ്രീപ്ലാൻഡ് അല്ലാത്ത സ്ട്രക്ചർ വച്ചിട്ടാണ് അരവിന്ദൻ പലപ്പോഴും ലൊക്കേഷനിൽ പോകുന്നത്. ജീനിയസ്സിന്റെ സ്പാർക്ക് അരവിന്ദനുണ്ട്. ഗോപാലകൃഷ്ണൻ പരിശീലനം കഴിഞ്ഞുവന്ന ആളാണ്. അരവിന്ദന് സിനിമ എന്താണെന്ന് അറിയില്ലായിരുന്നു. കോട്ടയത്തെ ചില ഫിലിം സൊസൈറ്റി പരിപാടികൾക്ക് അപ്പുറം സിനിമ അറിയില്ലായിരുന്നു. സിനിമകൾ കണ്ടിട്ടുണ്ടെന്നല്ലാതെ ക്രാഫ്റ്റ് അറിയില്ല. സ്വാഭാവികമായി അന്ന് മങ്കട രവിവർമ്മയുടെ വലിയ സഹായം അരവിന്ദന് ഉണ്ടായിരുന്നു. അത് അരവിന്ദൻ തന്നെ സമ്മതിച്ചിട്ടുള്ളതാണ്. നല്ലൊരു ഫോട്ടോഗ്രാഫർ, ക്യാമറാമാൻ ഒപ്പം ഉണ്ടായിരുന്നു. പക്ഷേ ഇവർ രണ്ടുപേരുടെ കലാസൃഷ്ടിയേയും വിലയിരുത്തുന്നത് കാലമെന്ന മഹാശക്തിയാണ്. നമ്മുടെയൊക്കെ കാലത്തിനുശേഷം ഏതെങ്കിലും ഒക്കെ തെളിഞ്ഞുവരും. അതിനുമുൻപു നടന്ന എല്ലാ ചർച്ചകളും തള്ളിമാറ്റിക്കൊണ്ടുവരും. എന്റെ പാണ്ഡവപുരം ബംഗാളിയിൽ ചെയ്ത ചെറുപ്പക്കാരന് ഇന്ത്യയിലെ ഏറ്റവും പ്രിയപ്പെട്ട ഫിലിം മേക്കർ അരവിന്ദൻ ആണ്. അയാൾ സത്യജിത് റേയ്ക്ക് മീതെയാണ് അരവിന്ദനെ കാണുന്നത്. അത് അയാളുടെ അഭിപ്രായം.

- *ഇഷ്ടാനിഷ്ടങ്ങൾ പറയുമ്പോൾ ബഷീറിന്റെ കാര്യം താങ്കൾ ആദ്യം തന്നെ പറയും. വി.കെ.എൻ. പറയും. നാരായണപിള്ള പറയും. പക്ഷേ ഒ.വി. വിജയനെപ്പറ്റി താങ്കൾ കുറച്ചൊക്കെ ഉദാസീനമായിട്ടാണ് പ്രതികരിക്കുന്നത്. ഖസാക്കിന്റെ ഇതിഹാസം എങ്ങനെയാണ് വിലയിരുത്തുന്നത്. മലയാളത്തിലെ ഏറ്റവും വലിയൊരു സാഹിത്യ സംഭവം എന്നു താങ്കൾ കാണുന്നുണ്ടോ?*

പറഞ്ഞത് പൂർണ്ണമായും ശരിയല്ല. ഖസാക്കിന്റെ ഇതിഹാസം എഴുതുന്ന സമയത്ത് ഞാൻ ഡൽഹിയിലുണ്ടായിരുന്നു. വിജയൻ ഇതിന്റെ പല ഭാഗങ്ങൾ പലർക്കും കാണിച്ചുകൊടുക്കുന്നതുപോലെ എനിക്കും കാണിച്ചുതന്നിട്ടുണ്ട്. വിജയൻ പൂർണ്ണമായി ഇതിൽ മുഴുകിയശേഷം അപ്പുക്കിളിയെപ്പോലെ സംസാരിച്ചു നടന്ന കാലമുണ്ട്.

അറുപത്തിയാറ്. ആ സമയത്താണ് ഇത് മാതൃഭൂമിയിലേക്ക് അയച്ചു കൊടുക്കുന്നത്. ഖസാക്കിന്റെ ഇതിഹാസം മലയാളത്തിൽ ഒരു വാട്ടർ ഷെഡായിരുന്നു. തികച്ചും വ്യത്യസ്തമായ ഒന്ന്. വ്യത്യസ്തമായ രചനാരീതിയും ഭാഷയും അവതരണരീതിയും അതിന്റേതായ ദർശനവും ഉണ്ടായിരുന്നു. ഖസാക്കിനെ ഒരിക്കലും ഞാൻ തള്ളിപറയില്ല. മലയാളത്തിന് മറക്കാൻ വയ്യാത്ത മഹത്തായ കൃതിയാണ്. ഞാൻ നാരായണപിള്ളയുടേയോ ബഷീറിന്റെയൊക്കെ എഴുത്തുചേർത്തു വച്ചു കാണുന്നതുപോലെ ഇതു താരതമ്യം ചെയ്യരുത്. നാരായണ പിള്ള ഏത് ലോകത്ത് നിന്നാണ് എഴുതുന്നത്, എനിക്ക് പിടികിട്ടിയില്ല. എനിക്ക് അപ്രാപ്യമാണ് ആ ലോകം. അത്തരമൊരു മഹാവിസ്മയം വിജയന്റെ കൃതികളിൽ കാണാൻ കഴിഞ്ഞിട്ടില്ല എന്നത് സത്യമാണ്. പക്ഷേ വിജയൻ നമ്മുടെ വലിയ എഴുത്തുകാരൻ ആണ്. വിജയനെ തള്ളിപ്പറയുന്നത് തെറ്റാണ് എന്നു ഞാൻ വിശ്വസിക്കുന്നു.

- *പല മുൻനിര എഴുത്തുകാരും ഭാഷകൊണ്ടും അവതരണശൈലി കൊണ്ടുമാണ് ശ്രദ്ധിക്കപ്പെട്ടത് എന്ന സൂചന ഇതിൽ വായിച്ചുകൂടേ? അതൊന്നുമല്ല സാഹിത്യത്തെ നിലനിർത്തുന്നത് എന്നും?*

പലതും തിരിച്ചറിയുന്നത് കാലമാണ്. ഒരു കൃതി പരിഭാഷപ്പെടുത്തി മറ്റു ഭാഷകളിലേക്ക് പോകുമ്പോൾ അത് എങ്ങനെ സ്വീകരിക്കപ്പെടുന്നു എന്നത് പ്രധാന ഘടകം ആണ്. ഖസാക്ക് വിജയൻ തന്നെ ഇംഗ്ലീഷിൽ പരിഭാഷപ്പെടുത്തി. വേണ്ടത്ര ശ്രദ്ധിക്കപ്പെട്ടില്ല എന്നാണ് ഞാൻ കേട്ടത്. തെറ്റാണോ എന്ന് എനിക്കറിയില്ല. ചില സുഹൃത്തുക്കൾ പറഞ്ഞത് വേണ്ടത്ര ശ്രദ്ധിക്കപ്പെട്ടില്ല എന്നാണ്. അതിന്റെ കാരണം അറിയില്ല. പരിഭാഷയുടെ പോരായ്മയായിരുന്നോ?

- *എം.ടി.യുടെ രണ്ടാമൂഴമോ...?*

രണ്ടാമൂഴവും ശ്രദ്ധിക്കപ്പെട്ടില്ല എന്നു തോന്നുന്നു. എന്തുകൊണ്ടാണ് എന്ന് അറിയില്ല. ഒരുപക്ഷേ സംവേദനതലത്തിലെ വ്യത്യാസം ആയേക്കാം. ഒരു ഭാഷയിൽനിന്ന് മറ്റൊരു ഭാഷയിലേക്ക് പോകുമ്പോൾ ആ കൃതി അവിടെ സ്വീകരിക്കപ്പെട്ടിട്ടില്ലെങ്കിൽ ആന്തരികമായി എന്തെങ്കിലും പ്രശ്നങ്ങൾ ഉണ്ടാവാം. അല്ലെങ്കിൽ നമ്മുടെ ഭാഷയുടെ പരിമിതികൾ ആകാം. തർജ്ജമയിലെ പോരായ്മകൾ ആകാം. ഇതെന്താണെന്ന് നമുക്കു തന്നെ അറിയില്ല. പക്ഷേ നമ്മളിപ്പോൾ ലാറ്റിൻ അമേരിക്കൻ എഴുത്തുകാരുടെ കൃതികൾ വായിക്കുന്നുണ്ട്. മാർക്കേസിന്റേയും മറ്റും കൃതികൾ രണ്ടുമൂന്നു ഭാഷകൾ കടന്നാണ് നമ്മുടെയിടയിൽ എത്തുന്നത്. സ്പാനിഷിൽനിന്ന് ഇംഗ്ലീഷിൽ വരുന്നു. ഇംഗ്ലീഷിൽനിന്നാണ് മലയാളത്തിലേക്ക് വരുന്നത്. എന്നിട്ടും ശക്തി ചോരാതെ നമ്മളെ പിടിച്ചിരുത്തുന്നു.

ക്ലാസിക് റഷ്യൻ സാഹിത്യവും ഇംഗ്ലീഷ് വഴിയാണ് വന്നുകൊണ്ടിരിക്കുന്നത്. നമ്മൾ ദസ്തയെവ്സ്കിയെ വായിച്ച് അന്തംവിട്ട് പോകുന്നത് അതിന്റെ ആന്തരിക ശക്തികൊണ്ടാണ്. മൗലികമായ കൃതി പരിഭാഷയ്ക്കു വഴങ്ങുമെന്ന് ഞാൻ വിശ്വസിക്കുന്നു. ആത്യന്തികമായി മനുഷ്യാവസ്ഥയെപ്പറ്റിയുള്ള ആലോചനകൾ, അന്വേഷണങ്ങൾ എല്ലാ പരിഭാഷയ്ക്കും വഴങ്ങും എന്നാണ് വിശ്വസിക്കുന്നത്.

- *താങ്കളും പുനത്തിൽ കുഞ്ഞബ്ദുള്ളയും ചേർന്ന് 'നവഗ്രഹങ്ങളുടെ തടവറ' എന്നൊരു നോവൽ എഴുതി. അത് വിജയമായിരുന്നു എന്ന് രണ്ടുപേരും അവകാശപ്പെടുന്നില്ല. അതിൽനിന്ന് എന്താണ് മനസ്സിലാക്കേണ്ടത്? സർഗാത്മക സഹശയനം ഒരിക്കലും വിജയിക്കില്ല എന്നാണോ?*

സഹശയനം തന്നെ നല്ലൊരു ഏർപ്പാട് അല്ല. വാസ്തവത്തിൽ അത് നന്നായില്ല എന്നുതന്നെയാണ്. പലർക്കും ഇഷ്ടപ്പെട്ട നോവലാണ്. പലരും പറഞ്ഞു, കാലം തെറ്റി പിറന്നതാണ്. ഇന്ന് വായിക്കുമ്പോൾ നന്നായി തോന്നുന്നു എന്ന്. ചില സുഹൃത്തുക്കൾ പറഞ്ഞു. പക്ഷേ എഴുത്തുകാർ എന്ന നിലയിൽ രണ്ടു മനസ്സുകളുടെ ഒത്തുചേരൽ ഒരു കൃതിക്ക് പൂർണത നല്കില്ല എന്നാണ് എന്റെ വിശ്വാസം. അടിസ്ഥാനപരമായി ഒരാളുടെ മനസ്സിൽ നിന്ന് ഉണ്ടാകുന്ന ഒരു കൃതി വേറൊരാളുടെ മനസ്സിൽനിന്നുള്ള വേറൊരു കൃതിയുമായി ചേർത്തുവയ്ക്കുക ബുദ്ധിമുട്ടാണ്.

- *രണ്ട് പുരുഷന്മാർ ചേർന്നാൽ കുഞ്ഞ് ഉണ്ടാവില്ല എന്നൊക്കെ അതിനെക്കുറിച്ച് തമാശ കേട്ടിട്ടുണ്ട്. അങ്ങനെ ഒരു പരീക്ഷണത്തിന് ഇനിയില്ല എന്നുറപ്പിക്കാമോ?*

അന്നത്തെ കാലത്ത് കുഞ്ഞബ്ദുള്ള എന്റെ അടുത്ത സുഹൃത്താണ്. ഇങ്ങനെ ഒരു ആശയം വന്നു ഒരു കുസൃതിപോലെ അന്നു തുടങ്ങി. പിന്നെ ഞങ്ങൾ അതു കൊണ്ടുനടന്നു. അന്നു ഞങ്ങൾ ആസ്വദിച്ചു. സംഭവപ്രധാനമായ കഥയല്ല. സംഭവപ്രധാനമായ ഒരു നറേറ്റീവായിരുന്നെങ്കിൽ രണ്ടുപേരിരുന്ന് എഴുതാൻ പറ്റും. മൂന്നുനാല് പേർ ചേർന്ന് എഴുതിയ വിദേശ നോവലുകൾ ഉണ്ടായിട്ടുണ്ട്. ഇതു കുറച്ച് അൺറിയൽ ആയ പ്ലയ്നിൽ നടക്കുന്ന കഥയാണ്. രണ്ടുപേർ ചേർന്ന് എഴുതുമ്പോൾ ഒരുപാട് പോരായ്മകൾ ഉണ്ടാകും.

- *വ്യക്തിപരമായ സൗഹൃദമുള്ള ആളുകൾക്കെതിരെ സാഹിത്യത്തിൽ വസ്തുനിഷ്ഠമായ അഭിപ്രായം പറയാൻ താങ്കൾക്ക് കഴിയുമോ?*

വ്യക്തിപരമായ സൗഹൃദങ്ങൾ സാഹിത്യത്തിനു മുകളിലാണ് എന്ന് വിശ്വസിക്കുന്നു. എന്റെ സുഹൃത്തുക്കൾ തെറ്റായ നിലപാടുകൾ

എടുക്കുമ്പോൾ ഞാൻ വിമർശിക്കാറില്ല. അതെന്റെ പോരായ്മ ആയിക്കോട്ടെ.

- *കാക്കനാടനേയും സക്കറിയായേയും പോലെയുള്ള എഴുത്തുകാർക്കു പോലും സാഹിത്യ അക്കാദമി അവാർഡ് വൈകിയാണ് കിട്ടിയത് എന്ന് താങ്കൾ സമ്മതിക്കുമോ?*

തീർച്ചയായും. ഇതിൽ പറ്റുന്ന ഒരു അപകടമുണ്ട്. കാക്കനാടൻ തന്നെ പറഞ്ഞിട്ടുണ്ട്. നല്ലൊരു കൃതി വരുന്ന സമയത്ത് അവാർഡ് കിട്ടാതെ വരിക, പിന്നീട് ടേൺ ബൈ ടേൺ വരുമ്പോൾ അവാർഡ് കിട്ടുന്ന കൃതി അത്രയും ശ്രദ്ധേയമായ ഒന്ന് ആവാതിരിക്കുക. കാക്കനാടൻ തന്നെ എന്റെയടുത്ത് പറഞ്ഞു. ഒരു സമാഹാരത്തിനാണ് അവാർഡ് കൊടുത്തത്. കാക്കനാടന്റെ തന്നെ ദൃഷ്ടിയിൽ അത് അത്ര വലിയ കൃതിയല്ല. എന്നാൽ അതിലും മികച്ചത് എഴുതിയപ്പോൾ കിട്ടിയില്ല. സാഹിത്യത്തിലെ പല മേഖലകളിൽ ഒരു കൊല്ലത്തിൽ ഒരാൾക്കേ അവാർഡ് കൊടുക്കാൻ കഴിയൂ. പാണ്ഡവപുരം വന്ന കാലത്ത് ഞാൻ ചെറുപ്പമായിരുന്നു. അന്ന് സ്വാഭാവികമായിട്ടും വളരെ സീനിയർ എഴുത്തുകാർ ഉണ്ടായിരുന്നു. ഞാൻ അതെപ്പറ്റി അസ്വസ്ഥനായിരുന്നില്ല.

- *സച്ചിദാനന്ദനെപ്പോലെ ആധുനികത കൃത്യമായി പിന്തുടരുന്ന എഴുത്തുകാരൻ കേന്ദ്ര സാഹിത്യ അക്കാദമി സെക്രട്ടറി ആയിരുന്നിട്ടും എന്തുകൊണ്ടാണ് താങ്കളെപ്പോലുള്ള എഴുത്തുകാർക്ക് കേന്ദ്ര ബഹുമതി താമസിച്ചത്? അദ്ദേഹം ഉണ്ടായിരുന്നതുകൊണ്ടാണോ താമസിച്ചത്?*

എനിക്കറിയില്ല, ഞാനത് അന്വേഷിക്കാറില്ല. ഇതിന്റെ കമ്മിറ്റി ആരാണ്, ഇതിന്റെ പുറകിൽ പ്രവർത്തിക്കുന്നത് ആരാണ്? എന്ന് ഞാൻ അന്വേഷിക്കാറില്ല.

- *ഈ അടുത്തകാലത്ത് സാഹിത്യ അക്കാദമി അവാർഡ് പ്രഖ്യാപനങ്ങളിൽ ഏതെങ്കിലും രീതിയിലുള്ള ചായ്‌വ് താങ്കൾക്ക് തോന്നിയിട്ടുണ്ടോ?*

മുട്ടത്ത് വർക്കി അവാർഡ് പ്രഖ്യാപിക്കുമ്പോൾ ഞാൻ കൽക്കത്തയിലായിരുന്നു. അപ്പോൾ എന്നോട് ആരോ പറഞ്ഞു. മീഡിയ പബ്ലിസിറ്റി പോയല്ലോ എന്ന്. ഞാൻ ഇതൊന്നും അന്വേഷിച്ചിട്ടില്ല. എന്റെ സുഹൃത്തുക്കൾ വന്നുപറയാറുണ്ട്. സേതുവിന്റെ പുസ്തകം ആ കൊല്ലം ഉണ്ടായിരുന്നു. മൂന്നുനാല് കൊല്ലം ഉണ്ടായിരുന്നു എന്നൊക്കെ. സാഹിത്യ അക്കാദമിയിൽ രണ്ടുകൊല്ലം ഇരുന്നപ്പോൾ എക്സിക്യൂട്ടീവ് കമ്മിറ്റി ആകെക്കൂടി ചെയ്യുന്നത് മൂന്നുപേരുടെ

കമ്മിറ്റി ഉണ്ടാക്കും. മിക്കവാറും പ്രശസ്തരായ എഴുത്തുകാരായിരിക്കും. ഇവർ എടുക്കുന്ന തീരുമാനങ്ങൾ സത്യത്തിൽ എന്നെ അദ്ഭുതപ്പെടുത്തിയിട്ടുണ്ട്. പക്ഷേ നമ്മൾ ആരെ കുറ്റം പറയും? സിസ്റ്റത്തെ കുറ്റം പറയാൻ പറ്റില്ല. അറിയപ്പെടുന്ന എഴുത്തുകാർ അവരുടെ വ്യക്തിപരമായ ഇഷ്ടാനിഷ്ടങ്ങൾ പിന്തുടരുന്നതാവാം. അല്ലെങ്കിൽ അഭിരുചിയാവാം.

- *സർഗ്ഗാത്മകത ഒരു തരത്തിൽ ധിക്കാരമാണെന്ന് താങ്കൾ പറഞ്ഞിട്ടുണ്ട്. സർഗ്ഗാത്മകധിക്കാരം പുതിയ തലമുറ എഴുത്തുകാരിൽനിന്ന് ഉണ്ടാകുന്നുണ്ടോ, നോവലിലോ ചെറുകഥയിലോ അങ്ങനെ തിരിച്ചറിയാൻ കഴിഞ്ഞിട്ടുണ്ടോ?*

ഏറ്റവും പുതിയ തലമുറയിൽ ശക്തമായ കഥകൾ ഉണ്ടാകുന്നുണ്ട്. അദ്ഭുതപ്പെടുത്തുന്ന കഥകൾ ഉണ്ടാകുന്നുണ്ട്. ഈ ചെറുപ്പക്കാർ കുറച്ചുകൂടി എക്സ്പോസ്ഡ് ആണ്. ടെക്നോളജിയിലും മറ്റ് വിദ്യകളിലും ഒരുപാട് മാറ്റങ്ങൾ വന്നിട്ടുണ്ട്. പക്ഷേ നോവലിന്റെ രംഗത്ത് ഇനിയും നമുക്ക് വലിയൊരു കുതിച്ചുചാട്ടം സാധ്യമായിട്ടില്ല എന്നാണ് എന്റെ വിശ്വാസം. ഇപ്പോൾ മലയാളത്തിലേക്ക് ഒരു കാലത്ത് വിസ്മരിക്കപ്പെട്ട തമിഴ്, ഹിന്ദി, ബംഗാളി നോവലുകളിലെ തർജ്ജമകൾ വന്നുകൊണ്ടിരിക്കുന്നു. കന്നഡ നോവലിന്റേയും. വായനക്കാർ ഇഷ്ടപ്പെടുന്ന നോവലുകൾ മലയാളത്തിൽ ഉണ്ടാകാത്തതുകൊണ്ടാവാം. ഇന്നത്തെ എഴുത്തുകാർ ആക്ടീവ് ആവണം എന്ന് വിശ്വസിക്കുന്നു. അവർ ചെറിയൊരു തട്ടകത്തിൽ നിൽക്കരുത്.

- *സൗഹൃദം പോലെ തന്നെയാണോ താങ്കളുടെ രാഷ്ട്രീയ നിലപാടുകളും. ആരേയും മുഷിപ്പിക്കാതെ കൊണ്ടുപോകണം എന്ന് വാശി ഉണ്ടോ ? താങ്കൾ ഇടതുപക്ഷത്തോട് ചേർന്നുനില്ക്കുന്ന ആളൊന്നും അല്ല. പക്ഷേ പുരോഗമനകലാസാഹിത്യസംഘം വരെ സ്വീകരണം തരാൻ മുന്നിലുണ്ട്. താങ്കളുടെ രാഷ്ട്രീയ നിലപാട് എങ്ങനെയായിരുന്നു?*

എനിക്ക് ഒരു രാഷ്ട്രീയം ഉണ്ട്. കക്ഷിരാഷ്ട്രീയമായി വ്യാഖ്യാനിക്കപ്പെടുമ്പോഴാണ് പ്രശ്നം. കേരളത്തിൽ ഈ രാഷ്ട്രീയം ഏത് പാർട്ടിയുടെ മെമ്പർ ആണ്. എവിടെ നില്ക്കുന്നു ഇങ്ങനെ വളരെ ഇടുങ്ങിയ രീതിയിലാണ് കാണുന്നത്. പക്ഷേ എന്നെ ഭയപ്പെടുത്തുന്നത് രാഷ്ട്രീയം അല്ല, രാഷ്ട്രീയത്തിലെ അരാഷ്ട്രീയതയാണ്. നമ്മുടെ രാഷ്ട്രീയത്തിൽ വലിയൊരു രീതിയിൽ അരാഷ്ട്രീയത ഉണ്ട്. രാഷ്ട്രം പോലും പുറകോട്ട് പോയിക്കൊണ്ടിരിക്കുകയാണ്. എനിക്ക് ഒരു കക്ഷിയുമായി ബന്ധപ്പെട്ട് പ്രവർത്തിക്കണം എന്ന് തോന്നിയിട്ടില്ല. അത് എന്റെ സ്വാതന്ത്ര്യത്തെ നിഷേധിക്കും.

പലപ്പോഴും പറയാൻ ഇഷ്ടപ്പെടുന്ന കാര്യങ്ങൾ പറയാൻ സാധിച്ചേക്കില്ല.

- *കേരളത്തിലെ പ്രത്യേക സാഹചര്യം അറിയാമല്ലോ. എന്തിലും രാഷ്ട്രീയം ആണ്. എഴുത്തുകാരനാണെങ്കിൽ കൂടി രണ്ട് മുന്നണികളുടേയും രാഷ്ട്രീയത്തോട് ഇഷ്ടമോ അനിഷ്ടമോ ഇല്ലാതെ കഴിഞ്ഞുകൂടാൻ വിഷമമാണ്. തീരെ ചായ്‌വില്ലാതെ കഴിയാൻ താങ്കൾക്ക് പറ്റുന്നുണ്ടോ?*

ഇത്രയും കാലം കൊണ്ടുനടന്നു. പു.ക.സയുടെ മീറ്റിംഗിൽ എന്നെ വിളിക്കുന്നു. ഞാനീയിടെ ഗൾഫിൽ ഉണ്ടായിരുന്നപ്പോൾ കുറേ ചടങ്ങുകളിൽ പങ്കെടുത്തു. മിക്കതും ഇടതുപക്ഷ സംഘടനകൾ ആണ്. മറ്റവരും എന്നെ വിളിക്കാറുണ്ട്. എന്നെ എഴുത്തുകാരൻ എന്ന നിലയ്ക്ക് കാണണമെന്നാണ് ആഗ്രഹം. ഏതെങ്കിലും രാഷ്ട്രീയ പാർട്ടിയുടെ അംഗം എന്ന നിലയിൽ കാണരുത്. എന്റെ ആവശ്യങ്ങൾ പരിമിതമാണ്. ആഗ്രഹം ഇല്ലാത്തിടത്തോളം കാലം കക്ഷിരാഷ്ട്രീയത്തിൽ ഇല്ലാത്തതിനെപ്പറ്റി ആശങ്കയില്ല.

- *അടുത്തകാലത്ത് ഉണ്ടായ മൂന്നാർ ഓപ്പറേഷൻ താങ്കൾക്ക് വളരെ ഇഷ്ടപ്പെട്ട ഒന്നായിരുന്നല്ലോ. അതിന്റെ പശ്ചാത്തലത്തിൽ നോവൽ എഴുതാൻ ഉദ്ദേശമുണ്ടോ?*

അസാധ്യമാണ്. അത് ഒരു ഡോക്യുമെന്റാണ്. ജേർണലിസ്റ്റിക് പീസായിട്ട് മാത്രമേ കാണാൻ പറ്റുകയുള്ളൂ. നോവലിൽ പറ്റിയെന്നു വരില്ല. ഒരു പൗരൻ എന്ന നിലയിൽ സമൂഹത്തിന് നഷ്ടപ്പെട്ട ഭൂമി തിരിച്ചു പിടിക്കാൻ ചെറുപ്പക്കാരായ ഉദ്യോഗസ്ഥർ ശ്രമിക്കുന്നു. ആ ശ്രമത്തിന്റെ വിശുദ്ധിയെ ഞാൻ ഇഷ്ടപ്പെടുന്നു. ഉദ്ദേശ്യശുദ്ധിയെ ഇഷ്ടപ്പെടുന്നു. ആദരിക്കാതിരിക്കാൻ നിവൃത്തിയില്ല. കാരണം ബ്യൂറോക്രസിക്ക് ഒരുപാട് പരിമിതികൾ ഉണ്ട്. പരിമിതികൾക്കപ്പുറമായിട്ട് ഉദ്യോഗസ്ഥർ മുന്നോട്ടുവരുന്നത് കാണാതിരുന്നുകൂടാ.

- *മൂന്നുനാല് ചോദ്യങ്ങൾ ചോദിക്കുകയാണ്. ആലോചിക്കാതെ ഉത്തരം പറയുമെന്ന് കരുതുന്നു. ഒന്ന് താങ്കൾക്ക് കേരളത്തിൽ ഇഷ്ടമുള്ള രാഷ്ട്രീയനേതാവ് ആരാണ്?*

സത്യം പറഞ്ഞാൽ ആരും ഇല്ല.

- *തിരിച്ച് താങ്കളെ ഏറ്റവും നിരാശപ്പെടുത്തിയ രാഷ്ട്രീയ നേതാവ് ആരാണ്?*

അങ്ങനെ ആരെയും തോന്നുന്നില്ല. ബോധപൂർവ്വം പറയാതിരിക്കുന്നതല്ല. അവരിൽനിന്ന് കാര്യമായി ഒന്നും പ്രതീക്ഷിക്കുന്നില്ല.

അച്യുതമേനോൻ വളരെ ആദരിച്ചൊരു നേതാവായിരുന്നു. ആ കാലഘട്ടത്തിനുശേഷം എനിക്ക് ആദരിക്കാൻ തോന്നിയ രാഷ്ട്രീയ നേതാവ് ഇല്ല.

- *താങ്കളെതന്നെ വിസ്മയിപ്പിച്ച സ്ത്രീ കഥാപാത്രം മലയാള സാഹിത്യത്തിൽ?*

ഉറൂബിന്റെ ഉമ്മാച്ചു.

- *താങ്കൾ ഏറ്റവും പ്രതീക്ഷയോടെ നോക്കിയിരുന്നിട്ട് നിരാശപ്പെടുത്തിയ മലയാളം എഴുത്തുകാരൻ?*

പല ചെറുപ്പക്കാരും പ്രതീക്ഷയോടെ വന്ന് നിലനില്ക്കാതെ മിന്നി പോകുന്നത് കണ്ടിട്ടുണ്ട്, ഒന്നല്ല, പലരും ഉണ്ടായിട്ടുണ്ട്.

- *താങ്കൾ എഴുതിയതായിരുന്നു എങ്കിൽ എന്ന് ആഗ്രഹിച്ച കൃതി മലയാളത്തിൽ?*

അങ്ങനെയൊന്നില്ല. കാരണം എന്റെ വഴി വേറെയാണ്.

- *അടുത്ത കാലത്ത് താങ്കൾക്ക് വലിയ ധാർമ്മികരോഷം ഉണ്ടാക്കിയ സംഭവം?*

പെട്ടെന്ന് ഒന്നും തോന്നുന്നില്ല..

- *എന്നാലും അത് സംഭവിക്കാൻ പാടില്ലായിരുന്നു എന്ന് തോന്നിയത് എത്ര ശാന്തശീലനാണെങ്കിലും ചെന്ന് ഒരടി കൊടുക്കണം എന്ന് തോന്നിയത്?*

മൂന്നാർ ഓപ്പറേഷൻ തന്നെ. അതിന് ഒടുവിൽ സംഭവിച്ച ദുരവസ്ഥ എന്നെ വളരെ ക്ഷോഭിപ്പിച്ചു എന്ന് പറയാം. അത് അങ്ങനെ അവസാനിക്കേണ്ടതല്ലായിരുന്നു. എത്ര ഏക്കർ പിടിച്ചെടുത്തു. അളന്നെടുത്തു. അതൊന്നും അല്ല കാര്യം. അത് ശക്തമായ മൂവ്മെന്റ് ആയിരുന്നു. അങ്ങനെ അവസാനിക്കേണ്ടതല്ലായിരുന്നു.

- *ബാങ്ക് ഉദ്യോഗസ്ഥൻ എന്ന നിലയിലും എഴുത്തുകാരൻ എന്ന നിലയിലും താങ്കൾ സേതുവിന് മാർക്ക് ഇട്ടിട്ടുണ്ടോ?*

സേതു വാസ്തവത്തിൽ എനിക്ക് വലിയ സഹായമായിരുന്നു. കാരണം, ഒരു സാധാരണ ഉദ്യോഗസ്ഥൻ എന്നതിന് അപ്പുറമായിട്ട് എന്നെ ചിന്തിക്കാൻ പ്രേരിപ്പിച്ചത്, വഴി തുറന്നുതന്നത് സേതു എന്ന എഴുത്തുകാരനാണ്.

- *ജോലി താങ്കളുടെ ക്രിയേറ്റിവിറ്റിയെ തടസ്സപ്പെടുത്തിയിട്ടില്ലേ?*

ഒരു ക്രിയേറ്റീവ് പേഴ്സൺ എന്ന നിലയിൽ മാനേജ്മെന്റിനെ സർഗ്ഗാത്മക പ്രവർത്തനമാക്കി മാറ്റാൻ എനിക്ക് സാധിച്ചു. ചില കാര്യങ്ങൾ

ഉദ്യോഗസ്ഥർ കാണുന്നതിൽനിന്ന് വ്യത്യസ്തമായി റൈറ്റർക്ക് കാണാൻ കഴിയും. വ്യക്തിബന്ധങ്ങളിലും ഒരു എഴുത്തുകാരന്റെ അംശങ്ങൾ മാനേജ്മെന്റ് തലത്തിൽ പ്രവർത്തിക്കുന്ന എനിക്ക് സഹായകമായിട്ടുണ്ട്. മാനേജ്മെന്റ് സർഗ്ഗാത്മക പ്രവർത്തനം ആണ്. ഇത് പലരും അംഗീകരിക്കുന്നില്ല. എഴുത്ത് മാത്രമല്ല, ഇതും ക്രിയേറ്റീവ് പ്രോസ്സസ് ആണ്. കട നടത്തുന്നത്, ഒരു ചെറിയ വർക്ക്ഷോപ്പ് നടത്തുന്നത്. അയാളും ക്രിയേറ്റീവ് പേഴ്സൺ ആണ്. സ്വന്തം കൈ കൊണ്ട് സാധനം ഉണ്ടാക്കുകയാണ്. അത് നമ്മൾ അംഗീകരിച്ചിട്ടില്ല, അംഗീകരിക്കണം.

- *പ്രായമാകുമ്പോൾ മനുഷ്യന് മാറ്റം സാധ്യമാണോ?*

പത്തൊൻപതാം വയസ്സിൽ ആദ്യമായി ബോംബെയിൽ ചെന്ന സേതുവിനെ എനിക്കിപ്പോഴും ഓർമ്മയുണ്ട്. ആദ്യം ഒരു ഡോർമെറ്ററിയിലാണ് താമസിച്ചത്. അതുകഴിഞ്ഞ് ഇന്ത്യയിലെ മഹാനഗരങ്ങളിൽ, ഞാൻ താമസിക്കാത്ത ഹോട്ടലുകൾ ഇല്ല. അതുകഴിഞ്ഞ് ഞാൻ നാട്ടിൻപുറത്തേക്ക് എത്തുകയാണ്. എനിക്ക് യാതൊരു മാറ്റവും ഇല്ല. കാരണം, എന്റെ ആവശ്യങ്ങൾ പരിമിതമാണ്. എനിക്കുതന്നെ അദ്ഭുതം തോന്നിയിട്ടുണ്ട്. ഞാൻ എങ്ങനെ മാറാതെയിരിക്കുന്നു എന്ന്.

- *ഇനിയും ഏതെങ്കിലും കാര്യത്തിൽ മാറണം എന്ന് തോന്നിയിട്ടുണ്ടോ?*

ഇല്ല. സ്വാഭാവികമായിട്ടും കുറേക്കാലം കൂടി എഴുതണമെന്നുണ്ട്. മറ്റൊന്നുമില്ല.

(2008)

സുഗതകുമാരി

കവിതയുടെ സാമൂഹിക പ്രതിഫലനങ്ങളേക്കാൾ കവിയുടെ സാമൂഹിക ഇടപെടലുകളാണ് സുഗതകുമാരി ആദ്യം ഓർമ്മിപ്പിക്കുന്നത്. പിച്ചിച്ചീന്തപ്പെടുന്ന പ്രകൃതിയുടേയും പെൺജീവിതങ്ങളുടേയും സ്വരവും അഭയകേന്ദ്രവുമാണ് പതിറ്റാണ്ടുകളായി സുഗതകുമാരിയുടെ ജീവിതം. പതിതർക്കും നീതിക്കുമിടയിലെ പ്രതിബന്ധമെന്തെന്നുള്ള നേരറിവിലേക്ക് കവിയെത്തിയത് തെല്ലു വേദനയോടെയാണ്. ഒത്തുതീർപ്പ് രാഷ്ട്രീയവും ഭീഷണികളും ഇരകളെ വീണ്ടും വീണ്ടും ചൂഷണം ചെയ്യുന്ന ആസുരമെന്ന് വിളിച്ചുപോകുന്ന പുതിയ കാലത്തിരുന്ന് നടന്നുതീർത്ത, ഇനിയും നടക്കാനിരിക്കുന്ന വഴികളെക്കുറിച്ച് ഉള്ളുതുറക്കുകയാണ് സുഗതകുമാരി.

സുഗതകുമാരിയുടെ ശത്രുക്കൾ

- *സുഗതകുമാരി ടീച്ചറെന്നു കേൾക്കുമ്പോൾ തന്നെ മനസ്സിലേക്ക് വരുന്നതൊരു വിഷാദത്തിന്റെ നിറം അല്ലെങ്കിൽ വിലാപത്തിന്റെ നിറം. കവിതയ്ക്ക് തന്നെ മങ്ങിയ കറുപ്പാണ് നിറമെന്ന് പറഞ്ഞിട്ടുണ്ട്. പക്ഷേ ചിരിക്കുന്നൊരു സുഗതകുമാരിയില്ലേ?*

ചിരിയെനിക്ക് കുറവാണെന്നു തോന്നുന്നു കേട്ടോ, ഒരുപാട് ദുഃഖങ്ങളും ദുരിതങ്ങളും എന്നും കാണുന്നതുകൊണ്ടായിരിക്കും. വൈലോപ്പിള്ളി പറഞ്ഞിട്ടുണ്ടല്ലോ, "ഒരു ചെറുപൂവിലൊതുങ്ങുമതിൻ ചിരി, കടലിലും കൊള്ളില്ലതിന്റെ കണ്ണീർ" എന്നു പറഞ്ഞതുപോലെയല്ലേ ജീവിതം. അല്ലെങ്കിൽ അതിനപ്പുറത്ത് ആനന്ദസമുദ്രമുണ്ടെന്ന് ഒരു ആദ്ധ്യാത്മിക തലത്തിലൊക്കെ പോകാൻ സാധിക്കണം. അതിനൊന്നും എന്നെക്കൊണ്ട് കൊള്ളില്ല. അതുകൊണ്ട്. എപ്പോഴുമിങ്ങനെ അസ്വസ്ഥമായിക്കൊണ്ടിരിക്കും.

- *അല്ല, മനസ്സ് അസ്വസ്ഥമാകുന്നത് മനസ്സിലാക്കാവുന്നതേയുള്ളൂ എങ്കിലും മനുഷ്യൻ സഹജമായിട്ട് തന്നെ ചില സമയങ്ങളിൽ പൊട്ടിച്ചിരിച്ചു പോവില്ലേ അങ്ങനെയുണ്ടാവാറില്ലേ?*

ധാരാളമുണ്ട്. ഞാൻ ഒരുപാട് കുട്ടികളുടെ ഇടയിലും ജോലി ചെയ്യുന്ന ആളാണല്ലോ. മനോരോഗികളുണ്ട്, സ്ത്രീകളുണ്ട്. ആദിവാസികളുണ്ട്. എല്ലാരുമുണ്ടല്ലോ. ഞാനവരുടെയൊക്കെ നടുക്കല്ലേ. അതുകൊണ്ട്.

- *അല്ല, അവരുടെ സന്തോഷങ്ങൾക്ക് അപ്പുറത്ത് വി.കെ.എന്നിന്റെ നോവൽ വായിച്ച് കുലുങ്ങി ചിരിക്കുന്ന ഒരു സുഗതകുമാരിയുണ്ടല്ലോ?*

ഒരുപാട് ചിരിക്കാറുണ്ട്. വി.കെ.എൻ. മാത്രമല്ല, സഞ്ജയൻ എനിക്ക് വളരെ പ്രിയപ്പെട്ട എഴുത്തുകാരനാണ്. കുട്ടിക്കാലം തൊട്ടു കുഞ്ചൻ നമ്പ്യാരെ വലിയ ഇഷ്ടമായിരുന്നു. അപ്പോൾ ഇതിന്റെയൊക്കെ

അപ്പുറത്ത് ചിരി എനിക്ക് മനസ്സിലാകാഞ്ഞിട്ടല്ല എനിക്ക് പറ്റുന്നില്ല യെന്നേയുള്ളൂ. ആസ്വദിക്കാൻ സാധിക്കുന്നുണ്ട്.

- *സുഗതകുമാരി ടീച്ചറിന്റെ കൊച്ചുകൊച്ചു സന്തോഷങ്ങൾ എന്തൊക്കെ യാണ്?*

എനിക്കുമുണ്ട്, ഒരുപാട് കൊച്ചുകൊച്ചു സന്തോഷങ്ങൾ. അബ്യൂസഡ് ചിൽഡ്രൻ എന്നൊരു വർഗ്ഗമുണ്ട്, അറിയാമല്ലോ. അപമാനിക്കപ്പെട്ട, അപമാനമെന്തെന്ന് അറിഞ്ഞുകൂടാത്ത പീഡിപ്പി ക്കപ്പെട്ട കൊച്ചുകുട്ടികൾ. അവരൊക്കെ എല്ലാം മറക്കുന്നു. ഞങ്ങളുടെ അടുക്കൽ വന്ന് സ്നേഹമുള്ള സുരക്ഷിതത്വം അറിയു മ്പോഴേക്കും മുറിവെല്ലാം ഉണങ്ങുന്നു. അവരുടെ ചിരിയിലും കളിയിലും. ഒരു ദിവസം വരൂ. ഞാൻ കാണിച്ചുതരാം. അപ്പോഴേ മനസ്സിലാവുകയുള്ളൂ.

- *സ്വകാര്യ നിമിഷങ്ങളിലെ കൊച്ചുകൊച്ചു സന്തോഷങ്ങൾ?*

ഞാൻ സ്നേഹത്തിൽ സന്തോഷിക്കുന്നയാളാണ്. എനി ക്കേറ്റവും അടുപ്പമുള്ള ആളുകളുടെ സൗഹാർദ്ദത്തിൽ സന്തോ ഷിക്കുന്നയാളാണ്. വായിച്ചു രസിക്കുന്ന ആളാണ്. സ്നേഹിക്കു ന്നവർ ആഹ്ലാദിക്കുന്നത് കാണുന്നതാണെന്റെ ആഹ്ലാദമെന്ന് തോന്നുന്നു. എനിക്ക് സ്വന്തമായി ആഹ്ലാദങ്ങൾ വളരെ കുറച്ചേ യുള്ളൂ.

- *ഒരുപക്ഷേ പുറത്ത് ഏറെപ്പേർക്ക് അറിയാൻ പാടില്ലാത്തൊരു രഹസ്യമായിരിക്കും പാചകത്തിലുള്ള സുഗതകുമാരി ടീച്ചറിന്റെ താത്പര്യം. അവിയലും പായസവുമൊക്കെ ഉണ്ടാക്കുക, സദ്യയു ണ്ണുക. അതിപ്പോഴും ഹരമായിട്ട് തുടരുന്നുണ്ടോ?*

സമയം കിട്ടുന്നില്ലയെന്നേയുള്ളൂ. പാചകം എനിക്ക് വളരെ ഇഷ്ട മുള്ള കാര്യമാണ്. നിവൃത്തിയുണ്ടെങ്കിൽ എന്തെങ്കിലുമൊക്കെ വെയ്ക്കാറുണ്ട്.

- *സ്വന്തം പാചകം മാത്രമേ അംഗീകരിക്കാറുള്ളോ. അതോ മറ്റുള്ള വരുടേതോ?*

നല്ലതായി വെച്ചാൽ എല്ലാം അംഗീകരിക്കും.

- *നല്ലതല്ലെങ്കിലോ?*

നല്ലതല്ലേൽ കൊള്ളില്ലാന്ന് പറയാറുണ്ട്.

- *പറയാറുണ്ടോ?*

പറയാൻ സ്വാതന്ത്ര്യമുള്ളവരോട്.

- *ഒരു വ്യത്യാസത്തിനുവേണ്ടിയെങ്കിലും ഒരു പാചകപുസ്തകം എഴുതിക്കൂടേ?*

അയ്യോ, അതിനൊന്നും കഴിയില്ല.

- *ഡോ. വേലായുധൻനായരുമായുള്ള ദാമ്പത്യബന്ധം പരാജയമാണെന്ന് ആരും പറയില്ല. പക്ഷേ അത് വിജയമായതിൽ കൂടുതൽ സംഭാവന അദ്ദേഹത്തിന്റേതായിരുന്നോ?*

തീർച്ചയായിട്ടും. എന്നെ സഹിക്കാൻ ഇത്തിരി വിഷമമായിരുന്നു കേട്ടോ. എന്നെപ്പോലൊരാളെ അദ്ദേഹം കൊണ്ടുനടന്നില്ലേ. കവിതയും ഒരുപാട് തരത്തിലുള്ള ഭ്രാന്തുകളും ഉള്ള എന്നെ. പൊതുപ്രവർത്തനരംഗത്തു വന്നപ്പോൾ അതും. ഇതിനിടയ്ക്ക് അനാരോഗ്യം, വളരെ അധികം വർഷങ്ങൾ. അതു വളരെ വലിയൊരു ഭാരമായിരുന്നുവെന്നും എനിക്കറിയാം. അതെല്ലാം സഹിച്ച് എന്റെ തിരക്കുള്ള ജീവിതം സഹിച്ച് എന്നും തണലായും വലിയൊരു ശക്തിയായും കൂടെ നടന്നിരുന്നു.

- *ടീച്ചർ അദ്ദേഹത്തെ ആശ്രയിച്ചിരുന്നോ പലകാര്യങ്ങളിലും?*

പത്തുരൂപയുടെ കണക്ക് ഞാൻ എഴുതിയാൽ തെറ്റും. സത്യം പറയുകയാണ്. അപ്പോൾ ഈ പൊതുപ്രവർത്തനത്തിലൊക്കെയുള്ള ഏതെങ്കിലും കൊച്ചുകാര്യങ്ങളെല്ലാം തന്നെ. ചെറിയ കണക്കുകൾ പെട്ടെന്ന് ഓർമ്മിക്കേണ്ട കാര്യങ്ങൾ, പ്രധാനപ്പെട്ട രേഖകൾ ഇങ്ങനെയെല്ലാം അദ്ദേഹം നോക്കുമായിരുന്നു. സാമ്പത്തികം വശമുള്ള ആളല്ല ഞാൻ. അതിലൊക്കെ ഞാനൊരു വട്ടപൂജ്യം തന്നെയാണ്. അദ്ദേഹം താങ്ങി നിർത്തിയില്ലായിരുന്നുവെങ്കിൽ ഇതൊന്നും ശരിയാവില്ലായിരുന്നു.

- *അദ്ദേഹത്തിന്റെ മരണശേഷം ഇത്തരം കാര്യങ്ങളിൽ വല്ലാത്തൊരു നിരാശ്രയത്വം തോന്നിയോ?*

എന്റെ സുഹൃത്തുക്കൾ, സഹപ്രവർത്തകർ എല്ലാവരും സഹായിക്കുന്നുണ്ട്. എങ്കിലും വല്ലാത്ത ഒറ്റപ്പെടലുണ്ട്. ശക്തിക്ഷയം അനുഭവപ്പെടുന്നു.

- *കവയത്രിയുടെ സ്വകാര്യതയിൽനിന്ന് ഒരു പൊതുപ്രവർത്തകയുടെ അലോസരങ്ങളിലേക്കുള്ള പരിവർത്തനം എങ്ങനെയായിരുന്നു. അതിന് കൊടുക്കേണ്ടി വന്ന വില എന്തായിരുന്നു?*

സൈലന്റ് വാലിയായിരുന്നു എന്റെ ജീവിതത്തിന്റെ മാറ്റങ്ങളുടെ തുടക്കം കുറിച്ചത്. എന്റെ അച്ഛനും ഒരു കോൺഗ്രസുകാരനായിരുന്നുവെന്ന് അറിയാമല്ലോ. അതുകൊണ്ട് എപ്പോഴും പൊതുവായ

കാര്യങ്ങളെക്കുറിച്ചുള്ള ചർച്ചകളും അതിനെപ്പറ്റിയുള്ള ആലോചന കളും വായനയുമൊക്കെ ഉണ്ടായിരുന്നുവെങ്കിലും അങ്ങോട്ടിറങ്ങി, അങ്ങ് മുങ്ങിപ്പോയത് സൈലന്റ് വാലി വിവാദത്തോടെ ആയിരുന്നു. ആ ഒരു കൊച്ചുകാട്. ഞാനന്ന് കണ്ടിട്ടുപോലുമില്ല സൈലന്റ് വാലി. ആ കൊച്ചുകാടിനെപ്പറ്റിയുള്ള വിവരണം എന്റെ മനസ്സിനെ വല്ലാതെ മഥിച്ചു. കാട് വെളുപ്പിക്കാൻ പോകുവാണ്. അതിപ്പോൾ നശിക്കും. അവിടെ ടൗൺഷിപ്പ് വരാൻ പോരുന്നു എന്നു പറഞ്ഞപ്പോൾ അതി ലുള്ള ലക്ഷക്കണക്കിന് ജീവികളെപ്പറ്റിയും കാടിനെപ്പറ്റിയുമൊക്കെ ആലോചിച്ചപ്പോൾ ഉറക്കം വരില്ലായിരുന്നു. അങ്ങനെയാണ് ആ മൂവ്മെന്റിലേക്ക് ചെന്നുപതിച്ചത്. അതേ, അതെന്റെ ജീവിതത്തിലെ ഏറ്റവും പ്രധാനപ്പെട്ട കാര്യമായി മാറി. പിന്നെ അഭയയുടെ കാര്യം, മെന്റൽ ഹോസ്പിറ്റലിലേക്കുള്ള യാദൃച്ഛ്യായുള്ള ഒരു വിസിറ്റിനിട യിൽ കണ്ട കാര്യങ്ങൾ, അവിടുത്തെ സ്ത്രീകളുടെ സ്ഥിതി, നഗ്നത, ദുർഗന്ധം, പട്ടിണി, വിശക്കുന്നേ എന്നുള്ള വിളികൾ - അങ്ങ് സഹി ക്കാനൊത്തില്ല. എന്തെങ്കിലും ചെയ്തേ ഒക്കുകയുള്ളൂ; ഇതിനുമാറ്റം വരുത്തിയേ ഒക്കുകയുള്ളൂ എന്ന വിചാരത്തോടെയാണ് കോടതിയെ സമീപിക്കുകയും അതിനായി പബ്ലിക് ഒപ്പീനിയൻ ഉണ്ടാക്കുകയും ചെയ്തത്. പിന്നെ അതും എന്റെ ജീവിതത്തിന്റെ ഒരു പങ്കായി മാറി പ്പോയി. ഇതിൽ നിന്നൊന്നും എനിക്ക് മോചനമില്ല. ഇതൊക്കെ ഇങ്ങ് വന്നുചേർന്നതാണ്. മനഃപൂർവ്വം ഒരാൾ രാഷ്ട്രീയത്തിൽ ഇറങ്ങുന്നു എന്നു പറയുന്നതുപോലെയോ ഒന്നുമല്ലല്ലോ ഇത്.

- *ഒരു കവയിത്രിയുടെ ചോദനകൾ വിരുദ്ധമായ ഒരു ദിശയിലേക്കാണ് പോയത്?*

അല്ല. അടിസ്ഥാനപരമായി സ്നേഹം, സഹാനുഭൂതി, വേദന എന്നു പറയുന്നത് എല്ലാ കവിയുടേയും മനസ്സിലില്ലേ? അപ്പോൾ നമുക്ക് ഈ മനുഷ്യരുടെ വേദനകൾ മാത്രമോ, എന്റെ സ്വന്തമായ സ്വകാര്യ ദുഃഖങ്ങൾ മാത്രമോ അല്ല. അതിന്റെ അപ്പുറത്തപ്പുറത്തേക്ക് ഒക്കെ, ഒരു അണ്ണാൻകുഞ്ഞിന്റെ വേദനയായാലും, വെട്ടിമുറിക്കപ്പെട്ട ഒരു പൂവള്ളിയുടെ വേദനയായാലും - വീണപൂവിനെപ്പറ്റി ആശാൻ എഴുതിയിട്ടുള്ളതുപോലെ അതൊക്കെ കാണാൻ സാധിക്കുമ്പോൾ... അതൊന്നും പുതിയ കാര്യമല്ല. അതൊക്കെ ഏതു കവിഹൃദയ ത്തിലും ഉള്ളതാണ്.

- *അപ്പോൾ അതൊരു കവിഹൃദയത്തിന്റെ എക്സ്റ്റൻഷൻ തന്നെ യാണ്?*

അത്രയേയുള്ളൂ. എന്റെ കവിതയുടെ ഒരു എക്സ്റ്റൻഷൻ തന്നെ യാണ് ഈ പ്രവർത്തനങ്ങൾ.

- *സാമൂഹികപ്രവർത്തനങ്ങളിൽ ഇടപെട്ട് തുടങ്ങിയതിനു ശേഷം കുറേയധികം ശത്രുക്കൾ സുഗതകുമാരി ടീച്ചറിന് ഉണ്ടായി. ഏറ്റവും വിഷമം ഉണ്ടാക്കിയത് ആരുടെ ശത്രുതയാണ്. അതുപോലെതന്നെ വാശിയുണ്ടാക്കിയത് ആരുടെ ശത്രുതയാണ്?*

അതൊക്കെ നമ്മളിനി പറയണോ? വിഷമമുണ്ടാക്കിയ ഒരുപാട് കാര്യങ്ങളുണ്ട്. അടുത്ത സുഹൃത്തുക്കൾ, മരണം വരെ കൂടെ നിൽക്കുമെന്ന് വിചാരിച്ചവർ കുറച്ചുപേരൊക്കെ തെറ്റിത്തിരിഞ്ഞ് പോയി. അതൊക്കെ ഒരുപാടു വേദനിപ്പിച്ചിട്ടുണ്ട്. പിന്നെ മൃഗസംരക്ഷണരംഗത്ത്, അതിന് എതിരുണ്ടാകാതെ ഇരിക്കുമോ? കാടു കയ്യേറുന്നവർ, മരംവെട്ടുന്നവർ, അതിൽനിന്ന് ഒരുപാട് ആദായം ഉണ്ടാക്കികൊണ്ടിരുന്നവർ, ചന്ദനവേട്ടക്കാർ, കഞ്ചാവ് കൃഷിക്കാർ, വന്യമൃഗങ്ങളെ വേട്ടയാടുന്നവർ... പ്രധാനമായിട്ടും ഇങ്ങനെ കൈയ്യിട്ട് വാരിക്കൊണ്ടിരുന്നവർ. ഇതൊരു വലിയ ഖനിയാണല്ലോ. അതിൽ എല്ലാവരും പെടും. നാട്ടുകാർ മാത്രമല്ല, ഉദ്യോഗസ്ഥന്മാർ, തത്പര കക്ഷികൾ, രാഷ്ട്രീയക്കാർ എല്ലാവരും പെടും. അവർക്കൊക്കെ വിരോധം ഉണ്ടായതിൽ എനിക്ക് അതിശയം ഒന്നും ഇല്ല. പിന്നെ വനിതാകമ്മീഷൻ. ഒരു സ്ത്രീ കേസും കൊണ്ടു വരുമ്പോൾ, നമ്മൾ ആ കേസെടുക്കുമ്പോൾ അവരുടെ ഭർത്താവും വീട്ടുകാരും ഭർത്താവിന്റെ ആളുകളും എല്ലാവരും ശത്രുക്കളല്ലേ. അപ്പോൾ അവൾക്ക് ഒരു അഭയം കൊടുത്തിരിക്കുന്നു. അവളുടെ കേസെടുത്തിരിക്കുന്നു. നമ്മളെ പ്രതികൾ ആക്കിയിരിക്കുന്നു. അങ്ങനെ അജ്ഞാതരായ ഒരുപാട് ശത്രുക്കൾ ഉണ്ടാകുന്നു. നിവൃത്തിയില്ല. അതൊക്കെ ഈ പ്രവർത്തനത്തിന്റെ ഭാഗമാണ്. ഇതിൽനിന്നൊന്നും നമുക്ക് രക്ഷയില്ല.

- *ഇങ്ങനെ ശത്രുക്കളൊക്കെ കൂടുതൽ ഉണ്ടായപ്പോൾ അതിൽനിന്നൊക്കെ ഊർജ്ജം കിട്ടിയോ?*

നോക്കൂ, ഇതൊന്നും വ്യക്തിപരമായ ശത്രുതയല്ലല്ലോ. ഇതൊക്കെ ഒരു ആദർശനത്തിനുവേണ്ടി, ഒരു ലക്ഷ്യത്തിനു വേണ്ടിയുള്ള പ്രവർത്തനമല്ലാതെ ഇന്ന വ്യക്തിക്ക് എന്നോട് വിരോധമുണ്ട് അല്ലെങ്കിൽ ആ വ്യക്തിയോട് എനിക്ക് വിരോധമുണ്ട് എന്ന വിധത്തിലല്ലല്ലോ.

- *കേരളത്തെത്തന്നെ ഞെട്ടിച്ച ഏറ്റവും വലിയ വെളിപ്പെടുത്തലുകൾ ആദ്യമായി സുഗതകുമാരി ടീച്ചറിന്റെ മുൻപിലാണ് ഉണ്ടായതെന്നു പറയാം. ഉദാ: കോഴിക്കോട് ഐസ്ക്രീം പാർലർ കേസിലെ റെജീനയെന്ന പെൺകുട്ടിയുടെ ആദ്യമൊഴിയും അതിനുശേഷം അവർ മൊഴിമാറ്റി പറഞ്ഞതും ടീച്ചറിന്റെ മുമ്പിലാണ്?*

റെജീനയും റെജീനയുടെ ഉമ്മയും വനിതാകമ്മീഷന്റെ മുമ്പിൽ വന്ന് വളരെ ശക്തമായി മൊഴി നൽകി. അതെല്ലാം എഴുതിയെടുത്തത് ഞാനാണ്. എന്റെ കൈയക്ഷരത്തിലാണത് എഴുതിയിട്ടുള്ളത്. പൊലീസിന്റെ കൈയിൽ കാണും വേറെ. എങ്കിലും ഒരു കോടതി എന്ന നിലയിൽ വനിതാ കമ്മീഷന്റെ മുമ്പിലാണ് അത് എന്നാണ് എന്റെ ഓർമ്മ. അത് എല്ലാം എഴുതിയെടുത്ത് ഒരു കേസെന്ന രീതിയിൽ മുന്നോട്ടുപോകാൻ എതിർകക്ഷികളെയൊക്കെ വിളിച്ചുതുടങ്ങി. മൂന്നുനാലുപേർ മരിച്ചുപോയി. അപ്പോഴാണ് അവർ മൊഴിമാറ്റിയത്. ഫോണിൽകൂടിയാണ്. ഞങ്ങൾ കേസ് പിൻവലിക്കുകയാണ് എന്നു പറഞ്ഞു. അപ്പോൾ ഞാൻ പറഞ്ഞു. ഇത്ര ഗൗരവമുള്ളൊരു കാര്യം പറഞ്ഞതിനുശേഷം ഫോണിൽകൂടി വേണ്ടാന്നു പറയാൻ സാധിക്കില്ല. ഞങ്ങൾക്കത് പിൻവലിക്കാൻ സാധിക്കില്ല. കേസ് മുൻപോട്ട് തന്നെ പോകുമെന്ന് പറഞ്ഞു. അപ്പോൾ ഞങ്ങളുടെ കുടുംബം നശിപ്പിച്ചു കളയും. ഞങ്ങളെയൊക്കെ തൊലച്ചുകളയും അമ്മയെന്ന് പറഞ്ഞു. റെജീനയുടെ അമ്മയാണ് വിളിച്ചത്. എന്റെ അനിയത്തിമാരെ കെട്ടിയോന്മാർ കൊണ്ടുവന്ന് വീട്ടിൽ വിട്ടുകഴിഞ്ഞു. മൊഴിചൊല്ലുമെന്ന് പറഞ്ഞു. എന്റെ വീട്ടിൽ ഒരു കല്യാണവും നടക്കില്ല. ഉള്ളവരെല്ലാം ഉപേക്ഷിക്കും. അതുകൊണ്ട് ഞങ്ങളെ ഒന്ന് ജീവിക്കാൻ സമ്മതിക്കണം എന്നാണ് ആ ഉമ്മ ഫോണിൽ കൂടി എന്നോട് പറഞ്ഞത്.

- *റെജീനയുടെ അമ്മ?*

ഞാൻ അപ്പോൾ തന്നെ. അതു രേഖപ്പെടുത്തി. ഞാൻ പറഞ്ഞു, നിങ്ങൾ എഴുതിത്തരാതെ ഞങ്ങൾക്ക് ഒന്നും ചെയ്യാൻ സാധിക്കില്ല. രണ്ടുമൂന്നു ദിവസം കഴിഞ്ഞപ്പോൾ പിൻവലിക്കുന്നു എന്ന് എഴുതിയയച്ചു.

രേഖാമൂലം തന്നെ അവർ അയച്ചു. അപ്പോൾ കമ്മീഷനിൽ വഴക്കായി. കേസ് ഇനി നമ്മൾ എടുക്കേണ്ട ആവശ്യമില്ല. കേസ് പിൻവലിച്ചു കഴിഞ്ഞുവെന്ന് കമ്മീഷനിലെ യു.ഡി.എഫ്. മെമ്പേഴ്സ്. പിൻവലിക്കാൻ പാടില്ലെന്ന് എൽ.ഡി.എഫ്. മെമ്പേഴ്സ്. കമ്മീഷൻ തന്നെ രണ്ടായിട്ട് പിരിഞ്ഞു. അപ്പോൾ ഇതൊക്കെയാണ് പൊളിറ്റിക്കലായി ഒരു കമ്മീഷൻ ഉണ്ടായാലുള്ള ദോഷം. ഒടുവിൽ പരാതി എടുത്തേ ഒക്കൂ എന്ന രീതിയിൽ മുന്നോട്ടുനീങ്ങി. അപ്പപ്പോൾ നമ്മുടെ പൊലീസിനെക്കൊണ്ട് ഇത് സത്യസന്ധമായി മുന്നോട്ടു കൊണ്ടുപോകാൻ സാധ്യമല്ല എന്ന് കമ്മീഷൻ ഒരു നിഗമനത്തിലെത്തി. കമ്മീഷനിലെ ഭൂരിപക്ഷം, അതായത് 4 പേർ. ഞാനുൾപ്പെടെ 4 പേർ. എന്നിട്ട് സി.ബി.ഐ. എൻക്വയറി തന്നെ നടത്തുകയും കുറ്റവാളികളെ കണ്ടുപിടിക്കുകയും വേണമെന്ന് പറഞ്ഞ് വളരെ ശക്തമായി റെക്കമെന്റേഷൻ എഴുതി. അത് ഒരു പ്രമേയരൂപത്തിൽ തന്നെ എഴുതി അന്നത്തെ മുഖ്യമന്ത്രി ശ്രീ. നായനാരുടെ കൈയിൽ

കൊണ്ടുകൊടുത്തു. അത് പൂഴ്ത്തിവെക്കപ്പെട്ടു. അത് പോയി. അത് വെളിച്ചം കണ്ടില്ല.

- *കേസിൽ പ്രതികളാണ് എന്നു കരുതപ്പെടുന്ന ആളുകൾ അന്ന് ഭരണമുന്നണിയിലില്ല. എന്നിട്ടും എന്തുകൊണ്ടാണ് ആ കേസ് പൂഴ്ത്തിവെക്കപ്പെട്ടത്?*

(ഇടയ്ക്ക് കയറിക്കൊണ്ട്)

അതായത് അതിൽ അദ്ഭുതങ്ങളുണ്ട്. അതേ, പ്രതികളെന്ന് കരുതപ്പെട്ടവർ മുന്നണിയിലില്ല. എല്ലാവർക്കും ഇതൊക്കെ പൊളിറ്റിക്കലല്ലേ. വളരെ സ്വാധീനമുള്ള രാഷ്ട്രീയ കക്ഷി കൂടെ നിൽക്കണമെന്ന് അന്നത്തെ ഇടതുപക്ഷപാർട്ടികൾ തീരുമാനിച്ചു. അവരെ പിണക്കാൻ ഇഷ്ടമല്ലായിരുന്നു. അതുകൊണ്ട് അതങ്ങ് അപ്രത്യക്ഷമായി.

- *അതുകൊണ്ടാണ് എന്ന് വ്യക്തമായ സൂചനകൾ ടീച്ചർക്ക് ലഭിച്ചിരുന്നോ?*

ലഭിച്ചിരുന്നു. ഞാൻ നേരിട്ടു സുശീല ഗോപാലനോട് ചോദിച്ചു. എന്താണ് ആ കേസ് മുന്നോട്ട് പോവാത്തതെന്ന്, വനിതാ കമ്മീഷൻ ഇങ്ങനെ എഴുതിതന്നിട്ട്. അപ്പോൾ അതൊക്കെ ഞങ്ങൾ ആലോചിച്ചു വേണ്ടത് ചെയ്തോളാം എന്നൊക്കെയുള്ള രീതിയിൽ പറഞ്ഞു. പക്ഷേ മുന്നോട്ട് പോയില്ല.

- *സുശീല ഗോപാലനുമായി വളരെ വ്യക്തിപരമായി അടുപ്പമുണ്ടായിരുന്നല്ലോ. ഒരുമിച്ചു പഠിച്ചതിന്റെ ബന്ധവും. എന്താണ് സംഭവിച്ചതെന്ന് തുറന്നുപറഞ്ഞോ?*

അത് പൊളിറ്റിക്കലാണെന്നുള്ളതുമാത്രം പറഞ്ഞു. വേറൊന്നും പറഞ്ഞില്ല. പൊളിറ്റിക്കൽ ഡിസിഷൻസാണെന്ന് പൂർണമായിട്ടങ്ങനെ പറയാതെ. ഞങ്ങളൊക്കെകൂടി ആലോചിച്ച് എന്തെങ്കിലും ചെയ്തോളാം എന്നുള്ള രീതിയിൽ പറഞ്ഞു. അപ്പോൾ ഇതിലൊക്കെ ധാർമ്മികമായി, ശക്തമായ നിലപാടെടുക്കാൻ ഇടതുപക്ഷത്തിനു കഴിഞ്ഞില്ല. അതു കഴിഞ്ഞിട്ട് പിന്നെ ചീത്ത പറഞ്ഞിട്ടും ബഹളമുണ്ടാക്കിയിട്ടും ഈ നാടുമുഴുവനും പ്രക്ഷോഭമുണ്ടാക്കിയിട്ടുമൊന്നും അർത്ഥമില്ല. അതു ചെയ്യാനുള്ള സമയത്ത് ചെയ്തില്ല. അതൊരു തെറ്റുതന്നെയാണ്.

- *അതിനുശേഷം ആ പെൺകുട്ടിയോടുള്ള സിമ്പതി ടീച്ചർക്ക് നഷ്ടപ്പെട്ടോ?*

കഷ്ടമാണ് കേട്ടോ. സിമ്പതി നഷ്ടപ്പെട്ടോയെന്ന് ചോദിച്ചാൽ ഈ വിധത്തിലുള്ള ഒരു ഞെരുക്കത്തെ, സമ്മർദ്ദത്തെ അതിജീവിക്കാൻ ഏതു പെണ്ണിന് കഴിയും? ഒരു വശത്തുകൂടെ ഭീഷണി. ജീവന്

ഭീഷണിയുണ്ടായിരുന്നു എന്ന് അവൾ തന്നെ, അവരുടെ ആളുകൾ തന്നെയാണ് പറഞ്ഞത്. അതു കൂടാതെ സാമ്പത്തികമായ സഹായവും. ഇത് രണ്ടും കൂടെയായാൽ അങ്ങേയറ്റത്തെ ധൈര്യമുള്ള ഒരാൾക്കേ പിടിച്ചുനില്ക്കാൻ സാധിക്കുകയുള്ളൂ. ഈ പെൺകുട്ടിയിൽനിന്ന് അതൊക്കെ പ്രതീക്ഷിക്കേണ്ട കാര്യമില്ല.

- *സെബാസ്റ്റ്യൻ എന്നൊരാൾ അതിനുശേഷം കോഴിക്കോട് കോടതിയിൽ ഉണ്ടായിരുന്ന ഒരു കേസ് വളരെ കാര്യമായി മുന്നോട്ട് കൊണ്ടുപോവുകയും ടീച്ചർ അതിൽ കാര്യമായിട്ട് സഹായിക്കുകയും ചെയ്തു. ഒരു ദിവസം ആ കേസ് പിൻവലിക്കുകയാണ് ഉണ്ടായത്. എന്താണ് സംഭവിച്ചത്?*

വളരെ വളരെ ഞങ്ങളെയൊക്കെ അദ്ഭുതപ്പെടുത്തിയ കാര്യമാണ്. പഴയ ഒരു ഗാന്ധിയൻ സുഹൃത്താണ് സെബാസ്റ്റ്യൻ. ആദ്യകാലം മുതലേ ഗാന്ധിയൻ പ്രവർത്തനങ്ങളുമായി മുന്നോട്ടു പോയിക്കൊണ്ടിരിക്കുന്ന ആളാണ്. അയാളുടെ നിർബന്ധപ്രകാരമാണ് ഞാൻ സാക്ഷിപറയാമെന്നുപറഞ്ഞത്. അവിടെ ചെന്ന് സാക്ഷി പറഞ്ഞൊക്കെ കഴിഞ്ഞപ്പോഴുണ്ട് സെബാസ്റ്റ്യൻ പിൻവലിഞ്ഞുകളഞ്ഞു. ഞാൻ പറഞ്ഞില്ലേ ഈ ഭീഷണി. ജീവന് ഭീഷണി, കുടുംബത്തിനു ഭീഷണി, സാമ്പത്തികസഹായം. ഇത് മൂന്നും കൂടെ വന്നാൽ പിടിച്ചുനില്ക്കാൻ നല്ല നട്ടെല്ലുള്ള അങ്ങേയറ്റത്തെ ധാർമ്മിക ശക്തിയുള്ളവർക്കുമാത്രമേ സാധിക്കുകയുള്ളൂ. അല്ലെങ്കിൽ അവർ തോറ്റുപോകും.

- *സെബാസ്റ്റ്യനും അങ്ങനെ സമ്മർദ്ദത്തിനു വശംവദനായി എന്നാണോ?*

എന്തൊക്കെയോ സമ്മർദ്ദത്തിനു വശംവദനായി, അല്ലെങ്കിൽ അയാൾ ഇത്രയുമൊക്കെ ഞങ്ങളെയൊക്കെ മെനക്കെടുത്തി കേസെടുപ്പിച്ച് സാക്ഷി പറയിപ്പിച്ചതിനുശേഷം കേസ് പിൻവലിക്കേണ്ട ആവശ്യമെന്ത്?

- *പ്രകൃതി ശ്രീവാസ്തവയുടെ കേസിനുമുമ്പ് നളിനി നെറ്റോയുടെ കേസുണ്ടായപ്പോൾ നളിനി നെറ്റോ എല്ലാ കാര്യങ്ങളും സുഗതകുമാരി ടീച്ചറോട് തുറന്ന് പറഞ്ഞിരുന്നോ?*

(ഇടയിൽ കയറിക്കൊണ്ട്)

ഉണ്ട്, പറഞ്ഞിട്ടുണ്ട്. അപ്പോഴത്തേക്ക് നളിനി വേറെ കേസ് കൊടുത്തിരുന്നു. വനിതാ കമ്മീഷനൊന്നും കേസ് തന്നില്ല. പക്ഷേ എന്നോട് കാര്യങ്ങൾ പറഞ്ഞു.

- *അന്ന് നളിനിയോട്, ആ കേസ് കേട്ടപ്പോൾ തോന്നിയ വികാരം എന്താണ്?*

ഇത്രയും ക്ഷോഭവും മാനക്കേടും തോന്നിയ സമയമില്ല. നളിനിയെപ്പോലുള്ള ഒരു സ്ത്രീക്ക് ഇത് ഫേസ് ചെയ്യേണ്ടിവരിക, അതിനു ശേഷം അവർ എത്രയോ വർഷം കഷ്ടപ്പെടേണ്ടിവന്നിട്ടുണ്ട്. അതിനു മുമ്പാണ് പ്രകൃതി ശ്രീവാസ്തവ എന്റെ മുമ്പിൽ വരുന്നത്. പ്രകൃതിയുടെ കാര്യം മനസ്സിലുള്ളപ്പോഴാണ് നളിനി എത്തുന്നത്. അപ്പോൾ പ്രകൃതി അതിനുമെത്രയോ മാസങ്ങൾക്കുമുമ്പാണ്, രണ്ടോ മൂന്നോ മാസങ്ങൾക്കുമുമ്പാണ് എന്റെ മുമ്പിൽ വന്ന് പരാതിപ്പെട്ടത്. ഇന്നയിന്ന സംഭവങ്ങൾ എനിക്ക് ഭയമാണ് എന്നുപറഞ്ഞു. എഴുതിത്തരൂ കേസായിട്ടെടുക്കാം എന്നുപറഞ്ഞപ്പോൾ എഴുതിത്തരില്ല, പിന്നീട് ആവശ്യം വന്നാൽ എഴുതിത്തരാം, ഞാനിവിടെ വന്ന് റിപ്പോർട്ട് ചെയ്തു. കാര്യങ്ങൾ മുഴുവൻ അറിയിച്ചിരിക്കുന്നു. അതു മനസ്സിലിരിക്കണം. അത്രമാത്രം. എന്തെങ്കിലും ആപത്തു വന്നാൽ സഹായിക്കണം എന്നു പറഞ്ഞിട്ട് ആ സ്ത്രീ പോവുകയാണുണ്ടായത്.

- *ആ കേസിനെ കേരളീയ സമൂഹം എങ്ങനെ സ്വീകരിച്ചതായി തോന്നി?*

പോരാ കേട്ടോ, പോരാ... നമ്മുടെ സമൂഹം എപ്പോഴും സ്ത്രീയോട് ഒരു ചെറിയ അവജ്ഞ കാണിക്കുന്നവരാണ്. പിന്നെയിതൊക്കെ കമ്മ്യൂണലാക്കും. എനിക്കൊട്ടും സഹിക്കാൻ വയ്യാത്തത് അതാണ്. ഇതിനൊക്കെ വർഗീയതയുടെ മുഖം കൊടുക്കുന്നതെന്തിനാണ്? ഒരാൾ തെറ്റു ചെയ്തുവെങ്കിൽ, നിങ്ങളുടെ സ്വന്തം മകനാണെങ്കിൽ പോലും, അവൻ കുറ്റവാളിയാണെന്നു പറയാനുള്ള ധാർമ്മിക നിലപാടെടുക്കാൻ ആർക്കും സാധിക്കുന്നില്ല. ഇപ്പോൾ നളിനിയുടെ ജാതി ഇന്നതാണ് ഇതിലെ എതിർകക്ഷിയുടെ ജാതി ഇന്നതാണ് അതുകൊണ്ടാണ് എന്നൊക്കെ പറഞ്ഞു കുറെ ബഹളം ഉണ്ടായി. അതുപോലെ മുസ്ലിം സമൂഹത്തെ മുഴുവനും അവഹേളിക്കാനുണ്ടായ കള്ളക്കേസാണെന്നുപറഞ്ഞ് മറ്റേതിലും ഉണ്ടായി. എനിക്ക് വാസ്തവത്തിൽ, ഒരു വിധത്തിലും മനസ്സുകൊണ്ട് പൊറുക്കാനാവാത്ത കാര്യങ്ങളാണ്.

- *കൂടുതൽ വേദനിപ്പിച്ച അനുഭവമായിരുന്നു വിതുരപെൺകുട്ടിയുടേത്...?*

ഓ, അതു കഠിനമാണ്. ഈ സൂര്യനെല്ലി കേസിലെപ്പോലെയാണ്. ഒരു പൊട്ടിപ്പെണ്ണാണ്, ഒന്നും അറിഞ്ഞുകൂടാത്തവളാണ്. അവൾ ജോലി തേടി, ജോലിയുണ്ടാക്കിത്തരാമെന്ന് പറഞ്ഞ് ഒരു സ്ത്രീ കൊണ്ടുപോയി ചതിക്കുകയായിരുന്നു. അവളതിൽനിന്ന് പണമുണ്ടാക്കാൻ പോയവളല്ല. പണമുണ്ടാക്കിയിട്ടുമില്ല. അവൾ അന്നു തൊട്ടിന്നു വരെ നിത്യദാരിദ്ര്യത്തിലും ഭീഷണിയിലും കഴിയുന്നവളാണ്.

പതിനൊന്നു വർഷമാകുന്നു. എന്ത് നീതി കിട്ടി? ഇപ്പോൾ അവൾ വന്ന് എന്താ പറയുന്നതെന്നറിയാമോ? തൊഴുത് പറയും “അമ്മേ, എനിക്ക് ഒരു കേസും വേണ്ട, ഒന്നും വേണ്ട. എന്നെ കോടതിയിൽ കയറ്റല്ലേ. എനിക്കൊന്നും വേണ്ട, എനിക്കാരും പണവും തരണ്ട, നഷ്ടപരിഹാരവും തരണ്ട, എനിക്കിനി ആരുടെ മുഖവും കാണണ്ട, എനിക്ക് ഓർമ്മ പോലുമില്ല. പതിനൊന്നുവർഷമായി. അവരുടെ യൊന്നും മുഖം എനിക്കോർമ്മപോലുമില്ല. പ്രതിഭാഗം വക്കീലുവന്ന് എന്നെ കുടഞ്ഞുകളയും, എന്നെ നാണം കെടുത്തും, എന്നെ കോടതി കയറ്ററുത്. എന്നെ സഹായിക്കൂ. എന്നെ ഇതിൽ നിന്നൊന്ന് ഒഴി വാക്കിത്തരൂ. എനിക്കൊരു കേസും വേണ്ട. പിൻവലിക്കാൻ സഹാ യിക്കൂ” എന്നാണ് പറയുന്നത്. അപ്പോൾ പി.ഇ. ഉഷ എത്ര വിഷമിച്ചു എന്നറിയുമോ? പി.ഇ. ഉഷ ബസ്സിൽവെച്ച് അപമാനിക്കപ്പെട്ട ഒരു സർക്കാർ ഉദ്യോഗസ്ഥ. നല്ല തന്റേടമുള്ള യുവതി. അവര് കുറച്ചൊ ന്നുമല്ല അനുഭവിച്ചത്. യൂണിവേഴ്സിറ്റിയിൽ അവർക്ക് വളരെയധികം മാനക്കേടാണുണ്ടായത്. അവഹേളനങ്ങളാണുണ്ടായത്. ഇതെല്ലാം കഴിഞ്ഞിട്ട് ഇപ്പോഴും മനസ്സിനെ വേദനിപ്പിക്കുന്നത് ഈ വേട്ടക്കാര നുണ്ടല്ലോ, അവനെപ്പോഴും സ്വതന്ത്രനാണ്. അവൻ മിടുക്കനാണ്. അവൾ എപ്പോഴും പിഴച്ചവൾ. അവൾ ചീത്തയായി. അവൾ മോശ മായി. മറ്റവരാരും മോശമാകുന്നില്ലല്ലോ? അവരാരും ചീത്തയാകു ന്നില്ലല്ലോ? ഒരു മൈമൂനയുടെ കേസ് ഓർമ്മയുണ്ടോ? തല മൊട്ട യടിക്കപ്പെട്ടത്. മലപ്പുറത്തുവെച്ച്. അവൾ ആ കാലത്ത് എന്നോടു പറഞ്ഞു. “ഞാൻ തനിച്ചായിരുന്നില്ലല്ലോ അമ്മ. എന്റെ കൂടെ ഒരാളു ണ്ടായിരുന്നല്ലോ. ഞാനൊറ്റയ്ക്ക് എങ്ങനെയാണ് ചീത്തയാവുന്നത്. എന്റെ തലമുടി മൊട്ടയടിച്ചെന്നെ റോഡിൽ പിടിച്ചിരുത്തി ഊരു വിലക്കി. എന്റെ കുഞ്ഞുങ്ങളേയും പിടിച്ചുകൊണ്ടുപോയി എന്നു പറഞ്ഞ് കണ്ണുനീരൊലിപ്പിച്ചുകൊണ്ട് അടികൊണ്ട് ചതഞ്ഞ് ആ സ്ത്രീ കയറിവന്ന ദിവസം എനിക്കോർമ്മയുണ്ട്.

- *ഒരു മറുവശം കൂടി ഇതിനുണ്ടെന്ന് തോന്നിയിട്ടുണ്ടോ? അതായത് പണത്തിന്റേയും പ്രശസ്തിയുടേയും പ്രേരണയ്ക്ക് വശംവദയായി പെൺകുട്ടികൾ മാതാപിതാക്കളുടെ അറിവോടെ തന്നെ ഓരോ കാര്യ ങ്ങൾക്ക് ഇറങ്ങിത്തിരിക്കുകയും ഉദ്ദേശിക്കാത്തിടത്ത് ചെന്നെത്തു കയും... അങ്ങനെ തോന്നിയിട്ടുണ്ടോ?*

തീർച്ചയായും ഉണ്ട്. സീരിയൽ ഭ്രമം കൊണ്ട് സിനിമയിൽ ചേരാൻ വേണ്ടി മോഡലാക്കാമെന്നുപറഞ്ഞിട്ട്. പിന്നെയീ പ്രേമം എന്നു പറ യുന്ന ഒരു ഭ്രമമുണ്ടല്ലോ ആ വാക്ക് കേട്ടാലിപ്പോൾ ഭയം തോന്നുക യാണ്. ഈ വനിതാ കമ്മീഷനിൽ വന്നതിൽ പിന്നെയാണെനിക്ക് ആ രണ്ടക്ഷരം കേട്ടാൽ ഭയം തോന്നുന്നത്. ആ വിധത്തിൽ ഇതിന്റെ

പിറകെയിറങ്ങി ഈ തീയ്യിന്റെ നിറം കണ്ട് ശലഭങ്ങൾ പോരുന്ന പോലെ ഒടുവിൽ എല്ലാം കരിഞ്ഞ് നശിക്കുന്ന ഒരുപാട് പെൺകുട്ടികളുണ്ട്. മനഃപൂർവ്വമായി കള്ളംപറഞ്ഞുവരുന്നവരുമുണ്ട്. എതിർകക്ഷിയെ നശിപ്പിക്കണമെന്ന ഒരൊറ്റ ഉദ്ദേശ്യംകൊണ്ട്, അവൻ മറ്റൊരു യൂണിയനിൽപെട്ടതാണ് അതുകൊണ്ട് ഞങ്ങളുടെ യൂണിയൻകാരുടെ ഒരു റേപ്പ് കേസ് രജിസ്റ്റർ ചെയ്തോളാൻ പറയുന്നവരുമുണ്ട്.

- *സ്ത്രീകളെ കരുക്കളാക്കി ചിലപുരുഷന്മാരെ പീഡിപ്പിക്കാനുള്ള ശ്രമവും നടക്കുന്നുണ്ടെന്ന് വനിതാ കമ്മീഷനിലിരിക്കുമ്പോൾ തന്നെ ശ്രദ്ധയിൽ വന്നിട്ടുണ്ടോ?*

(ഇടയിൽ കയറിക്കൊണ്ട്)

ഉണ്ട്... ഉണ്ട്. തീർച്ചയായിട്ടും ഉണ്ട്. വനിതാ കമ്മീഷനിലിരിക്കുമ്പോൾ തന്നെയുണ്ടത്. അങ്ങനെ ഒരു എട്ടു കേസുകൾ ഞാൻ മാർക്ക് ചെയ്തുവെച്ചിട്ടുണ്ട്. അതിനെപ്പറ്റി എഴുതണമെന്നു വിചാരിക്കുന്നുമുണ്ട്. എഴുതണം.

- *ഈ വിതുരകേസിലെ പെൺകുട്ടി ഇപ്പോൾ ടീച്ചറിന്റെ സംരക്ഷണയിലാണോ?*

അതൊന്നും ഞാൻ പറയാതിരിക്കുകയല്ലേ നല്ലത്. അവളെങ്ങിനെയെങ്കിലും ജീവിച്ചോട്ടെ, അവളെ വെറുതെ വിടൂ.

- *ഇപ്പോഴും ആ കുട്ടിയുടെ ജീവന് ഭീഷണിയുണ്ടോ?*

കേസ് നിന്നില്ലേ... ഭീഷണിയുണ്ടാവുന്നതിന് വല്ല അദ്ഭുതവുമുണ്ടോ? അവൾ എവിടെയെങ്കിലും കഴിയട്ടെ. അവൾക്ക് കേസ് വേണ്ട എന്ന് അവൾ പറഞ്ഞുകൊണ്ടിരിക്കുകയാണ്. പിൻവലിപ്പിക്കാനുള്ള ശ്രമത്തിലാണ് ഞാൻ. അവൾക്കൊന്നും കൊടുക്കേണ്ട സർക്കാർ. സഹായിക്കേണ്ട, അവളെങ്ങനെയെങ്കിലും വേല ചെയ്ത് ജീവിക്കട്ടെ.

- *സുഗതകുമാരി ടീച്ചറിന്റെ ജീവിതത്തിലെടുത്ത നിലപാടുകൾ നോക്കിയാൽ ഇടതുപക്ഷത്തിന്റെ ചിന്താഗതികളോട്, പുരോഗമനപരമായ ചിന്താഗതികളോട് യോജിച്ചുപോകുന്ന ഒരാളാണെന്നാണ് തോന്നുക. പക്ഷേ, പലപ്പഴും രാഷ്ട്രീയമായി ഇടതുപക്ഷത്തേക്കാൾ അനുഭാവം കോൺഗ്രസ് പക്ഷത്തോടാണെന്നാണ് പറയുക. ഇതെങ്ങനെയാണ്?*

ഞാനൊരു പഴയ കോൺഗ്രസ്സുകാരന്റെ മകളല്ലേ? നെഹ്റു, ഗാന്ധിജി, നേതാജി എന്നൊക്കെവെച്ചാൽ അവരെയൊക്കെ ദൈവങ്ങളായി കൊണ്ടുനടക്കുന്ന സംസ്കാരമാണ് എന്റെ കുടുംബത്തിലുണ്ടായിരുന്നത്. അതുണ്ട്. പക്ഷേ പഴയ കോൺഗ്രസ്സ് എന്നു ഞാൻ

വീണ്ടും വീണ്ടും പറയുകയാണ്. എല്ലാം പോയിയെന്ന് തോന്നുന്നു. പഴയ കമ്മ്യൂണിസ്റ്റുകാരല്ലല്ലോ ഇപ്പോഴത്തെ കമ്മ്യൂണിസ്റ്റുകാർ. പഴയ കോൺഗ്രസ്സുകാരല്ലല്ലോ ഇപ്പോഴത്തെ കോൺഗ്രസ്സുകാർ. എല്ലാം വലിയ വലിയ കോർപ്പറേറ്റുകളായി മാറിയിരിക്കുന്നു.

- *കമ്മ്യൂണിസ്റ്റുകാരോടും കോൺഗ്രസ്സുകാരോടും അകലം പാലിക്കുമ്പോഴും അടുത്ത കാലത്ത് വി.എസ്. അച്യുതാനന്ദനുമായി സവിശേഷമായ ബന്ധം ടീച്ചർക്കുണ്ട്?*

അതു പരിസ്ഥിതിയാണ്. പരിസ്ഥിതിയിൽ അദ്ദേഹമെടുത്ത താത്പര്യത്തിൽ എനിക്ക് സന്തോഷമുണ്ട്. എന്തെങ്കിലുമൊക്കെ അദ്ദേഹത്തിന് ചെയ്യാനാവട്ടെ എന്ന പ്രാർത്ഥനയുമുണ്ട്.

- *പക്ഷേ നേരത്തെ വി.എസ്. അച്യുതാനന്ദനെ അങ്ങനെ ഇഷ്ടപ്പെട്ടിരുന്ന ഒരാളായിരുന്നില്ല?*

ഇല്ല. വി.എസ്. പരിസ്ഥിതിയിൽ വലിയ താത്പര്യം കാണിച്ചിട്ടില്ലല്ലോ ആദ്യകാലത്ത്. കുറച്ചുകാലമല്ലേ ആയിട്ടുള്ളൂ. അതുകൊണ്ടാണ്. അല്ലാതെ രാഷ്ട്രീയവുമായിട്ടെനിക്കെന്ത് ബന്ധമാണുള്ളത്. അവരാരുമായും മറ്റൊരു ബന്ധവുമില്ലല്ലോ?

- *ഇത്രയും കാലത്തെ അനുഭവംകൊണ്ട് രാഷ്ട്രീയത്തിലും രാഷ്ട്രീയക്കാരിലുമുള്ള വിശ്വാസം പാടെ നശിച്ചുവോ?*

വ്യക്തികളിൽ വിശ്വാസമുണ്ട്.

- *അതു ഏതൊക്കെ വ്യക്തികൾ?*

ഏതൊക്കെ വ്യക്തികളെന്ന് ഇപ്പോൾ എടുത്തുപറയണോ? കുറച്ചു വ്യക്തികളോടൊക്കെ വിശ്വാസമാണ്. എനിക്കീ വലിയ വിശ്വാസങ്ങളൊക്കെ ഇപ്പോൾ പോയിരിക്കുന്നു.

- *സമൂഹത്തിന്റെ മനസ്സാക്ഷിയെന്നോണം എല്ലാ കാര്യങ്ങളിലും സത്യങ്ങളും വിളിച്ചുപറയുന്ന സാംസ്കാരിക നേതാക്കന്മാരെപ്പറ്റി സൂചിപ്പിച്ചപ്പോൾ ഒരു സംശയം തോന്നുന്നു. കേരളത്തിന്റെ സാംസ്കാരികമായി ഒരു ഇരട്ടത്താപ്പ് നിലനില്ക്കുന്നു. ഇടതുപക്ഷം ചെയ്യുന്ന എന്തു കാര്യവും ന്യായീകരിക്കപ്പെടുമ്പോൾ മറുഭാഗത്തിന് ന്യായം കിട്ടുന്നില്ല. സഹതപിക്കാൻ പോലും ആളില്ല. ആ ഇരട്ടത്താപ്പ് ടീച്ചർ കാണുന്നുണ്ടോ ?*

ഒരുപാട് നിസ്സംഗത പാലിക്കുന്നവരാണ് നമ്മുടെ എഴുത്തുകാർ തന്നെ. അധികം പേരും ഇങ്ങനെയുള്ള കാര്യങ്ങൾക്ക് മുന്നോട്ട് വരാറില്ല. എന്നോട് മിണ്ടാതിരുന്നുകൂടേ എന്നു പലരും ചോദിക്കാറുണ്ട്.

- *പക്ഷേ സ്ത്രീപീഡനക്കേസ്സുകൾ ഇടതുപക്ഷം ഭരിക്കുമ്പോൾ ഉണ്ടാകുമ്പോൾ കോൺഗ്രസ്സ് മുന്നണി ഭരിക്കുമ്പോൾ ഉണ്ടാകുന്ന തരത്തിലുള്ള വലിയ ആരവം അതിന്റെ പേരിലുണ്ടാവുന്നില്ല. അതു എന്തുകൊണ്ടാണ്?*

ആരവമുണ്ടാക്കാൻ ഇടതുപക്ഷത്തിന് കൂടുതൽ കരുത്തുണ്ടല്ലോ? അവർ കൂടുതൽ ആരവമുണ്ടാക്കും. അവരുടെ കാലത്തുതന്നെ ഉണ്ടാകുന്ന സംഭവങ്ങൾക്ക് ശബ്ദമുണ്ടാകില്ല. മറ്റുള്ളവർക്ക് അത്ര ശബ്ദമുണ്ടാക്കനറിയില്ലെന്നു തോന്നുന്നു. ഞങ്ങളൊക്കെ എത്രകാലം കൊണ്ട് ഇതൊക്കെ കാണുന്നു.

- *എന്നാലും ഈ ബുദ്ധിജീവികൾ പൊതുവെ ഇടതുപക്ഷം ചേർന്നു നടക്കുന്നതെന്നതുകൊണ്ട്?*

അത് ഇടതുപക്ഷക്കാരുടെ കഴിവുകൊണ്ടാണ്.

- *തീർച്ചയായും അങ്ങനെ തന്നെയാണോ?*

ബുദ്ധിജീവികളെ ഇങ്ങോട്ട് ആകർഷിക്കത്തക്ക ഒരുപാട് കാര്യങ്ങൾ അവർക്കുണ്ട്. അവരത് ചെയ്യുന്നുമുണ്ട്. അതുകൊണ്ടാണ്. നല്ല കാര്യങ്ങൾ ചെയ്യുമ്പോൾ കൂടെ നില്ക്കും. ഇടതാണോ വലുതാണോ എന്നു നോക്കില്ല. ഞാൻ എന്റെ കാര്യം പറഞ്ഞതാണ്. നല്ല കാര്യങ്ങൾക്ക് കൂടെ നില്ക്കും. പക്ഷേ ഇടതുപക്ഷം പൂയ്യംകുട്ടി പദ്ധതി കൊണ്ടുവന്നപ്പോഴും അണുശക്തിനിലയം കൊണ്ടുവന്നപ്പോഴുമൊക്കെ അതിശക്തമായി എതിർക്കുകയല്ലേ ചെയ്തത്. അന്നൊന്നും കൂടെ നിന്നില്ലല്ലോ.

- *ഗുണദോഷങ്ങൾ വേർതിരിച്ചു നോക്കിയതിനുശേഷമാണോ പലപ്പോഴും നിലപാട് എടുക്കുന്നത്?*

എന്റെ കാര്യമല്ലേ എനിക്ക് പറയാനൊക്കൂ. ഞാനങ്ങനെയാണ് ചെയ്യാറ്.

- *എനിക്ക് എപ്പോഴും തോന്നിയിട്ടുള്ള ഒരു സംശയം ചോദിക്കട്ടെ. മനുഷ്യബന്ധങ്ങളുടെ കാര്യം വരുമ്പോഴൊക്കെ വളരെ പുരോഗമന പക്ഷത്താണ് ടീച്ചറെപ്പോഴും നിൽക്കാറ്. പക്ഷേ അതേ സമയം വീട്ടിൽ പഴയതരത്തിലുള്ള, പരമ്പരാഗതമായ വിശ്വാസങ്ങളിലും മാമൂലുകൾ എന്ന് പറയാവുന്ന കാര്യങ്ങളിലും കൃത്യമായിട്ട് വിശ്വസിക്കുകയും പാലിക്കുകയും ചെയ്യുന്ന ഒരാളാണ്?*

രണ്ടുതരത്തിൽ ആലോചിക്കണം. സന്ധ്യയ്ക്ക് വിളക്ക് കൊളുത്തുന്നു. ഈശ്വരചിന്തയ്ക്കുവേണ്ടി കുറച്ചുസമയം മാറ്റിവയ്ക്കുന്നു. ഇങ്ങനെയുള്ള ചില കാര്യങ്ങളാണ് അന്ധവിശ്വാസങ്ങളെങ്കിൽ

അതൊക്കെ എനിക്കുണ്ട്. അല്ലാതെ ഞാൻ മറ്റൊരുപാട് ആചാരങ്ങളുടെ പിന്നാലെ ഒട്ടും പോകാറില്ല. മറ്റൊന്ന് പുരോഗമനം എന്നു പറഞ്ഞാൽ ഈ പൂർണ്ണമായ സ്ത്രീ സ്വാതന്ത്ര്യം എന്നിപ്പോൾ പറയുന്ന രീതിയിലുള്ള ആ സ്വാതന്ത്ര്യത്തിൽ ഞാൻ വിശ്വസിക്കുന്നില്ല. പരസ്പരം ബഹുമാനിക്കുന്ന, പുരുഷനെ ശത്രുവായി കാണാത്ത, കൂടെ നില്ക്കുന്ന സഹചാരിയായി കാണുന്ന ആ വിധത്തിലുള്ള ഒരു ഭാര്യാഭർതൃബന്ധമാണ് എന്റെ മനസ്സിൽ ഞാൻ അംഗീകരിക്കുന്നത്.

- *ജ്യോതിഷത്തിൽ വിശ്വസിക്കുന്നുണ്ടോ?*

ചില ആളുകളുടെ പ്രവചനങ്ങളൊക്കെ ശരിയാകാറുണ്ട്. മിക്കവാറും ശരിയാകാറില്ല. ഇതൊരു ശാസ്ത്രമായി നന്നായിട്ടു പഠിച്ചവരൊക്കെ ഉണ്ടായിരുന്നു. കുറച്ചുപേരൊക്കെ ഇപ്പോഴും കാണും. പക്ഷേ അതൊരു വലിയ ബിസിനസ്സ് ആയിപ്പോയി.

- *ഒരു ശുഭാപ്തി വിശ്വാസിയെന്ന് സുഗതകുമാരി ടീച്ചറെ വിശേഷിപ്പിക്കാൻ കഴിയുമോ?*

അത്രയ്ക്കു പറ്റില്ല കേട്ടോ. ശുഭാപ്തിവിശ്വാസിയാകാനൊക്കെ ആഗ്രഹമുണ്ട്.

- *ഒരിക്കൽ പറഞ്ഞിട്ടുണ്ട്. എന്റെ ജീവിതം ധന്യമാണെന്ന് എനിക്ക് തോന്നുന്നില്ല. ഇത്രയൊക്കെ ചെയ്തിട്ടും അങ്ങനെ തോന്നാൻ എന്താ കാരണം?*

എത്രയൊക്കെ ചെയ്തു? പതിനായിരം കാര്യങ്ങൾ ചെയ്യാനുണ്ട്. ചെയ്യാൻ സാധിച്ചത് ഒരു ഇത്തിരി മാത്രം. ഇത്തിരിമാത്രം. അതുകൊണ്ട് ഇത്രയൊക്കെ ഞാൻ ചെയ്തു എന്ന് എനിക്ക് ഒരിക്കലും തോന്നാറില്ല. ചെയ്യാൻ ഇനിയും ഉണ്ടല്ലോ. ഒരുപാട് കാര്യങ്ങൾ ഇനിയുമുണ്ടല്ലോ എന്നൊരു പരിഭ്രമം ആണ് എപ്പോഴും മനസ്സിൽ. അതു പാടില്ല എന്നൊക്കെ അറിയാം. നീ ആര് ഇതൊക്കെ ചെയ്യാൻ എന്നൊരു ചോദ്യം എന്നോടുതന്നെ ഞാൻ ചോദിക്കാറുണ്ട്. എങ്കിലും കുറച്ചുസമയമേ ഉള്ളൂ. ഇത്തിരികൂടി തീർക്കാനുണ്ട്. കുറച്ചുകൂടി മുന്നോട്ട് പോകാനുണ്ട് എന്നൊക്കെ ആഗ്രഹിക്കും എന്നുമാത്രം.

- *അല്ല, ഈ അസ്വസ്ഥമായ മനസ്സുവെച്ചുകൊണ്ട് ഒരു മരുന്നിന്റേയും സഹായമില്ലാതെ എല്ലാ ദിവസവും ടീച്ചർക്ക് ഉറങ്ങാൻ കഴിയുന്നുണ്ടോ?*

മരുന്നൊക്കെ കഴിക്കാറുണ്ട്. മരുന്നൊക്കെ ഇല്ലാതെ ഉറങ്ങാൻ ചില ദിവസമൊക്കെ സാധിക്കാറുണ്ടെങ്കിലും പലപ്പോഴും മരുന്ന് കഴിക്കേണ്ടിവരാറുണ്ട്.

- *ഈ അസ്വസ്ഥതയിൽനിന്ന് മനസ്സിനെ ഒന്നു മാറ്റിനിർത്താൻ, അല്ലെങ്കിൽ ഇതൊക്കെ ഒന്ന് അവസാനിപ്പിക്കാറായി എന്നൊരു തോന്നൽ എപ്പോഴെങ്കിലും?*

ഇടയ്ക്കിടയ്ക്ക് തോന്നും, തോന്നാറുണ്ട്.

- *ഇനിയും തോൽക്കുന്ന യുദ്ധത്തിന്റെ പടയാളിയായി പോകാനുള്ള മനസ്സ് അവശേഷിക്കുകയാണ്?*

കുറച്ചുകൂടെയുണ്ട്. എന്തെന്നുവെച്ചാൽ മാറിനിന്ന് ശാന്തയായിട്ട് എല്ലാം വീക്ഷിച്ചുനിൽക്കുന്ന മനസ്സല്ല എന്റേത്. ഈ പടക്കള ത്തിൽതന്നെ പടവെട്ടി വീഴണം എന്നാണ് ആഗ്രഹം. കിടത്തരുതേ എന്നൊരു പ്രാർത്ഥനയുണ്ട്. പണിയെടുക്കാൻ അനുവദിക്കണേ കുറച്ചുകൂടേ എന്ന് ആഗ്രഹമുണ്ട്. കുറച്ചുകൂടി സമയം തരൂ. സ്വൽപം കൂടി ജോലി ചെയ്യാൻ അനുവദിക്കൂ. അല്ലാതെ എന്തെങ്കിലുമൊക്കെ എനിക്ക് നേടാൻ ഒക്കുമെന്നൊന്നും വിചാരിക്കാനുള്ള സമയമില്ല. പണ്ടേ കഴിഞ്ഞിരിക്കുന്നു. ഇപ്പോൾ തന്നിരിക്കുന്നതുതന്നെ ബോണ സായി കിട്ടിയ ഇത്തിരി സമയമാണ്. ആരോഗ്യവും മോശമാണ്. ഒരു പാട് മരുന്ന് കഴിച്ചാണ് നടക്കുന്നത്.

- *അപ്പോൾ ഇനിയും ജ്വലിക്കുന്ന യുദ്ധങ്ങൾ ടീച്ചറുടെ ജീവിതത്തിൽ ഉണ്ടാവട്ടെ എന്ന് ആശംസിക്കട്ടെ?*

എന്താണ് ജയവും പരാജയവുമൊക്കെ. ഇതെല്ലാം അല്ലേ. വലിയ വ്യത്യാസമൊന്നും ഇല്ല. കുറച്ചുകൂടി പണിയെടുക്കാൻ അനുവദി ക്കുക. അത്രമാത്രം ഒരു പ്രാർത്ഥനയേയുള്ളൂ.

(2006)

വിഷ്ണുനാരായണൻ നമ്പൂതിരി

ഏതുതരം കാഴ്ചപ്പാടും തുറന്ന മനസ്സോടെ സ്വീകരിച്ചവർ വിഷ്ണു നാരായണൻ നമ്പൂതിരിയെപ്പോലെ അധികം പേരുണ്ടാകില്ല. വൈദിക ബ്രാഹ്മണ്യം ജന്മംകൊണ്ട് കൂടെയുള്ളപ്പോഴും ഇടതുമൂല്യങ്ങളെ ഒപ്പം കൂട്ടി. ഒന്നിനെ പാടേ ഉപേക്ഷിച്ച് മറ്റൊന്നിനെ ആഞ്ഞുപുൽകിയ ഇ.എം.എസിന്റെ മാതൃക പിൻപറ്റിയതുമില്ല. മറ്റെന്തിനെയുംപോലെ ആരാധനയും വിശ്വാസങ്ങളും പോലും കാലത്തിനൊപ്പം മാറണമെന്ന് പറയാനുള്ള ആർജ്ജവം അദ്ദേഹം ജീവിതംകൊണ്ട് നേടിയെടുത്ത താണ്. എഴുത്തിൽ മുറുകെപ്പിടിച്ച ആദർശവിശുദ്ധി കാഴ്ചപ്പാടു കളിലും വന്നണഞ്ഞത് സ്വയം ചോദിച്ചറിഞ്ഞ ഉത്തരങ്ങളിലൂടെയാണ്. ആ ഉത്തരങ്ങളിലേക്കുള്ള യാത്രയായിരുന്നു അദ്ദേഹവുമായുള്ള സംഭാ ഷണം.

വിഷ്ണുവിന്റെ സംശയങ്ങൾ

- *പേരിൽ നമ്പൂതിരി ഉള്ളതുകൊണ്ട് അവിടെത്തന്നെ തുടങ്ങാം. സാറിന് ഈ നമ്പൂതിരിത്തം അല്ലെങ്കിൽ പൂണൂൽ എന്തിന്റെ പ്രതീകമാണ്?*

എട്ടാം വയസ്സിൽ ഞാൻ എന്തെങ്കിലും അറിയുന്നതിനുമുമ്പ് എന്നെ പൂണൂൽ ഇടീച്ചു. ഉപനയനം കഴിച്ചു. നിത്യകർമ്മങ്ങൾ പഠിപ്പിച്ചു. അച്ഛനും മുത്തച്ഛനും ഒക്കെയാണ് ചെയ്തത്. ഇതിന്റെ പിന്നിൽ ഉള്ള കാഴ്ചപ്പാട് എനിക്ക് അന്ന് മനസ്സിലാകുന്ന ലളിതമായ ഭാഷയിൽ പറഞ്ഞുതരാനുള്ള ആൾക്കാർ ഉണ്ടായിരുന്നു. അതുകൊണ്ടുതന്നെ എനിക്ക് അതിനോട് പലപ്പോഴും ഇഷ്ടം തോന്നി. യഥാശക്തിക്ക് അതിന്റെ നിഷ്ഠകൾ ഞാൻ പാലിക്കാറുണ്ട്. അങ്ങനെ ഒരു കാരണം നമ്പൂതിരിത്തം കളയാത്തതിന്. രണ്ടാമത്തേത്, അഞ്ചുകുട്ടികൾ മരിച്ചിട്ട് ആറാമത് ഉണ്ടായ ഉണ്ണിയാണ് ഞാൻ അമ്മയ്ക്ക്. അതുകൊണ്ട് അമ്മ കുട്ടിക്കാലത്ത് എന്നെ വളരെ കരുതലോടുകൂടിയാണ് വളർത്തിയത്. പല സങ്കല്പങ്ങളും വിട്ടുമാറാൻ വയ്യാത്തതുപോലെ അമ്മ എന്നെ ഏൽപ്പിച്ചിട്ടാണ് പോയിട്ടുള്ളത്. അതിൽ ഒന്ന് തിരുവല്ലയിൽ കുട കയറാൻ ഒരാൾ വേണം, ഒരുണ്ണിയെത്തരണം എന്നായിരുന്നു അമ്മയുടെ ആഗ്രഹം.

- *നമ്പൂതിരിയായി ജനിച്ചുപോയ ആളുകൾ ചില രംഗത്ത് പ്രവർത്തിക്കുമ്പോൾ മറ്റു സമുദായക്കാർ പറയാറുണ്ട് ഉള്ളിൽ പൂണൂൽ ഇട്ടിട്ടില്ലായിരിക്കും. എങ്കിലും ഉള്ളിൽ ഒരു പൂണൂൽ ഉണ്ട് എന്ന്. സ്നേഹസമ്പന്നനായ അധ്യാപകനായും സുഹൃത്തുമായാണ് സാർ അറിയപ്പെടുന്നത്. പക്ഷേ അങ്ങനെ ഒരു മനോഭാവം ഉള്ളിൽ ഉള്ളതായി തിരിച്ചറിഞ്ഞിട്ടുണ്ടോ?*

തുറന്നു പറയാം. ആദ്യകാലത്ത് എനിക്ക് ബുദ്ധിമുട്ടായി തോന്നിയ ചില കാര്യങ്ങൾ ഉണ്ട്. അന്നൊക്കെ ആലോചിച്ച് അതു വേണ്ടെന്നുവയ്ക്കാൻ മടി തോന്നിയിട്ടുണ്ട്. ഉദാഹരണം അയിത്തം തന്നെ. ഒരാളെ

തൊട്ടാൽ അശുദ്ധമാകും എന്നുള്ള വിശ്വാസം. കുളിക്കുക, ജപിച്ച് തളിക്കുക, പുണ്യാഹം എന്നൊക്കെ പറയുമ്പോൾ, ഇതിലൊക്കെ എന്ത് അർത്ഥം എന്നാലോചിക്കുമ്പോൾ പൂർവാചാരങ്ങൾ ഇതിനേക്കാൾ സത്യമായിട്ടുള്ളത് വി.ടി. പറയുന്നതിലാണ്, ഇ.എം. എസ്. പറയുന്നതിലാണ്, എം.ആർ.ബി. പറയുന്നതിലാണ്, കക്കാട് പറയുന്നതിലാണ് എന്ന് എനിക്ക് ബോധ്യമാകുന്നു.

- *നമ്പൂതിരിയായി പിറന്നതും കവിയായി തീർന്നതും തമ്മിൽ എന്തെങ്കിലും ബന്ധമുണ്ടോ?*

കവിയായി തീർന്നതിൽ ബന്ധമുണ്ട്. കാരണം നമ്പൂതിരിത്തത്തിൽ ഉദ്ദേശിക്കുന്ന മനസ്സിന്റെ ഒരു സാത്വികതയുണ്ട്, ശുദ്ധിയുണ്ട്. അത് കവിതയിൽ എനിക്ക് വളരെ സഹായകമായിട്ടുണ്ട്.

- *എല്ലാ നമ്പൂതിരിമാർക്കും സാത്വികഭാവം ഉണ്ടെന്ന് പറയാൻ കഴിയുമോ?*

അതുകൊണ്ട് വിഡ്ഢിത്തം ഉണ്ടാകും. നമ്പൂതിരിമാർക്ക് വിഡ്ഢിത്തം ഉണ്ടാകും. ശുദ്ധിശങ്കകളൊക്കെ വിഡ്ഢിത്തം എന്നു പറഞ്ഞാൽ അതൊക്കെ ഉണ്ടാകും. അതൊക്കെ രക്തത്തിൽ ഉള്ളതാണ്. വേണമെന്നുവെച്ചാൽ ഉണ്ടാകുകയില്ല. വേണ്ടായെന്നുവെച്ചാൽ ഇല്ലാതാകുകയും ഇല്ല. അങ്ങനെയുള്ള പലതും ഞാൻ അവഗണിക്കുകയാണ് പതിവ്. ഉണ്ടാവാം, കുറച്ചൊക്കെ അപൂർണ്ണതകൾ ഉണ്ടാവാം. പക്ഷേ ഇതിൽ എനിക്ക് സംശയം ഒന്നും ഇല്ല. നമ്പൂതിരിമാരുടെ പലതും തിരസ്കരിക്കേണ്ടതായിരുന്നു. കാലത്തിന് ചേരാത്ത നിരവധി അനാചാരങ്ങളും അന്ധവിശ്വാസങ്ങളും. ഇതൊക്കെ അമ്പലത്തിൽ ശാന്തിയായിട്ടിരുന്ന മൂന്നുവർഷവും എനിക്ക് സ്വീകാര്യമായി തോന്നിയില്ല. തന്നെയുമല്ല, മര്യാദയ്ക്ക് പുരുഷനാരായണ പൂജ കഴിക്കാനുള്ള സങ്കൽപ്പം നാരായണഗുരുസ്വാമികളുടെ ആത്മീയതയാണെന്ന് എനിക്ക് ബോധ്യമായിട്ടുണ്ട്.

- *കമ്മ്യൂണിസ്റ്റ് അനുഭാവിയും ലിബറൽ ചിന്താഗതിക്കാരനുമായ വിഷ്ണുനാരായണൻ നമ്പൂതിരിക്ക് എങ്ങനെയാണ് സവർണ ഹിന്ദുത്വത്തിന്റെ മുദ്ര കുറച്ചുപേരെങ്കിലും ചാർത്തിയത്?*

അവർ പ്രതീക്ഷിക്കുന്നതുപോലെ ഞാൻ പറയുന്നില്ല, ചെയ്യുന്നില്ല എന്ന് തോന്നിക്കാണും. അപ്പോൾ അവർ ഇയാൾ സവർണ്ണ ഹിന്ദുവാണെന്ന് പറയും. അതുപോലെ, നിങ്ങൾ പറഞ്ഞാൽ വിശ്വസിക്കുമോയെന്ന് അറിയില്ല. ഞാൻ നക്സലൈറ്റ് അനുഭാവിയാണ് എന്നു പറഞ്ഞ് തലശ്ശേരിയിൽ എന്റെ ഒരു സുഹൃത്ത് ഭക്തദാസൻ ഒരു മീറ്റിങ്ങിന് വിളിച്ചുകൊണ്ടുപോയി. മീറ്റിങ് കഴിഞ്ഞ് ഇവിടെ

വന്നപ്പോൾ ഒരു സി.ഐ.ഡി. പൊലീസ് ഇൻസ്പെക്ടർ എന്റെ പിന്നാലെ വന്നു. ഇന്ന മീറ്റിങ്ങിന് അല്ലേ പോയിരുന്നത് എന്ന് ചോദിച്ചു. ഞാൻ പറഞ്ഞു. അതെ, എന്തിനാണ് നക്സലൈറ്റുകളുടെ മീറ്റിങ്ങിന് പോയത്? എന്താണ് അവരുമായിട്ടുള്ള ബന്ധം എന്നു ചോദിച്ചു. ഞാൻ പറഞ്ഞു, അവർ നക്സലൈറ്റ് ആണോ എന്ന് ഒന്നും എനിക്കറിയില്ല. കവിത എഴുതുന്ന ആൾ ആണ്. എനിക്ക് പരിചയം ഉള്ള ആളാണ്. അയാൾ ജെ.പി.യുടെ വിചാരധാരയെക്കുറിച്ച് ചർച്ച ചെയ്യണമെന്ന് പറഞ്ഞു വിളിച്ചു. ഞാൻ പോയി, ചർച്ച ചെയ്യുകയും ചെയ്തു. അതുകഴിഞ്ഞ് തിരിച്ചുവന്നു. എനിക്ക് അതിൽ കൂടുതൽ അറിയില്ല. അയാൾ പിന്നെ എന്തൊക്കെ ചെയ്യുന്നു എന്നത് എനിക്ക് ബാധകമല്ല. ഞാൻ അത് ശ്രദ്ധിക്കാറില്ല.

- *കവിതയ്ക്ക് പുറത്ത് സാറിനുള്ള ജീവിതം കവിതയുടെ വിലയിരുത്തലിനെ ബാധിച്ചിട്ടുണ്ടോ?*

ഉണ്ട്. അതല്ലേ ഇതിനൊക്കെ കാരണം. ഇപ്പോൾ അമ്പലത്തിൽ ശാന്തി കഴിക്കുമ്പോൾ ഞാൻ ഒരു ഹിന്ദുവർഗ്ഗീയവാദിയാണെന്ന് പറയുന്നെങ്കിലും അമ്പലത്തിലെ ഉള്ളിലുള്ള സംഘടനകളും താത്പര്യക്കാരും എല്ലാംകൂടി എന്നെ കടൽ കടന്നു എന്ന പേരിൽ പതിനഞ്ചു ദിവസം പുറത്ത് നിർത്തി പ്രായശ്ചിത്തം വേണം, ബഹളം വെപ്പാണ് അവിടെ. ഒരേസമയം ഈ രണ്ട് റോളും എനിക്ക് കൊണ്ടുനടക്കേണ്ടി വന്നിട്ടുണ്ട്. അപ്പോൾ ഞാൻ മനസ്സിലാക്കുന്നത് നോക്കുന്നവന്റെ മനസ്സിലുള്ള ഏതോ വൈകൃതമാണ് ഇതു രണ്ടിനും കാരണം എന്നാണ്. വാസ്തവത്തിൽ, ഞാൻ നക്സലൈറ്റ് അനുഭാവിയും അല്ല, ഹിന്ദുവർഗ്ഗീയവാദിയും അല്ല.

- *മുലകുടിക്കുന്ന സമയത്ത് തന്നെ സാർ വിവേകം കാട്ടിയിരുന്നതായി അമ്മ പറഞ്ഞു എന്നത് സാറിനെക്കുറിച്ച് സാർ തന്നെ എഴുതിയത് എന്നെ ഏറ്റവും ആകർഷിച്ച ഒരു വാചകമായിരുന്നു. അതായത് വീട്ടിൽ ഒരുപാടു ജോലിയുള്ള സമയത്ത് മുലകുടി നിർത്തി തിരിഞ്ഞുകിടന്ന് അമ്മയ്ക്ക് ആ ജോലി ചെയ്യാനുള്ള അവസരം കൊടുത്തിരുന്നുവെന്ന്, അമ്മ പറഞ്ഞു കേട്ടിട്ടുണ്ട് എന്നു പറഞ്ഞു. അങ്ങനെ വിവേകമതിയായ ഒരാൾ വളർന്നു കഴിഞ്ഞതിനുശേഷം ഏതെങ്കിലും കാര്യത്തിൽ അവിവേകം പ്രവർത്തിച്ചു എന്ന് തോന്നിയിട്ടുണ്ടോ?*

അവിവേകം ഉണ്ടായിട്ടുണ്ട്. വ്യക്തിജീവിതത്തിൽ ഇനി ഞാൻ ഒരു നാളും ആവർത്തിക്കാത്ത പലതും കുട്ടിക്കാലത്തുണ്ടായിട്ടുണ്ട്. പ്രായത്തിന്റെ പ്രത്യേകത കൊണ്ടുതന്നെ ഇപ്പോൾ ഞാൻ ചെയ്യാത്ത പലതും പണ്ടു ചെയ്തിട്ടുണ്ട്. അത് ശരിയാണെന്ന ബോധം ഇല്ല.

സ്വയം തിരുത്തുവാനോ മനനംകൊണ്ട് അതിനെ കീഴ്പ്പെടുത്തുവാനോ ഒക്കെ ഞാൻ ശ്രമിക്കുക പതിവുണ്ട്. ഞാൻ മനസ്സിൽ കൊണ്ടുനടക്കുന്ന സാത്വികമായ ജീവിതശൈലിക്ക് ചേരാത്ത പലതും വാക്കും പ്രവൃത്തിയും ചിന്തയും ഒക്കെ വന്നിട്ടുണ്ട്. ഇല്ലെന്ന് പറഞ്ഞാൽ ഞാൻ ഒരു മനുഷ്യൻ അല്ലെന്നാണ് അർത്ഥം. വീഴ്ചകൾ ധാരാളം ഉണ്ടാകുന്നുണ്ട്. പക്ഷേ ഒരിക്കലും ഞാൻ അത് ഒരു കേമത്തമായിട്ട് കൊണ്ടുനടക്കാറില്ല. എന്റെ പല കവിതകളും അതിന്റെ കഥകൾ ആണ്. ബ്രഹ്മദത്തൻ, സോണമിത്രൻ, ഗംഗാ നാരായണൻ, മിത്രാപതി എന്നൊക്കെയുള്ള പല കഥകളും മനുഷ്യസഹജമായ വീഴ്ചകളുടെ കഥകൾ ആണ്. പക്ഷേ എങ്ങനെയാണ് ഇതിനെ മറികടക്കുന്നത്. ഉദാത്തമായ ഒരു വഴി കണ്ടെത്തൽ ഉണ്ട്. എന്റെ കവിതയുടെ ആത്മാവായിട്ട് ഞാൻ കൊണ്ടുനടക്കുന്നത് അതുതന്നെയാണ്.

- *സാറിന്റെ മനസ്സിൽ എല്ലാകാലത്തും ആശയഗതികൾ ഉൾപ്പെടെയുള്ള കാര്യങ്ങളെക്കുറിച്ച് കൺഫ്യൂഷൻ ഉണ്ടായിരുന്നോ? യൂണിവേഴ്സിറ്റി കോളേജിൽ പഠിപ്പിക്കുന്ന സമയത്ത് സാറും അവിടുത്തെ പ്രൊഫസർ വി.കെ. മൂത്തതും ഈ കൺഫ്യൂഷന്റെ ആശാന്മാർ ആയിരുന്നു എന്ന് ചില സഹപ്രവർത്തകർ പറഞ്ഞിട്ടുണ്ട്?*

അതിന് കഥ പറയാനുണ്ട്. ഞാൻ ക്ലാസ്സിൽ ചെന്നാൽ എന്റെ കൺഫ്യൂഷൻ ഒക്കെ അവർക്ക് കൊടുക്കും. അവരുടെ കൺഫ്യൂഷൻ എല്ലാം മൂത്തത് സാർ ഏറ്റെടുത്തുകൊണ്ടു വരും. ഡിപ്പാർട്ടുമെന്റിൽ വരുമ്പോൾ അദ്ദേഹം വളരെ കൺഫ്യൂസ്ഡ് ആണ്. ഞാൻ വളരെ ശാന്തനാണ്. കാര്യം ശരിയാണ്. ഒരുപാട് കൺഫ്യൂഷൻസ് ഉണ്ട്. പല കാര്യങ്ങളിലും കൺഫ്യൂഷൻ ഉണ്ട്. തീരുമാനം ആകാത്ത കാര്യങ്ങൾ ഉണ്ട്. പക്ഷേ, അത് എന്റെ മാത്രം ബുദ്ധിമുട്ടല്ല. മനുഷ്യബുദ്ധി തന്നെ അങ്ങനെയാണെന്നാണ് ഞാൻ മനസ്സിലാക്കുന്നത്. എനിക്ക് അറുപതാം വയസ്സിൽ കിട്ടിയ ഒരേ ഒരു സമ്മാനം. ഇ.സി.ജി. സുദർശൻ എഴുതിയ അദ്ദേഹത്തിന്റെ മാസ്റ്റർപീസ് എന്ന് പറയാവുന്ന ഒരു പുസ്തകം അദ്ദേഹം അയച്ചുതന്നതാണ്. എങ്ങനെ അദ്ദേഹം എന്റെ ഡേറ്റ് ഓഫ് ബെർത്ത് അറിഞ്ഞു. എങ്ങനെ അദ്ദേഹം എന്നിൽ എത്തിച്ചു എന്ന് അറിയില്ല. കാരണം അറുപതാം പിറന്നാളിന് എത്രയോ മുമ്പാണ് അദ്ദേഹവുമായിട്ട് പരിചയപ്പെട്ടിട്ടുള്ളത്. ഡൗട്ട് ആന്റ് സെർട്ടനിറ്റി എന്നതാണ് പുസ്തകം. ഡൗട്ടിലും സെർട്ടനിറ്റിയിലും കൂടി മാറി മാറി കാലുകുത്തി മനുഷ്യപ്രതിഭ മുന്നോട്ട് പോകുന്ന അതിമനോഹരമായ, എന്നെ സംബന്ധിച്ചിടത്തോളം കാവ്യാത്മകമായ ഗ്രന്ഥമാണ് അത്. സയൻസാണ് ഡൗട്ടിലും സെർട്ടനിറ്റിയിലും അവസാനം ഒരു അൻസെർട്ടനിറ്റി എന്നുപറയുന്ന വാരാന്തിക സത്യത്തിൽ ചെന്ന് മുട്ടുകയാണ്.

അദ്ദേഹം അവിടെ കൊണ്ടു ചെല്ലുന്നില്ല. ചെന്ന് മുട്ടുകയാണ്. അത്രേയുള്ളൂ. ഇതൊരു വലിയ കാഴ്ചപ്പാടാണ്. മനുഷ്യന്റെ ജീവിതം തന്നെ ഇങ്ങനെയാണ്. പ്രപഞ്ചജീവിതം തന്നെ അങ്ങനെയാണ്. എല്ലാം സെർട്ടൻ ആയാൽ പിന്നെ ജീവിതത്തിൽ ഒരു ചലഞ്ച് ഇല്ല. എല്ലാം ഡൗട്ട് ആയാൽ പിന്നെ ഭ്രാന്താശുപത്രിയിൽ ആണ് സ്ഥാനം. രണ്ടിനും ഇടയ്ക്കുകൂടിയാണ് മനുഷ്യൻ മുമ്പോട്ട് പോകുന്നത്. രണ്ടിനും ഇടയ്ക്കൂടെയാണ് മനുഷ്യന്റെ പ്രതിഭ മുമ്പോട്ട് ഓരോ ചുവടും വയ്ക്കുന്നത് ചരിത്രഗതിയാണ്. അതുകൊണ്ട് എനിക്കതിൽ ഒരു നാണക്കേടും തോന്നുന്നില്ല.

- *ഇപ്പോൾ സാറിന് ഏറ്റവും ബലമായ സംശയം ഏത് കാര്യത്തിലാണ്?*

ഇത്രനാൾ പറഞ്ഞത് ഒക്കെ സത്യമാണോ എന്ന കാര്യത്തിൽ സംശയം ഉണ്ട്. ഞാൻ നാട്ടുകാരുടെ കൈയിൽനിന്ന് എന്തെല്ലാം വാങ്ങിയിട്ടുണ്ട്. എനിക്ക് ഒരു കാലത്തും പ്രതീക്ഷിക്കാത്ത രീതിയിൽ പ്രശസ്തി കിട്ടി. എല്ലാ സത്യവും തുറന്നുപറയുന്നതാണ് ജോണിയോട്. ഒരു പുസ്തകം ഞാൻ എഴുതുമെന്നോ പ്രസിദ്ധം ചെയ്യുമെന്നോ, അതു വായിക്കാൻ ആളുണ്ടാകുമെന്നോ. അതിന് റോയൽറ്റി കിട്ടുമെന്നോ, അതിന്റെ പേരിൽ ദേശീയ പുരസ്കാരം വരെ എനിക്ക് കിട്ടിയിട്ടുണ്ട്. ഇതൊക്കെ ഒരു പത്തിരുപത് വയസ്സുവരെ ഞാൻ സ്വപ്നത്തിൽ പോലും ആലോചിച്ചിട്ടുള്ളതല്ല.

- *തിരുവല്ല ശ്രീവല്ലഭ ക്ഷേത്രത്തിൽ മൂന്നുവർഷം പൂജാരിയായി കഴിഞ്ഞ സമയത്ത് ക്ഷേത്ര ആചാരങ്ങളിൽ, ക്ഷേത്ര ഭരണസംവിധാനത്തിൽ വിശ്വാസം കുറയുകയാണോ അതോ കൂടുകയാണോ ചെയ്തത്?*

ക്ഷേത്രങ്ങളുടെ ഭരണവ്യവസ്ഥകൾ ഇങ്ങനെ പോയാൽ പോരാ എന്നാണ് എന്റെ അഭിപ്രായം. അതിൽ എനിക്ക് അവിശ്വാസമാണ് കൂടുതലുണ്ടാകുന്നത്. ഇങ്ങനെയല്ല വേണ്ടത്. പലപ്പോഴും ക്ഷേത്രങ്ങൾകൊണ്ട് ഉദ്ദേശിക്കുന്നത് വിശുദ്ധി, മാനസികമായ ചിട്ട, ആത്മീയമായ ചിട്ട കൊണ്ടുനടക്കാൻ സഹായകമല്ല ഇപ്പോഴത്തെ ക്ഷേത്രങ്ങളുടെ അവസ്ഥ. കാരണം ഇക്കണോമിക് ഇന്ററസ്റ്റ് വരുന്നു. ഒരുവേള എല്ലാ മതങ്ങളിലും ഇങ്ങനെയായിരിക്കാം. കാരണം ഇൻസ്റ്റിറ്റ്യൂഷനലൈസ്ഡ് ആകുന്തോറും, സംഘടിതമാകുന്തോറും ബുദ്ധമതത്തിന് സംഭവിച്ചത് എന്തോ അതു ക്രിസ്തുമതത്തിനും ഹിന്ദുമതത്തിനും ഇസ്ലാമിനുമൊക്കെയുണ്ടാവും. ബുദ്ധമതം പ്രചരിച്ച ശ്രീലങ്കയിലോ ടിബറ്റിലോ ബീഹാറിലോ തന്നെ നോക്കൂ ഏറ്റവും നാശമാണ് സംഭവിച്ചുകൊണ്ടിരിക്കുന്നത്. ഹിംസയുടെ പരമാവധിയാണ്. ഇതെങ്ങനെ വന്നു എന്ന് ചോദിക്കുമ്പോൾ പല ചിന്തകന്മാരും

പറഞ്ഞിട്ടുള്ളത് ബുദ്ധം ശരണം ഗച്ഛാമി എന്നും ധർമ്മം ശരണം ഗച്ഛാമി എന്നും പറയുന്ന കൂട്ടത്തിൽ സംഘം ശരണം ഗച്ഛാമി എന്നുമുണ്ട്. ആ സംഘം ആയിക്കഴിഞ്ഞാൽ സംഘവാസനകൾ വന്നാൽ പിന്നെ തമസ്സിന് ഉള്ള ഒരു പഴുതാണ്. അതു തടഞ്ഞാൽ നിൽക്കുകയില്ല. എല്ലാ മതങ്ങളേയും സംഘടന, ഈ സംഘടിതത്വം എന്ന് പറയുന്ന ഇൻസ്റ്റിറ്റ്യൂഷനലൈസേഷൻ സ്ഥാപനീകരണം എന്നുള്ളതിൽ ഒളിഞ്ഞിരിക്കുന്ന തമസ്സ് ബാധിച്ചിട്ടുണ്ട്, ബാധിക്കുന്നുണ്ട്. അത് ക്ഷേത്രങ്ങളേയും ബാധിച്ചിട്ടുണ്ട്. അതുകൊണ്ട് ക്ഷേത്രങ്ങളിൽ ചെല്ലുമ്പോൾ എന്റെ മനസ്സാക്ഷിക്ക് വിരുദ്ധമായത് ഒന്നും ഞാൻ ചെയ്തില്ല. അത് ആചാരപ്രകാരം എത്ര സ്വീകാര്യമായാലും വ്യവസ്ഥാപിതമായി അതിനെ അനുവദിച്ചാലും ഞാൻ അതു ചെയ്തില്ല.

- *ഈ പശ്ചാത്തലത്തിൽ ഗുരുവായൂരിൽ അടുത്തയിടെയുണ്ടായ പുണ്യാഹ വിവാദത്തെ എങ്ങനെയാണ് വീക്ഷിക്കുന്നത്?*

വേദമാണ് പ്രമാണമെങ്കിൽ ഇതിനൊന്നും യാതൊരു വേദസമ്മിതിയും ഇല്ല. ഞാൻ മനസ്സിലാക്കിയിടത്തോളം ജാതിയ്ക്ക്, അയിത്തത്തിന് യാതൊരു സാധൂകരണവും ഇല്ല. പുണ്യാഹം എന്നു പറഞ്ഞത് വെള്ളം കുടഞ്ഞ് ശുദ്ധിയാക്കുന്നത്. പുണ്യാഹത്തിലെ മന്ത്രങ്ങൾ സാക്ഷാത്കരിച്ച് മന്ത്രശുദ്ധിവരുത്തിയ, സാക്ഷാത്കരിച്ച ഒരു മനസ്സിന് തീർച്ചയായും മാനസികമായ മണ്ഡലങ്ങളിൽ വിശുദ്ധീകരണത്തിന്റെ പ്രാഭവം ഉണ്ടാവാം. അങ്ങനെയുള്ള ആരുണ്ടെന്ന് എന്നിൽ കണ്ടെത്താൻ വിഷമമാണ്. അങ്ങനെ സ്വന്തം ആത്മബലം കൊണ്ട് പരിസരങ്ങളെ ശുദ്ധീകരിക്കുന്ന ഒരു മഹാതേജസ്വിയായ ഒരാളെ ഞാൻ നോക്കിയിട്ട് എങ്ങും കാണുന്നില്ല. പിന്നെ കണ്ടു എന്ന് പറയുന്നത് എങ്ങനെയാണ്? വൈദികമായി യാതൊരു സാധ്യതയും അതിനില്ല. അതുപോലെ ആളുകൾ കയറുന്നതിനും ഇഷ്ടമുള്ളവർ എല്ലാവരും ഭഗവാന്റെ മുമ്പിൽചെന്ന് ആരാധിക്കുവാനും ഏകാഗ്രത ശീലിക്കുവാനുമുള്ള ഒരു അവസരമാണ് ക്ഷേത്രം കൊടുക്കേണ്ടത്. അതിന് ആരേയും തടയുന്നതിന് യാതൊരു സാധൂകരണവും ഞാൻ കാണുന്നില്ല. ഇതിനൊക്കെ വേദസമ്മിതി ഉണ്ടെന്ന് ആളുകൾ പറയുന്നു. പക്ഷേ ഏത് വേദം, ഏത് മന്ത്രം, ഒരു വാക്ക് ആരും ഉദ്ധരിച്ച് കാണുന്നില്ല. ഉണ്ട് ഉണ്ട് എന്ന് ആളുകൾ പറയുന്നതേയുള്ളൂ. ഈയിടെ വളരെ ആദരണീയനായ ഒരു മഹാപണ്ഡിതൻ എഴുതികണ്ടു. മറ്റൊരാൾ ക്ഷേത്രത്തിൽ താക്കോൽ കൊണ്ടുവെച്ചിട്ട് അത് തൊട്ടാൽ അശുദ്ധമാകുമെന്ന്. വെള്ളം തളിച്ച് എടുത്ത് തിറപ്പള്ളി തുറക്കുക. അശുദ്ധത്തിൽ ഒരു ചിട്ടയായി ഇതിനൊക്കെ എവിടെയാണ് സാധൂകരണം? എനിക്ക് മനസ്സിലാകുന്നില്ല.

- *ഗുരുവായൂരിൽ ഉൾപ്പെടെ ക്ഷേത്രങ്ങളിലുള്ള തന്ത്രിമാർ ആണല്ലോ ഇത് പറയുന്നത്. അവർക്ക് വേദത്തെ കുറിച്ച് ഒന്നും അറിയില്ല എന്ന് പറയാൻ കഴിയുമോ?*

അറിയാമായിരിക്കും. പക്ഷേ എന്തുകൊണ്ട് അവർ മറ്റുള്ളവർക്ക്, എന്നെപ്പോലെ അറിയാൻ വയ്യാത്തവർക്ക് പറഞ്ഞുതരുന്നില്ല? ഇന്ന വേദമന്ത്രംകൊണ്ട് ഇന്നത് സാധൂകരിക്കുന്നു എന്ന് അവർ എന്തു കൊണ്ട് പറയുന്നില്ല?

- *എല്ലാ മതക്കാർക്കും ഗുരുവായൂർ ഉൾപ്പെടെ ക്ഷേത്രങ്ങളിൽ പ്രവേശനം ആവാം എന്നാണോ സാർ പറയുന്നത്?*

ഹിന്ദുക്കളുടെ എന്നില്ല, എല്ലാ ദേവാലയങ്ങളിലും എല്ലാ മനുഷ്യർക്കും പ്രവേശനം ഉണ്ടാകുന്ന ആദർശലോകമാണ് എന്റെ മനസ്സിൽ ഉള്ളത്. ആരേയും ഈശ്വരന്റെ മുമ്പിൽനിന്ന് തടയുന്നത് ആത്മീയവൃത്തിയായി കാണാൻ എനിക്ക് സാധിക്കില്ല. എല്ലാവരും ഒരേ സിദ്ധിയുള്ളവർ ആയിരിക്കില്ല. ഒരിക്കലും മനുഷ്യസമുദായം അങ്ങനെയല്ല. അൻപത്തിയൊന്ന് നാൽപ്പത്തിഒൻപത് എന്നാണ് വിവേകാനന്ദസ്വാമികൾ പറയുന്നത്. അൻപത്തിഒന്ന് കള്ളന്മാരും നാൽപ്പത്തിഒൻപത് നല്ല ആൾക്കാരും. ഇങ്ങനെയുണ്ടാകാം എന്നാണ്; അൻപത് അൻപത് പോലും അല്ല. തമസ്സ് ലേശം കൂടിയിരിക്കും. അങ്ങനെയല്ലാതെ മനുഷ്യപ്രകൃതിയില്ല.

- *നിയമങ്ങൾ മാറാത്തതുകൊണ്ടാണോ അതോ തന്ത്രിമാരായ നമ്പൂതിരിമാർ മനുഷ്യരാവാത്തതുകൊണ്ടാണോ ഇങ്ങനെയൊക്കെ ഇപ്പോൾ സംഭവിക്കുന്നത്?*

നമ്പൂതിരിയെ മനുഷ്യനാക്കാൻ പണ്ട് സാധിച്ചു. കുറെയൊക്കെ മനുഷ്യർ ആയിട്ടില്ല. കാലാനുസൃതമായി എല്ലാവരും ആചാരങ്ങളെ മാറ്റാൻ തയ്യാറാവണം. അതുപോലെ ക്ഷേത്രത്തിന്റെ വ്യവസ്ഥകൾ മാറ്റാൻ തയ്യാറാവണം. ഞാൻ ഒരു കാര്യം ചോദിക്കട്ടെ, കോടിക്കണക്കിന് ഭണ്ഡാരം നിറഞ്ഞ് വരുന്നുണ്ട്. ഗുരുവായൂരും ഉണ്ട്, ശബരിമലയിലും ഉണ്ട്. ഒരു വൈദിക സർവ്വകലാശാല സ്ഥാപിക്കരുതോ? രണ്ട് വൈദിക സർവ്വകലാശാല ഒന്ന് ഗുരുവായൂരും ഒന്ന് ശബരിമലയിലും സ്ഥാപിക്കരുതോ? ഒരു നല്ല യൂണിവേഴ്സിറ്റി സ്ഥാപിക്കട്ടെ. ഹിന്ദു യൂണിവേഴ്സിറ്റി. മാളവിക ചെയ്തതുപോലെ, ബനാറസ് യൂണിവേഴ്സിറ്റി തുടങ്ങിയില്ലേ? മാളവികയ്ക്ക് എന്തുണ്ടായിരുന്നു വരുമാനം? അതുപോലെ ചെയ്യരുതോ? സംസ്കാരമോ ആത്മീയതയോ വർദ്ധിപ്പിക്കാൻ നമുക്കും നല്ലത്, നാട്ടുകാർക്കും നല്ലത്, മറ്റുള്ളവർക്കും നല്ലത്. മറ്റുരീതിയിൽ ഉപയോഗിക്കരുതോ ധനം, പ്രയോജനകരമായി? ഹിന്ദുക്കൾക്കും സാധിക്കും,

ക്രിസ്ത്യാനികൾക്കും സാധിക്കും, മുസ്ലീംങ്ങൾക്കും സാധിക്കും. അവർക്ക് ഇതൊക്കെ ചെയ്യരുതോ?

- *സാർ ശ്രീവല്ലഭക്ഷേത്രത്തിലെ പൂജാരിയായിരുന്ന സമയത്ത് സഹ കവിയായ നായർ സ്ത്രീയെ വന്ദിച്ചതും ശിഷ്യന്റെ വിവാഹത്തിന് ഒരുമിച്ച് ഇരുന്ന് ആഹാരം കഴിച്ചതും വിവാദമായി?*

എന്റെ ഗുരുനാഥനെ നമസ്കരിച്ചതും പ്രശ്നമായി.

- *അയിത്തം എവിടെയൊക്കെയോ നിലനില്ക്കുന്നു എന്നല്ലേ അർത്ഥം?*

തീർച്ചയായിട്ടും നിലനിൽക്കുന്നുണ്ട്. മനസ്സിൽ നിലനിൽക്കുന്നുണ്ട്. അതു മാതൃകകൾ വഴിയല്ലാതെ, നമ്മുടെ പ്രബുദ്ധമായ പ്രവർത്തന ങ്ങൾ വഴിയല്ലാതെ മാറുകയില്ല. പറഞ്ഞിട്ടും കാര്യമില്ല. പത്രത്തിൽ എഴുതിയിട്ടും കാര്യമില്ല.

- *സാർ പൂജാരിയായിരുന്ന സമയത്തും ദക്ഷിണ വാങ്ങില്ല എന്ന് കേട്ടി ട്ടുണ്ട്. അടുത്ത കാലത്ത് പൂജാരിമാർ ആരും ദക്ഷിണ വാങ്ങരുത് എന്ന് ഒരു അഭിപ്രായം മന്ത്രി പ്രകടിപ്പിക്കുകയും ചെയ്തു. ഇതി നോട് എങ്ങനെയാണ് പ്രതികരിക്കുന്നത്?*

താന്ത്രികമായ ശൈലിയിൽ നമ്മൾ ഇപ്പോൾ ദക്ഷിണ ചെയ്യുക, അനുഗ്രഹിക്കുക എന്ന ആചാരം വൈദിക കാലം മുതൽ ഉണ്ട്. കാളി ദാസ കൃതികളിൽ ഉണ്ട്. ഗുരുദക്ഷിണ ആവശ്യപ്പെടുന്നത്; ഗുരുദ ക്ഷിണ കൊടുക്കുന്നുമുണ്ട്. പക്ഷേ സാമ്പത്തികമായി ഇന്ററസ്റ്റ് ഉണ്ടാകരുത്. ലാഭ ഉദ്ദേശ്യം ഉണ്ടാകാൻ പാടില്ല. ഇപ്പോൾ ഒരാൾ വന്ന് ഞാൻ വാങ്ങാതിരുന്നാൽ അയാൾക്ക് ദുഃഖം ആകുമെങ്കിൽ അയാളുടെ കൈയിൽനിന്ന് വാങ്ങുന്നത് തെറ്റാണെന്ന് എനിക്ക് അഭി പ്രായമില്ല. പക്ഷേ അതു നമ്മൾ ആവശ്യപ്പെടാൻ പാടില്ല. ഞാൻ ക്ഷേത്രത്തിന്റെ നടയിലോ അവിടെനിന്നോ വാങ്ങാറില്ല. വീട്ടിൽ ഇപ്പോൾ ജോണി വന്നു. എന്റെ പിറന്നാളിന് പുഷ്പാഞ്ജലി കഴി പ്പിക്കണം എന്ന് പറഞ്ഞ് പത്തുരൂപ ഏൽപ്പിച്ചാൽ ഞാൻ എന്താണ് ചെയ്യുക? ക്ഷേത്രത്തിന്റെ പാവനത്വത്തിന് ഒന്നും ചേർന്നതല്ല. ക്ഷേത്രത്തിൽ വച്ച് ഞാൻ കൈനീട്ടി ദക്ഷിണ വാങ്ങാറില്ല.

- *ദക്ഷിണ വാങ്ങാനുള്ള വൈമനസ്യം കൊണ്ടു പ്രസാദം കൊടുക്കു കയില്ലായിരുന്നു എന്നു കേട്ടിട്ടുണ്ട്?*

പ്രസാദം കൊടുക്കുക എന്ന നടപടിയുണ്ട്. ഞാൻ അതു ചെയ്യാ റില്ല. പിന്നെ ആരെങ്കിലും വന്ന് പ്രസാദം വേണമെന്ന് പറഞ്ഞാൽ ഞാൻ അതിൽനിന്ന് എടുത്തുകൊണ്ടുപോയി കൊടുക്കും. ദക്ഷിണ വാങ്ങിയിട്ടില്ല എന്ന് ഞാൻ പറയുന്നില്ല. കാരണം വാങ്ങാതിരുന്നാൽ അതിൽ മനുഷ്യദുഃഖം ഉണ്ടാകുമെന്ന് എനിക്കറിയാം. തീർച്ചയായിട്ടും ഏറ്റവും കുറച്ച് ഒരു രൂപയെങ്കിൽ ഒരു രൂപ.

- *ഇത്തരം കാര്യങ്ങളിൽ മന്ത്രി ഇടപെടുന്നതിനോട് എങ്ങനെയാണ് പ്രതികരിക്കുന്നത്? ഈ മന്ത്രിയും തന്ത്രിയും തമ്മിൽ ഇത്രയ്ക്ക് അകൽച്ചയുടെ ആവശ്യമുണ്ടോ?*

മന്ത്രി ഇടപെടാൻ ആണെങ്കിൽ ദേവസ്വം ബോർഡ് എന്തിനാണ്? മന്ത്രി നേരിട്ട് അങ്ങ് ഭരിച്ചാൽ പോരേ? ബോർഡിനെ ഏൽപ്പിച്ച് കഴിഞ്ഞാൽ ബോർഡിനെ അവരുടെ സ്വാതന്ത്ര്യത്തിന് വിടുക. ആചാരങ്ങളെ മാറ്റണമെങ്കിൽ ബോർഡ് അതു ചെയ്യട്ടെ. എന്നല്ലാതെ മന്ത്രി ഇടപെടേണ്ട കാര്യമില്ല. എല്ലാകാര്യത്തിലും അതുപോലെ ഇടപെടുന്നില്ല. എല്ലാ മതങ്ങളെക്കുറിച്ചും ഒരുപോലെ ഇടപെടാൻ മന്ത്രി തയ്യാറാകുമോ? ഹിന്ദുമതം വളരെയധികം വിട്ടുവീഴ്ച ചെയ്യുന്ന ഒന്നാണ്. സംഘടിത രൂപമില്ല. അതിന് ഇപ്പോഴുമില്ല. അതാണ് ഭാഗ്യം. സംഘടിത രൂപമുണ്ടായിരുന്നെങ്കിൽ ഒരുവേള ഞങ്ങൾ ഒക്കെ ബുദ്ധിമുട്ടിൽ ആയേനേ. അതു നല്ലതാണ്. അതിന്റെ പേരിൽ മറ്റ് എല്ലാ മതങ്ങൾക്കും ചെയ്യുന്ന ആനുകൂല്യങ്ങളോ ചില വിട്ടുവീഴ്ചകളോ ചെയ്ത് മിണ്ടാതിരുന്നാൽ മതി. പലകാര്യങ്ങളും നമ്മൾ മിണ്ടുകയില്ല. കാരണം അവർക്ക് സംഘടിതമായ ശേഷിയുണ്ടെന്ന് പറയാൻ സാധിക്കുകയില്ല - പറയാൻ മടിക്കും.

- *മന്ത്രിയുടെ ഉത്തരം ഇടപെടലുകൾ അങ്ങനെ ഒരു ചിന്താഗതിയിലേക്ക് ഹൈന്ദവസമൂഹത്തെ കൊണ്ടുപോയാൽ?*

ഫലത്തിൽ ഹൈന്ദവസമൂഹം കൂടുതൽ സംഘടിതമാകാൻ മാത്രമേ അതൊക്കെ ഉപകരിക്കൂ. തന്നെയുമല്ല, മതം കൂടുതൽ സംഘടിതമാകുമ്പോൾ അനിവാര്യമായ ഈവിൾ, തിന്മകൾ ഉണ്ടാകുകയും ചെയ്യും. അതുകൊണ്ട് വിവേകപൂർവ്വം വാക്കുകളെ നിയന്ത്രിക്കുന്നതാണ് നല്ലത്.

- *മന്ത്രി തന്ത്രിമാരോട് കലഹിക്കുന്നത് ഒരുവശത്ത്. അതോടൊപ്പം തന്നെ തന്ത്രിമാർക്ക് ഭാഗ്യസൂക്തം പോലും അറിയില്ല എന്ന് വെളിച്ചത്തു വരുന്നത് മറുവശത്ത്. എന്താണ് പറയുക?*

എന്ത് ചെയ്യാനാ? പൗരോഹിത്യത്തിന് എല്ലാക്കാലത്തുമുള്ള പരിമിതി അതാണ്. പലപ്പോഴും മതത്തിന്റെ സത്തയിലേക്ക് അടുക്കുമ്പോൾ അവർ സ്വയം പുറത്താകും. ഹിന്ദുമതത്തിനോ ക്രിസ്തുമതത്തിനോ മാത്രമല്ല. എനിക്ക് ഖുർ ആൻ വായിക്കാൻ അറിയില്ല. ഭാഷയും എനിക്ക് അറിയില്ല. പക്ഷേ സി.എൻ. അഹമ്മദ് മൗലവി, ഞാൻ വളരെ ദീർഘമായി അദ്ദേഹത്തോട് സംസാരിച്ചിട്ടുണ്ട്. ബഷീറിനോട് സംസാരിച്ചിട്ടുണ്ട്. ഇസഹാക്ക് മാസ്റ്റർ ബ്രഹ്മസൂത്രത്തെക്കുറിച്ച് ക്ലാസ് എടുക്കാറുള്ള ആൾ ആണ്. അങ്ങനെ മതപണ്ഡിതന്മാരോട് പലരോടും ഞാൻ വാദിച്ചിട്ടുണ്ട്. പൗരോഹിത്യത്തിന്റെ ശക്തി കൂടുംതോറും ആത്മീയതയുടെ ശക്തി കുറയും.

അതു രണ്ടും ഇൻവേഴ്സ് പ്രൊപ്പോർഷനാണ്. എല്ലാ മതങ്ങളും അങ്ങനെയാണ്. ഹിന്ദുമതത്തിലും അങ്ങനെയാണ്. പൗരോഹിത്യത്തിന്റേയും ആചാരങ്ങളുടേയും ബലം കൂടിക്കൂടി വരുമ്പോൾ ആത്മീയതയുടെ ബലം ക്ഷയിച്ച് ക്ഷയിച്ച് പോകും. സത്യമാണ് അത്. അതുകൊണ്ടാണല്ലോ വ്യാസ ഭഗവാൻ തന്നെ മുടിമുറിച്ച് മുണ്ഡനം ചെയ്ത് നടക്കുമ്പോൾ അദ്ദേഹം തന്നെ പറയാറുണ്ട്. എന്തിനാ ഈ മുടിയൊക്കെ മുറിക്കുന്നത്. ക്ലേശങ്ങൾ മുറിച്ച് കളയുക. കാഷായിരസ്യ ജീവസ്യ കാഷായേ കിം പ്രയോജനം. ജീവിതം തന്നെ ഒരു കാഷായമാണ്. അതിനെ നിങ്ങൾ കൂടുതൽ കാഷായമാക്കിയിട്ട് എന്താ കാര്യം?

- *പൂജാരിമാർക്കും തന്ത്രിമാർക്കും പെരുമാറ്റച്ചട്ടം വേണമെങ്കിൽ എങ്ങനെയായിരിക്കണം എന്നാണ് സാർ നിർദ്ദേശിക്കുക?*

അവർ എത്രയോ തലമുറകളായി ശീലിച്ച് പഠിച്ച് വരുന്ന ചിട്ടകൾക്ക് യാതൊരു അർത്ഥവും ഇല്ലെന്ന് ഞാൻ പറയില്ല. തീർച്ചയായിട്ടും അതിന് വ്യഥയെ സാന്മാർഗ്ഗികമായി നിർണ്ണയിക്കാനും രൂപീകരിക്കാനും ഒക്കെയുള്ള ഒരു ശക്തിയുണ്ട്. പാരമ്പര്യശക്തിയുണ്ട്. ജീനിൽ അതിന്റെ സ്വാധീനം ഉണ്ടെന്നുള്ളത് സത്യമല്ലേ. ശാസ്ത്രീയമായി തെളിഞ്ഞിട്ടുള്ള ഒരു സത്യമല്ലേ. ഒരു ജീനിൽ തീർച്ചയായും അതിന്റെ ചില നിർദ്ദേശങ്ങൾ ഉണ്ടാകും. മനസ്സടക്കത്തിന്റെ നിർദ്ദേശം ഉണ്ടാകും. സംയമത്തിന്റെ നിർദ്ദേശം ഉണ്ടാകും. ഇതൊക്കെ നല്ലതാണ്. വേണ്ടെന്ന് ഞാൻ പറയില്ല. പക്ഷേ അത് മാത്രമായി ഒരാളെ അധികാരിയാക്കാൻ പാടില്ല. പരീക്ഷിക്കണം. പരിശോധിച്ച് പരീക്ഷിച്ച് കോംപിറ്റൻസ് തെളിയിച്ചവരെ മറ്റു ജോലിക്ക് എന്നപോലെ പൗരോഹിത്യത്തിനും വെയ്ക്കണം. ഇപ്പോൾ ഒരു തന്ത്രി കുടുംബത്തിൽ ജനിച്ചു എന്നുള്ളത് പ്ലസ് പോയിന്റായിട്ട് ഒരഞ്ച് മാർക്ക് ഗ്രെയിസ് മാർക്കായിട്ട് വെച്ചോ, ജീൻസിന് വേണ്ടിയുള്ള മാർക്ക് വെച്ചോളൂ. പക്ഷേ അതുകൊണ്ടായില്ല വ്യക്തിക്ക് ഈ വക കാര്യങ്ങളിൽ ഉള്ള അറിവും പരിചയവും അതിലേറെ സാധനയും നിഷ്ഠയും സാക്ഷാത്കാരത്തിനുള്ള ശ്രമവും വേണം.

- *പുരോഗമനപരമായുള്ള ആശയങ്ങൾ തന്ത്രിമാരിൽനിന്ന് തന്നെ വരാത്തതുകൊണ്ട് ആകുമല്ലോ മന്ത്രിയൊക്കെ ഇതിൽ ഇടപെടുന്നത്. ഇപ്പോൾ ശബരിമലയിൽ സ്ത്രീകൾക്ക് പ്രവേശനം അനുവദിക്കണം എന്ന ആവശ്യം. അത് എന്തുകൊണ്ട് തന്ത്രിമാരിൽനിന്ന് തന്നെ അല്ലെങ്കിൽ നമ്പൂതിരി സമുദായത്തിൽനിന്നു തന്നെ ഉണ്ടാവാത്തത്?*

ഒരു കാലത്ത് അങ്ങനെയായിരുന്നു. പൂണൂൽ ധരിച്ചവർ തന്നെ പൂണൂൽ പൊട്ടിക്കണം എന്ന് തീരുമാനിച്ചത് ആരും പറഞ്ഞിട്ടല്ല.

അവർ സ്വയം ആലോചിച്ചു തീരുമാനിച്ചതാണ്. അന്ന് ഒരു പ്രസ്ഥാനം ഉണ്ടായിരുന്നു. പ്രസ്ഥാനത്തേക്കാളേറെ വി.ടി.യെപ്പോലെയുള്ള മാതൃകകൾ ഉണ്ടായിരുന്നു. വി.ടി. അങ്ങനെ ചെയ്യുന്നു എന്നതു കൊണ്ട് നമ്മൾ അങ്ങനെയല്ല ചെയ്യേണ്ടത് എന്ന് ചിന്തിക്കാം. ഇങ്ങനെ ആചാരങ്ങളും ശീലങ്ങളും ഒക്കെ ശിക്ഷണം ചെയ്യുന്ന സ്വാധീനം ഒരു കാലത്ത് ഉണ്ടായിരുന്നു. അതുപോലെ സ്വയം ആലോചിച്ച് ഒരു മഹാസഭ വിളിച്ചുകൂട്ടി, താത്പര്യമുള്ളവരുടെ സഭ വിളിച്ചുകൂട്ടി ചർച്ച ചെയ്ത് വേണമെങ്കിൽ ഒരു സർവ്വേ നടത്തി ആർക്കും ചെയ്യാവുന്നതേയുള്ളൂ. ക്ഷേത്രങ്ങൾക്ക് വേണമെങ്കിൽ ചെയ്യാം, ദേവസ്വം ബോർഡിന് വേണമെങ്കിൽ ചെയ്യാം.

- *ചില അന്ധവിശ്വാസങ്ങളെ അങ്ങേയറ്റം വിഷ്ണുനാരായണൻ നമ്പൂതിരി സാർ എതിർത്തിട്ടുണ്ട്. നമ്മുടെ ആദ്യത്തെ വനിതാ രാഷ്ട്രപതിയായ പ്രതിഭാപാട്ടീൽ പരേതാത്മാക്കളുമായി സംസാരിച്ചു എന്ന് ആവശ്യപ്പെട്ടത് അറിഞ്ഞ ഉടനെ ഒരു കത്ത് എഴുതുകയൊക്കെ ചെയ്തു. എന്താണ് അതിന്റെ പ്രകോപനം?*

ആത്മീയതയോടുള്ള ഇഷ്ടം തന്നെയാണ്. കാരണം ആത്മീയതയെക്കുറിച്ച് തെറ്റിദ്ധാരണ പരത്തുന്നത് അസഹ്യമാണ്. എന്നോട് ഒരു സുഹൃത്ത് ചോദിക്കുന്നു, ഇന്ത്യയുടെ അടുത്ത രാഷ്ട്രപതി ഒരു നിർണായക ഘട്ടം വരുമ്പോൾ മുസോളിനിയുടെയോ ഹിറ്റ്ലറുടെയോ പ്രേതത്തോട് ഉപദേശം ചോദിച്ചാൽ എന്താകും ഇന്ത്യയുടെ അവസ്ഥ?

- *അവരുടെ ആത്മീയ ജീവിതത്തിന്റെ പ്രത്യേകതയായി അതുകണ്ടുകൂടേ? വി.ആർ. കൃഷ്ണയ്യർ തന്നെ അദ്ദേഹത്തിന്റെ മരിച്ചുപോയ ഭാര്യയുമായി ആശയവിനിമയം ഉണ്ട് എന്നു പറയാറുണ്ട്?*

പിന്നെന്താ വ്യക്തിജീവിതത്തിൽ അങ്ങനെയുള്ള ഏതു വിശ്വാസവും അവർക്ക് ഉണ്ടാകുന്നതിന് ഒരു വിരോധവുമില്ല. പക്ഷേ ഞാൻ ക്യാൻഡിഡേച്ചർ സമർപ്പിക്കുന്നത് ഇന്നയാളുടെ പ്രേതോപദേശത്തിന്റെ ഫലമായിട്ട് അനുവാദം കിട്ടിയിട്ടാണെന്ന് പറയുന്നിടത്ത് എനിക്ക് ദുഃഖമുണ്ട്. ഇന്ത്യയെ പ്രതിനിധാനം ചെയ്യുന്ന ഒരാൾ അങ്ങനെ പാടില്ല എന്ന് എനിക്ക് അഭിപ്രായമുണ്ട്, ഇപ്പോഴുമുണ്ട്.

- *ആദ്യകാലത്തേ കമ്മ്യൂണിസ്റ്റ് അനുഭാവിയായ ഇപ്പോഴും കമ്മ്യൂണിസ്റ്റ് ആശയങ്ങളോട് താൽപ്പര്യമുള്ള സാർ എന്തുകൊണ്ടാണ് കമ്മ്യൂണിസ്റ്റ് പ്രസ്ഥാനത്തോട് പിൽക്കാലത്ത് അകലം പാലിക്കാൻ ഇടയായത്?*

ഒരു കാലത്തും ഞാൻ കമ്മ്യൂണിസ്റ്റ് പ്രസ്ഥാനങ്ങളോടോ കമ്മ്യൂണിസ്റ്റ് ആശയങ്ങളോടോ ഒരു പരിധിക്കപ്പുറത്ത് അടുത്തിട്ടില്ല

എന്നുള്ളത് സത്യം. മാർക്സിസം അങ്ങനെയൊരു ശാസ്ത്രമാണ്. നിയമബദ്ധമായ ഒരു ശാസ്ത്രമാണ്, പിഴയ്ക്കാത്ത ഒരു ശാസ്ത്രമാണ്. ബയോളജി പോലെ അല്ലെങ്കിൽ ജനിറ്റക്സ് പോലെ ഒരു ശാസ്ത്രമാണ് എന്ന് എനിക്ക് തോന്നിയിട്ടില്ല. പക്ഷേ എനിക്ക് മാർക്സിനോട് ഉള്ള ആകർഷണം ഇതൊന്നും അല്ല. മാർക്സിന്റെ പ്രതിമയുടെ മുന്നിൽ, മാർക്സിന്റെ ശവകുടീരത്തിൽപോയി ഞാൻ സാഷ്ടാംഗം നമസ്കരിച്ചിട്ടുണ്ട്. ഞാൻ ഒരു കവിത എഴുതിയിട്ടുണ്ട്. ഇപ്പോഴത്തെ വിദ്യാഭ്യാസമന്ത്രി എം.എ. ബേബി എന്നെ ഫോണിൽ വിളിച്ച് അഭിനന്ദനം അറിയിക്കുകയൊക്കെ ചെയ്തു. മാർക്സിന്റെ മുമ്പിൽ ഞാൻ നമസ്കരിച്ചു. ഒരു ഹൃദയാലുവാണ്, വലിയ പ്രതിഭാശാലിയാണ്, വലിയ ബുദ്ധിമാനാണ്, ഇതിലൊക്കെ അപ്പുറം ഒരു വേള ഇംഗ്ലണ്ടിൽ അക്കാലത്ത് ജീവിച്ചിരുന്ന ഹൃദയാലുവിന്റെ സ്വപ്നമാണ് മാർക്സിസം ആയി അദ്ദേഹം നമുക്ക് തന്നിട്ടുള്ളത്, കമ്മ്യൂണിസം അതാണ്. ലോകാവസാനംവരെയുള്ള ഒരു ശാസ്ത്രം എന്ന നിലയ്ക്ക് അതിനൊരു വലിഡിറ്റി ഉണ്ടെന്ന് മാർക്സ് പോലും ധരിച്ചതായി ഞാൻ വിശ്വസിക്കുന്നില്ല. പക്ഷേ ഒരു ഹൃദയാലുത്വം ഉണ്ട്. അതുകൊണ്ട് ഹൃദയാലുത്വം നഷ്ടപ്പെട്ടാൽ മാർക്സിസം നിലനില്ക്കില്ല. അത് ചൈനയിൽ പൊളിയാൻ പോകുന്നു. റഷ്യയിൽ പൊളിഞ്ഞ് കഴിഞ്ഞു. അത് എല്ലായിടത്തും നഷ്ടമാകും. അത് നിലനിർത്തണമെങ്കിൽ ഞാൻ ആത്മീയത എന്ന് വിളിക്കുന്ന മൂല്യം അതിൽ ഉണ്ടാകണം.

- *മൊത്തത്തിൽ സാറിന് ഒരു ഉദാസീന ഭാവം ഉണ്ടല്ലോ. അതായത് കവിതകൾ എഴുതണമെന്നോ പ്രസിദ്ധീകരിക്കണമെന്നോ നല്ലതുപോലെ വിറ്റുപോകണമെന്നോ അവാർഡ് കിട്ടണമെന്നോ ആരെങ്കിലും വിലയിരുത്തണമെന്നോ കൈയടി കിട്ടണമെന്നോ ഒന്നും ആഗ്രഹമില്ലാതെ, പ്രശംസയാണെങ്കിലും വിമർശനമാണെങ്കിലും ഒന്നും ശ്രദ്ധിക്കാതെയുള്ള ഒരു പോക്ക്. അതു ശരിക്കും ഉള്ളിലെ അലസ ഭാവം കൊണ്ടു കൂടിയാണോ?*

അലസനല്ല, ജോണിക്ക് അറിയാമല്ലോ; മുൻപേ പറഞ്ഞില്ലേ നമ്മൾ ജീവിച്ചുവരുന്ന രീതിയിൽ, അതിന്റെ വലിയൊരു സ്വാധീനം ഉണ്ട്. ഇങ്ങനെയൊക്കെ ഒരു സമാന്തര ജീവിതം ഉണ്ടാകും എന്ന യാതൊരു പ്രതീക്ഷയും ഇല്ലാതെയാണ് ഞാൻ കുട്ടിക്കാലത്ത് വളർന്നു വന്നത്. വളരെ ചെറുപ്പത്തിലേ വിവാഹം കഴിച്ചു. കുട്ടികളും അവരുടെ ബുദ്ധിമുട്ടുകളും. പത്തിരുപത്തിഒൻപത് വീടുകളിൽ വാടകവീടും സ്വന്തം വീടും ഒക്കെയായിട്ട് താമസിക്കേണ്ടിവന്നു. അങ്ങനെ ബുദ്ധിമുട്ടി കഴിഞ്ഞതല്ലേ? ഇതിൽ എനിക്ക് അതിനുള്ള കോംപീരിയൻസ് ഉണ്ടെന്ന് ഞാൻ തുറന്ന് പറയുന്നതാണ്. കവിയാണ് ഞാൻ എന്ന് നൂറുശതമാനം വിശ്വാസത്തിന്റെ പേരിൽ ഒന്നും അല്ല ഞാൻ

എഴുതുന്നത്. എനിക്ക് വളരെ പ്രധാനപ്പെട്ടതാണ്. അതുകൊണ്ട് ഞാൻ എഴുതുന്നു. എനിക്ക് ആശ്വാസമാണ്, എനിക്ക് ആഹ്ലാദ മാണ്. അതുകൊണ്ടു ചെയ്യുന്നു എന്നല്ലാതെ ഇതില്ലെങ്കിൽ ലോകത്തിന് ഒരു നഷ്ടവും ഇല്ല എന്ന് ഒരാൾ പറഞ്ഞാൽ എനിക്ക് സന്തോഷമേ ഉള്ളൂ.

- *ഈ പ്രായത്തിൽ സാറിന്റെ ജീവിതത്തിൽ ഏതെങ്കിലും കാര്യത്തിൽ ഒരു തിരുത്തൽ വേണ്ടിവരികയാണെങ്കിൽ അതു എന്തായിരിക്കും? അതിന് കഴിയുമോ?*

തിരുത്തലോ

- *സാർ ആഗ്രഹിക്കുന്ന ഒരു തിരുത്തൽ?*

ഇനിയിപ്പോൾ എന്തു തിരുത്താൻ? ഞാൻ ഇങ്ങനെയൊക്കെ ജീവിച്ചു; ആകെ മൊത്തം നോക്കുമ്പോൾ സന്തോഷമായിട്ടാണ് ജീവി ക്കുന്നത്. പിശകുകൾ പറ്റുന്നുണ്ടാവും, ആത്മപരിശോധന വേണ്ടി വരും. അതോടെ തിരുത്താൻ സാധിക്കുന്നുണ്ട്. ഇങ്ങനെയൊക്കെ യല്ലേ ജീവിതം വേണ്ടത്.

(2007)

പെരുമ്പടവം ശ്രീധരൻ

എഴുത്തിന്റെ മികവുകൊണ്ടും നിരൂപകരുടെ സഹായംകൊണ്ടും സ്വന്തം വായനക്കാരെ കണ്ടെത്തിയ എഴുത്തുകാർ മലയാളത്തിൽ ഏറെയുണ്ട്. എന്നാൽ വായനക്കാർ തന്നെ ഒരെഴുത്തുകാരനെ കണ്ടെത്തി കൈ പിടിച്ചുയർത്തി സർവ്വ ഐശ്വര്യങ്ങളും സമ്മാനിച്ച അനുഭവങ്ങൾ അപൂർവ്വമാണ്. അത്തരം ഒരെഴുത്തുകാരനാണ് പെരുമ്പടവം ശ്രീധരൻ, എഴുത്തുകൊണ്ടുമാത്രം അന്തസ്സായി ജീവിക്കാമെന്ന് കാട്ടിക്കൊടുത്തിട്ടും അരികിലേക്ക് ഒതുങ്ങാൻ ശ്രമിക്കുന്ന ഒരാൾ. അവഗണിക്കപ്പെട്ട എഴുത്തുകാരുടെ പ്രതികാരം ആണോ ഈ വിജയം? എഴുത്തുകാരൻ എന്ന നിലയിൽ മാത്രം ജീവിതം നിറവേറ്റുന്നതിനിടയിൽ ഉണ്ടായ തിക്താനുഭവങ്ങളും പങ്കുവെയ്ക്കുന്നു പെരുമ്പടവം

പെരുമ്പടവത്തിന്റെ പ്രതികാരം

- *പഴയ പെരുമ്പടവം ശ്രീധരന് പല കുറവുകൾ ഉണ്ടായിരുന്നു. പണമില്ല, പരിഗണനയില്ല. പക്ഷേ ഇപ്പോഴത്തെ പെരുമ്പടവം ശ്രീധരന് പണമുണ്ട്, പരിഗണനയുണ്ട്, അംഗീകാരമുണ്ട്. ഇപ്പോഴത്തെ പെരുമ്പടവം ശ്രീധരന് എന്തിന്റെ കുറവാണ്?*

ഞാൻ ആഗ്രഹിക്കുന്ന ഉയരങ്ങളിൽ എഴുത്തിലൂടെ ചെന്നെത്താൻ കഴിയുന്നുണ്ടോ എന്ന സംശയം തന്നെയാണ് എനിക്കുള്ള കുറവായി കാണുന്നത്. ഇതൊന്നുമല്ല, ഇതിനൊക്കെ അപ്പുറത്തേക്ക് പോകണം, വലിയ ഉയരങ്ങളിലേക്ക്, വലിയ വിദൂരതകളിലേക്ക് സഞ്ചരിക്കണം. അതിന് കഴിയുന്നുണ്ടോ, ആശിക്കുന്ന തരത്തിൽ കഴിയുന്നുണ്ടോ എന്ന കുറവ് എന്നിൽ കാണുന്നുണ്ട്. വേറെ ഒരു കുറവും എനിക്ക് തോന്നിയിട്ടില്ല.

- *താങ്കൾ ശാന്തനും സൗമ്യനും പാവവും മദ്യപിക്കാത്തവനും ഒക്കെയാണ്, പക്ഷേ താങ്കളുടെ പല കഥാപാത്രങ്ങളും അങ്ങനെയല്ല. ഈ കഥാപാത്രങ്ങളെ സങ്കല്പിക്കുമ്പോൾ താങ്കളിൽ എന്തൊക്കെ മാറ്റങ്ങൾ വരുന്നുണ്ട്?*

ഓരോ കഥയിലും എഴുത്തുകാരൻ കഥാപാത്രങ്ങളെ സൃഷ്ടിക്കുമ്പോൾ എഴുത്തുകാരന്റെ നിഴലായിട്ടല്ല അല്ലെങ്കിൽ എഴുത്തുകാരന്റെ പ്രതിബിംബമായിട്ടല്ല, മറിച്ച് വ്യത്യസ്തമായ രീതിയിൽ അപൂർവ്വ ഭംഗികളോടെ പുനഃസൃഷ്ടിക്കാനാണ് ശ്രമിക്കുന്നത്. അപ്പോൾ എഴുത്തുകാരനിൽനിന്ന് മാറിത്തന്നെയാണ് കഥാപാത്രം നില്ക്കുന്നത്. എഴുത്തുകാരൻ അത്ര ശുദ്ധഹൃദയനാണെന്നൊന്നും എനിക്ക് തോന്നിയിട്ടില്ല. എല്ലാ ജീവിതങ്ങളും ജീവിക്കുന്ന ആളാണ്. എല്ലാ വക്രതകളും വളവും തിരിവും നേരെചൊവ്വേ അല്ലാത്ത ജീവിതവും ഒക്കെ ഈ എഴുത്തുകാരന്റെ ഉള്ളിലുണ്ട്.

- *ആദ്യകാലത്ത് ആത്മഹത്യയെപ്പറ്റി ചിന്തിച്ച ഒരാളാണ് താങ്കൾ. പിന്നീട് പിന്തിരിയുക ആയിരുന്നു. ഈ ആത്മഹത്യ പ്രവണതയ്ക്ക് സർഗ്ഗാത്മകതയുമായി ബന്ധമുണ്ടോ?*

ആത്മഹത്യാപ്രവണതയ്ക്കും ഭ്രാന്തിനും മാനസിക വിഭ്രമങ്ങൾക്കും ഒക്കെ എഴുത്തുമായി വളരെ ബന്ധമുണ്ട് എന്നാണ് വൈദ്യശാസ്ത്രം പറയുന്നത്. എഴുത്ത് തന്നെ ഒരു രോഗമായിട്ടാണ് കണക്കാക്കുന്നത്. ആത്മഹത്യ പ്രവണത എഴുത്തിനെ കൂടുതൽ സജീവമാക്കുമോ, അല്ലെങ്കിൽ കൂടുതൽ ഊർജ്ജം നല്കുമോ എന്ന് എനിക്ക് തീർത്ത് പറയാൻ പറ്റില്ല.

- *ജീവിതത്തിൽ വഴി അടഞ്ഞു എന്ന് തോന്നുമ്പോൾ വഴി കണ്ടെത്തേണ്ട മനുഷ്യൻ അതിനുപകരം ഈ ജീവിതം തന്നെ തീർത്തുകളയാം എന്ന് കരുതുന്നതെന്ത്?*

അതൊരു പരാജയഭീതി ആയിരിക്കും. അതിൽനിന്ന് എന്നെത്തന്നെ വീണ്ടെടുത്തു ഞാൻ. ഞാൻ തന്നെയാണ് എന്നെ വീണ്ടെടുക്കുന്നതും തിരിച്ചുപോയി നോവൽ - “അഭയം” എഴുതുന്നതും, അഭയത്തിന് അവാർഡ് കിട്ടുന്നു, സിനിമയാകുന്നു, തുടർന്ന് മാറ്റങ്ങൾ - ജീവിതത്തിൽ വഴിത്തിരിവായിരുന്നു “അഭയം”. ഇങ്ങനെ പ്രത്യേക പ്രതിസന്ധിയിൽനിന്ന് അകന്നുമാറാൻ കുറച്ച് മാനസിക വ്യഥ, സംഘർഷം അനുഭവിക്കേണ്ടി വന്നു. അത്രയേയുള്ളൂ.

- *താങ്കൾ ആർക്കും ഒരു ഉപദ്രവവും ചെയ്യാതെ ഇങ്ങനെ ജീവിക്കുമ്പോഴും ഒറ്റപ്പെട്ടവനാണ്, എല്ലാം സഹിക്കുന്നവനാണ് എന്നൊക്കെ ഒരു ഭാവം കൊണ്ടുനടന്നിരുന്നു. ഇത് മറ്റുള്ളവരുടെ സ്നേഹം കൂടുതൽ കിട്ടാനുള്ള ട്രിക്കാണോ?*

അതൊരു ട്രിക്കും അല്ല. എന്റെ നേരെ വരുന്ന സ്നേഹങ്ങളിൽനിന്നുപോലും അകന്ന് ഒറ്റപ്പെട്ടുപോകുന്ന സ്വഭാവം ആണ് എനിക്ക്. എനിക്ക് കിട്ടാതെപോയ സ്നേഹത്തെക്കുറിച്ച് ഒരു നിരാശയും ഇല്ല. ഇച്ഛാഭംഗവും ഇല്ല. എന്റെ ഏകാന്തത എന്റെ സ്വഭാവത്തിന്റെ പ്രത്യേകതയായി മാത്രമേ ഞാൻ കാണുന്നുള്ളൂ. എനിക്ക് ഒറ്റയ്ക്കിരിക്കുക, ഏകാകിയായിരിക്കുക സന്തോഷം മാത്രമാണ്. ഞാൻ എപ്പോഴും ഒറ്റപ്പെട്ടയാളാണ്, ഏകാകി. ഒറ്റപ്പെട്ടവൻ, വേണമെങ്കിൽ ബഹിഷ്കൃതൻ എന്നും പറയാം. ഇത് എന്റെ സങ്കടം ആയിട്ടല്ല പറയുന്നത്. എന്റെ ഒരവസ്ഥയാണ്. ഒരാൾക്ക് അങ്ങനെയാവാം.

- *അത് താങ്കളുടെ ഒരവസ്ഥയാണെന്നുണ്ടെങ്കിൽ പുറത്ത് നിൽക്കുന്ന ഈ സമൂഹം ഒരു തരത്തിലും ഉത്തരവാദികളല്ലല്ലോ?*

സമൂഹത്തിന് ഒരുത്തരവാദിത്വവും ഇല്ല. എന്റെ സ്വഭാവം ഇങ്ങനെയായി തീർന്നതിൽ സമൂഹത്തിന് ഉത്തരവാദിത്വം ഇല്ല, അവരോട് പരാതിയും ഇല്ല.

- *ജീവിതത്തിന്റെ ഒരു ഘട്ടത്തിൽ ‘അഭയം’ താങ്കൾക്ക് അഭയം ആയി എന്നു പറഞ്ഞു. അതുപോലെ വിജയലഹരിയിലേക്കുള്ള*

ചവിട്ടുപടിയായിരുന്നോ 'ഒരു സങ്കീർത്തനം പോലെ' എന്ന നോവൽ. അത് താങ്കളുടെ മാനസിക അവസ്ഥയ്ക്ക് വലിയ മാറ്റം വരുത്തിയോ?

ദസ്തയെവ്സ്കിയിലേക്കോ അല്ലെങ്കിൽ 'ഒരു സങ്കീർത്തനം പോലെ'യിലേക്കോ വരുന്നത് എഴുത്തുകാരന്റെ വളർച്ചയുടെ ഒരു ഘട്ടമായിട്ടാണ് ഞാൻ കാണുന്നത്. തികച്ചും വ്യത്യസ്തമായിരിക്കണം എന്നാഗ്രഹിച്ചപ്പോഴും ഇത് ഇങ്ങനെയായിരിക്കണമെന്ന് ഉദ്ദേശിച്ചിട്ടില്ല, ഇത് സ്വാഭാവികമായി സംഭവിച്ചതാണ്. നേരത്തെ കൂട്ടി തീരുമാനിച്ച പദ്ധതിയനുസരിച്ചല്ല 'ഒരു സങ്കീർത്തനം പോലെ' എഴുതുന്നത്. അതൊരു വെളിപാട് പോലെ സംഭവിച്ചതാണെന്ന് വിനയപൂർവ്വം എനിക്ക് ഓർമ്മപ്പെടുത്താൻ കഴിയും.

- *തന്നെ ആരെങ്കിലും ബഹുമാനിക്കണം എന്ന ഭാവമേ താങ്കൾക്ക് ഉണ്ടായിരുന്നില്ല, പക്ഷേ സാഹിത്യ അക്കാദമിയിൽ അംഗമായപ്പോൾ ആ അംഗത്വം ഉപേക്ഷിക്കാൻ കാരണം എന്തായിരുന്നു? എഴുത്തുകാനെന്ന നിലയിലുള്ള സ്ഥാനവും നിലയും പ്രായവും സീനിയോറിറ്റിയും ഒന്നും കണക്കിലെടുത്തുള്ള നോമിനേഷൻ ആയിരുന്നില്ല അത് എന്നതുകൊണ്ടല്ലേ അവിടെനിന്ന് മാറിയത്?*

സാഹിത്യ അക്കാദമിയിൽനിന്ന് ആദ്യമായിട്ടല്ല രാജിവെക്കുന്നത്. മൂന്നാംതവണയാണ്. ഇതിനുമുമ്പ് രണ്ടുപ്രാവശ്യം രാജിവച്ചു പോന്നിട്ടുണ്ട്. ഞാൻ അർഹിക്കുന്ന അംഗീകാരം കിട്ടുന്നില്ലെങ്കിൽ അവിടെ ഇരുന്നിട്ട് കാര്യമില്ല, വെറുതേ എന്തിനാ കസേര മെനക്കെടുത്തുന്നത്? അത്രയും സമയം കളയുന്നത് ? ഒരു പരാതിയും ഇല്ല, വേറെ ആരെങ്കിലും അവിടെ ഇരുന്നോട്ടെ, ഞാൻ മാറിത്തരാം എന്നു പറഞ്ഞിട്ടാണ് അതിൽ നിന്ന് രാജിവെച്ച് പോന്നത്.

- *താങ്കളെപ്പോലെ ഒരെഴുത്തുകാരനെ ജനറൽ കൗൺസിലിൽ മാത്രം അംഗം ആക്കിയിട്ട് സാഹിത്യ അക്കാദമിയുടെ നിയാമക സ്ഥാനങ്ങളിൽ ജനങ്ങൾ അത്രയൊന്നും അറിയാത്തവരെ വച്ചു. ആ പ്രവണതയെക്കുറിച്ച് എന്തുപറയുന്നു?*

അവർ അയോഗ്യരാണെന്നൊന്നും ഞാൻ പറയുന്നില്ല. എനിക്കു തോന്നി ഞാനൊരാൾ കൂടുതൽ ആയിരുന്നു അതിനകത്ത്. അതുകൊണ്ട് ഞാൻ മാറിപ്പോന്നു.

- *എന്തുകൊണ്ടാണ് അങ്ങനെ തോന്നിയതെന്ന് താങ്കൾ എം.എ. ബേബിയോടോ മറ്റാരോടെങ്കിലുമോ പറഞ്ഞോ?*

ഇല്ല. ബേബി മന്ത്രിയാകുന്നതിനുമുമ്പും എന്റെ സുഹൃത്താണ്. ഇപ്പോഴും സുഹൃത്താണ്. നാളെയും അങ്ങനെത്തന്നെയായിരിക്കും. ഞങ്ങളുടെ സ്നേഹബന്ധങ്ങളെ ബാധിക്കുന്നതല്ല ഈ രാജി ഒന്നും.

അദ്ദേഹം അറിഞ്ഞായിരിക്കുമല്ലോ എന്നെ അക്കാദമിയിൽ വെച്ചത്? തീർച്ചയായും ഞാൻ രാജിവെച്ച് പോരുമ്പോൾ അദ്ദേഹത്തെ വിളിച്ചു പറയേണ്ട സാമാന്യമര്യാദയുണ്ട്. ഞാൻ വീട്ടിൽ വന്നശേഷം വിളിച്ചു. സ്നേഹിതാ ഞാൻ രാജിവെച്ചിരിക്കുന്നു എന്നു പറഞ്ഞു. എന്താണ് സംഭവിച്ചത് എന്നു ചോദിച്ചു. ഞാൻ അവിടെ വേണ്ട എന്ന് ഞാൻ തീരുമാനിച്ചതുകൊണ്ടാണ് എന്നു പറഞ്ഞു.

- *എഴുത്തുകാർക്ക് എന്നും പ്രലോഭനം ആയിരുന്നു സിനിമ. താങ്കൾ പത്തിലേറെ സിനിമകൾക്ക് തിരക്കഥ എഴുതിയിട്ടും ഉണ്ട്. എന്നിട്ടും താങ്കളെപ്പോലൊരാൾ എന്തുകൊണ്ടാണ് സിനിമയിൽനിന്ന് പിന്തിരിഞ്ഞത്?*

ഒന്നാമത്തെ കാര്യം ഞാൻ സിനിമാക്കാരനല്ല എന്നതാണ്. ഞാൻ സിനിമ എഴുതാൻ പോയിട്ടില്ല. സിനിമാ തിരക്കഥാകൃത്തായി ഒരു ജീവിതം ജീവിച്ചിട്ടില്ല. നിർമ്മാതാക്കളോ സംവിധായകരോ എന്നെ അന്വേഷിച്ച് വന്നപ്പോഴാണ് ഞാൻ അവരുടെ കൂടെ ചേർന്ന് അവർക്ക് തിരക്കഥ എഴുതിക്കൊടുത്തതും അങ്ങനെ സിനിമാക്കാരനായി പത്തു വർഷക്കാലം ജീവിച്ചതും. പക്ഷേ നമ്മൾ ആഗ്രഹിക്കുന്നതുപോലെ അല്ല അവിടെ. എഴുത്തുകാരന്റെ സങ്കല്പങ്ങളും സിനിമാനിർമ്മാതാവിന്റേയോ സംവിധായകന്റേയോ സങ്കല്പങ്ങളും തമ്മിൽ വലിയ അന്തരം ഉണ്ടാകും. എഴുത്തുകാരന് ചിലപ്പോൾ യോജിക്കാൻ പറ്റാതെ വരും.

- *താങ്കൾ വളരെ സെൻസിറ്റീവ് ആയതുകൊണ്ടാണോ സിനിമയിൽ നിന്ന് പിഴക്കാൻ കഴിയാതിരുന്നത്?*

സിനിമയിൽ എവിടെയോ ഒരു ചതിയുണ്ട്. അത് എവിടെയാണെന്ന് പറയാൻ പറ്റില്ല. സിനിമയിൽ ചതിയുണ്ട്. അങ്ങനെ ധാരാളം ചതികൾ എനിക്ക് പറ്റിയിട്ടുണ്ട്. അതുകൊണ്ട് ഞാൻ മടുത്തു. ഇനി അതു വേണ്ട. എഴുത്തുകാരൻ എന്ന നിലയിൽ ജീവിക്കാമല്ലോ. എന്റെ സിനിമാ അനുഭവങ്ങൾ എന്നുപറഞ്ഞ് വേണമെങ്കിൽ പുസ്തകം എഴുതാം. അപ്പോൾ എന്റെ പല സ്നേഹിതന്മാർക്കും വേദന തോന്നും എന്നുള്ളതുകൊണ്ട് മടിച്ചുനില്ക്കുകയാണ്. പക്ഷേ, ചില ആളുകൾ എഴുതുന്നതുകാണുമ്പോൾ ഇത് ഇങ്ങനെ അല്ലല്ലോ, മറ്റൊരു പാഠം ഉണ്ടല്ലോ എന്നു തോന്നാറുണ്ട്.

- *ഇത്ര കടുത്ത തീരുമാനം എടുക്കാൻ താങ്കളെ പ്രേരിപ്പിച്ച ഒരു ചതിയെക്കുറിച്ച് പറയാമോ?*

പേര് പറയുന്നില്ല. എന്റെ സുഹൃത്ത് തന്നെയാണദ്ദേഹം. ഇപ്പോഴും സംവിധായകൻ. ഒരു ദിവസം ഉച്ചയ്ക്ക് എന്നോട് വിളിച്ചുപറയുന്നു.

ഒരു മണിക്കൂറിനുള്ളിൽ മദ്രാസിലേക്കുള്ള ഫ്ളൈറ്റ് ടിക്കറ്റുമായി ഇന്നയാൾ വീട്ടിൽവരും. അപ്പോൾതന്നെ അദ്ദേഹത്തിന്റെ കൂടെ തിരിക്കണം. ഞാൻ മദ്രാസിൽ കാത്തുനില്ക്കും. ഞാൻ പറഞ്ഞു: "എനിക്ക് വരാനുള്ള യാതൊരു തയ്യാറെടുപ്പും ഇല്ല. എങ്ങനെ ഞാൻ വരും?" അതല്ല ഇങ്ങോട്ട് പോരുക. ഒരു തയ്യാറെടുപ്പും വേണ്ട. എനിക്ക് ബന്ധമുള്ള ഒരാളാണ് അദ്ദേഹം. "വരാൻ പറഞ്ഞു. ഞാൻ ചെന്നു. അവിടെ ചെന്നപ്പോൾ അദ്ദേഹം പറഞ്ഞു." ഞങ്ങളൊരു സിനിമ എടുക്കാൻ ആലോചിച്ചു. ഞങ്ങളുടെ സ്നേഹിതൻ ഒരു കഥ പറഞ്ഞു. അത് തിരക്കഥയാക്കാൻ നാലഞ്ചാളുകൾ പലവട്ടം ശ്രമിച്ചിട്ടും ഒരിടത്തും എത്തിയില്ല. ആ പടം ഇപ്പോൾ നിന്നുപോയി രിക്കുകയാണ്. ഇതിന് ഒരു തിരക്കഥ നമ്മൾക്ക് ഉണ്ടാക്കണം. "ഞാൻ ചോദിച്ചപ്പോൾ ഇതിനു ശ്രമിച്ച ആളുകൾ എനിക്ക് വിശ്വാസമുള്ള ആളുകളാണ്, ബഹുമാനമുള്ളവരാണ്. അവർ ശ്രമിച്ചിട്ട് നടക്കാത്ത കാര്യം എനിക്ക് സാധിക്കുമെന്ന അമിതമായ വിശ്വാസം ഒന്നും എനി ക്കില്ല. പക്ഷേ ഞങ്ങളുടെ ദീർഘനേരത്തെ സംഭാഷണത്തിനിടയിൽ ഒന്നു ശ്രമിച്ച് നോക്കാം എന്നുപറഞ്ഞു. ആദ്യ ഉപാധി ഞാൻ വെച്ചത് എനിക്ക് അതിന് സ്വാതന്ത്ര്യം തരിക എന്നുള്ളതാണ്. ഇപ്പോൾ പറഞ്ഞുകേട്ട കഥ വെച്ചല്ല, അതിന്റെ ഒരു ത്രഡ് എടുത്തുക്കൊണ്ട്- സിനിമാക്കാരുടെ ഭാഷയാണ് - ഇതിനെ വികസിപ്പിക്കാനുള്ള സ്വാതന്ത്ര്യമാണ് എനിക്ക് വേണ്ടത്. അതിന് ആ കഥാകൃത്തിന് വിരോധം ഇല്ല എന്ന് പറയുകയാണെങ്കിൽ ഞാൻ ചെയ്യാമെന്ന് പറ ഞ്ഞു. ഒരു സമ്മതക്കുറവും ഇല്ല എന്നു പറഞ്ഞിട്ടാണ് തിരക്കഥ എഴുതിയത്. ആ തിരക്കഥ പകുതിയായപ്പോൾ ഷൂട്ടിംഗ് തുടങ്ങുന്നു. ഞാൻ ഹോട്ടൽമുറിയിൽ ഇരുന്ന് തിരക്കഥ എഴുതുന്നു. അങ്ങനെ എഴുതി പൂർത്തിയാക്കി രണ്ടുപ്രാവശ്യമായി ഷൂട്ടിംഗ് കഴിഞ്ഞ് തിരിച്ച് തിരുവനന്തപുരത്ത് വരുന്നു. ആ സിനിമാ റിലീസിങ്ങിന്റെ ഒരാഴ്ച മുമ്പ് തിരുവനന്തപുരത്ത് ഒരു തിയേറ്ററിൽ പ്രിവ്യൂ വയ്ക്കുന്നു. എന്നെ വിളിക്കുന്നു. അതിലെ ഒരു നടൻ വന്നാണ് വിളിച്ചുകൊണ്ടുപോകു ന്നത്. സിനിമ കണ്ടപ്പോൾ സ്ക്രീനിൽ എന്റെ പേരില്ല, തിരക്കഥാ കൃത്തായി സംവിധായകന്റെ പേരുണ്ട്, എന്റെ പേരേ അവിടെയില്ല. അന്നത്തെ സമ്പ്രദായം സിനിമാ ഷൂട്ടിംഗ് തുടങ്ങുമ്പോഴേ പത്രത്തിൽ പരസ്യം വരും. ആ പരസ്യങ്ങളിൽ ആദ്യത്തെ പേര് എന്റേതാണ്. അതൊക്കെ ഞാൻ സൂക്ഷിച്ചിട്ടുള്ളതുകൊണ്ടാണ് പറഞ്ഞത്. തെളിവുകൾ ഉണ്ടെന്ന്. ആദ്യത്തെ പേര് എന്റേതാണ്. പക്ഷേ സിനിമ വന്നപ്പോൾ എന്റെ പേര് കണ്ടില്ല. ഇതു വലിയ ചതിയായി എന്ന് എനിക്ക് തോന്നി. ഇങ്ങനെയൊക്കെ മനുഷ്യൻ ചെയ്യുമല്ലോ. പിന്നെ ഇതു സിനിമയല്ലേ എന്നോർത്തു. പിന്നീട് ആ സിനിമയുടെ പേരിൽ വേറെ ആളുകൾ അവകാശവാദം ഉന്നയിച്ച് അവരുടെ സിനിമ സ്മരണകളിൽ വരുന്നുണ്ട്. ഞാനിതൊക്കെ കണ്ട് ചിരിക്കും. ആ

സ്നേഹബന്ധങ്ങളോട് ഞാൻ വിട പറഞ്ഞിട്ടുണ്ട്, വിട പറയുന്നതിന് മുമ്പേയുള്ള അനുഭവം ആണ് പറഞ്ഞത്.

- *ഇത്തരം തിക്താനുഭവങ്ങൾ മറ്റ് എഴുത്തുകാർക്കും ഉണ്ടായിട്ടുണ്ടാകാം. പക്ഷേ അവരിപ്പോഴും സിനിമയുമായി സഹകരിക്കുന്നുണ്ട്, താങ്കൾക്ക് എന്തുകൊണ്ട് അതിന് കഴിയുന്നില്ല?*

ഞാൻ അതിനുശേഷം തിരക്കഥ എഴുതിയിട്ടുണ്ട്. ഭരത് ഗോപിക്കു വേണ്ടി "എന്റെ ഹൃദയത്തിന്റെ ഉടമ" എന്ന എന്റെ നോവലിന് വേണ്ടി തിരക്കഥ എഴുതി. സിനിമയോടോ സിനിമാക്കാരോടോ യോജിക്കാൻ കഴിയാതെ പിണങ്ങിപ്പോന്നതല്ല. എനിക്ക് യോജിക്കാൻ കഴിയുന്ന ഒരു ടീം വരുമ്പോൾ അവരുടെ കൂടെ നില്ക്കും. "ഒരു സങ്കീർത്തനം പോലെ" സിനിമ ആക്കാൻ എട്ടോ ഒൻപതോ ആലോചനകൾ വന്നു. ഒന്നും എനിക്ക് തൃപ്തികരമായി തോന്നിയില്ല. എന്റെ നോവലിന് പരിക്ക് ഏല്ക്കാതെ നോക്കേണ്ടത് എന്റെ ചുമതലയാണ്. സംവിധായകൻ അദ്ദേഹത്തിന്റെ കാര്യങ്ങൾ പറയും. എന്റെ സിനിമാ എന്റെ സങ്കല്പങ്ങളിൽ ഉള്ളതാണ് എന്ന് സംവിധായകന് പറയാം. പക്ഷേ എന്റെ നോവലിന് അംഗഭംഗം വരുന്ന തരത്തിൽ ഞാൻ ഒന്നും ആലോചിക്കുന്നില്ല.

- *അറുപതുകളിലും എഴുപതുകളിലും നല്ല സാഹിത്യകൃതി തേടി സിനിമാക്കാർ വന്നിരുന്നു. ഇപ്പോൾ സാഹിത്യകൃതികൾ ഒന്നുംതന്നെ സിനിമാക്കാർക്ക് വേണ്ട എന്നുണ്ടോ?*

അന്ന് സിനിമയുടെ നല്ലകാലം ആയിരുന്നു. ഇപ്പോൾ അതൊരു വാണിജ്യമായി മാറിയിട്ടുണ്ട്. ഞാൻ ഇതിന് നിർമ്മാതാക്കളെ കുറ്റം പറയുന്നില്ല. ഇങ്ങനെയൊക്കെ കാണിച്ചാലേ കാഴ്ചക്കാർ ഉണ്ടാകൂ എന്ന ന്യായമാണ് അവർ പറയുന്നത്. അപ്പോൾ നിലവാരമുള്ള മികച്ച സാഹിത്യകൃതികൾ വേണ്ട, അത്തരം കലാസൃഷ്ടികൾ വേണ്ട, തത്ക്കാലത്തേക്ക് ആളുകൾക്ക് രസിക്കാനുള്ളതു മതി എന്നവർ തീരുമാനിക്കുന്നു. ഈ വയലൻസും ക്രൈമും മിമിക്രിയും ഒക്കെ മടുത്തുകഴിയുമ്പോൾ നല്ല ഒരു മാറ്റം മലയാള സിനിമയ്ക്ക് ഉണ്ടാകും എന്നാണ് ഞാൻ പ്രതീക്ഷിക്കുന്നത്.

- *മനസ്സിൽ മുറിവുകൾ ഉണ്ടാക്കിയ ആളുകളെ താങ്കൾ കുറിച്ചിട്ടിട്ടുണ്ട്. അതിന്റെ രേഖകൾ സൂക്ഷിച്ചിട്ടുമുണ്ട്. പക്ഷേ അവരുടെ പേരുകൾ എന്തുകൊണ്ട് പറയുന്നില്ല?*

അത് എന്റെ സ്വകാര്യതയാണ്. എന്റെ സ്വകാര്യാനുഭവം ആണ്. അത് പബ്ലിക്കുമായി പങ്ക് വയ്ക്കേണ്ടുന്ന കാര്യമില്ല. എനിക്ക് ആരോടും പകയില്ല.

- *അങ്ങനെയെങ്കിൽ അതൊക്കെ മറന്നുകൂടേ?*

മറക്കുന്നുണ്ട്. പക്ഷേ മനസ്സിൽ മുറിവ് കിടക്കുകയല്ലേ? എന്റെ ശരീരത്തിൽ ഒരു മുറിവ് ഉണ്ടാകുന്നു എനിക്ക് തൂത്ത് കളഞ്ഞ് ഇല്ലാതാക്കാൻ പറ്റുന്നില്ല. അത് അവിടെ കിടക്കും. അത് ശരീരത്തിന്റെ ജൈവശാസ്ത്രപരമായ ഒരവസ്ഥയാണ്. എന്നുപറഞ്ഞതു പോലെ മനസ്സിൽ ഉണ്ടാകുന്ന ഓരോ മുറിവും നമ്മൾ മറക്കാൻ ശ്രമിച്ചാലും നമ്മുടെ ഏകാന്തതകളിൽ ചിലപ്പോൾ തെളിഞ്ഞുകാണാൻ കഴിയും എന്നു കരുതി അവരോട് ഒരു പകയും ഇല്ല. എനിക്ക് അവരോട് സത്യത്തിൽ സഹതാപം മാത്രമേയുള്ളൂ.

- *സജീവ രാഷ്ട്രീയത്തിൽ താത്പര്യം എടുക്കാത്ത ആളാണ് താങ്കൾ. എങ്കിലും ഒരിക്കൽ പറഞ്ഞിട്ടുണ്ട് ഈ അധികാരത്തിന്റെ അധാർമ്മികതക്കെതിരെ അരുത് എന്ന് പറഞ്ഞില്ലെങ്കിൽ പിന്നെ ഒരു സാഹിത്യകാരന്റെ ജന്മം പാഴാണ് എന്ന്. താങ്കൾ അങ്ങനെ എത്ര അധാർമ്മികതകൾക്കെതിരെ ശബ്ദം ഉയർത്തിയിട്ടുണ്ട്?*

എന്റെ കഥകളിലൂടെ എന്നും അധാർമ്മികതയ്ക്കെതിരെ കലാപം നടത്തിക്കൊണ്ടിരിക്കുന്നുണ്ട്. ഇല്ലെങ്കിൽ പിന്നെ ഞാൻ എഴുതിയിട്ട് എന്താ കാര്യം എന്നു തോന്നാറുണ്ട്. അധാർമ്മികതയ്ക്കെതിരായ കലാപം ഏത് എഴുത്തിലും ഉണ്ടാകും.

- *എഴുത്തിലല്ലാതെ പ്രത്യക്ഷമായി അത്തരമൊരു കാര്യം ചെയ്യാൻ താങ്കൾക്ക് കഴിയുന്നില്ല?*

എഴുത്തുകാരൻ എന്ന നിലയ്ക്ക് ഞാൻ ചെയ്യേണ്ടത് അതാണെന്ന ബോധ്യത്തിലാണ് നില്ക്കുന്നത്. അങ്ങനെ ഒരു പരിമിതി എഴുത്തുകാരനുണ്ട്. അല്ലെങ്കിൽ എനിക്കുണ്ട്. ഞാനൊരു രാഷ്ട്രീയ പ്രസ്ഥാനവുമായി വലിയ ബന്ധമില്ലാത്ത ആളാണ്. പക്ഷേ എനിക്ക് രാഷ്ട്രീയം ഉണ്ട്. അത് പാർട്ടിപ്രവർത്തനം അല്ല. ഏതെങ്കിലും പാർട്ടിയോട് ബന്ധപ്പെട്ടു നിന്നല്ല, എനിക്ക് പുരോഗമന പ്രസ്ഥാനങ്ങളോട് ഇഷ്ടമുണ്ട്. ഒരു പുരോഗമനവാദിയായിട്ടാണ് ഞാൻ എന്നെ കാണുന്നത്. പുരോഗമനവാദി എന്നുപറയുമ്പോൾ അത്തരം മേൽവിലാസമുള്ള പാർട്ടികളുമായിട്ടുള്ള ബന്ധം അല്ല ഞാൻ ഉദ്ദേശിക്കുന്നത്.

- *ഈ പറഞ്ഞ സങ്കല്പം താങ്കളുടെ മനസ്സിൽ ഉണ്ടായിരുന്നതുകൊണ്ടാകാം മൂന്നാറിൽ നടപടികൾ ഉണ്ടായപ്പോൾ ഇതാ ഒരു ഇച്ഛാശക്തിയുള്ള മുഖ്യമന്ത്രിയുടെ അദ്ഭുതപ്രവൃത്തി എന്ന് പറഞ്ഞത്. ഇപ്പോൾ അത് എവിടെ നില്ക്കുന്നു?*

മൂന്നാറിൽ ഗവൺമെന്റ് ഭൂമി വ്യക്തികൾ കൈയടക്കിയതിന് എതിരായി അന്നത്തെ മുഖ്യമന്ത്രിയുടെ പ്രത്യേക താത്പര്യത്തിൽ തിരിച്ചുപിടിക്കാൻ നടത്തിയ നടപടിയെ ഞാൻ മാത്രമല്ല കേരളം മുഴുവൻ

വലിയ ആഹ്ലാദത്തോടെയാണ് കണ്ടത്. ഞാൻ അതിനെ പ്രശംസിച്ച് എഴുതുകയും ചെയ്തു. രാഷ്ട്രീയ ഇച്ഛാശക്തിയുള്ള ഒരു ഭരണാധികാരി വന്നാൽ ഇങ്ങനെയൊക്കെ ചെയ്യാൻ കഴിയുമല്ലോ എന്ന് എനിക്ക് തോന്നുകയും ചെയ്തു. ഞാൻ സത്യാഗ്രഹത്തിനോ പ്രകടനത്തിനോ തെരുവിൽ ഇറങ്ങിയിട്ടുള്ള ആളല്ല. അന്ന് ഞാൻ നിയമസഭയ്ക്ക് മുമ്പിൽ പോയിരുന്നു. എന്റെ അനുഭാവം രേഖപ്പെടുത്തുകയും ചെയ്തു. പക്ഷേ പിന്നീട് ആ ഗവൺമെന്റ് തന്നെ അത്തരം കാര്യങ്ങളിൽനിന്ന് പിന്തിരിയുന്നതുകണ്ടപ്പോൾ വലിയ സങ്കടം തോന്നി. വലിയ ചതിയിൽപ്പെട്ടതുപോലെ തോന്നി. ഞാൻ പോകേണ്ടിയിരുന്നില്ലല്ലോ എന്നു തോന്നി.

- *ഒരുപക്ഷേ താങ്കളുടെ മനസ്സിലെ ഒരു വിഗ്രഹം കൂടി ഉടഞ്ഞു?*

ഉടഞ്ഞു, യാതൊരു സംശയവും ഇല്ല.

- *പക്ഷേ ആ വിഗ്രഹം അതായത്, വി.എസ്. അച്യുതാനന്ദൻ എന്ത് ചെയ്യണമായിരുന്നു എന്നാണ് താങ്കൾ നിർദ്ദേശിക്കുക?*

അത് എനിക്ക് പറയാൻ പറ്റുന്ന കാര്യമല്ല. അദ്ദേഹം ചെയ്ത ഒരു നന്മയെക്കുറിച്ച്, ധീരതയെക്കുറിച്ച് എനിക്ക് വലിയ ആഹ്ലാദം തോന്നി. അതിന്റെ കൂടെ നിന്നു എന്നുമാത്രം. അദ്ദേഹത്തിന് എന്തുചെയ്യാൻ കഴിയും, കഴിയില്ല എന്നത് ഇപ്പോൾ നാട്ടുകാർക്ക് എല്ലാം ബോധ്യമായിക്കഴിഞ്ഞ കാര്യമാണ്.

- *ഒരുപക്ഷേ പാർട്ടിയിൽ അദ്ദേഹം എന്തു ചെയ്യണമായിരുന്നു?*

അത് ഞാൻ പറയേണ്ട കാര്യമല്ല. അദ്ദേഹത്തിന്റെ പാർട്ടിക്കാരൻ അല്ലാത്തതുകൊണ്ട് കേരളത്തിന്റെ മുഖ്യമന്ത്രി എന്ന നിലയ്ക്ക് അദ്ദേഹം എടുത്ത ധീരമായ ഒരു നിലപാടിൽ ഞാൻ സന്തോഷിച്ചു. പിന്നീട് അത് എന്റെ മനസ്സിൽനിന്ന് നഷ്ടപ്പെട്ടുപോകുകയും ചെയ്തു.

- *അലങ്കാരങ്ങൾ അഴിഞ്ഞുവീണ് ഉടയുന്ന എത്ര വിഗ്രഹങ്ങളെ കണ്ടിട്ടുണ്ട്?*

എല്ലാവർക്കും കുറ്റങ്ങളും കുറവുകളും ഉണ്ടാകും. എല്ലാവരും മോശക്കാരാണെന്ന് പറയാൻ ആഗ്രഹിക്കുന്നില്ല. പക്ഷേ ഇന്നത്തെ സാഹചര്യങ്ങളിൽ ഒരാൾക്കും നല്ലതുചെയ്യാൻ ആവാത്ത സ്ഥിതി ഉണ്ടെന്നാണ് തോന്നുന്നത്. ഒരാളെയും നല്ലവനാകാൻ നമ്മൾ സമ്മതിക്കില്ല. ഏതെങ്കിലും തരത്തിൽ ചീത്തയാക്കിയേ അടങ്ങൂ. നല്ലതു ചെയ്യണമെന്നും സ്വന്തം പ്രവൃത്തികൾ പൊതുനന്മയ്ക്ക് ഉതകണമെന്നും ആഗ്രഹിക്കുന്ന ഒത്തിരി നേതാക്കന്മാർ ഉണ്ട്.

- *അതുകൊണ്ടാണ് വീണ്ടും ചോദിക്കുന്നത്. ദൗർബല്യങ്ങളുള്ള ആളുകളുടെ പോലും ഉള്ളിൽ നന്മയുടെ അംശം കണ്ടെത്താൻ താങ്കൾ ശ്രമിക്കുന്നുണ്ട്. ഇപ്പോഴും അങ്ങനെ അവശേഷിക്കുന്ന നേതാക്കൾ ആരൊക്കെയുണ്ട്?*

അങ്ങനെ ഇപ്പോൾ പേരെടുത്ത് പറയേണ്ട കാര്യമില്ല. എനിക്കറിയാം, ആദർശശുദ്ധിയുള്ള വ്യക്തിജീവിതത്തിൽ ആർജ്ജവം സൂക്ഷിക്കുന്ന, കാപട്യമില്ലാത്ത, മനുഷ്യസ്നേഹമുള്ള നേതാക്കൾ നമ്മുടെ കൂട്ടത്തിലുണ്ട്. പക്ഷേ അവർക്ക് നല്ലത് ചെയ്യാൻ കഴിയുന്നില്ല. അവരൊക്കെ ഏതോ വിലങ്ങുകൾക്കകത്താണ്. ഏതോ വ്യവസ്ഥിതിയുടെ തടവറക്കുള്ളിലാണ് നില്ക്കുന്നത്. അവരോട് വലിയ സങ്കടം തോന്നി.

- *നാട്ടുകാർ ഈ കാപട്യങ്ങൾ എല്ലാം കൊണ്ടുനടക്കേണ്ടത് തന്നെയാണ് എന്ന് താങ്കൾക്ക് വിചാരമുണ്ടോ ? കമ്മ്യൂണിസ്റ്റ് പാർട്ടിയിൽ വിശ്വസിക്കുന്ന ആൾക്കാർ, അതേസമയം തന്നെ ഈശ്വരനിലും വിശ്വസിക്കുന്ന ഒരുപാട് പേരെ നമ്മൾ ഇപ്പോൾ കാണുന്നുണ്ട്. പക്ഷേ ഇത് തുറന്നുപറയാൻ വലിയ വിഷമവും ആണ്.*

അത് കാപട്യം അല്ല, അത് കമ്മ്യൂണിസത്തേക്കുറിച്ചും ഈശ്വരനെക്കുറിച്ചും പഠിക്കാത്തതുകൊണ്ടുള്ള കുഴപ്പമാണ്. കമ്മ്യൂണിസത്തെക്കുറിച്ച് ശാസ്ത്രീയമായി അറിവുള്ള ഒരാൾക്ക് ഈശ്വരവിശ്വാസം അസാധ്യമായ കാര്യമാണ്. ഇപ്പോൾ വലിയ വ്യാഖ്യാനങ്ങൾ ഒക്കെ വരുന്നുണ്ട്. അങ്ങനെയൊക്കെ ആകാം. മതം മനുഷ്യനെ മയക്കുന്ന കറുപ്പാണ് എന്ന് ഏതോ സാഹചര്യത്തിൽ മാർക്സ് അറിയാതെ പറഞ്ഞുപോയതാണ് എന്നുവരെയുള്ള വ്യാഖ്യാനങ്ങളാണ് വന്നുകൊണ്ടിരിക്കുന്നത്. ഇതൊക്കെ നമ്മളുടെ തത്കാലത്തെ രാഷ്ട്രീയത്തിന്റെ നിലനില്പിന് വേണ്ടി ഉണ്ടാക്കുന്ന ദുർവ്യാഖ്യാനങ്ങളാണ്. ഞാൻ വായിച്ചുപഠിച്ചിട്ടുള്ളത് അനുസരിച്ച് കമ്മ്യൂണിസ്റ്റുകാരൻ അന്ധവിശ്വാസങ്ങൾക്ക് എതിരായി നില്ക്കുന്ന കലാപകാരിയാണ്. എപ്പോൾ അധികാരത്തിനുവേണ്ടി എന്ത് വിട്ടുവീഴ്ചയും ചെയ്യാൻ നമ്മുടെ രാഷ്ട്രീയ പാർട്ടികൾ തയ്യാറായിരിക്കുന്നു. അവർ അവരുടെ ആദർശങ്ങൾ പണയം വെക്കുന്നു. അവർ അവരെത്തന്നെ പണയം വെയ്ക്കുന്നു. അധികാരത്തിനുവേണ്ടി. ആ കൂട്ടത്തിൽ മൂല്യങ്ങളും പണയം വെയ്ക്കുന്നു.

- *അപ്പോൾ താങ്കൾ ഉള്ളിന്റെയുള്ളിൽ പുരോഗമനവാദിയായി നില്ക്കുന്നു. ഒരുപക്ഷേ കമ്മ്യൂണിസ്റ്റ് അനുഭാവിയായി നില്ക്കുന്നു. പക്ഷേ താങ്കളുടെ എഴുത്തിലെല്ലാം എപ്പോഴും ദൈവികമായ അംശം ഇങ്ങനെ നിറഞ്ഞുനില്ക്കുകയും ചെയ്യുന്നു?*

കമ്മ്യൂണിസ്റ്റ് ഐഡിയോളജി ഉണ്ടെന്നല്ല, പുരോഗമനപരമായ ആശയങ്ങളുള്ള ഒരാളാണെന്നാണ് ഞാൻ പറഞ്ഞത്.

- *അപ്പോൾ ദൈവവിശ്വാസം ഉണ്ട്?*

എഴുത്തുകാരുടെ ദൈവം പള്ളിയിലോ അമ്പലത്തിലോ പോകുന്ന ആളിന്റെ ദൈവമല്ല. അത് വേറൊരു ദൈവം ആണ്. എഴുത്തുകാരന്റെ ദൈവം സാധാരണ വിശ്വാസികളുടെ ദൈവമല്ല. എല്ലാ നന്മകളുടേയും പ്രതീകമായിട്ട് ദൈവത്തെ എഴുത്തുകാരൻ സങ്കല്പിക്കുന്നുണ്ടാകും.

- *അന്തിമവിധിതീർപ്പിൽ താങ്കളുടെ 'സങ്കീർത്തനംപോലെ' എന്ന നോവൽ മലയാളത്തിലെ ഏറ്റവും വിജയിച്ച നോവലായി വിലയിരുത്തപ്പെടുകയും, എന്നാൽ ഏറ്റവും പ്രധാനപ്പെട്ട എഴുത്തുകാരുടെ നിരയിൽ താങ്കളുടെ പേര് കാണാതിരിക്കുകയും ചെയ്താൽ അതിൽ അദ്ഭുതം ഉണ്ടാകുമോ?*

ഒരദ്ഭുതവും ഇല്ല. എന്റെ ജീവിതത്തിൽമാത്രം സംഭവിച്ചതല്ല ഇത്. നമ്മുടെ സാഹിത്യചരിത്രം പരിശോധിക്കുമ്പോൾ മഹാന്മാരായ എഴുത്തുകാർ പലപ്പോഴും ഇത്തരം അനുഭവങ്ങളിലൂടെ കടന്നുപോയവരാണ്. ഞാൻ പരിഗണിക്കപ്പെടുന്നില്ല എന്നത് എന്റെ സങ്കടമേ അല്ല. എന്റെ പുസ്തകം ഉണ്ടല്ലോ അവിടെ. മുമ്പിൽ ഇതാ ഞാൻ എന്നു പറഞ്ഞ് 'സങ്കീർത്തനംപോലെ' നില്ക്കുന്നുണ്ട്. പെരുമ്പടവം ശ്രീധരൻ അതിന്റെ പുറകിൽനിന്നാൽ മതി.

- *ഒരാൾക്ക് കൈവരുന്ന വിജയത്തെ ഈ സമൂഹം എങ്ങനെ കാണുന്നു എന്ന് അറിയാൻ ഞാൻ ചോദിക്കുകയാണ്. താങ്കളുടെ വിജയത്തിൽ അസൂയപ്പെടുന്നവർ ഉണ്ടോ?*

അസൂയപ്പെടുന്നവർ ഉണ്ടോയെന്ന് ചോദിച്ചാൽ ഞാൻ അങ്ങനെയൊരന്വേഷണത്തിന് ഇറങ്ങിയിട്ടില്ല. പിന്നെ എങ്ങനെ അറിയാനാണ്? എന്റെ പുസ്തകത്തെ സ്നേഹിക്കുകയും അതിനെ ലാളിക്കുകയും അത് ഹൃദയത്തിൽ കൊണ്ടുനടക്കുകയും ചെയ്യുന്ന ആളുകളെയാണ് ഞാൻ കാണുന്നത്.

- *താങ്കളുടെ ആരാധനാപാത്രമായ ദസ്തയെവ്സ്കിക്ക് ചൂതാട്ടം ദൗബല്യം ആയിരുന്നു. താങ്കളുടെ ദൗർബല്യം എന്താണ്?*

എനിക്ക് അങ്ങനെ വലിയ ദൗർബല്യം ഉള്ളതായി തോന്നുന്നില്ല. എന്റെ ദൗർബല്യങ്ങളെ കീഴടക്കുന്നത് വായനകൊണ്ടാണ്. മഹത്തായ സാഹിത്യകൃതികൾ വായിച്ച് അതിനെ അതിജീവിക്കാനാണ് ശ്രമിച്ചുകൊണ്ടിരിക്കുന്നത്.

- *മറ്റുള്ളവർക്ക് മാതൃകയായി ജീവിക്കണമെന്ന വാശി താങ്കൾക്ക് ഉണ്ടോ?*

ഞാൻ നല്ലൊരു മാതൃകയാണെന്ന് തോന്നിയിട്ടില്ല. ഞാൻ ഇങ്ങനെ ഒരു സൃഷ്ടി ഉണ്ടായി, അത് മാതൃകയാണ്. മറ്റുള്ളവർക്ക് അനുകരിക്കാൻ പറ്റുന്ന മാതൃകയാണ് എന്നൊന്നും തോന്നിയിട്ടില്ല. ഞാൻ ഇങ്ങനെയാണ് എന്നുമാത്രമേയുള്ളൂ.

- *അവസാനമായി ഞാൻ ചോദിക്കട്ടെ പെരുമ്പടവം ശ്രീധരൻ സ്വന്തം ജീവിതംകൊണ്ട് തെളിയിച്ചത് എന്താണ്?*

അങ്ങനെ എന്തെങ്കിലും തെളിയിച്ചിട്ടുണ്ടോ എന്നാണ് എനിക്ക് സംശയം. ഞാൻ പെരുമ്പടവത്തിലെ പാവപ്പെട്ട വീട്ടിൽ ജനിച്ചു വളർന്ന ഒരു മനുഷ്യനാണ്. ഞാൻ ആഗ്രഹിച്ച നിലയിൽ ആയിട്ടില്ല എങ്കിൽപോലും ഒരു എഴുത്തുകാരൻ എന്ന നിലയിൽ ധാരാളം വായനക്കാരുടെ സ്നേഹവും വാത്സല്യവും അനുഭവിക്കാൻ യോഗമുണ്ടായി. അതൊക്കെ ഒരു ഭാഗ്യം എന്നേ ഞാൻ വിചാരിക്കുന്നുള്ളൂ. കഠിനമായ പ്രയത്നവുമുണ്ട് അതിനു പിന്നിൽ. സ്ഥാനമാനങ്ങളോ പദവികളോ ഞാൻ ആഗ്രഹിച്ചിട്ടില്ല. ഒരെഴുത്തുകാരനായി ജീവിതം നിറവേറ്റുക എന്നു ഞാൻ എഴുത്തിന്റെ ആരംഭത്തിലേ എടുത്ത തീരുമാനമാണ്.

- *സർഗ്ഗശേഷി ഇല്ലാതെ വെറും പ്രയത്നംകൊണ്ട് മാത്രം ഒരെഴുത്തുകാരൻ ഉണ്ടാകുമോ?*

സർഗ്ഗശേഷി ഉണ്ടായിരുന്നിട്ടും പ്രയത്നിക്കാതെ വഴിതെറ്റിപ്പോയ ആളുകളെ നമുക്കു കാണാം. ദൃഷ്ടാന്തങ്ങൾ ഒന്നും എന്നോട് ചോദിക്കരുത്. അവർ എഴുത്തിൽ നില്ക്കുക ആയിരുന്നെങ്കിൽ ഇതാണ് തപസ് എന്നുപറയുന്നത്. തപസ് പോലെ ഇതിനകത്ത് നില്ക്കാൻ കഴിയണം.

(2009)

എം. മുകുന്ദൻ

ആശയങ്ങൾക്കൊപ്പം സഞ്ചരിക്കുന്ന എം. മുകുന്ദന് പലതവണ രാഷ്ട്രീയംകൊണ്ടു മുറിവേറ്റു. അദ്ദേഹത്തിന്റെ ചില വൈയക്തിക പക്ഷപാതങ്ങൾ വഴി മുറിവേറ്റവരുമുണ്ട്. ഡൽഹിയിൽനിന്നു കേരളത്തിലേക്ക് പറിച്ചുനട്ട ജീവിതത്തെ വിവാദങ്ങൾ അലോസരപ്പെടുത്തിയതിന്റെ വേദനയിൽ സംസാരിക്കുകയാണ് മുകുന്ദൻ. ആത്മാംശമുള്ള കൃതിയുടെ പശ്ചാത്തലത്തിൽ. പാർട്ടിഗ്രാമങ്ങളെപ്പറ്റി എഴുതണം എന്ന ആഗ്രഹവും പങ്കുവെയ്ക്കുന്നു. ആ ആഗ്രഹം സഫലമാകുമോ?

മുകുന്ദന്റെ രാഷ്ട്രീയം

- *ഡൽഹിഗാഥകൾ എന്ന നോവലിൽ കഥാപാത്രമായ സഹദേവനെക്കുറിച്ച് ഒരു വാചകം പറയുന്നുണ്ട്. അയാൾക്ക് കാല്പനികത മോഷ്ടിക്കാൻ ഇഷ്ടം ഉണ്ടായിരുന്നില്ല. പ്രത്യയശാസ്ത്രം മോഷ്ടിക്കാനായിരുന്നു താത്പര്യം എന്ന്. ഇത് എം. മുകുന്ദന് ചേരുമോ ?*

എനിക്ക് തോന്നുന്നു, ചേരും. സഹദേവനിൽ എന്റെ ആത്മാംശങ്ങൾ കുറെയുണ്ട്, പൂർണ്ണമായിട്ടില്ല. പക്ഷേ പലയിടത്തും ഉണ്ട്. സഹദേവന്റെ നിരീക്ഷണങ്ങളിലും ഭാഷയിലുമൊക്കെ ഉണ്ട്.

- *ഈ ഇടതുപക്ഷത്തിന്റെ പ്രത്യയശാസ്ത്രം താങ്കൾ മോഷ്ടിച്ചതാണോ, അപ്പുറത്തുനിന്നുകൊണ്ട്?*

അതെന്റെ കൂടെ ഉണ്ടായിരുന്നു. ആദ്യകാലത്തൊക്കെ. ഇടയ്ക്ക് അത് കൈവിട്ടുപോയി. ഞാൻ നാട്ടിലുള്ള കാലത്ത് കൗമാരപ്രായത്തിലൊക്കെ സി.പി.എമ്മിന്റെ, അന്ന് സി.പി.എം. അല്ല, കമ്മ്യൂണിസ്റ്റ് പാർട്ടി, അവിഭക്ത കമ്മ്യൂണിസ്റ്റ് പാർട്ടിയുടെ ജാഥയിലൊക്കെ പോയിട്ടുണ്ട്. പതിന്നാല് വയസ്സിലൊക്കെ... പിന്നീട് ഞാൻ വളർന്നു. കൗമാരപ്രായമൊക്കെ കൈവിട്ടുപോയപ്പോൾ, യുവാവായി ഡൽഹിയിലൊക്കെ പോയപ്പോളാണ് ഇതിൽനിന്ന് മാറിപ്പോകുന്നത്. കുറെ കാലത്തിനുശേഷം അത് തിരിച്ചുപിടിക്കേണ്ടിവന്നു. തിരിച്ചുപിടിക്കാൻ എളുപ്പമായിരുന്നില്ല. അതുകൊണ്ട് അപഹരിച്ചു, മോഷ്ടിച്ചു.

- *മുഖ്യധാര ഇടതുപക്ഷം, വലതുപക്ഷത്തിന്റെ തരം വ്യതിയാനങ്ങളിലേക്ക് പോയപ്പോഴും താങ്കൾക്ക് എങ്ങനെ ഒരു ഇടതുപക്ഷസഹയാത്രികനായി തുടരാൻ കഴിയുന്നു?*

ഞാൻ സഞ്ചരിക്കുന്നത് തീരങ്ങളിലൂടെയാണ്. പാർട്ടിയാണല്ലോ പോകുന്നത്. പാർട്ടിയിലാണല്ലോ വ്യതിയാനം ഉണ്ടാകുന്നത്. ആശയങ്ങളിൽ വ്യതിയാനം ഉണ്ടാകുന്നില്ല. നല്ല ആശയങ്ങൾ അവിടെ കിടപ്പുണ്ട്. ചിലപ്പോൾ നമ്മൾ ഉപേക്ഷിച്ചുകാണും. ഉപേക്ഷിച്ച് വേറെ ചില ആശയങ്ങളിൽകൂടി പോകും.

- *എഴുത്തുകാർക്ക് അവരുടെ ചരിത്രപ്രാധാന്യം തിരിച്ചറിയാൻ കഴി യാത്തതുകൊണ്ടാണോ രാഷ്ട്രീയ പ്രസ്ഥാനങ്ങളോട് ചേർന്നു പോകണം എന്ന ആഗ്രഹം ഉണ്ടാകുന്നത്?*

എനിക്കറിയില്ല. എഴുത്തുരാഷ്ട്രീയം... നമ്മുടേത് രാഷ്ട്രീയവൽക്കരി ച്ചിട്ടുള്ള ജീവിതമാണ്. ഞാൻ ലോകത്തിലെ പല സ്ഥലങ്ങളിലും പോയിട്ടുണ്ട്. പക്ഷേ ഇത്രമാത്രം രാഷ്ട്രീയവൽക്കരിക്കാവുന്ന മനു ഷ്യർ ലോകത്തിൽ വേറെ എവിടേയും കാണില്ല. ഇവിടെയാണെ ങ്കിൽ രാഷ്ട്രീയം വളരെ ലളിതവൽക്കരിച്ചുകാണുന്ന ഒന്നാണ്. അതാ യത് രാഷ്ട്രീയം എന്നുപറഞ്ഞാൽ പാർട്ടിയാണ്. എന്റെ അഭിപ്രായ ത്തിൽ അങ്ങനെയല്ല വേണ്ടത്. രാഷ്ട്രീയം എന്നാൽ പാർട്ടിയല്ല. ആശയങ്ങളാണ്. ഇവിടെയിപ്പോൾ ഇതിന് ഒരുപാട് തടസ്സങ്ങളുണ്ട്. ആശയങ്ങളിലൂടെ സഞ്ചരിക്കാൻ, അങ്ങനെ നടക്കുമ്പോൾ ആളു കൾ എഴുത്തുകാരുടെ നേരെ കൈചൂണ്ടും. നിങ്ങൾ അവസരവാദി യാണ് എന്ന് പറയും. അങ്ങനെയാകും പറയുക കേട്ടോ. ഇപ്പോൾ ഞാൻ ഇടതുപക്ഷ ആശയത്തിന്റെ കൂടെ നടക്കുന്നു. പിന്നീട് ഇതേ പുരോഗമനആശയം ഒരു വലതുപക്ഷ പാർട്ടി മുന്നോട്ടുവെയ്ക്കുക യാണെങ്കിൽ ഞാൻ അതിനെ സ്വീകരിക്കും. അപ്പോൾ സാധാരണ ക്കാർ, എന്റെ വായനക്കാർ എന്താണ് പറയുന്നത്? ഇയാൾ അവ സരവാദിയാണ് എന്നു പറയും.

- *പ്രത്യയശാസ്ത്രത്തിന്റെ കാര്യത്തിൽ താങ്കൾ ഒരു ഒത്തുതീർപ്പിനും വഴങ്ങിയിട്ടില്ല എന്നു പറയാൻ കഴിയുമോ?*

തീർച്ചയായിട്ടും... ഒന്നാമതായി എനിക്കങ്ങനെ ഒരു ഫുൾ ടൈം ഓക്കുപേഷൻ ആയിരുന്നില്ല. രാഷ്ട്രീയം എന്റെ ചിന്തയുടെ അടിയിൽ എവിടേയോ കിടപ്പുണ്ടായിരുന്നു. രാഷ്ട്രീയബോധം. ഞാൻ കുറേ ക്കൂടി രാഷ്ട്രീയത്തിന്റെ അപ്പുറത്തേക്ക് ചിന്തിക്കാൻ ശ്രമിച്ചിട്ടുള്ള ഒരാളാണ്. എന്റെയീ പ്രായത്തിൽ നമുക്ക് ജീവിതത്തെ കാണാൻ പല വഴികൾ ഉണ്ട്. അതിലൊന്ന് മാത്രമാണ് രാഷ്ട്രീയം. പക്ഷേ, നമ്മുടെ നാട്ടിലെ ആളുകൾ പറയുന്നത് ഒരു വഴിയേയുള്ളൂ. രാഷ്ട്രീ യത്തെ കാണാൻ എന്നാണ്. അത് സഹദേവൻ പറയുന്നുണ്ട്, പല വഴികൾ ഉണ്ടെന്നാണ് പറയുന്നത്.

- *അസ്തിത്വവാദം എന്നുപറയുന്ന രാഷ്ട്രീയ അടിത്തറയിൽ ഊന്നി നിന്ന് വ്യക്തിയുടെ നിസ്സഹായത, വ്യക്തിയുടെ ഊഴം അതിനെക്കുറി ച്ചൊക്കെ ഉത്ക്കണ്ഠപ്പെട്ട മുകുന്ദൻ ഈ സമസ്ത വാദത്തിൽ വിശ്വസിക്കുന്ന രാഷ്ട്രീയ പാർട്ടിയുടെ സഹയാത്രികനാകുന്നത് എങ്ങനെയാണ്?*

ഞാൻ അത് പറഞ്ഞുവല്ലോ. ഞാൻ അങ്ങനെ പാർട്ടിയുടെ സഹയാത്രികൻ ആയിട്ടില്ലല്ലോ. ആശയങ്ങളുടെ കൂടെയാണ്

സഞ്ചരിച്ചിട്ടുള്ളത്. ഇപ്പോഴും എനിക്ക് പാർട്ടിയില്ല. ഞാൻ ആശയങ്ങളുടെ കൂടെ സഞ്ചരിക്കുന്നു. നല്ല വ്യക്തികളുടെ കൂടെ സഞ്ചരിക്കുന്നു. നല്ല വ്യക്തികൾ, ഏത് പാർട്ടിയായാലും ശരി എനിക്കിപ്പോഴും ധാരാളം സുഹൃത്തുക്കൾ ഉണ്ട്. കോൺഗ്രസ് പാർട്ടിയിലും ഉണ്ട്. ആശയങ്ങളുടെ കൂടെ സഞ്ചരിക്കുന്നതാണ് എഴുത്തുകാരന് സുരക്ഷിതം. പക്ഷേ അത് പ്രായോഗികതലത്തിൽ ഒരുപാട് പ്രശ്നങ്ങൾ ഉണ്ടാക്കും. കാരണം, അവിടെ ആശയങ്ങൾ അപ്രസക്തമാണ്. പാർട്ടിയും കൊടിയും ആണ് നമ്മുടെ നാട്ടിൽ പ്രസക്തം.

- *ഒരുപക്ഷേ വ്യക്തിയെത്തന്നെ കുറച്ച് അപ്രസക്തമാകുന്നതല്ലേ ഈ പാർട്ടി? അങ്ങനെ തോന്നിയിട്ടില്ലേ?*

നമ്മുടെ നാട്ടിൽ, കേരളത്തിൽ വ്യക്തികളാണ്. വ്യക്തികളെയാണ് ഉയർത്തിക്കാട്ടുന്നത്. പിന്തുടരുന്നതും ആശയങ്ങളെയല്ല. കേരളത്തിൽ വന്നപ്പോൾ തോന്നിയിട്ടുള്ളത് അങ്ങനെയാണ്. പക്ഷേ ഞാൻ യൂറോപ്പ് പോലുള്ള സ്ഥലങ്ങളിൽ കണ്ടിട്ടുള്ളത് ആശയങ്ങളെയാണ്. ആശയങ്ങളെയാണ് ജനത പിന്തുടരുന്നത്. അമേരിക്കയിലെ തിരഞ്ഞെടുപ്പ് നോക്കൂ. അവസാനത്തെ മൂന്ന് ഘട്ടങ്ങളിലായുള്ള ഡിബേറ്റ് ആണല്ലോ തീരുമാനിക്കുന്നത്. ഇപ്പോഴുള്ള പ്രസിഡന്റും വരാൻ പോകുന്ന പ്രസിഡന്റും അല്ലെങ്കിൽ പ്രതിപക്ഷത്തുള്ള പ്രസിഡന്റ് സ്ഥാനാർത്ഥിയും തമ്മിലുള്ള വലിയ ഡിബേറ്റ് നടക്കുന്നുണ്ട്. അതിൽ ആശയങ്ങളാണ് വരുന്നത്. ആ ആശയങ്ങൾക്കാണ് ജനങ്ങൾ വോട്ട് ചെയ്യുന്നത്, വ്യക്തികൾക്കല്ല.

- *ഒരുപക്ഷേ താങ്കൾ ചെന്നുപെട്ട ചില വിവാദങ്ങൾ ഇതിന്റെ പശ്ചാത്തലത്തിൽ ഉണ്ടായതാണോ? ചില വ്യക്തികളെ പിന്തുടരുന്നതു കൊണ്ട് ഉണ്ടായതാണോ?*

ഞാൻ കേരളത്തിൽ വന്ന ഉടനെ തന്നെ വിവാദങ്ങളാണ് എന്നെ സ്വീകരിച്ചത്. ഞാൻ വിചാരിച്ചത് നാല്പതുവർഷം കഴിഞ്ഞ് നാട്ടിലേക്ക് വരുമ്പോൾ ഇവിടെ ആളുകൾ എനിക്ക് ഒന്നുമില്ലെങ്കിലും ഒരു പൂമാല അല്ലെങ്കിൽ ഒരു ഹസ്തദാനം എങ്കിലും തരും. "വരൂ... തിരിച്ചുവരൂ" എന്ന് പറയും എന്നാണ്. പക്ഷേ അതുണ്ടായില്ല. വിവാദങ്ങളാണ് ഉണ്ടായിരുന്നത്. അറിയാമല്ലോ എന്തൊക്കെ വിവാദങ്ങളാണ് വന്നത്. എനിക്ക് സ്വപ്നത്തിൽപോലും കാണാൻ കഴിയാത്തതാണ്. ഞാൻ മലയാളി അല്ല എന്നു പറയുന്നു. ഇത്രയും പുസ്തകങ്ങളൊക്കെ എഴുതിയിട്ടും മയ്യഴി പുഴയുടെ തീരങ്ങൾ എഴുതിയിട്ടും അങ്ങനെ ഒരാളെക്കുറിച്ച് ഇയാൾ മലയാളി അല്ല എന്നു പറഞ്ഞു കോടതിയിലൊക്കെ പോകുമ്പോൾ... അതൊക്കെ എനിക്ക് ഒരു ഷോക്കായിരുന്നു വാസ്തവത്തിൽ.

- *അതിനേക്കാളൊക്കെ വലിയ ഷോക്കായിരുന്നില്ലേ താങ്കൾ വി.എസ്. അച്യുതാനന്ദനെ വിമർശിച്ചു കഥയെഴുതി എന്ന വിവാദം ഉണ്ടായ പ്പോൾ?*

ഇല്ല, അതെനിക്ക് അങ്ങനെ ഒരു ഷോക്കായിട്ട് തോന്നിയില്ല. ആദ്യ കാലം മുതലുള്ള വിവാദത്തിന്റെ അവസാനഘട്ടത്തിൽ അതിന്റെ ക്ലൈമാക്സിലേക്ക് പോയപ്പോഴായിരുന്നു എന്നുമാത്രം. ഷോക്ക് ഉണ്ടായത്, അതില്ലല്ല. സുഹൃത്തുക്കളുടെയൊക്കെ നിലപാടിലാണ്. ഒരുപാട് സൗഹൃദങ്ങൾ എനിക്ക് നഷ്ടപ്പെട്ടുപോയിട്ടുണ്ട്. അതാണെ നിക്ക് ഷോക്ക് ഉണ്ടാക്കിയത്.

- *സൗഹൃദങ്ങൾ എന്നതുകൊണ്ട് താങ്കൾ ഉദ്ദേശിക്കുന്നത് താങ്കളുടെ ഡൽഹി സുഹൃത്തുക്കളായ സക്കറിയെയും സച്ചിദാനന്ദനേയും ഉൾപ്പെടെയാണോ?*

അല്ല, അല്ല. കേരളത്തിലെ സൗഹൃദങ്ങൾ - ഞാൻ പണ്ടൊക്കെ വർഷത്തിലൊരിക്കൽ നാട്ടിൽ വരുമ്പോൾ, പത്തിരുപത് ദിവസം നാട്ടിലുണ്ടാകും. ചില സുഹൃത്തുക്കളോടൊപ്പം നടക്കുക, കടൽ ക്കരയിൽ പോവുക, സാഹിത്യമൊക്കെ ചർച്ച ചെയ്യുക അങ്ങനെ യുള്ള പല സുഹൃത്തുക്കളും അകന്നുപോയി. അതായിരുന്നു വലിയ ദുഃഖം. മറ്റുവിധത്തിൽ പറഞ്ഞാൽ വിമർശനങ്ങളെ അങ്ങനെ ഭയ പ്പെടുന്ന ഒരാളല്ല ഞാൻ. ഞാൻ എഴുതിത്തുടങ്ങുന്ന കാലത്ത് ഒരു പാട് വിമർശനങ്ങൾ ഉണ്ടായിട്ടുണ്ട്. എന്തുമാത്രം വിമർശനങ്ങളാണ് ഞാൻ അനുഭവിച്ചിട്ടുള്ളത്. ആധുനികതയുടെ സ്വഭാവങ്ങളും പ്രത്യ ക്ഷങ്ങളും നമ്മുടെ ഭാഷയിൽ കൊണ്ടുവന്നത് ബേബിച്ചായനാണ്. കാക്കനാടനാണ്. എങ്കിലും കാക്കനാടന് ഇതുപോലെ എതിർപ്പ് ഉണ്ടാ യിട്ടില്ല. എനിക്കാണ് സഹിക്കേണ്ടി വന്നത്. അതുകൊണ്ട് വിമർശനം എനിക്ക് പേടിയൊന്നും ഇല്ല. പക്ഷേ വിമർശനം സക്രിയമായിരി ക്കണം. വ്യക്തിപരമാകരുത്. അത് അസ്ഥാനത്താകരുത്.

- *എന്നുപറഞ്ഞാൽ വിവാദങ്ങൾക്കൊന്നും താങ്കൾ കാരണക്കാരനല്ല എന്നുണ്ടോ ? താങ്കളുടെ സുഹൃത്ത് സച്ചിദാനന്ദൻ പറഞ്ഞത് താങ്കൾ ആശയങ്ങൾക്കപ്പുറത്ത് പാർട്ടിയുടെ ഉൾപ്പാർട്ടി കാര്യങ്ങളിൽ ഇട പ്പെട്ടതുകൊണ്ടാണ് ഇത്തരം വിവാദങ്ങൾ ഉണ്ടായത് എന്നാണ്. അപ്പോൾ ഉത്തരവാദിത്തം താങ്കൾക്ക് തന്നെയല്ലേ?*

ഞാൻ ആശയങ്ങളുടെ കൂടെയാണ് സഞ്ചരിച്ചിട്ടുള്ളത്. പാർട്ടി ക്കുള്ളിലെ വിഭാഗീയതയിൽ ഞാൻ പങ്കാളിയായിരുന്നില്ല. അത് കൂട്ടി വായിക്കപ്പെടുന്നതാണ്. ഒരു ആശയത്തിന്റെ കൂടെ നടക്കു മ്പോൾ അതിനെ അനുകൂലിക്കുന്നവരും പ്രതികൂലിക്കുന്നവരും ഉണ്ടാകും. അത് അനിവാര്യമാണ്. എനിക്ക് ബോധപൂർവ്വം അങ്ങനെ

ആരുടെയെങ്കിലും കൂടെ നടക്കണം എന്നുണ്ടായിരുന്നില്ല. പക്ഷേ എനിക്ക് ചില കാഴ്ചപ്പാടുകളുണ്ട്. എന്റെ ഇടതുപക്ഷസങ്കല്പങ്ങൾ തന്നെ അല്പം വ്യത്യസ്തമാണ്. വെറും രാഷ്ട്രീയം മാത്രമല്ല, അതിൽ പരിസ്ഥിതി ഉണ്ട്. ഫെമിനിസം ഉണ്ട്. അങ്ങനെയുള്ള ഒരുപാട് കാര്യങ്ങൾ കൂട്ടിയിണക്കിയിട്ടുള്ള ഇടതുപക്ഷ പുരോഗമന കാഴ്ചപ്പാടാണ് എന്റേത്. പക്ഷേ ആ കാഴ്ചപ്പാടിന് ഇവിടെ എന്തു മാത്രം പ്രസക്തി ഉണ്ടെന്ന് എനിക്കറിയില്ല.

- *ദിനോസറുകളുടെ കാലം എന്ന കഥയെഴുതിയതിന്റെ പേരിൽ താങ്കളോട് വി.എസിന് വിരോധം ഉണ്ടായതായി തോന്നിയിട്ടുണ്ടോ?*

അത് വി.എസ്. കണ്ടിരുന്നു. അതിനുശേഷം അവിടെ എഴുത്തച്ഛൻ പുരസ്കാരത്തിന്റെ സമയത്ത് ഞങ്ങൾ അടുത്തിരിക്കുകയായിരുന്നു. വേദിയിൽ താഴെ ഇറങ്ങിയപ്പോൾ ഞാൻ വി.എസിന്റെ അടുത്തു ചെന്നു ചോദിച്ചു. സാറിന് എന്നോട് ഇപ്പോഴും ദേഷ്യമുണ്ടോ എന്ന്? അപ്പോൾ അദ്ദേഹം ചിരിക്കുകയാണ് ചെയ്തത്. ചിരിച്ച് എന്റെ ചുമലിൽ കൈവെച്ച് പറഞ്ഞു. "ഏയ് അങ്ങനെയൊന്നും ഇല്ല കേട്ടോ." അതെനിക്ക് വലിയ ആശ്വാസമായി. അതിനുശേഷം ഞങ്ങൾ നല്ല സൗഹൃദമാണ്.

- *എന്തുകൊണ്ടാണ് ആശ്വാസം തോന്നുന്നത്. ഉദ്ദേശിച്ച് എഴുതിയതാണെങ്കിൽ ആശ്വസിക്കുകയല്ലല്ലോ വേണ്ടത്?*

അങ്ങനെയല്ല. എനിക്ക് ഒരു വ്യക്തിയെ വേദനിപ്പിക്കാൻ താത്പര്യമില്ല. ഒരു ആശയത്തെയാണ് വിമർശിക്കുന്നത്. ഞാനങ്ങനെ എഴുതിയതുകൊണ്ട് അദ്ദേഹത്തിന് വിഷമം ഉണ്ടായോ. ഉണ്ടായിരിക്കാം. ഒരു പക്ഷേ അതിലെനിക്കും വിഷമം ഉണ്ടായിരുന്നു. വ്യക്തിയെ വേദനിപ്പിച്ചു എന്നത് എന്റെ ബലഹീനതയാണ്. എനിക്ക് വ്യക്തിയിൽനിന്ന് ആശയത്തെ വേർപ്പെടുത്താൻ വളരെ ബുദ്ധിമുട്ടാണ്. പക്ഷേ അത് ചെയ്തേ പറ്റൂ. അതെനിക്ക് കഴിയുന്നില്ല. അതുകൊണ്ടാണ് എന്റെ പ്രശ്നങ്ങൾ മുഴുവൻ ഉണ്ടാകുന്നത്. എന്നോട് പലരും പറഞ്ഞിട്ടുണ്ട് നിങ്ങൾ എന്തിനാണ് ഇത്രയധികം വിശദീകരിക്കുന്നത്. എന്റെ കോലം കത്തിച്ചപ്പോൾ ഒരു എഴുത്തുകാരൻ എന്നോടു പറഞ്ഞത്? അത് നല്ല കാര്യമല്ലേ മുകുന്ദേട്ടാ... ഞങ്ങൾ കാത്തിരിക്കുകയാണ് ഞങ്ങളുടെ കോലം കത്തിക്കാൻ. കാരണം അത്രയധികം മാധ്യമശ്രദ്ധ കിട്ടുമല്ലോ എന്നാണ്.

- *ഒരു കാര്യം ഞാൻ നേരെ ചോദിക്കട്ടെ. എക്സ്പ്രസ് വേ ഉൾപ്പെടെയുള്ള പദ്ധതികളുടെ കാര്യത്തിലും മറ്റ് വികസന കാര്യങ്ങളിലും താങ്കൾക്ക് കൂടുതൽ ഇഷ്ടം പിണറായി വിജയന്റെ നിലപാട് ആണല്ലോ. വി.എസ്സിന്റേത് അല്ല?*

അതിലേക്ക് ഞാൻ കടക്കുന്നില്ല. കാരണം, വീണ്ടും നമ്മൾ പഴയ വിവാദത്തിലേക്ക് പോകുകയാണ്. പക്ഷേ ഒരു കാര്യം ഞാൻ പറയാം. എനിക്കിവിടെ വോട്ടുണ്ടെങ്കിൽ അത് ഇവിടെ ഏതു പാർട്ടിയാണ് വികസനം കൊണ്ടുവരുന്നത്, അവർക്ക് ഞാൻ ചെയ്യും. അന്ധമായിട്ടുള്ള വികസനം വേണ്ട. ഡൽഹി ഗാഥകളിൽ അത് പറയുന്നുണ്ട്. ഡൽഹിയിൽ വികസനം ഉണ്ടായി. അത് കോസ്മെറ്റിക് ആയുള്ള വികസനം ആണ്. അതിന്റെ അടിയിൽ ദാരിദ്ര്യം ഉണ്ട്.

- *നീതിപൂർവ്വകമായ വികസനത്തിന് പ്രത്യയശാസ്ത്രങ്ങൾ തടസ്സമായിക്കൂടാ എന്നാണോ?*

പാടില്ല, പ്രത്യയശാസ്ത്രം അതിനനുസരിച്ച് മാറണം. പ്രത്യയശാസ്ത്രം ഫ്രിഡ്ജിൽ, ഫ്രീസറിൽ വെയ്ക്കുന്ന ഒന്നല്ല. നിരന്തരമായി രൂപാന്തരപ്പെട്ടുകൊണ്ടിരിക്കണം.

- *ഇങ്ങനെ പറഞ്ഞുപോയാൽ ചൈനയിൽ കാണുന്നതുപോലെതന്നെ ഇവിടേയും കമ്മ്യൂണിസ്റ്റ് പ്രത്യയശാസ്ത്രം മാറണം എന്ന് താങ്കൾ വാദിക്കുമോ?*

അങ്ങനെ ഞാൻ പറയില്ല. എനിക്ക് കുറച്ചുകൂടി സ്വീകാര്യമായി തോന്നിയത് ലാറ്റിൻ അമേരിക്കൻ രീതിയാണ്. ലാറ്റിൻ അമേരിക്കയിൽ പല സ്ഥലങ്ങളിലും കമ്മ്യൂണിസം ഉണ്ടല്ലോ. അതിന് കുറച്ചുകൂടി മാനവികതയുണ്ട്. ചൈനയിൽ ഒരുപാട് മാറ്റങ്ങൾ ഉണ്ടെങ്കിലും അവിടെ അടിച്ചമർത്തൽ ഒക്കെ ഉണ്ട്. സ്റ്റേറ്റ് കൺട്രോൾ. അതിനെ അംഗീകരിക്കാൻ കഴിയില്ല. അങ്ങനെയൊരു മാറ്റം നമുക്ക് വേണ്ട. അടിച്ചമർത്തിക്കൊണ്ടും ഫോഴ്സ് ചെയ്തുകൊണ്ടുമുള്ള ആ മാറ്റമല്ല ഞാൻ കാണുന്നത്. എനിക്ക് തോന്നുന്നത് ഹ്യൂഗോ ഷാവേസിന്റെ തരം കമ്മ്യൂണിസം. അതിന് ഒരു മാനവികതയുടെ മുഖം ഉണ്ട്. ഞാൻ ഒരു ഐഡിയോളിസ്റ്റ് അല്ല. പ്രത്യയശാസ്ത്രത്തിന്റെ വക്താവ് അല്ല. മാർക്സിസവും മറ്റുള്ളവർക്ക് അറിയുന്നതുപോലെ എനിക്ക് അറിയില്ല. പക്ഷേ ഇപ്പോഴത്തെ എന്റെ ചെറിയ അറിവുവച്ച് ഈ ലാറ്റിൻ അമേരിക്കൻ മട്ടിലുള്ള കമ്മ്യൂണിസ്റ്റ് പാർട്ടിയാണ് ഞാൻ വിഭാവനം ചെയ്യുന്നത്.

- *താങ്കളുടെ ശ്രീധരനുണ്ണി എന്ന കഥാപാത്രം ചൈന ഇന്ത്യയെ ആക്രമിക്കുന്നു എന്നു അറിഞ്ഞപ്പോൾ ഹൃദയം നൊന്ത്, ഹൃദയം പൊട്ടി മരിക്കുകയാണ്. താങ്കൾ ഉദ്ദേശിക്കുന്നത് എന്താണ്? ചൈനയോടായിരുന്നോ പഴയ കമ്മ്യൂണിസ്റ്റുകാർക്ക് ഇന്ത്യയേക്കാൾ സ്നേഹം?*

അല്ല, അത് എന്റെ അനുഭവമാണ്. ഞാൻ 62 ൽ ആണല്ലോ ഡൽഹിയിൽ പോകുന്നത്. അതേ വർഷമാണ് ആക്രമണം ഉണ്ടാകുന്നത്. വാസ്തവത്തിൽ അന്നിങ്ങനെ റേഡിയോ, ടി.വി. ഒന്നുമില്ല. രാവിലെ

പത്രം തുറന്നുനോക്കുമ്പോൾ ചൈന ഇന്ത്യയെ ആക്രമിച്ചു. എനിക്ക് ഹാർട്ട് അറ്റാക്ക് വരുന്നത് പോലെ തോന്നി. എനിക്ക് വരാനിരുന്ന ഹാർട്ട് അറ്റാക്ക് ആണ് ഞാൻ ശ്രീധരനുണ്ണിക്ക് കൊടുത്തത്. കുറേ വർഷങ്ങൾക്ക് ശേഷം.

- *ആണവക്കരാറിനെ കമ്മ്യൂണിസ്റ്റ് പാർട്ടികൾ എതിർത്താൽ അമേരിക്കയ്ക്ക് എതിരായ നിലപാടിന്റെ കാരണം ചൈന അനുകൂല നിലപാട് ആണെന്നാണ് വ്യാഖ്യാനിക്കപ്പെടുന്നത്. ഇപ്പോഴും ചൈനീസ് ചാരന്മാർ എന്ന അപഖ്യാതിയിൽനിന്ന് മുക്തരായിട്ടില്ല?*

ഇടയ്ക്ക് ചൈനയിൽ പോയി വന്നതിനു ശേഷം ഇടയ്ക്കിടയ്ക്ക് പറഞ്ഞപ്പോൾ എനിക്കിട്ട പേര് ചൈന മുകുന്ദൻ എന്നാണ്. ചൈന മുകുന്ദൻ എന്നുപറഞ്ഞാൽ ചൈനീസ്ചാരനല്ലേ? അല്ലെങ്കിൽ സി.ഐ.എ. ചാരൻ. വളരെ എളുപ്പമാണ് അങ്ങനെ ആരോപിക്കാൻ. ഞാൻ പറഞ്ഞില്ലേ ലാറ്റിൻ അമേരിക്കൻ ഇഷ്ടത്തെപ്പറ്റി. നാളെ പറയും ഞാൻ ലാറ്റിൻ അമേരിക്കൻ ചാരനാണെന്ന്. വളരെ ലളിതവൽക്കരിച്ചുകൊണ്ട്. നമ്മൾ വലിയ ഇഷ്യൂസ് ഒക്കെ എടുത്തിട്ട് അതിനെ അങ്ങേയറ്റം ലളിതവൽക്കരിക്കുകയാണ് ചെയ്യുന്നത്.

- *താങ്കൾ കഥാകാരനായി, എക്സ്റ്റിൻഷ്യലിസ്റ്റായി. അതിനുശേഷം കാരാട്ടിസ്റ്റ്, ബേബിസ്റ്റ്, പിണറായിസ്റ്റ്, യച്ചൂരിയിസ്റ്റ് അങ്ങനെ ഒരുപാട് ആക്ഷേപങ്ങൾ ഉണ്ടായിട്ടുണ്ട്. അതൊക്കെ ആസ്വദിക്കുകയായിരുന്നോ?*

അയ്യോ... ഒരിക്കലുമില്ല. പറഞ്ഞില്ലേ, ഞാൻ ഭയങ്കര സെൻസിറ്റീവ് ആയിട്ടുള്ള ആളാണ്. അതുകൊണ്ട് തന്നെ അത് എന്നെ വല്ലാതെ ബാധിച്ചിട്ടുണ്ട്. ഞാൻ ഇങ്ങനെ മറ്റൊരാളാവാൻ ആഗ്രഹിക്കുന്നില്ല. ഞാൻ മുകുന്ദനിസ്റ്റ് ആകാനാണ് ആഗ്രഹിക്കുന്നത്. എനിക്ക് അങ്ങനെ മതി. കാരണം, എനിക്ക് ഏറ്റവും പ്രധാനം എഴുത്താണ്. രാഷ്ട്രീയം പിന്നെയെ വരുന്നുള്ളൂ. ഞാൻ നൂറുശതമാനം രാഷ്ട്രീയവൽക്കരിക്കപ്പെട്ടുള്ള ആളല്ല, അങ്ങനെ ഉദ്ദേശിക്കുന്നുമില്ല.

- *വിവാദങ്ങളുടെ പശ്ചാത്തലത്തിൽ ഒരു കാര്യം ചോദിക്കട്ടെ... ദിനോസറുകളുടെ കാലം എന്ന കഥ. കേശവന്റെ വിലാപം എന്ന നോവൽ ഇതൊക്കെ പല രീതിയിൽ വായിക്കാം എന്നാണ് താങ്കൾ പറയുന്നത്. പല രീതിയിൽ വായിക്കാൻ കഴിയാത്ത രീതിയിൽ നേരെ കാര്യം പറഞ്ഞാൽ എന്താ കുഴപ്പം?*

അത് സാഹിത്യം ആകുകയില്ല. നേരെ എന്തെങ്കിലും പറയണമെന്നാണ് ആഗ്രഹമെങ്കിൽ ഞാൻ കഥയും നോവലും എഴുതില്ല. ലേഖനം എഴുതിയാൽ എനിക്ക് പറയാം. കഥയിലും നോവലിലും ചില ഇരുണ്ട ഇടങ്ങൾ ആവശ്യമാണ്.

- *കഥയെഴുതിയതിന് ശേഷം അത് എങ്ങനെയാണ് വായിക്കേണ്ടത് എന്ന് ഒരു കഥാകൃത്തിന് പറയേണ്ടി വരുന്നത് ഗതികേട് അല്ലേ? അതോ കഥയുടെ സാധ്യതയാണോ?*

അത് ഗതികേടാണ്. കാരണം, അങ്ങനെ പറയേണ്ട ആവശ്യം ഇല്ല. എഴുത്തുകാരൻ പറയേണ്ട ആവശ്യം ഇല്ല.

- *പക്ഷേ താങ്കൾക്ക് ആ ഗതികേട് ഉണ്ടായി?*

ഇല്ല, അങ്ങനെ വായിക്കണം എന്ന് ഞാൻ പറയുന്നില്ലല്ലോ. അത് വായിക്കാനായി ഒരുപാട് സാദ്ധ്യതകൾ കൊടുക്കുകയാണ് ചെയ്യുന്നത്. കേശവന്റെ വിലാപങ്ങൾ അങ്ങനെയാണ്. എങ്ങനെ വേണമെങ്കിലും വായിക്കാം. ഞാൻ ആരോടും പറയുന്നില്ല. ദാ, ഇങ്ങനെ വായിക്കണമെന്ന്... അത് പലവിധത്തിൽ ആളുകൾ വായിക്കുന്നുണ്ട്.

- *അപ്പോൾ രാഷ്ട്രീയമായി ആശയക്കുഴപ്പങ്ങൾ ഉണ്ടാക്കുക എന്നതാണോ എഴുത്തിന്റെ ഉദ്ദേശ്യം?*

അതല്ല. എഴുത്തിന്റെ അന്വേഷണങ്ങൾ ആണ് അതും. ഒരുപാട് വഴികൾ കാണിച്ചുകൊടുക്കുന്നതാണ് അത്. വായനക്കാരന് പല വഴികൾ ഉണ്ട്. എല്ലാ കൃതികളും അങ്ങനെയാണ്. ദസ്തയെവ്സ്കി കഥകൾ എല്ലാം അങ്ങനെയാണ്. ഇരുട്ടും വെളിച്ചവും ഒരുപാടുണ്ട്. നമുക്ക് പലവിധത്തിൽ വായിക്കാവുന്നതാണ് അത്.

- *ഞാനൊരു കൃതി എഴുതി. അത് എങ്ങനെയാണ് വായിക്കേണ്ടത് എന്ന് ആളുകൾ ആശയക്കുഴപ്പത്തിൽ ആഴുന്നതു കണ്ട് മാറിനിന്ന് ചിരിക്കുകയാണ് കഥാകൃത്ത്?*

ഇല്ല, ഞാൻ അത് വിമർശകർക്ക് വിട്ടുകൊടുക്കുന്നു. വിമർശകർ അവരെ സഹായിക്കട്ടെ. എനിക്ക് വായനക്കാർ വായിക്കണമെന്ന് ആഗ്രഹമുണ്ട്. പക്ഷേ അതിൽ കൺഫ്യൂഷൻ ഉണ്ടാക്കണമെന്ന ആഗ്രഹമില്ല. പക്ഷേ കേരളത്തിൽ വായനക്കാർ ഇപ്പോൾ പഴയതു പോലെയല്ല. വായനക്കാരുടെ മുന്നിൽനിന്ന് പ്രസംഗിക്കാൻപോലും സങ്കോചം ഉണ്ട്. വായനക്കാർ എഴുത്തുകാരേക്കാൾ വിവരമുള്ളവരാണ്.

- *ഡൽഹി ഗാഥകളിൽ താങ്കൾ ഇന്ദിരാഗന്ധിയെക്കുറിച്ച് പറയുന്നുണ്ട്. ചരിത്രമൊന്നും വായിക്കാതെ ചാച്ചാ നെഹ്റുവിന്റെ മടിയിൽ കിടന്ന് നേരെ സിംഹാസനത്തിലേക്ക് വന്നതാണ് അവർക്ക് പറ്റിയ അബദ്ധം എന്ന്. അതിനുശേഷം 77-ലെ തിരഞ്ഞെടുപ്പിലുണ്ടായ പരാജയം പോലും അവർ തിരിച്ചറിഞ്ഞില്ല. വ്യക്തിപരമായി താങ്കൾ പുലർത്തുന്ന വിശ്വാസം തന്നെയാണോ ഇത്?*

എനിക്ക് അവരോട് അങ്ങേയറ്റത്തെ ആദരം ഉണ്ട്. അതിൽ ഒര ധ്യായത്തിൽ പറയുന്നുണ്ട്, 32 വെടിയുണ്ടകളാണ് ഒരു വനിതയെ കൊല്ലാൻ ഉപയോഗിക്കുന്നത്. അതിലൊക്കെ എനിക്ക് വലിയ പരാതിയുണ്ട്. അങ്ങനെ ഒരു സ്ത്രീയെ കൊലപാതകം ചെയ്ത തിലും വലിയ പരാതിയുണ്ട്. എഴുത്തുകാരൻ എന്ന നിലയിൽ മാത്രമല്ല, സാധാരണ മനുഷ്യൻ എന്ന നിലയിലും അങ്ങേയറ്റം വേദനയുണ്ട്. പക്ഷേ അവർക്ക് ഒരുപാട് അബദ്ധങ്ങൾ പറ്റിയിട്ടുണ്ട്. അത് നമുക്ക് അറിയാം. അടിയന്തിരാവസ്ഥയും അതിനുശേഷം ഉണ്ടാ യിട്ടുള്ള ബ്ലൂസ്റ്റാർ ഓപ്പറേഷൻ, സിഖ് ഗുരുദ്വാര തകർത്തത്. അതൊക്കെ മണ്ടത്തരമല്ലേ. പ്രഗൽഭയായിട്ടുള്ള പ്രധാനമന്ത്രിയായി രുന്നു അവർ. വളരെ അധികം കരുത്തുള്ള പ്രധാനമന്ത്രി. പക്ഷേ ഇങ്ങനെ എവിടെയൊക്കെയോ ചില ഇടർച്ചകൾ സംഭവിച്ചു. അതൊക്കെയാണ് അതിൽ പറയുന്നത്. അതിൽ അടിയന്തിരാവസ്ഥ യെക്കുറിച്ച് കുറെ കാര്യങ്ങൾ പറയുന്നുണ്ടെങ്കിലും ശ്രദ്ധിച്ച് വായി ച്ചാൽ അറിയാം. ഞാൻ ഒരിക്കലും ഇന്ദിരാഗന്ധിയെ അങ്ങനെ കുറ്റം പറഞ്ഞിട്ടില്ല. കാരണം, അത് അങ്ങനെ സംഭവിച്ചു. അവർക്ക് സംഭ വിച്ച ഇടർച്ചകളാണ്.

- *ഡൽഹിയെപ്പറ്റിയുള്ള നോവലിൽ സ്വാഭാവികമായും അടിയന്തിരാ വസ്ഥ ഉണ്ടാകും. ആളുകൾ പ്രതീക്ഷിക്കുന്നത് അടിയന്തരാവസ്ഥ യെക്കുറിച്ച് വളരെ ഉറച്ച ചില അഭിപ്രായപ്രകടനങ്ങൾ ഈ നോവലിൽ ഉണ്ടാകും എന്നാണ്. എന്നാൽ അത്രയ്ക്കൊന്നും ഇന്ദിരാ ഗാന്ധിയെ താങ്കൾ വിമർശിക്കുന്നില്ല. എന്തുകൊണ്ടാണിത് ?*

ഞാൻ പറഞ്ഞല്ലോ. ഇന്ദിരാഗാന്ധി എന്ന വ്യക്തിയെ വിമർശിക്കാൻ ഞാൻ ആഗ്രഹിച്ചിട്ടില്ല. പക്ഷേ അതിന്റെ ആഘാതങ്ങളാണ് ഞാൻ കാണിക്കുന്നത്. സഹദേവനിൽ എന്റെ ആത്മാംശം ഉണ്ടല്ലോ. സഹ ദേവന്റെ രീതിയിൽ പ്രതിഷേധം രേഖപ്പെടുത്തുന്നുണ്ട്. ആരും കാണാതെ, ചെറിയൊരു കത്തിയുമായി ഇറങ്ങി, സഞ്ജയ് ഗാന്ധി യുടെ പോസ്റ്റർ ഒക്കെ കുത്തിക്കീറുന്നുണ്ടല്ലോ.. അത് സിമ്പോളി ക്കായ ഒരു പ്രതിഷേധം ആണ്. പിന്നെ എഴുത്തുകാരൻ അത്രയ്ക്ക് ചെയ്താൽ മതി. രാഷ്ട്രീയക്കാരുടെ ഭാഷയാണ് കുറ്റപ്പെടുത്തലും അധിക്ഷേപവും ഒക്കെ. എഴുത്തുകാരന് അങ്ങനെ ചെയ്യേണ്ട ആവശ്യമില്ല. വളരെ 'സട്ടിൽ' ആയി ഞാൻ അത് ചെയ്യുന്നുണ്ട്. വായിക്കുമ്പോൾ അതിൽ വിമർശനം ഉണ്ട്.

- *എന്നാൽ അതിനപ്പുറം താങ്കൾ ചിലത് ചെയ്യുന്നുണ്ട്. സഞ്ജയ് ഗാന്ധിയുടെ നിർബന്ധിത വന്ധ്യംകരണത്തിന് ശേഷം എഴുത്തു കാരന്റെ പേന വന്ധ്യംകരിക്കപ്പെട്ടു എന്നു പറയുന്നു. താങ്കളുടെ പേനയും അന്ന് വന്ധ്യംകരിക്കപ്പെട്ടുവോ?*

അന്ന് വന്ധ്യംകരിക്കപ്പെട്ടിരുന്നു. അടിയന്തരാവസ്ഥക്കാലത്ത് ഒരു വാക്ക് എഴുതാൻ പറ്റിയിട്ടില്ലായിരുന്നു. പക്ഷേ ഭാഗ്യവശാൽ പേനയുടെ വന്ധ്യംകരണം റിവേഴ്സിബിൾ ആയിരുന്നു. പിന്നെ കഥാപാത്രങ്ങളുടെ, ഇതിലുള്ള മനുഷ്യരുടെ വന്ധ്യംകരണം അങ്ങനെ റിവേഴ്സ് ചെയ്യാൻ പറ്റാത്തതായിരുന്നു. എന്നന്നേക്കുമായി അവർ ഷണ്ഡന്മാരായിട്ട് മാറിപ്പോയിരുന്നു. ഭാഗ്യവശാൽ പേനയ്ക്കങ്ങനെ സംഭവിച്ചിട്ടില്ല.

- *അടിയന്തിരാവസ്ഥയിൽ വന്ധ്യംകരിക്കപ്പെട്ട പേന ഇപ്പോൾ താങ്കൾ തിരിച്ചെടുക്കുമ്പോൾ കുറച്ചുകൂടി ശക്തമായിട്ട് അത് ഉപയോഗിക്കേണ്ടിയിരുന്നില്ലേ ഈ നോവലിൽ?*

എന്റെ രീതിയിൽ ഞാൻ കൺസീവ് ചെയ്തത് അങ്ങനെയാണ്. വളരെ വയലന്റായി ഒന്നും വേണ്ടാന്നല്ല. സെൻസിറ്റീവ് ആയി കാര്യങ്ങൾ പറയുക എന്നതാണ്. നമുക്കൊരു നോവൽ പല വിധത്തിൽ എഴുതാം. പക്ഷേ ഭാഷ എഴുത്തുകാരന്റെ ഭാഷയായിരിക്കണം. എഴുത്തുകാരൻ സെൻസിറ്റീവ് ആണ്. സെൻസിറ്റീവ് ആയ ഭാഷയാണ് നല്ലത്. ശക്തമായ ഭാഷാ അധിക്ഷേപങ്ങൾ രാഷ്ട്രീയക്കാരുടേതാണ്. ഞാൻ രാഷ്ട്രീയക്കാരെ കുറ്റം പറയുകയല്ല. നല്ല രാഷ്ട്രീയക്കാരുണ്ട്. പക്ഷേ രാഷ്ട്രീയ നേതാവാണ് നോവൽ എഴുതിയതെങ്കിൽ ചിലപ്പോൾ അങ്ങനെയായിരിക്കും ഞാൻ പറഞ്ഞതുപോലെയുള്ള 'സട്ടിൽ' ആയിട്ടുള്ള കാര്യങ്ങൾ അതിലുണ്ടാവില്ല. അന്നത്തെ സഞ്ജയ് ഗാന്ധിയേയും ഇന്ദിരാഗാന്ധിയേയും അധിക്ഷേപിക്കുന്ന ഒന്നായി മാറുമായിരുന്നു. അങ്ങനെ ഒരു രാഷ്ട്രീയ നേതാവ് എഴുതട്ടെ.

- *ഫ്രഞ്ച് എംബസിയിൽ താങ്കൾക്ക് നല്ലൊരു ജോലി ഉണ്ടായിരുന്നു. അതിനുശേഷം മക്കളെ നന്നായി പഠിപ്പിച്ചു. ഇപ്പോൾ മകൾ അമേരിക്കയിൽ ആണ്. അങ്ങനെ സ്വസ്ഥമായി ജീവിതം നയിക്കുന്നതിലപ്പുറം ഈ സമൂഹത്തിനുവേണ്ടി എഴുത്തല്ലാതെ എം. മുകുന്ദൻ ഒന്നും ചെയ്തിട്ടില്ല എന്ന് ആക്ഷേപിച്ചുകൂടേ?*

എന്താണ് ഞാൻ ചെയ്യേണ്ടത്? പലർക്കും ഞാൻ ദാനം നൽകുന്നുണ്ട്. ഉദാരമായിട്ട് സംഭാവന നൽകുന്നുണ്ട്. പിന്നെ എഴുത്തുകാരൻ എഴുതുകയല്ലാതെ വേറെ എന്താണ് ചെയ്യേണ്ടത്, സമൂഹത്തിന് വേണ്ടി? ഞാൻ വോട്ട് ചെയ്യുന്നുണ്ട്. പിന്നെ സമൂഹത്തിന് വേണ്ടി എന്ത് ചെയ്യണം? സമൂഹത്തിനുവേണ്ടി ചെയ്യണം എന്നുണ്ടെങ്കിൽ ഒരുപക്ഷേ രാഷ്ട്രീയ പാർട്ടിയിൽ ചേരുക, എന്നിട്ട് പൊതുമുതൽ കൊള്ളയടിക്കുക. ഇതൊക്കെയാണ് സാമൂഹ്യസേവനം. തീഹാർ ജയിലിൽ പോകുക. അങ്ങനെയും ചെയ്യാം നമുക്ക്.

കനിമൊഴി പോയതുപോലെ അതാണ് സമൂഹം ആവശ്യപ്പെടുന്ന തെങ്കിൽ. കനിമൊഴിയെപ്പോലെ കവിത എഴുതുകയും ചെയ്യാം. അഴി മതിയിൽ പങ്കാളിയാവുകയും ചെയ്യാം. അങ്ങനെയും ആവാം.

- *ഇതിലൊന്നും ഇടപെടാതെ, നൊസ്റ്റാൾജിയ തിന്ന് ജീവിക്കുന്ന ചില എഴുത്തുകാരുണ്ട്. അതുപോലെ ആയാൽ മതിയെന്നാണോ?*

ഇല്ല, ഞാൻ അങ്ങനെ ആകുന്നില്ലല്ലോ. എന്റേതായ രീതിയിൽ ഞാൻ എപ്പോഴും ഇടപെടുന്നുണ്ട്. നമ്മൾ ഇത്രയും നേരം സംസാരിച്ചത് അതാണല്ലോ. കേശവന്റെ വിലാപം, ദിനോസറിന്റെ കാലം, ഡൽഹി ഇതിലൊക്കെ ഇടപെടലുണ്ട്. പക്ഷേ എന്റെ ഇടപെടലുകൾ വളരെ ലൗഡ് എന്ന് പറയില്ല. അങ്ങനെയൊന്നും അല്ല. എല്ലാവരും കേൾക്കുന്ന രീതിയിൽ ശബ്ദമുഖരിതമായ ഇടപെടലുകൾ അല്ല. എന്റേതായ രീതിയിൽ ഞാൻ ഇടപെടും. ശക്തമായി ഇടപെടുന്നുണ്ട്. പക്ഷേ ആക്ടിവിസ്റ്റായിട്ടല്ല.

- *പി.സി. ജോർജ്ജിന്റെ ഭാഷ, വി.എസിന്റെ ഭാഷ, എം.വി. ജയരാജന്റെ ഭാഷ, ഗണേശ് കുമാറിന്റെ ഭാഷ ഇതൊക്കെയാണ് ഇവിടെ ചർച്ചാ വിഷയം. അപ്പോൾ ഇവരൊന്നും പൊതുസദസ്സുകളിൽ കേരള സമൂഹം പ്രതീക്ഷിക്കുന്ന സാംസ്കാരിക നിലവാരം പുലർത്തുന്നില്ല എന്നാണ് തോന്നുന്നത്. ഇവിടെ കുറച്ചു നാളെങ്കിലും ഉണ്ടായിരു ന്നതുകൊണ്ട് താങ്കൾക്കും അങ്ങനെ തോന്നുന്നുണ്ടോ?*

ഭാഷയുടെ കാര്യത്തിൽ ശ്രദ്ധിക്കണം. അത് ആരായാലും. ഞാൻ പോലും ശ്രദ്ധിക്കണം. സഭ്യേതരമായ ഭാഷ ഉപയോഗിക്കുന്നത് ശരിയല്ല. ആരായാലും. എഴുത്തുകാരായാലും നേതാവായാലും. പിന്നെ എഴുത്തുകാരേക്കാൾ കൂടുതൽ മാതൃകയാക്കി എടുക്കുന്നത് നേതാക്കളെയാണ്. എഴുത്തുകാരെ സമൂഹം വഴികാട്ടിയായി കരുതുന്നില്ല.

- *അപ്പോൾ എഴുത്തുകാരേക്കാൾ ഉത്തരവാദിത്വം നേതാക്കൾക്കുണ്ട്?*

തീർച്ചയായും ഉത്തരവാദിത്തം ഉണ്ട്. കാരണം, ജനങ്ങളെ നയിക്കുന്നത് എഴുത്തുകാർ അല്ല. എഴുത്തുകാരന് ഒരു ലക്ഷം ആളുകളെ നയിച്ചുകൊണ്ടുപോകാൻ സാധിക്കുമോ? ഒരു നേതാവിന് അത് സാധിക്കുന്നുണ്ട്, നേതാവ് കൂടുതൽ ശ്രദ്ധിക്കണം. ഭാഷയുടെ കാര്യത്തിൽ. സെൻസിറ്റീവ് ആയ ഒരാൾക്ക് മോശമായ ഒരു ഭാഷയിൽ സംസാരിക്കാൻ പറ്റില്ല. എനിക്ക് തോന്നുന്നത്, രാഷ്ട്രീയത്തിൽ ഇറങ്ങുമ്പോൾ നമ്മുടെ സെൻസിറ്റിവിറ്റി പോകും. വാസ്തവത്തിൽ അത് ഒരു പ്രൊഫഷൻ ആണല്ലോ. പ്രൊഫഷനാണ്, പണ്ടത്തെ പോലെയല്ല, പണ്ടൊക്കെ അതു കമ്മിറ്റ്മെന്റാണ്. പ്രതിബദ്ധത.

ഇന്നതല്ലല്ലോ. ഇന്നിപ്പോൾ പലരും മക്കളെ ഡോക്ടറാക്കുന്നു, എഞ്ചിനീയറാക്കുന്നു, നേതാവാക്കുന്നു. വൈകാതെ അച്ഛനോ അമ്മയോ കുഞ്ഞിനോട് വലുതാകുമ്പോൾ ആരാകണം എന്ന് ചോദിച്ചാൽ എനിക്ക് നേതാവാകണം എന്നു പറയും. അങ്ങനെയൊരു കാലം വരും. കാരണം നേതാവിന് എന്തുമാത്രം സുഖസൗകര്യങ്ങളോടെ ജീവിക്കാം ഇന്ന്. കാറുകൾ, ബംഗ്ലാവുകൾ, സ്വിസ് ബാങ്കിൽ അക്കൗണ്ടുകൾ. സ്വാഭാവികമായിട്ടും വൈകാതെ ഒരു കുട്ടി പറയും.

- *പക്ഷേ അതിന്റെ കൂടെ തീഹാർ ജയിലും ഉണ്ട്?*

അതുണ്ട്. അതാണ് നീതി. നൈതികത അല്ലെങ്കിൽ കാവ്യനീതി. കാവ്യനീതി എന്നുപറയുന്നത് ചിലപ്പോൾ അതായിരിക്കാം.

- *കമല സുരയ്യ മരിച്ച സമയത്താണെന്ന് തോന്നുന്നു താങ്കൾ എഴുതിയ ഒരു വാചകം ശ്രദ്ധിച്ചിരുന്നു. ചില സമയത്ത് ചിലത് തുറന്ന് പറയണമെന്ന് തോന്നും. എന്റെയുള്ളിൽ ഒരു കലാപകാരി ഉണ്ട്. ഉദ്ദേശിക്കാത്തത് ചിലത് പറഞ്ഞുപോകും. ആ കലാപകാരിക്ക് ഇപ്പോൾ പറയണം എന്ന് തോന്നുന്നതെന്താണ്?*

ഇവിടത്തെ രാഷ്ട്രീയം. അതിന്റെ ജീർണ്ണത, അത് എങ്ങനെ പറയണം എന്ന് എനിക്ക് തന്നെ അറിയില്ല. കാരണം ജീർണ്ണത പരിധി കടന്നിരിക്കുകയാണ്. അതിനെക്കുറിച്ച് എനിക്കു പറയണമെന്നുണ്ട്, കലഹിക്കണമെന്നുണ്ട്. പക്ഷേ കലാപത്തിന്റെ എന്തെങ്കിലും ഒന്ന്... എന്നിലും ഒരു കലാപകാരി അവശേഷിച്ചിട്ടുണ്ടോ എന്ന് അറിയില്ല. എനിക്ക് ഒരു സ്വപ്നവും ഉണ്ട്. അത് ഒരു നോവലാണ്. അത് എഴുതുമോ എന്ന് അറിയില്ല. അത് ഞങ്ങളുടെ നാട്ടിലെ കമ്മ്യൂണിസ്റ്റ് ഗ്രാമങ്ങൾ ആണ്. ഉത്തരകേരളത്തിൽ പുഴയുടെ കരകളിലുള്ള ഗ്രാമങ്ങളിൽ ഓരോ കൊച്ചു കൊച്ചു വീട്ടിലും. വീടുകൾക്ക് ഒരുപാടു കഥകൾ പറയാനുണ്ട്. ആത്മബലിയുടെ കഥ. ജയിലിൽ പോയ കഥ, രക്തസാക്ഷികളുടെ കഥ. അവിടെയൊരു വളപട്ടണം പുഴയുണ്ട്. ആ പുഴയുടെ മേൽപ്പാലം ഉണ്ട്. അതിലൂടെ ഞാൻ പോകുമ്പോൾ ആലോചിക്കും. എന്നെങ്കിലും ഇവരെക്കുറിച്ച് ഒന്ന് എഴുതണം. പക്ഷേ ധൈര്യമില്ല. ഒരു കൊച്ചു കഥയെഴുതിയതിന്റെ പേരിൽ കോലം കത്തിക്കുമെങ്കിൽ ഇങ്ങനെ കമ്മ്യൂണിസ്റ്റ് ഗ്രാമങ്ങളെപ്പറ്റി എഴുതിയാൽ എത്ര തവണ എന്റെ കോലം കത്തിക്കേണ്ടി വരും.

- *നഷ്ടമുണ്ടായ വ്യക്തികളുടേയും കുടുംബങ്ങളുടേയും വീക്ഷണത്തിലൂടെയാണ് താങ്കൾ എഴുതുന്നതെങ്കിൽ തീർച്ചയായും വലിയ പ്രശ്നങ്ങൾ പ്രതീക്ഷിക്കാം. അതിനുള്ള ധൈര്യമുണ്ടോ?*

ധൈര്യമില്ല. ധൈര്യമില്ലാത്തതുകൊണ്ടാണ് എഴുതാത്തത്. പലതവണ എഴുതണമെന്ന് വെച്ചതാണ്. പക്ഷേ എനിക്ക് തോന്നുന്നില്ല

അത് എഴുതാമെന്ന്. ഒരുപക്ഷേ എന്നിലെ കലാപകാരി അപ്രതീക്ഷിതമായിട്ട് പുറത്തിറങ്ങിവരും.

- *ജീവിതം ഡൽഹിയിൽതന്നെ ആണെങ്കിൽ ഒരുപക്ഷേ കഴിഞ്ഞേക്കും എന്ന് തോന്നുന്നുണ്ടോ?*

ഡൽഹിയിലാണെങ്കിൽ ഒരുപക്ഷേ കഴിഞ്ഞേക്കും. പക്ഷേ നാടിനെ ഉപേക്ഷിക്കേണ്ടിവരും. നാട്ടിലേക്ക് മടങ്ങിവരാൻ കഴിയാത്ത അവസ്ഥ. പക്ഷേ ഇത്രയും പറയുമ്പോൾ വിമർശനം എന്നല്ല ഞാൻ ഉദ്ദേശിക്കുന്നത്. ഒരുപാട് രക്തം ഒഴുകിയ കാര്യങ്ങളുണ്ട്. അതാണ് ഗാഥകൾ. വാസ്തവത്തിൽ ഡൽഹി ഗാഥകൾ എന്നുപറഞ്ഞതു പോലെ ഗാഥകൾ ആണ്. വലിയ കഥകളാണ്. വലിയ മനുഷ്യരുടെ കഥകളാണ്. പക്ഷേ വിമർശനം വരിക, അതിനുശേഷം എന്ത് സംഭവിച്ചു എന്നുള്ളതിനാണ്. അതിനുശേഷം നമ്മൾ ജീർണ്ണതയിലേക്ക് എത്തുമ്പോഴാണ് വിമർശനം വരിക. എത്രയോ പാവങ്ങളായ മനുഷ്യർ ആത്മബലി നടത്തി. അതാണ് വാസ്തവത്തിൽ ഗാഥ എന്നു പറയുന്നത്. ഒരുപക്ഷേ മറ്റൊരു ഗാഥ. ഗാഥകൾ എനിക്ക് എഴുതാൻ സാധിക്കും.

(2011)

ആനന്ദ്-സക്കറിയ

ഒരാൾ സൗമ്യൻ. മൃദുഭാഷി. ആൾക്കൂട്ടത്തിൽ ഏകൻ. ചരിത്രത്തിലും ദർശനങ്ങളിലും പ്രിയം. വിവാദങ്ങളോട് വിപ്രതിപത്തിയും.

അപരനും സൗമ്യൻ. മൃദുഭാഷിയും. പക്ഷേ ഭാഷണത്തിൽ പലപ്പോഴും തീക്കനൽ. വർത്തമാനത്തോടും ഭൗതികമായ അന്വേഷണങ്ങളോടും ഇഷ്ടം കൂടും. സമകാലിക വിവാദങ്ങളിൽ പലതിന്റേയും ആണിക്കല്ല്.

ആനന്ദും സക്കറിയയും. അവർ വേറിട്ടുനിൽക്കുന്നത് ചിന്തയുടെ ചന്തവും ആഴവും കൊണ്ടുകൂടിയാണ്. അവർ ആഴമേറിയ സൗഹൃദത്താൽ ബന്ധിതർ ആണ്. സക്കറിയ ഡൽഹിവിട്ട് തിരുവനന്തപുരത്തു വാസമുറപ്പിച്ചിട്ട് വർഷങ്ങളായെങ്കിലും ഡൽഹിയും തിരുവനന്തപുരവും തമ്മിലുള്ള ദൂരം അവർക്കിടയിൽ ഇപ്പോഴുമില്ല. എന്നാൽ പല കാര്യത്തിലും ആനന്ദിന്റേയും സക്കറിയയുടേയും നിലപാടുകൾക്ക് പക്ഷേ ഇത്ര സൗഹൃദമില്ല.

സാഹിത്യത്തിലും ജീവിതത്തിലും ഒരു തരത്തിലുള്ള ബാധ്യതകൾക്കും ദാസ്യപ്പെടാത്ത ആനന്ദ് ഹിന്ദുമത മൗലികവാദികളെ വേണ്ടതുപോലെ എതിർക്കുന്നില്ല എന്നൊരു തോന്നൽ സക്കറിയയ്ക്ക് ഉണ്ട്. തൂണിലും തുരുമ്പിലും മൗലികവാദം സക്കറിയ അനാവശ്യമായി കണ്ടെത്തുകയാണെന്ന വിചാരം ആനന്ദിനും.

കാർഗിൽ യുദ്ധത്തിന്റെ പശ്ചാത്തലത്തിൽ സമകാലിക സംഭവങ്ങളിൽനിന്ന് ചരിത്രത്തിലേക്കും തിരിച്ചും അവർ സഞ്ചരിച്ചപ്പോൾ ഇടപെടാൻ തോന്നിയതേയില്ല - ലേഖകൻ ഒരു സാക്ഷിയായി.

ആനന്ദിന്റെ ഇന്ത്യയും സക്കറിയയും

സക്കറിയ : ലക്ഷണമൊത്ത ഒരു ഫാഷിസ്റ്റ് ശക്തിയാവാനുള്ള എല്ലാ കോപ്പുകളുമുണ്ട് ബി.ജെ.പി.ക്ക്. ഫാഷിസത്തിന്റെ ചരിത്രം വായിച്ചവർക്ക് ഇത് പെട്ടെന്ന് മനസ്സിലാവും. രണ്ടു ബോംബ് ഉണ്ടാക്കിവെച്ചിട്ട് എല്ലാം പൂർത്തിയായി എന്ന മട്ടിലൊന്നും അവർ ഇരിക്കുന്നില്ല. ഇനിയുമുണ്ട് പലതും അജണ്ടയിൽ. ഇതൊന്നും അറിയാതെ ആവില്ല ഇവിടെ ഈ കേരളത്തിൽ എം.ജി.എസ്. നാരായണനെയും അക്കിത്തത്തേയും പോലുള്ളവർ ബി.ജെ.പി.യുടെ കൂടെ നടക്കുന്നത്. ആനന്ദുപോലും ഇതൊന്നും കണ്ടില്ലെന്ന് നടിക്കുന്നു.

ആനന്ദ് : (കുസൃതിയായി) എല്ലാവരും ശത്രുക്കളാണോ?

സക്കറിയ : പേരു പറയുമ്പോഴാണ് എല്ലാവർക്കും ക്ഷോഭം. അവിടേയും ഇവിടേയും തൊടാതെ അവ്യക്തമായി എന്ത് എഴുന്നള്ളിച്ചാലും കുഴപ്പമില്ല. പക്ഷേ ഉദാഹരണം പറഞ്ഞുപോയാൽ പ്രശ്നമായി. ഇവിടുത്തെ സമുദായത്തിന് ഒത്തുതീർപ്പുകളാണ് വേണ്ടത്. അതിനു വഴങ്ങാത്ത എന്തിനേയും മാധ്യമങ്ങൾ വിവാദം എന്ന വാക്ക് ഉപയോഗിച്ച് വീഴ്ത്തിക്കളയും. വ്യവസ്ഥിതിക്കു പുറത്തുവരുന്നതൊക്കെ വിവാദമാണോ?

ആനന്ദ് : ബി.ജെ.പി. ഒറ്റപ്പെട്ട പ്രതിഭാസമല്ല. ലോകമെങ്ങും മതങ്ങൾ തിരിച്ചുവരവിന്റെ പാതയിലാണ്. ഇക്കാര്യത്തിൽ ക്രിസ്തുമതം മാത്രമാണ് കുറച്ച് പിന്നിൽ. എന്റെ ഉത്കണ്ഠകൾ ബി.ജെ.പി.യിൽ ഒതുങ്ങിനില്ക്കുന്നില്ല. വിശാലാർത്ഥത്തിലേ എനിക്കിതു കാണാൻ കഴിയൂ. മൗലികവാദമോ, തീവ്രവാദമോ, ഏതു മതത്തിലും ആവട്ടെ, അത് പരസ്പരം ആക്രമണോത്സുകം ആവുന്നു എന്നതാണ് പ്രശ്നം?

സക്കറിയ : ഇവിടെ ബി.ജെ.പി.യാണ് മൗലികവാദം തോളിലേറ്റി നടക്കുന്നതെന്ന് നേരെ പറയാൻ എന്താണിത്ര വൈമുഖ്യം.

ആനന്ദ് : ഞാൻ പറഞ്ഞത് മൗലികവാദം എന്നത് കണിശതയില്ലാതെ ഉപയോഗിക്കുന്ന വാക്കാണെന്നാണ്. ഇത് എല്ലാ മത ങ്ങളിലും ഉണ്ട്. വർഗ്ഗീയത മറ്റു സമുദായങ്ങൾക്കും എതി രായ വികാരമായിരിക്കാം. പക്ഷേ അതിനുമുമ്പ് അത് സ്വന്തം സമുദായത്തിനും മതത്തിനുമാണ് ദ്രോഹം ചെയ്യുന്നത്. മത ത്തിന്റെ വിശ്വാസവും മൂല്യവും ആചാരവുമൊക്കെ നിശ്ച യിക്കുന്ന ചുമതല മൗലികവാദികൾക്കാവുമ്പോൾ അവർ പറയുന്നതാണ് മതം എന്നു വരുന്നു. ഭാവിയെക്കുറിച്ച് ആശങ്കപ്പെടണം എന്നെങ്കിലും കമ്മ്യൂണിസം പഠിപ്പിച്ചിരുന്നു. കമ്മ്യൂണിസം പരാജയപ്പെട്ടതിന്റെ ഒരു ശൂന്യത ഇപ്പോഴു മുണ്ട്. അതു നികത്തുന്നത് എല്ലാ മതങ്ങളിലേയും മൗലിക വാദികൾ ചേർന്നാണ്. ഒരു മതത്തെ മാത്രം എടുത്തുപറ യാൻ കഴിയില്ല.

സക്കറിയ : മതത്തിനു രാഷ്ട്രീയ ലക്ഷ്യം വരുമ്പോഴാണ് അപകടം പിറ ക്കുക. ഇത്തരം പൊളിറ്റിക്കൽ എഡ്ജിന്റെ പാർശ്വഫലമാണ് കാർഗിലിലെ യുദ്ധം എന്നു ഞാൻ പറയും. പുതിയൊരു ഹിറ്റ്ലറിനു ജന്മം കൊടുക്കാനുള്ള സൗകര്യമൊക്കെ ഇവിടെ യുണ്ട്. ഇവിടെ ചിലർ പുച്ഛഭാവത്തിൽ കാണുന്ന ഉത്തരേ ന്ത്യൻ ഗ്രാമീണന്റെ ആത്യന്തിക വിശകലനവും ജനാധിപത്യ ബോധവും ഇല്ലായിരുന്നെങ്കിൽ ഇറാനിൽ മുസ്ലിംകൾ ചെയ്ത തുപോലെ ഇന്ത്യയിൽ ഹിന്ദുക്കളും ചെയ്യുമായിരുന്നു. ഇന്ത്യ ഹിന്ദു രാഷ്ട്രമായേനേ. ഇതു ചെറിയ കാര്യമല്ല. ആനന്ദ് പറയുന്നതുപോലെ ഇത് വിശ്വാസത്തിന്റെ പ്രശ്നമായി എനിക്ക് തോന്നുന്നില്ല. അധികാരമാണ് പ്രശ്നം. അഡ്വാ നിയും ചില വ്യവസായികളും ചേർന്ന് കാർ വില്ക്കുമ്പോലെ ഇവിടെ ഹിന്ദുത്വം വില്ക്കാൻ ശ്രമിക്കുകയാണ്. മതം അധി കാര രാഷ്ട്രീയത്തിന്റെ മേഖലയിൽ കടക്കുകയും രാജ്യ സ്നേഹം ഹിന്ദുത്വത്തിന്റെ അളവുകോൽകൊണ്ട് നിർണ്ണ യിക്കുകയും ചെയ്യുമ്പോൾ തത്ത്വചിന്തയുടെ പരിവേഷമിട്ട് സംസാരിക്കരുത്. വിജയൻ ഉപയോഗിച്ച ആ വാക്കുകളു ണ്ടല്ലോ – ഇന്ത്യൻ സ്വത്വം – അതെനിക്കു കേട്ടുകൂടാ?

ആനന്ദ് : ബാബറി മസ്ജിദ് പൊളിച്ചപ്പോൾ അതിനെതിരെ ഏറ്റവും കൂടുതൽ ശബ്ദിച്ചതും ഹിന്ദുക്കൾ തന്നെയായിരുന്നു.

സക്കറിയ : ഉത്തരേന്ത്യയിലെ മുസ്ലിംകൾക്ക് അവരുടെ ഇടയിലെ മൗലികവാദികളെ തിരിച്ചറിയാൻ കഴിവുണ്ട്.

ആനന്ദ് : അവിടുത്തെ ഹിന്ദുക്കൾക്കും ഉണ്ട് ആ കഴിവ്.

സക്കറിയ : ഫാസിസത്തെ ഇനിയും വേണ്ടപോലെ തിരിച്ചറിഞ്ഞിട്ടില്ല എന്നാണ് എന്റെ തോന്നൽ

ആനന്ദ് : ഫാഷിസവും ലിബറലിസവും കമ്മ്യൂണിസവുമൊക്കെ യൂറോപ്പിന്റെ നിർമ്മിതികളാണ്. എന്നാൽ മതങ്ങളൊന്നും യൂറോപ്പിന്റെ ഉല്പന്നമല്ല. യൂറോപ്പിൽ സോവിയറ്റ് യൂണിയനിൽപോലും ഫാഷിസത്തിന് ഒരു മുഖമേ ഉണ്ടായിരുന്നുള്ളൂ. ഒരു വഴിയേ ഉണ്ടായിരുന്നുള്ളൂ. എന്നാൽ ഏഷ്യൻ സാഹചര്യം വിഭിന്നമാണ്. വൈവിധ്യം ഏഷ്യൻ സമൂഹത്തിന്റെ ദൗർബല്യം തന്നെയായിരുന്നു. എന്നാൽ അത് ഏറ്റവും വലിയ ശക്തിയായി രൂപപ്പെട്ടുവെന്നു പറയാം. ഉദാഹരണത്തിന് ജാതിവ്യവസ്ഥ. ഫാഷിസത്തിന് ആയാലും എല്ലാവരുടേയും പിന്തുണ കിട്ടില്ലെന്ന് ഉറപ്പുവരുത്തുന്നതും ഇതാണല്ലോ. അതായത് ബി.ജെ.പി.യിൽനിന്ന് നമ്മളെ രക്ഷിച്ചുനിർത്തുന്നത് ഏറ്റവും നികൃഷ്ടമായ ജാതിവ്യവസ്ഥയാണ്.

സക്കറിയ : അപ്പോൾ നമ്മെ രക്ഷിച്ചുനിർത്താൻ ജാതിവ്യവസ്ഥ പോലുമുണ്ട്. പക്ഷേ ഒ.വി.വിജയനെപ്പോലുള്ള ചിന്തകനെ ഇതിനൊന്നും കിട്ടില്ല. വിജയൻ കമ്മ്യൂണിസത്തെ വിമർശിക്കാൻ ചെലവാക്കിയതിന്റെ നൂറിലൊരു ഭാഗം വാക്കുകൾ എങ്കിലും ഹിന്ദുമൗലിക വാദികൾക്ക് എതിരെ ഉപയോഗിച്ചിട്ടുണ്ടോ. ഞാൻ പറയുന്നത് തെറ്റിദ്ധരിക്കരുത്. വിജയൻ മൗലികവാദിയാണെന്ന് ഞാൻ ഇന്നോളം പറഞ്ഞിട്ടില്ല. വിജയന് ഒരിക്കലും മതമൗലികവാദിയാവാൻ കഴിയില്ല. ഒരു ഭീരുവും ഒരു വിഡ്ഢിയും ആയാൽപോലും വിജയൻ മൗലികവാദിയാവില്ല. പക്ഷേ വിജയന്റെ മൗനത്തെപ്പറ്റിയും അതുവഴിയുള്ള സമ്മതത്തെപ്പറ്റിയും എനിക്ക് പറയാതിരിക്കാൻ വയ്യ.

ആനന്ദ് : ഞാൻ പറഞ്ഞുവല്ലോ. എന്റെ ഉത്കണ്ഠ വ്യത്യസ്തമാണ്. ഈ ഉപഭൂഖണ്ഡത്തിന്റെ ചരിത്രമെടുത്തുനോക്കൂ. ഫാഷിസത്തിന് അത്രവേഗം വഴങ്ങുന്നതാണോ ഇവിടുത്തെ സമൂഹം? മുസ്ലീം അധിനിവേശം തെക്ക് മധുരവരെ എത്തിയല്ലോ. എന്നിട്ടും ഇന്ത്യയിൽ മുസ്ലീംകൾ പത്തോ പതിനൊന്നോ ശതമാനമല്ലേയുള്ളൂ. ബ്രിട്ടീഷുകാർക്ക് വ്യാപാര താത്പര്യമായിരുന്നു മുന്നിലെങ്കിലും അവരുടെ വാഴ്ച ഒന്നര നൂറ്റാണ്ട് ഉണ്ടായിരുന്നു. അതുകൊണ്ട് ക്രിസ്ത്യാനികളുടെ സംഖ്യയൊന്നും കൂടിയില്ല. അവർ രണ്ടുശതമാനമല്ലേയുള്ളൂ. അപ്പോൾ എവിടെയോ ഒരു ബാലൻസ് ഉണ്ട്. നിശ്ചലതയുടെ ചില തലങ്ങൾ ഇടയ്ക്കിടെ ഉണ്ടാവുന്നുണ്ട്.

(ആനന്ദ് തുടർന്നു) ഹിന്ദു എന്നത് ഒരു മതമല്ല. അത് 'പേഗൻ ലൈഫി'ന്റെ തുടർച്ചയാണ്. ഗ്രീക്ക്, റോമൻ സംസ്കാരങ്ങളിൽനിന്ന് ഇത് അപ്രത്യക്ഷമായിരിക്കും. എന്നാൽ ഇന്ത്യയിൽ വിഗ്രഹാരാധനയും ബഹുദൈവവിശ്വാസവും

തുടരുന്നു. ഇതൊക്കെ പിടിച്ചുനിൽക്കുന്ന ഏകസ്ഥലം ഇന്ത്യയായിരിക്കാം. സെമറ്റിക് മതങ്ങളൊക്കെ നമ്മുടെ ചിന്തയെ സ്വാധീനിച്ചിട്ടുണ്ട്. വിഗ്രഹാരാധനയും ബഹുദൈവവിശ്വാസവും ചീത്തയാണെന്നു പറയുമ്പോൾ തന്നെ അവകൊണ്ടുണ്ടായ ചില ഗുണങ്ങൾ കാണാതിരുന്നുകൂടാ.

സക്കറിയ : അപ്പോൾ വിഗ്രഹങ്ങളെക്കൊണ്ടും ഗുണമുണ്ട്.

ആനന്ദ് : എനിക്ക് ദൈവവിശ്വാസമില്ല. ഒരു ദൈവത്തിലും എനിക്ക് വിശ്വാസമില്ല. പക്ഷേ ദൈവങ്ങളിൽ ഞാൻ വിശ്വസിക്കുന്നു. ഒരു ദൈവം കൊണ്ട് മറ്റൊരു ദൈവം റദ്ദായിപ്പോകുന്നതുകൊണ്ടാണ് എനിക്ക് ഈ വിശ്വാസം. എല്ലാവർക്കും കൂടി ഒരു ദൈവമായിരുന്നെങ്കിൽ വലിയ അപകടം ആവുമായിരുന്നു. ഹിന്ദു സമൂഹത്തിൽ തന്നെ സ്വയം ഹനിക്കുകയും മുന്നോട്ട് നയിക്കുകയും ചെയ്യുന്ന ഘടകങ്ങളുണ്ട്. ഒരുതരം സ്വയംരക്ഷാസംവിധാനമാണിത്. ഇതിങ്ങനെ പോരാ എന്ന നില ഇപ്പോൾ വന്നിട്ടുണ്ട്. ഇതിനെ ഒരു സംഘടനയാക്കാനാണ് ശ്രമം.

സക്കറിയ : ശ്രമം എന്നോ? ഇപ്പോഴും സംഘടന ഇല്ലെന്നാണോ പറയുന്നത്?

ആനന്ദ് : സംഘടന ഇല്ലാത്തതാണ് ഹിന്ദു. അതിന്റെ ആവശ്യവുമില്ല.

സക്കറിയ : സംഘടന ഇല്ലാത്തത് ആയിരുന്നു എന്നു പറയെന്റെ ആനന്ദേ.

ആനന്ദ് : മറ്റു മതങ്ങളെപ്പോലെ ഇതിനെയും സംഘടന ആക്കാനുള്ള ശ്രമം ബി.ജെ.പി.യോ ആർ.എസ്.എസ്സോ തുടങ്ങിയതല്ല. ബ്രഹ്മസമാജത്തിന്റെ കാലം മുതൽ ഈ ശ്രമമുണ്ട്. ബ്രഹ്മസമാജം അത്ര ഉപദ്രവം ചെയ്തില്ല. പിന്നീട് ആര്യസമാജവും പ്രാർത്ഥനാസമാജവും സത്യശോധൻ സമാജവും ഈ വഴിക്കാണ് നീങ്ങിയത്. ആര്യസമാജം കൊണ്ടുപിടിച്ചു ശ്രമിച്ചതാണ്. സത്യശോധൻ സമാജം ദളിതർക്കുവേണ്ടി നിലകൊണ്ടതുകൊണ്ട് ബ്രഹ്മസമാജത്തിന് എതിരായിരുന്നു. പ്രാർത്ഥനാസമാജം കൃത്യമായ വഴിയറിയാതെ ആശയക്കുഴപ്പത്തിൽ ആയിരുന്നു. ബാലഗംഗാധരതിലകന്റെ കാലം മുതലാണ് ഹിന്ദുക്കൾ രാഷ്ട്രീയവത്കരിക്കപ്പെട്ടുതുടങ്ങിയത്. സ്വാതന്ത്ര്യസമരത്തെ തിലകനും മറ്റും ഹിന്ദുമുന്നേറ്റമാക്കാൻ ശ്രമിച്ചിരുന്നു. പിന്നീട് ഗാന്ധിജിയൊക്കെ ഇത് ചെറുത്തുനില്ക്കുകയാണ് ചെയ്തത്. ഇപ്പോൾ ബി.ജെ.പി. ഗാന്ധിജിയെ ക്വോട്ടു ചെയ്യുന്ന സ്ഥിതിയായി. സി.പി.എമ്മാവട്ടെ വൈക്കം സത്യാഗ്രഹത്തിനുവരെ അവകാശവാദം ഉന്നയിക്കുന്നു.

സക്കറിയ : സി.പി.എം. ഒരു അഖിലേന്ത്യാ മതമൊന്നുമല്ല. അതിന് അങ്ങനെ ഒരു അപകടവുമില്ല.

ആനന്ദ് : ചെറിയ അപകടം എന്നൊന്നില്ല. സി.പി.എമ്മിന്റെ ചെറിയ സ്വാർത്ഥതാത്പര്യങ്ങൾ അതിന്റേതായ അപകടങ്ങൾ ഉണ്ടാക്കുന്നുണ്ട്.

സക്കറിയ : ബി.ജെ.പി.യുടെ അഖിലേന്ത്യാ പവർഗെയിമും സി.പി.എമ്മും തമ്മിൽ താരതമ്യപ്പെടുത്തരുത്. ആനന്ദ് വിജയന്റെ വഴിക്ക് പോവരുത്. കിംഇൽസുങ്ങിനെപ്പറ്റിയും സ്റ്റാലിനെപ്പറ്റിയുമൊക്കെ മാത്രം സംസാരിക്കുന്ന യന്ത്രപ്പാവയായിപ്പോയി വിജയൻ. ഒ. രാജഗോപാലിനെപ്പറ്റി സംസാരിക്കാൻപോലും ഇപ്പോൾ ധൈര്യമുണ്ടാവില്ല എന്നാണ് എനിക്ക് തോന്നുന്നത്.

ആനന്ദ് : ഞാൻ പറഞ്ഞുവന്നത് പൂർത്തിയാക്കട്ടെ. വിഗ്രഹാരാധനയ്ക്ക് എതിരായ ആര്യസമാജമൊക്കെത്തന്നെയാണ് പിന്നീട് വിഗ്രഹാരാധനക്കാരായ ഹിന്ദുക്കളെ സംഘടിപ്പിക്കാൻ ശ്രമിച്ചത്. പിന്നെപ്പിന്നെ അതുവരെ ഇല്ലാതിരുന്ന പലതും വന്നു. ഗണേശോത്സവം, ദുർഗ്ഗാപൂജ... എന്നിങ്ങനെ. എങ്കിലും ഹിന്ദുക്കൾക്ക് ഒരു നേട്ടവും ഉണ്ടായി. രാജാറാം മോഹൻ റായിയും മറ്റും സാമൂഹിക പരിഷ്കരണത്തിൽകൂടി ശ്രദ്ധിച്ചതിനാൽ അവർ ഇന്ത്യയിലെ മുസ്ലിംകളേക്കാൾ സാമൂഹികജീവിതത്തിൽ അമ്പതുകൊല്ലം മുന്നിലായി. ഇസ്ലാമിൽ അത് അമ്പതുവർഷം കഴിഞ്ഞേ വന്നുള്ളൂ എന്ന് അർത്ഥം. ഇപ്പോഴുമുണ്ട് ഈ വിടവ്.

സക്കറിയ : ക്രിസ്ത്യാനികൾക്ക് എന്തുകൊണ്ട് ഈ പ്രശ്നം ഉണ്ടായില്ല?

ആനന്ദ് : അവർ വളരെച്ചെറിയ സമൂഹം ആയിരുന്നുവല്ലോ. ബ്രിട്ടീഷുകാർ ഹിന്ദുക്കളെയും മുസ്ലീംകളേയും പ്രോത്സാഹിപ്പിക്കാതിരുന്നുമില്ല. കൽക്കട്ടയിൽ ഇംഗ്ലീഷ് വിദ്യാഭ്യാസം ആരംഭിച്ച കാര്യം ഓർക്കുക. 1911 ൽ അല്ലേ ഭരണം ഡൽഹിയിൽ നിന്നായുള്ളൂ. അതുവരെ എല്ലാം കൽക്കട്ടയിൽ ആയിരുന്നല്ലോ.

സക്കറിയ : ബ്രിട്ടീഷുകാർക്ക് എതിരെയുള്ള സമരത്തിന് മതത്തിന്റെ മാർഗ്ഗവും ഉപകരിച്ചു എന്നുപറയാം. ഉദാഹരണത്തിന് അരബിന്ദോയുടെ റോൾ.

ആനന്ദ് : അരബിന്ദോ ഹിന്ദുക്കളുടെ സംഘടനാവൽക്കരണ പദ്ധതിയുടെ ഭാഗം തന്നെയായിരുന്നു. ഭീകരപ്രവർത്തകൻ ആയിരുന്ന അരബിന്ദോ പെട്ടെന്നൊരു ദിവസം സന്ന്യാസി ആകുകയായിരുന്നല്ലോ. ദേശീയപ്രസ്ഥാനവും ഹിന്ദുമഹാസഭയുമൊക്കെ ഒരു ഘട്ടത്തിൽ കൂടിക്കുഴഞ്ഞു. ഹിന്ദുക്കളുടെ

വക്താക്കളിൽ പലരേയും സ്വാതന്ത്ര്യസമരസേനാനികളായി കാണേണ്ടിവന്നു. കോൺഗ്രസിൽ ചേരാൻ പട്ടേൽ ഹിന്ദുമഹാസഭക്കാരെ ആഹ്വാനം ചെയ്തുവല്ലോ. വാസ്തവത്തിൽ പുരുഷോത്തംദാസ് ടണ്ഡൻ കോൺഗ്രസ്സിന്റെ തലപ്പത്ത് എത്തിയ കാലത്തും കോൺഗ്രസും ഹിന്ദുത്വവാദികളും തമ്മിൽ വ്യത്യാസം ഉണ്ടായിരുന്നില്ല.

സക്കറിയ : അതു നൂറുശതമാനം ശരിയാണ്. ഒരു ലിബറൽ ഡെമോക്രാറ്റ് എന്ന നിലയിൽ പിന്നീട് കോൺഗ്രസിനെ മതനിരപേക്ഷമാക്കാൻ നെഹ്റു വഹിച്ച പങ്ക് നിസ്തുലമാണ്.

ആനന്ദ് : പുരുഷോത്തംദാസ് ടണ്ഡൻ കോൺഗ്രസ്സ് പ്രസിഡന്റ് സ്ഥാനം രാജിവെയ്ക്കുന്നതുവരെ നെഹ്റു കോൺഗ്രസ് വർക്കിങ്ങ് കമ്മിറ്റി യോഗങ്ങളിൽ പങ്കെടുത്തില്ല. ഒടുവിൽ ടണ്ഡന് രാജിവെയ്ക്കേണ്ടിവരികയായിരുന്നു. തെരഞ്ഞെടുത്ത നേതാവിനെ നെഹ്റു അംഗീകരിക്കാത്തത് ജനാധിപത്യവിരുദ്ധമായി കാണരുത്. അത് ആശയങ്ങളോടും മൂല്യങ്ങളോടും നെഹ്റുവിന് ഉണ്ടായിരുന്ന പ്രതിബദ്ധതയുടെ പ്രതിഫലനമായിരുന്നു. സുഭാഷ് ചന്ദ്രബോസിനായിരുന്നു കോൺഗ്രസിന്റെ നേതൃത്വമെങ്കിൽ ഗാന്ധിജിയിൽനിന്നും നെഹ്റുവിൽനിന്നും കിട്ടിയ മതേതര ആശയങ്ങളാവില്ലായിരുന്നു കോൺഗ്രസിനെ നയിക്കുന്നത്.

സക്കറിയ : ദേശസ്നേഹം ഒക്കെ ശരി. സുഭാഷ് ചന്ദ്രബോസ് കടുത്ത ഫാഷിസ്റ്റ് ആയിരുന്നു?

(സക്കറിയ തുടർന്ന് തന്നെപ്പറ്റിയുള്ള ഒരു ആക്ഷേപത്തിലേക്ക് കടന്നു.)

സക്കറിയ : ഹിന്ദുമതവും ഹിന്ദുത്വവാദവും കൂട്ടിക്കുഴയ്ക്കുന്നതിനെ കണ്ണടച്ച് എതിർക്കുന്നവനാണ് ഞാൻ. ചിലർ പറയും ഇത് ഞാനൊരു ഫാഷനുവേണ്ടി ചെയ്യുന്നതാണെന്ന്. എതിർപ്പുകൊണ്ട് അവരുടെ മൂല്യം വർദ്ധിപ്പിക്കുകയാണെന്ന് മറ്റു ചിലർ. എന്നാൽ എനിക്കിത് സ്വന്തം മനഃസ്സാക്ഷിയുടെ പ്രശ്നമാണ്. അഡ്വാനിയേയും വാജ്പേയിയേയും വിമർശിച്ചാൽ ഞാൻ ഹിന്ദു വിരോധിയാവുന്നു. ഇപ്പോൾ ജോർജ്ജ് ഫെർണാണ്ടസിനെ വിമർശിച്ചാലും ഹിന്ദു വിരോധിയാവും. എന്റെ വിമർശനം വിജയനേയും ബാലചന്ദ്രൻ ചുള്ളിക്കാടിനേയും പോലുള്ളവർ തെറ്റിദ്ധരിക്കുന്നു. അവർ അങ്ങനെ ധരിക്കുന്നതിന് ഞാനെങ്ങനെ ഉത്തരവാദിയാവും. ഞാൻ പറഞ്ഞല്ലോ, ഇത് എന്റെ മാന്യതയ്ക്കുവേണ്ടിയുള്ള ഒരു സംപ്രേഷണം അല്ല. മനഃസാക്ഷിയുടെ പ്രശ്നമാണ്. പലരും ഇതേക്കുറിച്ച് സംസാരിക്കുന്നില്ല എന്നതു ശരി.

അതവരുടെ രീതി. ഞാൻ ഈ കേരളത്തിൽ ജീവിക്കുന്നവനാണ്. കൺമുമ്പിൽ കാണുന്നതുകൊണ്ടാവും എനിക്കിതു വിളിച്ചു പറയാൻ തോന്നുന്നത്.

ആനന്ദ് : ഇതുപക്ഷേ ഇന്ത്യയുടെ പ്രശ്നമല്ലേ? കേരളത്തിന്റെ പ്രശ്നമല്ലല്ലോ.

സക്കറിയ : എന്റെ കണ്ണുവെട്ടത്തു നടക്കുന്ന കാര്യമാണ് ഞാൻ പറയുന്നത്. വർത്തമാന രാഷ്ട്രീയത്തിലേക്ക് കടക്കാൻ എന്താണിത്ര പേടി. ഇപ്പോഴത്തെ കാര്യത്തിലേക്ക് വരാതെ തത്ത്വചിന്തയുടെ പിന്നാലെ പോവരുത്. വിജയന് രാഷ്ട്രീയ ബോധവും പശ്ചാത്തലവും പരിശീലനവുമൊക്കെയുണ്ട്. പക്ഷേ ആ പാവവും സമ്പൂർണ്ണ മൗനത്തിലായിപ്പോയി.

ആനന്ദ് : ഫിലോസഫിക്കൽ ആയിട്ടല്ല ഹിസ്റ്റോറിക്കൽ ആയിട്ടാണ് ഞാൻ ഇത് കാണുന്നത്. അങ്ങനെ നോക്കുമ്പോൾ മൗലികവാദത്തിന്റെ പാരമ്യം ബി.ജെ.പി. അല്ലാ ശിവസേനയും ബജ്രംഗ്ദളുമാണ്.

സക്കറിയ : എന്തിനാണ് മക്കളെ അച്ഛനമ്മമാരിൽനിന്ന് വേറിട്ടു കാണുന്നത്. യാഥാർത്ഥ്യം അംഗീകരിക്കാനുള്ള മടികൊണ്ടോ?

ആനന്ദ് : ബി.ജെ.പി.യെ മാത്രമായി എടുക്കരുത്. ഈ ട്രെന്റാണ് ശ്രദ്ധിക്കേണ്ടത്. എതിർക്കേണ്ടതും അതിനെത്തന്നെ. ബി.ജെ.പി. മറ്റൊരു കോൺഗ്രസ്സായി എന്നുവരാം. അപ്പോഴുമുണ്ടാവും ജയലളിതയും ഫെർണാണ്ടസുമാരും കൂടെ.

സക്കറിയ : വിശ്വഹിന്ദുപരിഷത്ത് എന്ന പേർ ആനന്ദ് ഉച്ചരിച്ചില്ല. അതെന്നെ ആകുലപ്പെടുത്തുന്നു.

ആനന്ദ് : രാഷ്ട്രീയത്തിലെ നീക്കുപോക്കുകൾക്കും ഗോഷ്ടികൾക്കും അതിരുകവിഞ്ഞ ശ്രദ്ധ കൊടുക്കരുത്. അത്രയ്ക്കൊന്നുമില്ല അത്. നമ്മുടെ നാട്ടുകാർ ഇതേക്കുറിച്ചൊക്കെ വലിയ വ്യസനമുള്ളവരായി എനിക്കു തോന്നിയിട്ടില്ല. കാർഗിലിലെ യുദ്ധംപോലും കേരളത്തിൽ അത്ര കാര്യമാണോ?

സക്കറിയ : മറ്റു കാര്യങ്ങൾപോലെയല്ല യുദ്ധം. അത് ഇവിടെയും ഒരു ഉപാധിയാണ്. ആളുകളുടെ വികാരം ഉണർത്തി മുതലെടുക്കാൻ എങ്കിലും... ഇത് തെരഞ്ഞെടുപ്പിനുവേണ്ടി ബി.ജെ.പി. ഉണ്ടാക്കിയ യുദ്ധമാണ്. ബി.ജെ.പി.ക്കുവേണ്ടി ബി.ജെ.പി. ഉണ്ടാക്കിയ യുദ്ധം.

ആനന്ദ് : തെരഞ്ഞെടുപ്പിൽ യുദ്ധം ബി.ജെ.പി.ക്ക് സഹായമാവില്ല. അവർക്കത് പ്രശ്നമാകും എന്നാണ് എന്റെ തോന്നൽ.

സക്കറിയ : കാർഗിലിൽ രാഷ്ട്രീയ യുദ്ധമാണ്. ബി.ജെ.പി.യുടെ കഴുകൻ കണ്ണ് തെരഞ്ഞെടുപ്പിലാണ്.

ആനന്ദ് : യുദ്ധരംഗത്ത് എന്താണ് സംഭവിക്കുന്നത് എന്ന് കൃത്യമായി അറിയില്ല. എളുപ്പത്തിൽ ചെയ്യാവുന്ന ഒന്നല്ല യുദ്ധം. പ്രത്യേകിച്ചും തികച്ചും ദുഷ്കരമായ സാഹചര്യത്തിൽ. ഇത് ഇന്ത്യൻസേനയ്ക്ക് അനുകൂല സാഹചര്യമുള്ള യുദ്ധമല്ല. എന്നിരിക്കെ രാഷ്ട്രീയം മുന്നിൽ കണ്ട് ഇത്തരം സാഹസികതയ്ക്ക് ഒരുങ്ങുമെന്ന് വിശ്വസിയ്ക്കാൻ പ്രയാസമാണ്. ഹിന്ദുവിന് വേണ്ടിയാണോ ഇതൊക്കെ. ഹിന്ദുമതത്തെ നശിപ്പിക്കുന്ന കാര്യങ്ങളാണ് ഇപ്പോൾ നടക്കുന്നത്.

സക്കറിയ : ഇപ്പോൾ നടക്കുന്നത് എന്ന് അവ്യക്തമായി പറയാതെ എന്താണ് നടക്കുന്നതെന്നും ആരാണ് ഹിന്ദുവിനെ നശിപ്പിക്കുന്നതെന്നും പറയണം.

ആനന്ദ് : ഇവിടെ ഉപയോഗിക്കേണ്ട വാക്ക് ബൗദ്ധന്മാർ എന്നാണ്. ബുദ്ധമതക്കാരും ജൈനമതക്കാരും മാത്രമല്ല ക്രിസ്ത്യാനികളും മുസ്ലീംകളും ഹിന്ദുവിന്റെ ഒരു ഭാഗമാണ്.

സക്കറിയ : ഹിന്ദുവിനെ ഹിന്ദു തന്നേയല്ലേ നശിപ്പിക്കുന്നത്?

ആനന്ദ് : അതെ, ഹിന്ദുക്കളെയാണ് ഇതൊക്കെ ബാധിക്കുന്നത്. അവർ തന്നെയാണ് നശിപ്പിക്കുന്നത്.

സക്കറിയ : ആശ്വാസമായി. ഒടുവിലതു നേരെ പറഞ്ഞല്ലോ. ഒരു തെരഞ്ഞെടുപ്പ് ജയിക്കാനായി ബി.ജെ.പി. സൈന്യത്തെ യുദ്ധത്തിലേക്ക് തള്ളിവിട്ടു എന്ന് ആനന്ദിനു തോന്നുന്നില്ലേ?

ആനന്ദ് : ഒരു പുൽനാമ്പുപോലും വളരാത്ത സ്ഥലത്താണ് യുദ്ധം. ലഡാക്കിൽ മുമ്പ് ചൈന റോഡു പണിതതുപോലും നമ്മൾ അറിഞ്ഞില്ല എന്നോർക്കണം. ഇവിടെ വെടിവെയ്പ്പ് ഒക്കെ സാധാരണ സംഗതിയാണ്. 71-ലെ യുദ്ധത്തിൽ ഇന്ത്യ വീണ്ടെടുത്ത പ്രദേശമാണിതെന്നു തോന്നുന്നു. ഇപ്പോൾ പാക്കിസ്ഥാൻകാർ ഇവിടെ സ്ഥാനമുറപ്പിച്ചുവെങ്കിൽ ഇന്ത്യ ആപൽക്കരമായ സാഹചര്യത്തിലാണ് എന്നു പറയേണ്ടിവരും. അങ്ങോട്ടുമിങ്ങോട്ടുമുള്ള വെടിവെയ്പ്പുപോലും ഇപ്പോൾ മുമ്പത്തേതിലും ഗുരുതരമായി കാണണം. കാരണം, അണുബോംബുകളുടെ ഉടമസ്ഥത തന്നെ. വാസ്തവത്തിൽ ആണവശക്തിയായതുമൂലം ഇന്ത്യ ദുർബലമാവുകയായിരുന്നു.

സക്കറിയ : അങ്ങനെയെങ്കിൽ സൈന്യത്തിന് ബുദ്ധിയില്ലാഞ്ഞിട്ട് ആയിരിക്കും?

ആനന്ദ് : ഞാൻ സൈന്യത്തിൽ ഉണ്ടായിരുന്നു. അവർക്ക് അത്ര ബുദ്ധിക്കുറവില്ല.

സക്കറിയ : യുദ്ധം കഴിഞ്ഞാൽ രാജ്യസ്നേഹം, ക്രിക്കറ്റ് തുടങ്ങിയാൽ രാജ്യസ്നേഹം. അവനവന്റെ ജോലി നേരെചൊവ്വേ ചെയ്ത് ജീവിക്കുകയാണ് രാജ്യസ്നേഹം. അതുപറയാൻ ആളില്ല. ഈ കാർഗിൽ യുദ്ധമൊക്കെ ആർക്കുവേണ്ടി ആയിരുന്നുവെന്ന് ഇന്ത്യയിലെ ഗ്രാമീണർ നിശ്ചയിക്കും. തെരഞ്ഞെടുപ്പ് വരട്ടെ.

ആനന്ദ് : ജയലളിതയൊക്കെയാണ് ഇനിയും ഇന്ത്യയുടെ ഭാഗധേയം നിർണ്ണയിക്കാൻ പോകുന്നതെങ്കിൽ എനിക്ക് വോട്ട് ചെയ്യാൻ തന്നെ കഴിയില്ല.

സക്കറിയ : അഡ്വാനി അഴിമതി ചെയ്തിട്ടില്ലേ? ജയലളിത അഴിമതിക്കാരി തന്നെ. പക്ഷേ അഡ്വാനിയേക്കാൾ വലിയ അഴിമതി അവർ കാട്ടിയിട്ടുണ്ടോ? കോടതിയിൽ വന്ന കേസുകളുടെ എണ്ണം വെച്ച് അഴിമതിയുടെ കണക്കെടുക്കരുത്.

ആനന്ദ് : എല്ലാവരും അഴിമതിക്കാരാണ്. അതുകൊണ്ട് എല്ലാവരും തുല്യരാണ് എന്നു പറയുന്നത് എസ്കേപ്പിസമാണ്. ന്യൂഡൽഹി ഓക്‌ല മണ്ഡലത്തിൽ ജയലളിത സ്ഥാനാർത്ഥിയായാൽ ഞാൻ വോട്ട് ചെയ്യില്ല.

സക്കറിയ : അഡ്വാനിയും ജയലളിതയും തമ്മിലാണ് മത്സരമെങ്കിൽ ഞാൻ ജയലളിതയ്ക്ക് വോട്ടുചെയ്യും. വോട്ട് ചെയ്യാതിരിക്കുന്നതാണ് എസ്കേപ്പിസം.

ആനന്ദ് : അത്തരമൊരു സാഹചര്യത്തിൽ ഞാൻ ആർക്കും വോട്ടു ചെയ്യില്ല. ഞാൻ ചില തത്ത്വങ്ങളിൽ വിശ്വസിക്കുന്നു. അതു തന്നെയാണ് എനിക്ക് പ്രധാനം.

രോഗങ്ങളുടെ കടകളിൽ

ആനന്ദ്

ഹിന്ദുത്വചർച്ച അപൂർണ്ണമായി. ചെന്നുപെട്ട സ്ഥിതിക്ക് പകുതിവഴിയിൽ ഉപേക്ഷിക്കുന്നത് ശരിയാവില്ലല്ലോ. അതുകൊണ്ട് ഇത്രയും കൂടി.

1. മൗലികവാദത്തിന്റെ സ്വഭാവങ്ങൾ കാണിക്കുവാൻ തുടങ്ങിയിരിക്കുന്ന ഹിന്ദു തീവ്രവാദത്തിന്റെ ചരിത്രം മനസ്സിലാക്കേണ്ടത് ആവശ്യമാകുന്നത്, കാലത്തിനെതിരെ പ്രയാണം ചെയ്യുവാൻ ശ്രമിക്കുന്ന പ്രസ്ഥാനങ്ങളെ, വളർച്ചയ്ക്ക് പകരം ശരീരത്തിന്റെ തളർച്ചയ്ക്ക് കാരണമാകുന്ന രോഗങ്ങളെപ്പോലെ കാണണമെന്നുള്ളതുകൊണ്ടാണ്. രോഗത്തിനോട് പൊരുതുവാൻ അതിന്റെ ലക്ഷണങ്ങൾ മാത്രം പോരല്ലോ. പ്രത്യേകിച്ചും പെട്ടെന്നു വന്നു പോകുന്ന ജലദോഷമല്ല, കുറച്ചുമുമ്പേ തുടങ്ങിയതും വേഗമൊന്നും

മാറാൻ ഇടയില്ലാത്തതുമാണ് നമ്മുടെ മുമ്പിലെ രോഗം എന്നു വരുമ്പോൾ.

2. ബി.ജെ.പി. ഈ തെരഞ്ഞെടുപ്പിൽ ജയിക്കുന്നോ തോൽക്കുന്നോ എന്നതല്ല പ്രശ്നം. തോറ്റാലും ഹിന്ദുത്വവാദം തുടരുകതന്നെ ചെയ്യും. ഒരുപക്ഷേ കൂടുതൽ തീവ്രമായി. അഡ്വാനിയും ജോഷിയും സിംഗാളും രംഗത്തുനിന്നു പോയാലും അങ്ങനെത്തന്നെ നമ്മുടെ മുമ്പിലുള്ളത് തുടർന്നുകൊണ്ടിരിക്കുന്ന ഒരു പ്രവണതയാണ്. അതിനെയാണ് നേരിടേണ്ടത്.

3. പ്രശ്നം ബി.ജെ.പി.യിലേക്കോ, വി.എച്ച്.പിയിലേക്കോ കുറച്ച് വ്യക്തികളിലേക്കോ ചുരുക്കുന്നത് യാഥാർത്ഥ്യത്തിന്റെ നേരെ കണ്ണടയ്ക്കുകയാണ്. സക്കറിയ ബി.ജെ.പി.യെ കാണുന്ന പലയിടത്തും വേറെ ചിലരാണ് ഇരിക്കുന്നതെന്നർത്ഥം. വാസ്തവത്തിൽ, അതിന്റെ ഈയൊരു വർഷത്തെ ഭരണകാലത്ത് ബി.ജെ.പി., അതിനുമുമ്പ് ഭരിച്ച കോൺഗ്രസ് / ജനത ഗവൺമെന്റുകൾ ചെയ്തിട്ടില്ലാത്ത ഒന്നും ചെയ്തിട്ടില്ല. ബാബറി മസ്ജിദ് ഹിന്ദു തീവ്രവാദികൾക്ക് തുറന്നുകൊടുത്തത് കോൺഗ്രസ്സാണ്. അത് പൊളിച്ചതിനുശേഷം ആ സ്ഥാനത്ത് സ്ഥാപിച്ച് 'മേക്ക് ഷിഫ്ട് മന്ദിർ' എന്ന ഫ്രോഡിനെ പൊലീസ് കാവൽവെച്ച് സംരക്ഷിച്ചുനിർത്തിയത് കോൺഗ്രസിന്റേയും ജനതയുടേയും കമ്മ്യൂണിസ്റ്റ് പാർട്ടിയുടേയും മന്ത്രിമാരാണ്. സിഖ് മൗലികവാദം കോൺഗ്രസിന്റെ സൃഷ്ടിയായിരുന്നു. ഹിന്ദു-സിഖ്- മുസ്ലിം മതവികാരങ്ങളെ ഉണർത്തി. വർഗ്ഗീയ ലഹളകൾ നടത്തി. ഭീകരവാദത്തിന്റേയും വിഘടനവാദത്തിന്റേയും വിത്തുകൾ പാകി, രാജ്യത്തെ നാശത്തിന്റെ വക്കിലെത്തിച്ചു നിർത്തിയതും കോൺഗ്രസ് തന്നെ (നെഹ്റുവിനുശേഷമുള്ള കോൺഗ്രസ്). ഇന്ത്യയ്ക്ക് വെളിയിൽ ശ്രീലങ്കയിലേക്ക് കൂടി ഭീകരവാദത്തെ ആയുധങ്ങൾ സഹിതം കയറ്റി അയച്ചു. അവരും ദ്രാവിഡകക്ഷികളും ഫാഷിസത്തിന്റെ ആദ്യത്തെ മാതൃക നാം കോൺഗ്രസ്സിൽനിന്നാണ് മനസ്സിലാക്കിയത്. ബി.ജെ.പി.യും അവരിൽനിന്ന് പഠിച്ചതേയുള്ളൂ. അണുബോംബും കോൺഗ്രസ്സിന്റേയും ജനതയുടേയും സംഭാവനയായിരുന്നു. അതുകൊണ്ട് വാജ്പേയി കുറ്റവിമുക്തനാകുന്നില്ലെങ്കിലും. ഇന്ത്യയിലെ എല്ലാ രാഷ്ട്രീയ കക്ഷികളും (മതമൗലികവാദികളുമായുള്ള സ്വന്തം ഫ്ളെർട്ടേഷനുകളെ ന്യായീകരിക്കുവാനായി സാധു ഗാന്ധിജി പോലും മതമൗലികവാദിയായിരുന്നുവെന്ന് കണ്ടുപിടിച്ച) കമ്മ്യൂണിസ്റ്റുകളടക്കം ഈ വ്യവസായത്തിൽ ധാരാളം മുതൽമുടക്കിയിട്ടുണ്ട്. വേണ്ടത്ര ലാഭം കൊയ്തിട്ടുണ്ട്. ഇന്ന് അവരുടെ കമ്പനികൾക്ക് ധാരാളം ഗ്ലോബൽ പാർട്ണർമാരുണ്ട്. വ്യവസായം മൾട്ടി നാഷണലായി. ഓഹരികളാകട്ടെ, വ്യക്തികളിൽ നിന്നും കക്ഷികളിൽനിന്നും കൈവിട്ടുപോയി. ആർക്കും വാങ്ങാവുന്ന ഓപ്പൺ മാർക്കറ്റിൽ എത്തിയിരിക്കുകയും ചെയ്യുന്നു.

4. മൗലികവാദം ഒരു രോഗമാണ്. ഒരു കൂട്ടരിൽനിന്ന് വേറൊരുവരിലേക്ക് എളുപ്പം പകരുന്നത്. അതിനെ ആ വിധത്തിൽ കാണണം. ചികിത്സ രോഗത്തിന് ആയിരിക്കുകയും വേണം. ഒരു പ്രത്യേക രോഗിക്ക് മാത്ര മല്ല, ഹിന്ദു രാഷ്ട്രത്തിനുവേണ്ടി വാദിക്കുന്ന ആർ.എസ്.എസുകാരനും മതവും രാഷ്ട്രീയവും വേർപ്പെടുത്താനാവില്ലെന്നും ലോകത്തെ മോചി പ്പിക്കുവാൻ ഇസ്ലാമിക് ഭരണകൂടങ്ങൾക്കേ കഴിയൂ എന്നും വാദി ക്കുന്ന ജമാ അത്തെ ഇസ്ലാമിക്കാരനും ഒന്നുപോലെ രോഗത്തിന് ഇരകൾ തന്നെ. എല്ലാവരും അവരുടെ പത്രങ്ങൾ വഴിയും 'സാംസ്കാ രിക സമ്മേളനങ്ങ'ളുടേയും 'വിചാരകേന്ദ്രങ്ങളു'ടേയും 'മനുഷ്യാ വകാശ സമിതി'കളുടേയും പുകമറയ്ക്ക് പിന്നിൽ ഒളിച്ചും അതിനെ പരത്തുന്നതിൽ വ്യാപൃതരായിരിക്കുന്നു. സത്യം തിരിച്ചറിയുവാൻ, പക്ഷേ നമ്മുടെ ഏറ്റവും വലിയ സമ്പത്തായ ഗ്രാമീണ ജനതയ്ക്ക് കഴിയുന്നുണ്ടെന്നുതന്നെയാണ് എന്റെ വിശ്വാസം. ഏറെ രോഗ ങ്ങളോട് പൊരുതി അതിജീവിച്ചിട്ടുള്ള ഒരു സമൂഹമാണ് ഇത്.

5. ഏതായാലും ബി.ജെ.പി., വി.എച്ച്.പി. പോലുള്ള രോഗങ്ങളുടെ പ്രതിവിധി ലാലുയാദവും മുലായം യാദവും ജയലളിതയും പോലുള്ള പ്രതിഭാസങ്ങളും മാഫിയാസംഘങ്ങളും അല്ലതന്നെ. ഒരു രോഗത്തെ വേറൊരു രോഗംകൊണ്ട് ചികിത്സിക്കാനാവില്ല. നമ്മുടെ രാഷ്ട്രീയ നേതൃത്വങ്ങളാകട്ടെ, മരുന്നിന്റെ കടകളിലല്ല, രോഗങ്ങളുടെ കട കളിലാണ് ഷോപ്പിങ്ങ് നടത്തുന്നത്. രോഗങ്ങളേ അവർക്ക് പരിചയ മുള്ളൂ. ആരോഗ്യം എന്ന വസ്തുത അവർ മനസ്സിലാക്കിയിട്ടില്ല എന്ന പോലെ.

6. ജനതയുടെ ഭാഷയും നമ്മുടെ രാഷ്ട്രീയകക്ഷികൾക്ക് ഇനിയും മനസ്സിലായിട്ടില്ല. അമ്പത് കൊല്ലത്തെ പരീക്ഷണത്തിനുശേഷം ഇന്ത്യൻ ജനത ഇന്ന് ആവശ്യപ്പെടുന്നത് - മുറവിളി കൂട്ടുന്നത് - നഷ്ടപ്പെട്ടുകൊണ്ടിരിക്കുന്ന മൂല്യങ്ങളുടെ പുനരധിവാസത്തിനാണ്. ഗാന്ധിയുടേയും നെഹ്റുവിന്റേയും ചരിത്രമുള്ള കോൺഗ്രസിന് പഴയ തെറ്റുകൾ തിരുത്തി മടങ്ങിവരാമായിരുന്നു. ഇടതുപക്ഷ കക്ഷി കൾക്കും ആകാമായിരുന്നു. ആരും അത് ചെയ്തില്ല. വണ്ടി തെറ്റി പ്ലാറ്റ്ഫോമിൽനിന്ന് ബഹളം കൂട്ടുകയാണവർ. വണ്ടിയാകട്ടെ സ്വയം യാത്രയായിരിക്കുന്നു. ഇരുട്ടിലേക്കും വഴിയിൽ പതിയിരിക്കുന്ന കൊള്ളസംഘങ്ങളുടെ ഇടയിലേക്കും.

(1999)

സച്ചിദാനന്ദൻ

എക്കാലത്തും സമകാലികനായിരുന്നു കെ.സച്ചിദാനന്ദൻ. ഒരു കാലത്ത് കേരളത്തിലെ 'ഇന്റലക്ച്വൽ ഫെർമെന്റേഷന്' രാസത്വരക മായ കവിതകളെഴുതി. നക്സലൈറ്റ് പ്രസ്ഥാനത്തിൽപ്പോലും സജീവ മായി, വിപ്ലവകാരിയായി. പില്ക്കാലത്ത് പെണ്ണെഴുത്തും ദലിത് എഴുത്തും തുടങ്ങി എല്ലാ പുതുപ്രവണതകളുടെയും വക്താവായി. എന്നാൽ ഡൽഹിയിലെ പ്രവാസപർവത്തിൽ സാഹിത്യ അക്കാദമി ഉൾപ്പെടെ സ്ഥാപനങ്ങളുടെ ഭാഗമായപ്പോൾ തീക്ഷ്ണമായ എതിർ പ്പുകൾ മാറ്റിവെച്ച് അധികാരകേന്ദ്രങ്ങളോട് സമരസപ്പെട്ടും സമകാലി കനായോ സച്ചിദാനന്ദൻ? ഇത്തരം ആക്ഷേപങ്ങൾക്കുകൂടി മറുപടി പറയുന്ന ഈ അഭിമുഖത്തിൽ കമ്യൂണിസ്റ്റിനെയും മാർക്സിസ്റ്റിനെ യും വേറിട്ടു നിർവചിക്കുന്നുണ്ട് സച്ചിദാനന്ദൻ.

സച്ചിദാനന്ദന്റെ പ്രകോപനങ്ങൾ

- *സച്ചിദാനന്ദൻ ഡൽഹിയിൽ ചെന്നപ്പോൾ ഉണ്ടായ മാറ്റത്തെക്കുറിച്ച് പലരും സംസാരിക്കാറുണ്ട്. എല്ലാറ്റിനോടും കലഹിച്ചിരുന്ന കെ.സച്ചിദാനന്ദൻ പിന്നീട് സാഹിത്യ അക്കാദമി പോലുള്ള സ്ഥാപനങ്ങളോട് ചേർന്നു പോയി. എല്ലാറ്റിനോടും സമരസപ്പെട്ട് ഒന്നിനെയും എതിർക്കാനില്ലാത്ത അവസ്ഥയിൽ താങ്കൾ എത്തിയോ?*

എനിക്കു തോന്നുന്നത് എന്റെ എതിർപ്പുകൾ അതേപടി നിലനിർത്തിയിട്ടുണ്ടെന്നാണ്. സാഹിത്യ അക്കാദമിയിൽ ഞാൻ ചെയ്ത പ്രവർത്തനത്തിന്റെ സ്വഭാവം അങ്ങനെയാണ്. പുറത്തുനിന്ന് അതിനെ വിമർശിക്കുന്നത് എളുപ്പമാണ്. ഞാൻ അനുഭാവി ആയിരുന്ന പ്രസ്ഥാനം ശിഥിലമാകുന്ന അവസ്ഥയിലാണ് ഞാൻ വാസ്തവത്തിൽ ഡൽഹിയിലേക്ക് വരുന്നത്. ആ പശ്ചാത്തലത്തിൽ വരികയും കൂടുതലായി വായനയിലൂടെയും ചിന്തയിലൂടെയും ജനാധിപത്യമല്ലാതെ നമുക്ക് മറ്റൊരു മാർഗമില്ല എന്നു മനസ്സിലാക്കുകയും ചെയ്തു. ഇന്നു ലഭ്യമായ പല വ്യവസ്ഥകളിൽ ജനാധിപത്യ വ്യവസ്ഥയിലൂടെ മാത്രമേ നമുക്ക് മാറ്റങ്ങൾ വരുത്താൻ സാധ്യമാവൂ എന്നു ബോധ്യമായ ശേഷമാണ് ഞാൻ ഡൽഹിയിലേക്ക് വരുന്നതും പുതിയ ജോലികൾ ഏറ്റെടുക്കുന്നതും.

- *മഹാശ്വേത ദേവിയെ തോൽപ്പിച്ച് വന്ന ഗോപിചന്ദ് നാരംഗിനോടും ബി.ജെ.പി ഭരണത്തോടും സമരസപ്പെട്ട സച്ചിദാനന്ദനെക്കുറിച്ച് വിമർശനങ്ങളുണ്ട്. അതിനെന്താണ് മറുപടി?*

സാഹിത്യ അക്കാദമിയെക്കുറിച്ചുള്ള ധാരണക്കുറവു കൊണ്ടാണ് ഗവൺമെന്റ് മാറുന്നതോടെ സാഹിത്യ അക്കാദമിക്ക് മാറ്റം വരുമെന്നു കരുതുന്നത്. കേരളസാഹിത്യ അക്കാദമിയെ പോലെ അല്ല കേന്ദ്ര സാഹിത്യ അക്കാദമി. ഗവൺമെന്റിന്റെ ഫണ്ട് കൊണ്ടാണ് അത് പ്രവർത്തിക്കുന്നത് എന്നതിൽ സംശയമില്ല. പക്ഷേ സമ്പൂർണ ഓട്ടോണമി ഉള്ള ഒരു അക്കാദമിയാണ്. സെക്രട്ടറി ആയി, എഡിറ്റർ ആയി, ഏതാണ്ട് പതിനഞ്ചു വർഷം ഞാൻ അക്കാദമിയിൽ ഉണ്ടായിരുന്നു.

ഒരിക്കൽ പോലും ഗവൺമെന്റ്, ഏത് ഗവൺമെന്റ് ആയാലും സാഹിത്യ അക്കാദമിയോട് ഇന്നതു ചെയ്യണം, ഇന്ന ആളെ വിളിക്കരുത്, ഇന്ന വിഷയം ചർച്ച ചെയ്യണം, ചെയ്യരുത് എന്ന് ഒരിക്കൽ പോലും പറഞ്ഞിട്ടില്ല. ബി.ജെ.പി ഭരണത്തിലും വലതുപക്ഷത്തിനെതിരായ വളരെ ശക്തമായ നിലപാട്, വ്യക്തി എന്ന നിലയിലും എഴുത്തുകാരൻ എന്ന നിലയിലും ഞാൻ പുലർത്തിപ്പോന്നിട്ടുണ്ട്. സാഹിത്യ അക്കാദമിയുടെ പ്രവർത്തനത്തിന്റെ ഭാഗമായിത്തന്നെ ഗുജറാത്തിൽ വംശഹത്യ സംഭവിച്ചപ്പോൾ അവിടെ മഹാശ്വേത ദേവിയോട് ഒപ്പം പോവുകയും അവിടുത്തെ എഴുത്തുകാരെ സംബോധന ചെയ്യുകയും ചെയ്ത ഒരാളാണ് ഞാൻ. തിരിച്ചുവന്ന് ഞാൻ അതിനെക്കുറിച്ച് ലേഖനങ്ങൾ എഴുതി, കവിതകൾ എഴുതി, അതിനെതിരായ ക്യാംപെയിനുകളിൽ പലയിടത്തായി ഞാൻ പ്രവർത്തിക്കുകയും ചെയ്തു. എന്നെ പുറത്താക്കണം എന്ന നിവേദനം വരെ ബി.ജെ.പി ഗവൺമെന്റിന്റെ അടുത്ത് അക്കാലത്ത് എത്തിയിരുന്നു.

- *ഡൽഹിയിൽ വന്ന് സാഹിത്യ അക്കാദമി സെക്രട്ടറിയായി. താങ്കൾക്ക് ഒരുപാട് അംഗീകാരങ്ങൾ, യാത്രകൾ എല്ലാം കിട്ടുന്നു. ഇതൊക്കെ ആസ്വദിച്ച്, അധികാരം കഴിഞ്ഞ് അതിന്റെ ഹാങ്ങോവറും കൂടെ ആസ്വദിച്ച് ഡൽഹിയിൽ കഴിയുകയാണ് എന്നു ആക്ഷേപിച്ചാലോ?*

ആക്ഷേപിക്കാവുന്നതാണ്. (ചിരിക്കുന്നു) പക്ഷേ ഈ തരത്തിൽ സ്വാഭാവികമായ, സാഹിത്യ അക്കാദമിയുടെ സെക്രട്ടറിയുടെ ആനുകൂല്യങ്ങൾക്ക് അപ്പുറമുള്ള ഏതെങ്കിലും ആനുകൂല്യം ഞാൻ പറ്റിയിട്ടുണ്ടെന്ന് തോന്നുന്നില്ല. എന്റെ യാത്രകളുടെ ലിസ്റ്റ് പരിശോധിച്ചാൽ വളരെ ചെറിയൊരു ശതമാനം മാത്രമേ സാഹിത്യ അക്കാദമിയുടേതായി ഞാൻ യാത്ര ചെയ്തിട്ടുള്ളൂ. ഞാൻ അധികവും പോയിട്ടുള്ളത് ഏതെങ്കിലും ഗവൺമെന്റിന്റെ ഇൻവിറ്റേഷൻ അല്ലെങ്കിൽ ഏതെങ്കിലും പോയട്രി ഫെസ്റ്റിവലുകൾക്ക്, ബർലിനിലെപ്പോലെ സാഹിത്യോത്സവങ്ങൾക്ക് അവരുടെ ക്ഷണം അനുസരിച്ചാണ്.

- *നാട്ടിലേക്ക് തിരിച്ചു വന്നാലുള്ള അവസ്ഥയെ താങ്കൾ പേടിക്കുന്നുണ്ടോ? എം.മുകുന്ദൻ പറയാറുണ്ട് അദ്ദേഹത്തെ എല്ലാവരും സ്നേഹിച്ചിരുന്നു, പക്ഷേ സാഹിത്യ അക്കാദമി പ്രസിഡന്റായി ഇവിടെ വന്നതിനുശേഷം ഉള്ള സ്നേഹം കൂടി നഷ്ടപ്പെട്ടു. എം. മുകുന്ദന്റെ അനുഭവം താങ്കളെ പിന്തിരിപ്പിക്കുന്ന ഒന്നാണോ?*

അത്തരത്തിലല്ല. വ്യക്തിപരമായ സാഹചര്യങ്ങൾകൊണ്ട് കൂടിയാണ് ഞാൻ ഡൽഹിയിൽ തുടരാൻ തീരുമാനിച്ചത്. ഡൽഹിയിൽ ഇരിക്കുമ്പോൾ കേരളം എനിക്ക് മിസ് ചെയ്യുന്നുണ്ടെന്നത് ശരിയാണ്. അതേസമയം കേരളത്തിൽ ഇരിക്കുമ്പോൾ ഡൽഹിയും മിസ്

ചെയ്യുന്ന അവസ്ഥ എനിക്കുണ്ട്. അതിനു പ്രധാന കാരണം ഇവിടുത്തെ സാംസ്കാരിക അന്തരീക്ഷമാണ്.

- *മുകുന്ദന് കേരളത്തിൽ ചെന്നിട്ട് എന്തു സംഭവിച്ചു എന്ന് താങ്കൾ വീക്ഷിക്കുന്നുണ്ടാവുമല്ലോ? അദ്ദേഹത്തിന്റെ അനുഭവം താങ്കളെ ചിന്തിപ്പിച്ചിട്ടുണ്ടോ?*

മുകുന്ദന്റെ അനുഭവം വാസ്തവത്തിൽ മുകുന്ദൻ കേരളത്തിൽ പോയതുകൊണ്ടാണ് എന്നെനിക്ക് തോന്നുന്നില്ല. അദ്ദേഹം കേരള സാഹിത്യ അക്കാദമിയുടെ പ്രസിഡന്റ് ആവുകയും ആ പദവിയിൽ ഇരുന്നുകൊണ്ട് പുലർത്തേണ്ട നിക്ഷ്പക്ഷത പുലർത്തിയില്ല എന്നു പലർക്കും തോന്നിപ്പിക്കുകയും ചെയ്തതുകൊണ്ടാണ് ഈ അനുഭവം എന്നാണ് എനിക്ക് തോന്നുന്നത്. അല്ലാതെ മുകുന്ദൻ എന്ന എഴുത്തുകാരനോട് ഇപ്പോഴും അദ്ദേഹത്തിന്റെ വായനക്കാർക്ക് സ്നേഹം ഉണ്ട്. പക്ഷേ അദ്ദേഹം തന്നെ അതു തിരിച്ചറിഞ്ഞില്ല എന്നു തോന്നുന്നു. ഒരുപക്ഷേ അദ്ദേഹം എടുത്ത നിലപാടുകളോട് എനിക്കും എതിർപ്പുണ്ട്.

- *അദ്ദേഹത്തിന്റെ നിലപാടുകളോട് പലർക്കും തോന്നിയത് എന്തായാലും താങ്കൾക്ക് തോന്നിയത് എന്താണ്?*

അദ്ദേഹം അങ്ങനെ ഒരു പാർട്ടിയുടെയോ പാർട്ടിയുടെ പോലുമില്ലാത്ത ഒരു ഗ്രൂപ്പിന്റെയോ പക്ഷംപിടിച്ചുള്ള പ്രസ്താവനകൾ നടത്തരുതായിരുന്നു എന്നു സംശയം കൂടാതെ പറയാൻ കഴിയും. അതു അദ്ദേഹത്തോടുതന്നെ ഞാൻ പറഞ്ഞിട്ടുമുണ്ട്.

- *അദ്ദേഹം എഴുതിയതിനെക്കുറിച്ചാണോ? അതോ അദ്ദേഹത്തിന്റെ ചില പ്രസംഗങ്ങളെക്കുറിച്ചാണോ?*

പ്രധാനമായും പ്രസംഗങ്ങൾ. പക്ഷേ അതേസമയം നമുക്ക് അറിയാവുന്നതു പോലെ അദ്ദേഹം എഴുതിയ ഒരു കഥയെങ്കിലും അക്കാലത്ത് അത്തരത്തിൽ ഒരു വ്യാഖ്യാനത്തിന് ഇടയാക്കിയിട്ടുണ്ട്. അദ്ദേഹം പിന്നീട് അങ്ങനെയല്ല എന്നു പറഞ്ഞെങ്കിൽപോലും അതു സാധാരണ വായനക്കാരിൽ ഉണ്ടാക്കിയ പ്രതീതി ആ കൂട്ടത്തിൽ ഒരാളെ ഇകഴ്ത്താനും മറ്റൊരാളെ പുകഴ്ത്താനും വേണ്ടി ചെയ്തതായിരുന്നു എന്നാണ്. മുകുന്ദനെ പോലുള്ള എഴുത്തുകാരൻ ധാരാളം പേരുടെ പ്രീതി സമ്പാദിച്ച, വളരെ ഭാവനാശാലിയായ ഒരു എഴുത്തുകാരൻ, അത്തരത്തിൽ സങ്കുചിതമായ നിലപാടിലേക്ക് ഒരിക്കലും മാറരുതായിരുന്നു.

- *ഒരു എഴുത്തുകാരന്റെ കാഴ്ചപ്പാട് വ്യത്യസ്തമായിരിക്കും, ആവിഷ്കരിക്കുന്ന രീതിയും വ്യത്യസ്തമായിരിക്കാം, പക്ഷേ അതിലൊക്കെ*

രാഷ്ട്രീയം കണ്ടെത്തുന്നവരാണ് മുകുന്ദനേക്കാൾ കൂടുതൽ തെറ്റ് ചെയ്തത് എന്നു പറയാമോ?

അതു കണ്ടെത്തിയവരെ എനിക്ക് മുഴുവനായി കുറ്റം പറയാൻ വിഷമമുണ്ട്. കാരണം എഴുത്തുകാരന്റെ ആവിഷ്കാര സ്വാതന്ത്ര്യത്തെപ്പറ്റി ഒരു കാലത്തും സംശയമുണ്ടായിട്ടില്ല. അതിനുവേണ്ടി മരിക്കാൻ തയ്യാറുള്ള ഒരാളാണ് ഞാൻ. അതേസമയം തന്നെ ആ ആവിഷ്കാരത്തിന്റെ സമ്പ്രദായങ്ങൾ താൻ അധികാരത്തിൽ വന്ന ശേഷം വളരെ വ്യത്യസ്തമാവുകയും അധികാരികളോട് കൂറു പുലർത്തുന്ന എന്തെങ്കിലും തരത്തിലുള്ള മാറ്റം തന്നിൽ ഉണ്ടാവുകയും ചെയ്തു എന്ന് ജനങ്ങൾക്ക് തോന്നാൻ ഇട വരുന്നുണ്ട്. ആ തരത്തിലുള്ള ഒരു പ്രതീതി സൃഷ്ടിക്കുന്നതുപോലും ബുദ്ധിമുട്ട് ഉണ്ടാക്കുന്നുണ്ട്. അതു മുകുന്ദനുതന്നെ അനുകൂലമല്ലാത്ത ഒരു പ്രതികരണം കേരളത്തിൽ സൃഷ്ടിച്ചിട്ടുണ്ട്. അത് അദ്ദേഹത്തിന്റെ വായനക്കാരിൽ പോലും സൃഷ്ടിച്ചിട്ടുണ്ട്. അതെനിക്ക് സങ്കടം ഉണ്ടാക്കുകയാണ്. അല്ലാതെ അദ്ദേഹത്തോട് വിരോധം തോന്നുകയല്ല ചെയ്യുന്നത്. അദ്ദേഹം എന്റെ വളരെ അടുത്തൊരു സുഹൃത്താണ്.

- *സക്കറിയയുടെ പ്രസംഗത്തെ സിപിഎം എതിർത്തതിനെതുടർന്ന് കേരളത്തിൽ വാർത്തയിൽ വന്നു സക്കറിയ. സക്കറിയയ്ക്ക് എന്തും പറയാനുള്ള സ്വാതന്ത്ര്യത്തിനായി താങ്കൾ നിലകൊള്ളും. പക്ഷേ സക്കറിയ പ്രകോപനം ഒഴിവാക്കണമായിരുന്നു എന്ന സിപിഎമ്മിന്റെ നിലപാടിനോട് യോജിപ്പുണ്ടോ?*

വാസ്തവത്തിൽ സംസാരിക്കുക എന്നതിന്റെ അർത്ഥം പ്രകോപിപ്പിക്കുക എന്നു കൂടിയാണ്. ഏതു നിലപാടെടുത്തത് സംസാരിച്ചാലും അതിൽ പ്രകോപനത്തിന്റെ അംശങ്ങൾ ഉണ്ടാവാം. പ്രകോപനപരമായില്ലെങ്കിൽ പോലും ചില ആളുകൾക്ക് അത് പ്രകോപനപരമായി തോന്നാം. ഏറ്റവും അപകടകരമായ നിലപാടായാണ് ഞാൻ ഈ നിലപാടിനെ കാണുന്നത്. കാരണം ഈ പേരിൽ തന്നെയാണ് ഇസ്‌ലാമിക മൗലികവാദികളും ക്രിസ്ത്യൻ മൗലികവാദികളും ഹിന്ദു മൗലികവാദികളും ആവിഷ്കാര സ്വാതന്ത്ര്യത്തെ തടഞ്ഞിട്ടുള്ളത്. കുറെ പേരെ പ്രകോപിപ്പിച്ചു, അല്ലെങ്കിൽ കുറെ പേരെ വ്രണപ്പെടുത്തി, എന്ന തരത്തിൽ സംസാരിക്കുമ്പോൾ അതു സ്വാഭാവികമായി വികാരങ്ങൾ ഉണർത്തിയെന്നിരിക്കാം. അതുകൊണ്ട് അതെല്ലാം ആലോചിച്ചിട്ടേ സംസാരിക്കാൻ പാടുള്ളൂ എന്ന് പറയുകയാണെങ്കിൽ പ്രായോഗികമായി ആവിഷ്കാര സ്വാതന്ത്ര്യത്തെ നിഷേധിക്കുന്നതിനു തുല്യമാണ്.

- *സാഹിത്യകാരനും ജനങ്ങൾക്കിടയിൽ ജീവിക്കുന്നയാളാണ്. ചുറ്റുപാടിലെ സാഹചര്യം സാഹിത്യകാരനും മനസ്സിലാക്കേണ്ടേ എന്ന*

ചോദ്യമുണ്ട്. സ്വഭാവികമായി ഒരു വികാരം ഉണ്ടായി വരികയാണെങ്കിൽ അതിൽ ജനങ്ങളെ കുറ്റപ്പെടുത്താൻ കഴിയുമോ എന്നാണ് പിണറായി വിജയൻ ചോദിച്ചത്?

അതിൽ മറ്റൊരു വശം കൂടിയുണ്ട്. ശരി പ്രകോപിപ്പിച്ചു എന്നു വയ്ക്കുക. പ്രകോപിപ്പിച്ചത് എങ്ങനെയാണ് പ്രതികരണത്തിലൂടെ ആവിഷ്കരിക്കുന്നത് എന്നൊരു ചോദ്യമുണ്ട്. ശരിക്കും പറഞ്ഞാൽ പ്രധാന ചോദ്യം അതാണ്.

- *സക്കറിയയോടുള്ള പ്രതികരണം ആരും ന്യായീകരിക്കുന്നില്ല. ഡിവൈഎഫ്ഐ പോലും പൂർണമായി ന്യായികരിച്ചിട്ടില്ല. പക്ഷേ അത്തരം ഒരു സ്ഥലത്തുചെന്ന് സക്കറിയ അങ്ങനെ പ്രകോപനപരമായി സംസാരിക്കാൻ പാടുണ്ടോ എന്നൊരു ചോദ്യം ബാക്കി നിൽക്കുന്നുണ്ട്. ആളുകൾ ഭൂരിപക്ഷവും അതിനോടു യോജിക്കുന്നവരല്ല. അവർ ചിലപ്പോൾ എല്ലാം ചിന്തിച്ചായിരിക്കില്ല നിലപാട് എടുക്കുന്നത്. പെട്ടെന്നാവും ഒരു വികാരം ഉണ്ടാവുക. അങ്ങനെ വികാര പ്രകടനങ്ങൾക്ക് വഴിവയ്ക്കരുത് സാഹിത്യകാരന്മാർ എന്നു താങ്കൾ പറയുമോ?*

എവിടെ വച്ചാണ് നാം ഇതിന്റെ അതിർത്തി നിശ്ചയിക്കേണ്ടത്? ഏതുവരെ പറയാം, ഏതുവരെ പറഞ്ഞുകൂടാ എന്നു നിശ്ചയിക്കാൻ വളരെ ബുദ്ധിമുട്ടാണ്. ഉദാഹരണത്തിന് ഒരു യുദ്ധമുണ്ടാക്കുന്ന തരത്തിൽ കവിത എഴുതരുത് എന്നെനിക്കറിയാം. പക്ഷേ പ്രഭാഷണത്തിൽ സക്കറിയ പറയുന്നത് വിശ്വസിക്കാമെങ്കിൽ, അദ്ദേഹം ഉദ്ദേശിച്ചതും അതു വ്യാഖ്യാനിക്കപ്പെട്ടതും തമ്മിൽ വലിയ വ്യത്യാസങ്ങൾ ഉണ്ട്. അദ്ദേഹം പോസിറ്റീവ് ആയ കാര്യമായിട്ടാണ് ഉദ്ദേശിച്ചത്. ആദ്യകാലത്തെ കമ്മ്യൂണിസ്റ്റ് പാർട്ടി ലൈംഗികത ഉൾപ്പടെ സാമൂഹികമായ വിഷയത്തിൽ കുറേക്കൂടി തുറന്ന ആറ്റിറ്റ്യൂഡ് ഉണ്ടായിരുന്ന പാർട്ടിയാണ്. അത് എന്തുകൊണ്ട് ഇപ്പോൾ സങ്കുചിതമായി, എന്തുകൊണ്ട് ഒരാളുടെ സ്വകാര്യ ജീവിതത്തിൽ കൈകടത്തണം എന്നൊരു ചോദ്യമാണ് അദ്ദേഹം ഉയർത്താൻ ശ്രമിച്ചത്. ഒരുപക്ഷേ ഞാൻ ആലോചിച്ചു, പലപ്പോഴും അദ്ദേഹം ഉപയോഗിച്ച ഭാഷയിൽ അംബിഗ്യുറ്റിയുടെ പ്രശ്നം എനിക്കതിൽ തോന്നിയിട്ടുണ്ട്. ആ ഭാഷ രണ്ടു തരത്തിൽ വ്യാഖ്യാനിക്കാം. ആദ്യകാലത്ത് ഒളിവുജീവിതം നയിച്ച കമ്മ്യൂണിസ്റ്റുകളെല്ലാം ലൈംഗിക അരാജകത്വം ഉള്ളവരായിരുന്നു എന്നൊക്കെ വേണമെങ്കിൽ അല്പം വലിച്ച് നീട്ടി വ്യാഖ്യാനിക്കാവുന്ന തരത്തിലുള്ള ചെറിയ അംബിഗ്യുറ്റി അതിൽ ഉണ്ടായിരുന്നു.

- *അതിനപ്പുറം ഈ വിഷയത്തിലേക്ക് കൊണ്ടുവന്ന ഒരു വിഷയമുണ്ടല്ലോ സക്കറിയ പറയുന്നപോലെ കേരളത്തിൽ നടക്കുന്ന സദാചാരവേട്ട. ഒരു സ്ത്രീയും പുരുഷനും തമ്മിലുള്ള ബന്ധത്തിൽ മറ്റാരും ഇടപടേണ്ട എന്നതിൽ സക്കറിയയോട് യോജിക്കുകയാണോ?*

യോജിക്കുകയാണ്. കാരണം എനിക്കു തോന്നുന്നു കേരള സമൂഹത്തിന്റെ ഏറ്റവും പ്രധാനപ്പെട്ട പ്രശ്നങ്ങളിൽ ഒന്ന്, ഇനിയും പരിഹരിക്കാൻ പറ്റാത്ത പ്രശ്നങ്ങളിൽ ഒന്ന്, ഈ തരത്തിലുള്ള ഇൻഹിബിഷനുകൾ ആണ്. ലൈംഗികതയെപ്പറ്റിയുള്ള ചർച്ചകൾ പോലും ഒഴിവാക്കുകയാണ്. ഇത് എവിടെ നിന്നെല്ലാം വന്നു എന്ന് പരിശോധിക്കേണ്ടതാണ്. ഞാൻ അതിൽ കടക്കുന്നില്ല. ഏതായാലും ആ തരത്തിലുള്ള ഒരു തരം പാപബോധവുമായി ബന്ധപ്പെടുത്താതെ ലൈംഗികതയെ കാണാൻ കഴിയാത്ത അവസ്ഥ ഇവിടെയുണ്ട്. ഇങ്ങനെ ഒരാൾ, ജനനേതാവ് ആയിരുന്നൊരാൾ ഒരു സ്ത്രീയുടെ കൂടെ താമസിച്ചത് ശരിയാണെന്നൊന്നും പറയുകയല്ല. ഞാൻ പറയുന്നത് ഒരു സ്ത്രീയും പുരുഷനും തമ്മിലുള്ള ബന്ധത്തിന്റെ കാര്യം ആത്യന്തികമായി അവരുടെ കാര്യമാണ്. അതിൽ പുറത്തുള്ള സമൂഹം ഇടപെടുന്നത് ഒട്ടും ശരിയല്ല. അതേസമയം ഞാൻ പറയും അവരുടെ പാർട്ണേഴ്സുണ്ടെങ്കിൽ, അവർ വിവാഹിതരാണെങ്കിൽ, അല്ലെങ്കിൽ ഒന്നിച്ച് ജീവിക്കുന്നുണ്ടെങ്കിൽ, ആ പാർട്ണർക്ക് അതിൽ ഇടപെടാനും ചോദ്യം ചെയ്യാനും ഒക്കെയുള്ള സ്വാതന്ത്ര്യം തീർച്ചയായും ഉണ്ട്. കാരണം അതിൽ വിശ്വസ്തതയുടെ പ്രശ്നം അടങ്ങിയിട്ടുണ്ട്. പക്ഷേ അത് അവരുടെ ആഭ്യന്തര പ്രശ്നമാണ്. അതേസമയം നാം അതിനെ ഒരു പ്രശ്നം ആക്കിക്കൂടാ എന്നുതന്നെയാണ് എന്റെ അഭിപ്രായം.

- *വേറൊരു തരത്തിൽ അത് വീക്ഷിക്കപ്പെടുന്നുണ്ട്. അതായത് എല്ലാ കാര്യത്തിലും വിമർശിക്കുന്ന ഒരു രാഷ്ട്രീയ നേതാവ് അദ്ദേഹം തന്നെ പറയുന്നതിനു വിരുദ്ധമായി പ്രവർത്തിക്കുന്നു. അങ്ങനെയെങ്കിൽ അദ്ദേഹത്തെ എക്സ്പോസ് ചെയ്യാനായി നാട്ടുകാരുടെ പ്രതികരണം ഉണ്ടാവുന്നു. അങ്ങനെ അതിനെ കാണാൻ കഴിയുമോ താങ്കൾക്ക്?*

ഇങ്ങനെ പോയിന്റ് ഔട്ട് ചെയ്യുന്നതിൽ പ്രശ്നമില്ല. അദ്ദേഹം ഈ പറയുന്നപോലെ സദാചാര നാട്യമുള്ള നേതാവ് തന്നെയാണ്. അദ്ദേഹത്തിന്റെ കപടനാട്യം തുറന്നു കാണിക്കപ്പെട്ടു എന്നു പറയാം. പക്ഷേ അതൊക്കെ നമ്മൾ ചെയ്യേണ്ടത് സംസാരത്തിലൂടെയും പ്രവൃത്തിയിലൂടെയും ആണ്. ഈ തരത്തിൽ അവരെ വളഞ്ഞ് വച്ച് അല്ല. പ്രത്യേകിച്ചും എനിക്ക് അനുഭാവം തോന്നുന്നത് ആ സ്ത്രീയുടെ വികാരങ്ങൾ പരിഗണിക്കപ്പെടുന്നില്ല എന്നതിലാണ്. അവർ സ്വതന്ത്ര്യയായ സ്ത്രീയാണ്. മുപ്പത് വയസ്സോ മറ്റോ ആയ സ്ത്രീയാണ്. അവർക്ക് ഒരു പുരുഷനുമായി സ്വകാര്യവേള ഉണ്ടായിക്കൂടേ എന്നുള്ള ചോദ്യം കൂടി ഇതിൽ അടങ്ങിയിട്ടുണ്ട്. പ്രത്യേകിച്ചും ആ സ്ത്രീയുടെ പക്ഷത്തുനിന്ന് നോക്കുമ്പോൾ വല്ലാത്ത ഒരുതരം പീഡനത്തിന്റെ അംശം നിശ്ചയമായിട്ടും ഉണ്ട് എന്നെനിക്ക് തോന്നുന്നു. അദ്ദേഹത്തെക്കാളേറെ എനിക്ക് സിംപതി തോന്നുന്നത് അതിൽ ഉൾപ്പെട്ട സ്ത്രീയോടാണ്.

- *താങ്കളുടെ നിലപാടുകൾ പരിശോധിക്കുമ്പോൾ എല്ലാവരുടെയും വക്താവാകാനുള്ള ശ്രമം നടത്തുന്നതുപോലെ. പെണ്ണെഴുത്ത് വന്നാലും ദളിത് എഴുത്ത് വന്നാലും അടിയാളർ എഴുത്ത് വന്നാലും എന്തിന്റെയും വക്താവായി സച്ചിദാനന്ദൻ വരികയാണ്. അങ്ങനെ എല്ലാവരുടെയും വക്താവാക്കേണ്ട ആവശ്യമുണ്ടോ? അതു താങ്കളുടെ ക്രിയേറ്റിവിറ്റിയെ ബാധിച്ചിട്ടുണ്ടോ?*

എന്റെ ക്രിയേറ്റിവിറ്റിയെ അതു പോസിറ്റീവ് ആയി ബാധിച്ചിട്ടുണ്ട് എന്നാണ് ഞാൻ പറയുക. കാരണം എന്റെ അടിസ്ഥാനപരമായ, രാഷ്ട്രീയം എന്നുപോലും പറയേണ്ട ജീവിതത്തിന്റെ തന്നെ ഭാഗമാണിത്. എനിക്കു തോന്നുന്നത് ഒരു സമുദായം സംസ്കാര സമ്പന്നമാണോ എന്ന് നാം അന്വേഷിക്കേണ്ടത് ആ സമുദായം അതിന്റെ ദുർബലവിഭാഗങ്ങളോട്, എങ്ങനെ പെരുമാറുന്നു എന്നു നോക്കിയാണ്. അവരോടെങ്ങനെ പെരുമാറുന്നു എന്നത് ഒരു സമൂഹത്തിന്റെ സാംസ്കാരിക നിലവാരത്തിന്റെ പ്രധാന അളവുകോലാണ് എന്ന് ഞാൻ എല്ലാ കാലത്തും വിശ്വസിച്ച് പോന്നിട്ടുണ്ട്. അതുകൊണ്ടുതന്നെ എന്റെ അനുഭാവം ആത്യന്തികമായി ഈ തരത്തിലുള്ള വിഭാഗങ്ങളോടാണ്. ഏതെങ്കിലും തരത്തിൽ പീഡനം അനുഭവിക്കാവുന്ന ഒരു അവസ്ഥയിൽ എത്തിപ്പെട്ടിട്ടുള്ള ഈ ആളുകൾക്കുവേണ്ടി വാദിക്കുന്നത്, അവരുടെ കൂടെ നിൽക്കുന്നത്, അത്തരത്തിലുള്ള നിലപാടുകൾ എന്റെ ലേഖനങ്ങളിൽ ആയാലും കവിതയിൽ ആയാലും പ്രതിഫലിപ്പിക്കുന്നത് തെറ്റാണെന്നല്ല, അതു സാമൂഹികമായ ഉത്തരവാദിത്വം ആണെന്നാണ് ഞാൻ കരുതുന്നത്.

- *ഇതു രാഷ്ട്രീയമായ പ്രശ്നങ്ങളിലേക്ക് നീളുമ്പോഴുണ്ടാവുന്ന അവസ്ഥ താങ്കൾ ഈ അടുത്ത ദിവസം കണ്ടതാണ്. സൂഫിയാ മഅദനിയുടെ കാര്യത്തിൽ താങ്കൾ പ്രകടിപ്പിച്ച വികാരം. മനുഷ്യവകാശത്തിന്റെ ഭാഗത്തുനിന്ന് നോക്കുമ്പോൾ അതു ശരിയാണെങ്കിൽ കൂടി നിയമ നടത്തിപ്പിന്റെ ഭാഗത്തുനിന്ന് നോക്കുമ്പോൾ ശരിയാണോ?*

നിയമ നടത്തിപ്പിന്റെ ഭാഗത്തു കൂടി നിന്നാണ് ഞങ്ങൾ സംസാരിച്ചത്. ഇത് എന്റെ പേരിലാണ് ആരോപിക്കപ്പെട്ടതെങ്കിലും ആ പ്രസ്താവനയിൽ ഒപ്പിട്ട എൺപത്താറു പേരിൽ ഒരാൾ മാത്രമാണ് ഞാൻ. പക്ഷേ അതിൽ ഞങ്ങൾ പറഞ്ഞിരിക്കുന്ന പ്രധാന കാര്യം ജുഡീഷ്യൽ പ്രോസസ്സിൽ മാധ്യമങ്ങൾ ഇടപെടുന്നു എന്നതാണ്. ജുഡീഷ്യൽ പ്രോസസ് സ്വതന്ത്രമായി നടക്കാൻ അനുവദിക്കാതെ അതിനു മുമ്പേ തന്നെ ഒരാളെ കുറ്റക്കാരിയായി അല്ലെങ്കിൽ കുറ്റക്കാരനായി പ്രഖ്യാപിക്കുന്നതിന്റെ അപകടത്തെക്കുറിച്ചാണ് പ്രധാനമായും അതിൽ പോയിന്റ് ഔട്ട് ചെയ്യാൻ ശ്രമിച്ചത്. സൂഫിയാ മഅദനി തെറ്റ് ചെയ്തിട്ടുണ്ടെങ്കിൽ ശിക്ഷിക്കപ്പെടണം, സംശയമില്ല. ആ പ്രസ്താവന തന്നെ പറയുന്നുണ്ട്, സൂഫിയാ മഅദനി തെറ്റ് ചെയ്തിട്ടുണ്ട്

എന്ന് തെളിയുകയാണെങ്കിൽ ആനുപാതിക ശിക്ഷ നൽകണം എന്ന കാര്യത്തിൽ സംശയവുമില്ലെന്ന്. പക്ഷേ മാധ്യമങ്ങൾ അത് അവതരിപ്പിച്ച പ്രൊപോഷൻ നമ്മൾ രണ്ടാമത് ആലോചിക്കേണ്ടതാണ്. ഇപ്പോൾ മാധ്യമങ്ങൾ കുറെക്കൂടി അതു ശ്രദ്ധിക്കുന്നുണ്ട് എന്നെനിക്ക് തോന്നുന്നു. അത്തരത്തിലുള്ള ഒരു ബോധം നാട്ടിൽ വന്നതിന്റെ ഫലം കൂടി ആയിരിക്കാം അത്. അവർ ചെയ്ത കുറ്റത്തിന്റെ വിശദീകരണത്തിലേക്കൊന്നും ഞാൻ കടക്കുന്നില്ല. ഉദാഹരണത്തിന് ബസ് കത്തിക്കലൊക്കെ പല പാർട്ടികളും വിദ്യാർത്ഥി സംഘടനകളും ചെയ്യുന്ന കാര്യമാണ്. അതിനെ ഒരു ടെററിസ്റ്റ് ആക്ട് ആയി കാണണോ എന്നൊക്കെ ഉള്ള കാര്യം വേറെ. അതൊക്കെ ഞാൻ കോടതിക്ക് വിടുന്നു. പക്ഷേ എനിക്ക് തോന്നുന്നു അവരെ മാധ്യമങ്ങൾ ഇങ്ങനെ വേട്ടയാടുന്നു. അതു ഒരു തരത്തിലുള്ള പ്രയാസം ഉണ്ടാക്കിയിട്ടുണ്ട്..

- *ഒരുപക്ഷേ അവർ ഇസ്ലാം സമുദായത്തിൽ നിന്നായതുകൊണ്ടാണ് എന്നാണൊരു ധ്വനി താങ്കളുടെ പ്രസ്താവനയിൽ ഉണ്ടായിരുന്നോ?*

ഇസ്ലാം ആയതുകൊണ്ടും സ്ത്രീ ആയതുകൊണ്ടും കൂടിയാണ് ഞങ്ങൾക്ക് പറയാനുള്ളത്. ബി.ആർ.പി. ഭാസ്കറും ഒക്കെ ഉൾപ്പടെ നിരവധി പേർ ഒപ്പിട്ടതാണല്ലോ.

- മാധ്യമങ്ങളിൽ മുസ്ലീം സമുദായവുമായി ഉൾപ്പെട്ട എന്തു കാര്യവും പെട്ടെന്ന് വർഗീയവൽക്കരിക്കപ്പെടുന്നു എന്നു പറയുമ്പോൾ തന്നെ മറ്റ് സമുദായങ്ങൾക്ക് ഇതൊന്നും ബാധകമല്ല എന്ന് താങ്കൾ കരുതുന്നുണ്ടോ?

ഒട്ടും തന്നെ കരുതുന്നില്ല. ഞാൻ പറഞ്ഞതുപോലെ ന്യൂനപക്ഷങ്ങളെ സംരക്ഷിക്കുക ഒരു ജനാധിപത്യ സമ്പ്രദായത്തിന്റെ പ്രാഥമികമായ ചുമതലയാണ്. ഇതിനോടൊപ്പംതന്നെ ഞങ്ങൾ ആ പ്രസ് കോൺഫറൻസിൽ ഉയർത്തിയ കാര്യങ്ങൾ ഉണ്ടല്ലോ. ബീമാപള്ളിയിലെ സംഭവം. ബീമാപള്ളിയിൽ കൊല്ലപ്പെട്ടത് വേറെ ഏതെങ്കിലും വിഭാഗത്തിൽ പെട്ടവർ ആയിരുന്നെങ്കിലോ? അവിടെ അതു മുസ്ലീം ഫിഷർമാൻ ആയിരുന്നു. മീൻപിടിച്ചു ജീവിക്കുന്ന ദരിദ്രർ ആയ മുസ്ലീങ്ങൾ. ആറ് പേർ കൊല്ലപ്പെട്ടു. നാൽപ്പത്തിയാറോ നാൽപ്പത്തിയേഴോ പേർക്ക് പരിക്കേറ്റു. പക്ഷേ ആ സംഭവം വലിയ ചർച്ചാവിഷയം പോലും ആയില്ല. ഡൽഹിയിൽ ഇരിക്കുമ്പോൾ എനിക്ക് കുറെക്കൂടി മനസ്സിലാകുന്നുണ്ട്. എനിക്ക് ഭീകരവാദികളോട് അല്ലെങ്കിൽ അത്തരത്തിൽ പ്രവർത്തനങ്ങൾ നടത്തുന്നവരോട് യാതൊരു യോജിപ്പും ഇല്ല. പക്ഷേ സാധാരണക്കാരനായ, നിഷ്കളങ്കനായ ഒരു മുസ്ലീം, മുസ്ലീം പേരുണ്ട് എന്ന ഒറ്റക്കാര്യത്തിന് വേട്ടയാടപ്പെടുന്നത് ഡൽഹിയിൽ ഇരുന്ന് നിരന്തരമായിട്ട് ഞാൻ കാണുന്നുണ്ട്. ജാമിയാ സംഭവം ആയാലും അതിനുശേഷമുള്ള സംഭവങ്ങൾ ആ

യാലും ശരി ഒരു മുസ്ലീമിന്റെ പേരുണ്ടായാൽ തന്നെ ഇയാൾ രാജ്യത്തിന്റെ ശത്രു ആണെന്നുള്ള മട്ടിൽ ആളുകൾ നോക്കുന്നത് എന്നെ വല്ലാതെ വേദനിപ്പിച്ചു.

- *ഭൂരിപക്ഷ വർഗീയതയെ കൂടുതൽ പേടിക്കണമായിരിക്കാം. പക്ഷേ അതിനെ മാത്രം പേടിച്ചാൽ മതി എന്ന അഭിപ്രായം താങ്കൾക്ക് ഉണ്ടോ?*

ഒട്ടും തന്നെയില്ല. ഭൂരിപക്ഷ വർഗീയത ഏറ്റവും വലിയ ദേശീയ വിപത്താണ്. അതേസമയത്ത് ഏതുപക്ഷത്തിന്റെ വർഗീയത ആയാലും വർഗീയത സ്വയം തന്നെ, രാജ്യത്തിന് എതിരാണ്. മാത്രമല്ല ഞാൻ സങ്കല്പിക്കുന്ന തരത്തിലുള്ള ആത്മീയതയ്ക്കു തന്നെ എതിരാണ്.

- *താങ്കൾ നക്സൽ പ്രസ്ഥാനത്തിലൊക്കെ ഉണ്ടായിരുന്ന ആളാണ്. വിപ്ലവത്തിലൂടെ വന്ന ആൾ എന്ന് വേണമെങ്കിൽ പറയാം. എല്ലാവരും പറയാറുണ്ട് കേരളത്തിന് ഇടതുപക്ഷ മനസ്സ് ഉണ്ട് എന്നൊക്കെ. ഇപ്പോൾ പക്ഷേ മതവിശ്വാസം ആയാലും വർഗ്ഗീയത ആയാലും എല്ലാം തിരിച്ചുവരവിന്റെ പാതയിലാണ്. അപ്പോൾ പാർട്ടി നടത്തിയ ഇടപെടലുകൾ, അല്ലെങ്കിൽ താങ്കളെപ്പോലുള്ളവർ നടത്തിയ ഇടപെടലുകൾ എന്തു ഗുണമാണ് കേരളത്തിൽ ഉണ്ടാക്കിയത്?*

തീർച്ചയായും ഇതു സ്വയംവിമർശനപരമായി ഞാനും ഇടതുപക്ഷവും കാണേണ്ട കാര്യം തന്നെയാണ്. അതിൽ താങ്കളുമായി പൂർണമായി യോജിക്കുന്നു. കാരണം ഓരോ തവണയും കേരളത്തിൽ പോകുമ്പോൾ കാണുന്നത് കേരളത്തിന്റെ അവസ്ഥ വളരെയധികം പിന്നോട്ടു പോകുന്നതാണ്. ഇടതുപക്ഷ പ്രവർത്തനങ്ങളും സാംസ്കാരിക പ്രവർത്തനങ്ങളും ഒക്കെ നടന്നതിനു ശേഷവും ഇങ്ങനെയാണ്. വലിയൊരു സത്യമാണ് താങ്കൾ പറഞ്ഞത് എന്നെനിക്ക് തോന്നുന്നു. കാരണം മുൻപൊന്നും കാണാത്ത വിധത്തിൽ കൈനോട്ടക്കാരെക്കുറിച്ചും ജ്യോത്സ്യന്മാരെക്കുറിച്ചും മന്ത്രവാദികളെക്കുറിച്ചും പല തരത്തിലുള്ള കപടസന്ന്യാസിമാരെ കുറിച്ചും ഉള്ള ബോർഡുകളും ബാനറുകളും വർദ്ധിച്ചു വരുന്നത് ഓരോ തവണ പോകുമ്പോഴും ഞാൻ കാണുന്നു. ഇത്തരത്തിലുള്ള ആളുകളുടെ എണ്ണവും വളരെയധികം വർധിക്കുന്നുണ്ട്. കരിസ്മാറ്റിക്ക് ധ്യാനം മുതൽ പലതരത്തിൽ ഉള്ള ഋഷിമാരുടെയും സന്ന്യാസിമരുടെയും ഒക്കെ പുറകെ ആളുകൾ പോകുന്ന പ്രതിഭാസം. കേരളത്തിന് അതിന്റെ ഇടതുപക്ഷ മനസ്സ് നഷ്ടപ്പെട്ടു എന്നു ഞാൻ പറയില്ല, എങ്കിലും അതു ദുർബലമായിട്ടുണ്ട്. ഇടതുപക്ഷ മനസ്സ് എന്നു പറഞ്ഞാൽ പുരോഗമനാത്മക മനസ്സാണ്. ഹ്യൂമനിസ്റ്റ് മനസ്സ് എന്നു പറഞ്ഞാൽ പോലും തകരാറില്ല. അത് തകരാറിലാണ് എന്ന് എനിക്കു തോന്നുന്നു.

- *ഇപ്പോൾ ഡോ. കെ.എസ്. മനോജ് എം.പി രാജിവച്ച സംഭവം താങ്കൾക്ക് അറിയാം. സിപിഎം തന്നെ ഒരു പ്രതിസന്ധിയിൽ ആണ്. അവരുടെ തിരുത്തൽരേഖയിൽ പറയുന്നത് ഈ മതാനുഷ്ഠാനങ്ങളിലേക്ക് പാർട്ടിയുടെ പ്രധാന അനുഭാവികൾ പോകുന്നതിനെ അനുകൂലിക്കാൻ കഴിയില്ലെന്നാണ്. പക്ഷേ പ്രകാശ് കാരാട്ട് തന്നെ എഴുതുന്ന ലേഖനങ്ങളിൽ അത് ഉറപ്പിച്ച് പറയാൻ കഴിയുന്നില്ല. ഞങ്ങൾ മതങ്ങൾക്ക് എതിരല്ല, മതവിശ്വാസികൾ എല്ലാം പാർട്ടിയിൽ അണിനിരക്കണം എന്ന നിലയിലാണ്. അപ്പോൾ ആശയപരമായി വല്ലാത്ത പ്രതിസന്ധി അനുഭവിക്കുന്നതായി താങ്കൾക്ക് തോന്നുന്നുണ്ടോ?*

  വാസ്തവത്തിൽ ലെനിന് ഈ കാര്യത്തിൽ വളരെ ഒരു സുവിദിതമായ അഭിപ്രായമുണ്ട്. അദ്ദേഹം പറഞ്ഞിട്ടുള്ളത് മതവിശ്വാസികൾക്കും പാർട്ടിയിൽ അംഗങ്ങളാകാം എന്നാണ്. ആ നിലപാട് തന്നെയാണ് ഇന്ത്യയിലെ കമ്മ്യൂണിസ്റ്റ് പാർട്ടികളും പിന്തുടർന്നു പോകുന്നത്. കാരണം മതവിശ്വാസികളെ മുഴുവൻ പാർട്ടിയിൽ നിന്ന് പുറത്താക്കുകയാണെങ്കിൽ എത്രപേർ അവശേഷിക്കും എന്ന് നമുക്ക് കണക്കാക്കാവുന്നതേയുള്ളൂ. ശബരിമലയ്ക്ക് പോകുന്ന ആളുകളെയും പള്ളിയിൽ പോകുന്ന ആളുകളെയും ഒക്കെ ഉപേക്ഷിച്ചാൽ എത്രപേർ ഉണ്ടാവും?

- *ഭൗതികവാദത്തിലും നിരീശ്വരവാദത്തിലും അധിഷ്ഠിതമായ പ്രത്യയശാസ്ത്രത്തിൽ വിശ്വസിക്കുന്നവർക്ക് എങ്ങനെയാണ് മതവിശ്വാസികളെ പൂർണമായും ഉൾക്കൊള്ളാൻ കഴിയുക?*

  അതിൽ ഒരു ഡിസ്റ്റിങ്ഷൻ നമ്മൾ പലപ്പോഴും പുലർത്താറില്ല. മാർക്സിസ്റ്റ് എന്നുള്ളതും കമ്മ്യൂണിസ്റ്റ് എന്നുള്ളതും. ഈ വാക്കുകൾ പലപ്പോഴും ഒരേപോലെ ഉപയോഗിക്കാറുണ്ട് എന്നുണ്ടെങ്കിലും വാസ്തവത്തിൽ വ്യത്യാസമുണ്ട്. ഫിലോസഫിക്കലായി തത്ത്വചിന്താപരമായി, സൈദ്ധാന്തികമായി മാർക്സിസ്റ്റ് തത്ത്വചിന്തയെ, വൈരുധ്യാത്മക ഭൗതികവാദത്തെ, അതിന്റെ ചരിത്രവീക്ഷണത്തെ, അതിന്റെ സാമ്പത്തിക വീക്ഷണത്തെ, ഒക്കെ അംഗീകരിച്ചിട്ടുള്ള ഒരാളെയാണ് മാർക്സിസ്റ്റ് എന്ന് നമ്മൾ പറയേണ്ടത്. എന്നാൽ കമ്മ്യൂണിസ്റ്റ് എന്ന് പറയുമ്പോൾ ഒരു സമത്വാധിഷ്ഠിത ഒരു വ്യവസ്ഥിതി, ലിംഗപരമായും സാമ്പത്തികപരമായും സമത്വം നിലനിൽക്കുന്ന വ്യവസ്ഥിതിയെ സ്വപ്നം കാണുകയും അതിനുവേണ്ടി പ്രവർത്തിക്കുകയും ചെയ്യുന്ന ഒരാൾ. ആ തരത്തിലുള്ള ഒരു വലിയ വിഭാഗം കമ്മ്യൂണിസ്റ്റുകാർ മതവിശ്വാസികളാണ്. അവർ പള്ളിയിൽ പോകുന്നുണ്ടാവാം, അമ്പലത്തിൽ പോകുന്നുണ്ടാവാം. പല അമ്പലക്കമ്മിറ്റികളിൽ ഉള്ള എത്രയോ കമ്മ്യൂണിസ്റ്റുകാരെ നമുക്കറിയാം. അതുകൊണ്ട് അത്തരത്തിലുള്ള വൈരുദ്ധ്യമില്ല. വൈരുദ്ധ്യമില്ല എന്നുവച്ചാൽ തത്ത്വചിന്തയുടെ തലത്തിലുണ്ട്, അല്ലെങ്കിൽ ധൈഷണിക

തലത്തിലുണ്ട്. പക്ഷേ ഒരു സാധാരണ വിശ്വാസിയെ സംബന്ധിച്ചിടത്തോളം അയാളുടെ വിശ്വാസം പുലർത്താനും അതേപോലെ തന്നെ സമൂഹത്തിന്റെ നന്മയ്ക്കും സമൂഹത്തിന്റെ സമത്വത്തിനുംവേണ്ടിയുള്ള പ്രവർത്തനത്തിൽ പങ്കാളിയാവാനും കഴിയും.

- *താങ്കളുടെ സാഹിത്യ ജീവിതത്തിലേക്ക് വിശദമായി പോകുന്നില്ല. എങ്കിൽ കൂടി, കവിതകളെക്കുറിച്ചോ കവിതാതത്ത്വങ്ങളെക്കുറിച്ചോ എഴുതുമ്പോൾ പലപ്പോഴും താങ്കൾ സ്വന്തം കവിതകൾ തന്നെ ഉദാഹരണമായി എടുത്ത് ഉദ്ധരിക്കുന്നു എന്നൊരു ആക്ഷേപം ഉണ്ടായിട്ടുണ്ട്. അതിൽ ആക്ഷേപം തോന്നേണ്ട കാര്യം ഇല്ല എന്നാണോ താങ്കളുടെ പക്ഷം?*

ഇല്ലെന്നാണ് തോന്നുന്നത്. ഒന്നാമത് വളരെ കുറച്ചേ അങ്ങനെ ഉണ്ടായിട്ടുള്ളൂ. കഴിയുന്നത്ര ഞാൻ ഒഴിവാക്കാറാണ് പതിവ്. പക്ഷേ മറ്റൊരു ഉദാഹരണം കിട്ടാതെ വരുമ്പോൾ ഉപയോഗിച്ചിട്ടുണ്ട്. കാരണം ഇതു വാസ്തവത്തിൽ എന്റെ ഒരു പ്രശ്നമാണ്. മറ്റുള്ളവരുടെ പ്രശ്നമായി കാണുന്നതിനെക്കാളേറെ. ഒരു കവി ആയിരിക്കുകയും ഒരു നിരൂപകൻ ആയിരിക്കുകയും ചെയ്യുന്ന ഒരാൾ ആധുനിക കവിതയെക്കുറിച്ച് പറയുമ്പോഴത്തെ പ്രശ്നം. ഇപ്പോഴും ഞാൻ പരിഹരിച്ചിട്ടില്ല ആ പ്രശ്നം. ആന്തോളജികൾ ഉണ്ടാക്കുമ്പോഴും ഈ പ്രശ്നമുണ്ട്. മലയാള ആധുനിക കവിതയുടെ ഒരു സമാഹാരം ഉണ്ടാക്കുന്നു. അതിൽ എന്റെ കവിതകൾ ഉൾപ്പെടുത്തണോ വേണ്ടയോ? ശുദ്ധസദാചാരം എന്നോട് പറയുന്നത് ഉൾപ്പെടുത്തരുത് എന്നാണ്. അതേസമയം സൗന്ദര്യാത്മക ചിന്തയോ കാവ്യസങ്കൽപ്പബോധമോ എന്നോട് പറയുന്നത് ഞാൻ കൂടി ഇല്ലാത്ത ആ ചിത്രം അപൂർണ്ണമാണ് എന്നാണ്. വായനക്കാരിൽപ്പോലും ഇങ്ങനെ ചിന്തിക്കുന്നവർ ഉണ്ടാവും. ഉദാഹരണത്തിന് 'Gestures' എന്ന പേരിൽ സൗത്ത് ഏഷ്യൻ പോയട്രി സമാഹാരം ചെയ്തു, സാഹിത്യ അക്കാദമിക്കു വേണ്ടി. അതിൽ മലയാള കവിതകളുണ്ട്. പക്ഷേ എന്റെ കവിതകൾ ഉൾപ്പെടുത്തിയില്ല. അതിനു കിട്ടിയ ഏറ്റവും വലിയ ആക്ഷേപം എന്റെ കവിതകൾ ഇല്ല എന്നുള്ളതാണ്. ഒരുപാട് വായനക്കാർ എന്നെ വിളിച്ചു പറഞ്ഞു, ആ പുസ്തകം വായിച്ച മിക്കവരും പറഞ്ഞു, 'നിങ്ങളുടെ കവിത ഇല്ലല്ലോ ഇതിൽ എങ്ങനെയാണ് അപ്പോൾ ഇത് സമീപകാല മലയാള കവിതയുടെ പ്രാതിനിധ്യം വഹിക്കുന്നത്.' ഈയൊരു പ്രശ്നമുണ്ട് അതിൽ. അതിൽ ഒരു സദാചാര പ്രശ്നമുണ്ട്, അതുപോലെ ചരിത്രപരമായ സത്യസന്ധതയുടെ പ്രശ്നമുണ്ട്. എനിക്കുകൂടി അറിയാം, ആധുനിക മലയാള കവിതയിൽ എന്റെ കൂടി പേരില്ലെങ്കിൽ അത് അപൂർണമാണ് എന്ന്. അതിൽ ഞാൻ ചെറിയ കവിയോ വലിയ കവിയോ ഒന്നുമാണെന്ന് അവകാശപ്പെടുന്നില്ല. പക്ഷേ ആ ചിത്രത്തിന്റെ

ഭാഗമാണ് ഞാൻ. എനിക്ക് ഒഴിവാക്കാൻ കഴിയാത്ത തരത്തിൽ ഒരു ഭാഗമാണ് ഞാൻ. നാൽപ്പതു വർഷമായി കവിത എഴുതുന്നു, ആ കവിതകൾ ശ്രദ്ധിക്കപ്പെട്ടിട്ടുണ്ട്, അതിനെപ്പറ്റി ധാരാളം പേർ വില യിരുത്തിയിട്ടുണ്ട്. അപ്പോൾ ആ അർത്ഥത്തിൽ അതു ഒഴിവാക്കു ന്നത് ഞാൻ കവിതാചരിത്രത്തോട് ചെയ്യുന്ന തെറ്റായിരിക്കും.

- സാഹിത്യത്തിൽ ആയാലും രാഷ്ട്രീയത്തിൽ ആയാലും കൃത്യമായ നിലപാടുകൾ ഉള്ള സച്ചിദാനന്ദന് എല്ലാക്കാലത്തും ശത്രുപക്ഷത്തും ആളുകൾ ഉണ്ടായിരുന്നു. ഇപ്പോൾ ശത്രുക്കളൊന്നുമില്ല, എല്ലാവരും മിത്രങ്ങളാണ് എന്ന നിലയിൽ എത്തിയോ?

എന്ന് തോന്നുന്നില്ല. കാരണം ഇപ്പോൾ സൂഫിയാ മഅദനി പ്രസ്താ വന വന്നിട്ട് ധാരാളം ശത്രുക്കൾ ഉണ്ടായിട്ടുണ്ട്. ശത്രുക്കൾ തീരെ ഇല്ലാതായാൽ ഉണ്ടാക്കാൻ വേണ്ടി ഞാൻ എന്തെങ്കിലും ഒക്കെ ചെയ്തുകൊണ്ടിരിക്കും എന്നാണ് തോന്നുന്നത് (ചിരിക്കുന്നു). കാരണം നമ്മൾ ആരെയെങ്കിലും ഒക്കെ പ്രകോപിപ്പിക്കുന്നില്ലെങ്കിൽ, നമ്മൾ മരിച്ചുപോയി എന്നാണ് അർത്ഥം.

- *നക്സൽ പ്രസ്ഥാനമൊക്കെ വിട്ട് പോന്നല്ലോ. മനുഷ്യനെ കൊല്ലു ന്നതിനെക്കുറിച്ച് ചിന്തിക്കുകയും പിന്നെ എങ്ങനെ കൊല്ലണം എന്ന് തർക്കിക്കുകയും ചെയ്യുന്ന ആ നക്സൽ സമയമുണ്ടല്ലോ? അതൊരു വിഡ്ഢിത്തമായിട്ട് താങ്കൾ ഇപ്പോൾ വിലയിരുത്തുന്നുണ്ടോ?*

ഒരു കാര്യം പലപ്പോഴും വിട്ടുപോകുന്നത് മാർക്സിസ്റ്റ് ലെനിനിസ്റ്റ് പോലെ ഒരു പാർട്ടിയിലും അംഗമായിട്ടില്ല ഞാൻ ഇതുവരെ. അത് ഒരു എഴുത്തുകാരൻ എന്ന നിലയ്ക്കുള്ള എന്റെ തീരുമാനമാണ്. ഇനിയുള്ള വർഷങ്ങളിലും ആകാൻ പോവുന്നില്ല. മാർക്സിസ്റ്റ് ലെനിനിസ്റ്റ് പാർട്ടിയിൽ ഞാൻ അംഗമായിരുന്നില്ല. അവരുടെ സാംസ്കാരിക വേദിയുടെ പ്രവർത്തകനായിരുന്നു. പൊതുഅനു ഭാവം നിശ്ചയമായിട്ടും ഉണ്ടായിരുന്നു. അല്ലാതെ അതിൽ സത്യ സന്ധമായി പ്രവർത്തിക്കാൻ കഴിയില്ല. ഞാൻ ആലോചിച്ചത് മലയാളിയുടെ അല്ലെങ്കിൽ ഇന്ത്യയുടെ തന്നെ സാംസ്കാരിക ജീവിതത്തിൽ ഒരു ഇടപെടലിന് പ്രസക്തിയുണ്ട്. അപ്പോൾ ആ കാര്യ ത്തിൽ എനിക്ക് ഒട്ടും തന്നെ പശ്ചാത്താപമില്ല. കാരണം ആ കാലത്ത് നമുക്ക് അറിയാവുന്നതുപോലെ ഒരുപാട് പുതിയ കാവ്യരൂപങ്ങൾ കൊണ്ടുവന്നു, ഭാഷയിൽ മാറ്റമുണ്ടാക്കി, സമീപനങ്ങളിൽ മാറ്റ മുണ്ടാക്കി, ആ തരത്തിൽ സാംസ്കാരിക വേദിയുടെ പ്രവർത്തന ത്തിൽ ഇന്ന് തിരിഞ്ഞു നോക്കുമ്പോഴും അതിനെക്കുറിച്ച് പൊതു വായ പശ്ചാത്താപം തോന്നുന്നില്ല. അതിൽ മറ്റു ചില പ്രവൃത്തി കൾ, അതു നടത്തിയ വിചാരണകൾ ശരിയായിരുന്നോ, അല്ലെങ്കിൽ അന്നു പാർട്ടി നടത്തിയ കൊലപാതകങ്ങൾ ശരിയായിരുന്നോ,

അതിനെപ്പറ്റിയൊക്കെ തീർച്ചയായും ഞാൻ വിമർശിച്ചിട്ടുണ്ട്. അതു മാത്രമല്ല മാർക്സ് ലെനിനിസ്റ്റ് പാർട്ടികളുടെ പൊതുവായ സമീപനങ്ങളെക്കുറിച്ചൊക്കെ തന്നെ ഞാൻ പിന്നീട് വിമർശിച്ചിട്ടുണ്ട്.

- *വീണ്ടും ഞാൻ നാട്ടിലേക്കു വരികയാണ്. അതായത് വീട് വയ്പ്പിനെക്കുറിച്ചും വീട് മാറ്റത്തെക്കുറിച്ചുമൊക്കെ വളരെ ഗൃഹാതുര കവിതകൾ എഴുതിയ ആൾക്ക് കേരളത്തിൽ ഒരു വീട്ടിൽ താമസിക്കണം എന്ന ആഗ്രഹം ഇല്ലാത്തത് എന്തുകൊണ്ട്? കേരളത്തിൽ എത്രയോ അനീതികൾ താങ്കൾക്ക് എതിർക്കാനായി ഉണ്ട്?*

അങ്ങനെ വരില്ല എന്നു വാസ്തവത്തിൽ പറഞ്ഞുകൂടാ. എല്ലാ കാലത്തും എന്റെ സ്വപ്നങ്ങളിൽ ഒന്ന് ഭാരതപ്പുഴയുടെ തീരത്തോ മറ്റോ ഉള്ള ചെറിയ വീട് എന്നതൊക്കെയായിരുന്നു. കഴിയാത്തതിനു കാരണം പല തരത്തിലുള്ള സാഹചര്യങ്ങൾ ആണ്. സ്വകാര്യമായ ചില ഭൗതിക സാഹചര്യങ്ങളുണ്ട്. ഞാൻ നേരത്തെ സൂചിപ്പിച്ചതുപോലെ ഡൽഹിയിലെ പൊതുജീവിതവും സാംസ്കാരിക ജീവിതവും. പത്തു പതിനാറ് വർഷം കൊണ്ട് കുറച്ചൊക്കെ അതിന്റെ ഭാഗമായി ഞാൻ മാറിയിട്ടുണ്ട്. മലയാളി എന്ന ഐഡന്റിറ്റി കളയാതെ തന്നെ മലയാളി മാത്രമല്ലാത്ത ഒരു അവസ്ഥയിലേക്ക് എന്തായാലും ഞാൻ വന്നിട്ടുണ്ട്. ആ തരത്തിൽ ഒരു തുറക്കൽ ഉണ്ടായിട്ടുണ്ട്. അതു വളരെ സ്വഭാവികമായിരുന്നു. എന്നെ സംബന്ധിച്ച് മറ്റുള്ളവർ എങ്ങനെ കണ്ടാലും എന്റേത് ഒരു വികാസമായിരുന്നു എന്നു ഞാൻ വിശ്വസിക്കുന്നു. എന്റെ ധൈഷണിക ജീവിതത്തിലും സാംസ്കാരിക ജീവിതത്തിലും കവിജീവിതത്തിലും ഒരു വികാസമായിരുന്നു എന്നു വിശ്വസിക്കുന്നു. അത് വീണ്ടും അടയ്ക്കുന്നതിന് അല്ലെങ്കിൽ പഴയ പരിമിത സ്വത്വത്തിലേക്ക് തിരിച്ച് പോകുന്നതിന് തയ്യാറില്ലായ്മ കൂടി അതിന് ഒരു കാരണമായിരിക്കാം.

(2010)

ബാലചന്ദ്രൻ ചുള്ളിക്കാട്

താൻ ആകെ മാറിയെന്ന് ആവർത്തിച്ചാലും ബാലചന്ദ്രൻ ചുള്ളിക്കാടിനെ ക്ഷുഭിത യൗവനത്തിന്റെ പ്രതിരൂപമായി കാണാനാണ് മലയാളികൾക്കിഷ്ടം. ജീവിക്കുന്ന കാലത്തേയും ചുറ്റുമുള്ള സാമൂഹികാവസ്ഥകളെയും വെല്ലുവിളിച്ച് അദ്ദേഹം നടത്തിയ കാവ്യകലഹങ്ങൾ ഒരു കാലഘട്ടത്തിന്റെ ചരിത്രാധ്യായങ്ങൾ തന്നെയാണ്. ചുറ്റുപാടുകളും അനുഭവങ്ങളും തീർത്ത അസ്വസ്ഥതകളോട് മൂർച്ചയുള്ള ഭാഷയിൽ പ്രതികരിച്ച കവി കലങ്ങിമറിഞ്ഞ പുതിയ കാലഘട്ടത്തോടും സമരസപ്പെടുന്നില്ല. ടെലിവിഷൻ പരമ്പരകളുടേയും സിനിമയുടേയും എഴുതിത്തയ്യാറാക്കിയ സംഭാഷണങ്ങൾക്ക് പുറത്ത് ചുള്ളിക്കാടിന്റെ സ്വരം കേൾക്കുന്ന മലയാളി ഓരോ നിമിഷവും ഒരു പൊട്ടിത്തെറിക്ക് കാതോർക്കുന്നുണ്ട്. കാരണം, യൗവനത്തിൽ അല്ലെങ്കിലും ബാലചന്ദ്രൻ ചുള്ളിക്കാടിനെ ഇന്നും നയിക്കുന്നത് സ്വന്തം ബോധ്യങ്ങൾ തന്നെയാണ്. ആ ബോധ്യങ്ങൾ പലതിനോടും നിരന്തരം കലഹിക്കുന്നത് ഈ സംഭാഷണത്തിൽ കേൾക്കാം.

ചുള്ളിക്കാടിന്റെ കലഹങ്ങൾ

- *കേരളത്തിൽ ഇപ്പോഴും വളരെ സങ്കീർണ്ണമായ പ്രശ്നങ്ങൾ ഉണ്ട്. പക്ഷേ കുറേക്കാലമായി അതിലൊന്നും ഇടപെടാതെ മാറിനില്ക്കുന്ന ബാലചന്ദ്രൻ ചുള്ളിക്കാടിനെയാണ് കാണുന്നത്. ഇതു പ്രായംകൊണ്ട് വന്ന പക്വതയായിട്ട് കാണണോ അതോ താങ്കളുടെ ഈ ബുദ്ധമത വിശ്വാസവുമായി ബന്ധമുണ്ടോ?*

രണ്ടും അല്ല. മാനസികവും ശാരീരികവുമായി എനിക്ക് ഈ പ്രശ്ന ങ്ങളിൽ ഇടപെടാനുള്ള കഴിവില്ലാതായി. കഴിവ് കുറഞ്ഞു.

- *ഏറെ പ്രായമൊന്നും ബാലചന്ദ്രന് ആയിട്ടില്ല. മാനസികവും ശാരീരിക വുമായും ബാലചന്ദ്രൻ ചുള്ളിക്കാടിന്റെ ഫാക്കൽറ്റികൾ താഴെ പോയി എന്ന് കേരളസമൂഹം വിശ്വസിക്കുന്നില്ല. അപ്പോൾ ഒഴിഞ്ഞുമാറലാ യിട്ടാണ് തോന്നുന്നത്?*

തോന്നാവുന്നതേയുള്ളൂ. ഒഴിഞ്ഞുമാറൽ അല്ല. എനിക്ക് ഒരുപാട് സംശയങ്ങൾ ഉണ്ട്. കുട്ടിക്കാലത്ത്, അല്ലെങ്കിൽ ചെറുപ്പകാലത്ത് ഉണ്ടായിരുന്നത്ര ആത്മവിശ്വാസം ഇല്ല. മറ്റ് സാഹിത്യകാരന്മാരുടെ കാര്യം എനിക്ക് അറിഞ്ഞുകൂടാ. എന്റെ ജീവിതാനുഭവങ്ങളിൽനിന്ന് ഞാൻ പഠിച്ച ഒരു കാര്യം കേരളസമൂഹം സാഹിത്യകാരന്മാരുടെ വാക്കുകൾക്ക് ഇപ്പോൾ അത്ര വില കല്പിക്കുന്നില്ല എന്നാണ്. അടി യന്തിരാവസ്ഥ കാലത്ത് ആഭ്യന്തരമന്ത്രിയായിരുന്ന കെ. കരുണാ കരനെ മൂന്ന് പ്രാവശ്യമാണ് കേരള ജനത മുഖ്യമന്ത്രിയായി തിര ഞ്ഞെടുത്ത് അഭിനന്ദിച്ചത്. എന്നാൽ ഏതെങ്കിലും സാഹിത്യകാരന്റെ വാക്കുകൾക്ക് അങ്ങനെ ഒരു വിലയും കൽപിച്ചിട്ടില്ല. ഒ.എൻ.വി. കുറുപ്പ് ഇലക്ഷന് നിന്നു തോറ്റുപോയി. ശശി തരൂർ അതേ സ്ഥലത്തു നിന്ന് ജയിച്ചു.

- *അടുത്ത കാലത്ത് കണ്ട മാറ്റമാണോ? താങ്കളുടെയൊക്കെ കൗമാര കാലത്ത് സാഹിത്യകാരന്മാർ പറയുന്നത് കുറച്ചുകൂടെ ശ്രദ്ധയോടെ ആളുകൾ കേട്ടിരുന്നില്ലേ?*

ഉണ്ടായിരുന്നു. കാരണം അവർ സാഹിത്യകാരന്മാർ മാത്രം ആയിരുന്നില്ല. സുകുമാർ അഴീക്കോട് അല്ലെങ്കിൽ ഒ.എൻ.വി. കുറുപ്പ് ഇവരൊക്കെ തന്നെ. ഒരു കാലത്ത്, പ്രത്യേകിച്ച് കേരളത്തിന്റെ രൂപീകരണ കാലഘട്ടത്തിൽ രാഷ്ട്രീയ നേതാക്കളോളം തന്നെ പ്രാധാന്യമുള്ള സാഹിത്യകാരന്മാർ ഉണ്ടായിരുന്നു. ഉദാഹരണത്തിന് കേശവദേവ്, തകഴി, വൈക്കം മുഹമ്മദ് ബഷീർ എന്നൊക്കെ പറഞ്ഞാൽ അച്യുതാനന്ദനേക്കാളും പിണറായിയേക്കാളും അല്ലെങ്കിൽ കരുണാകരനേക്കാളും വയലാർ രവിയേക്കാളും വലിയ ഫിഗേഴ്സ് ആയിരുന്നു. ജനങ്ങളുടെയിടയിൽ ഇന്നിപ്പോൾ അങ്ങനെയുള്ള സ്ഥാനം, അത്രയ്ക്ക് സ്വാധീനം, എഴുത്തുകാർക്ക് ഇല്ല. കാരണം ജനങ്ങളുടെ ക്വാളിറ്റി മാറി. പുതിയ തലമുറ വന്നു. അവരിന്ന് എഴുത്തുകാരെ അത്രയ്ക്ക് ബഹുമാനിക്കുന്നുണ്ടെന്ന് തോന്നുന്നില്ല. പിന്നെ മറ്റൊന്ന്, വൈക്കം മുഹമ്മദ് ബഷീർ വെറും എഴുത്തുകാരൻ മാത്രം ആയിരുന്നില്ല. രാഷ്ട്രീയ പ്രവർത്തകനായിരുന്നു. സ്വാതന്ത്ര്യസമരസേനാനിയായിരുന്നു. പി. ഭാസ്കരൻ വെറും പാട്ടെഴുത്തുകാരൻ മാത്രമായിരുന്നില്ല. അദ്ദേഹം സ്വാതന്ത്ര്യസമരസേനാനിയായിരുന്നു, രാഷ്ട്രീയ പ്രവർത്തകനായിരുന്നു. ഒ.എൻ.വി. കുറുപ്പും ഇവരൊക്കെ തന്നെ രാഷ്ട്രീയ സാമൂഹ്യ രംഗങ്ങളിൽ വലിയ പ്രസ്ഥാനങ്ങളോടൊപ്പം പ്രവർത്തിച്ച ആളുകളാണ്. അപ്പോൾ അവരുടെ സ്വാധീനം സമൂഹത്തിലുണ്ടായിരുന്നത് വലുതായിരുന്നു. ഇന്നിപ്പോൾ അങ്ങനെയൊരു ആഴമേറിയ സ്വാധീനമൊന്നും ഇല്ല. ഇന്ന് കൂടുതലും അക്കാദമിഷ്യൻസ് ആണ് വലിയ എഴുത്തുകാർ.

- *ഇപ്പറഞ്ഞ മാറ്റങ്ങൾ മൂലം മിണ്ടാതിരിക്കുന്നതാണ് നന്ന് എന്നു കരുതി താങ്കൾ മിണ്ടാതിരിക്കുന്നു. പക്ഷേ അതിനപ്പുറത്ത് താങ്കളുടെ മനസ്സിൽ ഒരു കനലെരിയുന്നുണ്ടോ... പ്രതികരണങ്ങൾ മനസ്സിലുണ്ടാകുന്നുണ്ടോ, ഒരു സമരം മനസ്സിൽ നടക്കുന്നുണ്ടോ?*

ഞാൻ അങ്ങനെ ഉത്കണ്ഠപ്പെടേണ്ട അത്യാവശ്യം ഒന്നും എനിക്ക് തോന്നുന്നില്ല. കാരണം, ഇതിലൊക്കെ ഇടപെടാൻ ധൈഷണികവും ആത്മീയവും കായികവും ഒക്കെ ആയ കുറേ ക്വാളിറ്റീസ് ആവശ്യമുണ്ട്. അത്തരം ക്വാളിറ്റീസ് ഒന്നും എനിക്കുണ്ടെന്ന് തോന്നുന്നില്ല. എനിക്ക് ബോധ്യമില്ല. അതുകൊണ്ട് ഒരാവേശത്തിന്റെ പുറത്ത് ചെയ്യേണ്ടുന്ന കാര്യമല്ല അത്. എന്നെക്കൊണ്ട് കഴിയുന്ന ചെറിയ കാര്യങ്ങൾ ചെയ്തു ജീവിച്ചാൽ മതിയെന്ന് ഞാൻ തീരുമാനിച്ചതാണ്.

- *പക്ഷേ, താങ്കൾക്ക് വലിയ ആവേശം ഉണ്ടായിരുന്ന സമയത്ത് താങ്കളെ മാതൃകയാക്കിയ ഒരു തലമുറ ഉണ്ടായിരുന്നു. ചെറുപ്പക്കാരുടെ ഒരു*

നിര. മദ്യപാനം, അതുപോലെ അരാജകത്വം എന്നു പറയാവുന്ന തരത്തിലുള്ള ജീവിതരീതി, അതൊക്കെ താങ്കൾ ഉപേക്ഷിച്ചു. പക്ഷേ താങ്കൾ സ്വാധീനിച്ച കുറേ ആളുകൾ ഉണ്ട്. ഒരുപക്ഷേ അവരിത് കൊണ്ടുനടക്കുകയും അങ്ങനെയുള്ള കൂട്ടായ്മകളിൽ താങ്കളുടെ കവിത ചൊല്ലുകയും ഒക്കെ ചെയ്യുന്നുണ്ട്, അവരെക്കുറിച്ച് ആലോചിച്ചിട്ടുണ്ടോ?

ഞാനും അതുപോലെ പലരെയും അനുകരിക്കുകയോ അല്ലെങ്കിൽ പലരുടേയും സ്വാധീനത്തിന് വിധേയനാകുകയോ ഒക്കെ ചെയ്തിട്ടാണ് മദ്യപാനവുമൊക്കെയായി നടന്നിരുന്നത്. അത്രയേ ഉള്ളൂ. എന്റെ കവിത വായിക്കുന്ന എല്ലാവരും അങ്ങനെ ചെയ്യുന്നില്ലല്ലോ. അവർ എന്നെ ഒരു നിമിത്തം ആക്കുന്നു എന്നേയുള്ളൂ. എന്നെ പിന്തുടർന്നു എന്നുപറഞ്ഞാൽ... ഞാൻ അങ്ങനെ പിന്തുടരാൻ പറ്റിയ ആളല്ല... എന്നെ ആരെങ്കിലും പിന്തുടരണം എന്ന് ഒരിക്കലും ആവശ്യപ്പെട്ടിട്ടില്ല. പിന്നെ... ഓരോരുത്തരും.... ഞാൻ കോളേജിലൊക്കെ വരുമ്പോൾ ബുദ്ധിജീവികളെല്ലാം - വൈക്കം ചന്ദ്രശേഖരൻ നായരായാലും തകഴി ആയാലും കേശവ്ദേവ് ആയാലും ഒക്കെ മദ്യപിക്കുന്നു. കടമ്മനിട്ട രാമകൃഷ്ണനായാലും കാക്കനാടൻ ആയാലും അല്ലെങ്കിൽ ജോൺ എബ്രഹാം ആയാലും ഒക്കെ. ആ കൂട്ടത്തിൽ, ആ മതത്തിൽ ചേരാൻ വേണ്ടി അനിവാര്യമായ അനുഷ്ഠാനം എന്ന നിലയിൽ ഞാനും മദ്യപാനം ആരംഭിച്ചതാണ് സത്യത്തിൽ. തീർച്ചയായും... അതുപോലെ എന്നെ അനുകരിച്ചിട്ടുള്ളവർ ഉണ്ടാകാം. കള്ളുകുടിക്കുന്നതിലൊക്കെ. ഞാനല്ലെങ്കിൽ മറ്റൊരാൾ ഉണ്ടാകും. അവർക്ക് അനുകരിക്കാൻ അത്രേ ഉള്ളൂ. ഇപ്പോൾ ജോൺ എബ്രഹാം കാരണമാണ് ഞാൻ കള്ളുകുടിച്ചത് എന്ന് പറയാൻ ഞാൻ തയ്യാറല്ല.

- *അതിനപ്പുറത്ത് ഈ സമൂഹത്തെ, യുവജനങ്ങളെ സ്വാധീനിക്കുന്ന സാഹിത്യം സൃഷ്ടിക്കുന്ന ആളുകൾക്ക് മാതൃകാപരമായ ജീവിതം നയിക്കാൻ കൂടി ഉത്തരവാദം ഉണ്ട് എന്ന് പറയാൻ ആവോ?*

അത് ഒരു തെറ്റിദ്ധാരണയാണ്. അങ്ങനെയൊരു മാതൃകാപുരുഷൻ അല്ല കലാകാരൻ. ഒരിടത്തും... പലപ്പോഴും കലാകാരന്മാർ സമൂഹത്തിന് ഉൾക്കൊള്ളാൻ കഴിയാത്ത കാര്യങ്ങൾ ചെയ്ത് ജീവിച്ചിട്ടുള്ളവരാണ്. അത് വിദേശത്തായാലും ഇവിടെയായാലും. കുഞ്ഞിരാമൻ നായരെ മാതൃകയാക്കിയാൽ എന്തുചെയ്യും? ചങ്ങമ്പുഴയെ മാതൃകയാക്കിയാൽ എന്തുചെയ്യും?

- *ഈ മാതൃകയല്ലാത്ത ജീവിതം നയിച്ച ഒരു കാലമുണ്ടല്ലോ. തെണ്ടിത്തിരിഞ്ഞ് നടന്നു എന്ന് നമ്മൾ പറയുന്ന കാലം. ആ കാലം ശരിക്കും*

എന്താണ് തെളിയിച്ചത്. അതായത് പുറംമോടികൾ ഒന്നും ആവശ്യമില്ല ജീവിതത്തിന് ഇത്രയൊക്കെയേ ആവശ്യം ഉള്ളൂ എന്നൊരു സന്ദേശം അതിനുണ്ടോ?

ജോണി പറഞ്ഞത് വളരെ ശരിയാണ്. ഞാൻ എന്റെ വീട്ടിൽ നിന്ന് പോന്നില്ലായിരുന്നു എങ്കിൽ ജീവിതത്തിന്റെ ഏറ്റവും പ്രാഥമികമായ തലം ഏതാണെന്ന് അറിയില്ലായിരുന്നു. കേരളത്തിലും പുറത്തും ഒക്കെ ഭാഷപോലും അറിഞ്ഞുകൂടാത്ത സ്ഥലങ്ങളിൽ ഭിക്ഷ യാചിച്ചും കടത്തിണ്ണകളിലും ബസ് സ്റ്റാൻഡുകളിലും കിടന്നുറങ്ങിയും ജീവിച്ച ആ കാലം എന്നെ പഠിപ്പിച്ചത് ജീവിതത്തിലെ വ്യാമോഹങ്ങൾക്കൊന്നും യാതൊരു അർത്ഥവും ഇല്ല എന്നുള്ളതാണ്. ആ ഒരു വലിയ വിദ്യാഭ്യാസം എനിക്ക് കിട്ടി. അന്നെനിക്ക് വളരെ ദുഃഖം തോന്നിയിട്ടുണ്ട്. എനിക്ക് ഇങ്ങനത്തെ അവസ്ഥ വന്നു. അല്ലെങ്കിൽ വീട്ടിൽ പോവാൻ പറ്റാത്ത അവശത വന്നു എന്നൊക്കെ. ഇന്നാലോചിക്കുമ്പോൾ സത്യത്തിൽ അതൊക്കെ വലിയൊരു വിദ്യാഭ്യാസമായിരുന്നു എന്നെ സംബന്ധിച്ചിടത്തോളം.

- *ആ ജീവിതം താങ്കൾക്ക് വലിയൊരു പാഠം തന്നു എന്നു പറഞ്ഞു. അതുപോലെ നമുക്ക് പൈതൃകമായി കിട്ടുന്ന ഒന്നാണ് മതവിശ്വാസം. നമുക്ക് തിരഞ്ഞെടുക്കാൻ കഴിയുന്ന ഒന്നല്ല. പക്ഷേ അത് തിരഞ്ഞെടുക്കാൻ കഴിയുന്ന ഒന്നാവണം എന്നാണോ താങ്കൾ ഈ മതംമാറ്റംകൊണ്ട് ഉദ്ദേശിച്ചത്?*

നമ്മൾ ഒരു മതത്തിൽ ജനിച്ചുപോയി, അല്ലെങ്കിൽ അച്ഛനമ്മമാർ ഒരു മതത്തിൽപെട്ടവരാണ്. അവർ ഒരു പ്രത്യേക മതത്തിൽ വളർത്തി എന്നു കരുതി അതിൽ തുടരണം എന്ന് യാതൊരു നിർബന്ധവുമില്ല. ഞാൻ ബുദ്ധമതം സ്വീകരിക്കാൻ കാരണം എനിക്കത് ഇഷ്ടമായതുകൊണ്ടാണ്. മാധവിക്കുട്ടി ഇസ്ലാംമതം സ്വീകരിച്ചപ്പോൾ ഒരുപാടു പേർ അവരെ പരിഹസിക്കുകയും വിമർശിക്കുകയും അവരെ ഫോണിൽ വിളിച്ച് അസഭ്യവർഷം നടത്തുകയും ഒക്കെ ചെയ്തിരുന്നു. അത് വല്ലാത്തൊരു ബുദ്ധിമുട്ട് എനിക്കുണ്ടാക്കി. കാരണം ഒരാൾക്ക് ഇഷ്ടമുള്ള മതം തിരഞ്ഞെടുക്കാനുള്ള അവകാശം ഇല്ല എന്ന് പറയുന്നത് ശരിയല്ല. കാരണം അങ്ങനെ ആയിരുന്നുവെങ്കിൽ ഇവിടെ ക്രിസ്ത്യാനികളോ മുസ്ലീങ്ങളോ ഒന്നും ഉണ്ടാവില്ല.

- *മാധവിക്കുട്ടിയുടെ ആ തീരുമാനത്തെക്കുറിച്ച് പുനർവിചിന്തനം ഉണ്ടായി എന്ന് എന്തെങ്കിലും സൂചന താങ്കൾക്ക് ഉണ്ടായിരുന്നോ? ഒടുവിൽ അപ്രകാശിതമായ അവരുടെ കവിതകൾ കൂടി വായിച്ച പശ്ചാത്തലത്തിൽ.*

പുനർവിചിന്തനം ഒന്നും ഉണ്ടായിട്ടില്ല. പക്ഷേ ആ മതവുമായി ബന്ധപ്പെട്ട മനുഷ്യർ അവരുടെ ജീവിതത്തിലേക്ക്, അവരുടെ സ്വകാര്യതയിലേക്ക് കടന്നുകയറുന്നത് അവർ വല്ലാതെ വെറുത്തിരുന്നു, വല്ലാതെ വിഷമിച്ചിരുന്നു, അത്രയേ ഉള്ളൂ.

- *സമൂഹം എന്ത് ചിന്തിക്കുന്നു എന്നുവിചാരിച്ച് വ്യാകുലപ്പെടുന്നില്ല എന്ന് ബാലചന്ദ്രൻ എപ്പോഴും പറയാറുണ്ട്. പക്ഷേ അങ്ങനെ ഒരാൾക്കും പലപ്പോഴും അശുഭചിന്തകൾ കൂടുതൽ ഉള്ളതുപോലെ തോന്നുന്നു. സമൂഹം ശരിയല്ല എന്ന മട്ടിൽ കൂടുതൽ പറയുന്നു, ചിലപ്പോൾ സഹതാപം കിട്ടാൻവേണ്ടിയുള്ള ശ്രമമാണെന്ന് വരെ വ്യാഖ്യാനിക്കാവുന്നപോലെ; എന്നിട്ടും അശുഭചിന്തകൾ. താങ്കളുടെ തന്നെ സുഹൃത്തുക്കളിൽ വളരെ നല്ലവർ ഇല്ലേ?*

എനിക്ക് ഈ അശുഭചിന്ത കുറച്ചു കൂടുതലാണ്. ചില ആളുകൾ അങ്ങനെയാണ്. ചില മാനസികാവസ്ഥകൾ. എന്നെ സംബന്ധിച്ചിടത്തോളം ജോണി പറഞ്ഞത് ശരിയാണ്. നല്ല മനുഷ്യർ ധാരാളം ഉണ്ട്. നല്ല അനുഭവങ്ങളും ഉണ്ട് എനിക്ക് ഒരുപാട്. പക്ഷേ പലപ്പോഴും എടുത്തുപറയാനോ അല്ലെങ്കിൽ ഓർമ്മയിൽ നിലനിൽക്കാനോ നിർബന്ധിക്കുക, മോശമായ അനുഭവങ്ങളും പ്രതികൂലമായ മനോഭാവങ്ങളും ഒക്കെ ആണ്.

- *ഒരുപക്ഷേ പ്രതികൂല അനുഭവങ്ങൾക്കാണ് വിപണിയുള്ളത് എന്നത് താങ്കളെ നയിച്ച ഘടകമാണോ?*

എന്നുപറയാൻ പറ്റില്ല. ഏറ്റവും കൂടുതൽ മാർക്കറ്റ് ഉള്ളത് മിമിക്രിക്കാണ്. എന്റെ കവിത ചൊല്ലലിനേക്കാളും എത്രയോ വലിയ മാർക്കറ്റ്. വണ്ടിക്കാശ് തന്നിട്ടുണ്ടെന്നല്ലാണ്ട് കവിത ചൊല്ലിയിട്ട് പത്തു പൈസ എനിക്ക് ജീവിതത്തിൽ കിട്ടിയിട്ടില്ല. ഞാൻ എത്രയോ സ്ഥലങ്ങളിൽ കവിത ചൊല്ലിയിട്ടുണ്ട്. കവിത ചൊല്ലുന്നതിന്റെ പേരിൽ പൈസ കിട്ടിയിട്ടുള്ളത് കസറ്റോ അല്ലെങ്കിൽ സീഡിയോ ഇറക്കുമ്പോൾ മാത്രമാണ്. അല്ലാതെ ആളുകൾ വിളിച്ചിട്ട് കവിത ചൊല്ലിച്ചിട്ട് എനിക്ക് അങ്ങനെ പ്രതിഫലം തന്നിട്ടില്ല. ഇപ്പോൾ എന്റെ സുഹൃത്ത് സാജൻ പള്ളുരുത്തിക്ക് മിമിക്രിക്ക് കിട്ടുന്നതിന്റെ നൂറിൽ ഒരു ശതമാനം കവിത ചൊല്ലൽകൊണ്ട് എനിക്ക് ഉണ്ടാക്കാൻ കഴിയില്ല.

- *താങ്കളുടെ ജീവിതം തന്നെ പൊതുസമൂഹം അത്ര നന്നായി കരുതുന്ന പല കാര്യങ്ങളും ഇല്ലാത്തൊരു ജീവിതമായിരുന്നു. ആ ജീവിതത്തിന്റെ അനുഭവങ്ങൾ താങ്കൾ അച്ചടിച്ചു വിറ്റിട്ടുണ്ട്. അത് മാർക്കറ്റിങ്ങ് ആണെന്ന് പറഞ്ഞുകൂടേ?*

ഞാൻ മാത്രമല്ല, മഹാത്മാഗാന്ധി അച്ചടിച്ചു വിറ്റിട്ടുണ്ട് ഇല്ലേ... ജി. ശങ്കരക്കുറുപ്പ്... ഓർമ്മകളുടെ ഓളങ്ങൾ എന്ന് പറഞ്ഞിട്ട് എത്രയോ പേർ... കുഞ്ഞിരാമൻ നായർ... എത്രയോ പേർ... വൈക്കം മുഹമ്മദ് ബഷീർ... എത്രയോ എഴുത്തുകാരാണ്. നളിനി ജമീല അനുഭവങ്ങൾ എഴുതി വിൽക്കുന്നു. പ്രിയ എ.എസ്. അല്ലെങ്കിൽ ആരാണ്? ഇപ്പോൾ സുഭാഷ് ചന്ദ്രൻ അല്ലെങ്കിൽ ഗ്രേസി ഇവരൊക്കെ അനുഭവക്കുറിപ്പുകൾ എഴുതി വില്ക്കുമ്പോൾ അതു വിൽപന അല്ലേ?

- *ചിദംബരസ്മരണതന്നെ എടുക്കട്ടെ... അതിൽ താങ്കൾ തന്നെ സ്വയം ഒരു കഥാപാത്രമായി കണ്ട് കുറച്ച് ഭാവന കലർത്തി എന്നുപറഞ്ഞാൽ നിഷേധിക്കുമോ?*

എന്തിനാണ് നിഷേധിക്കുന്നത്...? ഞാൻ അത് എഴുതി എന്നതു മാത്രമാണ് എനിക്ക് ചെയ്യാൻ പറ്റിയ കാര്യം. അതു മുഴുവൻ സത്യമാണെന്ന് പറഞ്ഞ് തഹസിൽദാരുടെ സർട്ടിഫിക്കറ്റ് കൂടി അതിൽ അറ്റാച്ച് ചെയ്യേണ്ട ആവശ്യം എനിക്കില്ല. നല്ല വായനക്കാരന്... ആ പേര് അർഹിക്കുന്ന വായനക്കാരന്... ഇത് വായിക്കുമ്പോൾ അയാളുടെ ഉള്ളിലൊരു സത്യബോധം ഉണ്ടാകും. ഈ പറയുന്നതു സത്യമാണോ അല്ലയോ എന്ന്. അതിനെ ഞാൻ പൂർണമായിട്ടും വിശ്വസിക്കുന്നു.

- *താങ്കൾ ആ പുസ്തകമെഴുതിയ സമയത്ത് അല്ലെങ്കിൽ ആ അനുഭവക്കുറിപ്പുകൾ എഴുതിയപ്പോൾ സത്യസന്ധമായ ജീവിതം അതിലുണ്ടാവണം എന്ന് കരുതിയോ അതോ ഇതു വായനയ്ക്കുതകുന്ന നല്ല കൃതിയാവണം എന്ന് കരുതിയോ?*

ഒരിക്കലും അങ്ങനെ കരുതിയിട്ടില്ല. കാരണം, അങ്ങനെ വായനയ്ക്ക് ഉതകുന്ന കൃതിയാവാൻ വേണ്ടിയാണെങ്കിൽ ഇങ്ങനെയല്ല എഴുതുക. ഒരുപാട് തരത്തിൽ ഇതിനേക്കാൾ റീഡബിലിറ്റിയുള്ള ഫിക്ഷൻ എഴുതാം. വേറെ എന്തുവേണേലും എഴുതാം. അപ്പോൾ പിന്നെ ഞാൻ പറഞ്ഞില്ലേ, ഇത് സത്യമാണെന്ന് ഞാൻ അവകാശപ്പെടുന്നതിൽ യാതൊരു അർത്ഥവുമില്ല. കാരണം ഇത് സത്യമാണോ അല്ലയോ എന്നുള്ളത് എനിക്ക് തെളിയിക്കാൻ കഴിയില്ല ഒരിക്കലും. ഞാൻ എങ്ങനെ തെളിയിക്കാനാണ്?

- *പൊതുവേ താങ്കൾക്ക് ഒരു കാര്യത്തിലും താൽപര്യം ഏറെക്കാലം നിൽക്കില്ല എന്നുണ്ടോ? താങ്കളുടെ രാഷ്ട്രീയ നിലപാട് തന്നെ നോക്കിയാൽ, വീക്ഷണത്തിൽ ജോലി ചെയ്തിട്ടുണ്ട്. ഒരു ഇടതുപക്ഷ ചിന്താഗതിക്കാരനാണ്. അതിനിടയ്ക്ക് ദേശാഭിമാനിയുടെ*

പ്രചാരകൻ എന്ന് പറയാൻ പറ്റുന്ന റോളുകൾ അഭിനയിച്ചിട്ടുണ്ട്. ഇതിലൊന്നും സ്ഥിരമായിട്ട് നിൽക്കുന്നുമില്ല. അപ്പോൾ ഒരു രാഷ്ട്രീയ നിലപാടേ ഇല്ല എന്ന് പറയാമോ?

എന്റെ രാഷ്ട്രീയ നിലപാടിനെക്കുറിച്ച് ഞാൻ ഒരിക്കലും ഉത്കണ്ഠപ്പെട്ടിട്ടില്ല. ഇപ്പോൾ വീക്ഷണത്തിൽ ജോലിചെയ്തു എന്നുപറഞ്ഞു. ഒന്നൊന്നരവർഷം വീക്ഷണത്തിൽ സബ് എഡിറ്ററായി ജോലി ചെയ്തു. ഞാൻ കോൺഗ്രസുകാരൻ ആവുക അല്ല ചെയ്തത്. ഒരു പത്ര പ്രവർത്തകൻ ആവുകയാണ് ചെയ്തത്. വീക്ഷണത്തിൽ സി. രാധാകൃഷ്ണൻ ജോലി ചെയ്തിട്ടുണ്ട്. സി. രാധാകൃഷ്ണൻ കോൺഗ്രസുകാരൻ അല്ലല്ലോ. അഴീക്കോട് വർത്തമാനം പത്രത്തിൽ പത്രാധിപരായിരുന്നു. സുകുമാർ അഴീക്കോട്. അദ്ദേഹം മുജാഹിദ്ദീൻ അല്ലല്ലോ. ജമാ അത്തെ ഇസ്ലാമിയുടെ മാധ്യമത്തിന്റെ പത്രാധിപരായി പി.കെ. ബാലകൃഷ്ണൻ ജോലി ചെയ്തിട്ടുണ്ട്. അദ്ദേഹം ജമാ അത്തെ ഇസ്ലാമിക്കാരൻ അല്ലല്ലോ. പിന്നെ... എന്റെ രാഷ്ട്രീയത്തിന് വിരുദ്ധമാണ് വീക്ഷണത്തിന്റെ രാഷ്ട്രീയം എന്നു പറയാം. അതു ശരിയാണ്. ലോകത്തിലെ എല്ലാ തൊഴിലാളികളും അവരുടെ രാഷ്ട്രീയത്തിന് കടകവിരുദ്ധമായ രാഷ്ട്രീയമുള്ളവർക്കുവേണ്ടിയാണ് ജോലി ചെയ്യുന്നത്. അല്ലേ...

- *അല്ല... എല്ലായ്പ്പോഴും അങ്ങനെയായി കൊള്ളണമെന്നില്ല?*

ഭാഗ്യവാന്മാർക്ക്... (ചിരിക്കുന്നു) മറിച്ചും വരാം... പക്ഷേ മഹാഭൂരിപക്ഷം തൊഴിലാളികളും അവരുടെ രാഷ്ട്രീയത്തിന് കടകവിരുദ്ധമായ രാഷ്ട്രീയമുള്ള മുതലാളിമാർക്ക് വേണ്ടിയാണ് ജോലി ചെയ്യുന്നത്.

- *രാഷ്ട്രീയ നിലപാടിൽ മാത്രമല്ല ഒരുപക്ഷേ മറ്റു ചില ആളുകളോടുള്ള താങ്കളുടെ നിലപാടിൽ പോലും ഈ പറഞ്ഞ തരത്തിലുള്ള വൈരുദ്ധ്യം കാണാറുണ്ട്. സുകുമാർ അഴീക്കോടും താങ്കളും തമ്മിൽ അടിയന്തിരാവസ്ഥയുടെ കാര്യത്തിൽ തർക്കമുണ്ടായി. പിന്നീട് അഴീക്കോടും താങ്കളും പല കാര്യങ്ങളിലും യോജിച്ചു. കെ.ജി. ശങ്കരപിള്ളയെ താങ്കൾ ഒരു തവണ കളിയാക്കി നർമ്മഭാവന എഴുതി. മോട്ടോർ ശങ്കരപ്പിള്ള എന്നൊക്കെ. പക്ഷേ അദ്ദേഹത്തിന്റെ നല്ലൊരു കവിത വന്നപ്പോൾ താങ്കൾ അതിനെ അനുമോദിച്ചുകൊണ്ട് അടുത്ത കാലത്തൊരു കുറിപ്പെഴുതി. സീനിയർ ആയ ചില കവികളെപ്പോലെ തന്നെ ക്ഷിപ്രപ്രസാദിയും ക്ഷിപ്രകോപിയും ആയ ഒരാളാണോ ബാലചന്ദ്രൻ ചുള്ളിക്കാട്?*

അതുകൊണ്ടല്ല... അഴീക്കോട് സാർ പറഞ്ഞ ഒരു കാര്യം തെറ്റാണെന്ന് എനിക്ക് തോന്നി, ഞാനത് പറഞ്ഞു. അതല്ലാതെ വ്യക്തിപരമായി ഞങ്ങൾ തമ്മിൽ എന്താ പ്രശ്നം ഉള്ളത്? അദ്ദേഹ ത്തിനും പ്രശ്നമല്ല. അല്ലെങ്കിൽ അദ്ദേഹം എന്നോട് മിണ്ടില്ലല്ലോ. അങ്ങനെയാണെങ്കിൽ കെ.ജി.എസിന്റെ കാര്യത്തിലും അതുതന്നെ. ശങ്കരപ്പിള്ള നല്ല കവിത എഴുതുമ്പോൾ നല്ലതാണെന്ന് പറയും. മോശം കവിത എഴുതിയാൽ കൊള്ളില്ല എന്നു പറയും... മോശ മാണെന്ന് എനിക്ക് തോന്നിയാൽ. അല്ലെങ്കിൽ മറ്റെന്തെങ്കിലും കാര്യ ത്തിലായാലും അഭിപ്രായവ്യത്യാസം ഉണ്ടാകില്ലേ... എന്റെ അച്ഛനമ്മ മാരോടുപോലും എനിക്ക് വലിയ അഭിപ്രായവ്യത്യാസം ഉണ്ടായി രുന്നു. അത്രയും അഭിപ്രായവ്യത്യാസം ശങ്കരപ്പിള്ളയോടോ അഴീക്കോടിനോടോ ഇല്ലായിരുന്നു.

- *മലയാള കവിതയെക്കുറിച്ച് സംസാരിക്കുമ്പോൾ ചിലർ പറയും. എഴുത്തച്ഛൻ മുതൽ ബാലചന്ദ്രൻ ചുള്ളിക്കാട് വരെ. അല്ലെങ്കിൽ ചങ്ങമ്പുഴ മുതൽ ബാലചന്ദ്രൻ ചുള്ളിക്കാട് വരെ. ഈ ബാലചന്ദ്രൻ ചുള്ളിക്കാടിന് ശേഷം ഒരു കവിക്ക് വിലാസം ഉണ്ടാകാത്തത് എന്തു കൊണ്ടാണ്?*

ഓരോ കവിക്കും ഓരോ വിലാസം ഉണ്ട്. എനിക്ക് ശേഷമുള്ള കവി കൾക്ക് വിലാസം ഇല്ല എന്നത് ഒരു അഭിപ്രായം മാത്രമാണ്.

- *കവിതമാത്രം പിന്തുടരുന്ന ആളുകൾക്കിടയിൽ ഒരുപാട് കവികൾ നമുക്കുണ്ട്. പക്ഷേ പൊതുസമൂഹം വിലമതിക്കുന്ന കവി എന്ന നില യിലേക്ക് ആരും ഉയർന്നുവരാത്തത് എന്തുകൊണ്ടാണ്?*

ഈ ചോദ്യത്തിന് ഉത്തരം പറയാൻ മാത്രം സാഹിത്യ നിരീക്ഷണം എന്റെ ഭാഗത്ത് നിന്ന് ഉണ്ടായിട്ടില്ല. അതുകൊണ്ട് ഞാൻ ആ ചോദ്യ ത്തിൽ നിന്ന് ഒഴിവാകുകയാണ്. കാരണം, എത്ര ആയിരക്കണക്കിന് കവിതകളാണ് ഓരോ ആഴ്ചയിലും അടിച്ചുവരുന്നത്. ഇതൊന്നും ഞാൻ വായിച്ചുനോക്കാറില്ല... ഇതിന്റെയൊന്നും മൂല്യം അളക്കാൻ എനിക്ക് കഴിയാറില്ല.

- *ഒരുപക്ഷേ അതുതന്നെയായിരിക്കുമോ ഇതിന്റെ കാരണം? അതാ യത് കവിതകൾ ദിവസവും ഉണ്ടാകുന്നു. ഇഷ്ടം പോലെ പ്രസിദ്ധീ കരണങ്ങളും ഉണ്ട്. എല്ലാവർക്കും കവിത എഴുതാനുള്ള അവസരവും ഉണ്ട്. അതിൽനിന്ന് നല്ലതേതെന്ന് തിരിച്ചറിയാനുള്ള ഒരു പ്രയാസ മായിരിക്കുമോ?*

അങ്ങനെയൊന്നുമല്ല. നല്ല കവിത വന്നാൽ ആളുകൾ വായിക്കും. ഇപ്പോൾ ഞാൻ പറയാം. ഞാൻ കവിത എഴുതിത്തുടങ്ങിയ കാലത്ത്

ശങ്കരക്കുറുപ്പ്, ഇടശ്ശേരി, വൈലോപ്പിള്ളി, ബാലാമണിയമ്മ, കുഞ്ഞിരാമൻ നായർ ഇവരൊക്കെ അവരുടെ വലിയ കവിതകൾ എഴുതിക്കൊണ്ടിരുന്ന കാലമാണ്. അതിന്റെ കൂടെ എൻ.വി. കൃഷ്ണവാര്യർ, ഒളപ്പമണ്ണ, അക്കിത്തം അങ്ങനെയുള്ള കവികൾ. ഒ.എൻ.വി. കുറുപ്പ്, സുഗതകുമാരി. വിഷ്ണുനാരായണൻ നമ്പൂതിരി തുടങ്ങിയ കവികൾ. കടമ്മനിട്ട, സച്ചിദാനന്ദൻ, ശങ്കരപ്പിള്ള, എം.ഗോവിന്ദൻ, അയ്യപ്പപ്പണിക്കർ, എൻ.എൻ. കക്കാട് ഇവരൊക്കെ ശക്തമായി എഴുതിക്കൊണ്ടിരിക്കുന്ന കാലത്താണ് ഞാൻ എന്റെ ചെറിയ കവിതയുമായിട്ട് വരുന്നത്. ഇന്നത്തേതിനേക്കാൾ എത്രയോ ബുദ്ധിമുട്ടാണ് ഒന്ന് ശബ്ദം കേൾപ്പിക്കാൻ. പ്രസിദ്ധീകരിക്കാൻ തന്നെ ആരുമില്ല. പക്ഷേ എങ്കിലും ഞാൻ ആരോടും പരാതി പറഞ്ഞില്ല. മറ്റുള്ളവർ കാരണം എനിക്ക് അംഗീകാരം കിട്ടുന്നില്ല എന്ന പരാതി എനിക്ക് ഒരിക്കലും ഉണ്ടായിട്ടില്ല.

- *ഇപ്പറഞ്ഞ കവികളൊക്കെ അത്ര ശക്തമായി എഴുതാത്ത കാലത്ത് കവിതാരംഗത്ത് ഒരുപാടുപേർ ഉണ്ടായി വരാത്തത് ഒരുപക്ഷേ കവിത വായിക്കുന്ന ആളുകളുടെ എണ്ണം കുറഞ്ഞിട്ടാണോ?*

പൊതുവേ സാഹിത്യം ഇന്നു നമ്മുടെ സാമൂഹ്യജീവിതത്തിന്റെ മുഖ്യധാരയിൽ ഇല്ല. സാഹിത്യകാരന്മാരെപ്പറ്റി തന്നെ ഭരണാധികാരികൾക്കുള്ള മതിപ്പെന്താണ്? ഒരു അക്കാദമിയിൽ വിളിച്ച് ഒരംഗത്വം കൊടുത്താൽ ഓടിവരാവുന്ന ആളുകളേ ഉള്ളൂ എന്നാണ്... അല്ലെങ്കിൽ ഒരു കേന്ദ്ര സാഹിത്യ അക്കാദമി അവാർഡോ കേരള സാഹിത്യ അക്കാദമി അവാർഡോ കൊടുത്താൽ, പണ്ട് രാജാക്കന്മാരുടേയോ നാടുവാഴികളുടേയോ മുൻപിൽ വന്ന് കുനിഞ്ഞു നിന്നിട്ട് മുണ്ടും മേടിച്ചോണ്ടുപോയപോലെ അവാർഡും മേടിച്ചുപോകാൻ റെഡിയായി നിൽക്കുന്നവർ മാത്രമേ ഉള്ളൂ എന്നാണ് രാഷ്ട്രീയക്കാരുടേയും ധാരണ. പിന്നെ അവരെങ്ങനെ വിലവെയ്ക്കും?

- *സാംസ്കാരിക നായകന്മാർ മരിക്കുമ്പോൾ മിക്കവാറും ആചാരവെടി കൂടെയുണ്ട് എന്ന് തമാശയായി ആളുകൾ പറഞ്ഞുതുടങ്ങി?*

(ചിരിക്കുന്നു... ഒന്നും പറയുന്നില്ല...)

- *അത് അവർക്ക്... സർക്കാർ കൊടുക്കുന്ന ഒരംഗീകാരമായിട്ട് കാണുന്നുണ്ടോ താങ്കൾ?*

സത്യത്തിൽ ജനകീയ സർക്കാരിന്റെ ഒരു ചേഷ്ട എന്ന നിലയിൽ ജനങ്ങളുടെ അംഗീകാരമായി കാണേണ്ടതാണത്. പക്ഷേ എനിക്ക് തോന്നുന്നില്ല. ഇനി... അതിന്റെയൊന്നും ആവശ്യമില്ല. ഇപ്പോൾ

മാധവിക്കുട്ടി... കമലാ സുരയ്യാ മരിക്കുന്നു... എന്തൊരു സങ്കടമായിരുന്നു. ഞാൻ വളരെ വിഷമിച്ചു. കാലത്തെ ടി.വി. ഓൺ ചെയ്താൽ മൂക്കിൽ പഞ്ഞിവെച്ച ചേച്ചിയുടെ മരിച്ച മുഖമാണ് ഇങ്ങനെ കണ്ടുകൊണ്ടിരിക്കുന്നത്. ഒരു ദിവസം മുഴുവനും. എന്തൊരു ദുഃഖകരമായ അവസ്ഥയായിരിക്കും. അതു മാത്രമല്ല, മാധ്യമങ്ങളിൽ നിന്നൊക്കെ വിളിയും. എന്തു പറയുന്നു... എന്തു പറയുന്നു...? എന്തു പറയാനാണ്... നമുക്കത് വല്ലാതെ ബുദ്ധിമുട്ടുണ്ടാക്കും. എന്തായാലും ഞാൻ മരിക്കുമ്പോൾ ആ പരിപാടിയേ വേണ്ടെന്ന് എന്റെ ഭാര്യയോട് പറഞ്ഞിട്ടുണ്ട്. ഒരാളേയും അങ്ങോട്ട് കയറ്റരുത്. റീത്തുംകൊണ്ടും ആരും വരേണ്ട. മാധ്യമങ്ങളേയും കയറ്റരുത് എന്ന് പറഞ്ഞിട്ടുണ്ട്. ഇതൊക്കെ പറയാനല്ലേ നമുക്ക് പറ്റുകയുള്ളൂ. സാഹിത്യ അക്കാദമിയിൽ എന്റെ പടവും തൂക്കരുത് എന്ന് പറഞ്ഞിട്ടുണ്ട്. പൊതുദർശനത്തിന് വയ്ക്കാനും പാടില്ല എന്ന് പറഞ്ഞിട്ടുണ്ട്.

- *ഇപ്പോൾ ഒരു കവി എന്ന നിലയിൽ താങ്കളോടുള്ള ഇഷ്ടം അല്ലെങ്കിൽ ബഹുമാനം താങ്കളുടെ ഇഷ്ടാനിഷ്ടങ്ങൾക്ക് വിധേയമല്ല എന്നിരിക്കേ താങ്കൾ മരിച്ചുകഴിയുമ്പോൾ അവിടെ ആരൊക്കെ വരണമെന്ന് താങ്കൾ തന്നെ നിഷ്കർഷിക്കുന്നത് ശരിയാണോ?*

ശരിയല്ല... പക്ഷേ ഞാൻ ശരിയായ കാര്യങ്ങൾ മാത്രം ചെയ്യുന്നൊരാളല്ല ജോണി. എനിക്ക് അതിൽ ഒരഭിപ്രായം പറയണം എന്ന് ആഗ്രഹം തോന്നുന്നത് മറ്റു എഴുത്തുകാർ മരിക്കുമ്പോൾ ഉള്ള ഗോഷ്ടികൾ കണ്ടു മടുത്തിട്ടാണ്. ശരിക്കും. ഞാൻ ഇങ്ങനെ വിഭാവനം ചെയ്യും. ഞാൻ ചത്ത് കഴിയുമ്പോൾ അവഗണിച്ചാൽ സന്തോഷം അതല്ല പരിഗണിക്കാൻ... ഇപ്പോൾ എം.എ. ബേബി എനിക്ക് പരിചയമുള്ള സുഹൃത്താണ്. പണ്ടേ... എത്രയോ വർഷങ്ങളായിട്ട്... വിദ്യാർത്ഥിയായിരുന്ന കാലം മുതൽ... അദ്ദേഹം സാംസ്കാരികവകുപ്പ് മന്ത്രിയായിരിക്കുമ്പോഴാണ് ഞാൻ തട്ടിപ്പോകുന്നതെങ്കിൽ, മിക്കവാറും അദ്ദേഹം... ഞാൻ അർഹിക്കുന്നതിലധികം പരിഗണന എനിക്ക് തരാൻ സാദ്ധ്യതയുണ്ട്. ആ പരിഗണന ഞാൻ ഭയപ്പെടുന്നുണ്ട് ശരിക്ക് (ചിരിക്കുന്നു...)

- *ഇതൊക്കെ തമാശയായി ആലോചിക്കാൻ രസമുണ്ടെന്നല്ലാതെ അതിനപ്പുറത്ത് വളരെ ഗൗരവമായ ഒരു മരണചിന്ത താങ്കൾക്ക് ഉണ്ടാവേണ്ട യാതൊരു കാര്യവും ഇപ്പോഴില്ലല്ലോ...?*

അങ്ങനെയല്ല... ഞാൻ മാത്രമല്ല... അൻപത് വയസ്സ് കഴിഞ്ഞാൽ എപ്പോൾ വേണമെങ്കിലും സംഭവിക്കാം. ഞാൻ അൻപത് വയസ്സുവരെ ജീവിക്കും എന്ന് വിചാരിച്ച ഒരാളല്ല... അപ്പോൾ അതുകൊണ്ട്

മരിക്കുന്നത് പ്രായത്തിന്റെ അല്ല... നമ്മൾ അതിനെക്കുറിച്ച് അവയർ ആകുന്നു എന്നു മാത്രമേയുള്ളൂ.

- *എന്തുകൊണ്ടാണീ അൻപത് വയസ്സ് ഒരു പ്രായമാണ് എന്നൊരു ചിന്ത, സാധാരണ കാണാത്തൊരു ചിന്തയാണ്. ഇന്നത്തെ കാലത്ത്, താങ്കൾക്ക് എന്തുകൊണ്ടാണ് അതുണ്ടായത്... പ്രണയത്തിന്റെ കാര്യത്തിലൊക്കെ താങ്കൾ പിന്തിരിപ്പൻ ആശയം എന്ന നിലയിൽ അൻപത് വയസ്സുകാർക്ക് പ്രണയം പാടില്ല അല്ലെങ്കിൽ റോസ്മേരിക്ക് പ്രായമായതുകൊണ്ട് അവാർഡ് വാങ്ങാൻ പാടില്ല എന്നൊക്കെ ചിന്തിച്ചത് അതിനൊക്കെ പ്രായപരിധി ഉള്ളതുകൊണ്ടോ?*

പ്രായപരിധി വച്ച് അവാർഡ് മേടിച്ചതുകൊണ്ട് പറഞ്ഞൂന്നേയുള്ളൂ. അല്ലാതെ വിരോധംകൊണ്ട് പറഞ്ഞതല്ല. പ്രായപരിധിവെച്ച് അവാർഡ്... 35 വയസ്സിന് താഴെയുള്ളവർക്ക് അവാർഡ് പ്രഖ്യാപിച്ചതാണ്. സത്യത്തിൽ അതു വേറെ ചില സുഹൃത്തുക്കൾക്കുവേണ്ടി പറഞ്ഞതാണ്.

- *അതു പറഞ്ഞത് പൊയ്ക്കോട്ടെ... ഞാൻ ചോദിക്കുന്നത് ഈ പ്രണയം പോലത്തെ കാര്യങ്ങൾക്ക് എങ്ങനെയാണ് ഈ പ്രായം ബാധകമാവുക?*

സത്യത്തിൽ പ്രായം ബാധകമൊന്നുമല്ല... അതു മാനസികമായൊരു അവസ്ഥയോ അല്ലെങ്കിൽ മറ്റ് തരത്തിലുള്ള ഒരു കാര്യം... ഞാൻ അങ്ങനെ പ്രായം ബാധകമാണെന്ന് പറഞ്ഞതായി ഓർക്കുന്നില്ല.

- *പക്ഷേ എനിക്കിനി പ്രണയിക്കാൻ കഴിയില്ല എന്നുള്ളത്...?*

എന്നെ സംബന്ധിച്ചിടത്തോളം പ്രണയിക്കാൻ കഴിയില്ല എന്നു പറയുന്നത്... പ്രണയിക്കാൻ കഴിയില്ല എന്നല്ല, ഞാൻ കുട്ടിക്കാലത്ത് പ്രണയിക്കുകയും അത് വളരെ ഏകപക്ഷീയമാകുകയും അതിന്റെ ബുദ്ധിമുട്ടുകളൊക്കെ ജീവിതം മുഴുവൻ അനുഭവിക്കുകയും ചെയ്തിട്ടുണ്ട്. അതിന്റെ അടിസ്ഥാനത്തിൽ പറഞ്ഞു എന്നുമാത്രം. ഇപ്പോൾ ഞാൻ അങ്ങനെ മറ്റ് കവികളെപ്പോലെ സ്ത്രീകളുമായി അത്ര വലിയ പ്രണയ അനുഭവങ്ങൾ ഒന്നും ഉള്ള ആളല്ല. ഞാൻ അദ്ഭുതപ്പെടാറുണ്ട്. അസൂയപ്പെടാറും ഉണ്ട്. മറ്റ് പല കവികളുടേയും ആരാധികമാർ അവരുടെ പുറകെ ഇങ്ങനെ ആരാധിച്ചുനടക്കുന്നതിനെക്കുറിച്ചും അവർക്കുള്ള അനേകം പ്രണയബന്ധങ്ങളെക്കുറിച്ചും ഒക്കെ പറയുമ്പോൾ ഞാൻ ഇങ്ങനെ വളരെ സങ്കടപ്പെടാറുണ്ട്. ഒരു പെൺകുട്ടിയെ പ്രേമിച്ചിട്ട് അവർ തിരിച്ച് പ്രേമിക്കാതെ തിരസ്കരിക്കപ്പെട്ടൊരാളാണ് ഞാൻ. അപ്പോൾ അതിന്റെ ഒരു സങ്കടം ഇപ്പോഴും ഉണ്ട്.

- *പക്ഷേ അത് ഒറ്റപ്പെട്ട അനുഭവം അല്ലേ...? താങ്കൾ അതു മുഴുവൻ പെൺകുലത്തിനും ബാധകമാക്കുന്നത് എന്തുകൊണ്ടാണ്?*

മുഴുവൻ പെൺകുലത്തിനും അല്ല... എന്റെ അനുഭവം അല്ലേ ഞാൻ പറഞ്ഞത്. അപ്പോൾ അങ്ങനെ മറ്റ് കവികളെപ്പോലെ സ്ത്രീകളെ ആകർഷിക്കാനുള്ള കഴിവ് എനിക്ക് ഒരിക്കലും ഉണ്ടായിട്ടില്ല.

- *ഒരു തലമുറയിൽ ഏറ്റവും ശ്രദ്ധിക്കപ്പെട്ട കവി ആയിട്ടും...? താങ്കളുടെ തോന്നൽ അല്ലേ അത്?*

തോന്നൽ അല്ല. എന്റെ അനുഭവം ആണ്. മറ്റ് കവികൾ അവരുടെ പുറകെ നടക്കുന്ന സ്ത്രീകളെക്കുറിച്ചും അവരെ പ്രണയിച്ച സ്ത്രീ കളെക്കുറിച്ചും ഒക്കെ വിസ്തരിച്ച് എഴുതുന്നത് വായിക്കുമ്പോൾ എനിക്ക് അസൂയ തോന്നാറുണ്ട്. കാരണം ഞാനും കവിയായി നടന്നു ഇത്രയും കാലം. എന്നെ പ്രേമിക്കാൻ ആരും വന്നിട്ടും ഇല്ല. എന്നെ പരിഗണിച്ചും ഇല്ല എന്നുള്ള സങ്കടം. ഞാൻ പ്രേമിച്ച പെൺകുട്ടി എന്നെ പരിഗണിച്ചില്ല എന്നുള്ള വിഷമം... അതൊക്കെ എനിക്കും ഉണ്ട്...

- *വിജയലക്ഷ്മിയെപോലൊരു ഭാര്യയെ കിട്ടിയതിൽ ഭാഗ്യവാനാണ് താൻ എന്നും തോന്നിയിട്ടില്ലേ?*

അതു ശരിയാണ്... വിജയലക്ഷ്മി എന്റെ നല്ല സുഹൃത്താണ്. അവർ കാരണമാണ് ജീവിച്ചുപോകുന്നത്. (ചിരിക്കുന്നു) അത് തീർച്ചയായിട്ടും അങ്ങനെതന്നെ... കാരണം വേറെ ആരും ഇന്ന് എന്റെ കൂടെ ജീവി ക്കാൻ അങ്ങനെ തയ്യാറാകും എന്ന് തോന്നുന്നില്ല.

- *ഇടശ്ശേരിയുടെ ഭാര്യ കവിത എഴുതുമായിരുന്നു. അതുപോലെ പി. കുഞ്ഞിരാമൻ നായരുടെ ഭാര്യയും കവിത എഴുതുമായിരുന്നു. പക്ഷേ അവർ രണ്ടുപേരും ഈ വലിയ കവികളെ വിവാഹം കഴിച്ചതോടു കൂടി കവിത എഴുത്ത് നിർത്തി. ഒരുപക്ഷേ വിജയലക്ഷ്മിക്ക് താങ്കൾ ചെയ്ത ഏറ്റവും വലിയ ഔദാര്യം അവരുടെ കവിത എഴുത്ത് നിർത്തിയില്ല എന്നുള്ളതാണോ?*

ഞാൻ ചെയ്ത ഔദാര്യമല്ല... കവിതയെഴുത്തിനെ ബാധിക്കുന്ന എന്തെങ്കിലും പെരുമാറ്റം എന്റെ ഭാഗത്തുനിന്ന് ഉണ്ടായാൽ അന്ന് അവർ എന്നെ ഉപേക്ഷിക്കും. അല്ലാതെ എന്റെ ഔദാര്യം കൊണ്ടൊന്നും അല്ല അത്. ഞാൻ അനുവദിച്ചിട്ടൊന്നും അല്ല. അവർക്ക് കവിത എഴുതാൻ എന്റെ അനുവാദം എന്തിനാണ്? അവർ അവരുടെ പാട്ടിന് പോകും. കാരണം, സാമ്പത്തികമായിപോലും എന്നെ അവർ ഡിപ്പൻഡ് ചെയ്യുന്നില്ല. ഞാൻ അവരെയാണ് ഡിപ്പൻഡ് ചെയ്യുന്നത് പലപ്പോഴും...

- *നിങ്ങൾ എപ്പോഴും വിജയലക്ഷ്മിയെക്കുറിച്ച് പറയുമ്പോൾ ഒരു നല്ല സുഹൃത്താണ് എന്നത് ഊന്നിപറയുകയാണ് ചെയ്യുന്നത്?*

തീർച്ചയായിട്ടും...

- *പക്ഷേ ആ സൗഹൃദത്തിനപ്പുറമൊരു വലിയ ബന്ധമല്ലേ ഈ ദാമ്പത്യബന്ധം എന്നുപറയുന്നത്?*

ഉണ്ട്... പക്ഷേ ജോണി... നമ്മളിപ്പോൾ അച്ഛനും മകനും ആയുള്ള ബന്ധം ആയാലും ഭാര്യയും ഭർത്താവും തമ്മിലുള്ള ബന്ധം ആയാലും അമ്മയും മകനും തമ്മിലുള്ള ബന്ധം ആയാലും ഏതു ബന്ധത്തിന്റേയും എസ്സൻസ് സൗഹൃദം ആയിരിക്കണം. അല്ലെങ്കിൽ ആ ബന്ധത്തിന് ഒരു അർത്ഥവുമില്ല. ഞാൻ സുഹൃത്ത് എന്നുപറയാൻ ആഗ്രഹിക്കുന്നത് അതുകൊണ്ടാണ്.

- *കവി എന്ന നിലയിൽ, അറിയപ്പെട്ട കവി എന്ന നിലയിൽ എല്ലാ തരത്തിലും പ്രശസ്തിയാർജ്ജിച്ച ബാലചന്ദ്രൻ ചുള്ളിക്കാട് കവിതയെവിട്ട് സീരിയലിലേക്ക് പോയത് സ്വാർത്ഥലാഭം മാത്രം ലക്ഷ്യമാക്കിയാണോ... ജീവിച്ചുപോകാൻ വേണ്ടി മാത്രമാണോ...?*

അതിൽ ഒരു തെറ്റുണ്ട്... കവിതയെ വിട്ട് എന്നുപറഞ്ഞാൽ എങ്ങനെയാണ് ശരിയാവുന്നത്? ഞാൻ പത്തിരുപതു കൊല്ലം കണക്കെഴുതിയാണ് ജീവിച്ചിരുന്നത്. ഒരു ബന്ധവും ഇല്ലാത്ത കാര്യമാണ്. എനിക്ക് ഒഴിവ് സമയമേ കിട്ടില്ല... കവിത എഴുതാനോ വായിക്കാനോ ഏറ്റവും കൂടുതൽ സമയം കിട്ടുന്നത് സീരിയൽ അഭിനയത്തിലേക്ക് കടന്നതിൽ പിന്നെയാണ്. ഓഫീസിൽ പോവണ്ടേ... എല്ലാ ദിവസവും പോവണ്ടേ... അല്ലെങ്കിൽ ലീവ് എടുക്കണം. ശമ്പളം ഇല്ലാത്ത അവധി എടുക്കണം. മാത്രമല്ല, ചെയ്യുന്ന ജോലി... ട്രഷറിയിൽ പോയി ഇരുന്ന് രണ്ടു മണിക്കൂർ കണക്കെഴുതിയാൽ അന്നു പിന്നെ ഒന്നും വായിക്കാൻ പറ്റില. ഒരു കാര്യം നടക്കൂല... തലച്ചോറ്... ഇങ്ങനെ തെർമോക്കോൾ പോലെയാകും... (ചിരിക്കുന്നു...) അപ്പോൾ... അതുകൊണ്ടല്ല കവിത എഴുതാത്തത്. പ്രചോദനം നമ്മുടെ ഇച്ഛാശക്തിക്ക് വിധേയമല്ല. It is beyond our will.

- *ബാലചന്ദ്രൻ ഒരിക്കൽ പറഞ്ഞിട്ടുണ്ട് ഈ ഗുമസ്ത പണിമൂലം ഏതാണ്ട് വിഷാദരോഗത്തിലേക്ക് പോയതുപോലൊരു അനുഭവം ആയിരുന്നു എന്ന്. പക്ഷേ ഈ ഗുമസ്തപണിക്ക് എന്താണൊരു കുഴപ്പം? എല്ലാ ജോലിക്കും അതിന്റെ നിലവാരം ഉണ്ടെങ്കിൽ ഒരു ഡിഗ്നിറ്റി ഉണ്ടെങ്കിൽ പിന്നെ ഇതിനെ മോശമായി കാണുന്നത് ഒരു ശരാശരി മലയാളിയുടെ മനോഭാവമല്ലേ?*

അല്ല... കാരണം ഞാൻ ചെയ്യുന്ന ജോലി കണക്കെഴുത്താണ്... എനിക്കതിൽ താത്പര്യം ഉണ്ടെങ്കിൽ ആ ജോലി മഹത്തായ ജോലി യാണ്... താത്പര്യമില്ലാതെ വരുമ്പോഴാണ് ഈ പറഞ്ഞ പ്രശ്നം വരുന്നത്. എനിക്ക് അതിൽ താത്പര്യം ഇല്ല. വളരെ ബുദ്ധിമുട്ടാണ് അതു ചെയ്യാനായി... ഒരു ജോലിയിൽ പ്രയാസം വരുമ്പോഴാണ് നമുക്കതിനോട് മടുപ്പും വെറുപ്പും തോന്നുന്നത്. എത്ര നല്ല ജോലി യാണെങ്കിലും തുല്യമാണ്. നമ്മുടെ ആത്മാവിഷ്കാരമായിട്ട് നമ്മുടെ ജോലി മാറുമ്പോൾ മാത്രമേ നമുക്കതിൽ പരിപൂർണമായ ആനന്ദം കിട്ടുകയുള്ളൂ.

- *താങ്കളുടെ കവിതകളോട് താങ്കൾക്കുതന്നെ ഉള്ള ഏറ്റവും വലിയ വിയോജിപ്പെന്താണ്...? ഒരുപക്ഷേ, വളരെ അനുഭവതീക്ഷ്ണമായ കവിതകളാണ്. പക്ഷേ അതിൽ അതിവൈകാരികത മുറ്റിനിൽക്കുന്നു എന്ന് തോന്നിയിട്ടുണ്ടോ?*

ഏയ്... അതൊന്നുമല്ല... അതിലൊന്നും വലിയ പ്രശ്നമില്ല. ഇപ്പോൾ ഷേക്സ്പിയറുടെ ഒരു നാടകത്തിൽ ഒരു ആത്മഗതത്തിലുള്ള വൈകാരികതയുടെ പതിനായിരത്തിൽ ഒരംശം എന്റെ മുഴുവൻ കവിതകളിലും ഇല്ല. അപ്പോൾ അതൊന്നുമല്ല കാര്യം. വൈകാരി കത... അതൊന്നുമല്ല... ഞാൻ വായിച്ചിട്ടുള്ള മഹത്തായ കവിതകളു മായി താരതമ്യപ്പെടുത്തുമ്പോൾ എന്റെ കവിതകൾ വളരെ നിസ്സാര മാണെന്ന് എനിക്കു തന്നെ അനുഭവപ്പെടുന്നു. അതിലെനിക്ക് സങ്കടം ഉണ്ട്. പക്ഷേ നമ്മളെന്തു ചെയ്യാനാ...? നമ്മളെക്കൊണ്ട് അത്രയേ കഴിയൂ.

- *സാഹിത്യകാരന്മാരുമായി ഇടപെട്ടിരുന്ന താങ്കൾ ഇപ്പോൾ ഈ പുതിയ പ്രൊഫഷനുമായി ബന്ധപ്പെട്ട സിനിമാലോകവുമായി കൂടുതൽ അടുത്തപ്പോൾ സിനിമാക്കാരെക്കുറിച്ച് എന്താണ് തോന്നി യത്?*

സിനിമാരംഗത്ത് ഇപ്പോഴുള്ളവരുമായി അടുപ്പമായത് ഇപ്പോഴൊന്നു മല്ല. ഞാൻ പരിചയപ്പെടുന്ന കാലത്ത് മമ്മൂക്ക - മമ്മൂട്ടി സിനിമാ നടൻ അല്ല... ഞാൻ 1975-ൽ മഹാരാജാസ് കോളേജിന്റെ സെന്റി നറി നടക്കുന്ന കാലത്ത് മമ്മൂക്കയെ പരിചയപ്പെടുമ്പോൾ അദ്ദേഹം സിനിമാനടൻ അല്ല. നമ്മുടെ മുസ്ലീം ഹോസ്റ്റലിൽ... അവിടെ അഷ്റഫ് പടിയന്റെ മുറിയിൽ അദ്ദേഹം ഉണ്ട്... മമ്മൂട്ടി ഉണ്ട്. എന്റെ നാട്ടുകാര നായ രവി കുറ്റിക്കാട്... നമ്മുടെ ദേശാഭിമാനിയിലെ രവി കുറ്റിക്കാട്... അന്ന് എന്റെ വലിയ സുഹൃത്തായിരുന്നു. അപ്പോൾ രവി കുറ്റി ക്കാടിന്റെ വളരെ അടുത്ത സുഹൃത്താണ് മമ്മൂട്ടി. അങ്ങനെ മമ്മൂട്ടിയെ

ഞാൻ കാണുമ്പോൾ അദ്ദേഹം സിനിമാനടനല്ലെന്ന് മാത്രമല്ല, ആവും എന്ന് ആർക്കും അറിഞ്ഞുകൂടാ... മോഹൻലാലിനെ പരിചയപ്പെടുന്ന കാലത്ത് അദ്ദേഹം ഒരു സിനിമയിൽ അഭിനയിച്ചിട്ടുണ്ട്. അത്രയേ ഉള്ളൂ. നെടുമുടി വേണുവിനെ പരിചയപ്പെടുന്ന കാലത്ത് അദ്ദേഹം സിനിമാനടൻ അല്ല... തിലകനെ പരിചയപ്പെടുന്ന കാലത്ത് അദ്ദേഹം സിനിമാനടൻ അല്ല, നാടകനടനാണ്. അപ്പോൾ അവരൊക്കെ സിനിമാനടന്മാർ ആവുന്നതിനു മുൻപേ പരിചയമുള്ള ആളുകളാണ്...

- *അപ്പോൾ ഇത്രയും കാലത്തെ താങ്കളുടെ സിനിമയിലെ പരിചയം കൊണ്ട് തിലകനൊക്കെ പറയുന്ന തരത്തിലുള്ള വിവേചനം സിനിമയിൽ നിലനിൽക്കുന്നു എന്ന് തോന്നുന്നുണ്ടോ?*

ആ ചോദ്യത്തിന് ഉത്തരം പറയാൻ മാത്രം ഞാൻ ഇൻവോൾവ്ഡ് അല്ല. സിനിമാ വ്യവസായത്തിൽ... അതുകൊണ്ട് എനിക്കതിൽ അനുഭവം ഇല്ല. പക്ഷേ ഒരു കാര്യം എനിക്കറിയാം, ഒരു നടനെ സൂപ്പർ സ്റ്റാറാക്കുന്നത് ജനങ്ങളാണ്. അല്ലാതെ അയാൾ എത്ര ശ്രമിച്ചാലും നടക്കില്ല. ജനങ്ങൾ തിയ്യറ്ററിൽ കയറി പടം കാണുന്നതുകൊണ്ടാണ് ഒരാൾ സൂപ്പർസ്റ്റാറാകുന്നത്. ജനങ്ങൾ കാണാനില്ലെങ്കിൽ... പലരും പറയുന്നതു കേട്ടാൽ... സൂപ്പർസ്റ്റാർ - സൂപ്പർസ്റ്റാർ എന്ന് ആക്ഷേപിക്കുന്നത് കേട്ടാൽ അല്ലെങ്കിൽ ശകാരിക്കുന്നത് കേട്ടാൽ തോന്നും അവർ സൂപ്പർസ്റ്റാറായത് അവരുടെ കുറ്റമാണെന്ന്. അല്ലെങ്കിൽ അവരുടെ പരിശ്രമംകൊണ്ടാണെന്ന്... അങ്ങനെയല്ല... ജനങ്ങളാണ് അവരെ സൂപ്പർ സ്റ്റാറാക്കുന്നത്. ജനങ്ങൾ പോയി കാണുന്നില്ല എങ്കിൽ മമ്മൂട്ടിയും വീട്ടിലിരിക്കും, മോഹൻലാലും വീട്ടിലിരിക്കും. ആരും വീട്ടിലിരിക്കും. അവർക്കുവേണ്ടി ആരും പൈസ മുടക്കില്ല പടം എടുക്കാൻ. അപ്പോൾ സൂപ്പർസ്റ്റാറിനെ ഉണ്ടാക്കുന്നത് ജനങ്ങളാണ്.

- *ജനങ്ങൾ ഒരാളെ സൂപ്പർസ്റ്റാർ ആക്കി കഴിഞ്ഞാൽ പിന്നെ ആ സൂപ്പർ സ്റ്റാർഡം ആരും ചോദ്യം ചെയ്യേണ്ട എന്നാണോ താങ്കൾ പറഞ്ഞതിനർത്ഥം?*

ഒരിക്കലുമല്ല. ജനങ്ങൾക്ക് മാത്രമാണ് ചോദ്യം ചെയ്യാനുള്ള അവകാശം ഉള്ളത്. അതു ചോദ്യം ചെയ്യാൻ ജനങ്ങൾ തയ്യാറാവുമ്പോൾ മാത്രമേ അതു ചോദ്യം ചെയ്യപ്പെടുകയുള്ളൂ. അല്ലാതെ നമ്മളാരും ചോദ്യം ചെയ്തിട്ട് ഒരു കാര്യവുമില്ല.

- *പക്ഷേ സിനിമയിലെ ചില മോശം പ്രവണതകളുടെ ഉത്തരവാദിത്തം അവർക്കാണെങ്കിൽ, ഒരു ആരോപണമായിട്ട് പറയുകയാണ്, അവരത് തിരുത്തണമെന്ന് പറയുന്നതിൽ തെറ്റുണ്ടോ...?*

ഒരു തെറ്റുമില്ല. എന്തു വേണമെങ്കിലും പറയാം. പക്ഷേ ഇതിലെ ഒരു പ്രശ്നം, സിനിമ എന്നത് ഒരു വ്യവസായം ആണ്. ഏതു വ്യവസായത്തിനും ഉണ്ടാകും അതിന്റേതായ ഒരു ഇന്നർ ഡയനാമിക്സ്; അതിന്റെ ഭാഗമായിട്ടാണ് ഇതൊക്കെ വരുന്നത്. പക്ഷേ, ആത്യന്തികമായിട്ട് ആര് അഭിനയിക്കണം, ആര് അഭിനയിക്കേണ്ട എന്നൊക്കെ തീരുമാനിക്കുന്നത് ജനങ്ങളാണ്.

- *ഇടതുപക്ഷചായ്‌വുള്ള, ബാലചന്ദ്രൻ ചുള്ളിക്കാടിന് ഈ തിലകൻ പറയുന്നതുപോലെ ഒരു തൊഴിൽ നിഷേധത്തിന്റെ പ്രശ്നം അവിടെ ഉണ്ടെന്ന് തോന്നുന്നുണ്ടോ?*

ഒരു സംവിധായകനാണ് ആത്യന്തികാധികാരം ഉള്ളത്, ആര് അഭിനയിക്കണം, ആര് അഭിനയിക്കേണ്ട എന്നു തീരുമാനിക്കാൻ. ഏതു വലിയ നടന്മാരും എഗ്രിമെന്റ് എഴുതുമ്പോൾ ആ എഗ്രിമെന്റിൽ ഉണ്ട് എപ്പോൾ വേണമെങ്കിലും ഒഴിവാക്കാമെന്ന്. ഇനി ഒരു നടൻ അഭിനയിച്ചു എന്നിരിക്കട്ടെ ഡബ്ബിംഗ് കഴിഞ്ഞു, എല്ലാം കഴിഞ്ഞു, എങ്കിൽ പോലും ആ നടന്റെ ഭാഗങ്ങൾ സിനിമ നിർമ്മാണത്തിന്റെ ഏത് ഘട്ടത്തിലും ഒഴിവാക്കാൻ, അല്ലെങ്കിൽ ഒരു സാങ്കേതിക വിദഗ്ദ്ധനെ ഒഴിവാക്കാൻ സംവിധായകന് അധികാരമുണ്ട്.

- *സംവിധായകന് ഈ ഏകാധിപത്യം അനുവദിച്ചുകൊടുക്കാൻ താങ്കളും സന്നദ്ധനാണ്?*

തീർച്ചയായിട്ടും. സംവിധായകനാണ് തീരുമാനിക്കുന്നത് ആര് അഭിനയിക്കണം എന്ന്. ഇപ്പോൾ ഞാൻ അഭിനയിക്കുന്ന ഒരാളാണ്. എന്റെ തൊഴിലും ആണ്. പക്ഷേ എനിക്ക് പറയാൻ പറ്റുമോ എല്ലാ സംവിധായകരും എനിക്ക് തൊഴിൽ തന്നോളണം എന്ന്.

- *തിലകന്റെ വാദം സംവിധായൻ തയ്യാറായിട്ടു കൂടി മറ്റു ചില പരിഗണനകൾകൊണ്ട് അദ്ദേഹത്തെ അഭിനയിപ്പിക്കാൻ തയ്യാറാവുന്നില്ല എന്നായിരുന്നു?*

ആര് തയ്യാറാവുന്നില്ല?

- *സംവിധായകൻ തയ്യാറാവുന്നില്ല?*

അപ്പോൾ സംവിധായകൻ തയ്യാറായി എന്ന് ജോണി തന്നെയാണ് പറയുന്നത്.

- *അദ്ദേഹത്തിനും സമ്മർദ്ദങ്ങൾക്ക് വശംവദനാവേണ്ടി വരുന്നു?*

സമ്മർദ്ദങ്ങൾക്ക് വശംവദനാകണോ വേണ്ടയോ എന്ന് തീരുമാനിക്കാനുള്ള അധികാരവും ആ സംവിധായകന് തന്നെയാണ്... ആത്യന്തികമായി...

- *ആ തീരുമാനത്തെ ചോദ്യം ചെയ്യേണ്ട ആവശ്യമില്ല?*

ഏയ് ഇല്ലില്ല... സംവിധായകനാണ് ആത്യന്തികമായ തീരുമാനം. അപ്പോൾ കുറേ പേർ പറയുകയാണ് ദേ... നിങ്ങൾ അയാളെ അഭിനയിപ്പിച്ചുപോകരുത് എന്നുപറഞ്ഞാൽ, പോടാ ഞാൻ അഭിന യിപ്പിക്കും എന്നു പറയാൻ തന്റേടമുള്ള സംവിധായകനാണെങ്കിൽ അയാൾ അഭിനയിപ്പിക്കും.

- *അപ്പോൾ ഇത്തരം കാര്യങ്ങളിലൊക്കെ അച്ചടക്കം ആവശ്യമുണ്ട് എന്നാണ് ബാലചന്ദ്രൻ പറയുന്നത്. ഒരുപക്ഷേ ആവിഷ്കാര സ്വാതന്ത്ര്യത്തിന്റെ കാര്യത്തിലും താങ്കളുടെ നിലപാട് അതുതന്നെ യാണ്. എം.എഫ്. ഹുസൈന് എന്തും വരയ്ക്കാൻ സ്വാതന്ത്ര്യമുണ്ട് എന്ന് താങ്കൾ പറയുമോ?*

കലാകാരൻ സ്വാതന്ത്ര്യം എടുത്തോളണം. ചിലപ്പോൾ അതിനു വേണ്ടി മരിക്കേണ്ടി വന്നേക്കാം. ഒരുപാട് കലാകാരന്മാർ അങ്ങനെ മരിച്ചിട്ടുണ്ട്. ഒരു സമൂഹത്തിന് സമ്പൂർണമായ സ്വാതന്ത്ര്യം കലാ കാരന് കൊടുക്കാൻ സാധിച്ചു എന്ന് വരില്ല. ഒരു കലാകാരൻ സോണിയാഗാന്ധിയുടെ നഗ്നചിത്രം വരച്ചാൽ, വരച്ച് ഇവിടെ മുഴുവൻ പ്രദർശിപ്പിച്ചാൽ അത് കലാകാരന്റെ സ്വാതന്ത്ര്യം എന്നു പറഞ്ഞ് നമുക്ക്... ന്യായീകരിക്കാം. പക്ഷേ കോൺഗ്രസുകാർ അയാളെ തല്ലിക്കൊന്നാൽ നമുക്ക് വല്ലതും ചെയ്യാൻ പറ്റുമോ? കലാകാരന്റെ സ്വാതന്ത്ര്യം കോൺഗ്രസ് നിഷേധിച്ചു എന്നു പറഞ്ഞാൽ നിഷേധിച്ചു അത്ര തന്നെ.

- *അപ്പോൾ താങ്കൾ പറയുന്നത് സാമൂഹികമായ സെൻസിറ്റിവിറ്റി കണക്കിലെടുക്കണം?*

അത് കണക്കിലെടുക്കേണ്ടിവരും. കണക്കിലെടുക്കണം എന്നില്ല. അതിന്റെ പ്രത്യാഘാതം അനുഭവിക്കാൻ തയ്യാറായിരിക്കണം. നല്ല കലാകാരന്മാർ സമൂഹം എന്നെ കൊന്നോ, കൊന്നോട്ടേ എന്നും പറഞ്ഞ് വരയ്ക്കും. അത്രേ ഉള്ളൂ.

- *അപ്പോൾ അങ്ങനെ ധൈര്യമുള്ളവരെ അതിന് പോകാവൂ?*

അത്രേ പോകാവൂ... ഹുസൈന്റെ കാര്യമല്ലേ പറഞ്ഞത്. അവിടെ ഖത്തറിലിരിക്കുന്നു. ഖത്തർ ഒരു മതരാഷ്ട്രമാണ്. ആ മതത്തിന് എതിരെ വിമർശനാത്മകമായി എന്തെങ്കിലും പറയാനോ വര യ്ക്കാനോ അദ്ദേഹത്തിന് സാധിക്കുമോ?

- *അവിടെ ഇരുന്നുകൊണ്ട്?*

മ്ം... സാധിക്കുമോ?

- *അപ്പോൾ താങ്കൾ പറയുന്നത് ആ വിലക്കുകൾ ഇന്ത്യയിലും പാലിക്കാൻ അദ്ദേഹത്തിന് ബാധ്യത ഉണ്ടെന്നാണ്?*

ഒരു ബാധ്യതയും ഇല്ല... ഈ ഹുസൈന് വരയ്ക്കാനുള്ള സ്വാതന്ത്ര്യത്തിനുവേണ്ടി, നിലകൊള്ളുകയും ചെയ്യുക എന്നുള്ളതാണ് നിലപാട്. ഹുസൈൻ വരയ്ക്കുന്നതിന് ചിലപ്പോൾ ഞങ്ങൾ വിമർശിച്ചു എന്നുവരും. പക്ഷേ വരയ്ക്കാനുള്ള സ്വാതന്ത്ര്യം ഒരു കലാകാരൻ എന്ന നിലയിൽ ഇന്ത്യയിൽ അദ്ദേഹത്തിന് അനുവദിച്ചുകൊടുക്കണം. കാരണം, ഇന്ത്യ ഒരു മതരാഷ്ട്രമല്ല... ഇന്ത്യ ഒരു ജനാധിപത്യ രാഷ്ട്രമാണ്. ഇവിടെ ഹുസൈൻ ചിത്രങ്ങൾ ആരെപ്പറ്റി എങ്ങനെ വരച്ചാലും അതു വരയ്ക്കരുത് എന്നു പറയാനുള്ള അവകാശം ഒരാൾക്കും ഇല്ല. ഞാൻ നേരത്തേ പറഞ്ഞത് സോണിയ ഗാന്ധിയുടെ നഗ്നചിത്രം വരച്ചാൽ കോൺഗ്രസുകാർ പ്രതിഷേധിക്കും. മാർക്സിസ്റ്റ് പാർട്ടിക്കാർക്കെതിരെ സക്കറിയ എന്തെങ്കിലും പറഞ്ഞാൽ അവർ കയറി സക്കറിയയെ കൈകാര്യം ചെയ്യും... ഇങ്ങനെയുള്ള പ്രകോപനങ്ങൾ ഉണ്ടാകുന്നു. സത്യത്തിൽ അങ്ങനെ ഉണ്ടാകേണ്ട കാര്യമല്ല.

- *രാജ്മോഹൻ ഉണ്ണിത്താന്റെ കാര്യത്തിൽ സക്കറിയ എടുത്ത നിലപാട് രാജ്മോഹൻ ഉണ്ണിത്താൻ എന്തു ചെയ്യുന്നു എന്ന് ഒളിഞ്ഞു നോക്കുന്നത് സമൂഹത്തിന്റെ ഉത്തരവാദിത്തമല്ല എന്നാണ്. പക്ഷേ താങ്കൾ അതിനെ അങ്ങനെ കാണുന്നോ? അതോ ഇപ്പോൾ പ്രായപൂർത്തിയാവാത്ത കുട്ടികൾപോലും, പീഡിപ്പിക്കപ്പെടുന്ന സമൂഹത്തിൽ അതൊരു ജാഗ്രതയായിട്ട് താങ്കൾ കാണുന്നോ?*

ഇന്ത്യയിൽ പ്രായപൂർത്തിയായ ഒരു സ്ത്രീക്കും പുരുഷനും ഒരുമിച്ച് കഴിയാൻ ഒരു നിയമതടസ്സവും ഇല്ല. അതിൽ മണി ഇൻവോൾവ് ചെയ്തിട്ടുണ്ടെങ്കിൽ മാത്രമേ പ്രശ്നം ഉള്ളൂ. അത് അമേരിക്കയിലും അതേ... പണം ഇൻവോൾവ്ഡ് ആണെങ്കിൽ കുറ്റകൃത്യം ആണ്. അമേരിക്കയിൽ കണ്ടിട്ടില്ലേ... വഴിയിൽ പൊലീസുകാരികൾ നില്ക്കും. കാർ കൈ കാണിച്ച് നമ്മൾ പൈസ... പോവുന്ന ആളുകൾ പൈസയുടെ കാര്യം പറഞ്ഞാൽ ഉടനെ അവർ അറസ്റ്റ് ചെയ്യും. അമേരിക്കയിൽ പോലും അങ്ങനെ ആണ്...

- *ഒരു അന്യസ്ത്രീയോട് കാമം തോന്നിയാൽ അത് മറച്ചുവെയ്ക്കുന്നത് കാപട്യമാണെന്ന് താങ്കൾ ഒരിക്കൽ പറഞ്ഞിട്ടുണ്ട്. പക്ഷേ അത് കാപട്യമാണോ, നമ്മുടെ സംസ്കാരമല്ലേ വാസ്തവത്തിൽ?*

അങ്ങനെ ഞാൻ പറഞ്ഞത് ശരിയല്ല, ശരിക്കും... അവർ അത് പ്രകടിപ്പിക്കാതിരിക്കുന്നത്... ജോണി പറഞ്ഞതാണ് ശരി. അത് സംസ്കാരം

തന്നെയാണ്. ഒരു സ്ത്രീയോട് കാമം തോന്നിയെന്നു കരുതി അത് പ്രകടിപ്പിക്കുന്നത് ശരിയല്ല... ഞാൻ പറഞ്ഞതാണെങ്കിലും തെറ്റ് തന്നെയാണ്.

- *അങ്ങനെയെങ്കിൽ ഈ സമൂഹം ചില കാര്യങ്ങളിൽ അമിത ഔത്സുക്യം കാണിക്കുന്നത്?*

ഉഭയസമ്മതപ്രകാരം ലൈംഗിക ബന്ധത്തിലേർപ്പെടാനുള്ള സ്വാതന്ത്ര്യം ഇന്ത്യയിൽ സ്ത്രീ പുരുഷന്മാർക്ക് ഉണ്ട്, ഉണ്ടായിരിക്കണം. നിയമപരമായിട്ട് അത് ഉണ്ട് ഇന്ത്യയിൽ.

- *പക്ഷേ ആ സ്വാതന്ത്ര്യം ഒരുപാട് ദുരുപയോഗപ്പെടുത്തുന്നതു കൊണ്ടാവാം സമൂഹം ഇത്ര ഉത്കണ്ഠ കാണിക്കുന്നത്?*

അതുകൊണ്ട് മാത്രമല്ല... മറ്റ് ഒരുപാട് കാലങ്ങളിലെ വിശ്വാസ പ്രമാണങ്ങളുടെ ഒക്കെ പ്രശ്നം വരും... പണ്ടത്തെ സമൂഹത്തിൽ ഇത്രയും ലൈംഗികമായ നിയന്ത്രണം കേരളത്തിൽ ഉണ്ടായിരുന്നില്ല. കുറേക്കൂടി വലിയ തോതിലുള്ള ലൈംഗിക സ്വാതന്ത്ര്യം. ഏതാണ്ട് ലൈംഗിക അരാജകത്വം എന്ന് പറയാവുന്ന തരത്തിലുള്ള സ്വാതന്ത്ര്യം ഉണ്ടായിരുന്ന സ്ഥലമാണ് കേരളം. അതു കഴിഞ്ഞ് ഒരു പ്രത്യേക ഘട്ടങ്ങളിൽ പ്രത്യേകിച്ചും ക്രിസ്തുമതത്തിന്റേയും മിഷണറിമാരുടേയും ഒക്കെ വരവോടെ പതുക്കെ പതുക്കെ നമ്മുടെ സദാചാര ബോധത്തിൽ വലിയ മാറ്റങ്ങൾ വന്നു. അപ്പോൾ അങ്ങനെ ചരിത്രം സദാചാരത്തെയും സദാചാര ബോധത്തെയും ഒക്കെ നിയന്ത്രിച്ചു എന്നു വരും. കുറേ കഴിയുമ്പോൾ ഇതുപോലെ ആളുകൾ കലഹിച്ച് അതിൽനിന്ന് പുറത്തു കടന്നെന്നും വരും. ഇപ്പോൾ വിക്ടോറിയൻ കാലഘട്ടത്തിലെ മൊറാൽറ്റിയിൽ നിന്ന് യൂറോപ്പ് അല്ലെങ്കിൽ, ഇംഗ്ലണ്ട് മോചിതമായില്ലേ... നമ്മുടെ നാട്ടിലും അതു പോലെ മോചനങ്ങൾ ഉണ്ടാകും.

- *അടുത്ത കാലത്ത് താങ്കൾ ഒരു കാര്യത്തിൽനിന്ന് പിന്തിരിഞ്ഞു വല്ലോ? അതായത് താങ്കൾ ഉണ്ടാക്കിയ വിവാദങ്ങളും താങ്കളെക്കുറിച്ച് വന്ന വിമർശനങ്ങളും എല്ലാം ചേർത്ത് ഒരു പുസ്തകമാക്കണമെന്ന ആഗ്രഹം ഉപേക്ഷിച്ചു. അതെന്താ ഉപേക്ഷിക്കാനുള്ള കാരണം?*

സത്യം പറഞ്ഞാൽ എം.വി. ബെന്നിയും ഞാനും കൂടി സംസാരിച്ചപ്പോൾ ഉണ്ടായ ഒരു ആശയമാണത്... എനിക്കെതിരായ മാറ്റർ എല്ലാം കൂടി കളക്ട് ചെയ്തിട്ട് എന്നെ ചീത്ത പറഞ്ഞും വ്യക്തിപരമായി തേജോവധം ചെയ്തും ഞാൻ കവി അല്ല എന്ന് സ്ഥാപിച്ചും ചീത്ത

പറഞ്ഞ് എഴുതിയ ഒരുപാട് ലേഖനങ്ങൾ ഉണ്ട്... വളരെ വ്യക്തിപര മായിട്ട്. ചിലതൊക്കെ രസമാണ്... ആർ.എസ്.എസുകാർ ഒരു പത്രത്തിൽ എഴുതിയിരിക്കുന്നത് കണ്ടു ഈ അടുത്തകാലത്ത്... ഇങ്ങനെ... "കള്ളുകുടിച്ചു നീരു വന്ന് ചീർത്ത വികൃതമായ മോന്ത ടെലിവിഷനിൽ ദിവസവും അരോചകമായ സാന്നിധ്യമാകുന്നു". ആർ.എസ്.എസുകാരുടെ പത്രത്തിൽ ഒരാൾ എഴുതിയതാണ്. അപ്പോൾ അത്തരം വിമർശനങ്ങളൊക്കെ നല്ല രസമായിട്ട് തോന്നി. അതൊക്കെ കളക്ട് ചെയ്ത്, ഒരു പുസ്തകമാക്കിയാൽ നല്ല രസ മായിരിക്കും എന്നുമാത്രമല്ല, അവനവനെക്കുറിച്ചും അവനവന്റെ സാഹിത്യത്തെക്കുറിച്ചും സ്തുതികളൊക്കെ തല്ലിക്കൂട്ടി പുസ്തക മാക്കുന്ന വിദ്വാന്മാരെയൊക്കെ കണക്കറ്റ് പരിഹസിക്കാനുള്ള വഴിയാണത് എന്നും വിചാരിച്ചിട്ടാണത് അങ്ങനെയൊരു സംരംഭം ആലോചിച്ചത്... പിന്നീടാണ് അതിന്റെ പ്രശ്നം മനസ്സിലായത്. നമ്മളൊരു ആർട്ടിക്കിൾ അയാളുടെ അനുവാദം ഇല്ലാതെ പുസ്തക മാക്കി വിൽപ്പന നടത്തിയാൽ നിയമപ്രശ്നം ഉണ്ട്. അപ്പോൾ പ്രസാ ധകരെ സംബന്ധിച്ചിടത്തോളം ഈ ലേഖകരുടെ മുഴുവൻ രേഖാ മൂലമായ അനുവാദം വേണം. അത് എനിക്ക് വാങ്ങിക്കൊടുക്കാൻ സാധിക്കില്ല. ചിലരോട് ഞാൻ ആവശ്യപ്പെട്ടപ്പോൾ അവർ അത് തരില്ല എന്നു പറഞ്ഞു. കാരണം, അവരെ കളിയാക്കാനൊരു സംരംഭം ആണ്. അതാണ് സംഭവിച്ചത്. അപ്പോൾ പിന്നെ ഞാനത് വേണ്ടെന്ന് വച്ചു.

- *ഒരു സാഹിത്യകാരനായി എല്ലാ സാഹിത്യകാരന്മാരോടും ഇടപഴകിയ താങ്കൾ ഇപ്പോൾ സിനിമാരംഗത്ത് കൂടി പ്രവർത്തി ക്കുന്നു. എന്നാൽ സുകുമാർ അഴീക്കോടും മോഹൻലാലും തമ്മിലൊരു പ്രശ്നം ഉണ്ടായപ്പോൾ താങ്കളുടെ മനസ്സ് ഏത് ഭാഗ ത്തായിരുന്നു?*

ഞാൻ അതിൽ ഇടപെട്ടേയില്ല. ഞാൻ അതിൽ ഇടപെടാൻ ഉദ്ദേശിക്കുന്നുമില്ല. അതിനെക്കുറിച്ച് കമന്റ് ചെയ്യാനും ഉദ്ദേശിക്കു ന്നില്ല.

- *അസൗകര്യം ഉണ്ടാക്കും എന്നുള്ളതുകൊണ്ടാണ്?*

എനിക്ക് തൊടാവുന്ന ഏരിയ അല്ല അത്. എന്നെപോലുള്ള ആളു കൾക്ക് സ്പർശിക്കാവുന്ന ഏരിയ അല്ല അത്.

- *അല്ല താങ്കൾ വളരെ പ്രായോഗികമതിയായി എന്നാണോ അതി നർത്ഥം?*

ആയിരിക്കും.

- *സുരക്ഷിതമായൊരു പ്രായോഗികജീവിതം മാത്രം മുന്നിൽ കണ്ടായിരിക്കുമോ ഇനി താങ്കളുടെ ജീവിതം?*

ആകണമെന്നാണെന്റെ ആഗ്രഹം

- *ആ ക്ഷുഭിത യൗവനം, പൊട്ടിത്തെറി ഒരു കാര്യത്തിലും ബാലചന്ദ്രൻ ചുള്ളിക്കാടിൽ നിന്ന് ഇനി ഉണ്ടാവില്ല എന്നാണോ വിചാരിക്കേണ്ടത്?*

മധ്യവയസ്സായില്ലേ... യൗവനം അല്ലല്ലോ ഇപ്പോൾ?

- *ഒരു താത്കാലിക ശാന്തിയാണോ അതോ ഇനി എന്നും ഈ പ്രശാന്തതയിൽ എന്നാണോ പറയുക?*

ഇതിലും കൂടുതൽ പ്രശാന്തതയിൽ... ഇപ്പോൾ നമ്മൾ സംസാരിച്ചില്ലേ... ഇത്രേം എക്സൈറ്റ്മെന്റ് പോലും ഇല്ലാത്ത പ്രശാന്തതയിൽ എത്തണം എന്നാണെന്റെ ആഗ്രഹം.

- *ഇനി അങ്ങോട്ടുള്ള ബാലചന്ദ്രൻ ചുള്ളിക്കാടിനെ താങ്കൾ സ്വയം വീക്ഷിക്കുന്നത് എങ്ങനെയാണ്?*

ഞാൻ അങ്ങനെ ആലോചിക്കുന്നില്ല. എങ്ങനെയെങ്കിലുമൊക്കെ ജീവിച്ചു പോകണമെന്നുണ്ട്. ഇനി കുറച്ചുകാലം കൂടിയേ ഉള്ളൂ. അത് എങ്ങനെയെങ്കിലും തീർക്കണം എന്നു മാത്രമേയുള്ളൂ. അധികം കാലം ഇല്ല... ഉണ്ടാകരുത് എന്നാണ് ആഗ്രഹം... ഇനിയുള്ള കാലം വലിയ ആഗ്രഹം ഉണ്ട്. പണ്ട് വായിച്ചതും വായിക്കാൻ കഴിയാതെ പോയതുമായ മഹാഗ്രന്ഥങ്ങൾ ഒരുപാടുണ്ട്... അത് സമാധാനമായിട്ടിരുന്ന് വായിക്കണമെന്നല്ലാതെ വേറെ ആഗ്രഹം ഒന്നുമില്ല. പിന്നെയുള്ള ആഗ്രഹം അതു നടക്കുമോ... അതു നമ്മുടെ കൈയിൽ അല്ല... എന്നാലും അനായസേന മരണം ഒരു വലിയ ആഗ്രഹവും സ്വപ്നവുമാണ്. ആരെയും ബുദ്ധിമുട്ടിക്കാതെ പെട്ടെന്ന് മരിച്ചു പോവുക.

- *ഈ ജീവിതത്തിനിടയിൽ ഏതെങ്കിലും കാര്യത്തിൽ വീണ്ടുവിചാരം താങ്കൾക്ക് വളരെ ശക്തമായി ഉണ്ടായോ? മുൻഗാമികളായ കവികളെ താങ്കൾ വിമർശിച്ചിട്ടുണ്ട് സാഹിത്യത്തിൽ. ചില കാര്യങ്ങളിൽ വളരെ ശക്തമായ നിലപാടുകൾ എടുത്തിട്ടുണ്ട്... അതൊന്നും വേണ്ടിയിരുന്നില്ല... അങ്ങനെ എന്തെങ്കിലും ചിന്ത താങ്കൾക്ക് ഉണ്ടായിട്ടുണ്ടോ?*

പലപ്പോഴും ഉണ്ടാകും. ആളുകളെ രൂക്ഷമായ ഭാഷയിൽ വിമർശിച്ചിട്ടുണ്ട്. അതൊന്നും വേണ്ടായിരുന്നെന്ന് തോന്നും. ആവശ്യമില്ലായിരുന്നെന്ന് തോന്നും. ചിലതൊക്കെ തെറ്റായിരുന്നുവെന്ന്

തോന്നും. തോന്നുകയല്ല... ശരിക്കും തെറ്റായിരുന്നു... ചില കാര്യങ്ങളൊക്കെ തെറ്റായിരുന്നു. ഇപ്പോൾ രാഷ്ട്രീയം... പറഞ്ഞ രാഷ്ട്രീയം, പ്രചരിപ്പിച്ച രാഷ്ട്രീയം തെറ്റായിരുന്നുവെന്ന് ബോധ്യപ്പെട്ടിട്ടുണ്ട്. അതിൽനിന്ന് മാറിപ്പോയിട്ടുണ്ട്. മറ്റുള്ളവർക്കെതിരെ നടത്തിയ വിമർശനങ്ങളിൽ പലപ്പോഴും തെറ്റുപറ്റിയിട്ടുണ്ട്. ഞാൻ അങ്ങനെ ശരി എന്താണെന്ന് അറിയാവുന്ന ഒരു ആളല്ല... പലപ്പോഴും നമ്മൾ ചെയ്യുന്നു... അത്രേ ഉള്ളൂ...

- *ആ അർത്ഥത്തിൽ ഭാര്യയുടേയും മകന്റേയും കാര്യത്തിൽ എത്രത്തോളം ഉത്കണ്ഠ താങ്കൾക്ക് ഉണ്ടായിരുന്നു. ഞാൻ ചോദിക്കാൻ കാരണം മദ്യപിക്കാൻവേണ്ടി ആളുകളോട് കാശ് ഇരന്നുവാങ്ങിയിട്ടുണ്ട്. പക്ഷേ താങ്കളുടെ എഴുത്തിന്റെ കരുത്തുകൊണ്ട് കിട്ടുന്ന ഒരു അവാർഡ് അല്ലെങ്കിൽ അതിന്റെ തുക താങ്കൾ വാങ്ങാൻ കൂട്ടാക്കിയിട്ടില്ല... അതിന്റെ അർത്ഥം താങ്കൾ ഇവരെക്കുറിച്ചുപോലും ആലോചിച്ചില്ല എന്നല്ലേ...*

ശരിയാണത്... അവർക്കുവേണ്ടി ഒന്നും ചെയ്തിട്ടില്ല കാര്യമായി... കാര്യമായിട്ടെന്നല്ല ഒരു അച്ഛനെന്ന നിലയിലും ഭർത്താവെന്ന നിലയിലും ഞാൻ ചെയ്യേണ്ട ഒരുപാട് ഉത്തരവാദിത്തങ്ങൾ ഞാൻ ചെയ്തിട്ടില്ല. പക്ഷേ എന്റെ രീതികൾ അറിയാവുന്നതുകൊണ്ട് അവരതിൽ വലിയ പരിഭവം പറഞ്ഞിട്ടില്ല എന്നേയുള്ളൂ... ജോണി പറഞ്ഞത് ശരിയാണ്. കാരണം അവർക്ക് ആവശ്യമായ ഭൗതികമായ പ്രൊട്ടക്ഷനോ ഇമോഷണൽ സപ്പോർട്ടോ ഒന്നും കൊടുക്കാൻ എനിക്കു പറ്റിയിട്ടില്ല.

- *ഒരുപക്ഷേ താങ്കളുടെ വ്യക്തിപരമായ പ്രശസ്തി അല്ലെങ്കിൽ താങ്കളുടെ നിലപാടിന്റെ ഉറപ്പ്... അതുമാത്രം വിചാരിക്കുകയും ഇവരെക്കുറിച്ച് ആലോചിക്കാതിരിക്കുകയും ചെയ്തു എന്നു പറഞ്ഞാലോ?*

ശരിയാണത്... അതിലൊരു വലിയ സ്വാർത്ഥത എന്റെ ഭാഗത്തുണ്ട്. ഉദാഹരണത്തിന് ഇപ്പോൾ എന്റെ മകൻ മലയാളം മീഡിയത്തിൽ ആണ് പഠിച്ചുവളർന്നത്. വേണമെങ്കിൽ ഇംഗ്ലീഷ് മീഡിയത്തിൽ ചേർക്കാമായിരുന്നു. അവനെ സ്കൂളിൽ ചേർക്കുന്ന കാലത്ത് മലയാളം ആദർശമായി പറഞ്ഞുനടക്കുന്ന കാലമായിരുന്നു. അവനെ മലയാളം മീഡിയത്തിൽ ചേർത്തു. സർക്കാർ സ്കൂളിൽ ചേർത്തു. അങ്ങനെയാണ് പ്ലസ് ടു വരെ പഠിപ്പിച്ചത്. അപ്പോൾ അവന് പരാതി പറയാം. അച്ഛന്റെ ഒരു ആദർശപ്രേമം കാരണം എന്നെ... എന്റെ ഭാര്യയുടെ ജോലിയനുസരിച്ച് അവനെ സെൻട്രൽ സ്കൂളിൽ ഇംഗ്ലീഷ് മീഡിയത്തിൽ പഠിപ്പിക്കാം. പക്ഷേ അതു വേണ്ടെന്നുവെച്ചിട്ട് മലയാളം

മീഡിയത്തിൽ പഠിപ്പിച്ചു. അത് അവനോട് ചെയ്ത വലിയ അനീതിയാണ് ശരിക്കും. ഞാൻ എന്റെ... ഒരു ആദർശത്തിനുവേണ്ടി ചെയ്തൊരു കാര്യമാണ്...

- *മലയാളത്തിൽ വളരെ നല്ല കവിതകൾ എഴുതിയ ഒരു കവിയാണ് പറയുന്നത് മലയാളം മീഡിയത്തിൽ മകനെ പഠിപ്പിച്ചത് അബദ്ധമായെന്ന്?*

തീർച്ചയായിട്ടും... എനിക്കത് അങ്ങനെ... ഇപ്പോൾ ഞാൻ അതിൽ പശ്ചാത്തപിക്കുന്നുണ്ട്... കാരണം എന്താണെന്നുവെച്ചാൽ... അന്ന് ഈ മലയാള സംരക്ഷണവേദിയുടെ രക്ഷാധികാരി, പ്രസിഡന്റ്, സെക്രട്ടറി അവരൊന്നും അതു ചെയ്തിട്ടില്ല. ആകെ അതിലുണ്ടായിരുന്ന ഞാനും ബെന്നിയും മാത്രമാണ് മലയാളം മീഡിയത്തിൽ കുട്ടികളെ പഠിപ്പിച്ചത്. ഇന്നോർക്കുമ്പോൾ എനിക്കതിൽ വിഷമമുണ്ട്. അവന്... അവന്റെ പരാധീനതകൾ ഉണ്ട്. അതുകൊണ്ട് അവന് ലഭിക്കാതെ പോയ സൗകര്യങ്ങൾ. എളമക്കര ഹൈസ്ക്കൂൾ പോലെ പരിമിതമായ സൗകര്യങ്ങളുള്ള ഒരു സ്കൂളിൽ മലയാളം മീഡിയത്തിൽ പഠിക്കേണ്ടിവന്നതുകൊണ്ട് അവന് നഷ്ടപ്പെട്ട അവസരങ്ങൾ ഉണ്ട്, സാദ്ധ്യതകൾ ഉണ്ട്. അതിനൊക്കെ ഞാൻ സമാധാനം പറയണം.

- *അല്ല, അച്ഛന്റെ ഇഷ്ടത്തിനനുസരിച്ച് അവന് പോകേണ്ടിവന്നതിലുള്ള നിരാശയാണോ അതോ ഈ ഇംഗ്ലീഷ് മീഡിയമായിരുന്നു അവന്റെ ജീവിതത്തിന് കൂടുതൽ ഉപകരിക്കുക എന്ന് വിചാരിച്ചിട്ടാണോ?*

അവന്റെ ജീവിതത്തിന് കൂടുതൽ ഉപകരിക്കുക തീർച്ചയായിട്ടും ഇംഗ്ലീഷ് മീഡിയത്തിൽ പഠിക്കുന്നതായിരുന്നു എന്ന് വിചാരിച്ചിട്ടാണ്. മലയാളം മീഡിയത്തിൽ പഠിക്കുന്നതിൽ കുഴപ്പം കൊണ്ടല്ല... പക്ഷേ നന്നായി പഠിക്കാനുള്ള സാഹചര്യം സർക്കാർ സ്കൂൾ മലയാളം മീഡിയത്തിൽ ഇല്ല. മലയാളം മീഡിയവും പോരാത്തതിന് സർക്കാർ സ്കൂളും ആകുമ്പോഴുള്ള പ്രശ്നമാണ്.

- *ബാലചന്ദ്രൻ ചുള്ളിക്കാടിനെക്കുറിച്ച് ഒരുപാട് ആക്ഷേപങ്ങൾ ഉണ്ടാവാം. തെറ്റിദ്ധാരണകൾ ഉണ്ടാവാം. എന്തൊക്കെ ഉണ്ടെങ്കിലും ഒരു കാര്യത്തിലെങ്കിലും താങ്കളോട് സമൂഹം നീതി പുലർത്തണം എന്ന് നിർബന്ധം ഉണ്ടെങ്കിൽ അത് ഏത് കാര്യമാണ്?*

അത് എന്താണെന്ന് ഞാൻ പറഞ്ഞാൽ അതിനെതിരായിട്ടായിരിക്കും ജനങ്ങൾ പ്രതികരിക്കുക. (ചിരിക്കുന്നു) അങ്ങനെയൊന്നുമില്ല...

ഇത് നമ്മൾ സഹിക്കുക എന്നല്ലാണ്ട് വേറെ മാർഗ്ഗമൊന്നും ഇല്ല... അത് പ്രശസ്തിയുടെയൊക്കെ മറുവിലയാണ്. പറഞ്ഞിട്ട് കാര്യമൊന്നുമില്ല.

- *ഇപ്പോൾ അവിടെയും ഒരു അശുഭചിന്തയാണ് വരുന്നത്?*

അതിൽ അശുഭചിന്തയില്ല... അത്രയ്ക്ക് അതിൽ ഭ്രമിച്ചിട്ടുള്ള ഒരാളല്ല... അങ്ങനെ എന്നെ സ്ക്വയർ ചെയ്യേണ്ട കാര്യമില്ല... ആളുകൾ വിമർശിക്കട്ടെ...

(2010)

www.ingramcontent.com/pod-product-compliance
Lightning Source LLC
LaVergne TN
LVHW101357051026
849519LV00005BC/1562